റിച്ച് ഡാഡിന്റെ പണമൊഴുക്കിന്റെ ചതുരങ്ങൾ

റിച്ച് ഡാഡിന്റെ
പണമൊഴുക്കിന്റെ ചതുരങ്ങൾ

സാമ്പത്തിക സ്വാതന്ത്ര്യത്തിലേക്കുള്ള വഴികാട്ടി

റോബർട്ട് ടി. കിയോസാക്കി

പരിഭാഷ എസ്. ജയേഷ്

MANJUL

മഞ്ജുൾ പബ്ലിഷിങ് ഹൗസ്

Visit our website at www.richdad.com

First published in India by

MANJUL

Manjul Publishing House
Corporate and Editorial Office
•2nd Floor, Usha Preet Complex,
42 Malviya Nagar, Bhopal 462003 – India

Sales and Marketing Office
•7/32, Ansari Road, Daryaganj, New Delhi110002 India
Website: www. manjulindia.com

Distribution Centres
Ahmedabad, Bengaluru, Bhopal, Kolkata, Chennai,
Hyderabad, Mumbai, New Delhi, Pune

Malayalam translation of *Rich Dad's Cashflow Quadrant* by *Robert T. Kiyosaki*

This edition first published in 2021
Second impression 2021

ISBN 978-93-90085-93-4

Translation by S. Jayesh

Printed and bound in India by Thomson Press (India) Ltd.

Contact for Sales Enquiries +91 81290 97384

എന്റെ ധനികനായ പിതാവ് പറയുമായിരുന്നു,
"നിനക്ക് സാമ്പത്തിക സ്വാതന്ത്ര്യം ഇല്ലെങ്കിൽ ഒരിക്കലും
ശരിയായ സ്വാതന്ത്ര്യം ഉണ്ടാവില്ല."

അദ്ദേഹം പിന്നെയും പറയുമായിരുന്നു,
"സ്വാതന്ത്ര്യം സൗജന്യമായിരിക്കും. പക്ഷേ,
അതിനൊരു വിലയുണ്ട്."

ഈ പുസ്തകം
വില കൊടുക്കാൻ ആഗ്രഹിക്കുന്നവർക്ക്
സമർപ്പിക്കുന്നു.

എഡിറ്ററുടെ കുറിപ്പ്

എല്ലാം മാറുന്ന സമയങ്ങൾ

റിച് ഡാഡ് പുവർ ഡാഡ് 1997-ൽ ആദ്യമായി പ്രസിദ്ധീകരിച്ച തിനുശേഷം നമ്മുടെ സമ്പദ്ഘടനയിലും നിക്ഷേപഭൂപടത്തിലും ഒരു പാട് മാറ്റങ്ങൾ ഉണ്ടായിട്ടുണ്ട്. പതിനാല് വർഷങ്ങൾക്കുമുമ്പ്, റോബർട്ട് കിയോസാകി പരമ്പരാഗത അറിവിനെ, തന്റെ ധീരമായ 'നിങ്ങളുടെ വീട് ഒരു സമ്പാദ്യമല്ല' എന്ന പ്രസ്താവനകൊണ്ട് വെല്ലുവിളിച്ചു. പണത്തിനെക്കുറിച്ചും നിക്ഷേപങ്ങളെക്കുറിച്ചുമുള്ള അദ്ദേഹത്തിന്റെ വ്യത്യസ്തമായ കാഴ്ചപ്പാടുകൾ അവിശ്വാസം, വിമർശനം, ആക്രമണം എന്നിവയെല്ലാം നേരിട്ടു.

2002-ൽ, റോബർട്ടിന്റെ പുസ്തകമായ 'റിച് ഡാഡ്സ് പ്രൊഫസി' നിർദ്ദേശിച്ചത്, നമ്മൾ വരാനിരിക്കുന്ന സാമ്പത്തിക തകർച്ചയ്ക്കായി തയ്യാറെടുക്കണം എന്നായിരുന്നു. 2006-ൽ, റോബർട്ട് ഡൊണാൾഡ് ട്രംപിന്റെ സംഘത്തിനൊപ്പം 'വൈ വി വാണ്ട് റ്റു ബി റിച്' എഴുതാനായി ചേർന്നു, അമേരിക്കയിലെ മധ്യവർഗ്ഗക്കാരുടെ പിന്നോട്ടുപോക്കിലുള്ള അവരുടെ വേവലാതിയിൽ നിന്നും പ്രചോദനം കൊണ്ട പുസ്തകമായിരുന്നു അത്.

റോബർട്ട് സാമ്പത്തിക വിദ്യാഭ്യാസത്തിന്റെ പ്രാധാന്യത്തിന്റേയും ശക്തിയുടേയും വക്താവായി തുടരുന്നു. ഇന്ന്, സബ്പ്രൈം അപചയം, ഉയർന്ന തിരിച്ചടവ് മുടക്കൽ, ഇപ്പോഴും ഉഗ്രമായ ആഗോള സാമ്പത്തിക തകർച്ച എന്നിവ വച്ചു നോക്കുമ്പോൾ, അദ്ദേഹത്തിന്റെ വാക്കുകൾ പ്രവചനം മാത്രമല്ല, ജ്ഞാനദീപ്തം കൂടിയാകുന്നു. ഒരുപാട് അവിശ്വാസികൾ വിശ്വാസികളായി മാറി.

'റിച് ഡാഡ്സ് കാഷ് ഫ്ളോ ക്വാഡ്രന്റിന്റെ' 2011 എഡിഷൻ തയ്യാറാക്കുമ്പോൾ, റോബർട്ട് രണ്ട് കാര്യങ്ങൾ തിരിച്ചറിഞ്ഞു: അദ്ദേഹത്തിന്റെ സന്ദേശവും പാഠങ്ങളും കാലത്തിന്റെ പരീക്ഷണങ്ങളെ നേരിട്ടു, പിന്നെ നിക്ഷേപഭൂപടം, നിക്ഷേപകർ പ്രവർത്തിക്കുന്ന ലോകം, നാടകീയമായി മാറിയിരിക്കുന്നു. ഈ മാറ്റങ്ങൾ ബാധിച്ചത്, തുടർന്നും ബാധിക്കുന്നത്, ഐ (ഇൻവെസ്റ്റർ) വൃത്തത്തിലുള്ളവരെയാണ്. അത് ഈ പുസ്തകത്തിലെ ഒരു പ്രധാനപ്പെട്ട ഭാഗത്തിനെ പുതുക്കാൻ റോബർട്ടിനെ ഊർജ്ജപ്പെടുത്തി–

അദ്ധ്യായം അഞ്ച്: നിക്ഷേപകരുടെ അഞ്ച് തലങ്ങൾ.

നന്ദി

റിച് ഡാഡ് പുവർ ഡാഡിന്റെ അത്ഭുതകരമായ വിജയം
ലോകമെമ്പാടുംനിന്ന് കോടിക്കണക്കിന്
പുതിയ സുഹൃത്തുക്കളെ നേടിത്തന്നു.

അവരുടെ ദയവാർന്ന വാക്കുകളും സൗഹൃദവും — റിച് ഡാഡ്
തത്ത്വം അവരുടെ ജീവിതത്തിൽ പ്രയോഗിക്കുന്നതിലെ
സ്ഥിരോത്സാഹത്തിന്റെയും അഭിനിവേശത്തിന്റെയും
വിജയത്തിന്റെയും അതിശയകരമായ കഥകളും —
എന്നെ ഈ പുസ്തകം എഴുതാൻ പ്രചോദിതനാക്കി:

'റിച് ഡാഡിന്റെ പണമൊഴുക്കിന്റെ ചതുരങ്ങൾ'
സാമ്പത്തിക സ്വാതന്ത്ര്യത്തിലേയ്ക്കുള്ള വഴികാട്ടി

എന്റെ പഴയതും പുതിയതുമായ സുഹൃത്തുകൾക്ക്, എന്റെ
വന്യമായ സ്വപ്നങ്ങൾക്കുമപ്പുറമുള്ള അവരുടെ
ആവേശകരമായ പിന്തുണയ്ക്ക്, ഞാൻ നന്ദി പറയുന്നു.

ഉള്ളടക്കം

ആമുഖം

എന്താണ് നിങ്ങളുടെ ജീവിതലക്ഷ്യം?

'നിങ്ങൾക്ക് വലുതാകുമ്പോൾ എന്താകണമെന്നാണ് ആഗ്രഹം?' നമ്മളിൽ മിക്കവാറും എല്ലാവരും കേട്ടിട്ടുള്ള ചോദ്യമായിരിക്കും ഇത്.

കുട്ടിയായിരുന്നപ്പോൾ എനിക്ക് ഒരുപാട് താല്പര്യങ്ങൾ ഉണ്ടായിരുന്നു, തിരഞ്ഞെടുക്കാനും എളുപ്പമായിരുന്നു. അത് ആവേശമുണർത്തുന്നതോ പകിട്ടേറിയതോ ആണെന്ന് തോന്നിയാൽ, എനിക്കത് ചെയ്യണമായിരുന്നു. എനിക്കൊരു മറൈൻ ബയോളജിസ്റ്റ്, ഒരു അസ്ട്രനട്ട്, ഒരു മറൈൻ, ഒരു ഷിപ്പിന്റെ ഓഫീസർ, ഒരു പൈലറ്റ്, ഒരു പ്രൊഫഷണൽ ഫുട്ബാൾ കളിക്കാരൻ എന്നിവയൊക്കെ ആകണമെന്നുണ്ടായിരുന്നു.

അതിൽ മൂന്ന് ലക്ഷ്യങ്ങൾ നേടാനുള്ള ഭാഗ്യം എനിക്കുണ്ടായി: ഒരു മറൈൻ കോർപ്സ് ഓഫീസർ, ഒരു ഷിപ്പിന്റെ ഓഫീസർ, പിന്നെ പൈലറ്റ്.

എനിക്കൊരു അദ്ധ്യാപകനോ, എഴുത്തുകാരനോ, അല്ലെങ്കിൽ അക്കൗണ്ടന്റോ ആകണമെന്നില്ലെന്ന് എനിക്കറിയാമായിരുന്നു. എനിക്ക് സ്കൂൾ ഇഷ്ടമല്ലാതിരുന്നതുകൊണ്ട് അദ്ധ്യാപകൻ ആകാനും താല്പര്യമില്ലായിരുന്നു. ഇംഗ്ലീഷിൽ രണ്ടുതവണ തോറ്റതുകൊണ്ട് എഴുത്തുകാരൻ ആകണമെന്നില്ലായിരുന്നു. അക്കൗണ്ടിങ് മനസ്സിലാകാത്തത് കൊണ്ട് എം.ബി.എ. പ്രോഗ്രാമിൽ നിന്നും പുറത്താകുകയും ചെയ്തു.

വിരോധാഭാസമെന്ന് പറയട്ടെ, ഞാൻ വളർന്നപ്പോൾ, എനിക്ക് ഒരിക്കലും ആകണമെന്ന് ആഗ്രഹമില്ലാതിരുന്ന എല്ലാം ആയിത്തീർന്നു. എനിക്ക് സ്കൂൾ ഇഷ്ടമല്ലായിരുന്നെങ്കിലും, ഇന്ന് എനിക്കൊരു വിദ്യാഭ്യാസ സ്ഥാപനം ഉണ്ട്. എനിക്ക് പഠിപ്പിക്കാൻ ഇഷ്ടമായതുകൊണ്ട് ലോകമെല്ലാം സഞ്ചരിച്ച് പഠിപ്പിക്കുന്നു. ഇംഗ്ലീഷ് എഴുതാൻ സാധിക്കാത്തതുകൊണ്ട് രണ്ടുതവണ തോറ്റെങ്കിലും, ഇന്ന് ഞാൻ വളരെ അറിയപ്പെടുന്ന ഒരു എഴുത്തുകാരനാണ്. എന്റെ പുസ്തകം, 'റിച്ച് ഡാഡ് പുവർ ഡാഡ്', ഏഴ് വർഷത്തിലധികം കാലം ന്യൂയോർക്ക് ടൈംസിൽ ബെസ്റ്റ് സെല്ലർ പട്ടികയിൽ ഉണ്ടായിരുന്നു, യുണൈറ്റഡ് സ്റ്റേറ്റ്സിലെ ആദ്യത്തെ മൂന്ന് ബെസ്റ്റ് സെല്ലിങ് പുസ്തകങ്ങളിൽ ഒന്നാണത്. അതിന്റെ മുന്നിലുള്ള പുസ്തകങ്ങൾ ദ ജോയ് ഓഫ് സെക്സും ദ റോഡ് ലെസ്സ് ട്രാവൽഡും ആണ്. ഒരു വിരോധാഭാസം കൂടിയുണ്ടിതിൽ, റിച്ച് ഡാഡ് പുവർ ഡാഡും, എന്റെ കാഷ്ഫ്ളോ

ബോർഡ് ഗെയിമും എനിക്ക് പ്രയാസമുള്ള മറ്റൊരു വിഷയമായ അക്കൗണ്ടിങ്ങിനെക്കുറിച്ചുള്ള പുസ്തകവും ഗെയിമുമാണ്.

അപ്പോൾ ഇതിനൊക്കെ ആ ചോദ്യവുമായി എന്താണ് ബന്ധം: 'എന്താണ് നിങ്ങളുടെ ജീവിതലക്ഷ്യം?'

ഇതിന്റെ ഉത്തരം വിയറ്റ്നാമീസ് സന്യാസിയായ തിക്നാട്ട് ഹാനിന്റെ ലളിതവും ഗഹനവുമായ പ്രസ്താവനയിൽ കണ്ടെത്താവുന്നതാണ്: 'വഴിയാണ് ലക്ഷ്യം.' മറ്റു വാക്കുകളിൽ പറഞ്ഞാൽ, നിങ്ങളുടെ ജീവിതത്തിനുള്ള വഴി തേടലാണ് ജീവിതത്തിന്റെ ലക്ഷ്യം. നിങ്ങളുടെ ജോലി, നിങ്ങൾ എത്ര പണമുണ്ടാക്കുന്നു, നിങ്ങളുടെ പദവി, അല്ലെങ്കിൽ നിങ്ങളുടെ ജയപരാജയങ്ങൾ അല്ല നിങ്ങളുടെ വഴി.

നിങ്ങളുടെ വഴി തേടുക എന്നാൽ നിങ്ങൾ എന്തുചെയ്യാനാണ് ഭൂമിയിലേക്ക് വന്നതെന്ന് അന്വേഷിക്കലാണ്. എന്താണ് നിങ്ങളുടെ ജീവിതത്തിന്റെ ഉദ്ദേശ്യം? നിങ്ങൾക്ക് ജീവിതം എന്ന ഈ സമ്മാനം നൽകിയതെന്തിനാണ്? പിന്നെ നിങ്ങൾ ജീവിതത്തിന് എന്ത് സമ്മാനമാണ് തിരിച്ചുകൊടുക്കാൻ പോകുന്നത്?

തിരിഞ്ഞുനോക്കുമ്പോൾ, സ്കൂളിലേക്ക് പോകുന്നത് എന്റെ ജീവിതത്തിന്റെ വഴി അന്വേഷിക്കുന്നതായിരുന്നില്ല എന്നെനിക്കറിയാം. ഞാൻ മിലിറ്ററി സ്കൂളിൽ നാലുവർഷം ചിലവഴിച്ചു, ഒരു ഷിപ്പിന്റെ ഓഫീസർ ആകാനുള്ള പഠനവും പരിശീലനവുമായി. ഞാൻ സ്റ്റാൻഡേർഡ് ഓയിലിനുവേണ്ടി അവരുടെ ഓയിൽ ടാങ്കറുകളുമായി കടൽയാത്രകൾ ചെയ്യുന്ന തൊഴിൽ ജീവിതം സൃഷ്ടിച്ചിരുന്നെങ്കിൽ, ഞാനൊരിക്കലും എന്റെ ജീവിതത്തിന്റെ വഴി കണ്ടെത്തില്ലായിരുന്നു. ഞാൻ മറൈൻസിൽ തുടർന്നിരുന്നെങ്കിൽ, അല്ലെങ്കിൽ എയർലൈൻസിനുവേണ്ടി പറക്കാൻ പോയിരുന്നെങ്കിൽ ഞാനൊരിക്കലും എന്റെ ജീവിതത്തിന്റെ വഴി കണ്ടെത്തില്ലായിരുന്നു.

ഞാൻ ഷിപ്പിലെ ഓഫീസർ ആയി തുടരുകയോ അല്ലെങ്കിൽ എയർലൈൻ പൈലറ്റ് ആകുകയോ ചെയ്തിരുന്നെങ്കിൽ, ഞാനൊരിക്കലും ആഗോളതലത്തിൽ ബെസ്റ്റ് സെല്ലിങ് എഴുത്തുകാരൻ ആവില്ലായിരുന്നു, ഓപ്പറ ഷോയിലെ അതിഥിയാവില്ലായിരുന്നു, ഡോണാൾഡ് ട്രംപിന്റെ കൂടെ പുസ്തകമെഴുതില്ലായിരുന്നു, അല്ലെങ്കിൽ ലോകം മുഴുവനും സംരംഭകത്വവും നിക്ഷേപവും പഠിപ്പിക്കുന്ന ഒരു ഇന്റർനാഷണൽ എജ്യുക്കേഷൻ കമ്പനി ആരംഭിക്കുകയില്ലായിരുന്നു.

നിങ്ങളുടെ വഴി കണ്ടെത്തുന്നത്

ഈ 'പണമൊഴുക്കിന്റെ ചതുരങ്ങൾ' എന്ന പുസ്തകം വളരെ പ്രധാനമാകുന്നത് അത് നിങ്ങളുടെ ജീവിതത്തിന്റെ പാത കണ്ടെത്തുന്നതിനെക്കുറിച്ചായതുകൊണ്ടാണ്. നിങ്ങൾക്കറിയാവുന്നതുപോലെ, മിക്കവാറും ആളുകൾ ജീവിതത്തിന്റെ തുടക്കത്തിൽത്തന്നെ 'സ്കൂളിൽ പോകുക, ജോലി നേടുക' എന്ന പദ്ധതിയിടുന്നവരാണ്.

സ്കൂൾ എന്നാൽ 'E' അല്ലെങ്കിൽ 'S' ചതുരത്തിൽ ജോലി നേടുന്നതിനെക്കുറിച്ചുള്ളതാണ്. അത് നിങ്ങളുടെ ജിവിതത്തിന്റെ വഴി കണ്ടെത്തുന്നതല്ല.

ജീവിതത്തിന്റെ തുടക്കത്തിൽത്തന്നെ എന്താണ് താൻ ചെയ്യാൻ പോകുന്നതെന്ന് കൃത്യമായി അറിയാവുന്ന ആളുകളുണ്ടെന്നും ഞാൻ മനസ്സിലാക്കുന്നു. അവർ തങ്ങൾ ഡോക്ടർ, വക്കീൽ, സംഗീതജ്ഞൻ, ഗോൾഫർ അല്ലെങ്കിൽ അഭിനേതാവ് ആകുമെന്ന് അറിഞ്ഞുകൊണ്ടാണ് വളരുന്നത് തന്നെ. നമ്മളെല്ലാവരും കുട്ടികളുടെ അത്ഭുത ഗുണങ്ങളെക്കുറിച്ച് കേട്ടുകാണും, അസാമാന്യമായ കഴിവുകളുള്ള കുട്ടികൾ. അപ്പോഴും നിങ്ങൾക്ക് നിരീക്ഷിക്കാവുന്നതാണ്, അതെല്ലാം തൊഴിലുകളാണ്, ജീവിതത്തിന്റെ വഴിയാകണമെന്നില്ല.

അപ്പോൾ എങ്ങനെയാണ് ഒരാൾക്ക് തന്റെ ജീവിതത്തിന്റെ വഴി കണ്ടെത്താനാകുക?

എന്റെ ഉത്തരം: എന്റെ ആഗ്രഹം എനിക്കറിയാമായിരുന്നെങ്കിൽ എന്നാണ്. എന്റെ മാന്ത്രികവടി വീശുമ്പോൾ നിങ്ങളുടെ ജീവിതത്തിന്റെ വഴി ഇന്ദ്രജാലം വഴി പ്രത്യക്ഷപ്പെടുത്താൻ കഴിഞ്ഞിരുന്നെങ്കിൽ, ഞാനത് ചെയ്യുമായിരുന്നു.

എന്റെയടുത്ത് മാന്ത്രികവടിയില്ലാത്തതിനാലും നിങ്ങൾ എന്ത് ചെയ്യണമെന്ന് എനിക്ക് പറയാൻ സാധിക്കാത്തതിനാലും, എന്നാൽ ചെയ്യാൻ കഴിയുന്ന നല്ല കാര്യം ഞാൻ എന്ത് ചെയ്തെന്ന് നിങ്ങളോട് പറയുന്നതാണ്. ഞാൻ ചെയ്തത് എന്താണെന്നാൽ എന്റെ ഉള്ളുണർവിനെയും, എന്റെ ഹൃദയത്തിനെയും, എന്റെ മനക്കരുത്തിനെയും വിശ്വസിച്ചു. ഉദാഹരണത്തിന്, 1973-ൽ, യുദ്ധം കഴിഞ്ഞ് വന്നപ്പോൾ, എന്റെ ദരിദ്രനായ അച്ഛൻ, ഞാൻ സ്കൂളിലേക്ക് തിരിച്ചുപോയി എന്റെ ഉയർന്ന ബിരുദങ്ങൾ നേടി, സർക്കാരിനുവേണ്ടി ജോലി ചെയ്യണമെന്നാണ് പറഞ്ഞത്. എന്റെ മനസ്സ് മരവിച്ചുപോയി, എന്റെ ഹൃദയം വിങ്ങി, എന്റെ മനസ്സ് പറഞ്ഞു, 'ഒരിക്കലുമില്ല.'

ഞാൻ സ്റ്റാൻഡേർഡ് ഓയിലിലെ പഴയ ജോലിയിലേക്ക് തിരിച്ചുപോകാനോ അല്ലെങ്കിൽ എയർലൈൻസിനുവേണ്ടി പറക്കാനോ അദ്ദേഹം നിർദ്ദേശിച്ചപ്പോൾ വീണ്ടും എന്റെ മനസ്സും ഹൃദയവും മനക്കരുത്തും വേണ്ട എന്ന് പറഞ്ഞു. എനിക്കറിയാമായിരുന്നു, കപ്പൽ യാത്രയും വിമാനം പറത്തുകയും ചെയ്ത് മതിയാക്കിയതാണ്, അവ ഒന്നാന്തരം ജോലികളും മികച്ച ശമ്പളം കിട്ടുന്നതുമായിരുന്നെങ്കിലും.

1973-ൽ, എനിക്ക് 26 വയസ്സുള്ളപ്പോൾ, ഞാൻ വളരുകയായിരുന്നു. ഞാൻ എന്റെ മാതാപിതാക്കളുടെ ഉപദേശം പിന്തുടർന്ന് സ്കൂളിലേക്ക് പോയി, കോളജ് ഡിഗ്രി നേടി, രണ്ട് തൊഴിലുകളും ഉണ്ടായിരുന്നു: ഷിപ്പിന്റെ ഓഫീസർ ആകാനുള്ള ലൈസൻസും വിമാനം പറത്താനുള്ള ലൈസൻസും. പ്രശ്നം എന്തായിരുന്നെന്നാൽ, അതെല്ലാം തൊഴിലുകളും ഒരു കുട്ടിയുടെ സ്വപ്നങ്ങളുമായിരുന്നു.

ഇരുപത്തിയാറ് വയസ്സിൽ, വിദ്യാഭ്യാസം ഒരു പ്രക്രിയയാണെന്ന് അറിയാൻ മാത്രം മുതിർന്നിരുന്നു ഞാൻ. ഉദാഹരണത്തിന്, എനിക്ക് ഒരു ഷിപ്പിലെ ഓഫീസർ ആകണമെന്ന് ആഗ്രഹിച്ചപ്പോൾ, ഞാൻ ഷിപ്പിലെ ഓഫീസർമാരെ സൃഷ്ടിക്കുന്ന ഒരു സ്കൂളിലേക്ക് പോയി. എനിക്ക് വിമാനം പറത്തുന്നത് പഠിക്കാൻ ആഗ്രഹം ഉണ്ടായപ്പോൾ, ഞാൻ നേവി ഫ്ളൈറ്റ് സ്കൂളിലേക്ക് പോയി, പൈലറ്റുമാരല്ലാത്തവരെ പൈലറ്റുമാരാക്കുന്ന രണ്ടുവർഷത്തെ പ്രക്രിയ. ഞാൻ അടുത്ത വിദ്യാഭ്യാസ പ്രക്രിയയെക്കുറിച്ച് ശ്രദ്ധാലുവായിരുന്നു. എന്റെ അടുത്ത വിദ്യാഭ്യാസം തുടങ്ങുന്നതിനുമുമ്പ് ഞാൻ എന്തായിത്തീരുമെന്ന് എനിക്ക് അറിയണമായിരുന്നു.

പരമ്പരാഗത സ്കൂളുകൾ എനിക്ക് നല്ലതായിരുന്നു. ഞാൻ കുട്ടിക്കാലത്തെ തൊഴിലുകളെല്ലാം നേടിയിരുന്നു. മുതിർന്നത് ആശയക്കുഴപ്പമുണ്ടാക്കുന്നതായിരുന്നു, കാരണം ഒരിടത്തും 'ഇതാണ് വഴി' എന്ന് പറയുന്ന അടയാളങ്ങൾ ഉണ്ടായിരുന്നില്ല. എന്ത് ചെയ്യണ്ട എന്നത് എനിക്കറിയാമായിരുന്നു. പക്ഷേ, എന്ത് ചെയ്യണം എന്നത് അറിയില്ലായിരുന്നു.

എനിക്കൊരു പുതിയ തൊഴിൽ ആയിരുന്നു വേണ്ടിയിരുന്നതെങ്കിൽ എളുപ്പമായിരുന്നേനേ. എനിക്കൊരു മെഡിക്കൽ ഡോക്ടർ ആകണമായിരുന്നെങ്കിൽ, മെഡിക്കൽ സ്കൂളിൽ പോയേനേ. വക്കീൽ ആകണമായിരുന്നെങ്കിൽ, ലാ സ്കൂളിലേക്ക് ഞാൻ പോയിരുന്നേനെ. പക്ഷേ, മറ്റൊരു തൊഴിൽ യോഗ്യത നേടുന്നതിനായി സ്കൂളിലേക്ക് പോകുന്നതിനേക്കാൾ ജീവിതത്തിൽ കൂടുതലായി എന്തൊക്കെയോ ഉണ്ടെന്ന് എനിക്കറിയാമായിരുന്നു.

ആ കാലത്ത് ഞാനത് തിരിച്ചറിഞ്ഞിരുന്നില്ല. പക്ഷേ, 26-ാം വയസ്സിൽ, ഞാൻ എന്റെ ജീവിതത്തിന്റെ വഴി അന്വേഷിക്കുകയായിരുന്നു, എന്റെ അടുത്ത തൊഴിലല്ല.

വ്യത്യസ്തമായ ഒരു വിദ്യാഭ്യാസം

1973-ൽ, മറൈൻ കോർപ്സിനുവേണ്ടി വിമാനമോടിക്കുന്ന ജോലിയുടെ അവസാന വർഷത്തിൽ ഹവായിയിലെ എന്റെ വീടിനടുത്ത് താവളമടിച്ചിരുന്നപ്പോൾ, എന്റെ റിച് ഡാഡിന്റെ കാൽച്ചുവടുകൾ ഞാൻ പിന്തുടരാനാണ് ആഗ്രഹമെന്ന് എനിക്കറിയാമായിരുന്നു. മറൈൻസിൽ ആയിരുന്നപ്പോൾ, ഞാൻ വാരാന്ത്യങ്ങളിലുള്ള ഒരു റിയൽ എസ്റ്റേറ്റ് കോഴ്സിനും ബിസിനസ്സ് കോഴ്സിനും ചേർന്നിരുന്നു, ബി, ഐ ചതുരങ്ങളിലുള്ള ഒരു സംരംഭകനാകാൻ തയ്യാറെടുത്തുകൊണ്ട്.

അതേസമയം, ഒരു സുഹൃത്തിന്റെ സുഹൃത്ത് അഭിപ്രായപ്പെട്ടതനുസരിച്ച്, ഞാൻ ഒരു വ്യക്തിത്വവികസന കോഴ്സിനും ചേർന്നു, ശരിക്കും ഞാൻ ആരാണെന്ന് കണ്ടെത്താൻ കഴിയുമെന്ന പ്രതീക്ഷയിൽ. ഒരു വ്യക്തിത്വവികസന കോഴ്സ് പാരമ്പര്യേതര വിദ്യാഭ്യാസമാണ്, കാരണം ഞാനത് മാർക്കിനോ ഗ്രേഡിനോ വേണ്ടി ചെയ്യുന്ന

തല്ലായിരുന്നു. ഞാൻ എന്താണ് പഠിക്കാൻ പോകുന്നതെന്ന് അറിയില്ലായിരുന്നു, റിയൽ എസ്റ്റേറ്റ് കോഴ്സുകൾക്ക് ചേർന്നപ്പോഴത്തെപോലെ. ആകെ എനിക്ക് അറിയാമായിരുന്നത് എന്നെക്കുറിച്ച് അറിയാനായി കോഴ്സുകൾ ചെയ്യേണ്ട സമയമാണതെന്ന് മാത്രമായിരുന്നു.

എന്റെ ആദ്യത്തെ വാരാന്ത്യ കോഴ്സിൽ, ഇൻസ്ട്രക്ടർ ഈ ലളിതമായ ഡയഗ്രം ഫ്ളിപ് ചാർട്ടിൽ വരച്ചു:

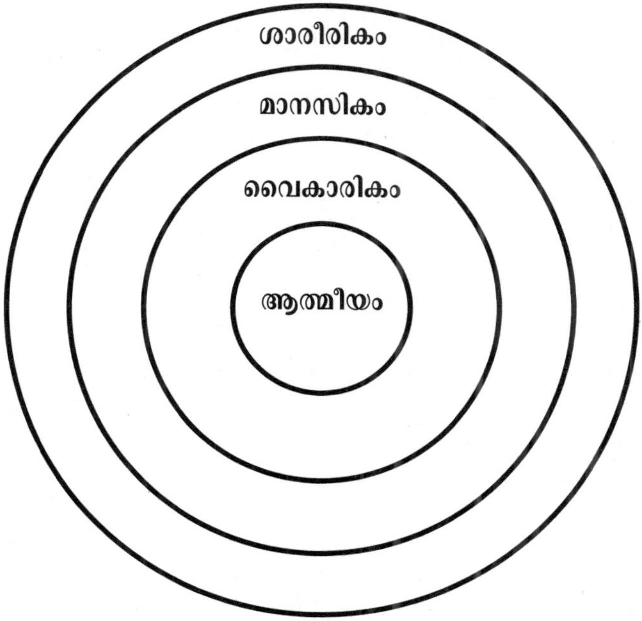

ഡയഗ്രം പൂർത്തിയായപ്പോൾ ഇൻസ്ട്രക്ടർ തിരിഞ്ഞുനിന്ന് പറഞ്ഞു, 'ഒരു പൂർണനായ മനുഷ്യനായിത്തീരാൻ, നമുക്ക് മാനസികവും ശാരീരികവും, വൈകാരികവും, ആത്മീയവുമായ വിദ്യാഭ്യാസം ആവശ്യമാണ്.'

അവരുടെ വിശദീകരണം കേട്ടപ്പോൾ, പരമ്പരാഗത സ്കൂളുകൾ പ്രാഥമികമായി വിദ്യാർഥികളുടെ മാനസികവികസനം മാത്രമേ ലക്ഷ്യമാക്കുന്നുള്ളൂ എന്ന് എനിക്ക് വ്യക്തമായി. അതുകൊണ്ടാണ് സ്കൂളിൽ നല്ല പ്രകടനം നടത്തുന്ന ഒരുപാട് വിദ്യാർഥികൾ, യഥാർഥ ജീവിതത്തിൽ നല്ല പ്രകടനം കാഴ്ചവയ്ക്കാത്തത്, പ്രത്യേകിച്ചും പണത്തിന്റെ ലോകത്ത്.

വാരാന്ത്യത്തിൽ കോഴ്സ് പുരോഗമിക്കുമ്പോൾ, എനിക്ക് സ്കൂൾ ഇഷ്ടമല്ലായിരുന്നതിന്റെ കാരണം കണ്ടെത്തി. എനിക്ക് പഠിക്കുന്നത് ഇഷ്ടമായിരുന്നെന്നും, പക്ഷേ, സ്കൂൾ വെറുപ്പായിരുന്നെന്നും ഞാൻ തിരിച്ചറിഞ്ഞു.

പരമ്പരാഗത വിദ്യാഭ്യാസം 'A' വിദ്യാർഥികൾക്ക് ഒന്നാന്തരം അന്തരീക്ഷമാണ്. പക്ഷേ, എനിക്ക് പറ്റിയ അന്തരീക്ഷമല്ലായിരുന്നു അത്. പരമ്പരാഗത വിദ്യാഭ്യാസം എന്റെ ചേതനയെ ഞെരുക്കുകയായിരുന്നു, എന്നെ ഭയം എന്ന വികാരം കൊണ്ട് പ്രചോദിപ്പിക്കാൻ ശ്രമിച്ചുകൊണ്ട്: തെറ്റുകൾ വരുത്തുമെന്ന ഭയം, തോൽക്കുമെന്ന ഭയം, ജോലി കിട്ടില്ലെന്ന ഭയം. അവർ എന്നെ E അല്ലെങ്കിൽ S ചതുരത്തിലെ ഒരു തൊഴിലാളി ആക്കാനായി പരിശീലിപ്പിക്കുകയായിരുന്നു. പരമ്പരാഗത വിദ്യാഭ്യാസം B അല്ലെങ്കിൽ I ചതുരത്തിലുള്ള നിക്ഷേപകനാകാൻ ആഗ്രഹിക്കുന്ന ഒരാൾക്കുള്ളതല്ലെന്ന് ഞാൻ തിരിച്ചറിഞ്ഞു.

അതുകൊണ്ടായിരിക്കും ഒരുപാട് സംരംഭകർ സ്കൂൾ വിദ്യാഭ്യാസം പൂർത്തിയാക്കാഞ്ഞത് - തോമസ് എഡിസൻ, ജനറൽ ഇലക്ട്രിക്കിന്റെ സ്ഥാപകൻ; ഹെൻറി ഫോർഡ്, ഫോർഡ് മോട്ടോർ കമ്പനിയുടെ സ്ഥാപകൻ; സ്റ്റീവ് ജോബ്സ്, ആപ്പിൾ സ്ഥാപകൻ; ബിൽ ഗേറ്റ്സ്, മൈക്രോസോഫ്റ്റ് സ്ഥാപകൻ; വാൾട്ട് ഡിസ്നി, ഡിസ്നി ലാന്റ് സ്ഥാപകൻ; മാർക്ക് സുക്കർബർഗ്, ഫേസ്ബുക്ക് സ്ഥാപകൻ എന്നിങ്ങനെയുള്ള സംരംഭകർ.

സമയം മുന്നേറുമ്പോൾ, ഇൻസ്ട്രക്ടർ ആ നാല് തരത്തിലുള്ള വ്യക്തിത്വവികസനത്തിന്റെ ആഴത്തിലേക്ക് പോകുമ്പോൾ, ഞാൻ തിരിച്ചറിഞ്ഞത് എന്റെ ജിവീതത്തിന്റെ നല്ലൊരു ഭാഗം പരുക്കൻ വിദ്യാഭ്യാസ അന്തരീക്ഷത്തിലാണ് ചിലവഴിച്ചത് എന്നായിരുന്നു. പുരുഷന്മാർ മാത്രമുള്ള മിലിറ്ററി അക്കാദമിയിൽ നാല് വർഷവും മറൈൻ പൈലറ്റ് ആയി അഞ്ച് വർഷവും കഴിഞ്ഞ്, ഞാൻ മാനസികവും ശാരീരികവുമായി കരുത്തനായിരുന്നു. മറൈൻ പൈലറ്റ് എന്ന നിലയിൽ ഞാൻ വൈകാരികമായും ആത്മീയമായും കരുത്തനായിരുന്നു. പക്ഷേ, എല്ലാം പൗരുഷം വികസിപ്പിക്കുന്ന രീതിയിലായിരുന്നു. എനിക്ക് സൗമ്യമായ ഒരു വശമില്ലായിരുന്നു, സ്ത്രൈണമായ ഊർജ്ജം ഇല്ലായിരുന്നു. എന്തൊക്കെയായാലും, എനിക്ക് പരിശീലനം കിട്ടിയത് ഒരു മറൈൻ കോർപ്സ് ഓഫീസർ ആവുന്നതിനായിരുന്നു, സമ്മർദ്ദങ്ങളിൽ വൈകാരികമായി ശാന്തനായിരിക്കും, കൊല്ലാൻ തയ്യാറായിരിക്കും, പിന്നെ രാജ്യത്തിനുവേണ്ടി മരിക്കാനായി അകമേ തയ്യാറായിരിക്കും.

ടോം ക്രൂസ് അഭിനയിച്ച 'ടോപ് ഗൺ' എന്ന സിനിമ നിങ്ങൾ കണ്ടിട്ടുണ്ടെങ്കിൽ, മിലിറ്ററി പൈലറ്റുമാരുടെ ആണത്തലോകത്തിനെക്കുറിച്ചും വീമ്പിനെക്കുറിച്ചും അറിയാൻ സാധിക്കും. ഞാൻ ആ ലോകത്തിനെ സ്നേഹിച്ചു. ഞാൻ ആ ലോകത്ത് മികച്ചതായിരുന്നു. അത് യോദ്ധാക്കളുടെയും വീരന്മാരുടെയും ആധുനിക ലോകമായിരുന്നു. അത് ഭീരുക്കളുടെ ലോകമായിരുന്നില്ല.

സെമിനാറിൽവച്ച്, ഞാൻ എന്റെ വികാരങ്ങളിലേക്ക് പോയി ആത്മാവിനെ തൊട്ടറിഞ്ഞു. ഞാൻ ഒരുപാട് കരഞ്ഞു, കാരണം എനിക്ക് കരയാൻ മാത്രം ഒരുപാട് ഉണ്ടായിരുന്നു. ആരും ഒരിക്കലും

ചെയ്യാൻ പറയാത്ത കാര്യങ്ങൾ ഞാൻ ചെയ്തിട്ടുണ്ട്, കണ്ടിട്ടുമുണ്ട്. സെമിനാറിൽവച്ച് ഞാനൊരാളെ കെട്ടിപ്പിടിച്ചു, ഞാൻ മുമ്പൊരിക്കലും ചെയ്തിട്ടില്ലാത്ത കാര്യം, എന്റെ അച്ഛനെപ്പോലും.

ഞായറാഴ്ച രാത്രി, ആ വ്യക്തിത്വവികസന വർക്ക്ഷോപ്പിൽ നിന്നും പോകുന്നത് ബുദ്ധിമുട്ടായിരുന്നു. സെമിനാർ ശാന്തവും, സ്നേഹം നിറഞ്ഞതും, സത്യസന്ധവുമായ അന്തരീക്ഷം ആയിരുന്നു. തിങ്കളാഴ്ച രാവിലെ ഒരിക്കൽക്കൂടി ചെറുപ്പക്കാരായ, അഹംഭാവികളായ, രാജ്യത്തിനുവേണ്ടി വിമാനം പറത്തുന്നതിലും കൊല്ലുന്നതിനും മരിക്കുന്നതിലും സമർപ്പിച്ചിരിക്കുന്ന പൈലറ്റുമാരാൽ ചുറ്റപ്പെടുന്നത് ഞെട്ടിക്കുന്നതായിരുന്നു.

വാരാന്ത്യത്തിലെ സെമിനാറിനുശേഷം, ഒരു മാറ്റത്തിനുള്ള സമയമായെന്ന് എനിക്ക് മനസ്സിലായി. എനിക്ക് ചെയ്യാൻ കഴിയുന്ന ഏറ്റവും കഠിനമായ കാര്യമായിരിക്കും എന്നെ വൈകാരികവും ആത്മീയവുമായി വളർത്തി ഒരു ദയവുള്ള, സൗമ്യനായ, കൂടുതൽ സഹാനുഭൂതിയുള്ള മനുഷ്യനാക്കി മാറ്റുന്നതെന്ന് എനിക്കറിയാമായിരുന്നു. ഞാൻ മിലിറ്ററി അക്കാദമിയിലെയും ഫ്ളൈറ്റ് സ്കൂളിലെയും എന്റെ എല്ലാ വർഷങ്ങൾക്കും എതിരായി നീങ്ങി.

ഞാൻ പിന്നെയൊരിക്കലും പരമ്പരാഗത വിദ്യാഭ്യാസത്തിലേക്ക് തിരിച്ചുപോയില്ല. എനിക്ക് ഗ്രേഡുകൾക്കായും, ബിരുദങ്ങൾക്കായും, ഉദ്യോഗക്കയറ്റങ്ങൾക്കായും, പദവികൾക്കായും പഠിക്കാൻ ആഗ്രഹമുണ്ടായില്ല. അപ്പോൾ മുതൽ, ഞാൻ ഏതെങ്കിലും കോഴ്സ് അല്ലെങ്കിൽ സ്കൂളിൽ പങ്കെടുത്തിട്ടുണ്ടെങ്കിൽ, അത് അറിവിനു വേണ്ടിയായിരുന്നു, ഒരു നല്ല മനുഷ്യൻ ആകുന്നതിനായിരുന്നു. ഞാൻ പിന്നീടൊരിക്കലും ഗ്രേഡുകളും ബിരുദങ്ങളും യോഗ്യതകളും പിന്തുടരുന്ന കടലാസു മത്സരത്തിൽ ഉണ്ടായില്ല.

അദ്ധ്യാപക കുടുംബത്തിൽ വളരുന്നതെന്നാൽ, നിങ്ങളുടെ ഗ്രേഡുകൾ, നിങ്ങൾ ബിരുദമെടുക്കുന്ന ഹൈസ്കൂളും കോളജും, പിന്നെ ഉന്നതവിദ്യാഭ്യാസം എന്നിവയൊക്കെയാണ് എല്ലാം. മറൈൻ പൈലറ്റിന്റെ നെഞ്ചിലെ മെഡലുകളും റിബണുകളും പോലെ, ഉന്നത ബിരുദങ്ങളും ബ്രാൻഡ് പേരുകളുള്ള സ്കൂളുകളുമാണ് അന്തസ്സും അദ്ധ്യാപകർ തങ്ങളുടെ തോളിൽ അണിയുന്ന വർണാങ്കിത ചിഹ്നങ്ങളും. അവരുടെ മനസ്സിൽ, ഹൈസ്കൂൾ പിന്നിടാത്ത ആളുകൾ എന്നാൽ ജീവിതത്തിലെ അഴുക്കുനിറഞ്ഞവരും അനാഥപ്രേതങ്ങളും ആണ്. മാസ്റ്റേഴ്സ് ബിരുദം ഉള്ളവർ ബാച്ചിലർ ബിരുദം ഉള്ളവരെ താഴ്ത്തിക്കാണും. പിഎച്ച്.ഡി ഉള്ളവരെ ആരാധനാമൂർത്തികളാക്കും. 26 വയസ്സിൽ, ആ ലോകത്തിലേക്ക് ഒരിക്കലും തിരിച്ചു പോകാനാവില്ലെന്ന് ഞാനറിഞ്ഞു.

എഡിറ്ററുടെ കുറിപ്പ്: 2009–ൽ, റോബർട്ടിന് പ്രശസ്തമായ സാൻ ഇഗ്നേഷ്യോ ഡെ ലൊയോള, ലിമ, പെറുവിൽനിന്നും ബഹുമാനസൂചകമായ പിഎച്ച്.ഡി. ലഭിച്ചു. ഈ പുരസ്കാരം ലഭിച്ച മറ്റുചിലർ രാഷ്ട്രീയ നേതാക്കളായിരുന്നു, സ്പെയിനിന്റെ രാഷ്ട്രപതിയെ പോലെ.

എന്റെ വഴി കണ്ടെത്തുന്നത്

നിങ്ങൾ ചിലർ ഇപ്പോൾ ചോദിക്കുന്നുണ്ടാകും എന്നെനിക്കറിയാം: ഇയാൾ എന്തിനാണ് പരമ്പരാഗതേതര വിദ്യാഭ്യാസ കോഴ്സുകളെക്കുറിച്ച് പറയാൻ ഇത്രയും സമയം ചിലവഴിക്കുന്നത്?

കാരണം എന്താണെന്നാൽ, ആദ്യത്തെ വ്യക്തിത്വവികസന സെമിനാർ എന്റെ പഠിക്കാനുള്ള ഇഷ്ടത്തിന് വീണ്ടും തിരികൊളുത്തി. പക്ഷേ, സ്കൂളിൽ പഠിപ്പിക്കുന്നതുപോലെയുള്ള പഠനമല്ല. സെമിനാർ കഴിഞ്ഞപ്പോൾ, ഞാനൊരു സെമിനാർ അടിമയായി മാറി, സെമിനാറുകളിൽനിന്നും സെമിനാറുകളിലേക്ക് ഓടാൻ തുടങ്ങി, എന്റെ ശരീരം, എന്റെ മനസ്സ്, എന്റെ വികാരങ്ങൾ, എന്റെ ആത്മാവ് എന്നിവ തമ്മിലുള്ള ബന്ധത്തിനെക്കുറിച്ച് കൂടുതൽ കണ്ടെത്തലുകൾക്കായി.

കൂടുതൽ പഠിക്കുന്തോറും, എനിക്ക് എന്റെ പരമ്പരാഗത വിദ്യാഭ്യാസത്തിനെക്കുറിച്ച് കൂടുതൽ ആകാംക്ഷയുണ്ടായി. ഞാൻ ചോദ്യങ്ങൾ ചോദിക്കാൻ തുടങ്ങി:

- എന്തുകൊണ്ട് ഒരുപാട് കുട്ടികൾ സ്കൂളിനെ വെറുക്കുന്നു?
- എന്തുകൊണ്ട് കുറച്ച് കുട്ടികൾ സ്കൂളിനെ ഇഷ്ടപ്പെടുന്നു?
- എന്തുകൊണ്ട് ഉയർന്ന വിദ്യാഭ്യാസമുള്ള ആളുകൾ യഥാർഥ ജീവിതത്തിൽ വിജയികളാകുന്നില്ല?
- സ്കൂൾ നിങ്ങളെ യഥാർഥ ലോകത്തിലേക്കായി തയ്യാറെടുപ്പിക്കുന്നുണ്ടോ?
- ഞാൻ സ്കൂളിനെ വെറുക്കുകയും പക്ഷേ, പഠനത്തെ ഇഷ്ടപ്പെടുകയും ചെയ്തത് എന്തുകൊണ്ട്?
- എന്തുകൊണ്ടാണ് മിക്കവാറും സ്കൂൾ അദ്ധ്യാപകർ ദരിദ്രരായിരിക്കുന്നത്?
- എന്തുകൊണ്ടാണ് സ്കൂളുകൾ നമ്മെ പണത്തിനെപ്പറ്റി കുറച്ച് മാത്രം പഠിപ്പിക്കുന്നത്?

ആ ചോദ്യങ്ങൾ എന്നെ സ്കൂൾ വ്യവസ്ഥയുടെ പരിപാവനമായ ചുവരുകൾക്ക് പുറത്തുനിന്ന് വിദ്യാഭ്യാസത്തിനെക്കുറിച്ച് പഠിക്കുന്നതിലേക്ക് നയിച്ചു. കൂടുതൽ പഠിക്കുന്തോറും, ഞാൻ സ്കൂളിനെ ഇഷ്ടപ്പെടാത്തതിന്റെ കാരണവും സ്കൂളുകൾ അവയുടെ നല്ലപങ്ക് വിദ്യാർഥികളെയും സേവിക്കുന്നതിൽ, 'A' വിദ്യാർഥികളെപ്പോലും, പരാജയപ്പെടുന്നത് എന്തുകൊണ്ടാണെന്നും കൂടുതൽ മനസ്സിലാക്കാൻ തുടങ്ങി.

എന്റെ ജിജ്ഞാസ എന്റെ ആത്മാവിനെ തൊട്ടു, ഞാൻ വിദ്യാഭ്യാസരംഗത്ത് ഒരു സംരംഭകനായി മാറി. ആ ജിജ്ഞാസയ്ക്കുവേണ്ടിയല്ലായിരുന്നെങ്കിൽ, ഞാനൊരിക്കലും ഒരു എഴുത്തുകാനും സാമ്പത്തികവിദ്യാഭ്യാസത്തിനായുള്ള ഗെയിമുകൾ ഉണ്ടാക്കുന്നയാളും ആവില്ലായിരുന്നു. എന്റെ ആത്മീയ വിദ്യാഭ്യാസം എന്നെ എന്റെ ജീവിതത്തിന്റെ വഴിയിലേക്ക് നയിച്ചു.

ജീവിതത്തിലെ നമ്മുടെ വഴികൾ നമ്മുടെ മനസ്സുകളിൽ കണ്ടെത്താനാവില്ലെന്ന് തോന്നുന്നു. നമ്മുടെ ജീവിതത്തിന്റെ വഴി നമ്മുടെ ഹൃദയങ്ങളിൽ എന്താണുള്ളതെന്ന് കണ്ടെത്തുന്നതാണ്.

പരമ്പരാഗത വിദ്യാഭ്യാസത്തിൽ നിന്നും ഒരാൾക്ക് അയാളുടെ വഴി കണ്ടെത്താനാവില്ല എന്ന് അതിനർഥമില്ല. ഒരുപാട് പേർ അത് ചെയ്യുന്നുണ്ടെന്ന് എനിക്കുറപ്പാണ്. ഞാൻ പറഞ്ഞത് പരമ്പരാഗത സ്കൂളിൽ നിന്നും എനിക്ക് എന്റെ വഴി കണ്ടെത്താനാവും എന്നതിൽ എനിക്ക് സംശയമുണ്ടെന്നാണ്.

എന്തുകൊണ്ട് വഴി പ്രധാനമാകുന്നു?

ഒരുപാട് പണം ഉണ്ടാക്കുകയും എന്നാൽ അവരുടെ ജോലിയെ വെറുക്കുകയും ചെയ്യുന്ന ആളുകളെ നമുക്കറിയാം. ഒരുപാട് പണം ഉണ്ടാക്കാത്തവരെയും അതോടൊപ്പം അവരുടെ ആ ജോലിയെ വെറുക്കുന്നവരെയും നമുക്കറിയാം. പിന്നെ പണത്തിനുവേണ്ടി മാത്രം ജോലി ചെയ്യുന്നവരെയും നമുക്കറിയാം.

മർച്ചന്റ് മറൈൻ അക്കാദമിയിലെ എന്റെ ഒരു സഹപാഠിയും തിരിച്ചറിഞ്ഞത് അയാൾക്ക് തന്റെ ജീവിതം കടലിൽ ചിലവഴിക്കാൻ താല്പര്യമില്ലെന്നായിരുന്നു. തന്റെ ബാക്കിയുള്ള ജീവിതം കടൽ യാത്ര ചെയ്യുന്നതിനു പകരം, അയാൾ ബിരുദം കഴിഞ്ഞ് ലാ സ്കൂളിലേക്ക് പോയി, മൂന്ന് വർഷങ്ങൾ ചിലവഴിച്ചശേഷം വക്കീൽ ആയി S ചതുരത്തിൽ സ്വകാര്യ പ്രാക്റ്റീസിലേക്ക് പ്രവേശിച്ചു.

അയാൾ തന്റെ അമ്പതുകളുടെ തുടക്കത്തിൽ മരിച്ചുപോയി. അയാൾ വളരെ വിജയിയും അസന്തുഷ്ടനുമായ വക്കീൽ ആയിരുന്നു. എന്നെപ്പോലെ, 26 വയസ്സിൽ അയാൾക്ക് രണ്ട് തൊഴിലുകൾ ഉണ്ടായിരുന്നു. അയാൾ വക്കീൽ ആകുന്നതിനെ വെറുത്തിരുന്നെങ്കിലും, ഒരു കുടുംബവും, കുട്ടികളും, ലോണും, പിന്നെ അടയ്ക്കാനുള്ള ബില്ലുകളും ഉണ്ടായിരുന്നതുകൊണ്ട് വക്കീൽ ആകുന്നത് തുടർന്നു.

അയാൾ മരിക്കുന്നതിന്റെ തലേന്ന്, ഞാൻ ന്യൂയോർക്കിൽ ഒരു ക്ലാസ്സ് റീയൂണിയനിൽവച്ച് അയാളെ കണ്ടിരുന്നു. അയാളൊരു കയ്പുരസക്കാരനായിരുന്നു. 'ഞാൻ ആകെ ചെയ്യുന്നത് നിങ്ങളെപ്പോലുള്ള പണക്കാരുടെ പിന്നാലെ ചൂലുമായി നടക്കുന്നതാണ്. അവരെനിക്ക് പണമൊന്നും തരില്ല. എനിക്ക് ഞാൻ ചെയ്യുന്നതും എനിക്ക് ജോലി തരുന്നവരെയും വെറുപ്പാണ്.'

'നിങ്ങൾക്ക് മറ്റെന്തെങ്കിലും ചെയ്തുകൂടെ?' ഞാൻ ചോദിച്ചു.

'എനിക്ക് ജോലി നിർത്തുന്നത് താങ്ങാൻ കഴിയില്ല. എന്റെ ആദ്യത്തെ കുട്ടി കോളജിൽ ചേരുകയാണ്.'

അവൾ ബിരുദമെടുക്കുന്നതിനുമുമ്പ് അയാൾ ഹൃദയാഘാതം വന്ന് മരിച്ചു.

അയാൾ തന്റെ പ്രൊഫഷണൽ ട്രെയിനിങ് വഴി ഒരുപാട് പണമുണ്ടാക്കി. പക്ഷേ, അയാൾ വൈകാരികമായി ദേഷ്യക്കാരനും, ആത്മീയമായി മരിച്ചവനും ആയിരുന്നു, വൈകാതെ ശരീരവും അത് പിന്തുടർന്നു.

ഇതൊരു അങ്ങേയറ്റത്തെ ഉദാഹരണമാണെന്ന് ഞാൻ തിരിച്ചറിഞ്ഞു. മിക്കവാറും ആളുകൾ എന്റെ സുഹൃത്തിനെപ്പോലെ തങ്ങൾ ചെയ്യുന്നതിനെ വെറുക്കുന്നുണ്ടാവില്ല. അപ്പോഴും അത് ഒരാൾ ഒരു ജോലിയിൽ കുടുങ്ങിക്കിടക്കുകയും അവരുടെ വഴി കണ്ടെത്താൻ സാധിക്കാതാകുകയും ചെയ്യുന്നതിനെ ചിത്രീകരിക്കുന്നു.

എന്നെ സംബന്ധിച്ച്, ഇത് പരമ്പരാഗത വിദ്യാഭ്യാസത്തിന്റെ ഒരു കുറവാണ്. കോടിക്കണക്കിന് ആളുകൾ സ്കൂളിൽ നിന്നും ഇറങ്ങുന്നത് അവർക്കിഷ്ടമില്ലാത്ത ജോലികളിൽ കുടുങ്ങിപ്പോകാനായിട്ടാണ്. അവർക്ക് ജീവിതത്തിൽ എന്തോ നഷ്ടപ്പെട്ടിട്ടുണ്ടെന്ന് അറിയാം. ഒരുപാട് ആളുകൾ സാമ്പത്തിക കുരുക്കിലാകും, കഷ്ടിച്ച് ജീവിക്കാനുള്ളത് മാത്രം സമ്പാദിച്ച്, കൂടുതൽ സമ്പാദിക്കണമെന്ന് ആഗ്രഹമുണ്ടെങ്കിലും എന്ത് ചെയ്യണമെന്നറിയാതെ.

മറ്റു ചതുരങ്ങളെക്കുറിച്ച് അറിയാതെ, ഒരുപാട് ആളുകൾ സ്കൂളിലേക്ക് തിരിച്ചുപോയി പുതിയ തൊഴിലുകളോ അല്ലെങ്കിൽ E അല്ലെങ്കിൽ S ചതുരങ്ങളിൽ കൂടുതൽ ശമ്പളത്തിനോ നോക്കും, B & I ചതുരങ്ങളുടെ ലോകത്തിനെക്കുറിച്ച് അറിയാതെ.

അദ്ധ്യാപകൻ ആകാനുള്ള എന്റെ കാരണം

ഞാൻ ആ ചതുരത്തിലെ അദ്ധ്യാപകൻ ആകാനുള്ള എന്റെ ആദ്യത്തെ കാരണം സാമ്പത്തിക വിദ്യാഭ്യാസം നൽകാനുള്ള ആഗ്രഹമായിരുന്നു. എനിക്ക് ഈ വിദ്യാഭ്യാസം എല്ലാവർക്കും, അവരുടെ കൈയ്യിലെ പണവും അവരുടെ ഗ്രേഡ് പോയിന്റ് ശരാശരിയും കണക്കാക്കാതെ നൽകണമെന്നുണ്ടായിരുന്നു. അതുകൊണ്ടാണ് ദ റിച് ഡാഡ് കമ്പനി CASHFLOW ഗെയിമുമായി ആരംഭിച്ചത്. ഈ ഗെയിമിന് എനിക്ക് ഒരിക്കലും പോകാൻ കഴിയാത്തിടങ്ങളിൽ പോലും പഠിപ്പിക്കാൻ കഴിയും. ഈ ഗെയിമിന്റെ സൗന്ദര്യം എന്താണെന്നാൽ, ആളുകൾ ആളുകളെ പഠിപ്പിക്കുന്ന തരത്തിലാണ് അതിന്റെ ഡിസൈൻ. വില കൂടിയ അദ്ധ്യാപകന്റെയോ ക്ലാസ്സ് മുറിയുടെയോ ആവശ്യമില്ല. CASHFLOW ഗെയിം ഇപ്പോൾ പതിനാറ് ഭാഷകളിലേക്ക് മൊഴിമാറ്റം ചെയ്യപ്പെട്ടിട്ടുണ്ട്, ലോകം മുഴുവനുമായി കോടിക്കണക്കിന് ആളുകളിലേക്ക് അത് എത്തുന്നു.

ഇന്ന്, ദ റിച് ഡാഡ് കമ്പനി സാമ്പത്തിക വിദ്യാഭ്യാസ കോഴ്സുകളും ഒരു വ്യക്തിയുടെ സാമ്പത്തിക വിദ്യാഭ്യാസത്തിനെ പിന്തുണയ്ക്കാൻ കോച്ചുമാരുടെയും മെന്റർമാരുടെയും സേവനങ്ങളും നൽകുന്നു. ഞങ്ങളുടെ പ്രോഗ്രാമുകൾ E & S ചതുരങ്ങളിൽനിന്നും B & I ചതുരങ്ങളിലേക്ക് മാറാൻ ആഗ്രഹിക്കുന്ന എല്ലാവർക്കും വളരെ പ്രധാനപ്പെട്ടതാണ്.

എല്ലാവരും B & I ചതുരങ്ങളിൽ എത്തുമെന്നതിന് ഉറപ്പൊന്നുമില്ല, എന്നാലും അവർക്ക് വേണമെങ്കിൽ എങ്ങനെ ആ ചതുരങ്ങളിൽ എത്തിപ്പെടാമെന്ന് മനസ്സിലാകും.

മാറ്റം അത്ര എളുപ്പമല്ല

എനിക്ക്, ചതുരങ്ങൾ മാറുന്നത് എളുപ്പമായിരുന്നില്ല. അത് മാനസികമായി കഠിനമായ ജോലിയായിരുന്നു, അതിനേക്കാൾ വൈകാരികവും ആത്മീയവുമായും. E ചതുരത്തിലുള്ള ഉയർന്ന വിദ്യാഭ്യാസമുള്ള തൊഴിലാളികളുടെ കുടുംബത്തിൽ വളരുമ്പോൾ, ഞാൻ അവരുടെ വിദ്യാഭ്യാസം, തൊഴിൽ സുരക്ഷ, ആനുകൂല്യങ്ങൾ, പിന്നെ ഒരു സർക്കാർ പെൻഷൻ എന്നീ മൂല്യങ്ങൾ കൊണ്ടുനടന്നിരുന്നു. പല വഴികളിലും, എന്റെ കുടുബത്തിന്റെ മൂല്യങ്ങൾ എന്റെ പരിവർത്തനത്തിനെ പ്രയാസമുള്ളതാക്കിത്തീർത്തു. എനിക്ക് ഞാനൊരു സംരംഭകനും നിക്ഷേപകനും ആകുന്നതിനെക്കുറിച്ചുള്ള അവരുടെ താക്കീതുകളെയും ആശങ്കകളെയും വിമർശനങ്ങളെയും ബഹിഷ്കരിക്കേണ്ടിവന്നു. ഞാൻ തള്ളിക്കളഞ്ഞ അവരുടെ ചില മൂല്യങ്ങൾ ഇവയാണ്:

- 'പക്ഷേ, നിനക്ക് ഒരു ജോലി വേണമല്ലോ.'
- 'നീ ഒരുപാട് നഷ്ടസാധ്യതകൾ എടുക്കുന്നു.'
- 'നീ തോറ്റു പോയാലോ?'
- 'സ്കൂളിലേക്ക് തിരിച്ചുപോയി നിന്റെ മാസ്റ്റേഴ്സ് ഡിഗ്രി എടുക്ക്.'
- 'ഒരു ഡോക്ടർ ആകൂ. അവർ ഒരുപാട് പണം ഉണ്ടാക്കുന്നുണ്ട്.'
- 'പണക്കാർ ആർത്തിക്കാരാണ്.'
- 'നിനക്ക് പണം അത്ര പ്രധാനമായത് എന്തുകൊണ്ടാണ്?'
- 'ഉള്ളതുകൊണ്ട് ജീവിക്ക്.'
- 'സൂക്ഷിച്ച് കളിക്ക്. സ്വപ്നങ്ങളുടെ പിന്നാലെ പോവരുത്.'

പഥ്യാഹാരവും വ്യായാമവും

ഞാൻ വൈകാരികവും ആത്മീയവുമായ വികസനം എടുത്തുപറയുന്നതിന്റെ കാരണം, അതാണ് ജീവിതത്തിൽ സ്ഥായിയായ മാറ്റത്തിലേക്കുള്ള മാർഗ്ഗം. ഉദാഹരണത്തിന്, അമിതഭാരമുള്ള ഒരാളോട്

'കുറച്ച് കഴിച്ച് കൂടുതൽ വ്യായാമം ചെയ്യൂ' എന്ന് പറയുന്നത് അപൂർവമായേ പ്രാവർത്തികമാകാറുള്ളൂ. പഥ്യാഹാരവും വ്യായാമവും ആലോചിക്കുമ്പോൾ വിവേകമായി തോന്നും. പക്ഷേ, മിക്കവാറും അമിതഭാരമുള്ള ആളുകൾ വിശക്കുന്നതുകൊണ്ടല്ല കഴിക്കുന്നത്. അവർ കഴിക്കുന്നത് അവരുടെ വികാരങ്ങളുടെയും ആത്മാവിന്റെയും ശൂന്യതയെ തീറ്റാനാണ്. ഒരാൾ പഥ്യാഹാരവും വ്യായാമവും ആരംഭിക്കുമ്പോൾ, അവർ അവരുടെ മനസ്സിലും ശരീരത്തിലും പണിയെടുക്കുന്നെന്നേയുള്ളൂ. വൈകാരിക വികസനവും ആത്മീയ കരുത്തും ഇല്ലാതെ, അമിതഭാരമുള്ള മനുഷ്യൻ ആറ് മാസത്തേക്ക് പഥ്യാഹാരം കഴിച്ച് ഒരു ടൺ ഭാരം കുറയ്ക്കുമായിരിക്കും, പിന്നീട് കൂടുതൽ ഭാരം ഉണ്ടാക്കാൻ വേണ്ടി മാത്രം.

ചതുരങ്ങൾ മാറുന്ന കാര്യത്തിലും അതേപോലെത്തന്നെ. 'ഞാൻ ആ ചതുരത്തിലുള്ള സംരംഭകൻ ആകാൻ പോകുകയാണ്' എന്ന് സ്വയം പറയുന്നത്, ഒരു പുകവലിക്കാരൻ 'നാളെ ഞാൻ പുകവലി നിർത്തും' എന്ന് പറയുന്നതുപോലെ ഫലശൂന്യമാണ്. വൈകാരികവും ആത്മീയവുമായ പിന്തുണയില്ലാതെ, പുകവലിക്കാരൻ എല്ലായിപ്പോഴും പുകവലിക്കാരൻ ആയിരിക്കും. അതേപോലെയാണ് മദ്യപാനിയും, ലൈംഗികാസക്തിയുള്ളവരും, അല്ലെങ്കിൽ കടുത്ത ഉപഭോക്താവും. മിക്കവാറും ആസക്തികൾ ആളുകളുടെ ആത്മാവിലെ സന്തോഷം കണ്ടെത്താനുള്ള ശ്രമങ്ങളാണ്.

അതുകൊണ്ടാണ് എന്റെ കമ്പനി മനസ്സിനും ശരീരത്തിനുമുള്ള കോഴ്സുകളും, കൂടാതെ വൈകാരികവും ആത്മീയവുമായ പരിവർത്തനത്തിനെ സഹായിക്കാനായി പരിശീലനവും ഉപദേശവും നൽകുന്നത്.

വളരെ കുറച്ചുപേർക്കേ ആ യാത്ര ഒറ്റയ്ക്ക് ചെയ്യാൻ സാധിക്കുകയുള്ളൂ. പക്ഷേ, ഞാൻ അവരിലൊരാളായിരുന്നില്ല. എന്റെ റിച് ഡാഡിന് വേണ്ടിയും എന്റെ ഭാര്യ കിം തന്ന പിന്തുണയും അല്ലായിരുന്നെങ്കിൽ, ഞാനത് നേടുമായിരുന്നില്ല. ഒരുപാട് തവണ എനിക്ക് വിടണമെന്നും ഉപേക്ഷിക്കണമെന്നും തോന്നിയിട്ടുണ്ട്. കിമ്മിനും എന്റെ റിച് ഡാഡിനും വേണ്ടിയല്ലായിരുന്നെങ്കിൽ, ഞാൻ നിർത്തിക്കളയുമായിരുന്നു.

എന്തുകൊണ്ടാണ് 'A' വിദ്യാർഥികൾ പരാജയപ്പെടുന്നത്?

ഡയഗ്രമിലേക്ക് വീണ്ടും നോക്കുമ്പോൾ, എന്തുകൊണ്ടാണ് ഒരുപാട് 'A' വിദ്യാർഥികൾ പണത്തിന്റെ ലോകത്ത് പരാജയപ്പെടുന്നതെന്ന് കാണാൻ എളുപ്പമാണ്.

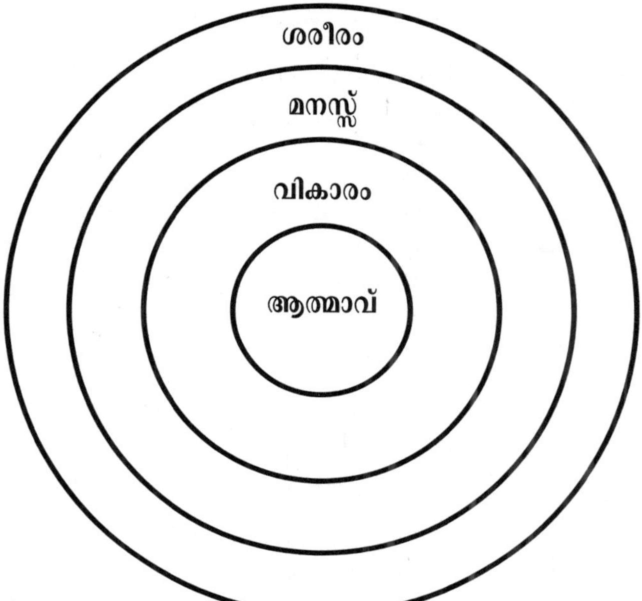

ഒരാൾ മാനസികമായി വളരെ ഉയർന്ന വിദ്യാഭ്യാസം ഉള്ളയാളായിരിക്കും. പക്ഷേ, അവർ വൈകാരികമായി വിദ്യാഭ്യാസം നേടിയിട്ടില്ലെങ്കിൽ, അവരുടെ ഭയം മിക്കപ്പോഴും അവരുടെ ശരീരത്തിനെ, ചെയ്യേണ്ടത് ചെയ്യുന്നതിൽ നിന്നും വിലക്കും. അതുകൊണ്ടാണ് ഒരുപാട് 'A' വിദ്യാർഥികൾ 'വിശകലന പക്ഷാഘാത'ത്തിൽ കുടുങ്ങിപ്പോകുന്നത്, എല്ലാ സൂക്ഷ്മാംശവും പഠിച്ചിട്ടും എന്തെങ്കിലും ചെയ്യുന്നതിൽ പരാജയപ്പെട്ടുപോകും.

ഈ 'വിശകലന പക്ഷാഘാതം' ഉണ്ടാകുന്നത് നമ്മുടെ വിദ്യാഭ്യാസവ്യവസ്ഥ കുട്ടികൾ തെറ്റുവരുത്തുമ്പോൾ ശിക്ഷിക്കുന്നത് കൊണ്ടാണ്. നിങ്ങൾ അതിനെക്കുറിച്ച് ആലോചിക്കുകയാണെങ്കിൽ, 'A' വിദ്യാർഥികൾ ഉണ്ടാകുന്നത് അവർ കുറച്ച് തെറ്റുകൾ വരുത്തുന്നതുകൊണ്ട് മാത്രമാണ്. ആ വൈകാരിക വിഭ്രാന്തിയുടെ പ്രശ്നം എന്താണെന്നാൽ, യഥാർഥ ലോകത്ത് നടപടികൾ എടുക്കുന്ന ആളുകൾ കൂടുതൽ തെറ്റുകൾ വരുത്തി അതിൽനിന്നും പഠിച്ച് ജിവിതത്തിന്റെ കളിയിൽ ജയിക്കുന്നവരായിരിക്കും.

പ്രസിഡന്റുമാരായിരുന്ന ക്ലിന്റൺ, ബുഷ് എന്നിവരെ നോക്കൂ. ക്ലിന്റണ് താൻ സെക്സ് ചെയ്തെന്ന് സമ്മതിക്കാൻ സാധിച്ചില്ല, ബുഷിന് താൻ പ്രസിഡന്റ് ആയിരുന്നപ്പോൾ വരുത്തിയ തെറ്റുകൾ ഓർത്തെടുക്കാൻ പറ്റിയില്ല. തെറ്റുകൾ വരുത്തുന്നത് മനുഷ്യസഹജ

മാണ്. പക്ഷേ, നിങ്ങളുടെ തെറ്റുകളെപ്പറ്റി കള്ളം പറയുന്നത് കുറ്റമാണ്, പ്രതിജ്ഞാലംഘനം എന്ന ക്രിമിനൽ ആക്റ്റ് ആണ്.

ഇലക്ട്രിക് ബൾബ് ഉണ്ടാക്കുന്നതിനുമുമ്പ് 1014 തെറ്റുകൾ വരുത്തിയതിന് വിമർശിച്ചപ്പോൾ, തോമസ് എഡിസൻ പറഞ്ഞു, 'ഞാൻ 1014 തവണ തെറ്റ് വരുത്തിയില്ല, 1014 തവണയും അത് നടക്കില്ലെന്ന് വിജയകരമായി കണ്ടെത്തുകയായിരുന്നു.'

മറ്റൊരുരീതിയിൽ പറയുകയാണെങ്കിൽ, ഒരുപാട് ആളുകൾ പരാജയപ്പെടുന്നതിന്റെ കാരണം അവർ ആവശ്യത്തിന് തോൽക്കുന്നതിൽ തോറ്റു പോയതുകൊണ്ടാണ്.

ഡയഗ്രമിൽ വീണ്ടും നോക്കുമ്പോൾ,

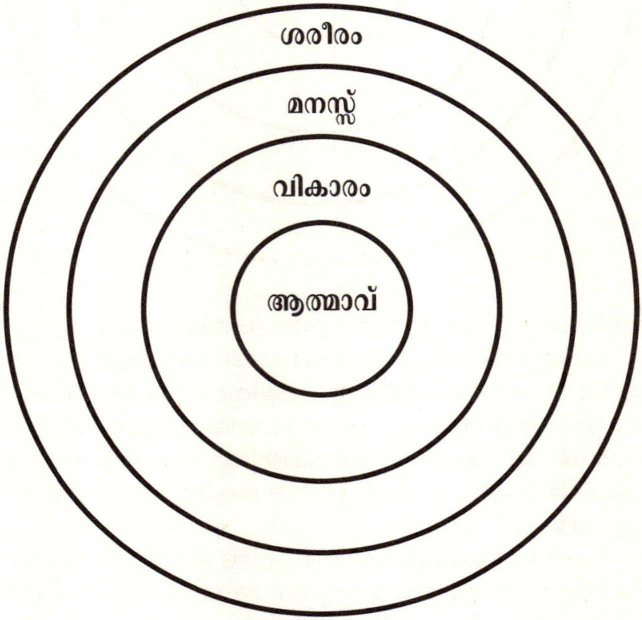

ഒരുപാട് ആളുകൾ തൊഴിൽ സുരക്ഷയിൽ അള്ളിപ്പിടിച്ചിരിക്കുന്നതിന്റെ പല കാരണങ്ങളിൽ ഒന്ന് അവർക്ക് വൈകാരികമായ വിദ്യാഭ്യാസം ഇല്ലാത്തതാണ്. അവർ ഭയത്തിനെ തങ്ങളെ തടഞ്ഞുനിർത്താൻ അനുവദിക്കുന്നു.

മിലിറ്ററി സ്കൂളിനും മറൈൻ കോർപ്സിലും ഉള്ള ഒരു നല്ല കാര്യം എന്താണെന്നാൽ, ആ സ്ഥാപനങ്ങൾ ചെറുപ്പക്കാരെയും ചെറുപ്പക്കാരികളെയും ആത്മീയമായും, വൈകാരികമായും, മാനസികമായും, ശാരീരികമായും വികസിപ്പിക്കാൻ ഒരുപാട് സമയം ചിലവഴിക്കും എന്നതാണ്. അതൊരു കഠിനമായ വിദ്യാഭ്യാസം ആണെങ്കിലും, അത്

പൂർണമായ വിദ്യാഭ്യാസമായിരുന്നു, ഞങ്ങളെ ഒരു സുഖകരമല്ലാത്ത ജോലി ചെയ്യാനായി തയ്യാറാക്കിക്കൊണ്ട്.

ഞാൻ CASHFLOW ഗെയിം നിർമ്മിക്കാനുള്ള കാരണം അത് മനുഷ്യനെ മുഴുവനായും പഠിപ്പിക്കുന്നു എന്നതാണ്. ഈ ഗെയിം വായനയെക്കാളും ലക്ചറിനെക്കാളും മികച്ച ടീച്ചിങ് ടൂൾ ആണ്, കാരണം ഈ ഗെയിമിൽ കളിക്കുന്നയാളുടെ ശരീരം, മനസ്സ്, വികാരങ്ങൾ, ആത്മാവ് എല്ലാം ഉൾപ്പെടുന്നു.

ഈ ഗെയിം തയ്യാറാക്കിയിരിക്കുന്നത് കളിക്കാർ പണവുമായി കളിക്കുമ്പോൾ പറ്റാവുന്നത്ര തെറ്റുകൾ വരുത്താനുള്ള രീതിയിലാണ്, അങ്ങനെ ആ തെറ്റുകളിൽ നിന്നും പഠിക്കാനും. എനിക്കാണെങ്കിൽ, ഇത് പണത്തിനെക്കുറിച്ച് പഠിക്കാനുള്ള കൂടുതൽ മനുഷ്യഗുണമുള്ള വഴിയാണ്.

വഴിയാണ് ലക്ഷ്യം

ഇന്ന്, ലോകം മുഴുവനുമായും ആയിരക്കണക്കിന് CASHFLOW ക്ലബ്ബുകൾ ഉണ്ട്. CASHFLOW ക്ലബ്ബുകൾ പ്രധാനമാകുന്നതിന്റെ ഒരു കാരണം അത് കൊടുങ്കാറ്റിൽ നിന്നുമുള്ള ഒരു അഭയവും, ജീവിത വഴിയിലെ ഒരു സത്രവുമാണ് എന്നതാണ്. CASHFLOW ക്ലബ്ബിൽ ചേരുന്നതോടെ, നിങ്ങൾക്ക് നിങ്ങളെപ്പോലെയുള്ള ആളുകളെ കണ്ടുമുട്ടാൻ സാധിക്കുന്നു, മാറ്റങ്ങൾ വരുത്താൻ തുനിഞ്ഞിറങ്ങിയവർ, വെറുതേ മാറ്റത്തിനെപ്പറ്റി സംസാരിക്കുന്നവരല്ല.

സ്കൂൾ പോലെ, അവിടെ പഴയ അക്കാദമിക് വിജയം ആവശ്യമില്ല. ആകെ ചോദിക്കുന്നത് പഠിക്കാനും മാറ്റങ്ങൾ വരുത്താനുമുള്ള ആത്മാർഥമായ ആഗ്രഹം മാത്രമാണ്. ഗെയിമിൽ, നിങ്ങൾ വിവിധ സാമ്പത്തിക അവസ്ഥകളിൽ ഒരുപാട് തെറ്റുകൾ വരുത്തുകയും നിങ്ങളുടെ തെറ്റുകളിൽ നിന്നും പഠിക്കുകയും ചെയ്യും, പ്ലേ മണി ഉപയോഗിച്ച്.

CASHFLOW ക്ലബ്ബുകൾ പെട്ടെന്ന് പണക്കാരാകാൻ ആഗ്രഹിക്കുന്നവർക്ക് ഉള്ളതല്ല. CASHFLOW ക്ലബ്ബുകൾ ദീർഘകാല മാനസിക, വൈകാരിക, ആത്മീയ, ശാരീരിക, സാമ്പത്തിക മാറ്റങ്ങളിലൂടെ ഒരാൾ കടന്നു പോകുന്നതിനെ സഹായിക്കാനുള്ളതാണ്. നമ്മളെല്ലാവരും പല വേഗതകളിലാണ് മാറുകയും വികസിക്കുകയും ചെയ്യുക, അതുകൊണ്ട് നിങ്ങൾ സ്വന്തം വേഗതയിൽ പോകാനാണ് പ്രോത്സാഹിപ്പിക്കപ്പെടുന്നത്.

മറ്റുള്ളവർക്കൊപ്പം കുറച്ച് തവണ ഗെയിം കളിച്ച് കഴിയുമ്പോൾ, നിങ്ങളുടെ അടുത്ത നീക്കം എന്താകണമെന്നതിനെപ്പറ്റി മെച്ചപ്പെട്ട ആശയം ലഭിക്കുകയും നാല് ആസ്തികളിൽ (ബിസിനസ്സ്, റിയൽ എസ്റ്റേറ്റ്, പേപ്പർ ആസ്തികൾ, ക്രയവസ്തുക്കൾ) നിങ്ങൾക്ക് യോജിച്ചത് ഏതാണെന്ന് മനസ്സിലാകുകയും ചെയ്യും.

ചുരുക്കത്തിൽ

ഒരാളുടെ വഴി കണ്ടെത്തുന്നത് എളുപ്പമാകണമെന്നില്ല. ഇന്നു പോലും, ഞാൻ എന്റെ വഴിയിലാണോ അല്ലയോയെന്ന് എനിക്ക് ശരിക്കും അറിയില്ല. നിങ്ങൾക്ക് അറിയാവുന്നതുപോലെ, നമ്മൾ ചില സമയങ്ങളിൽ സ്വയം നഷ്ടപ്പെട്ടുപോകും, നമ്മുടെ വഴി തിരികെ കണ്ടു പിടിക്കുന്നത് എല്ലായിപ്പോഴും എളുപ്പമല്ല.

നിങ്ങൾ ശരിയായ ചതുരത്തിലല്ല എന്ന് തോന്നുന്നുണ്ടെങ്കിൽ, അല്ല നിങ്ങൾ ജീവിതത്തിന്റെ വഴിയിലല്ലെങ്കിൽ, നിങ്ങളുടെ ഹൃദയ ത്തിൽ തിരഞ്ഞ് ജീവിതത്തിന്റെ വഴി കണ്ടെത്താൻ ഞാൻ പ്രോത്സാ ഹിപ്പിക്കുന്നു. താഴെ പറയുന്ന പ്രസ്താവനകൾ നിങ്ങൾ പറയുന്നു ണ്ടെങ്കിൽ നിങ്ങൾക്ക് മാറ്റത്തിനുള്ള സമയമായെന്ന് മനസ്സിലാക്കാം:

- 'ഞാൻ ചത്ത മനുഷ്യരുടെ ഒപ്പമാണ് ജോലി ചെയ്യുന്നത്.'
- 'ഞാൻ ചെയ്യുന്നത് എനിക്ക് ഇഷ്ടമാണ്. പക്ഷേ, കൂടുതൽ പണമുണ്ടാക്കിയെങ്കിൽ എന്ന് ആഗ്രഹിക്കുന്നു.'
- 'എനിക്ക് വാരാന്ത്യത്തിനായി കാത്തിരിക്കാൻ വയ്യ.'
- 'എനിക്ക് സ്വന്തമായി എന്തെങ്കിലും ചെയ്യണം.'
- 'വിട്ടുപോരാനുള്ള സമയമായോ?'

എന്റെ സഹോദരി ഒരു ബുദ്ധിസ്റ്റ് സന്യാസിനിയാണ്. അവളുടെ വഴി ദലൈ ലാമയെ പിന്തുണയ്ക്കുന്നതാണ്, വിലയൊന്നും നൽകാത്ത ഒരു വഴി. എങ്കിലും, അവൾ കുറച്ചുമാത്രമേ സമ്പാദിക്കുന്നുള്ളൂയെ ങ്കിലും, അവൾ ഒരു ദരിദ്രയായ സന്യാസിനി ആണെന്ന് അർഥമില്ല. അവൾക്ക് സ്വന്തം വാടകക്കെട്ടിടവും സ്വർണത്തിലും വെള്ളിയിലും നിക്ഷേപങ്ങളും ഉണ്ട്. അവളുടെ ആത്മാവിന്റെ കരുത്തും സാമ്പത്തിക മായി വിദ്യാഭ്യാസമുള്ള മനസ്സും അവളെ തന്റെ ജിവിതത്തിന്റെ വഴി ദാരിദ്ര്യത്തിൽ പ്രതിജ്ഞ ചെയ്യാതെ പിന്തുടരാൻ അനുവദിക്കുന്നു.

പല വഴികളിൽ, സ്കൂളിൽ എന്നെ മണ്ടൻ എന്ന് കണക്കാക്കിയത് നല്ല കാര്യമായിപ്പോയി. വൈകാരികമായി വേദനാജനകം ആണെങ്കിലും, ആ വേദന എന്നെ അദ്ധ്യാപകൻ എന്ന രീതിയിൽ ജീവിതത്തിന്റെ വഴി കണ്ടെത്താൻ അനുവദിച്ചു. എന്റെ സഹോദരിയെപ്പോലെ, ആ സന്യാ സിനി, ഞാൻ ഒരു അദ്ധ്യാപകൻ ആയതുകൊണ്ട് ദരിദ്രനായ അദ്ധ്യാ പകൻ എന്ന് അർഥമില്ല.

തിക്നാട്ട് ഹാൻ പറഞ്ഞത് ആവർത്തിക്കുന്നു: 'വഴിയാണ് ലക്ഷ്യം.'

പ്രാരംഭം

നിങ്ങൾ ഏത് ചതുരത്തിലാണുള്ളത്?

CASHFLOW ചതുരം ആളുകളെ അവരുടെ പണം എവിടെനിന്നും വരുന്നു എന്നത് അടിസ്ഥാനമാക്കി തരംതിരിക്കുന്ന രീതിയാണ്.

നിങ്ങൾ സാമ്പത്തികമായി സ്വതന്ത്രനാണോ? നിങ്ങളുടെ ജീവിതം പാതയിലെ ഒരു സാമ്പത്തിക മുള്ളായി മാറിയിട്ടുണ്ടെങ്കിൽ, റിച് ഡാഡിന്റെ പണമൊഴുക്കിന്റെ ചതുരങ്ങൾ നിങ്ങൾക്കുവേണ്ടി എഴുതപ്പെട്ടിട്ടുള്ളതാണ്. നിങ്ങളുടെ സാമ്പത്തിക ലക്ഷ്യം മാറ്റുന്നതിനായി ഇന്ന് നിങ്ങൾ ചെയ്യുന്നതിന്റെ നിയന്ത്രണം ഏറ്റെടുക്കണമെന്നാണെങ്കിൽ, ഈ പുസ്തകം നിങ്ങളുടെ കോഴ്സ് രൂപപ്പെടുത്തുന്നതിന് സഹായിക്കും.

ഇതാണ് പണമൊഴുക്കിന്റെ ചതുരങ്ങൾ. ഓരോ ചതുരത്തിലെയും അക്ഷരങ്ങൾ പ്രതിനിധീകരിക്കുന്നത്:

E – തൊഴിലാളി

S – സ്മാൾ ബിസിനസ്സ് അല്ലെങ്കിൽ സ്വയം തൊഴിൽ

B – ബിഗ് ബിസിനസ്സ്

I – നിക്ഷേപകൻ

നമ്മളിലോരോരുത്തരും പണമൊഴുക്കിന്റെ ചതുരങ്ങളിലെ ഏതെങ്കിലും ഒരു വിഭാഗത്തിൽ (ചതുരത്തിൽ) ആയിരിക്കും ഉണ്ടാകുക. നമ്മൾ എവിടെയാണെന്നത് തീരുമാനിക്കുന്നത് നമ്മുടെ പണം എവിടെനിന്നും വരുന്നു എന്നതനുസരിച്ചാണ്. നമ്മളിൽ ഒരുപാട് പേർ ശമ്പളത്തിനെ ആശ്രയിക്കുന്ന തൊഴിലാളികളാണ്, മറ്റുള്ളവർ സ്വയം തൊഴിൽ ചെയ്യുന്നവരായിരിക്കും. പണമൊഴുക്കിന്റെ ചതുര

ങ്ങളിലെ ഓരോ ചതുരവും അനന്യമാണ്, ഓരോന്നിലേയും ആളുകൾ പൊതുവായ ലക്ഷണങ്ങൾ പങ്കിടും. ഈ ചതുരങ്ങൾ ഇന്ന് നിങ്ങൾ എവിടെയാണെന്ന് കാണിക്കുകയും ഭാവിയിൽ നിങ്ങൾക്ക് എവിടെ പോയി സാമ്പത്തിക സ്വാതന്ത്ര്യത്തിലേക്കുള്ള സ്വന്തം വഴി തിരഞ്ഞെടുക്കാമെന്നുമുള്ള മാർഗ്ഗം തയ്യാറാക്കാനും സഹായിക്കുന്നു. സാമ്പത്തിക സ്വാതന്ത്ര്യം ഈ എല്ലാ ചതുരങ്ങളിലും കാണാമെങ്കിലും, B അല്ലെങ്കിൽ I യുടെ നൈപുണ്യങ്ങൾ നിങ്ങളെ സാമ്പത്തിക ലക്ഷ്യങ്ങളിലേക്ക് വേഗത്തിൽ എത്തിച്ചേരാൻ സഹായിക്കും. വിരമിക്കലിന്റെ സമയത്ത് സാമ്പത്തികസുരക്ഷ ഉറപ്പാക്കാനായി വിജയികളായ E കൾ വിജയികളായ I കൾ ആകേണ്ടിയിരിക്കുന്നു.

നിങ്ങൾക്ക് വലുതാകുമ്പോൾ എന്താകണമെന്നാണ് ആഗ്രഹം?

ഈ പുസ്തകം, പല വഴികളിൽ, എന്റെ റിച് ഡാഡ് പുവർ ഡാഡ് എന്ന പുസ്തകത്തിന്റെ രണ്ടാം ഭാഗമാണ്. റിച് ഡാഡ് പുവർ ഡാഡ് വായിച്ചിട്ടില്ലാത്തവരോട്, അത് എന്റെ രണ്ട് പിതാക്കന്മാർ പണത്തിനെക്കുറിച്ചും ജീവിതത്തിലെ തിരഞ്ഞെടുപ്പുകളെക്കുറിച്ചും പഠിപ്പിച്ചുതന്ന വിവിധ പാഠങ്ങളെക്കുറിച്ചുള്ളതാണ്. ഒരാൾ എന്റെ യഥാർഥ അച്ഛനും, മറ്റേയാൾ എന്റെ ഉറ്റചങ്ങാതിയുടെ അച്ഛനുമാണ്. ഒരാൾ ഉയർന്ന വിദ്യാഭ്യാസം ഉള്ളയാളും മറ്റേയാൾ ഹൈസ്കൂൾ ഡ്രോപ്പ് ഔട്ടും ആയിരുന്നു. ഒരാൾ ദരിദ്രനും മറ്റേയാൾ പണക്കാരനും ആയിരുന്നു.

ദരിദ്രനായ അച്ഛന്റെ ഉപദേശം

കുട്ടിക്കാലത്ത്, എന്റെ ഉയർന്ന വിദ്യാഭ്യാസമുള്ളതും, എന്നാൽ ദരിദ്രനുമായ അച്ഛൻ എപ്പോഴും പറയുമായിരുന്നു, 'സ്കൂളിലേക്ക് പോ, നല്ല ഗ്രേഡുകൾ വാങ്ങിക്ക്, എന്നിട്ട് സുരക്ഷിതമായ ഒരു ജോലി കണ്ടെത്ത്.' അദ്ദേഹം നിർദ്ദേശിച്ച ജീവിതവഴി ഇതുപോലെയുണ്ടാകും:

ദരിദ്രനായ പിതാവ് നിർദ്ദേശിച്ചത് ഞാൻ ഒന്നുകിൽ നല്ല ശമ്പളമുള്ള E തൊഴിലാളി അല്ലെങ്കിൽ നല്ല വരുമാനമുള്ള S, മെഡിക്കൽ ഡോക്ടർ, വക്കീൽ, അക്കൗണ്ടന്റ് എന്നിങ്ങനെ സ്വയം തൊഴിൽ പ്രൊഫഷണൽ ആകണമെന്നായിരുന്നു. എന്റെ ദരിദ്രനായ പിതാവ് സുസ്ഥിരമായ ശമ്പളം, ആനുകൂല്യങ്ങൾ, തൊഴിൽ സുരക്ഷ എന്നിവയെപ്പറ്റി വളരെ ആകുലനായിരുന്നു. അതുകൊണ്ടാണ് അദ്ദേഹം നല്ല ശമ്പളമുള്ള സർക്കാർ ഉദ്യോഗസ്ഥനായിരുന്നത്, ഹവായ് സ്റ്റേറ്റിന്റെ വിദ്യാഭ്യാസ മേധാവി.

ധനികനായ പിതാവിന്റെ ഉപദേശം

എന്റെ വിദ്യാഭ്യാസമില്ലാത്ത, പക്ഷേ, ധനികനായ പിതാവ് വ്യത്യസ്തമായ ഉപദേശമായിരുന്നു തന്നത്. അദ്ദേഹം പറഞ്ഞു, 'സ്കൂളിലേയ്ക്ക് പോ, ബിരുദമെടുക്ക്, ബിസിനസ്സുകൾ തുടങ്ങ്, എന്നിട്ട് വിജയിയായ നിക്ഷേപകൻ ആക്.' അദ്ദേഹം നിർദ്ദേശിച്ച ജീവിതവഴി ഇതുപോലെയുണ്ടാകും:

ഈ പുസ്തകം എന്റെ ധനികനായ പിതാവിന്റെ ഉപദേശം പിന്തുടർന്ന് ഞാൻ കടന്നുപോയ മാനസികവും വൈകാരികവും വിദ്യാഭ്യാസപരവുമായ പ്രക്രിയകളെക്കുറിച്ചുള്ളതാണ്.

ആർക്കു വേണ്ടിയുള്ളതാണ് ഈ പുസ്തകം?

ഈ പുസ്തകം എഴുതിയിരിക്കുന്നത് ചതുരങ്ങൾ മാറാനായി തയ്യാറെടുത്തിരിക്കുന്ന ആളുകൾക്കു വേണ്ടിയാണ്, പ്രത്യേകിച്ചും നിലവിൽ E & S വിഭാഗങ്ങളിൽ ഉള്ളവർക്കും B അല്ലെങ്കിൽ I വിഭാഗത്തിലേക്ക് മാറാൻ ആലോചിക്കുന്നവർക്കും. ഈ പുസ്തകം തൊഴിൽ സുരക്ഷയ്ക്കപ്പുറം നീങ്ങാനും സാമ്പത്തിക സുരക്ഷ നേടാനും തയ്യാ

റെടുത്തിരിക്കുന്നവർക്ക് വേണ്ടിയുള്ളതാണ്. അതൊരു എളുപ്പമുള്ള ജീവിതവഴിയല്ല. പക്ഷേ, വഴിയവസാനിക്കുമ്പോൾ കിട്ടുന്ന പ്രതിഫലം, സാമ്പത്തിക സ്വാതന്ത്ര്യം, ആ യാത്ര മൂല്യമുള്ളതാക്കുന്നു.

എനിക്ക് 12 വയസ്സുള്ളപ്പോൾ, ധനികനായ പിതാവ് എനിക്ക് ഒരു ലളിതമായ കഥ പറഞ്ഞുതന്നത് എന്നെ മികച്ച സമ്പത്തിലേക്കും സാമ്പത്തിക സ്വാതന്ത്ര്യത്തിലേക്കും നയിച്ചു. അതായിരുന്നു പണമൊഴുക്കിന്റെ ചതുരത്തിലെ ഇടത്തേ വശവും, E & S ചതുരങ്ങൾ, വലത്തേ വശവും, B & I ചതുരങ്ങൾ, തമ്മിലുള്ള വ്യത്യാസം വിശദീകരിക്കാനുള്ള അദ്ദേഹത്തിന്റെ വഴി. കഥ ഇങ്ങനെയാണ്:

'പണ്ട് പണ്ടൊരു വിചിത്രമായ ഗ്രാമം ഉണ്ടായിരുന്നു. ജീവിക്കാൻ ഒന്നാന്തരം സ്ഥലമായിരുന്നു അത്, ഒരു പ്രശ്നമൊഴിച്ചാൽ. മഴ പെയ്തില്ലെങ്കിൽ ഗ്രാമത്തിൽ വെള്ളമുണ്ടാവില്ല. ഈ പ്രശ്നം എന്നെന്നേയ്ക്കുമായി പരിഹരിക്കാൻ, ഗ്രാമത്തിലെ മുതിർന്നവർ കോൺട്രാക്ടർമാരോട് എല്ലാ ദിവസവും ഗ്രാമത്തിലേക്ക് വെള്ളം എത്തിക്കാനുള്ള ലേലം വിളിക്കാൻ ആവശ്യപ്പെട്ടു. രണ്ടുപേർ ആ ഉദ്യമത്തിനായി സ്വമേധയാ മുന്നോട്ടുവന്നു, മുതിർന്നവർ ഇരുവർക്കും കോൺട്രാക്ട് നൽകി. അവർ കരുതിയത് അല്പം മത്സരം ഉണ്ടെങ്കിൽ വില താഴുമെന്നും വെള്ളം കിട്ടുമെന്നത് ഉറപ്പാക്കും എന്നുമായിരുന്നു.

'കോൺട്രാക്ട് കിട്ടിയ ആദ്യത്തെയാൾ, എഡ്, പെട്ടെന്നുതന്നെ ഓടിച്ചെന്ന് രണ്ട് നാകം പൂശിയ സ്റ്റീൽ ബക്കറ്റുകൾ കൊണ്ടുവന്ന് ഒരു മൈൽ അകലെയുള്ള തടാകത്തിലേക്ക് പോയും വന്നും കൊണ്ടിരുന്നു. അയാൾ രാവിലെ മുതൽ വൈകുന്നേരംവരെ ജോലി ചെയ്യുന്നതുകൊണ്ട് പെട്ടെന്നുതന്നെ പണമുണ്ടാക്കാൻ തുടങ്ങി, തടാകത്തിൽ നിന്നും രണ്ട് ബക്കറ്റ് നിറയെ വെള്ളം കൊണ്ടുവന്ന് അയാൾ അത് ഗ്രാമക്കാർ പണിത വലിയ കോൺക്രീറ്റ് ടാങ്കിൽ നിറയ്ക്കും. എല്ലാ ദിവസവും രാവിലെ അയാൾക്ക് ഗ്രാമക്കാർ ഉണരുന്നതിനുമുമ്പ് ഉണർന്ന് ആളുകൾക്ക് ആവശ്യമായ വെള്ളം ഉണ്ടെന്ന് ഉറപ്പാക്കണമായിരുന്നു. കഠിനമായ ജോലിയായിരുന്നു അത്. പക്ഷേ, പണം സമ്പാദിക്കുന്നതിലും രണ്ട് സവിശേഷ കോൺട്രാക്ടുകളിൽ ഒന്ന് ലഭിച്ചതിലും അയാൾ വളരെ സന്തോഷവാനായിരുന്നു.

'രണ്ടാമത്തെ കോൺട്രാക്ടർ, ബിൽ, കുറച്ച് സമയത്തേക്ക് അപ്രത്യക്ഷനായി. മാസങ്ങളോളം അയാളെ കണ്ടതേയില്ല, അത് എഡ്ഡിനെ സന്തോഷിപ്പിച്ചു, മത്സരം ഇല്ലായിരുന്നല്ലോ.

'എഡ്ഡുമായി മത്സരിക്കാൻ രണ്ട് ബക്കറ്റുകൾ വാങ്ങുന്നതിനു പകരം, ബിൽ ഒരു ബിസിനസ്സ് പ്ലാൻ എഴുതി, ഒരു കോർപറേഷൻ സ്ഥാപിച്ചു, നാല് നിക്ഷേപകരെ കണ്ടെത്തി, ജോലി നടപ്പിലാക്കാൻ ഒരു പ്രസിഡന്റിനെ നിയോഗിച്ചു, ആറ് മാസങ്ങൾക്കുശേഷം നിർമ്മാണജോലിക്കാരുമായി അയാൾ തിരിച്ചെത്തി. അവർ ഒരു വലിയ സ്റ്റെയിൻലസ്സ് സ്റ്റീൽ പൈപ്പ് ലൈൻ പണിത് ഗ്രാമവും തടാകവുമായി ബന്ധിപ്പിച്ചു.

ഉദ്ഘാടന ആഘോഷത്തിനിടയിൽ ബിൽ പ്രഖ്യാപിച്ചു എഡ്ഡിന്റെ വെള്ളത്തിനേക്കാൾ ശുദ്ധമാണ് തന്റെ വെള്ളമെന്ന്. വെള്ളത്തിന് ശുദ്ധതയില്ലാത്തതിന് ഗ്രാമീണർ പരാതി പറഞ്ഞെന്ന് ബില്ലിന് അറിയാമായിരുന്നു. ദിവസം 24 മണിക്കൂറും ആഴ്ചയിൽ 7 ദിവസവും വെള്ളം കൊടുക്കുമെന്നും ബിൽ പ്രഖ്യാപിച്ചു. എഡ്ഡിന് വാരാന്ത്യങ്ങളിൽ ജോലി ചെയ്യാൻ താല്പര്യമില്ലാത്തതിനാൽ പണിദിവസങ്ങളിൽ മാത്രമേ വെള്ളം കൊടുക്കാൻ കഴിഞ്ഞിരുന്നുള്ളൂ. അപ്പോൾ ബിൽ പ്രഖ്യാപിച്ചു തന്റെ ഉയർന്ന നിലവാരമുള്ള, ആശ്രയിക്കാവുന്ന വെള്ളത്തിന് എഡ്ഡിനേക്കാൾ 75% കുറവ് പണമേ ഈടാക്കുകയുള്ളൂയെന്ന്. ഗ്രാമീണർ സന്തുഷ്ടരായി, ഉടൻതന്നെ ബില്ലിന്റെ പൈപ് ലൈനിന്റെ അറ്റത്തുള്ള ടാപ്പ് ലക്ഷ്യമാക്കി ഓടി.

'മത്സരിക്കാനായി, എഡ് പെട്ടെന്നുതന്നെ തന്റെ വില 75% കുറച്ചു, രണ്ട് ബക്കറ്റുകൾ കൂടി വാങ്ങി, ബക്കറ്റുകൾക്ക് മൂടിവച്ച് ഓരോ തവണയും നാല് ബക്കറ്റുകൾ വലിച്ചുകൊണ്ടുവരാൻ തുടങ്ങി. മികച്ച സേവനം നൽകാനായി, അയാൾ തന്റെ രണ്ട് ആൺമക്കളെയും രാത്രിയും വാരാന്ത്യങ്ങളിലും സഹായിക്കാനായി കൊണ്ടുവന്നു. മക്കൾ കോളജിലേക്ക് പോയപ്പോൾ, അയാൾ അവരോട് പറഞ്ഞു, 'പെട്ടെന്ന് തിരികെ വരണം, കാരണം ഒരു ദിവസം ഈ ബിസിനസ്സ് നിങ്ങളുടേതായിരിക്കും.'

'എന്തോ കാരണംകൊണ്ട് അയാളുടെ രണ്ട് ആൺമക്കൾ തിരിച്ചു വന്നില്ല. പിന്നീട് എഡ്ഡിന് തൊഴിലാളികളും യൂണിയൻ പ്രശ്നങ്ങളുമുണ്ടായി. യൂണിയൻ ഉയർന്ന വേതനവും ആനുകൂല്യങ്ങളും ചോദിക്കുകയും, അംഗങ്ങൾ ഒരു സമയത്ത് ഒരു ബക്കറ്റ് വീതം മാത്രമേ കൊണ്ടുവരികയുള്ളൂ എന്ന ആവശ്യം ഉന്നയിക്കുകയും ചെയ്തു.

'അതേസമയം, ബിൽ മനസ്സിലാക്കിയത് തന്റെ ഗ്രാമത്തിന് വെള്ളം വേണമെങ്കിൽ, മറ്റു ഗ്രാമങ്ങൾക്കും വെള്ളം ആവശ്യമാകും എന്നായിരുന്നു. അയാൾ തന്റെ വേഗത്തിലുള്ള, അളവിൽ കൂടുതലുള്ള, വില കുറഞ്ഞ്, ശുദ്ധമായ വെള്ളം നൽകുന്ന രീതി ലോകം മുഴുവനുമുള്ള ഗ്രാമങ്ങൾക്ക് നൽകാനായി ബിസിനസ്സ് പ്ലാൻ തിരുത്തിയെഴുതി വില്പനയ്ക്കായി പുറപ്പെട്ടു. വെള്ളം കൊടുക്കാനായി ഒരു ബക്കറ്റിന് ഒരു പെന്നിയേ സമ്പാദിച്ചിരുന്നുള്ളൂ. പക്ഷേ, അയാൾ ഓരോ ദിവസവും കോടിക്കണക്കിന് ബക്കറ്റ് വെള്ളം കൊടുക്കുന്നുണ്ടായിരുന്നു.

'ബിൽ പിന്നീട് സന്തോഷത്തോടെ ജീവിച്ചു. എഡ് ബാക്കിയുള്ള ജീവിതം മുഴുവൻ കഠിനമായി അദ്ധ്വാനിക്കുകയും സാമ്പത്തിക പ്രശ്നങ്ങൾ തുടരുകയും ചെയ്തുകഴിഞ്ഞു.'

ബില്ലിന്റെയും എഡ്ഡിന്റെയും ആ കഥ എന്നെ വർഷങ്ങളോളം വഴികാണിച്ചുതന്നു. അത് എന്റെ ജീവിതത്തിലെ തീരുമാനമെടുക്കലുകളെ പിന്തുണച്ചു. ഞാൻ എപ്പോഴും എന്നോടുതന്നെ ചോദിക്കും:

'ഞാൻ ഒരു പൈപ്പ് ലൈൻ നിർമ്മിക്കുകയാണോ ബക്കറ്റ് ചുമക്കുകയാണോ?

'ഞാൻ കഠിനപ്രയത്നം ചെയ്യുകയാണോ അതോ സമർഥമായി ജോലി ചെയ്യുകയാണോ?'

ആ ചോദ്യങ്ങൾക്കുള്ള ഉത്തരം എന്നെ സാമ്പത്തികമായി സ്വത ന്ത്രനാക്കി.

അതിനെക്കുറിച്ചാണ് ഈ പുസ്തകം. ഇത് പറയുന്നത് B & I ആക ണമെങ്കിൽ എന്തു വേണമെന്നാണ്. ബക്കറ്റുകൾ ചുമന്ന് തളർന്ന വർക്കും കീശയിലേക്ക് പണമൊഴുക്കുന്ന പൈപ്പ് ലൈനുകൾ നിർമ്മി ക്കാൻ തയ്യാറായവർക്കുമാണ് ഇത്.

ഈ പുസ്തകം മൂന്ന് ഭാഗങ്ങളായി തിരിച്ചിരിക്കുന്നു

ഭാഗം ഒന്ന്

ഈ പുസ്തകത്തിന്റെ ആദ്യത്തെ ഭാഗം നാല് ചതുരങ്ങളിലുള്ള ആളുകൾ തമ്മിലുള്ള കാതലായ വ്യത്യാസങ്ങളിൽ ശ്രദ്ധ കേന്ദ്രീ കരിക്കുന്നു. ചിലർ പ്രത്യേക ചതുരങ്ങളിലേക്ക് ആകർഷിക്ക പ്പെടുന്നതും അത് തിരിച്ചറിയാതെ അതിൽ കുടുങ്ങിപ്പോകു ന്നതും എന്തുകൊണ്ടാണെന്ന് കാണിക്കുന്നു. നിങ്ങൾ ഇപ്പോൾ എവിടെയാണെന്നും അടുത്ത അഞ്ച് വർഷത്തിൽ എവിടെ ആയിരിക്കണമെന്നും തിരിച്ചറിയാൻ അത് സഹായിക്കുന്നു.

ഭാഗം രണ്ട്

ഈ പുസ്തകത്തിന്റെ രണ്ടാമത്തെ ഭാഗം വ്യക്തിപരമായ മാറ്റ ത്തിനെക്കുറിച്ചുള്ളതാണ്. നിങ്ങൾ എന്തായിരിക്കണം എന്നതി നേക്കാൾ നിങ്ങൾ ആരായിരിക്കണം എന്നതിനെക്കുറിച്ചാണത്.

ഭാഗം മൂന്ന്

ഈ പുസ്തകത്തിന്റെ മൂന്നാമത്തെ ഭാഗം പണമൊഴുക്കിന്റെ ചതുരത്തിന്റെ വലതുവശത്ത് വിജയം കണ്ടെത്തുന്നത് എങ്ങനെ യെന്ന് വിശദീകരിക്കുന്നു. വിജയിയായ B & I ആകുന്നതിനായി ആവശ്യമുള്ള നൈപുണ്യങ്ങളെക്കുറിച്ചുള്ള, എന്റെ പണക്കാര നായ അച്ഛന്റെ കൂടുതൽ രഹസ്യങ്ങൾ ഞാൻ പങ്കുവയ്ക്കുന്നു. സാമ്പത്തികസ്വാതന്ത്ര്യത്തിലേക്കുള്ള നിങ്ങളുടെ സ്വന്തം വഴി തിരഞ്ഞെടുക്കാൻ അത് സഹായിക്കും.

റിച് ഡാഡിന്റെ പണമൊഴുക്കിന്റെ ചതുരങ്ങൾ നീളെ, ഞാൻ സാമ്പത്തിക ബുദ്ധിചാതുര്യത്തിന്റെ പ്രാധാന്യത്തിൽ ഊന്നിക്കൊ ണ്ടിരിക്കും. നിങ്ങൾക്ക് വലതുവശത്താണ് പ്രവർത്തിക്കേണ്ടതെങ്കിൽ, B & I വശം, ഇടതുവശത്ത് പ്രവർത്തിക്കുന്നതിനേക്കാൾ, E & S ചതുര ങ്ങൾ, സാമർഥ്യം വേണ്ടിവരും. B & I ആകാൻ, നിങ്ങളുടെ പണമൊ ഴുക്കിന്റെ ദിശ നിയന്ത്രിക്കാൻ കഴിവുണ്ടായിരിക്കണം.

ഈ പുസ്തകം എഴുതിയിരിക്കുന്നത് ജീവിതത്തിൽ മാറ്റങ്ങൾ വരുത്തി തൊഴിൽ സുരക്ഷയ്ക്കപ്പുറം പോയി സാമ്പത്തിക സ്വാതന്ത്ര്യം നേടാനുള്ള പൈപ്പ് ലൈനുകൾ നിർമ്മിക്കാൻ തയ്യാറായിരിക്കുന്ന ആളുകൾക്കുവേണ്ടിയാണ്.

നമ്മൾ മുമ്പൊരിക്കലും ഇല്ലാതിരുന്നവിധം സാമ്പത്തിക നേട്ടങ്ങൾക്കുള്ള അവസരങ്ങൾ നൽകുന്ന വിവരസാങ്കേതികതയുടെ ലോകത്താണുള്ളത്. B & I നൈപുണ്യങ്ങളുള്ള വ്യക്തികൾക്ക് ആ അവസരങ്ങൾ തിരിച്ചറിഞ്ഞ് കൈയ്യടക്കാൻ സാധിക്കും. വിവരസാങ്കേതികതയുടെ കാലത്ത് വിജയിക്കാൻ, എല്ലാ നാല് ചതുരങ്ങളിൽ നിന്നുമുള്ള വിവരങ്ങൾ ആവശ്യമാണ്. ദൗർഭാഗ്യവശാൽ, നമ്മുടെ സ്കൂളുകൾ ഇപ്പോഴും വ്യവസായ യുഗത്തിലാണ്, വിദ്യാർഥികൾ ഇപ്പോഴും തയ്യാറെടുക്കുന്നത് പണമൊഴുക്കിന്റെ ചതുരങ്ങളിലെ ഇടതുവശത്തേക്കുവേണ്ടിയാണ്.

വിവരസാങ്കേതികതയുടെ കാലത്ത് മുന്നോട്ടുപോകാൻ പുതിയ ഉത്തരങ്ങളാണ് നിങ്ങൾ അന്വേഷിക്കുന്നതെങ്കിൽ, ഈ പുസ്തകം നിങ്ങൾക്കുള്ളതാണ്. ഇതിൽ എല്ലാ ഉത്തരങ്ങളും ഇല്ല. പക്ഷേ, വ്യക്തിപരവും E & S വശത്തുനിന്നും B & I വശത്തേക്കുള്ള എന്റെ യാത്രയിൽ നിന്നും നേടിയതുമായ വഴികാട്ടുന്ന ഉൾക്കാഴ്ചകൾ ഇത് പങ്കുവയ്ക്കുന്നു.

ഭാഗം ഒന്ന്

പണമൊഴുക്കിന്റെ ചതുരങ്ങൾ

അദ്ധ്യായം ഒന്ന്

എന്തുകൊണ്ടാണ് നിങ്ങൾക്ക് ജോലി ലഭിക്കാത്തത്?

> തൊഴിലിനെ വിലമതിക്കുന്ന ഒരാളോട് നിങ്ങൾക്ക് അതിന്റെ ആവശ്യമില്ലെന്ന് വിശദീകരിക്കുന്നത് പ്രയാസമാണ്.

1985-ൽ, എന്റെ ഭാര്യ കിമ്മും ഞാനും വീടില്ലാത്തവരായിരുന്നു. ഞങ്ങൾ തൊഴിൽരഹിതരും കുറച്ച് പണം മാത്രം സമ്പാദ്യമായി ഉള്ളവരുമായിരുന്നു. ഞങ്ങളുടെ ക്രെഡിറ്റ് കാർഡുകൾ വറ്റി, ഞങ്ങൾ താമസിച്ചിരുന്നത് ഒരു പഴയ ബ്രൗൺ ടൊയോട്ടയിലായിരുന്നു, അതിന്റെ കിടത്തിവയ്ക്കാവുന്ന സീറ്റുകൾ കട്ടിലായി ഉപയോഗിച്ചുകൊണ്ട്. ഒരു വാരാന്ത്യത്തിൽ, ഞങ്ങളാരാണെന്നും എന്താണ് ചെയ്യുന്നതെന്നും എവിടെയെത്തിയെന്നുമുള്ള പരുക്കൻ യാഥാർഥ്യങ്ങൾ വന്നടിയാൻ തുടങ്ങി.

ഞങ്ങളുടെ ഭവനരാഹിത്യം രണ്ടാഴ്ചകൾകൂടി നീണ്ടു. ഒരു സുഹൃത്ത് ഞങ്ങളുടെ ഗതികെട്ട സാമ്പത്തികാവസ്ഥ മനസ്സിലാക്കിയപ്പോൾ, തന്റെ ബേസ്മെന്റിൽ ഒരു മുറി വാഗ്ദാനം ചെയ്തു. ഞങ്ങൾ അവിടെ ഒമ്പത് മാസങ്ങൾ താമസിച്ചു.

ഞങ്ങൾ ആ അവസ്ഥയിൽ ശാന്തരായിരുന്നു. മിക്കവാറും സമയവും, കിമ്മും ഞാനും പുറമേയ്ക്ക് വളരെ സാധാരണ മട്ടിലായിരുന്നു കാണപ്പെട്ടിരുന്നത്. കൂട്ടുകാരും കുടുംബവും ഞങ്ങളുടെ കഷ്ടപ്പാടിനെക്കുറിച്ച് അറിഞ്ഞപ്പോൾ, ആദ്യത്തെ ചോദ്യം എപ്പോഴും ഇതായിരുന്നു: 'നിങ്ങൾക്കെന്താ ജോലി കിട്ടാത്തത്?'

ആദ്യമെല്ലാം, ഞങ്ങൾ വിശദീകരിക്കാൻ ശ്രമിച്ചു. പക്ഷേ, ഞങ്ങളുടെ കാരണങ്ങൾ വ്യക്തമാക്കുന്നതിൽ എപ്പോഴും പരാജയപ്പെട്ടു. തൊഴിലിനെ വിലമതിക്കുന്ന ഒരാളോട്, നിങ്ങൾക്ക് അതിന്റെ ആവശ്യമില്ലെന്ന് വിശദീകരിക്കാൻ പ്രയാസമാണ്.

ഞങ്ങൾ ഇടയ്ക്കെല്ലാം ചെറിയ ജോലികൾ ചെയ്യുകയും അങ്ങുമിങ്ങുമായി കുറച്ച് ഡോളറുകൾ സമ്പാദിക്കുകയും ചെയ്തിരുന്നു. പക്ഷേ, അത് ഞങ്ങളുടെ വയറുകളിൽ ആഹാരവും കാറിൽ ഗ്യാസും നിറയ്ക്കാൻ വേണ്ടി മാത്രമായിരുന്നു. ആ കുറച്ച് അധികമുള്ള ഡോളറുകൾ ഞങ്ങളുടെ ഒരേയൊരു ലക്ഷ്യത്തിലേക്ക് നീങ്ങിക്കൊണ്ടിരി

ക്കാനുള്ള ഇന്ധനം മാത്രമായിരുന്നു. ഒരു കാര്യം ഞാൻ സമ്മതിക്കേണ്ടതുണ്ട്, ആഴത്തിലുള്ള സംശയത്തിലായിരിക്കുമ്പോൾ, സുരക്ഷിതമായ, ശമ്പളമുള്ള ഒരു ജോലി എന്ന ആശയം ആകർഷകമായിരുന്നു.

പക്ഷേ, ഞങ്ങൾ അന്വേഷിച്ചിരുന്നത് തൊഴിൽ സുരക്ഷ ആയിരുന്നില്ല എന്നതിനാൽ, ഞങ്ങൾ മുന്നോട്ടുതന്നെ പോയി, സാമ്പത്തിക ഗർത്തത്തിന്റെ വക്കിൽ ദിവസങ്ങൾ തള്ളിനീക്കിക്കൊണ്ട്.

ആ വർഷം, 1985, ഞങ്ങളുടെ ജീവിതത്തിലെ ഏറ്റവും മോശവും ദീർഘവുമായ സമയമായിരുന്നു. പണം പ്രധാനമല്ല എന്ന് പറയുന്ന ആരുംതന്നെ അതില്ലാതെ കുറേക്കാലം ഉണ്ടായിരുന്നിട്ടില്ല. കിമ്മും ഞാനും ഇടയ്ക്കെല്ലാം വഴക്ക് കൂടുകയും തർക്കിക്കുകയും ചെയ്തു. ഭയം, അനിശ്ചിതത്വം, വിശപ്പ് തുടങ്ങിയവ മനുഷ്യന്റെ വൈകാരികമായ യോജിപ്പിനെ കുറയ്ക്കുന്നു, നമ്മൾ മിക്കവാറും വഴക്കിടുക നമ്മൾ ഏറ്റവും സ്നേഹിക്കുന്ന വ്യക്തിയുമായിട്ടായിരിക്കും.അതുകൊണ്ട് സ്നേഹം ഞങ്ങൾ രണ്ടാളേയും ഒരുമിച്ച് നിർത്തി, ദമ്പതികൾ എന്ന നിലയിലുള്ള ഞങ്ങളുടെ ബന്ധം ആപത്തുകാലം കാരണം കൂടുതൽ ശക്തമായി വളർന്നു. ഞങ്ങൾ എങ്ങോട്ടാണ് പോകുന്നതെന്ന് ഞങ്ങൾക്കറിയാമായിരുന്നു. അവിടെയെത്തുമോയെന്ന് മാത്രമേ ഞങ്ങൾക്ക് അറിയാത്തതായി ഉണ്ടായിരുന്നുള്ളൂ.

ഞങ്ങൾക്ക് എപ്പോഴും സുരക്ഷിതമായ, ഉയർന്ന ശമ്പളമുള്ള ജോലികൾ കണ്ടെത്താൻ കഴിയുമെന്ന് അറിയാമായിരുന്നു. ഞങ്ങൾ രണ്ടുപേരും നല്ല തൊഴിൽ നൈപുണ്യവും തൊഴിൽ നൈതികതയും ഉള്ള കോളജ് ബിരുദധാരികൾ ആയിരുന്നു. പക്ഷേ, ഞങ്ങൾ തൊഴിൽ സുരക്ഷയുടെ പിന്നാലെയായിരുന്നില്ല. ഞങ്ങൾക്ക് വേണ്ടത് സാമ്പത്തിക സ്വാതന്ത്ര്യം ആയിരുന്നു.

1989 ആയപ്പോഴേയ്ക്കും, ഞങ്ങൾ കോടീശ്വരന്മാരായി. ചില ആളുകളുടെ കണ്ണുകളിൽ സാമ്പത്തികവിജയം ആണെങ്കിലും, ഞങ്ങൾ ശരിയായ സാമ്പത്തിക സ്വാതന്ത്ര്യം എന്ന ലക്ഷ്യത്തിൽ എത്തിയിരുന്നില്ല. അത് നടക്കാൻ 1994 വരെ കാത്തിരിക്കേണ്ടി വന്നു. അപ്പോഴേയ്ക്കും, ഞങ്ങളുടെ ബാക്കിയുള്ള ജീവിതത്തിനായി വീണ്ടും ജോലി ചെയ്യേണ്ടതില്ലായിരുന്നു. അപ്രതീക്ഷിതമായ എന്തെങ്കിലും സാമ്പത്തിക തകർച്ചയെ തടഞ്ഞുകൊണ്ട്, ഞങ്ങൾ രണ്ടുപേരും സാമ്പത്തികമായി സ്വതന്ത്രരായിരുന്നു. കിമ്മിന് 37 ഉം എനിക്ക് 47 ഉം ആയിരുന്നു.

പണം ഉണ്ടാക്കാൻ പണം ആവശ്യമില്ല

ഞാൻ ഈ അദ്ധ്യായം തുടങ്ങിയത് ഞങ്ങൾ 1985-ൽ വീടില്ലാതെയും ഒന്നുമില്ലാതെയും ആയിരുന്ന അവസ്ഥയെക്കുറിച്ചായിരുന്നു, കാരണം ഞാൻ എപ്പോഴും ആളുകൾ പറയുന്നത് കേൾക്കാറുണ്ട്, 'പണം ഉണ്ടാക്കാൻ പണം വേണം.'

ഞാൻ വിയോജിക്കുന്നു. വീടില്ലാത്ത 1985-ൽ നിന്നും 1989-ൽ പണക്കാരായും, പിന്നെ 1994 ആയപ്പോഴേയ്ക്കും സാമ്പത്തിക സ്വാത

ന്ത്ര്യത്തിലേക്കും എത്തിപ്പെടാൻ പണമൊന്നും വേണ്ടിവന്നില്ല. ഞങ്ങൾ ആരംഭിച്ചപ്പോൾ പണമൊന്നും ഇല്ലായിരുന്നു, ഞങ്ങൾ കടത്തിലായിരുന്നു.

അതിന് നല്ല ഔപചാരിക വിദ്യാഭ്യാസവും ആവശ്യമില്ല. എനിക്ക് ഒരു കോളജ് ഡിഗ്രിയുണ്ട്, എന്നാൽ ഞാൻ കോളജിൽനിന്നും പഠിച്ചതിന് സാമ്പത്തിക സ്വാതന്ത്ര്യം നേടുന്നതുമായി ഒരു ബന്ധവുമില്ലെന്ന് സത്യസന്ധമായി പറയാൻ കഴിയും. കാൽക്കുലസും, ഗോളീയ ത്രികോണമിതിയും, രസതന്ത്രവും, ഭൗതികശാസ്ത്രവും, ഫ്രഞ്ച്/ഇംഗ്ലീഷ് സാഹിത്യവുമെല്ലാം പഠിച്ച വർഷങ്ങൾക്ക് യാതൊരു ആവശ്യക്കാരേയും ഞാൻ കണ്ടിട്ടില്ല.

ഒരുപാട് വിജയികളായ ആളുകൾ കോളജ് ബിരുദം വാങ്ങാതെ തന്നെ സ്കൂൾ ഉപേക്ഷിച്ചിട്ടുണ്ട് - തോമസ് എഡിസൻ, ജനറൽ ഇലക്ട്രിക്കിന്റെ സ്ഥാപകൻ; ഹെൻറി ഫോർഡ്, ഫോർഡ് മോട്ടോർ കോ.യുടെ സ്ഥാപകൻ; ബിൽ ഗേറ്റ്സ്, മൈക്രോസോഫ്റ്റ് സ്ഥാപകൻ; ടെഡ് ടേർണർ, സി.എൻ.എന്നിന്റെ സ്ഥാപകൻ; മൈക്കിൾ ഡെൽ, ഡെൽ കമ്പ്യൂട്ടേഴ്സിന്റെ സ്ഥാപകൻ; സ്റ്റീവ് ജോബ്സ്, ആപ്പിൾ കമ്പ്യൂട്ടറിന്റെ സ്ഥാപകൻ; റാൽഫ് ലൌറൻ, പോളോയുടെ സ്ഥാപകൻ എന്നിങ്ങനെ. പരമ്പരാഗത തൊഴിലുകൾക്ക് കോളജ് വിദ്യാഭ്യാസം പ്രധാനമാണ്. പക്ഷേ, ഉയർന്ന സമ്പത്തുണ്ടാക്കിയ ഈ മനുഷ്യർക്ക് അല്ല. അവർ സ്വന്തമായി വിജയകരമായ ബിസിനസ്സുകൾ ഉണ്ടാക്കി, അതിനായിരുന്നു കിമ്മും ഞാനും പ്രയത്നിച്ചുകൊണ്ടിരുന്നത്.

അപ്പോൾ അതിനെന്താണ് വേണ്ടത്?

എന്നോട് എപ്പോഴും ചോദിക്കാറുണ്ട്, 'പണം ഉണ്ടാക്കാൻ പണം ആവശ്യമില്ലെങ്കിൽ, സ്കൂളുകൾ സാമ്പത്തിക സ്വാതന്ത്ര്യം നേടാൻ നിങ്ങളെ പഠിപ്പിക്കുന്നില്ലെങ്കിൽ, പിന്നെ എന്താണ് വേണ്ടത്?'

എന്റെ ഉത്തരം: അതിനു വേണ്ടത് ഒരു സ്വപ്നമാണ്, ഒരുപാട് നിശ്ചയദാർഢ്യമാണ്, പെട്ടെന്ന് പഠിക്കാനുള്ള താല്പര്യമാണ്, പിന്നെ ദൈവം തരുന്ന സമ്പത്തുകളെ ശരിയായ രീതിയിൽ ഉപയോഗിക്കാനുള്ള കഴിവുമാണ് പണമൊഴുക്കിന്റെ ചതുരങ്ങളിലെ ഏത് ചതുരമാണ് നിങ്ങൾക്ക് വരുമാനം ഉണ്ടാക്കാൻ ശരിയായത് എന്ന് അറിയാൻ വേണ്ടത്.

എന്താണ് പണമൊഴുക്കിന്റെ ചതുരങ്ങൾ?

താഴെ കൊടുത്തിരിക്കുന്ന ഡയഗ്രം ആണ് പണമൊഴുക്കിന്റെ ചതുരങ്ങൾ. ഓരോ ചതുരത്തിലേയും അക്ഷരങ്ങൾ പ്രതിനിധീകരിക്കുന്നത്:

E – തൊഴിലാളി

S – സ്മാൾ ബിസിനസ്സ് അല്ലെങ്കിൽ സ്വയം തൊഴിൽ

B – ബിഗ് ബിസിനസ്സ്

I – നിക്ഷേപകൻ

ഏത് ചതുരത്തിൽ നിന്നുമാണ് നിങ്ങൾ വരുമാനം ഉണ്ടാക്കുന്നത്?

പണമൊഴുക്കിന്റെ ചതുരങ്ങൾ വരുമാനം അല്ലെങ്കിൽ പണം ഉണ്ടാക്കുന്നതിന്റെ വിവിധ രീതികളാണ് പ്രതിനിധീകരിക്കുന്നത്. ഉദാഹരണത്തിന്, ഒരു തൊഴിലാളി പണം സമ്പാദിക്കുന്നത് ഒരു തൊഴിലിൽ തുടർന്നും ഒരു വ്യക്തി അല്ലെങ്കിൽ കമ്പനിക്കുവേണ്ടി ജോലി ചെയ്തുമാണ്. സ്വയം തൊഴിൽ ചെയ്യുന്നവർ അവരവർക്കുവേണ്ടി ജോലി ചെയ്ത് പണം സമ്പാദിക്കുന്നു. ഒരു ബിസിനസ്സ് ഉടമയ്ക്ക് പണം കൊണ്ടുവരുന്ന ബിസിനസ്സ് ഉണ്ടാകും, നിക്ഷേപകർ പണം സമ്പാദിക്കുന്നത് അവരുടെ വിവിധ നിക്ഷേപങ്ങൾ കൊണ്ടാണ് – മറ്റൊരു രീതിയിൽ പറഞ്ഞാൽ, പണം കൂടുതൽ പണം ഉണ്ടാക്കുന്നു.

വരുമാനം ഉണ്ടാക്കാനുള്ള വിവിധ രീതികൾക്ക് പലതരത്തിലുള്ള മാനസിക ചട്ടക്കൂടുകളും പലതരത്തിലുള്ള സാങ്കേതിക നൈപുണ്യങ്ങളും, പലതരത്തിലുള്ള വിദ്യാഭ്യാസ വഴികളും ആവശ്യമാണ്. പലതരം ആളുകൾ പലതരം ചതുരങ്ങളിലേക്ക് ആകൃഷ്ടരാകുന്നു.

പണം ഒന്നുതന്നെ ആയിരിക്കുമ്പോഴും, അത് സമ്പാദിക്കുന്ന വഴി ഒരുപാട് വ്യത്യസ്തങ്ങളായിരിക്കും. ഓരോ ചതുരത്തിന്റെയും വ്യത്യസ്ത ലേബലുകൾ നോക്കുകയാണെങ്കിൽ, നിങ്ങൾ സ്വയം ചോദിക്കുമായിരിക്കും, 'എന്റെ വരുമാനത്തിന്റെ അധികവും ഞാൻ ഏത് ചതുരത്തിൽ നിന്നുമാണ് സമ്പാദിക്കുന്നത്?' എന്ന്.

ഓരോ ചതുരവും വ്യത്യസ്തങ്ങളാണ്. വിവിധ ചതുരങ്ങളിൽ നിന്നും വരുമാനം ഉണ്ടാക്കുന്നതിനായി വിവിധ നൈപുണ്യങ്ങളും വ്യത്യസ്തമായ വ്യക്തിത്വവും ആവശ്യമാണ്, ഓരോ ചതുരത്തിലുമുള്ള വ്യക്തി ഒരാൾ തന്നെയാണെങ്കിലും. ചതുരത്തിൽ നിന്നും ചതുരത്തിലേക്ക് മാറുന്നത് രാവിലെ ഗോൾഫ് കളിച്ചിട്ട് രാത്രി ബാലേയിൽ പങ്കെടുക്കുന്നത് പോലെയാണ്.

നിങ്ങൾക്ക് എല്ലാ നാല് ചതുരങ്ങളിൽ നിന്നും വരുമാനം ഉണ്ടാക്കാം

നമ്മളിൽ മിക്കവാറും എല്ലാവർക്കും എല്ലാ നാല് ചതുരങ്ങളിൽ നിന്നും വരുമാനം ഉണ്ടാക്കാനുള്ള വൈഭവമുണ്ട്. ഞാനോ നിങ്ങളോ പ്രഥമമായ വരുമാനം ഉണ്ടാക്കാൻ തിരഞ്ഞെടുക്കുന്ന ചതുരം നമ്മൾ സ്കൂളിൽ എന്ത് പഠിച്ചു എന്നതിനെ ആശ്രയിച്ചിരിക്കും. അത് നമ്മൾ അകമേ ആരാണെന്നതുമായി ബന്ധപ്പെട്ടിരിക്കുന്നു - നമ്മുടെ മൂല്യ ങ്ങൾ, ശക്തികൾ, ദൗർബല്യങ്ങൾ, താല്പര്യങ്ങൾ എന്നിങ്ങനെ. ഈ കാതലായ വ്യത്യാസങ്ങൾ ഓരോ ചതുരത്തിനേയും നമ്മളിലേക്ക് ആകർഷിക്കുകയോ വികർഷിക്കുകയോ ചെയ്യുന്നു.

എങ്കിലും, നമ്മൾ ഏത് ജോലിയാണ് ചെയ്യുന്നതെങ്കിലും, എല്ലാ നാല് ചതുരങ്ങളിലും പ്രവർത്തിക്കാൻ സാധിക്കും. ഉദാഹരണത്തിന്, ഒരു മെഡിക്കൽ ഡോക്ടർ E ആയി വരുമാനം ഉണ്ടാക്കാൻ തിരഞ്ഞെടുത്ത് ഒരു വലിയ ആശുപത്രിയിലോ ഇൻഷുറൻസ് കമ്പനിയിലോ, പൊതു ആരോഗ്യ മേഖലയിലോ, അല്ലെങ്കിൽ മിലിറ്ററി ഡോക്ടർ ആയോ ചേരുന്നു.

അതേ ഡോക്ടർക്ക് S ആയി വരുമാനം ഉണ്ടാക്കാൻ തീരുമാനിച്ച് സ്വകാര്യ പ്രാക്റ്റീസ് തുടങ്ങി, ഒരു ഓഫീസ് സ്ഥാപിച്ച്, തൊഴിലാളി കളെ നിയമിച്ച്, രോഗികളുടെ സ്വകാര്യ പട്ടിക നിർമ്മിക്കാവുന്നതാണ്.

അല്ലെങ്കിൽ ഡോക്ടർ B ആകാൻ തീരുമാനിച്ച് സ്വന്തമായ ഒരു ക്ലിനിക് അല്ലെങ്കിൽ ലബോറട്ടറിയിൽ മറ്റു ഡോക്ടർമാരെ നിയമിക്കാ വുന്നതാണ്. ഈ ഡോക്ടർ മിക്കവാറും സ്ഥാപനം നടത്താൻ ഒരു ബിസിനസ്സ് മാനേജരെ നിയമിക്കും. ഈ കാര്യത്തിൽ, ഡോക്ടർക്ക് സ്വന്തമായി ബിസിനസ്സ് ഉണ്ടാകും. എന്നാൽ അയാൾ അതിൽ ജോലി ചെയ്യുന്നില്ല. ഡോക്ടർക്ക് മെഡിക്കൽ രംഗവുമായി ബന്ധമില്ലാത്ത ഒരു ബിസിനസ്സ് തുടങ്ങാൻ തീരുമാനിക്കുകയും അതേസമയം വേറെ എവിടെയെങ്കിലും മെഡിസിൻ പ്രാക്റ്റീസ് ചെയ്യുകയും ആകാം. ഇവിടെ, ഡോക്ടർ E യും B യും ആയി വരുമാനം ഉണ്ടാക്കുന്നു.

ഒരു I എന്ന നിലയിൽ ഡോക്ടർക്ക് വേറെ ആരുടെയെങ്കിലും ബിസിനസ്സിലോ അല്ലെങ്കിൽ സ്റ്റോക്ക് മാർക്കറ്റ്, ബോണ്ട് മാർക്കറ്റ്, റിയർ എസ്റ്റേറ്റ് തുടങ്ങിയവയിൽ നിക്ഷേപിക്കാവുന്നതാണ്.

പ്രധാനപ്പെട്ട വാക്കുകൾ 'എവിടെ നിന്നും വരുമാനം' എന്നതാണ്. അത് നമ്മൾ എത്ര കൂടുതൽ ചെയ്യുന്നു എന്നല്ല, നമ്മൾ എത്ര വരു മാനം ഉണ്ടാക്കുന്നു എന്നതാണ്.

വരുമാനം ഉണ്ടാക്കാനുള്ള വിവിധ രീതികൾ

എല്ലാത്തിനും ഉപരി, നമ്മുടെ കാതലായ മൂല്യങ്ങൾ, ശക്തികൾ, ദൗർബല്യങ്ങൾ, താല്പര്യങ്ങൾ എന്നിവയുടെ ആന്തരികമായ വ്യത്യാ സങ്ങളാണ് നമ്മൾ ഏത് ചതുരത്തിൽ നിന്നുമാണ് വരുമാനം ഉണ്ടാ

ക്കുക എന്ന് തീരുമാനിക്കുന്നതിനെ ബാധിക്കുന്നത്. ചില ആളുകൾ തൊഴിലാളികളായിരിക്കുന്നത് ഇഷ്ടപ്പെടുന്നു, വേറെ ചിലർ അതിനെ വെറുക്കുന്നു. ചിലർ കമ്പനികൾ സ്വന്തമാക്കുന്നത് ഇഷ്ടപ്പെടുന്നു. പക്ഷേ, അവ നടത്തിക്കൊണ്ട് പോകാൻ ആഗ്രഹമില്ല. ചിലർ നിക്ഷേപങ്ങളെ ഇഷ്ടപ്പെടുന്നു, മറ്റു ചിലർക്ക് പണം നഷ്ടമാകും എന്ന നഷ്ടസാധ്യതയെ മറികടക്കാൻ സാധിക്കുന്നില്ല. നമ്മളിൽ മിക്കവാറും എല്ലാവരിലും ഈ സ്വാഭാവങ്ങളിൽ കുറച്ചു വീതം ഉണ്ടാകും. നാല് ചതുരങ്ങളിൽ വിജയിക്കുക എന്നാൽ മിക്കവാറും അർഥമാക്കുന്നത് ചില ആന്തരിക മൂല്യങ്ങളെ വഴിതിരിച്ചു വിടുന്നു എന്നതാണ്.

നിങ്ങൾക്ക് നാല് ചതുരങ്ങളിലും പണക്കാരനോ ദരിദ്രനോ ആകാം

വളരെ പ്രധാനപ്പെട്ട ഒരു കാര്യം ശ്രദ്ധിക്കേണ്ടത് നിങ്ങൾക്ക് നാല് ചതുരങ്ങളിലും പണക്കാരനോ ദരിദ്രനോ ആകാം എന്നാണ്. കോടികൾ ഉണ്ടാക്കുന്ന ആളുകളും ഉണ്ട്, ഓരോ ചതുരത്തിലും പാപ്പരാകുന്ന ആളുകളും ഉണ്ട്. ഒരു ചതുരത്തിലോ അല്ലെങ്കിൽ മറ്റൊന്നിലോ ആകുന്നത് നിർബന്ധമായും സാമ്പത്തിക വിജയം നൽകണമെന്നില്ല.

എല്ലാ ചതുരങ്ങളും തുല്യമല്ല

ഓരോ ചതുരത്തിന്റെയും വ്യത്യസ്തങ്ങളായ സവിശേഷതകളെക്കുറിച്ച് അറിയുമ്പോൾ, നിങ്ങൾക്ക് ഏത് ചതുരം അല്ലെങ്കിൽ ചതുരങ്ങളാണ് നല്ലതെന്ന് മികച്ച ആശയം ലഭിക്കും.

ഉദാഹരണത്തിന്, ഞാൻ B & I ചതുരങ്ങളിൽ പ്രധാനമായും ജോലി ചെയ്യാൻ തിരഞ്ഞെടുത്തതിന്റെ ഒരു കാരണം അതിന്റെ നികുതി പ്രയോജനം ആണ്. ഇടതുവശത്തുള്ള ചതുരത്തിൽ ജോലി ചെയ്യുന്ന മിക്കവാറും ആളുകൾക്ക്, കുറച്ച് നിയമപരമായ നികുതി ഇളവുകൾ ലഭ്യമാണ്. പക്ഷേ, വലതുവശത്തെ ചതുരത്തിൽ നിയമപരമായ നികുതി അധികമാണ്. വരുമാനത്തിനായി B & I ചതുരങ്ങളിൽ ജോലി ചെയ്യുന്നതുകൊണ്ട് എനിക്ക് പണം വേഗത്തിൽ ഉണ്ടാക്കാനും ആ പണം കൂടുതൽക്കാലം എനിക്കായി ഉപയോഗിക്കാനും കഴിയും, വലിയ തുകകൾ നികുതിയുടെ രൂപത്തിൽ സർക്കാരിന് കൊടുക്കാതെ തന്നെ.

പണമുണ്ടാക്കാനുള്ള വിവിധ വഴികൾ

കിമ്മും ഞാനും വീടില്ലാത്തവർ ആയതെങ്ങനെയെന്ന് ആളുകൾ ചോദിക്കുമ്പോൾ, ഞാൻ പറയും എന്റെ ധനികനായ പിതാവ് പണത്തിനെക്കുറിച്ച് എന്നെ പഠിപ്പിച്ചതുകൊണ്ടാണെന്ന്. എനിക്കാണെങ്കിൽ, പണം പ്രധാനമാണ്, എന്നാലും ജീവിതം മുഴുവനും അതിനായി ജോലി ചെയ്യണമെന്നില്ലായിരുന്നു. അതുകൊണ്ടായിരുന്നു

എനിക്കൊരു ജോലി ആവശ്യമില്ലാതിരുന്നത്. ഞങ്ങൾ ഉത്തരവാദിത്തമുള്ള പൗരന്മാരാകണമെങ്കിൽ, കിമ്മിനും എനിക്കും ഞങ്ങളുടെ പണം ഞങ്ങൾക്കുവേണ്ടി ജോലി ചെയ്യണമായിരുന്നു, ഞങ്ങളുടെ ജീവിതം മുഴുവനും പണത്തിനായി കായികാദ്ധ്വാനം ചെയ്യുന്നതിനേക്കാൾ.

അതുകൊണ്ടാണ് പണമൊഴുക്കിന്റെ ചതുരങ്ങൾ പ്രധാനമാകുന്നത്. അത് പണം ഉണ്ടാകുന്ന വിവിധ മാർഗ്ഗങ്ങളെക്കുറിച്ച് വിവരിക്കുന്നു. ഉത്തരവാദിത്തമുള്ളവനാകാനും പണം ഉണ്ടാക്കാനും കായികാദ്ധ്വാനമല്ലാതെ വേറേ വഴികളുണ്ട്.

വ്യത്യസ്തരായ പിതാക്കന്മാർ - പണത്തിനെക്കുറിച്ച് വ്യത്യസ്തങ്ങളായ ആശയങ്ങൾ

എന്റെ ഉയർന്ന വിദ്യാഭാസമുള്ള പിതാവിന് ഉണ്ടായിരുന്ന ഒരു ശക്തമായ വിശ്വാസമായിരുന്നു പണം ചെകുത്താനാണെന്നും, അമിതമായ ലാഭം എന്നാൽ നിങ്ങൾ ആർത്തിക്കാരനാണെന്നും. പത്രങ്ങളിൽ താൻ എത്ര ഉണ്ടാക്കിയെന്ന് പ്രസിദ്ധീകരിച്ച് വരുമ്പോൾ അദ്ദേഹം അമ്പരക്കുമായിരുന്നു, കാരണം അദ്ദേഹത്തിന് തോന്നിയിരുന്നത്, തനിക്കുവേണ്ടി ജോലി ചെയ്യുന്ന അദ്ധ്യാപകരുമായി താരതമ്യം ചെയ്യുമ്പോൾ തനിക്ക് അമിതമായ പ്രതിഫലം ലഭിക്കുന്നെന്ന തോന്നലായിരുന്നു. അദ്ദേഹം ഒരു നല്ല, സത്യസന്ധനായ, കഠിനാദ്ധ്വാനിയായ, പണം തന്റെ ജീവിതത്തിൽ പ്രധാനമല്ല എന്ന കാഴ്ചപ്പാടിനെ പിന്തുണയ്ക്കാൻ മികച്ചതെല്ലാം ചെയ്യുന്ന, മനുഷ്യനായിരുന്നു.

എന്റെ ഉയർന്ന വിദ്യാഭ്യാസമുള്ളതും, എന്നാൽ ദരിദ്രനുമായ അച്ഛൻ എപ്പോഴും പറയുമായിരുന്നു,

- 'എനിക്ക് പണത്തിൽ താല്പര്യമില്ല.'
- 'ഞാനൊരിക്കലും പണക്കാരനാവില്ല.'
- 'എനിക്കത് താങ്ങാനാവില്ല.'
- 'നിക്ഷേപം നഷ്ടസാദ്ധ്യതയുള്ളതാണ്.'
- 'പണമല്ല എല്ലാം.'

പണം ജീവിതത്തിനെ പിന്തുണയ്ക്കുന്നു

എന്റെ ധനികനായ പിതാവിന് വ്യത്യസ്തമായ കാഴ്ചപ്പാടായിരുന്നു. അദ്ദേഹം കരുതിയത് ജീവിതം പണത്തിനായി ജോലി ചെയ്യാൻ ചിലവഴിക്കുന്നതും പണം പ്രധാനമല്ലെന്ന് നടിക്കുന്നതും മണ്ടത്തരമാണെന്നാണ്. ധനികനായ പിതാവ് വിശ്വസിച്ചിരുന്നത് പണത്തിനേക്കാൾ പ്രധാനം ജീവിതമാണ്, പക്ഷേ, ജീവിതത്തിനെ പിന്തുണയ്ക്കാൻ പണം പ്രധാനമാണെന്നുമായിരുന്നു. അദ്ദേഹം എപ്പോഴും

പറയുമായിരുന്നു, 'നിനക്ക് ദിവസത്തിൽ കുറച്ച് മണിക്കൂറുകളേയുള്ളൂ, പിന്നെ നിനക്ക് കഠിനാദ്ധ്വാനം ചെയ്യാനും സാധിക്കും. അപ്പോൾ പണത്തിനുവേണ്ടി കഠിനാദ്ധ്വാനം ചെയ്യുന്നതെന്തിന്? പണം ഉണ്ടാകാനും, ആളുകൾ നിനക്കുവേണ്ടി കഠിനാദ്ധ്വാനം ചെയ്യാനും, പഠിക്കൂ, പ്രധാനപ്പെട്ട കാര്യങ്ങൾ ചെയ്യാൻ നിനക്ക് ഒഴിവുണ്ടാകാനും.' എന്റെ ധനികനായ പിതാവിന് പ്രധാനമായിട്ടുള്ളവ:

- അദ്ദേഹത്തിന്റെ മക്കളെ വളർത്താൻ ധാരാളം സമയമുണ്ടായിരിക്കുക.
- ആതുരസേവനങ്ങൾക്കും അദ്ദേഹം പിന്തുണച്ചിരുന്ന പദ്ധതികൾക്കും സംഭാവന ചെയ്യാൻ പണമുണ്ടായിരിക്കുക.
- സമൂഹത്തിൽ തൊഴിലവസരങ്ങളും സാമ്പത്തിക സ്ഥിരതയും കൊണ്ടുവരുക.
- സ്വന്തം ആരോഗ്യം പരിപാലിക്കാൻ സമയവും പണവും ഉണ്ടായിരിക്കുക.
- കുടുംബത്തിനൊപ്പം ലോകം മുഴുവൻ യാത്ര ചെയ്യാൻ കഴിയുക.

'അതിനെല്ലാം പണം വേണം,' ധനികനായ പിതാവ് പറഞ്ഞു. 'അതുകൊണ്ടാണ് പണം എനിക്ക് പ്രധാനമാകുന്നത്. പണം പ്രധാനമാണ്. പക്ഷേ, എനിക്ക് എന്റെ ജീവിതം അതിനായി ജോലി ചെയ്ത് ചിലവഴിക്കാൻ വയ്യ.'

ചതുരങ്ങൾ തിരഞ്ഞെടുക്കുന്നത്

ഞങ്ങൾ വീടില്ലാത്തവർ ആയിരുന്നപ്പോൾ കിമ്മും ഞാനും B & I ചതുരങ്ങളിൽ ശ്രദ്ധിക്കാൻ കാരണം, എനിക്ക് ആ ചതുരങ്ങളിൽ കൂടുതൽ പരിശീലനവും വിദ്യാഭ്യാസവും ഉള്ളതായിരുന്നു. എന്റെ ധനികനായ പിതാവിന്റെ വഴികാട്ടൽ കാരണമാണ് എനിക്ക് ഓരോ ചതുരത്തിന്റെയും സാമ്പത്തികവും പ്രവൃത്തിപരവുമായ വിവിധ ഗുണങ്ങളെപ്പറ്റി അറിയാമായിരുന്നത്. എനിക്ക്, വലതുവശത്തെ ചതുരങ്ങൾ, B & I ചതുരങ്ങൾ, ദീർഘകാലത്തേക്കുള്ള സാമ്പത്തിക വിജയത്തിനും സാമ്പത്തിക സ്വാതന്ത്ര്യത്തിനുമുള്ള മികച്ച അവസരം നൽകി. അതുപോലെ, 37 വയസ്സിൽ, ഞാൻ എല്ലാ ചതുരങ്ങളിലും വിജയങ്ങളും പരാജയങ്ങളും അനുഭവിച്ചത് എനിക്ക് എന്റെ വ്യക്തിപരമായ ഗുണവിശേഷം, ഇഷ്ടങ്ങൾ, ഇഷ്ടമില്ലായ്മകൾ, കരുത്തുകൾ, ദൗർബല്യങ്ങൾ എന്നിവയെപ്പറ്റി കുറച്ചൊക്കെ മനസ്സിലാക്കാൻ അനുവദിച്ചു. ഏത് ചതുരങ്ങളിലാണ് ഞാൻ നന്നായതെന്ന് എനിക്കറിയാം.

മാതാപിതാക്കൾ ഗുരുക്കന്മാരാണ്

ഞാൻ ഒരു ചെറിയ പയ്യനായിരുന്നപ്പോൾ, എന്റെ ധനികനായ പിതാവ് എപ്പോഴും പണമൊഴുക്കിന്റെ ചതുരങ്ങളെക്കുറിച്ച് സൂചിപ്പിക്കുമായിരുന്നു. അദ്ദേഹം ഇടതുവശത്ത് വിജയമായ ഒരാളും വലതുവശവും തമ്മിലുള്ള വ്യത്യാസം വിശദീകരിക്കും. പക്ഷേ, കുട്ടിയായതിനാൽ, അദ്ദേഹം പറഞ്ഞതൊന്നും ഞാൻ അത്രയ്ക്ക് ശ്രദ്ധിച്ചിരുന്നില്ല. ഒരു തൊഴിലാളിയുടെ മാനസികാവസ്ഥയും ബിസിനസ്സ് ഉടമയുടെ മാനസികാവസ്ഥയും തമ്മിലുള്ള വ്യത്യാസം എനിക്ക് മനസ്സിലായില്ല. ഞാൻ സ്കൂളിനെ അതിജീവിക്കാൻ മാത്രം ശ്രമിക്കുകയായിരുന്നു.

എന്നാലും ഞാൻ അദ്ദേഹത്തിന്റെ വാക്കുകൾ കേട്ടു, വേഗത്തിൽത്തന്നെ അവ എന്നിൽ ധാരണയുണ്ടാക്കാനും തുടങ്ങി. രണ്ട് ഊർജ്ജസ്വലരും വിജയികളുമായ പിതാവിക്കന്മാർ അവർ പറയുന്നതിനെല്ലാം അർഥം നൽകിക്കൊണ്ടിരുന്നു. പക്ഷേ, അവർ ചെയ്തുകൊണ്ടിരുന്നതാണ് E-S വശവും B-I വശവും തമ്മിലുള്ള വ്യത്യാസം നിരീക്ഷിക്കാൻ എന്നെ സഹായിച്ചത്. ആദ്യം, ആ വ്യത്യാസങ്ങൾ ദുർഗ്രഹമായിരുന്നു. പിന്നീട് അവ പ്രത്യക്ഷമായി.

ഉദാഹരണത്തിന്, ചെറിയ പയ്യൻ എന്ന നിലയിൽ ഞാൻ പഠിച്ച ഒരു വേദനാജനകമായ പാഠം, ഒരു പിതാവ് മറ്റേ പിതാവുമായി താരതമ്യം ചെയ്യുമ്പോൾ എത്ര സമയം എന്റെയൊപ്പം ചിലവഴിക്കാൻ ലഭിക്കുന്നു എന്ന ലളിതമായ കാര്യമായിരുന്നു. രണ്ട് പിതാക്കന്മാരുടെയും വിജയവും മഹിമയും വളരുമ്പോൾ, ഒരു പിതാവിന് തന്റെ ഭാര്യയും കുട്ടികളുമൊത്ത് സമയം ചിലവഴിക്കാൻ സമയം കുറവായിരിക്കും എന്നത് സ്വാഭാവികമാണ്. എന്റെ യഥാർഥ പിതാവ് എപ്പോഴും റോഡിലോ, മീറ്റിങ്ങുകളിലോ അല്ലെങ്കിൽ കൂടുതൽ മീറ്റിങ്ങുകൾക്കായി എയർപോർട്ടിലേക്ക് പായുകയോ ആയിരുന്നു. അദ്ദേഹം എത്രത്തോളം വിജയിക്കുന്നുവോ, അത്രയും കുറവ് ഡിന്നറുകളേ ഒരു കുടുംബം എന്ന നിലയിൽ ഞങ്ങൾ ഒരുമിച്ച് കഴിച്ചിട്ടുള്ളൂ. വാരാന്ത്യങ്ങളിൽ, അദ്ദേഹം തന്റെ ചെറിയ തിരക്കുള്ള ഓഫീസിൽ കടലാസുകൾക്കുള്ളിൽ പുതഞ്ഞിരിക്കുമായിരുന്നു.

മറുവശത്ത്, എന്റെ പണക്കാരനായ പിതാവ് അദ്ദേഹത്തിന്റെ വിജയം വളരുന്തോറും കൂടുതൽ സമയം കിട്ടിക്കൊണ്ടിരുന്നു. പണം, സാമ്പത്തികം, ബിസിനസ്സ്, ജീവിതം എന്നിവയെക്കുറിച്ച് ഞാൻ ഒരുപാട് അറിഞ്ഞതിന്റെ കാരണം എന്റെ ധനികനായ പിതാവിന് കൂടുതൽ കൂടുതൽ സമയം തന്റെ കുട്ടികൾക്കും എനിക്കുമൊപ്പം ചിലവഴിക്കാൻ കിട്ടിയിരുന്നു എന്നതാണ്.

മറ്റൊരു ഉദാഹരണം, രണ്ട് പിതാക്കന്മാരും വിജയിക്കുന്തോറും കൂടുതൽ പണം ഉണ്ടാക്കിക്കൊണ്ടിരുന്നു. പക്ഷേ, എന്റെ യഥാർഥ പിതാവ്, വിദ്യാഭ്യാസമുള്ളയാൾ, കടത്തിലേക്കും നീങ്ങിയിരുന്നു. അതുകൊണ്ട് അദ്ദേഹം കഠിനമായി ജോലി ചെയ്യുകയും സ്വയം ഉയർന്ന

വരുമാന നികുതിയിൽ എത്തിപ്പെടുകയും ചെയ്തു. അദ്ദേഹത്തിന്റെ ബാങ്കറും അക്കൗണ്ടന്റും വലിയ വീട് വാങ്ങി 'ടാക്സ്ബ്രേക്ക്' നേടാൻ പറയുമായിരുന്നു. എന്റെ അച്ഛൻ ആ ഉപദേശം മാനിച്ച് വലിയ വീട് വാങ്ങിക്കുകയും പിന്നെ അതിനുള്ള പണം കൊടുക്കാൻ വീണ്ടും കഠിനമായി അദ്ധ്വാനിക്കുകയും ചെയ്യുമായിരുന്നു. അവസാനം, അത് അദ്ദേഹത്തിനെ കുടുംബത്തിൽനിന്നും വീണ്ടും അകലേക്ക് കൊണ്ടുപോയി.

എന്റെ ധനികനായ പിതാവ് വ്യത്യസ്തനായിരുന്നു. അദ്ദേഹം കൂടുതൽ കൂടുതൽ പണമുണ്ടാക്കി. പക്ഷേ, കുറച്ച് നികുതിയേ കൊടുത്തിരുന്നുള്ളൂ. അദ്ദേഹത്തിനും ബാങ്കർമാരും അക്കൗണ്ടന്റുമാരും ഉണ്ടായിരുന്നു. പക്ഷേ, എന്റെ ഉയർന്ന വിദ്യാഭ്യാസമുള്ള പിതാവിന് കിട്ടിയിരുന്നതുപോലെയുള്ള ഉപദേശങ്ങൾ കിട്ടിയിരുന്നില്ല.

പ്രധാന കാരണം

എന്നെ ചതുരത്തിന്റെ ഇടതുവശത്ത് നിൽക്കാൻ അനുവദിക്കാത്ത ചാലകശക്തി, എന്തായാലും, എന്റെ ഉയർന്ന വിദ്യാഭ്യാസമുള്ളതും എന്നാൽ ദരിദ്രനുമായ പിതാവിന് അദ്ദേഹത്തിന്റെ തൊഴിൽ ജീവിതത്തിലെ ഉന്നതിയിലായിരുന്നപ്പോൾ സംഭവിച്ച ഒരു കാര്യമാണ്.

1970-കളുടെ തുടക്കത്തിൽ, ഞാൻ കോളജ് കഴിഞ്ഞ് ഫ്ളോറിഡയിലെ പൻസകോളയിൽ ഒരു വിയറ്റ്നാം ടൂറിനുമുമ്പ് മറൈൻ കോർപ്സിനുവേണ്ടിയുള്ള പൈലറ്റ് ട്രെയിനിങ്ങിലായിരുന്നു. എന്റെ വിദ്യാഭ്യാസമുള്ള പിതാവ് അപ്പോൾ ഹവായ് സംസ്ഥാനത്തെ വിദ്യാഭ്യാസത്തിന്റെ സൂപ്പരിന്റന്റും ഗവർണറിന്റെ സ്റ്റാഫിലെ അംഗവുമായിരുന്നു. ഒരു വൈകുന്നേരം, അദ്ദേഹം ഒരു രസകരമായ വാർത്തയുമായി എനിക്ക് ഫോൺ ചെയ്തു.

'മോനേ', അദ്ദേഹം പറഞ്ഞു, 'ഞാൻ എന്റെ ജോലി രാജിവച്ച് റിപ്പബ്ലിക്കൻ പാർട്ടിക്കായി ഹവായിലെ ല്യൂട്ടനന്റ് ഗവർണർ ആകാൻ മത്സരിക്കാൻ പോകുകയാണ്.'

ഞാൻ ഉമിനീർ വിഴുങ്ങിക്കൊണ്ട് പറഞ്ഞു, 'നിങ്ങൾ നിങ്ങളുടെ ബോസ്സിനെതിരായി മത്സരിക്കാൻ പോകുകയാണോ?'

'അതെ,' അദ്ദേഹം മറുപടി പറഞ്ഞു.

'എന്താ?' ഞാൻ ചോദിച്ചു. 'റിപ്പബ്ലിക്കൻസിന് ഹവായിൽ ഒരു സാധ്യതയുമില്ല. ഡെമോക്രാറ്റിക് പാർട്ടിയും ലേബർ യൂണിയനുകളും വളരെ ശക്തമാണ്.'

'എനിക്കറിയാം മോനേ. നമുക്ക് ജയിക്കാനുള്ള സാധ്യതയില്ലെന്ന് എനിക്കറിയാം. ജഡ്ജ് സാമുവൽ കിങ് ആയിരിക്കും ഗവർണർ സ്ഥാനാർഥി, ഞാൻ അദ്ദേഹത്തിന്റെ കൂട്ടാളിയായിരിക്കും.'

'എന്തിന്?' ഞാൻ വീണ്ടും ചോദിച്ചു. 'നിങ്ങൾ തോൽക്കുമെന്നാണെങ്കിൽ എന്തിനാണ് ബോസ്സിനെതിരേ തിരിയുന്നത്?'

'കാരണം എന്റെ മനസ്സാക്ഷി മറ്റെന്തെങ്കിലും ചെയ്യാൻ അനുവദിക്കുന്നില്ല. ഈ രാഷ്ട്രീയക്കാർ കളിക്കുന്ന കളികൾ എന്നെ അസ്വസ്ഥനാക്കുന്നു.'

'അവർ അഴിമതിക്കാരാണെന്നാണോ പറയുന്നത്?' ഞാൻ ചോദിച്ചു.

'ഞാനങ്ങനെ പറയുന്നില്ല,' എന്റെ യഥാർഥ പിതാവ് പറഞ്ഞു. അദ്ദേഹം ആരെക്കുറിച്ചും അപൂർവമായി മാത്രം മോശം പറയുന്ന സത്യസന്ധനും ധർമിഷ്ഠനുമായ മനുഷ്യനായിരുന്നു. എന്നാലും അദ്ദേഹത്തിന്റെ സ്വരത്തിൽനിന്നും അദ്ദേഹം ദേഷ്യത്തിലും നിരാശതയിലുമാണെന്ന് ഇങ്ങനെ പറഞ്ഞപ്പോൾ മനസ്സിലായി, 'ഞാൻ പറഞ്ഞത് തിരശ്ശീലയ്ക്ക് പിന്നിൽ നടക്കുന്നതെല്ലാം കാണുമ്പോൾ എന്റെ മനസ്സാക്ഷി വിഷമിക്കുന്നു എന്നാണ്. കണ്ണടച്ച് ഒന്നും ചെയ്യാതിരുന്നാൽ എനിക്ക് സഹിക്കാൻ കഴിയില്ല. എന്റെ ജോലിയും ശമ്പളവും മനസ്സാക്ഷിയേക്കാൾ പ്രധാനമല്ല.'

ദീർഘമായ നിശ്ശബ്ദതയ്ക്കുശേഷം, പിതാവ് തീരുമാനിച്ചു കഴിഞ്ഞെന്ന് ഞാൻ തിരിച്ചറിഞ്ഞു. 'ആശംസകൾ,' ഞാൻ പതുക്കെ പറഞ്ഞു. 'നിങ്ങളുടെ ആവേശത്തിൽ ഞാൻ അഭിമാനിക്കുന്നു, നിങ്ങളുടെ മകൻ ആയതിലും.'

എന്റെ അച്ഛനും റിപ്പബ്ലിക്കൻ ടിക്കറ്റും തകർന്നടിഞ്ഞു, പ്രതീക്ഷിച്ചതുപോലെ. പുതിയ ഗവർണർ പറഞ്ഞു എന്റെ പിതാവ് ഇനിയൊരിക്കലും ഹവായ് സംസ്ഥാനത്തിനുവേണ്ടി ജോലി ചെയ്യേണ്ടതില്ലെന്ന്, അദ്ദേഹം ചെയ്തതുമില്ല. 54 വയസ്സിൽ, എന്റെ പിതാവ് ജോലി അന്വേഷിക്കാൻ തുടങ്ങി, ഞാൻ വിയറ്റ്നാമിലേക്കുള്ള യാത്രയിലായിരുന്നു.

എന്റെ യൗവ്വനകാലത്ത്, എന്റെ പിതാവ് ജോലി തേടുകയായിരുന്നു. അദ്ദേഹം വലിയ പദവികളും കുറഞ്ഞ ശമ്പളവുമുള്ള പല ജോലികളിൽ തുടർന്നു. അദ്ദേഹം ഉയരം കൂടിയ, ബുദ്ധിമാനായ, ഊർജ്ജസ്വലനായ തനിക്കറിയാവുന്ന ഒരേയൊരു ലോകമായ സർക്കാർ ഉദ്യോഗസ്ഥരുടെ ലോകത്ത് ഇനി സ്വാഗതം ചെയ്യപ്പെടാത്ത ഒരു മനുഷ്യനായിരുന്നു. അദ്ദേഹം ഒരുപാട് ചെറിയ ബിസിനസ്സുകൾ തുടങ്ങി നോക്കി. കുറച്ചുകാലം കൺസൾട്ടന്റ് ആയിരുന്നു, പ്രശസ്തമായ ഒരു ഫ്രാഞ്ചൈസി കൊണ്ടുവരുകയും ചെയ്തു. പക്ഷേ, അദ്ദേഹത്തിന്റെ ശ്രമങ്ങളെല്ലാം പരാജയപ്പെട്ടു.

അദ്ദേഹത്തിന് പ്രായമാകുന്തോറും കരുത്ത് കുറയാൻ തുടങ്ങി, അതുപോലെ എല്ലാം വീണ്ടും തുടങ്ങാനുള്ള ആവേശവും. അദ്ദേഹത്തിന്റെ ഇച്ഛാശക്തിയില്ലായ്മ ഓരോ ബിസിനസ്സ് പരാജയത്തിലും വർദ്ധിച്ചു വന്നു. അദ്ദേഹം S ആയി രക്ഷപ്പെടാൻ ശ്രമിക്കുന്ന വിജയിയായ E ആയിരുന്നു, അദ്ദേഹത്തിന് യാതൊരു പരിശീലനമോ അനുഭവമോ താല്പര്യമോ ഇല്ലാതിരുന്ന ഒരു ചതുരം. അദ്ദേഹത്തിന് പൊതുവിദ്യാഭ്യാസത്തിന്റെ ലോകം ഇഷ്ടമായിരുന്നു. പക്ഷേ, അതി

ലേക്ക് തിരിച്ചുപോകാനുള്ള വഴി കണ്ടെത്താനായില്ല. സംസ്ഥാന സർക്കാരിന്റെ ജോലി വിലക്ക് നിശ്ശബ്ദമായും, സൗമ്യമായും അവിടെയുണ്ടായിരുന്നു.

സാമൂഹിക സുരക്ഷയോ മെഡികെയറോ ഇല്ലായിരുന്നെങ്കിൽ അദ്ദേഹത്തിന്റെ അവസാന വർഷങ്ങൾ പൂർണ ദുരന്തം ആയിരുന്നേനെ. അദ്ദേഹം അസ്വസ്ഥനും കോപിതനുമായി മരിച്ചു, എന്നാലും വ്യക്തമായ മനസ്സാക്ഷിയുമായി മരിച്ചു.

അപ്പോൾ ഇരുണ്ട കാലത്തേക്ക് പോകാൻ എന്നെ പ്രചോദിപ്പിച്ചതെന്ത്? അത് വീട്ടിലിരുന്ന്, ഫോൺ മണിയടിക്കുന്നതും കാത്ത്, ബിസിനസ്സിന്റെ ലോകത്ത് വിജയിക്കാനായി (അദ്ദേഹത്തിന് ഒട്ടുമറിയാത്ത ലോകം) കാത്തിരിക്കുന്ന വിദ്യാസമ്പന്നനായ എന്റെ പിതാവിന്റെ വേട്ടയാടുന്ന ഓർമ്മയാണ്. അതും എന്റെ ധനികനായ പിതാവിന് വർഷങ്ങൾ കഴിയുന്തോറും സന്തോഷവും വിജയവും കൂടി വരുന്നതും എന്നെ പ്രോത്സാഹിപ്പിച്ചു. 54 വയസ്സിൽ തളരുന്നതിനുപകരം, ധനികനായ പിതാവ് പുഷ്പിച്ചു. അദ്ദേഹത്തിന് അതിനുമുമ്പ് സമ്പത്തിന്റെ ലോകമുണ്ടായിരുന്നു. പക്ഷേ, ഇപ്പോൾ അദ്ദേഹം അതിസമ്പന്നൻ ആയിരുന്നു. 'വൈകികി'യും 'മൌയി'യും വാങ്ങിയ മനുഷ്യൻ എന്ന പേരിൽ അദ്ദേഹം തുടർച്ചയായി പത്രങ്ങളിൽ വന്നു. അദ്ദേഹത്തിന്റെ ക്രമമായി ബിസിനസ്സും നിക്ഷേപവും നിർമ്മിക്കുന്ന വർഷങ്ങൾ വില നൽകുകയായിരുന്നു, അദ്ദേഹം ഐലന്റുകളിലെ ഏറ്റവും വലിയ പണക്കാരൻ ആകാനുള്ള വഴിയിലായിരുന്നു.

ചെറിയ വ്യത്യാസങ്ങൾ വലിയ വ്യത്യാസങ്ങളാകും

എന്റെ ധനികനായ പിതാവ് എനിക്ക് ചതുരങ്ങൾ വിശദീകരിച്ചതുകൊണ്ട്, ഒരാൾ ജോലി ചെയ്ത് ചിലവഴിച്ച വർഷങ്ങൾ അളക്കുമ്പോൾ ചെറിയ വ്യത്യാസങ്ങൾ വലിയ വ്യത്യാസങ്ങളായി വളരുന്നത് എനിക്ക് നന്നായി കാണാൻ കഴിയുമായിരുന്നു. പണമൊഴുക്കിന്റെ ചതുരങ്ങൾ കാരണം, എന്റെ തൊഴിൽ വർഷങ്ങൾ പുരോഗമിക്കുമ്പോൾ എനിക്ക് എന്ത് ചെയ്യണമെന്നതിനേക്കാൾ ഞാൻ ആരാകണമെന്നാണ് ആഗ്രഹമെന്ന് തീരുമാനിക്കുന്നതാണ് നല്ലതെന്ന് അറിയാമായിരുന്നു. കഷ്ടപ്പാടിന്റെ സമയത്ത്, ഈ ആഴത്തിലുള്ള അറിവും എന്റെ കരുത്തരായ പിതാക്കന്മാർ തന്ന പാഠങ്ങളുമാണ് എന്നെ മുന്നോട്ടുനയിച്ചത്.

അത് ചതുരങ്ങളേക്കാൾ കൂടുതലാണ്

പണമൊഴുക്കിന്റെ ചതുരങ്ങൾ രണ്ട് വരകളെക്കാളും ചില അക്ഷരങ്ങളെക്കാളും വലുതാണ്. ഈ ലളിതമായ ഡയഗ്രത്തിന്റെ താഴെയുള്ള പ്രതലം നോക്കിയാൽ, നിങ്ങൾക്ക് വളരെ വ്യത്യസ്തങ്ങളായ ലോകങ്ങൾ കാണാൻ കഴിയും, ലോകത്തിനെ നോക്കിക്കാണുന്നതിനുള്ള വ്യത്യസ്തങ്ങളായ വഴികളും. ഇടതും വലതും വശങ്ങളിലൂടെ ലോകത്തിനെ കാണുന്ന ഒരാൾ എന്ന നിലയിൽ, ഏത് വശത്താണ് നിങ്ങ

ളുള്ളത് എന്നതിനെ ആശ്രയിച്ച് ലോകം വ്യത്യസ്തമായിട്ടായിരിക്കും കാണുകയെന്ന് സത്യസന്ധമായി എനിക്ക് പറയാൻ കഴിയും.

ഒരു ചതുരം മറ്റൊന്നിനേക്കാൾ മികച്ചതൊന്നുമല്ല. ഓരോന്നിനും ശക്തികളും ദൗർബല്യങ്ങളുമുണ്ട്. ഈ പുസ്തകം എഴുതിയത് വിവിധ തരം ചതുരങ്ങളെക്കുറിച്ചും ഓരോന്നിലും സാമ്പത്തിക വിജയം നേടാനായി ആവശ്യമുള്ള വ്യക്തിത്വവികസനത്തെക്കുറിച്ചും നിങ്ങൾക്ക് സൂചന നൽകാൻ വേണ്ടിയാണ്. നിങ്ങൾക്ക് യോജിച്ച സാമ്പത്തിക ജീവിതവഴി തിരഞ്ഞെടുക്കാനുള്ള കൂടുതൽ ഉൾക്കാഴ്ചകൾ നിങ്ങൾ നേടുമെന്ന് ഞാൻ വിശ്വസിക്കുന്നു.

വലതുവശത്തെ ചതുരങ്ങളിൽ സൂചിപ്പിക്കുന്ന വിജയിക്കാൻ പ്രധാനമായ ഒട്ടേറെ നൈപുണ്യങ്ങൾ സ്കൂളിൽ പഠിപ്പിക്കാറില്ല, അത് ബിൽഗേറ്റ്സ്, ടെഡ് ടേർണർ, തോമസ് എഡിസൺ തുടങ്ങിയവർ നേരത്തേ തന്നെ സ്കൂൾ ഉപേക്ഷിച്ച് B & I ൽ വിജയിക്കുന്നതെങ്ങനെയെന്ന് പഠിക്കുകയും ചെയ്തത് വിശദീകരിക്കുന്നു. ഈ പുസ്തകം B & I വശത്ത് വിജയിക്കാൻ ആവശ്യമായ നൈപുണ്യങ്ങളും കാതലായ വ്യക്തിത്വഗുണങ്ങളും തിരിച്ചറിയുന്നുണ്ട്. ആദ്യം, ഞാൻ നാല് ചതുരങ്ങളെക്കുറിച്ച് ഒരു വിശാലമായ അവലോകനം നൽകാം, എന്നിട്ട് B & I വശത്തിനെക്കുറിച്ച് ആഴത്തിൽ ശ്രദ്ധിക്കാം.

ഈ പുസ്തകം വായിച്ചു കഴിയുമ്പോൾ, നിങ്ങളിൽ ചിലർക്ക് എങ്ങനെ നിങ്ങളുടെ വരുമാനം ഉണ്ടാക്കാം എന്ന വഴിയിൽ മാറ്റം വരുത്താൻ ആഗ്രഹമുണ്ടാകും, വേറെ ചിലർക്ക് ഇപ്പോഴുള്ള നിലയിൽ ത്തന്നെ സന്തോഷമായിരിക്കും. നിങ്ങൾ ഒന്നിൽ കൂടുതൽ ചതുരങ്ങളിൽ പ്രവർത്തിക്കാൻ തിരഞ്ഞെടുത്തേക്കാം, ചിലപ്പോൾ എല്ലാ നാല് ചതുരങ്ങളിലും. നമ്മളെല്ലാവരും വ്യത്യസ്തരാണ്, ഒരു ചതുരം മറ്റൊന്നിനേക്കാൾ പ്രധാനപ്പെട്ടതോ മികച്ചതോ അല്ല. ലോകത്തെ ഓരോ

ഗ്രാമത്തിലും, പട്ടണത്തിലും, നഗരത്തിലും, രാജ്യത്തിലും എല്ലാ നാല് ചതുരങ്ങളിലും പ്രവർത്തിക്കാൻ ആളുകളെ ആവശ്യമുണ്ട്, സമൂഹത്തിന്റെ സാമ്പത്തിക സ്ഥിരത ഉറപ്പാക്കുന്നതിനുവേണ്ടി.

അതുപോലെ, നമുക്ക് പ്രായമാകുമ്പോൾ, വ്യത്യസ്തങ്ങളായ അനുഭവങ്ങൾ നേടുമ്പോൾ, നമ്മുടെ താല്പര്യങ്ങൾ മാറും. ഉദാഹരണത്തിന്, സ്കൂളിൽ നിന്നും ഇപ്പോൾ മാത്രം പുറത്തുവന്ന ഒരുപാട് ചെറുപ്പക്കാർ ഒരു ജോലി ലഭിക്കുന്നതിൽ സന്തോഷിക്കുന്നവരാണ്. പക്ഷേ, ഏതാനും വർഷങ്ങൾ കഴിയുമ്പോൾ, അവരിൽ കുറച്ചുപേർ കോർപറേറ്റ് ഏണിപ്പടി കയറാൻ താല്പര്യമില്ലെന്ന് തീരുമാനിക്കുന്നു, അല്ലെങ്കിൽ അവർക്ക് തിരഞ്ഞെടുത്ത മേഖലയിൽ താല്പര്യം നഷ്ടപ്പെടുന്നു. പ്രായത്തിന്റെയും അനുഭവത്തിന്റെയും ഈ മാറ്റങ്ങൾ മിക്കവാറും ഒരാൾക്ക് വളർച്ചയ്ക്കായുള്ള പുതിയ ഉപായങ്ങളും, വെല്ലുവിളികളും, സാമ്പത്തിക ലാഭവും, വ്യക്തിപരമായ സന്തോഷവും തേടാനുള്ള കാരണമാകുന്നു. ആ ലക്ഷ്യങ്ങൾ നേടുന്നതിനുള്ള പുതിയ ചില ആശയങ്ങൾ ഈ പുസ്തകം നൽകുമെന്ന് ഞാൻ പ്രതീക്ഷിക്കുന്നു.

ചുരുക്കത്തിൽ, ഈ പുസ്തകം വീടില്ലായ്മയെക്കുറിച്ചല്ല, മറിച്ച് ഒരു വീട് കണ്ടെത്തുന്നതിനെക്കുറിച്ചാണ് – ഒരു ചതുരത്തിലോ ചതുരങ്ങളിലോ ഒരു വീട്.

അദ്ധ്യായം രണ്ട്

പലതരം ചതുരങ്ങൾ, പലതരം ആളുകൾ

ചതുരങ്ങൾ മാറുന്നത് മിക്കപ്പോഴും നിങ്ങൾ ആരാണെന്നതിന്റെ കാതലിലുള്ള മാറ്റമാകുന്നു.

'നിങ്ങൾക്ക് വയസ്സൻ നായയെ പുതിയ അടവുകൾ പഠിപ്പിക്കാനാവില്ല,' എന്റെ ഉയർന്ന വിദ്യാഭ്യാസമുള്ള പിതാവ് എപ്പോഴും പറയുമായിരുന്നു.

ഞാൻ അദ്ദേഹവുമായി ഒരുപാട് അവസരങ്ങളിൽ സംസാരിച്ചിട്ടുണ്ട്, പണമൊഴുക്കിന്റെ ചതുരങ്ങളെപ്പറ്റി പരമാവധി പരിശ്രമിച്ച്, അദ്ദേഹത്തിന് പുതിയ ചില സാമ്പത്തികദിശകൾ നൽകുന്നതിനായി. 60 വയസ്സോടടുത്തപ്പോൾ, അദ്ദേഹത്തിന് തന്റെ ഒരുപാട് സ്വപ്നങ്ങൾ ഫലിക്കില്ലെന്ന് തിരിച്ചറിഞ്ഞു. അദ്ദേഹത്തിന്റെ 'കരിമ്പട്ടികയിൽ പെടൽ' സ്റ്റേറ്റ് ഗവൺമെന്റിന്റെ മതിലുകൾക്കപ്പുറം പോകുന്നെന്ന് തോന്നി. അദ്ദേഹം അപ്പോൾ സ്വയം കരിമ്പട്ടികയിൽ പെടുത്തുകയായിരുന്നു.

'ഞാനത് ശ്രമിച്ചു, പക്ഷേ നടന്നില്ല,' അദ്ദേഹം പറഞ്ഞു.

എന്റെ പിതാവ് സൂചിപ്പിച്ചത് S ചതുരത്തിൽ വിജയിക്കാനായി കൺസൾട്ടന്റ് എന്ന സ്വയം തൊഴിൽ എടുത്തതും B ആയി തന്റെ കുറേ സമ്പാദ്യങ്ങൾ പ്രശസ്തമായ ഐസ് ക്രീം ഫ്രാഞ്ചൈസിൽ ഒഴുക്കി പരാജയപ്പെട്ടതുമായ ശ്രമങ്ങളെക്കുറിച്ചായിരുന്നു.

ബുദ്ധിമാനായതുകൊണ്ട്, അദ്ദേഹം ഓരോ ചതുരത്തിലും ആവശ്യമായ സാങ്കേതിക നൈപുണ്യങ്ങളെക്കുറിച്ച് തത്വത്തിൽ മനസ്സിലാക്കിയിരുന്നു. വേണമെങ്കിൽ തനിക്ക് അതെല്ലാം പഠിക്കാൻ കഴിയുമെന്ന് അദ്ദേഹത്തിന് അറിയാമായിരുന്നു. പക്ഷേ, അദ്ദേഹത്തിനെ പിന്നോട്ട് വലിക്കുന്ന എന്തോ ഉണ്ടായിരുന്നു.

ഒരു ദിവസം ഉച്ചഭക്ഷണം കഴിക്കുമ്പോൾ, ഞാൻ എന്റെ ധനികനായ പിതാവിനോട് എന്റെ വിദ്യാസമ്പന്നനായ പിതാവിനെക്കുറിച്ച് സംസാരിച്ചു. 'നിന്റെ അച്ഛനും ഞാനും അടിസ്ഥാനപരമായി ഒരേ മനുഷ്യരാണ്,' ധനികനായ പിതാവ് പറഞ്ഞു. 'ഞങ്ങൾക്ക് രണ്ടാൾക്കും പേടികളും, സംശയങ്ങളും, വിശ്വാസങ്ങളും, കരുത്തുകളും, ദൗർബല്യങ്ങളും ഉള്ളപ്പോഴും, ഞങ്ങൾ ആ അടിസ്ഥാനപരമായ സാദൃശ്യങ്ങളോട് പ്രതികരിക്കുന്നത് വളരെ വ്യത്യസ്തമായിട്ടാണ്.'

'ആ വ്യത്യാസങ്ങൾ എന്തൊക്കെയാണെന്ന് പറയാമോ?' ഞാൻ ചോദിച്ചു.

'ലഞ്ച് കഴിക്കുമ്പോഴല്ല.' ധനികനായ പിതാവ് പറഞ്ഞു. 'പക്ഷേ, ആ വ്യത്യാസങ്ങളോട് ഞങ്ങൾ പ്രതികരിക്കുന്നതാണ് ഞങ്ങളെ ഒന്ന് അല്ലെങ്കിൽ മറ്റൊരു ചതുരത്തിൽ തുടരാൻ കാരണമാകുന്നത്. നിന്റെ അച്ഛൻ E ചതുരത്തിൽനിന്നും B ചതുരത്തിലേക്ക് മാറാൻ ശ്രമിച്ചപ്പോൾ, ആശയപരമായി അദ്ദേഹത്തിന് ആ പ്രക്രിയ അറിയാമായിരുന്നിരിക്കും. പക്ഷേ, അത് വൈകാരികമായി കൈകാര്യം ചെയ്യാൻ സാധിച്ചില്ല. കാര്യങ്ങൾ സുഗമമായി നടക്കാതിരിക്കുമ്പോഴും അദ്ദേഹത്തിന് പണം നഷ്ടമാകാൻ തുടങ്ങിയപ്പോഴും, അദ്ദേഹത്തിന് പ്രശ്നങ്ങൾ പരിഹരിക്കുന്നതിന് എന്ത് ചെയ്യണമെന്ന് അറിയില്ലായിരുന്നു, അങ്ങനെ അദ്ദേഹം തനിക്ക് ഏറ്റവും സൗകര്യപ്രദമായ ചതുരത്തിലേക്ക് തിരിച്ചുപോയി.

'E ഉം ചിലപ്പോൾ S ചതുരവും,' ഞാൻ പറഞ്ഞു.

ധനികനായ പിതാവ് തലകുലുക്കി. 'പണം നഷ്ടപ്പെടുമെന്നോ തോൽക്കുമെന്നോയുള്ള ഭയം അകമേ വളരെ വേദനാജനകമാണ്, ഞങ്ങൾ ഇരുവർക്കുമുള്ള ഒരു ഭയം, അദ്ദേഹം സുരക്ഷ തേടിപ്പോകുകയും ഞാൻ സ്വാതന്ത്ര്യം തിരഞ്ഞെടുക്കുകയും ചെയ്തു.'

'അതാണ് പ്രധാന വ്യത്യാസവും,' ഞാൻ പറഞ്ഞു, ബില്ല് കൊണ്ടുവരാൻ വെയ്റ്ററോട് ആംഗ്യം കാണിച്ചുകൊണ്ട്.

'നമ്മളെല്ലാം മനുഷ്യരാണെങ്കിലും,' ധനികനായ പിതാവ് പറഞ്ഞു, 'പണത്തിന്റെയും പണവുമായി ബന്ധപ്പെട്ട വികാരങ്ങളുടെയും കാര്യം വരുമ്പോൾ, നമ്മൾ വ്യത്യസ്തമായി പ്രതികരിക്കുന്നു. ആ വികാരങ്ങളോട് നമ്മൾ എങ്ങനെ പ്രതികരിക്കുന്നു എന്നത് ഏത് ചതുരത്തിൽ നിന്നുമാണ് നമ്മൾ വരുമാനം ഉണ്ടാക്കാനായി തിരഞ്ഞെടുക്കുന്നത് എന്നത് തീരുമാനിക്കുന്നു.'

'വ്യത്യസ്തരായ ആളുകൾക്ക് വ്യത്യസ്തമായ ചതുരങ്ങൾ,' ഞാൻ പറഞ്ഞു.

'ശരിയാണ്,' എഴുന്നേറ്റ് വാതിലിലേക്ക് നടക്കുമ്പോൾ ധനികനായ പിതാവ് പറഞ്ഞു. 'നീ ഏതെങ്കിലും ചതുരത്തിൽ വിജയിക്കണമെങ്കിൽ, നിനക്ക് വെറും സാങ്കേതിക നൈപുണ്യങ്ങളേക്കാൾ കൂടുതൽ ആവശ്യമാണ്. ആളുകൾ വിവിധ ചതുരങ്ങൾ തിരഞ്ഞെടുക്കുന്നതിന്റെ കാതലായ വ്യത്യാസങ്ങളും നീ മനസ്സിലാക്കണം. അത് അറിയാമെങ്കിൽ, ജീവിതം വളരെ എളുപ്പമാകും.'

സേവകൻ ധനികനായ പിതാവിന്റെ കാർ കൊണ്ടുവരുമ്പോൾ ഞങ്ങൾ ഹസ്തദാനം ചെയ്ത് ഗുഡ്ബൈ പറയുകയായിരുന്നു.

'ഓ, ഒരു കാര്യം കൂടി,' ഞാൻ തിടുക്കത്തിൽ പറഞ്ഞു, 'എന്റെ അച്ഛന് മാറാൻ കഴിയുമോ?'

'ഓ, തീർച്ചയായും,' ധനികനായ പിതാവ് പറഞ്ഞു. 'ആർക്കും മാറാവുന്നതാണ്. പക്ഷേ, ചതുരങ്ങൾ മാറുന്നത് ജോലിയോ തൊഴിൽ

മേഖലയോ മാറുന്നത് പോലെയല്ല. ചതുരങ്ങൾ മാറുന്നത് മിക്കപ്പോഴും നിങ്ങൾ ആരാണ് എന്നതിലെ കാതലായ മാറ്റമാണ് – നിങ്ങൾ എങ്ങനെ ചിന്തിക്കുന്നു, എങ്ങനെ ലോകത്തിനെ കാണുന്നു എന്നതെല്ലാം. ചിലർക്ക് മാറ്റം മറ്റുള്ളവരേക്കാൾ എളുപ്പമായിരിക്കും, കാരണം ചില ആളുകൾ മാറ്റത്തിനെ സ്വാഗതം ചെയ്യും, മറ്റുള്ളവർ പൊരുതും. ചതുരങ്ങൾ മാറുന്നത് മിക്കവാറും ജീവിതംതന്നെ മാറ്റുന്ന അനുഭവമായിരിക്കും. പുഴു ചിത്രശലഭമായി മാറുന്ന പഴയ കഥ പോലെ അഗാധമായ മാറ്റമായിരിക്കും. നിങ്ങൾ മാത്രമായിരിക്കില്ല മാറുന്നത്, നിങ്ങളുടെ സുഹൃത്തുക്കളും മാറും. പഴയ സുഹൃത്തുക്കളുമായി സൗഹൃദം അപ്പോഴും ഉണ്ടായിരിക്കുമെങ്കിലും, പുഴുവിന് ചിത്രശലഭം ചെയ്യുന്ന കാര്യങ്ങൾ ചെയ്യാൻ പ്രയാസമായിരിക്കും. അതുകൊണ്ട് മാറ്റങ്ങൾ വലുതായിരിക്കും, അധികം ആളുകൾ അത് തിരഞ്ഞെടുക്കില്ല.'

സേവകൻ ഡോർ അടച്ചു, എന്റെ ധനികനായ പിതാവ് ഓടിച്ചുപോയി, ഞാൻ കാതലായ മാറ്റങ്ങളെക്കുറിച്ച് ആലോചിച്ചുകൊണ്ടിരുന്നു.

എന്തൊക്കെയാണ് കാതലായ മാറ്റങ്ങൾ?

ആളുകൾ E, S, B, അല്ലെങ്കിൽ I ആണോയെന്ന് അവരെക്കുറിച്ച് അധികമൊന്നും അറിയാതെ എങ്ങനെ പറയാൻ സാധിക്കും? ഒരു വഴി അവരുടെ വാക്കുകൾ ശ്രദ്ധിക്കുക എന്നതാണ്.

എന്റെ ധനികനായ പിതാവിന്റെ ഒരു മികച്ച നൈപുണ്യം ആളുകളെ 'വായിക്കാൻ' കഴിയും എന്നതാണ്. പക്ഷേ, പുസ്തകത്തിനെ അതിന്റെ പുറംചട്ടകൊണ്ട് വിലയിരുത്തരുത് എന്നും അദ്ദേഹം വിശ്വസിച്ചിരുന്നു. ധനികനായ പിതാവിന്, ഹെൻറി ഫോർഡിനെപ്പോലെ, മികച്ച വിദ്യാഭ്യാസം ഉണ്ടായിരുന്നില്ല. പക്ഷേ, ഇരുവർക്കും എങ്ങനെ ഒപ്പം ആളുകളെ തിരഞ്ഞെടുക്കണം അവർക്കൊപ്പം ജോലി ചെയ്യണം എന്ന് അറിയാമായിരുന്നു. ധനികനായ പിതാവ് എപ്പോഴും എന്നോട് പറയുമായിരുന്നു, സമർത്ഥരായ ആളുകളെ ഒരുമിച്ച് ചേർത്ത് ഒരു ടീം ആയി ജോലി ചെയ്യുന്നതാണ് അദ്ദേഹത്തിന്റെ അടിസ്ഥാന നൈപുണ്യങ്ങളിൽ ഒന്ന് എന്ന്.

എനിക്ക് ഒമ്പത് വയസ്സയിരുന്നപ്പോൾ, എന്റെ ധനികനായ പിതാവ് എന്നെ B & I ചതുരങ്ങളിൽ വിജയിക്കാൻ ആവശ്യമായ നൈപുണ്യങ്ങൾ പഠിപ്പിച്ചു തരാൻ തുടങ്ങി. ആ നൈപുണ്യങ്ങളിൽ ഒന്ന് ഒരാളുടെ ഉപരിതലത്തിനപ്പുറം പോയി അയാളുടെ കാതലിലേക്ക് നോക്കുന്നതാണ്. ധനികനായ പിതാവ് പറയുമായിരുന്നു, 'ഞാൻ ഒരാളുടെ വാക്കുകൾ കേൾക്കുകയാണെങ്കിൽ, ഞാൻ അവരുടെ ആത്മാക്കളെ കാണുകയും അനുഭവിക്കുകയും ചെയ്യുന്നു.'

അപ്പോൾ ഒരു പയ്യൻ എന്ന നിലയിൽ, ധനികനായ പിതാവ് ആളുകളെ നിയമിക്കുമ്പോൾ ഞാൻ കൂടെയിരിക്കാൻ തുടങ്ങി. ആ അഭിമുഖങ്ങളിൽ നിന്നും ഞാൻ ശ്രദ്ധിക്കാൻ പഠിച്ചു, വാക്കുകൾ അല്ല,

കാതലായ മൂല്യങ്ങൾ അവരുടെ ആത്മാവിൽനിന്നും വരുന്ന മൂല്യങ്ങൾ എന്ന് എന്റെ ധനികനായ പിതാവ് പറയുന്നവ.

E ചതുരത്തിലെ വാക്കുകൾ

E (തൊഴിലാളി) ചതുരത്തിൽനിന്നും വരുന്ന ഒരാൾ പറയാൻ സാധ്യതയുള്ളത്: 'ഞാൻ സുരക്ഷിതമായ, നല്ല ശമ്പളവും ആനുകൂല്യങ്ങളുമുള്ള ജോലിയാണ് അന്വേഷിക്കുന്നത്.'

S ചതുരത്തിലെ വാക്കുകൾ

S (സ്വയം തൊഴിൽ ചെയ്യുന്നയാൾ) ചതുരത്തിലുള്ള ഒരാൾ പറയും: 'എന്റെ റേറ്റ് മണിക്കൂറിന് $75 ആണ്.' അല്ലെങ്കിൽ 'എന്റെ സാധാരണ കമ്മീഷൻ റേറ്റ് മൊത്തം വിലയുടെ ആറ് ശതമാനമാണ്.' അല്ലെങ്കിൽ 'എനിക്ക് ജോലി ചെയ്യാനും ശരിയായി ജോലി ചെയ്യാനും ആഗ്രഹമുള്ളവരെ കണ്ടെത്താനാകുന്നില്ല.' അല്ലെങ്കിൽ 'എനിക്ക് ഈ പ്രൊജക്റ്റിനായി 20 മണിക്കൂറുകളിൽ കൂടുതലുണ്ട്.'

B ചതുരത്തിലെ വാക്കുകൾ

B (ബിസിനസ്സ് ഉടമ) ചതുരത്തിൽ പ്രവർത്തിക്കുന്ന ഒരാൾ പറയും: 'എന്റെ കമ്പനി നടത്തിക്കൊണ്ടുപോകാൻ ഞാൻ ഒരു പുതിയ പ്രസിഡന്റിനെ അന്വേഷിക്കുകയാണ്.'

I ചതുരത്തിലെ വാക്കുകൾ

I (നിക്ഷേപകൻ) ചതുരത്തിൽ പ്രവർത്തിക്കുന്ന ഒരാൾ പറയും 'എന്റെ പണമൊഴുക്ക് ഇന്റേർണൽ റേറ്റ് ഓഫ് റിട്ടേൺ അനുസരിച്ചാണോ നെറ്റ് റേറ്റ് ഓഫ് റിട്ടേൺ അനുസരിച്ചാണോ?'

വാക്കുകൾ ഉപകരണങ്ങളാണ്

ഒരിക്കൽ എന്റെ ധനികനായ പിതാവിന് താൻ അഭിമുഖം ചെയ്യുന്ന ആളുടെ കാതൽ എന്തെന്നു മനസ്സിലായാൽ, ആ നിമിഷത്തേയ്ക്കെങ്കിലും, അദ്ദേഹത്തിന് അവർ ശരിക്കും എന്താണ് അന്വേഷിക്കുന്നതെന്നും, അവർക്ക് എന്താണ് മുന്നോട്ടുവയ്ക്കാനുള്ളതെന്നും, അവരോട് സംസാരിക്കുമ്പോൾ ഉപയോഗിക്കേണ്ട വാക്കുകൾ ഏതൊക്കെയാണെന്നും അറിയാൻ കഴിയും. ധനികനായ പിതാവ് എപ്പോഴും പറയുമായിരുന്നു, 'വാക്കുകൾ ശക്തമായ ഉപകരണങ്ങളാണ്.'

ധനികനായ പിതാവ് അദ്ദേഹത്തിനെ മകൻ മൈക്കിനെയും എന്നേയും ഓർമ്മപ്പെടുത്തി. 'നിങ്ങൾക്ക് ആളുകളുടെ നേതാവാകണമെങ്കിൽ, നിങ്ങൾ വാക്കുകളുടെ അധിപനായിരിക്കണം.'

മികച്ച B ആകണമെങ്കിൽ ആവശ്യമായ നൈപുണ്യങ്ങളിൽ ഒന്ന് വാക്കുകളുടെ അധിപൻ ആകുക എന്നതാണ്, ഏത് ആൾക്കാരിൽ ഏത് വാക്കുകൾ ഫലിക്കും എന്നറിയുന്നതാണ്. അദ്ദേഹം ഞങ്ങളെ

ആദ്യം ഒരാൾ പറയുന്ന വാക്കുകൾ ശ്രദ്ധയോടെ കേൾക്കാൻ പരിശീലിപ്പിച്ചു. പിന്നെ ഞങ്ങൾക്കറിയാം ഏത് വാക്കുകൾ ഉപയോഗിക്കണമെന്നും എപ്പോൾ ഉപയോഗിക്കണമെന്നും, ഒരു വ്യക്തിയോട് ഏറ്റവും ഫലപ്രദമായ രീതിയിൽ പ്രതികരിക്കുന്നതിനായി.

ധനികനായ പിതാവ് വിശദീകരിച്ചു, 'ഒരു വാക്ക് ഒരാളെ ആവേശത്തിലാക്കാം, അതേസമയം അതേ വാക്ക് മറ്റൊരാളെ മൊത്തത്തിൽ നിരാശപ്പെടുത്തിക്കളയും.'

ഉദാഹരണത്തിന്, 'നഷ്ടസാധ്യത' എന്ന വാക്ക് I ചതുരത്തിൽ ഉള്ളയാൾക്ക് ആവേശമുള്ളതായിരിക്കും. പക്ഷേ, E ചതുരത്തിലുള്ള ഒരാളിൽ ഭയം ജനിപ്പിക്കും.

മഹാന്മാരായ നേതാക്കൾ ആകുവാൻ, ധനികനായ പിതാവ് ഊന്നിപ്പറഞ്ഞത് ഞങ്ങൾ ആദ്യം മഹാന്മാരായ ശ്രദ്ധാലുക്കൾ ആകണമെന്നാണ്. ഒരു വ്യക്തി ഉപയോഗിക്കുന്ന വാക്കുകൾ ശ്രദ്ധിച്ചില്ലെങ്കിൽ, നിങ്ങൾക്ക് ഒരിക്കലും അവരുടെ ആത്മാവിനെ അനുഭവിക്കാൻ കഴിയില്ല. അവരുടെ ആത്മാവിനെ കേട്ടില്ലെങ്കിൽ, നിങ്ങൾക്ക് ഒരിക്കലും ആരോടാണ് സംസാരിക്കുന്നതെന്ന് അറിയുകയുമില്ല.

കാതലായ വ്യത്യാസങ്ങൾ

'അവരുടെ വാക്കുകൾ കേൾക്കൂ; അവരുടെ ആത്മാക്കളെ അനുഭവിക്കൂ,' എന്ന് അദ്ദേഹം പറയുന്നതിന്റെ കാരണം, ഒരു വ്യക്തി തിരഞ്ഞെടുക്കുന്ന വാക്കുകളുടെ പിന്നിൽ ആ വ്യക്തിയുടെ കാതലായ മൂല്യങ്ങളും വ്യത്യാസങ്ങളും ഉള്ളതുകൊണ്ടാണ്. ഒരു ചതുരത്തിലുള്ള ആളുകളെ മറ്റൊന്നിലുള്ളവരുമായി വേർതിരിക്കുന്ന ചില സാധാരണത്വങ്ങൾ താഴെ പറയുന്നവയാണ്:

1. E (തൊഴിലാളി)

ഞാൻ 'സുരക്ഷ', 'ആനുകൂല്യങ്ങൾ' എന്നിങ്ങനെയുള്ള വാക്കുകൾ കേൾക്കുമ്പോൾ ആ വ്യക്തി കാതലായി ആരാണെന്ന ഒരു ഊഹം എനിക്ക് ലഭിക്കും. 'സുരക്ഷ' എന്ന വാക്ക് വികാരം

അല്ലെങ്കിൽ ഭയം എന്നിവയോടുള്ള പ്രതികരണമായിട്ടാണ് ഉപയോഗിക്കാറുള്ളത്.

ഒരു വ്യക്തിയ്ക്ക് ഭയം തോന്നുകയാണെങ്കിൽ, സുരക്ഷ ആവശ്യമാണ് എന്ന വാക്യം ആയിരിക്കും മിക്കവാറും E ചതുരത്തിൽ നിന്നുമുള്ള ഒരാൾ പ്രധാനമായും ഉപയോഗിക്കുക. പണം, ജോലികൾ എന്നിവയിലെത്തുമ്പോൾ, സാമ്പത്തിക അനിശ്ചിതത്വത്തിനൊപ്പം വരുന്ന ഭയം എന്ന വികാരത്തിനെ ചുമ്മാ വെറുക്കുന്ന ആളുകൾ ധാരാളമുണ്ട്: അതുകൊണ്ടാണ് സുരക്ഷയോടുള്ള ആഗ്രഹം. 'ആനുകൂല്യം' എന്ന വാക്ക് അർഥമാക്കുന്നത് ആളുകൾക്ക് കൂടുതലായി എന്തെങ്കിലും പ്രതിഫലം ആഗ്രഹിക്കുന്നു എന്നാണ്, നിർവചിക്കപ്പെട്ടതും ഉറപ്പുള്ളതുമായ അധിക പ്രതിഫലം, ആരോഗ്യ ഇൻഷുറൻസ് അല്ലെങ്കിൽ റിട്ടയർമെന്റ് പ്ലാൻ എന്നിവപോലെ.

പ്രധാനം എന്താണെന്നാൽ അവർക്ക് സുരക്ഷ വേണം, അതും എഴുതി കാണണം. അനിശ്ചിതത്വം അവരെ സന്തോഷവാന്മാരാക്കുന്നില്ല; അവരുടെ ആന്തരികമനസ്സ് പറയുന്നത്, 'ഞാനിത് നിങ്ങൾക്ക് തരുമെന്ന് വാക്ക് നൽകാം, പകരം അത് തരുമെങ്കിൽ.'

അവർക്ക് അല്പം നിശ്ചിതത്വത്തിന്റെ സാന്നിദ്ധ്യത്തിൽ സ്വന്തം ഭയം കുറയ്ക്കണമെന്നാണുള്ളത്, അപ്പോൾ അവർ ജോലിയുടെ കാര്യം വരുമ്പോൾ സുരക്ഷയും ശക്തമായ കരാറുകളും അന്വേഷിക്കും. അവർ കൃത്യമായി പറയും, 'എനിക്ക് പണത്തിൽ അത്ര താല്പര്യമില്ല.' അവർക്ക്, സുരക്ഷ എന്ന ആശയമാണ് മിക്കപ്പോഴും പണത്തിനേക്കാൾ പ്രധാനം.

തൊഴിലാളികൾ എന്നാൽ കമ്പനികളുടെ പ്രസിഡന്റുമാരോ തൂപ്പുകാരോ ആകാം. അവർ എന്ത് ചെയ്യുന്നു എന്നതിൽ വലിയ കാര്യമില്ല. പക്ഷേ, അവരെ ജോലിക്കെടുക്കുന്ന വ്യക്തിയുമായോ സ്ഥാപനവുമായോ ഉള്ള കരാർ ആണ് പ്രധാനം.

2. S (സ്വയം തൊഴിൽ ചെയ്യുന്നവർ)

ഇത്തരക്കാർ 'സ്വന്തം ബോസ്' ആകണമെന്നോ, 'സ്വന്തമായി എന്തെങ്കിലും ചെയ്യണം' എന്നോ ആഗ്രഹിക്കുന്നവരാണ്. ഈ ഗണത്തിൽപ്പെട്ടവരെ ഞാൻ 'സ്വന്തമായി ചെയ്യുന്നവർ' എന്ന് വിളിക്കും.

മിക്കപ്പോഴും, പണം വിഷയമായി വരുമ്പോൾ, ഒരു കടുത്ത S-ന് അയാളുടെ വരുമാനം മറ്റൊരാളെ ആശ്രയിച്ചിരിക്കുന്നത് ഇഷ്ട മാവില്ല. മറ്റൊരു തരത്തിൽ പറഞ്ഞാൽ, S കഠിനാദ്ധ്വാനം ചെയ്യു ന്നുണ്ടെങ്കിൽ, അവരുടെ ജോലിക്കനുസരിച്ചുള്ള പ്രതിഫലം പ്രതീക്ഷിക്കും.

S മാർക്ക് അവർ സമ്പാദിക്കുന്ന പണം മറ്റൊരാളോ അവരെ പ്പോലെ കഠിനാദ്ധ്വാനം ചെയ്യാത്ത ഒരു ഗണമോ അനുശാസിക്കു ന്നത് പോലെയാകുന്നത് ഇഷ്ടമല്ല. അവർ കഠിനാദ്ധ്വാനം ചെയ്യുന്നു ണ്ടെങ്കിൽ, നല്ല പ്രതിഫലവും പ്രതീക്ഷിക്കും.

മറിച്ച്, അവർക്കറിയാം കഠിനാദ്ധ്വാനം ചെയ്യുന്നില്ലെങ്കിൽ നല്ല പ്രതിഫലം അർഹിക്കുന്നില്ലെന്ന്. പണത്തിന്റെ കാര്യം വരുമ്പോൾ, അവർ തീക്ഷ്ണമായി സ്വതന്ത്രരായ ആത്മാക്കളാണ്.

ഭയം എന്ന വികാരം

അപ്പോൾ E എപ്പോഴും പണമില്ലാതിരിക്കുന്നതിന്റെ ഭയത്തിനോട് സുരക്ഷ തേടിക്കൊണ്ട് പ്രതികരിക്കുമ്പോൾ, S എപ്പോഴും വ്യത്യസ്ത മായി പ്രതികരിക്കുന്നു. ഈ ചതുരത്തിലുള്ള ആളുകൾ ഭയത്തിനോട് പ്രതികരിക്കുക സുരക്ഷ തേടിക്കൊണ്ടല്ല. പക്ഷേ, ആ സന്ദർഭത്തിന്റെ നിയന്ത്രണം സ്വയം ഏറ്റെടുത്തുകൊണ്ടായിരിക്കും. അതുകൊണ്ടാണ് S ഗണത്തിനെ ഞാൻ സ്വന്തമായി ചെയ്യുന്നവർ എന്ന് വിളിക്കുന്നത്. ഭയം, സാമ്പത്തിക നഷ്ടസാധ്യത എന്നിവ വരുമ്പോൾ, അവർക്ക് കാള യുടെ കൊമ്പിൽ പിടിക്കണം.

ഈ ഗണത്തിൽ നിങ്ങൾക്ക് നല്ല വിദ്യാഭ്യാസമുള്ള പ്രൊഫ ഷണലുമാർ, വർഷങ്ങളോളം സ്കൂളിൽ ചിലവഴിച്ച ഡോക്ടർമാർ, വക്കീലുമാർ, ഡെന്റിസ്റ്റുകൾ തുടങ്ങിയവരെ കാണാം. അതുപോലെ S ഗണത്തിലുള്ളവർ പരമ്പരാഗത സ്കൂളിൽ നിന്നും വ്യത്യസ്തമായോ അല്ലെങ്കിൽ അതിനുപരിയായോ വിദ്യാഭ്യാസം നേടിയവരായിരിക്കും. ഈ ഗണം നേരിട്ട് കമ്മീഷൻ വാങ്ങുന്ന സെയിൽസ് ആളുകളും റിയൽ എസ്റ്റേറ്റ് ഏജന്റുമാരും റീടേയിൽ ഷോപ്പുകാർ, ക്ലീനറുമാർ, റസ്റ്റാറന്റ് നടത്തുന്നവർ, കൺസൾട്ടന്റുമാർ, തെറാപിസ്റ്റുകൾ, ട്രാവൽ ഏജന്റു മാർ, കാർ മെക്കാനിക്കുകൾ, പ്ലംബർമാർ, ആശാരിമാർ, വൈദികർ, ഇലക്ട്രീഷ്യന്മാർ, ഹെയർ സ്റ്റൈലിസ്റ്റുകൾ, കലാകാരന്മാർ പോലെ യുള്ള ചെറിയ ബിസിനസ്സ് ഉടമകളും ആയിരിക്കും.

ഈ ഗണത്തിന്റെ പ്രിയപ്പെട്ട ഗാനം "Nobody Does It Better" അല്ലെങ്കിൽ "I Did It My Way" ആയിരിക്കും.

സ്വയം തൊഴിൽ ചെയ്യുന്നവർ മിക്കപ്പോഴും കടുത്ത പൂർണതാവാദികൾ ആയിരിക്കും. അവർക്ക് എപ്പോഴും എന്തെങ്കിലും മികച്ച രീതിയിൽ ചെയ്യണമെന്നായിരിക്കും ആഗ്രഹം. അവരുടെ മനസ്സിൽ, അവരേക്കാൾ മറ്റാർക്കും അത് നന്നായി ചെയ്യാൻ കഴിയില്ല, അതുകൊണ്ട് അവർ മറ്റാരെങ്കിലും അത് ചെയ്യുന്നതിനെ വിശ്വാസത്തിലെടുക്കില്ല. പല കാര്യങ്ങളിലും, അവർ സ്വന്തമായ ശൈലിയും രീതികളും ഉപയോഗിച്ച് പ്രവർത്തിക്കുന്ന ശരിയായ കലാകാരന്മാർ ആയിരിക്കും.

അതുകൊണ്ടാണ് നമ്മൾ അവരെ ജോലിക്കെടുക്കുന്നത്. നിങ്ങൾ ഒരു ബ്രെയിൻ സർജനെ ജോലിക്കെടുക്കുകയാണെങ്കിൽ, ആ ബ്രെയിൻ സർജന് വർഷങ്ങളുടെ പരിശീലനവും പ്രവൃത്തിപരിചയവും ഉണ്ടാകണമെന്ന് നിങ്ങൾ ആഗ്രഹിക്കും. പക്ഷേ, ഏറ്റവും പ്രധാനമായി, ആ ബ്രെയിൻ സർജൻ ഒരു പൂർണതാവാദി ആയിരിക്കണമെന്നായിരിക്കും നിങ്ങൾ ആഗ്രഹിക്കുക. അതുപോലെത്തന്നെയാണ് ഡെന്റിസ്റ്റ്, ഹെയർ സ്റ്റൈലിസ്റ്റ്, മാർക്കറ്റിങ് കൺസൾട്ടന്റ്, പ്ലംബർ, ഇലക്ട്രീഷ്യൻ, വക്കീൽ അല്ലെങ്കിൽ കോർപറേറ്റ് ട്രെയിനർ തുടങ്ങിയവരുടെ കാര്യത്തിലും. നിങ്ങൾ, ആ വ്യക്തിയ ജോലിക്കെടുക്കുന്ന ക്ലയന്റ് എന്ന നിലയിൽ, ഏറ്റവും മികച്ചയാളെ ആഗ്രഹിക്കുന്നു.

ഈ ഗണത്തിലുള്ള ആളുകൾക്ക്, തൊഴിലിൽ പണം അല്ല ഏറ്റവും പ്രധാനപ്പെട്ട കാര്യം. അവരുടെ സ്വാതന്ത്ര്യം, അവരുടെ രീതിയിൽ കാര്യങ്ങൾ ചെയ്യാനുള്ള സ്വാതന്ത്ര്യം, പിന്നെ അവരുടെ മേഖലയിലെ വിദഗ്ധൻ എന്ന ബഹുമാനം തുടങ്ങിയവയാണ് പണത്തിനേക്കാൾ പ്രധാനം. അവരെ ജോലിക്കെടുക്കുമ്പോൾ, നിങ്ങൾക്ക് എന്താണ് ചെയ്ത് കൊടുക്കേണ്ടതെന്ന് പറഞ്ഞ് അവരെ അത് ചെയ്യാൻ ഒറ്റയ്ക്ക് വിടുകയാണ് നല്ലത്. അവർക്ക് മേൽനോട്ടം ആവശ്യമില്ല. നിങ്ങൾ ഒരുപാട് ഇടപെട്ടാൽ, അവർ ജോലി നിർത്തി പോകുകയും വേറേ ആരെയെങ്കിലും നോക്കാൻ പറയുകയും ചെയ്യും. ഓർക്കുക, ഈ ഗണത്തിന് സ്വാതന്ത്ര്യം പണത്തിനെ മറികടക്കുന്നു.

അവർക്ക് മിക്കവാറും അവർ ലളിതമായി ചെയ്യുന്ന ജോലിക്കായി മറ്റുള്ളവരെ നിയമിക്കുന്നതിൽ പ്രയാസമുണ്ടാകും, കാരണം, അവരുടെ മനസ്സിൽ, വേറേയാർക്കും അത് ചെയ്യാൻ സാധിക്കില്ല. അതുപോലെ, ഈ ഗണം ആരെയെങ്കിലും എന്ത് ചെയ്യണമെന്ന് പരിശീലിപ്പിക്കുകയാണെങ്കിൽ, ആ പുതിയ പരിശീലനം ലഭിക്കുന്ന വ്യക്തി ചെന്നെത്തുക 'സ്വന്തം കാര്യം ചെയ്യുന്നു,' 'സ്വന്തം ബോസ് ആകുക,' 'കാര്യങ്ങൾ സ്വന്തം രീതിയിൽ ചെയ്യുക,' അല്ലെങ്കിൽ 'സ്വന്തം വ്യക്തിത്വം പ്രകടിപ്പിക്കാൻ ഒരു അവസരം കിട്ടി' എന്നൊക്കെയായിരിക്കും.

ഒരുപാട് S തരക്കാർ മറ്റുള്ളവരെ ജോലിക്കെടുക്കാനും പരിശീലിപ്പിക്കാനും മടിയുള്ളവരായിരിക്കും, കാരണം പരിശീലനം കഴിഞ്ഞാൽ, മിക്കവാറും അവർ എതിരാളികളായി മാറും. ഇത്, തിരിച്ച്, S തരക്കാരെ അവരുടെ സ്വന്തം കാര്യങ്ങൾ ചെയ്യുന്നതിൽ കഠിനാദ്ധ്വാനികളാക്കി നിർത്തും.

3. B (ബിസിനസ്സ് ഉടമ)

ഈ ഗണത്തിലുള്ളവർ ഏതാണ്ട് Sന്റെ വിപരീതമാണ്. ശരിയായ B കൾ എല്ലാ നാല് തരക്കാരിലുമുള്ള സമർഥരായ ആളുകളാൽ ചുറ്റപ്പെട്ടിരിക്കാൻ ഇഷ്ടമുള്ളവരാണ്. S പോലെയല്ലാതെ, ജോലി ഏൽപ്പിക്കാൻ ഇഷ്ടമില്ലാത്തവർ (കാരണം ആരും അത് അവരേക്കാൾ നന്നായി ചെയ്യില്ല), B കൾക്ക് ജോലി ഏൽപ്പിക്കാൻ ഇഷ്ടമാണ്. B യുടെ ശരിക്കും ആദർശം, 'ആരെയെങ്കിലും ജോലിക്കെടുത്ത് ചെയ്യിക്കാമെന്നിരിക്കേ ഞാനെന്തിന് സ്വന്തമായി ചെയ്യണം, അവർ കൂടുതൽ നന്നായി ചെയ്യില്ലേ?' എന്നാണ്.

ഹെൻറി ഫോർഡ് ഈ മൂശയിൽ പാകമാകും. ഒരു പ്രശസ്തമായ കഥ പോലെ, ഒരു സംഘം ബുദ്ധിരാക്ഷസന്മാർ ഫോർഡിനെ അറിവില്ലാത്തതിന് കുറ്റപ്പെടുത്താൻ എത്തി. അവർ അവകാശപ്പെട്ടത് അദ്ദേഹത്തിന് കാര്യമായി ഒന്നും അറിയില്ലെന്നാണ്. അപ്പോൾ ഫോർഡ് അവരെ തന്റെ ഓഫീസിലേക്ക് വിളിച്ച് എന്ത് ചോദ്യം വേണമെങ്കിലും ചോദിക്കാൻ വെല്ലുവിളിച്ചു, അദ്ദേഹം ഉത്തരം പറയുമെന്നും. അങ്ങനെ ആ പാനൽ അമേരിക്കയിലെ ഏറ്റവും ശക്തനായ വ്യവസായിക്ക് ചുറ്റുംകൂടി ചോദ്യങ്ങൾ ചോദിക്കാൻ തുടങ്ങി. ഫോർഡ് അവരുടെ ചോദ്യങ്ങൾ ശ്രദ്ധിച്ചു, അവർ അവസാനിപ്പിച്ചപ്പോൾ അദ്ദേഹം തന്റെ ഡസ്കിലുള്ള ഫോണുകൾ എടുത്ത് അദ്ദേഹത്തിന്റെ ചില ബുദ്ധിമാന്മാരായ അസിസ്റ്റന്റുമാരെ വിളിച്ച് പാനലിന് ഉത്തരങ്ങൾ കൊടുക്കാൻ ആവശ്യപ്പെട്ടു.

അദ്ദേഹം പാനലിനെ അറിയിച്ചത് ഇതാണ്: ഉത്തരങ്ങൾ കൊണ്ടുവരാൻ താൻ സ്കൂളിൽ പോയിട്ടുള്ള സമർഥരെ ജോലിക്കെടുക്കും, അപ്പോൾ അദ്ദേഹത്തിന്റെ മനസ്സ് പ്രധാനപ്പെട്ട കാര്യങ്ങൾ ചെയ്യാനായി തെളിഞ്ഞിരിക്കും, ചിന്തിക്കുക പോലെയുള്ള കാര്യങ്ങൾ.

ഫോർഡിന്റെ പേരിലുള്ള ഒരു ഉദ്ധരണി ഇങ്ങനെയാണ്: 'ചിന്തിക്കുക എന്നതാണ് ഏറ്റവും കഠിനമായ ജോലി. അതുകൊണ്ടാണ് വളരെ കുറച്ചുപേർ മാത്രം അത് ചെയ്യുന്നത്.'

നേതൃത്വമെന്നാൽ ആളുകളിൽ നിന്നും ഏറ്റവും മികച്ചത് പുറത്തെടുക്കുന്നതാണ്

എന്റെ ധനികനായ പിതാവിന്റെ മാതൃക ഹെൻറി ഫോർഡ് ആയിരുന്നു. അദ്ദേഹം എന്നെക്കൊണ്ട് ഫോർഡ്, സ്റ്റാൻഡേർഡ് ഓയിലിന്റെ സ്ഥാപകൻ ജോൺ ഡി റോക്ഫെല്ലർ തുടങ്ങിയവരെക്കുറിച്ചുള്ള പുസ്തകങ്ങൾ വായിപ്പിച്ചു. ധനികനായ പിതാവ് തുടർച്ചയായി മൈക്കിനേയും എന്നേയും നേതൃത്വത്തിന്റെ സത്തയും ബിസിനസ്സിന്റെ സാങ്കേതിക നൈപുണ്യങ്ങളും പഠിക്കാൻ പ്രോത്സാഹിപ്പിച്ചു. തിരിഞ്ഞുനോക്കുമ്പോൾ, ഇപ്പോൾ ഞാൻ മനസ്സിലാക്കുന്നത്, ഒരുപാട് ആളുകൾ അതിലാരെങ്കിലും ആയിരിക്കും, പക്ഷേ, വിജയിയായ B ആകണമെങ്കിൽ യഥാർഥത്തിൽ രണ്ടുപേരും ആകേണ്ടതുണ്ട് എന്നാണ്. മറ്റൊന്ന് ഞാൻ ഇപ്പോൾ തിരിച്ചറിയുന്നത്, രണ്ട് നൈപുണ്യങ്ങളും പഠിക്കാവുന്നതാണെന്നും. ബിസിനസ്സിനും നേതൃത്വത്തിനും കല പോലെ ശാസ്ത്രവും ഉണ്ട്. എനിക്ക്, രണ്ടും ജീവിതാവസാനം വരെയുള്ള പഠനവിഷയങ്ങളാണ്.

ഞാൻ ഒരു പയ്യനായിരുന്നപ്പോൾ, എന്റെ ധനികനായ പിതാവ് എനിക്ക് 1947-ൽ മാർസ്യ ബ്രൗൺ എഴുതിയ കുട്ടികളുടെ പുസ്തകം, 'സ്റ്റോൺ സൂപ്പ്' തന്നു, അതിപ്പോഴും ലഭ്യമാണ്. അദ്ദേഹം ബിസിനസ്സിന്റെ നേതൃത്വത്തിലുള്ള എന്റെ പരിശീലനം തുടങ്ങാനായി അത് വായിപ്പിച്ചു.

'നേതൃത്വം,' ധനികനായ പിതാവ് പറഞ്ഞു, 'ആളുകളിൽ നിന്നും ഏറ്റവും മികച്ചത് പുറത്തെടുക്കുന്നതാണ്.' അതുകൊണ്ട് അദ്ദേഹം തന്റെ മകനേയും എന്നേയും ബിസിനസ്സിൽ വിജയിക്കാനുള്ള സാങ്കേതിക നൈപുണ്യങ്ങൾ പരിശീലിപ്പിച്ചു - ഫിനാൻഷ്യൽ സ്റ്റേറ്റ്മെന്റുകൾ വായിക്കുക, മാർക്കറ്റിങ്, സെയിൽസ്, അക്കൗണ്ടിങ്, മാനേജ്മെന്റ്, പ്രൊഡക്ഷൻ, സന്ധിസംഭാഷണം തുടങ്ങിയ നൈപുണ്യങ്ങൾ. ഓരോ പാഠത്തിലും, അദ്ദേഹം ഊന്നിപ്പറഞ്ഞത് ഞങ്ങൾ ആളുകൾക്കൊപ്പം ജോലി ചെയ്യാനും അവരെ നയിക്കാനും പഠിക്കണമെന്നാണ്. ധനികനായ പിതാവ് എപ്പോഴും പറയുമായിരുന്നു, 'ബിസിനസ്സിന്റെ സാങ്കേതിക നൈപുണ്യങ്ങൾ എളുപ്പമാണ്. പ്രയാസമുള്ള ഭാഗം ആളു

കൾക്കൊപ്പം ജോലി ചെയ്യുന്നതാണ്.' ഓർമ്മപ്പെടുത്തൽ പോലെ, ഞാൻ ഇപ്പോഴും 'സ്റ്റോൺ സൂപ്പ്' വായിക്കാറുണ്ട്, കാരണം എനിക്ക് വ്യക്തിപരമായി കാര്യങ്ങൾ എന്റെ വഴിക്ക് വരാത്തപ്പോൾ ഒരു നേതാവിനുപകരം സ്വേച്ഛാധിപതിയുടെ പ്രവണതയാണുള്ളത്.

വ്യവസായ സംരംഭകത്വവികസനം

ഞാൻ എപ്പോഴും കേൾക്കാറുള്ള വാക്കുകളാണ്, 'ഞാൻ സ്വന്തമായി ബിസിനസ്സ് തുടങ്ങാൻ പോകുന്നു.' ഒരുപാട് ആളുകൾ വിശ്വസിക്കുന്നത് സാമ്പത്തിക സുരക്ഷയ്ക്കും സന്തോഷത്തിനുമുള്ള വഴി സ്വന്തമായി എന്തെങ്കിലും ചെയ്യുക അല്ലെങ്കിൽ ഇതുവരെ ആരും ഉണ്ടാക്കാത്ത ഒരു പുതിയ ഉത്പന്നം വികസിപ്പിക്കുക എന്നാണ്. അങ്ങനെ അവർ ഓടിച്ചെന്ന് സ്വന്തം ബിസിനസ്സ് ആരംഭിക്കുന്നു. ഒരുപാട് സംഭവങ്ങളിൽ, ഇതാണ് അവർ തിരഞ്ഞെടുക്കുന്ന വഴി:

ഒരുപാട് പേർ ഒരു S തരത്തിലുള്ള ബിസിനസ്സ് ആരംഭിക്കും, B തരത്തിലുള്ളത് അല്ല. വീണ്ടും, ഒരാൾ മറ്റൊരാളേക്കാൾ മികച്ചത് ആകണമെന്നില്ല. ഇരു കൂട്ടർക്കും വ്യത്യസ്തങ്ങളായ ശക്തികളും, ദൗർബല്യങ്ങളും, നഷ്ടസാദ്ധ്യതകളും, പ്രതിഫലങ്ങളും ഉണ്ടായിരിക്കും. പക്ഷേ, ആ തരത്തിലുള്ള ബിസിനസ്സ് ആരംഭിക്കാൻ ആഗ്രഹിക്കുന്ന ഒരുപാട് ആളുകൾ S തരത്തിലുള്ള ബിസിനസ്സ് ആരംഭിച്ച് വലതുവശത്തേക്ക് നീങ്ങാനുള്ള അന്വേഷണത്തിൽ നിശ്ചലമായിപ്പോകും. ഒരുപാട് പുതിയ സംരംഭകർക്ക് ആവശ്യമുള്ളത് ഇതാണ്:

പക്ഷേ അവർ താഴെ പറയുന്ന രീതിയിൽ ആരംഭിച്ച് അവിടെ കുടുങ്ങിപ്പോകും:

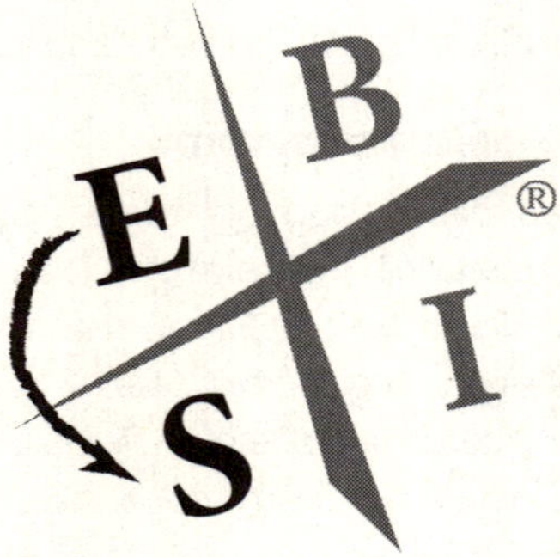

ചിലർ പിന്നെ ശ്രമിക്കുന്നത്:

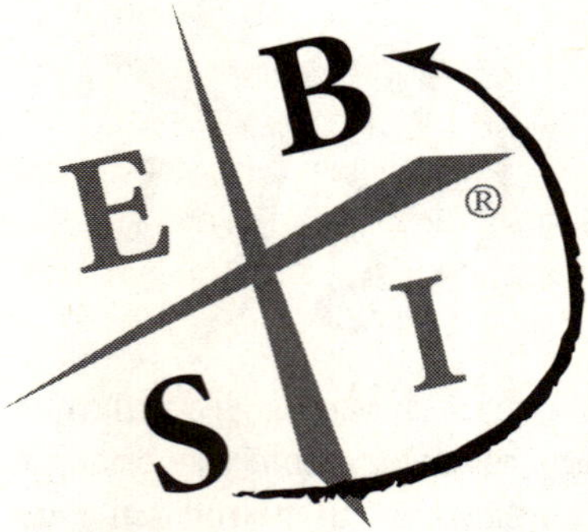

പക്ഷേ, ഇതിന് ശ്രമിക്കുന്ന വളരെ കുറച്ചുപേർ മാത്രമേ വിജയിക്കുകയുള്ളൂ. എന്തുകൊണ്ട്? കാരണം ഓരോ ചതുരത്തിലും വിജയിക്കാൻ ആവശ്യമായ സാങ്കേതിക നൈപുണ്യങ്ങളും മാനുഷിക നൈപുണ്യങ്ങളും വ്യത്യസ്തങ്ങളാണ്. ഒരു ചതുരത്തിന് ആവശ്യമായ നൈപുണ്യങ്ങളും മാനസികാവസ്ഥയും പഠിച്ചാൽ മാത്രമേ നിങ്ങൾക്ക് അവിടെ ശരിക്കും വിജയിക്കാൻ കഴിയുകയുള്ളൂ.

S തരത്തിലുള്ള ബിസിനസ്സും B തരത്തിലുള്ള ബിസിനസ്സും തമ്മിലുള്ള വ്യത്യാസം

ശരിയായ B കൾക്ക് അവരുടെ ബിസിനസ്സ് ഒന്നോ അതിൽ കൂടുതലോ വർഷങ്ങൾ ഉപേക്ഷിച്ച് കൂടുതൽ ലാഭകരമായ ബിസിനസ്സിലേക്ക് തിരിച്ചുവന്ന് ഉപേക്ഷിച്ചിടത്തുനിന്നും മെച്ചപ്പെട്ട രീതിയിൽ നടത്തിക്കൊണ്ടു പോകാവുന്നതാണ്. ശരിയായ S തരത്തിലുള്ള ബിസിനസ്സിൽ, S ഒന്നോ അതിലധികമോ വർഷങ്ങൾ വിട്ടുനിന്നാൽ, തിരിച്ചു

വരാൻ ബിസിനസ്സ് ബാക്കിയുണ്ടാവില്ല എന്നതിന് സാധ്യതകൾ കൂടുതലാണ്.

അപ്പോൾ എന്താണ് ആ വ്യത്യാസത്തിന് കാരണം? ലളിതമായി പറഞ്ഞാൽ, Sനു ഒരു തൊഴിൽ ഉണ്ടായിരിക്കും; B യ്ക്ക് ഒരു വ്യവസ്ഥ ഉണ്ടായിരിക്കും, എന്നിട്ട് കഴിവുള്ളവരെ അത് നടത്തിക്കൊണ്ട് പോകാൻ നിയമിക്കും. മറ്റൊരുതരത്തിൽ, ഒരുപാട് സംഭവങ്ങളിൽ, S ആണ് ആ വ്യവസ്ഥ. അതുകൊണ്ട് അവർക്ക് മാറിനിൽക്കാൻ സാധിക്കില്ല.

ഉദാഹരണത്തിന്, ഒരു സാധാരണ ഡെന്റിസ്റ്റിന്റെ കാര്യം നോക്കാം. ഒരു ഡെന്റിസ്റ്റ് ഒരു സ്വയം പര്യാപ്തമായ വ്യവസ്ഥ ആകാൻ വേണ്ടി വർഷങ്ങളോളം സ്കൂളിൽ പഠനത്തിനായി ചിലവഴിക്കുന്നു. നിങ്ങൾക്ക്, അതായത് ക്ലയന്റിന്, പല്ലുവേദന വരുന്നു. നിങ്ങൾ പോയി ഡെന്റിസ്റ്റിനെ കാണുന്നു. അയാൾ നിങ്ങളുടെ പല്ല് ശരിയാക്കുന്നു. നിങ്ങൾ പണം കൊടുത്ത് വീട്ടിലേക്ക് പോകുന്നു. നിങ്ങൾക്ക് സന്തോഷമാകുകയും ആ മഹാനായ ഡെന്റിസ്റ്റിനെക്കുറിച്ച് സുഹൃത്തുക്കളോട് പറയുകയും ചെയ്യും. മിക്കവാറും സംഭവങ്ങളിൽ, ഡെന്റിസ്റ്റിന് എല്ലാ ജോലിയും ഒറ്റയ്ക്ക് ചെയ്യാനാകും. പ്രശ്നം എന്താണെന്നാൽ, ഡെന്റിസ്റ്റ് അവധിക്ക് പോയാൽ, അയാളുടെ വരുമാനവും പോകും.

B ബിസിനസ്സ് ഉടമകൾക്ക് എല്ലാക്കാലത്തേക്കും അവധിക്ക് പോകാം, കാരണം അവർ ആ വ്യവസ്ഥയുടെ ഉടമയാണ്, തൊഴിലല്ല. B അവധിക്ക് പോയാലും പണം വന്നുകൊണ്ടേയിരിക്കും.

വിജയിക്കാൻ B യ്ക്ക് ആവശ്യമായത്:

1. വ്യവസ്ഥയുടെ ഉടമസ്ഥത അല്ലെങ്കിൽ നിയന്ത്രണം.
2. ആളുകളെ നയിക്കാനുള്ള കഴിവ്.

Sന് B ആയി മാറണമെങ്കിൽ അവർ വ്യവസ്ഥയിൽ എന്താണോ അതിൽ നിന്നും മാറി എന്താണ് അറിയാവുന്നത് എന്നതാകണം, ഒരുപാട് പേർക്ക് അത് സാധിക്കുകയില്ല. അല്ലെങ്കിൽ അവർ E സിസ്റ്റത്തിനോട് വളരെ ചേർന്നിരിക്കുന്നതുകൊണ്ട് മറ്റുള്ളവരെ അതിലേക്ക് പ്രവേശിക്കാൻ അനുവദിക്കുകയില്ല.

നിങ്ങൾക്ക് മക്ഡൊണാൾഡ്സിനേക്കാൾ മികച്ച ഹാംബർഗർ ഉണ്ടാക്കാൻ സാധിക്കുമോ?

ഒരുപാട് ആളുകൾ എന്റെയടുത്ത് വന്ന് ഒരു കമ്പനി തുടങ്ങാനോ ഒരു പുതിയ ഉത്പന്നം അല്ലെങ്കിൽ ആശയത്തിനായി പണം ശേഖരിക്കാനോ ഉള്ള ഉപദേശത്തിനായി വരാറുണ്ട്.

ഞാൻ അവരെ കേൾക്കും, ഉറപ്പായും ഏതാണ്ട് 10 നിമിഷങ്ങളോളം, ആ സമയത്തിനുള്ളിൽ അവരുടെ ശ്രദ്ധ എവിടെയാണെന്ന് എനിക്ക് പറയാൻ കഴിയും. അതൊരു ഉത്പന്നമാണോ ബിസിനസ്സ് വ്യവസ്ഥ ആണോ? ആ പത്ത് നിമിഷങ്ങൾക്കുള്ളിൽ, മിക്കവാറും

ഞാൻ ഇത്തരത്തിലുള്ള വാക്കുകൾ കേൾക്കും: (നല്ലൊരു കേൾവിക്കാരൻ ആകേണ്ടതിന്റെയും വാക്കുകൾ നിങ്ങളെ ആ വ്യക്തിയുടെ കാതലായ ആത്മാവിന്റെ മൂല്യങ്ങളിലേക്ക് നയിക്കുന്നതിന്റെയും പ്രാധാന്യം ഓർക്കുക.)

- 'ഇത് XYZ കമ്പനി ഉണ്ടാക്കുന്ന ഉത്പന്നത്തിനേക്കാൾ വളരെ മികച്ചതാണ്.'
- 'ഞാൻ എല്ലായിടത്തും നോക്കി, ആരുടെ വശവും ഈ ഉത്പന്നം ഇല്ല.'
- 'ഞാൻ നിങ്ങൾക്ക് ഈ ഉത്പന്നത്തിന്റെ ആശയം തരാം, എനിക്ക് ആകെ വേണ്ടത് ലാഭത്തിന്റെ 25 ശതമാനമാണ്.'
- 'ഞാൻ ഇതിൽ (ഉത്പന്നം, പുസ്തകം, സംഗീതം, കണ്ടുപിടുത്തം) വർഷങ്ങളായി പണിയെടുക്കുകയാണ്.'

ഇവയാണ് സാധാരണ ഇടതുവശത്ത്, E-S വശം, പ്രവർത്തിക്കുന്ന ഒരു വ്യക്തിയുടെ വാക്കുകൾ.

ഈ സമയത്ത് സൗമ്യനായിരിക്കേണ്ടത് പ്രധാനമാണ്, കാരണം ഞാൻ കൈകാര്യം ചെയ്യുന്നത് വർഷങ്ങളോളം കൊത്തിക്കിളച്ചതോ, ചിലപ്പോൾ തലമുറകളായി കൈമാറ്റം ചെയ്യപ്പെട്ടതോ ആയ കാതലായ മൂല്യങ്ങളും ആശയങ്ങളുമാണ്. ഞാൻ സൗമ്യനോ ക്ഷമാശീലനോ ആയില്ലെങ്കിൽ, അത് ഒരു ആശയത്തിന്റെ ദുർബലമോ ലോലമോ ആയ വിക്ഷേപണത്തിനെ തകരാറിലാക്കും, അതിലും പ്രധാനമായി, മറ്റൊരു ചതുരത്തിലേക്ക് മാറാൻ തയ്യാറായിരിക്കുന്ന ഒരു മനുഷ്യനെത്തന്നെ.

ഹാംബർഗറും ബിസിനസ്സും

ഞാൻ സൗമ്യനായിരിക്കേണ്ടതിനാൽ, സംഭാഷണത്തിന്റെ ഈ ഘട്ടത്തിൽ, ഞാൻ എപ്പോഴും 'മക്ഡൊണാൾഡ്സ് ഹാംബർഗർ' ഉദാഹരണം വ്യക്തതയ്ക്കായി ഉപയോഗിക്കും. അവരുടെ ആശയം കേട്ടതിനുശേഷം, ഞാൻ പതുക്കെ ചോദിക്കും, 'നിങ്ങൾക്ക് ഒറ്റയ്ക്ക് മക്ഡൊണാൾഡ്സിനേക്കാൾ നല്ല ഹാംബർഗർ ഉണ്ടാക്കാൻ കഴിയുമോ?'

ഇതുവരെ, ഞാൻ സംസാരിച്ചിട്ടുള്ള, പുതിയ ആശയം അല്ലെങ്കിൽ ഉത്പന്നത്തിനെക്കുറിച്ച് പറഞ്ഞ 100 ശതമാനം ആളുകളും, 'ഉവ്വ്' എന്നാണ് പറഞ്ഞിട്ടുള്ളത്. അവർക്കെല്ലാം മക്ഡൊണാൾഡ്സിനേക്കാൻ നല്ല ഹാംബർഗർ തയ്യാറാക്കി, പാചകം ചെയ്ത്, വിളമ്പാൻ സാധിക്കും.

അടുത്തതായി ഞാൻ ചോദിക്കും, 'നിങ്ങൾക്ക് ഒറ്റയ്ക്ക് മക്ഡൊണാൾഡ്സിനേക്കാൾ നല്ല ബിസിനസ്സ് വ്യവസ്ഥ പണിതുയർത്താൻ സാധിക്കുമോ?'

ചിലർക്ക് അതിലെ വ്യത്യാസം പെട്ടെന്ന് കാണാൻ കഴിയും, ചിലർക്ക് ഇല്ല. അപ്പോൾ ഞാൻ ഒരാൾ മെച്ചപ്പെട്ട ഹാംബർഗറിന്റെ ആശയത്തിൽ ശ്രദ്ധ കേന്ദ്രീകരിക്കുന്ന ഇടതുവശത്തെ ചതുരവും, ബിസിനസ്സ് വ്യവസ്ഥയിൽ ശ്രദ്ധ കേന്ദ്രീകരിക്കുന്ന വലതുവശവും തമ്മിലുള്ള വ്യത്യാസം പറയും.

പുറത്ത് ഭീമൻ അന്താരാഷ്ട്ര കോർപ്പറേഷനുകളുടെ ഉത്പന്നങ്ങളേക്കാൾ, സേവനങ്ങളേക്കാൾ മികച്ചവ മുന്നോട്ടുവയ്ക്കുന്ന ധാരാളം സംരംഭകർ ഉണ്ടെന്ന്, മക്ഡൊണാൾഡ്സിനേക്കാൾ മികച്ച ബർഗർ ഉണ്ടാക്കാൻ കഴിയുന്ന കോടിക്കണക്കിന് ആളുകളെപ്പോലെ, എന്നാലാവുന്ന വിധം വിശദീകരിക്കാൻ ശ്രമിക്കും. പക്ഷേ, മക്ഡൊണാൾഡ്സ് മാത്രമേ കോടിക്കണക്കിന് ബർഗറുകൾ വിതരണം ചെയ്യുന്ന വ്യവസ്ഥ ഉണ്ടാക്കിയിട്ടുള്ളൂ.

മറുവശം കാണുക

ആളുകൾ ഈ സത്യം കാണാൻ തുടങ്ങിയാൽ, അവർ മക്ഡൊണാൾഡ്സിലേക്ക് പോയി, ഒരു ബർഗർ വാങ്ങി, ആ ബർഗർ കൊണ്ടെത്തിക്കുന്ന വ്യവസ്ഥ ഇരുന്ന് കാണാൻ ഞാൻ നിർദ്ദേശിക്കും. പച്ചയായ ബർഗർ കൊണ്ടുവരുന്ന ട്രക്കുകൾ, ബീഫ് നൽകുന്ന കൃഷിക്കാരൻ, ബീഫ് വാങ്ങുന്നയാൾ, ബീഫ് വിൽക്കാൻ സഹായിച്ച ടിവി പരസ്യങ്ങൾ എല്ലാം കുറിച്ചെടുക്കുക. 'ഹലോ, മക്ഡൊണാൾഡ്സിലേക്ക് സ്വാഗതം' എന്ന് പറയുന്ന ചെറുപ്പക്കാരായ തൊഴിൽ പരിചയം ഇല്ലാത്തവരുടെ ട്രെയിനിങ് ശ്രദ്ധിക്കുക, ഫ്രാഞ്ചൈസിയുടെയും പ്രാദേശിക ഓഫീസുകളുടെയും, ബണ്ണുകളും ലോകം മുഴുവനും ഒരേ രുചിയുള്ള കോടിക്കണക്കിന് കിലോ ഫ്രഞ്ച് ഫ്രൈസും പാകം ചെയ്യുന്ന ബേക്കറികൾ എന്നിവയുടെ ചമയം നോക്കുക. എന്നിട്ട് വാൾ സ്ട്രീറ്റിൽ മക്ഡൊണാൾഡ്സിന് പണം സ്വരൂപിക്കുന്ന സ്റ്റോക്ക്ബ്രോക്കർമാരെ ഉൾപ്പെടുത്തുക. അവർക്ക് മൊത്തം ചിത്രം മനസ്സിലാകാൻ തുടങ്ങിയാൽ, അവർക്ക് B-I വശത്തേയ്ക്ക് മാറാനുള്ള സാദ്ധ്യതയുണ്ട്.

യാഥാർത്ഥ്യം എന്താണെന്നാൽ അനന്തമായ പുതിയ ആശയങ്ങളുണ്ട്, സേവനങ്ങളും ഉത്പന്നങ്ങളുമായി വരുന്ന കോടിക്കണക്കിന് ആളുകളുണ്ട്, കോടിക്കണക്കിന് ഉത്പന്നങ്ങളുണ്ട്, എന്നാൽ വളരെ കുറച്ചുപേർക്ക് മാത്രമേ ഒന്നാന്തരം ബിസിനസ്സ് വ്യവസ്ഥ പടുത്തുയർത്താൻ അറിയുകയുള്ളൂ.

ബിൽ ഗേറ്റ്സ് മഹത്തായ ഉത്പന്നം ഉണ്ടാക്കിയില്ല. അദ്ദേഹം മറ്റാരുടെയോ ഉത്പന്നം വാങ്ങിച്ച് അതിനു ചുറ്റും ശക്തമായ ആഗോള വ്യവസ്ഥ നിർമ്മിക്കുകയായിരുന്നു ചെയ്തത്.

4. I (നിക്ഷേപകൻ)

നിക്ഷേപകൻ പണം ഉപയോഗിച്ച് പണമുണ്ടാക്കുന്നു. അവർക്ക് ജോലി ചെയ്യേണ്ടതില്ല. കാരണം പണം അവർക്കുവേണ്ടി പണിയെടുക്കും.

I ചതുരം ധനവാന്മാരുടെ കളിത്തട്ടാണ്. ഏത് ചതുരത്തിൽ നിന്നുമാണ് ആളുകൾ അവരുടെ പണം സമ്പാദിക്കുന്നതെങ്കിലും, അവർ ഒരിക്കൽ പണക്കാരാകും എന്ന് പ്രതീക്ഷിക്കുന്നുണ്ടെങ്കിൽ, അവസാനം I ചതുരത്തിൽ എത്തിച്ചേർന്നേ പറ്റൂ. I ചതുരത്തിലാണ് പണം സമ്പത്തായി മാറുന്നത്.

പണമൊഴുക്കിന്റെ ചതുരം

പണമൊഴുക്കിന്റെ ചതുരം വരുമാനം എങ്ങനെ സൃഷ്ടിക്കപ്പെടുന്നു എന്നതിൽ വേർതിരിവുകൾ ഉണ്ടാക്കുന്നു, E (തൊഴിലാളി), S (സ്വയം തൊഴിൽ ചെയ്യുന്നയാൾ), B (ബിസിനസ്സ് ഉടമ), I (നിക്ഷേപകൻ) എന്നിങ്ങനെയായി. വ്യത്യാസങ്ങൾ താഴെ ചുരുക്കിപ്പറയുന്നു.

OPT &OPM

നമ്മളിൽ മിക്കവാറും എല്ലാവരും കേട്ടിട്ടുണ്ടാകും, ഉയർന്ന പണത്തിന്റെയും സമ്പത്തിന്റെയും രഹസ്യങ്ങൾ:

- OPT – മറ്റുള്ളവരുടെ സമയം (Other People's Time)
- OPM – മറ്റുള്ളവരുടെ പണം (Other People's Money)

OPT, OPM എന്നിവ B, I ചതുരങ്ങളിലാണ് കാണപ്പെടുക. ഭൂരിഭാഗവും, E, S ചതുരങ്ങളിൽ പണിയെടുക്കുന്നവർ OP (മറ്റുള്ളവർ) ആണ്, അവരുടെ പണവും സമയവുമാണ് ഉപയോഗിക്കപ്പെടുന്നത്.

കിമ്മും ഞാനും, S തരത്തിനേക്കാൾ B തരത്തിലുള്ള ബിസിനസ്സ് നിർമ്മിക്കാൻ സമയമെടുത്തതിന്റെ പ്രധാന കാരണം, മറ്റുള്ളവരുടെ സമയം ഉപയോഗിക്കുന്നതിലെ ദീർഘകാലപ്രയോജനം ഞങ്ങൾ തിരിച്ചറിഞ്ഞത് കൊണ്ടാണ്. വിജയിയായ S ആകുന്നതിലെ ന്യൂനത എന്താണെന്നാൽ, വിജയം എന്നാൽ കൂടുതൽ കഠിനാദ്ധ്വാനം ആണ്. മറ്റൊരു രീതിയിൽ പറഞ്ഞാൽ, നല്ല ഫലങ്ങൾ അവസാനിക്കുന്നത് കൂടുതൽ കഠിനാദ്ധ്വാനത്തിലും കൂടുതൽ സമയത്തിലേക്കുമാണ്.

ആ തരത്തിലുള്ള ബിസിനസ്സിന് രൂപം നൽകുമ്പോൾ, വിജയം എന്നാൽ ലളിതമായി വ്യവസ്ഥ വികസിപ്പിക്കുക എന്നതും കൂടുതൽ ആളുകളെ ജോലിക്കെടുക്കുക എന്നതുമാണ്. മറ്റു വാക്കുകളിൽ പറഞ്ഞാൽ, നിങ്ങൾ കുറച്ച് മാത്രം ജോലി ചെയ്യുന്നു, കൂടുതൽ സമ്പാദിക്കുന്നു, കൂടുതൽ ഒഴിവുസമയം ആസ്വദിക്കുന്നു.

ഈ പുസ്തകത്തിലെ ബാക്കിയുള്ള ഭാഗം പണമൊഴുക്കിന്റെ ചതുരങ്ങളുടെ വലതുവശത്ത് ആവശ്യമായ നൈപുണ്യങ്ങളെയും മാനസികാവസ്ഥയെയും കുറിച്ച് പറയുന്നു. വലതുവശത്ത് വിജയിക്കാൻ വ്യത്യസ്തമായ മാനസികാവസ്ഥയും വിവിധ സാങ്കേതിക നൈപുണ്യങ്ങളും ആവശ്യമാണെന്നത് എന്റെ അനുഭവമാണ്. ഈ മാറ്റങ്ങൾ വരുത്താൻ ആളുകൾക്ക് അയവുണ്ടെങ്കിൽ, അവർക്ക് സാമ്പത്തിക സുരക്ഷയും സ്വാതന്ത്ര്യവും നേടാനുള്ള പ്രക്രിയ, എളുപ്പത്തിൽ കണ്ടെത്തുമെന്ന് ഞാൻ കരുതുന്നു. മറ്റുള്ളവർക്ക്, ആ പ്രക്രിയ വളരെ പ്രയാസമുള്ളതായിരിക്കും, കാരണം ഒരുപാട് ആളുകൾ ഒരു ചതുരത്തിലോ ഒരു മാനസികാവസ്ഥയിലോ മരവിച്ചു പോയവരായിരിക്കും.

കുറഞ്ഞത്, ചിലർ കുറച്ച് ജോലി ചെയ്ത് കൂടുതൽ സമ്പാദിച്ച്, കുറച്ച് നികുതി കൊടുത്ത്, മറ്റുള്ളവരേക്കാൾ കൂടുതൽ സാമ്പത്തിക സുരക്ഷ അനുഭവിക്കുന്നത് എന്തുകൊണ്ടാണെന്ന് നിങ്ങൾ മനസ്സിലാക്കും. ഇത് ലളിതമായി ഏത് ചതുരത്തിൽ എപ്പോൾ പ്രവർത്തിക്കണം എന്ന് മനസ്സിലാക്കുന്ന കാര്യമാണ്.

സ്വാതന്ത്ര്യത്തിലേക്കുള്ള വഴികാട്ടി

പണമൊഴുക്കിന്റെ ചതുരങ്ങൾ ഒരു കൂട്ടം നിയമാവലികളല്ല. അത് ഉപയോഗിക്കാൻ ആഗ്രഹിക്കുന്നവർക്കുള്ള വഴികാട്ടി മാത്രമാണ്. അത് കിമ്മിനേയും എന്നേയും സാമ്പത്തിക പ്രതിസന്ധിയിൽ നിന്നും സാമ്പത്തിക സുരക്ഷയിലേക്കും, പിന്നീട് സാമ്പത്തിക സ്വാതന്ത്ര്യത്തിലേക്കും നയിച്ചു.

പണക്കാരും മറ്റുള്ളവരും തമ്മിലുള്ള വ്യത്യാസം

കുറച്ച് വർഷങ്ങൾക്കുമുമ്പ്, ഞാൻ ഒരു ലേഖനം വായിച്ചതിൽ പറഞ്ഞത് മിക്കവാറും പണക്കാർക്ക് അവരുടെ വരുമാനത്തിന്റെ 70 ശതമാനവും വരുന്നത് നിക്ഷേപങ്ങൾ, അല്ലെങ്കിൽ I ചതുരത്തിൽ നിന്നുമാണെന്നാണ്. 30 ശതമാനത്തിൽ താഴെ ശമ്പളത്തിൽ, E ചതുരത്തിൽ നിന്നുമാണ്. അവർ E ആയിരുന്നെങ്കിൽ, അവർ സ്വന്തം കോർപറേഷനിലെ ജോലിക്കാർ ആയിരിക്കാൻ സാധ്യതയുണ്ട്.

അവരുടെ വരുമാനം ഇങ്ങനെയുണ്ടാകും:

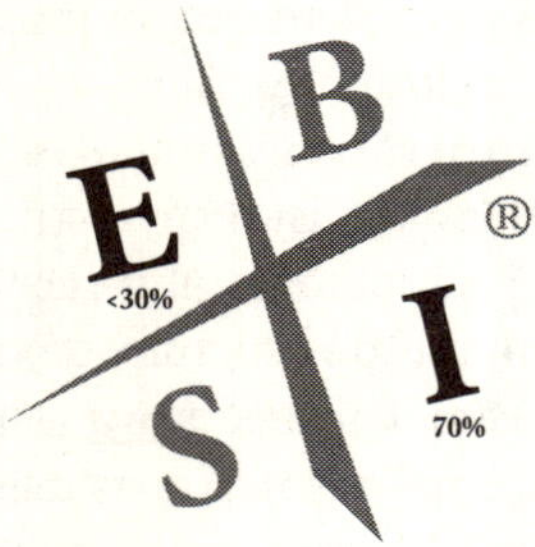

മറ്റുള്ള മിക്കവാറും ആളുകൾക്ക്, ദരിദ്രരും മദ്ധ്യവർഗ്ഗവും, അവരുടെ 80 ശതമാനം വരുമാനം E അല്ലെങ്കിൽ S ചതുരങ്ങളിലെ ശമ്പളത്തിൽ നിന്നുമായിരിക്കും, 20 ശതമാനത്തിൽ താഴെ മാത്രം I ചതുരത്തിലെ നിക്ഷേപങ്ങളിൽ നിന്നുമായിരിക്കും.

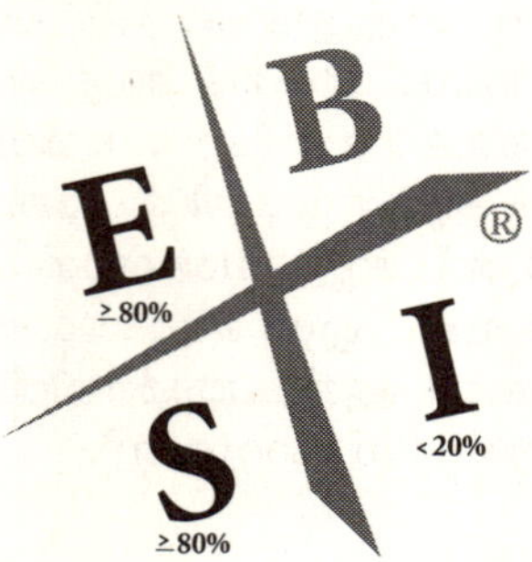

പണക്കാരാകുന്നതും സമൃദ്ധിയുള്ളയാളാകുന്നതും തമ്മിലുള്ള വ്യത്യാസം

അദ്ധ്യായം ഒന്നിൽ, ഞാൻ എഴുതിയത് 1989 ആയപ്പോഴേയ്ക്കും കിമ്മും ഞാനും കോടീശ്വരന്മാരായി എന്നായിരുന്നു. പക്ഷേ, 1994 വരെ ഞങ്ങൾ സാമ്പത്തികമായി സ്വതന്ത്രരായിരുന്നില്ല. പണക്കാരാകുന്നതും സമൃദ്ധിയുള്ളവരാകുന്നതും തമ്മിൽ വ്യത്യാസമുണ്ട്. 1989 ആയപ്പോഴേയ്ക്കും, ഞങ്ങളുടെ ബിസിനസ്സ് ഞങ്ങൾക്ക് ഒരുപാട് പണം കൊണ്ടുവരുന്നുണ്ടായിരുന്നു. ഞങ്ങൾ കൂടുതൽ സമ്പാദിക്കുകയും കുറച്ച് ജോലി ചെയ്യുകയും ചെയ്തു, കാരണം ഞങ്ങളുടെ ഭാഗത്ത് നിന്നും കൂടുതൽ ശാരീരിക അദ്ധ്വാനമില്ലതെ തന്നെ ബിസിനസ്സ് വ്യവസ്ഥ വളരുന്നുണ്ടായിരുന്നു. ഒരുപാട് ആളുകൾ സാമ്പത്തിക വിജയം എന്ന് കരുതുന്നത് ഞങ്ങൾ നേടി.

എന്നിരുന്നാലും, ഞങ്ങൾക്ക് ബിസിനസ്സിൽ നിന്നുമുള്ള പണമൊഴുക്കിനെ കൂടുതൽ സ്പർശനീയമായ മുതൽക്കൂട്ടുകൾ ആയി മാറ്റിയെടുത്ത് കൂടുതൽ പണമൊഴുക്ക് സൃഷ്ടിക്കണമായിരുന്നു. ഞങ്ങൾ ബിസിനസ്സിനെ വിജയകരമാക്കി വളർത്തി. ഇപ്പോൾ ഞങ്ങളുടെ സമ്പത്ത് വളർത്തിയെടുത്ത് അതിൽ നിന്നുമുള്ള പണമൊഴുക്ക് ഞങ്ങളുടെ ജീവിതച്ചെലവുകളേക്കാൾ വലുതാക്കിയെടുക്കാനുള്ള സമയമായിരുന്നു.

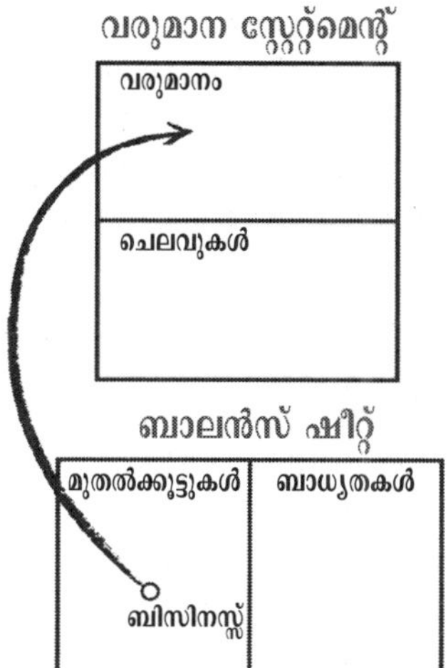

1994 ആയപ്പോഴേയ്ക്കും, ഞങ്ങളുടെ എല്ലാ സ്വത്തുക്കളിൽ നിന്നുമുള്ള നിഷ്ക്രിയമായ വരുമാനം ചെലവുകളേക്കാൾ കൂടുതലായിത്തീർന്നു. അവിടെവച്ച്, ഞങ്ങൾ സമൃദ്ധിയുള്ളവരായിത്തീർന്നു.

ഞങ്ങളുടെ ബിസിനസ്സിനെ സ്വത്തായിട്ടായിരുന്നു പരിഗണിച്ചിരുന്നത്, കാരണം അത് കാര്യമായ കായികാദ്ധ്വാനമില്ലാതെ തന്നെ വരുമാനം കൊണ്ടുവന്നിരുന്നു. സമൃദ്ധിയെക്കുറിച്ചുള്ള ഞങ്ങളുടെ വ്യക്തിപരമായ വിചാരംവച്ച്, ഞങ്ങൾക്ക് സ്പർശനീയമായ മുതൽക്കൂട്ടുകൾ, റിയൽ എസ്റ്റേറ്റ്, സ്റ്റോക്കുകൾ പോലെ, വേണമായിരുന്നു. അത് ഞങ്ങൾ സമൃദ്ധിയിലെത്തി എന്ന് അവകാശപ്പെടുന്നതിന് മുമ്പ് ഞങ്ങളുടെ ചെലവുകളേക്കാൾ കൂടുതൽ നിഷ്ക്രിയ വരുമാനം കൊണ്ടുവരണമായിരുന്നു. പ്രത്യക്ഷമായ സ്വത്തുക്കളിൽ നിന്നും വരുമാനം ഞങ്ങളുടെ ആസ്തിയുടെ കോളത്തിൽ ബിസിനസ്സിൽ നിന്നും വരുന്ന വരുമാനത്തേക്കാൾ കൂടുതലായപ്പോൾ, ഞങ്ങൾ ബിസിനസ്സ് ഞങ്ങളുടെ പങ്കാളിക്ക് വിറ്റു. അപ്പോഴാണ് ഞങ്ങൾ സമൃദ്ധിയിലെത്തിയത്.

സമ്പത്തിന്റെ നിർവചനം

സമ്പത്തിന്റെ നിർവചനം നിങ്ങൾക്ക് കായികമായ അദ്ധ്വാനം ഇല്ലാതെ (അല്ലെങ്കിൽ നിങ്ങളുടെ വീട്ടിലെ മറ്റാരെങ്കിലും കായികമായി അദ്ധ്വാനിക്കുന്നു) എത്ര ദിവസങ്ങൾ ജീവിതനിലവാരം തുടർന്നു കൊണ്ട് പോകാൻ കഴിയുമെന്നതാണ്.

ഉദാഹരണത്തിന്, നിങ്ങളുടെ ഒരു മാസത്തെ ചെലവ് $5,000 വും സമ്പാദ്യമായി $20,000 ഉണ്ടെങ്കിൽ നിങ്ങളുടെ സമ്പത്ത് ഏകദേശം നാല് മാസങ്ങൾ അല്ലെങ്കിൽ 120 ദിവസങ്ങൾ ആണ്. സമ്പത്ത് അളക്കുന്നത് ഡോളറിലല്ല, സമയത്തിലാണ്.

1994 ആയപ്പോഴേയ്ക്കും, കിമ്മും ഞാനും അപരിമിതമായ സമൃദ്ധിയിലായി, (ഉയർന്ന സാമ്പത്തിക മാറ്റങ്ങളെ മാറ്റിനിർത്തിക്കൊണ്ട്), കാരണം ഞങ്ങളുടെ നിക്ഷേപങ്ങളിൽ നിന്നുമുള്ള വരുമാനം മാസച്ചെലവുകളേക്കാൾ ഉയർന്നതായിരുന്നു.

അവസാനമായി, നിങ്ങൾ എത്ര പണം ഉണ്ടാക്കുന്നു എന്നതല്ല പ്രധാനം. പക്ഷേ, എത്ര പണം നിങ്ങൾ സൂക്ഷിക്കുന്നു എന്നതും ആ പണം എത്രകാലം നിങ്ങൾക്കുവേണ്ടി ഉപകരിക്കുന്നു എന്നതുമാണ്. എല്ലാ ദിവസവും ഞാൻ ഒരുപാട് പണം ഉണ്ടാക്കുന്നവരെ കാണാറുണ്ട്. പക്ഷേ, അവരുടെ പണമെല്ലാം ചെലവുകളുടെ കോളത്തിലേക്ക് പോകുന്നു.

ഓരോ തവണയും അവർ കുറച്ചുകൂടി കൂടുതൽ പണമുണ്ടാക്കുമ്പോൾ, അവർ ഷോപ്പിങ്ങിന് പോകുന്നു. മിക്കപ്പോഴും അവർ വലിയ വീടോ പുതിയ കാറോ വാങ്ങി ദീർഘകാലത്തേക്കുള്ള കടത്തിലോ, കൂടുതൽ കഠിനാദ്ധ്വാനത്തിലേക്കോ ചെന്നെത്തുന്നു. അവരുടെ സ്വത്തിന്റെ കോളത്തിലേക്ക് പോകാൻ ഒന്നും ബാക്കിയുണ്ടാവില്ല. പണം വളരെ വേഗത്തിൽ പുറത്തേക്കൊഴുകുന്നു, എന്നാൽ അവർക്കെന്തോ 'സാമ്പത്തിക വയറിളക്കം' പിടിപെട്ടെന്ന് നിങ്ങൾക്ക് തോന്നിപ്പോകും. അവരുടെ പണമൊഴുക്കിന്റെ ഘടന ഇതുപോലെയുണ്ടാകും:

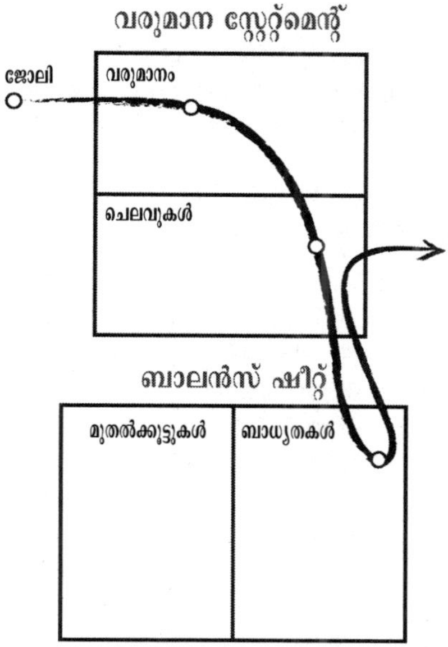

റെഡ്‌ലൈൻ സാമ്പത്തികം

കാറുകളുടെ ലോകത്ത് ഒരു പറച്ചിലുള്ളത് 'എൻജിൻ റെഡ്‌ലൈനിൽ നിർത്തുക' എന്നാണ്. 'റെഡ്‌ലൈൻ' എന്നാൽ ത്രോട്ടിൽ എൻജിന്റെ RPMകൾ റെഡ്‌ലൈനിന്റെ അരികിൽ നിർത്തുന്നു, എൻജിൻ പൊട്ടിത്തെറിക്കാതെ പരമാവധി വേഗം നിലനിർത്തുന്നു.

ഒരുപാട് ആളുകൾ, ധനികരും ദരിദ്രരും, അവരുടെ വ്യക്തിപരമായ പണമിടപാടുകളെ ഒരു സാമ്പത്തിക റെഡ്‌ലൈനിൽ നിർത്തിക്കൊണ്ട് പ്രവർത്തിക്കും. അവർ എത്ര പണമുണ്ടാക്കിയാലും, അത് വരുന്ന വേഗത്തിൽ ചിലവഴിക്കും. നിങ്ങളുടെ കാറിന്റെ എൻജിൻ റെഡ്‌ലൈനിൽ പ്രവർത്തിപ്പിക്കുന്നതിലെ കുഴപ്പം എന്താണെന്നാൽ എൻജിന്റെ ആയുസ്സ് കുറയുമെന്നതാണ്. നിങ്ങളുടെ പണമിടപാടുകൾ റെഡ്‌ലൈനിൽ പ്രവർത്തിപ്പിച്ചാലും അതേ കുഴപ്പമാണുണ്ടാകുക.

എന്റെ ഒട്ടേറെ ഡോക്ടർ സുഹൃത്തുക്കൾ പറയാറുള്ളത് അവർ കാണുന്ന ഒരു പ്രധാന പ്രശ്നം, കഠിനാദ്ധ്വാനവും ആവശ്യത്തിന് പണമില്ലാത്തതും കാരണമുള്ള സമ്മർദ്ദമാണെന്നാണ്. ഒരാൾ പറഞ്ഞത് ആരോഗ്യപ്രശ്നങ്ങളുടെ വലിയൊരു കാരണം, അവർ പറയുന്നത് പോലെ 'മടിശ്ശീലയുടെ അർബുദം' എന്നായിരുന്നു.

പണമുണ്ടാക്കുന്ന പണം

ആളുകൾ എത്ര പണമുണ്ടാക്കിയാലും, അന്തിമമായി അതിൽ കുറച്ച് I ചതുരത്തിൽ ഇടേണ്ടതുണ്ട്. I ചതുരത്തിലാണ് നിങ്ങളുടെ

പണം കൂടുതൽ പണമുണ്ടാക്കുന്നത്. അതിന്റെ അടിസ്ഥാന ആശയം പണം കഠിനാദ്ധ്വാനം ചെയ്യുന്നതുകൊണ്ട് നിങ്ങൾക്ക് ജോലി ചെയ്യേണ്ടതില്ല എന്നാണ്. നിങ്ങളുടെ സാമ്പത്തിക ആരോഗ്യത്തിന് I ചതുരം പ്രധാനമാണെങ്കിലും, ശ്രദ്ധിക്കേണ്ട മറ്റ് രൂപങ്ങളിലുള്ള നിക്ഷേപങ്ങളുമുണ്ട്.

മറ്റ് രൂപങ്ങളിലുള്ള നിക്ഷേപം

ആളുകൾ അവരുടെ വിദ്യാഭ്യാസത്തിൽ നിക്ഷേപിക്കുന്നു. പരമ്പരാഗത വിദ്യാഭ്യാസം പ്രധാനമാണ്. നിങ്ങൾക്ക് എത്രത്തോളം വിദ്യാഭ്യാസമുണ്ടോ, അത്രയും മികച്ചതായിരിക്കും പണം ഉണ്ടാക്കാനുള്ള അവസരങ്ങൾ, നിങ്ങളുടെ തൊഴിൽ മേഖല അനുസരിച്ചിരിക്കും അത്. ഒരാൾ ശരാശരി 40 വർഷങ്ങളോ കൂടുതലോ സജീവമായി ജോലി ചെയ്യുന്നു എന്നിരിക്കട്ടെ, കോളജ് അല്ലെങ്കിൽ ഏതെങ്കിലും തരത്തിലുള്ള ഉന്നതവിദ്യാഭ്യാസം നല്ല നിക്ഷേപമായിരിക്കും.

നിങ്ങളുടെ വിശ്വാസ്യതയും മികച്ച ശ്രമങ്ങളും ഒരു തൊഴിലുടമയ്ക്ക് നൽകുന്നതും നിക്ഷേപത്തിന്റെ മറ്റൊരു രൂപമാണ്. പകരം, കരാർ വഴി, തൊഴിലാളിക്ക് പെൻഷൻവഴി പ്രതിഫലം ലഭിക്കുന്നു. ഇത് വ്യാവസായിക യുഗത്തിലെ പ്രശസ്തമായ ഒരു നിക്ഷേപരൂപമായിരുന്നു, വിവരസാങ്കേതികതയുടെ യുഗത്തിൽ ഇപ്പോഴത് ഏതാണ്ട് ഇല്ലാതായിക്കഴിഞ്ഞു.

മറ്റു ചിലർ വലിയ കുടുംബങ്ങൾ ഉണ്ടാക്കുന്നതിൽ നിക്ഷേപിക്കും, പകരം, അവരുടെ മക്കൾ വയസ്സാം കാലത്ത് സംരക്ഷിക്കും. ആ തരത്തിലുള്ള നിക്ഷേപം പണ്ടൊക്കെ സാധാരണമായിരുന്നു, ഇപ്പോഴത്തെ സാമ്പത്തിക പരിമിതികൾ കാരണം, അത് കുടുംബങ്ങൾക്ക് മാതാപിതാക്കളുടെ ജീവിത/ആരോഗ്യ ചെലവുകൾ കൈകാര്യം ചെയ്യുന്നത് കൂടുതൽ ബുദ്ധിമുട്ടിലാക്കുന്നു.

സോഷ്യൽ സെക്യൂരിറ്റി, മെഡികെയർ പോലെയുള്ള സർക്കാരിന്റെ റിട്ടയർമെന്റ് പദ്ധതികൾ, മിക്കവാറും ശമ്പളത്തിൽനിന്നും പിടിക്കുന്നവ, നിയമം അനുശാസിക്കുന്ന മറ്റൊരുതരം നിക്ഷേപരൂപമാണ്. ജനസംഖ്യയുടെയും വിലയുടെയും ഉയർന്ന മാറ്റങ്ങൾ കാരണം, ഈ തരത്തിലുള്ള നിക്ഷേപം മിക്കവാറും അത് നൽകുന്ന വാഗ്ദാനങ്ങളിൽനിന്നും ഒരുപാട് പ്രാവർത്തികമാക്കാൻ സാധിക്കില്ല.

ഇൻഡിവിജ്വൽ റിട്ടയർമെന്റ് പ്ലാനുകൾ പോലെയുള്ള സ്വതന്ത്രമായ നിക്ഷേപ ചാലകങ്ങളും ഉണ്ട്. മിക്കപ്പോഴും, ഫെഡറൽ ഗവൺമെന്റ് തൊഴിലുടമയ്ക്കും തൊഴിലാളിക്കും ടാക്സ് ഇൻസന്റീവുകൾ നൽകി അത്തരം പദ്ധതികളിൽ പങ്കുചേരാൻ പ്രോത്സാഹിപ്പിക്കും. അമേരിക്കയിൽ, ഒരു സാമാന്യമായ പദ്ധതിയാണ് 401(k) റിട്ടയർമെന്റ് പ്ലാൻ. ഓസ്ട്രേലിയ പോലെയുള്ള രാജ്യങ്ങളിൽ, അവർ അതിനെ സൂപ്പർ ആന്വേഷൻ പ്ലാനുകൾ എന്നു വിളിക്കും.

നിക്ഷേപങ്ങളിൽ നിന്നും ലഭിക്കുന്ന വരുമാനം

മുകളിൽ പറഞ്ഞവയെല്ലാം നിക്ഷേപത്തിന്റെ രൂപങ്ങളാണെങ്കിലും, I ചതുരം ശ്രദ്ധ കേന്ദ്രീകരിക്കുന്നത് നിങ്ങളുടെ തൊഴിൽ ചെയ്യുന്ന വർഷങ്ങളിൽ വരുമാനം സൃഷ്ടിക്കുന്ന നിക്ഷേപങ്ങളിലാണ്. അപ്പോൾ I ൽ പ്രവർത്തിക്കുന്ന ഒരാൾ ആയി യോഗ്യത നേടാൻ, മറ്റ് ചതുരങ്ങളിൽ ഉപയോഗിച്ച അതേ മാനദണ്ഡംതന്നെ ഉപയോഗിക്കുക. നിങ്ങൾക്ക് ഇപ്പോഴത്തെ വരുമാനം I ചതുരത്തിൽ നിന്നുമാണോ വരുന്നത്? മറ്റൊരു ഭാഷയിൽ പറഞ്ഞാൽ, നിങ്ങളുടെ പണം ജോലി ചെയ്ത് നിങ്ങളുടെ ഇപ്പോഴത്തെ വരുമാനം സൃഷ്ടിക്കുന്നുണ്ടോ?

ഒരു വീട് നിക്ഷേപമായി വാങ്ങി അത് വാടകയ്ക്ക് കൊടുക്കുന്ന ഒരാളെ നോക്കാം. ശേഖരിക്കുന്ന വാടക ആ വസ്തുവിനെ നയിക്കാനുള്ള ചെലവിനേക്കാൾ കൂടുതലാണെങ്കിൽ, ആ വരുമാനം I ചതുരത്തിൽ നിന്നുമാണ് വരുന്നത്. സമ്പാദ്യങ്ങൾ, സ്റ്റോക്കുകൾ, ബോണ്ടുകൾ തുടങ്ങിയവയിൽ നിന്നുമുള്ള ഡിവിഡന്റുകൾ തുടങ്ങിയവയിൽ നിന്നും പലിശ ലഭിക്കുന്ന ആളുകളും അതുപോലെയാണ്. അപ്പോൾ I ചതുരത്തിന് യോഗ്യത നൽകുന്നത് അതിൽ ജോലി ചെയ്യാതെ നിങ്ങൾ എത്ര വരുമാനം ഉണ്ടാക്കുന്നു എന്നതാണ്.

എന്റെ റിട്ടയർമെന്റ് അക്കൗണ്ട് ഒരുതരം നിക്ഷേപമാണോ?

പതിവായി റിട്ടയർമെന്റ് അക്കൗണ്ടിൽ പണം നിക്ഷേപിക്കുന്നത് E ചതുരത്തിലുള്ളവർക്ക് വളരെ പ്രോത്സാഹനീയമായ രൂപമാണ്. ഈ റിട്ടയർമെന്റ് പ്ലാനുകൾ അപകടസാധ്യത ഇല്ലാത്തതൊന്നുമല്ല. അവ പ്രവർത്തിക്കുമ്പോഴും, തിരിച്ച് ലഭിക്കുന്നതിന്റെ നിരക്ക് ഒരിക്കലും നിങ്ങളെ സാമ്പത്തികമായി സ്വതന്ത്രരാക്കുകയില്ല.

നമ്മളിൽ മിക്കവാറും എല്ലാവർക്കും ജോലി ചെയ്യുന്ന കാലത്ത് നിക്ഷേപകർ ആകണമെന്നായിരിക്കും ആഗ്രഹം. പക്ഷേ, ഈ പുസ്തകത്തിൽ, I ചതുരം പ്രതിനിധീകരിക്കുന്നത് ജോലി ചെയ്യുന്ന കാലത്ത് വരുമാനം നിക്ഷേപങ്ങളിലൂടെ നേടുന്ന ഒരാളെയാണ്. വാസ്തവത്തിൽ, മിക്കവാറും ആളുകൾ റിട്ടയർമെന്റ് അക്കൗണ്ടിൽ നിക്ഷേപിക്കുന്നില്ല. പകരം, അവർ റിട്ടയർമെന്റ് അക്കൗണ്ടിൽ പണം സൂക്ഷിക്കുകയാണ് ചെയ്യുന്നത്, റിട്ടയർ ആകുമ്പോൾ, സൂക്ഷിച്ച പണത്തിനേക്കാൾ കൂടുതൽ പണം ഉണ്ടാകുമെന്ന പ്രതീക്ഷയിൽ.

റിട്ടയർമെന്റ് അക്കൗണ്ടുകളിൽ പണം നിക്ഷേപിക്കുന്നവരും, ആ പണം ഉപയോഗിച്ച് നിക്ഷേപങ്ങളിലൂടെ കൂടുതൽ പണം ഉണ്ടാക്കുന്നവരും തമ്മിൽ വ്യത്യാസമുണ്ട്.

സ്റ്റോക്ക് ബ്രോക്കർമാർ നിക്ഷേപകരാണോ?

നിക്ഷേപങ്ങളുടെ ലോകത്തെ ഒരുപാട് സാമ്പത്തിക ഉപദേഷ്ടാക്കൾ, നിർവചനം അനുസരിച്ച്, I ചതുരത്തിൽനിന്നും വരുമാനം ഉണ്ടാക്കുന്നവരല്ല.

ഉദാഹരണത്തിന്, മിക്കവാറും സ്റ്റോക്ക് ബ്രോക്കർമാർ, റിയൽ എസ്റ്റേറ്റ് ഏജന്റുമാർ, സാമ്പത്തിക ഉപദേഷ്ടാക്കൾ, ബാങ്കർമാർ, അക്കൗണ്ടന്റുമാർ എല്ലാം പ്രധാനമായും E അല്ലെങ്കിൽ S ആണ്. മറ്റു വാക്കുകളിൽ, അവരുടെ വരുമാനം ഉണ്ടാകുന്നത് അവരുടെ തൊഴിലിലൂടെയാണ്, അവരുടെ സ്വന്തം സ്വത്തുക്കളിൽ നിന്നും ആകണമെന്നില്ല.

എനിക്ക് സ്റ്റോക്ക് ട്രേഡർമാരായ സുഹൃത്തുക്കളുണ്ട്. അവർ കുറഞ്ഞ വിലയുള്ള സ്റ്റോക്കുകൾ വാങ്ങുകയും ഉയർന്ന വിലയ്ക്ക് വിൽക്കാമെന്ന് പ്രതീക്ഷിക്കുകയും ചെയ്യുന്നു. വാസ്തവത്തിൽ, അവരുടെ തൊഴിൽ ട്രേഡിങ് ആണ്, മൊത്തച്ചരക്കായി സാധനങ്ങൾ വാങ്ങുകയും ചില്ലറ വില്പന നടത്തുകയും ചെയ്യുന്ന റീടേയിൽ ഷോപ്പ് ഉടമകളെപ്പോലെ. അപ്പോഴും, പണമുണ്ടാക്കാനായി അവർക്ക് കായികമായി ചിലത് ചെയ്യാനുണ്ട്, അതുകൊണ്ട് അവർ I ചതുരത്തിനേക്കാൾ യോജിക്കുക S ചതുരത്തിലാണ്.

ഇവരെല്ലാവരും നിക്ഷേപകരാണോ? അതെ എന്നാണ് ഉത്തരം. പക്ഷേ, പ്രധാനമായും അറിഞ്ഞിരിക്കേണ്ടത് കമ്മീഷനുകൾ വഴിയും, അപ്പപ്പോൾ ഉപദേശങ്ങൾ വിറ്റും, അല്ലെങ്കിൽ കുറഞ്ഞ വിലയ്ക്ക് വാങ്ങി കൂടിയ വിലയ്ക്ക് വിറ്റും സമ്പാദിക്കുന്നവരും, നല്ല നിക്ഷേപങ്ങൾ തിരിച്ചറിഞ്ഞ് സൃഷ്ടിക്കുക വഴി പണം സമ്പാദിക്കുന്നവരും തമ്മിലുള്ള വ്യത്യാസം ആണ്.

നിങ്ങളുടെ ഉപദേശകർ എത്ര നല്ലതാണെന്ന് കണ്ടെത്താൻ ഒരു വഴിയുണ്ട്: അവരുടെ വരുമാനത്തിന്റെ, എത്ര ശതമാനം കമ്മീഷനുകൾ അല്ലെങ്കിൽ ഫീസ് വഴിയും എന്നും, അവരുടെ നിക്ഷേപങ്ങൾ അല്ലെങ്കിൽ സ്വന്തം ബിസിനസ്സ് വഴി വരുന്നതിന്റെ ശതമാനവും ചോദിക്കുക.

ഒരുപാട് CPA സുഹൃത്തുക്കൾ എന്നോട് പറയാറുണ്ട്, ക്ലയന്റിന്റെ വിശ്വാസ്യതയ്ക്ക് ഭംഗം വരുത്താതെ തന്നെ, ഒരുപാട് പ്രൊഫഷണൽ നിക്ഷേപ ഉപദേഷ്ടക്കാൾക്കും നിക്ഷേപങ്ങൾ വഴിയുള്ള വരുമാനം വളരെ കുറവാണെന്ന്. എന്നുവച്ചാൽ, 'അവർ പ്രസംഗിക്കുന്നത് പ്രവർത്തിക്കാറില്ല.'

I ചതുരത്തിൽ നിന്നുമുള്ള വരുമാനത്തിന്റെ ഗുണങ്ങൾ

അപ്പോൾ, I ചതുരത്തിൽനിന്നും പണം സമ്പാദിക്കുന്നവരുടെ മറ്റുള്ളവരിൽ നിന്നുള്ള പ്രധാന വ്യത്യാസം അവരുടെ ശ്രദ്ധ പണം ഉപയോഗിച്ച് പണം ഉണ്ടാക്കുന്നതിലാണ് എന്നതാണ്. അവർ അതിൽ മിടുക്കരാണെങ്കിൽ, ആ പണത്തിനെ അവർക്കുവേണ്ടിയും കുടുംബത്തിന് വേണ്ടിയും നൂറ് കണക്കിന് വർഷങ്ങൾ പ്രവർത്തിപ്പിക്കാവുന്നതാണ്.

പണം ഉപയോഗിച്ച് പണം സമ്പാദിക്കുന്നത് അറിയുന്നതിന്റെയും എഴുന്നേറ്റ് ജോലിക്ക് പോകേണ്ടതില്ലാത്തതിന്റെയും സ്വാഭാവികമായ

ഗുണങ്ങൾക്ക് പുറമേ, പണത്തിനുവേണ്ടി തൊഴിലെടുക്കുന്ന ആളുകൾക്ക് ലഭ്യമല്ലാത്ത ഒരുപാട് നികുതി പ്രയോജനങ്ങളും ഉണ്ട്.

പണക്കാർ വീണ്ടും പണക്കാരാകുന്നതിന്റെ ഒരു കാരണം, അവർക്ക് കോടിക്കണക്കിന് സമ്പാദിച്ച് നിയമപരമായി ആ പണത്തിന് കുറവ് നികുതിയോ, അല്ലെങ്കിൽ നികുതിയേ കൊടുക്കാതെയോ ഇരിക്കാം എന്നതാണ്. അതിന്റെ കാരണം അവർ പണമുണ്ടാക്കുന്നത് ആസ്തിയുടെ കോളത്തിലാണ്, വരുമാനത്തിന്റെ കോളത്തിലല്ല.

പോരാത്തതിന്, പണത്തിനുവേണ്ടി തൊഴിലെടുക്കുന്നവരുടെ നികുതി നിക്ഷേപകരേക്കാൾ ഉയർന്ന നിരക്കിലായിരിക്കും, അവരുടെ നികുതി ശമ്പളത്തിൽ നിന്നുമാണ് പിടിക്കുക. വരുമാനത്തിന്റെ B ഭാഗം അവർ ഒരിക്കലും കാണില്ല.

എന്തുകൊണ്ടാണ് കൂടുതൽ ആളുകൾ നിക്ഷേപകരാകാത്തത്?

I ചതുരം കുറച്ച് ജോലി ചെയ്ത്, കൂടുതൽ സമ്പാദിച്ച്, കുറച്ച് നികുതി കൊടുക്കാനുള്ള ചതുരമാണ്. അപ്പോൾ എന്തുകൊണ്ട് കൂടുതൽ ആളുകൾ നിക്ഷേപകരാകുന്നില്ല? കൂടുതൽ ആളുകൾ സ്വന്തമായി ബിസിനസ്സ് തുടങ്ങാത്തതിന്റെ അതേ കാരണം തന്നെ. അതിനെ ഒറ്റ വാക്കിൽ ചുരുക്കാവുന്നതാണ്: നഷ്ടസാദ്ധ്യത.

കൂടുതൽ ആളുകൾക്ക് അവരുടെ കഠിനാദ്ധ്വാനം ചെയ്തുണ്ടാക്കിയ പണം കൈമാറാൻ ഇഷ്ടമുണ്ടാവില്ല, മിക്കവാറും, അത് തിരിച്ച് വരാതിരിക്കാനും. മിക്കവാറും ആളുകൾ പണം നഷ്ടപ്പെടുമെന്ന പേടിയിൽ നിക്ഷേപം വേണ്ടയെന്ന് തീരുമാനിക്കും, തിരിച്ച് എത്ര പണം വരുമെന്നാണെങ്കിലും.

ഒരിക്കൽ ഒരു ഹോളിവുഡ് സെലിബ്രിറ്റി പറഞ്ഞു: 'ഞാൻ വേവലാതിപ്പെടുന്നത് നിക്ഷേപത്തിൽ നിന്നും തിരിച്ചുകിട്ടുന്നതിനെ പറ്റിയല്ല. അത് നിക്ഷേപത്തിന്റെ തിരിച്ച് വരവിനെപ്പറ്റിയാണ്.'

പണം നഷ്ടപ്പെടും എന്ന പേടി നിക്ഷേപകരെ നാല് വിശാലമായ വിഭാഗങ്ങളിലേക്ക് വേർതിരിക്കുന്നു:

- നഷ്ടസാദ്ധ്യതയിൽ താല്പര്യമില്ലാതെ സുരക്ഷിതമായി കളിച്ച്, പണം ബാങ്കിൽ സൂക്ഷിക്കുന്ന ആളുകൾ.
- നിക്ഷേപിക്കുന്ന ജോലി മറ്റാരെയെങ്കിലും, സാമ്പത്തിക ഉപദേഷ്ടാവ് അല്ലെങ്കിൽ മ്യൂചൽ ഫണ്ട് മാനേജർ, ഏൽപ്പിക്കുന്ന ആളുകൾ.
- ചൂതുകളിക്കാർ
- നിക്ഷേപകർ

ചൂതുകളിക്കാരനും നിക്ഷേപകനും തമ്മിലുള്ള വ്യത്യാസം ലളിതമാണ്. ചൂതുകളിക്കാരന്, നിക്ഷേപം എന്നത് സാധ്യതയുടെ ഒരു കളി

യാണ്. നിക്ഷേപകന്, അത് നൈപുണ്യത്തിന്റെ ഒരു കളിയാണ്. സ്വന്തം പണം നിക്ഷേപിക്കാൻ മറ്റാരെയെങ്കിലും ഏൽപ്പിക്കുന്നവർക്ക്, നിക്ഷേപം എന്നത് അവർക്ക് പഠിക്കാൻ ആഗ്രഹമില്ലാത്ത കളിയായിരിക്കും. ഈ വ്യക്തികൾക്കുള്ള പ്രധാന കാര്യം സാമ്പത്തിക ഉപദേഷ്ടാവിനെ സൂക്ഷിച്ച് തിരഞ്ഞെടുക്കണം എന്നതാണ്.

ഈ പുസ്തകത്തിൽ പിന്നീട്, ഈ വിഷയത്തിലേക്ക് കൂടുതൽ വെളിച്ചം വീശാനായി, അഞ്ച് തലങ്ങളിലുള്ള നിക്ഷേപകരിലേക്ക് പോകുന്നതായിരിക്കും.

നഷ്ടസാദ്ധ്യതയെ ഫലത്തിൽ ഇല്ലാതാക്കാവുന്നതാണ്

നിക്ഷേപത്തിനെക്കുറിച്ചുള്ള നല്ല വാർത്ത,നഷ്ടസാദ്ധ്യത ഒട്ടേറേ കുറയ്ക്കാനോ അല്ലെങ്കിൽ ഇല്ലാതാക്കാനോ കഴിയും എന്നതാണ്, നിങ്ങൾക്ക് അപ്പോഴും പണത്തിൽനിന്നും ഉയർന്ന നേട്ടമുണ്ടാക്കാം, കളി അറിയാമെങ്കിൽ.

ഒരു ശരിയായ നിക്ഷേപകന് അയാളുടെ പണം പെട്ടെന്നുതന്നെ തിരികെ കിട്ടണം. റിട്ടയർമെന്റ് അക്കൗണ്ട് ഉള്ള ആളുകൾക്ക് അവരുടെ പണം എപ്പോഴെങ്കിലും തിരിച്ച് കിട്ടുമോയെന്നറിയാൻ വർഷങ്ങളോളം കാത്തിരിക്കണ്ടേതുണ്ട്. ഇതാണ് പ്രൊഫഷണൽ നിക്ഷേപകനും റിട്ടയർമെന്റിനായി പണം നീക്കിവയ്ക്കുന്ന ഒരാളും തമ്മിലുള്ള അങ്ങേയറ്റത്തെ വ്യത്യാസം.

മിക്കവാറും ആളുകൾ സുരക്ഷ അന്വേഷിക്കുന്നതിന്റെ കാരണം പണം നഷ്ടപ്പെടുമോയെന്ന ഭയമാണ്. എന്നാൽ I ചതുരം എല്ലാവരും വിചാരിക്കുന്നതുപോലെ അത്രയ്ക്ക് ചതിക്കുഴിയൊന്നുമല്ല. I ചതുരം മറ്റേത് ചതുരവും പോലെയാണ്. അതിന് അതിന്റേതായ നൈപുണ്യങ്ങളും മാനസികാവസ്ഥയും ഉണ്ട്. I ചതുരത്തിൽ വിജയിക്കാനുള്ള നൈപുണ്യങ്ങൾ, നിങ്ങൾക്ക് സമയം ചിലവഴിക്കാൻ താല്പര്യമുണ്ടെങ്കിൽ, പഠിക്കാവുന്നതേയുള്ളൂ.

ഒരു പുതിയ യുഗം തുടങ്ങുന്നു

1989-ൽ ബർലിൻ മതിൽ തകർന്നു, കമ്മ്യൂണിസവും. ഇത്, എന്റെ അഭിപ്രായത്തിൽ, വ്യാവസായിക യുഗത്തിന്റെ അവസാനവും വിവരസാങ്കേതിക യുഗത്തിന്റെ ആരംഭവും സൂചിപ്പിച്ചു.

വ്യാവസായിക യുഗത്തിലെ പെൻഷൻ പ്ലാനുകളും വിവരസാങ്കേതിക യുഗത്തിലെ പെൻഷൻ പ്ലാനുകളും തമ്മിലുള്ള വ്യത്യാസം

കൊളംബസ്സിന്റെ 1492-ലെ കടൽ യാത്ര വ്യാവസായികയുഗത്തിന്റെ തുടക്കവുമായി ഏതാണ്ട് യോജിക്കുന്നുണ്ട്. 1989-ൽ ബർലിൻ മതിൽ വീണതാണ് ആ യുഗത്തിന്റെ അവസാനം അടയാളപ്പെടുത്തിയ

സംഭവം. എന്തൊക്കെയോ കാരണങ്ങൾ കൊണ്ട്, ആധുനിക ചരിത്രത്തിലെ ഓരോ 500 വർഷം കൂടുമ്പോഴും, ഉഗ്രമായ വിപ്ലവങ്ങൾ ഉണ്ടാകും. നമ്മൾ ഇപ്പോൾ അങ്ങനെയൊരു സമയത്താണുള്ളത്.

ആ മാറ്റം ഇപ്പോൾത്തന്നെ കോടിക്കണക്കിന് ആളുകളുടെ സാമ്പത്തികസുരക്ഷയെ ഭീഷണിപ്പെടുത്തിയിട്ടുണ്ട്, അവരിൽ മിക്കവാറും പേർക്കും ആ മാറ്റത്തിന്റെ സാമ്പത്തികമായ ആഘാതത്തിനെക്കുറിച്ച് അറിയില്ല, ഒരുപാട് പേർക്ക് അത് താങ്ങാനുമാവില്ല. വ്യാവസായിക യുഗത്തിലെ പെൻഷൻ പ്ലാനുകളും വിവരസാങ്കേതിക യുഗത്തിലെ പെൻഷൻ പ്ലാനുകളും തമ്മിൽ ആ മാറ്റം കാണാവുന്നതാണ്.

ഞാൻ ഒരു പയ്യനായിരുന്നപ്പോൾ, എന്റെ ധനികനായ പിതാവ് എന്റെ പണം കൊണ്ട് നഷ്ടസാദ്ധ്യത, എടുത്ത് നിക്ഷേപിക്കാൻ പ്രോത്സാഹിപ്പിക്കുമായിരുന്നു. അദ്ദേഹം എപ്പോഴും പറയുമായിരുന്നു, 'നിനക്ക് ധനികനാകണമെങ്കിൽ, നഷ്ടസാദ്ധ്യതയെ എങ്ങനെ എടുക്കണമെന്ന് പഠിക്കണം. ഒരു നിക്ഷേപകനാകാൻ പഠിക്കൂ.'

വീട്ടിൽ ഞാൻ എന്റെ വിദ്യാസമ്പന്നനായ പിതാവിനോട് എന്റെ ധനികനായ പിതാവിന്റെ നിർദ്ദേശമായ, 'നമ്മൾ നിക്ഷേപിക്കാനും നഷ്ടസാദ്ധ്യതയെ കൈകാര്യം ചെയ്യാനും പഠിക്കണം' എന്ന കാര്യം പറഞ്ഞു. വിദ്യാസമ്പന്നനായ പിതാവ് പറഞ്ഞു, 'എനിക്ക് നിക്ഷേപിക്കുന്നത് എങ്ങനെയെന്ന് പഠിക്കണ്ട. എനിക്ക് സർക്കാർ പെൻഷൻ പ്ലാൻ ഉണ്ട്, ടീച്ചേഴ്സ് യൂണിയന്റെ ഒരു പെൻഷൻ ഉണ്ട്, പിന്നെ ഉറപ്പുള്ള സോഷ്യൽ സെക്യൂരിറ്റി ഗുണങ്ങളും. എന്റെ പണം കൊണ്ട് നഷ്ടസാദ്ധ്യത എടുക്കുന്നതെന്തിനാണ്?'

എന്റെ വിദ്യാസമ്പന്നനായ പിതാവ് വ്യാവസായികയുഗത്തിലെ പെൻഷൻ പ്ലാനുകളിലായിരുന്നു വിശ്വസിച്ചത്, സർക്കാരിന്റെ പെൻഷൻ പ്ലാനും സോഷ്യൽ സെക്യൂരിറ്റിയും പോലെ. ഞാൻ യു.എസ്. മറൈൻ കോർപ്സിൽ ചേർന്നപ്പോൾ അദ്ദേഹത്തിന് സന്തോഷമായി. എന്റെ ജീവൻ വിയറ്റ്നാമിൽ നഷ്ടമാകുമോയെന്ന് വിഷമിക്കുന്നതിന് പകരം, അദ്ദേഹം പറഞ്ഞു, '20 വർഷം തുടരൂ, നിനക്ക് അപ്പോൾ ഒരു പെൻഷനും മെഡിക്കൽ പ്രയോജനങ്ങളും ലഭിക്കും.'

ഇപ്പോഴും നിലവിലുണ്ടെങ്കിലും, അത്തരം പെൻഷൻ പ്ലാനുകൾ കാലഹരണപ്പെടുകയാണ്. നിങ്ങളുടെ റിട്ടയർമെന്റിൽ സാമ്പത്തിക ഉത്തരവാദിത്തമുള്ള ഒരു കമ്പനിയും പെൻഷൻ സ്കീമുകൾ വഴി നിങ്ങളുടെ റിട്ടയർമെന്റ് ആവശ്യങ്ങളുടെ ബാക്കി ഏറ്റെടുക്കുന്ന സർക്കാരുമെല്ലാം പഴയ, കാലഹരണപ്പെട്ട ആശയമാണ്.

ആളുകൾ നിക്ഷേപകരാകണം

നമ്മൾ നിർവചിക്കപ്പെട്ട ഗുണങ്ങളുള്ള പെൻഷൻ പ്ലാനുകളിൽ നിന്നും (അല്ലെങ്കിൽ വ്യാവസായികയുഗത്തിലെ റിട്ടയർമെന്റ് പ്ലാനുകൾ എന്ന് നമ്മൾ വിളിക്കുന്നത്) ഒരു നിർവചിക്കപ്പെട്ട സംഭാവനയുള്ള

പെൻഷൻ പ്ലാനുകളിലേക്ക് മാറുമ്പോൾ, അതിന്റെ ഫലം നിങ്ങൾ ഒരു വ്യക്തി എന്ന നിലയിൽ നിങ്ങളോടുതന്നെ സാമ്പത്തികമായി ഉത്തര വാദിത്തമുള്ളവരായിരിക്കണം. അത്ഭുതകരമെന്ന് പറയട്ടെ, കുറച്ചു പേർ ആ വ്യത്യാസം ശ്രദ്ധിച്ച് അതിന്റെ ശാഖകൾ മനസ്സിലാക്കുന്നുണ്ട്.

വ്യാവസായികയുഗത്തിലെ പെൻഷൻ പ്ലാനുകൾ

വ്യാവസായികയുഗത്തിൽ, ഒരു നിർവചിക്കപ്പെട്ട ഗുണങ്ങളുള്ള പെൻഷൻ പ്ലാൻ എന്നത് കമ്പനി നിങ്ങൾക്ക്, തൊഴിലാളിക്ക്, ഒരു നിശ്ചിതതുക (മിക്കവാറും മാസത്തവണയിൽ) ജീവിച്ചിരിക്കുന്നിട ത്തോളം കാലം ഉറപ്പ് തരുന്നതാണ്. ആ പ്ലാനുകൾ സ്ഥിരമായ വരു മാനം ഉറപ്പ് തരുന്നതിനാൽ ആളുകൾക്ക് സുരക്ഷ തോന്നി.

വിവരസാങ്കേതിക യുഗത്തിലെ പെൻഷൻ പ്ലാനുകൾ

പക്ഷേ 1974-ൽ, എംപ്ലോയീ റിട്ടയർമെന്റ് ഇൻകം സെക്യൂരിറ്റി ആക്റ്റ് (ERISA) നടപ്പിലായതോടെ നിയമങ്ങൾ മാറി. പെട്ടെന്ന്, കമ്പ നികൾ നിങ്ങളുടെ തൊഴിൽ കാലത്തിന്റെ അവസാനം സാമ്പത്തിക സുരക്ഷ ഉറപ്പ് നൽകാതായി. പകരം, തൊഴിലാളികൾക്ക് നിർവചിക്ക പ്പെട്ട സംഭാവനയുള്ള റിട്ടയർമെന്റ് പ്ലാനുകൾ നൽകാൻ തുടങ്ങി. 'നിർവചിക്കപ്പെട്ട സംഭാവന' എന്നാൽ നിങ്ങൾ ജോലിയിലുള്ളപ്പോൾ നിങ്ങളും കമ്പനിയും സംഭാവന ചെയ്തത് മാത്രമേ തിരിച്ചു കിട്ടുക യുള്ളൂ. മറ്റൊരു തരത്തിൽ പറഞ്ഞാൽ, നിങ്ങളുടെ പെൻഷൻ നിർവ ചിക്കപ്പെട്ടിരിക്കുന്നത് എത്ര സംഭാവന ചെയ്തു എന്നതിനെ ആശ്ര യിച്ച് മാത്രമാണുള്ളത്. നിങ്ങളും കമ്പനിയും പണം നൽകിയില്ലെങ്കിൽ, നിങ്ങൾക്ക് പണമൊന്നും കിട്ടില്ല.

നല്ല വാർത്ത എന്താണെന്നാൽ, വിവരസാങ്കേതികതയുടെ യുഗ ത്തിൽ, ആയുർദൈർഘ്യം വർദ്ധിച്ചു. മോശം വാർത്ത എന്താണെന്നാൽ, നിങ്ങൾ പെൻഷനേക്കാൾ കൂടുതൽ ജീവിക്കാൻ സാധ്യതയുണ്ട് (ഒരെണ്ണം ഉണ്ടെങ്കിൽ).

നഷ്ടസാദ്ധ്യതയുള്ള പെൻഷൻ പ്ലാനുകൾ

ഒരുപാട് ആളുകൾ മനസ്സിലാക്കാത്തത് എന്താണെന്നാൽ, നിങ്ങ ളും നിങ്ങളുടെ തൊഴിലുടമയും പ്ലാനിൽ ഇടുന്നതെന്തായാലും അത് നിങ്ങൾ തിരിച്ചെടുക്കാൻ തീരുമാനിക്കുമ്പോൾ ഉണ്ടായിരിക്കണമെന്നില്ല. കാരണം 401(k) പോലെയുള്ള പ്ലാനുകളും പെൻഷൻ കൊടുത്ത് പിരി യലും വിപണിയുടെ ചാലകങ്ങൾക്കനുസരിച്ചിരിക്കും. വേറൊരു തര ത്തിൽ പറഞ്ഞാൽ, ഒരു ദിവസം നിങ്ങളുടെ അക്കൗണ്ടിൽ ഒരു മില്യൺ ഡോളർ ഉണ്ടാകാം. പക്ഷേ, സ്റ്റോക്ക് മാർക്കറ്റ് തകർച്ച ഉണ്ടായാൽ, എല്ലാ വിപണിക്കും അത് ഇടയ്ക്കുണ്ടാകും, നിങ്ങളുടെ മില്യൺ ഡോളർ പകുതിയായി കുറയുകയോ മൊത്തമായി മാഞ്ഞുപോകു

കയോ ചെയ്യാം. നിർവചിക്കപ്പെട്ട സംഭാവനയുള്ള പ്ലാനുകളിൽ, ജീവിതാവസാനം വരെയുള്ള വരുമാനം എന്ന ഉറപ്പ് ഇല്ലാതായി.

ഇന്നത്തെ ആളുകൾ, 65 വയസ്സിൽ വിരമിച്ച് നിർവചിക്കപ്പെട്ട സംഭാവനയുള്ള ജീവിതം നയിക്കാൻ തുടങ്ങുന്നവർ, ഏതാണ്ട് 75 വയസ്സാകുമ്പോഴേയ്ക്കും പണമില്ലാതായിത്തീരും. അപ്പോൾ അവരെന്ത് ചെയ്യും? 'റെസ്യൂമെ' പൊടിതട്ടിയെടുക്കുമോ?

പിന്നെ സർക്കാരിന്റെ നിർവചിക്കപ്പെട്ട ഗുണമുള്ള പെൻഷൻ പ്ലാനിന്റെ കാര്യമോ? അത്, യുണൈറ്റഡ് സ്റ്റേറ്റ്സിൽ, സോഷ്യൽ സെക്യൂരിറ്റി 2037 ആകുമ്പോഴേയ്ക്കും പാപ്പരാകുമെന്നാണ് പ്രതീക്ഷിക്കുന്നത്, 2017-ൽ മെഡികെയർ പാപ്പരാകുന്നതിനോടൊപ്പം. ഇന്നു പോലും, സോഷ്യൽ സെക്യൂരിറ്റി വരുമാനമെന്ന നിലയ്ക്ക് കാര്യമായിട്ടൊന്നും നൽകുന്നില്ല. 77 ദശലക്ഷം വൃദ്ധർ അവരുടെ പണം ആവശ്യപ്പെടുകയാണെങ്കിൽ എന്താകും. പക്ഷേ, അതവിടെയില്ലാത്തപ്പോൾ?

1998-ൽ, പ്രസിഡന്റ് ക്ലിന്റന്റെ പ്രശസ്തമായ 'സേവ് സോഷ്യൽ സെക്യൂരിറ്റി' രോദനം നന്നായി സ്വീകരിക്കപ്പെട്ടു. എന്നിട്ടും ഒരു ഡെമോക്രാറ്റിക് സെനറ്റർ ആയ ഏണസ്റ്റ് ഹോളിങ്സ് ചൂണ്ടിക്കാണിച്ചു, 'സ്വാഭാവികമായും, ഫെഡറൽ ഗവൺമെന്റ് റിട്ടയർമെന്റ് പണം ചെലവിനായി 'കടമെടുത്തതിന്' ഉത്തരവാദിയാണ്: സർക്കാർ അനുവദിച്ച ഒരു വ്യാജ സ്കീം.

ചില രാഷ്ട്രീയക്കാർ ചിന്തിക്കുന്നതായി കണ്ടിട്ടുള്ളത് സോഷ്യൽ സെക്യൂരിറ്റി ചിലവഴിക്കാനുള്ള വരുമാനം ആയിട്ടാണ്, ട്രസ്റ്റിൽ സൂക്ഷിക്കാനുള്ള മുതൽക്കൂട്ട് ആയിട്ടല്ല.

ഒരുപാട് ആളുകൾ സർക്കാരിനെ ആശ്രയിക്കുന്നു

ഞാൻ പുസ്തകങ്ങൾ രചിക്കുകയും ഉത്പന്നങ്ങൾ സൃഷ്ടിക്കുകയും ചെയ്യുന്നു, വിദ്യാഭ്യാസപരമായ കാഷ്ഫ്ളോ ബോർഡ് ഗെയിം പോലെയുള്ളവ, കാരണം വ്യാവസായികയുഗം ചരിത്രമായിക്കഴിഞ്ഞു, നമ്മൾ വിവരസാങ്കേതിക യുഗത്തിലെ അവസരങ്ങൾക്കായി തയ്യാറെടുക്കണം.

ഒരു പ്രൈവറ്റ് സിറ്റിസൻ എന്ന നിലയിൽ എന്റെ വേവലാതി, എന്റെ തലമുറ തൊട്ട്, നമ്മൾ വ്യാവസായിക യുഗവും വിവരസാങ്കേതികയുഗവും തമ്മിലുള്ള വ്യത്യാസങ്ങൾ ശരിയായി കൈകാര്യം ചെയ്യാൻ തയ്യാറായിട്ടില്ല എന്നാണ്. ഇവിടെയുള്ള ഒരു കാര്യം നമ്മളുടെ റിട്ടയർമെന്റ് കാലത്തേക്ക് സാമ്പത്തികമായി എങ്ങനെ തയ്യാറെടുക്കും എന്നതാണ്. 'സ്കൂളിലേക്ക് പോയി സുരക്ഷിതമായ ജോലി നേടൂ' എന്ന ആശയം 1930-നുമുമ്പ് ജനിച്ചവർക്ക് നല്ലതായിരുന്നു. ഇന്ന്, എല്ലാവരും സ്കൂളിലേക്ക് പോയി ജോലിക്കായി തയ്യാറെടുക്കണം. പക്ഷേ, നമ്മൾ എങ്ങനെ നിക്ഷേപിക്കണം എന്നും അറിയേണ്ടതുണ്ട് - സ്കൂളിൽ പഠിപ്പിക്കുന്ന ഒരു വിഷയമല്ല നിക്ഷേപം.

വ്യാവസായിക യുഗം സൃഷ്ടിച്ച ഒരുപാട് പ്രശ്നങ്ങളിൽ ഒന്ന് കൂടുതൽ ആളുകൾ അവരുടെ വ്യക്തിപരമായ പ്രശ്നങ്ങൾ പരിഹരിക്കാനായി സർക്കാരിനെ ആശ്രയിച്ചിരിക്കുന്നു എന്നാണ്. ഇന്ന് അതിനേക്കാൾ വലിയ പ്രശ്നങ്ങളാണ് നമ്മൾ അഭിമുഖീകരിക്കുന്നത്, കാരണം നമ്മളുടെ വ്യക്തിപരമായ സാമ്പത്തിക ഉത്തരവാദിത്തം സർക്കാരിനെ ഏൽപ്പിച്ചിരിക്കുന്നു.

കണക്കാക്കിയിരിക്കുന്നത്, 2020 ആകുമ്പോഴേയ്ക്കും, അമേരിക്കയിൽ 275 മില്യൺ ജനങ്ങളുണ്ടാകും, അതിൽ 100 മില്യൺ ഏതെങ്കിലും തരത്തിലുള്ള സർക്കാർ സഹായം പ്രതീക്ഷിക്കുന്നുണ്ടാകും എന്നാണ്. ഇതിൽ ഫെഡറൽ ജോലിക്കാർ, മിലിറ്ററിയിൽനിന്നും വിരമിച്ചവർ, പോസ്റ്റൽ ജോലിക്കാർ, മറ്റു സർക്കാർ ജോലിക്കാർ, സോഷ്യൽ സെക്യൂരിറ്റിയും മെഡികെയർ പേയ്മെന്റും പ്രതീക്ഷിക്കുന്ന വിരമിച്ചവർ എല്ലാം ഉൾപ്പെടുന്നു. അവർ കരാർ അനുസരിച്ച് സർക്കാർ സഹായം പ്രതീക്ഷിക്കുന്നത് ശരിയാണ്, കാരണം ഒരുതരത്തിൽ അല്ലെങ്കിൽ മറ്റൊന്നിൽ, മിക്കവാറും എല്ലാവരും അവരുടെ തൊഴിൽ ജീവിതം മുഴുവനും ആ വാഗ്ദാനത്തിൽ നിക്ഷേപിക്കുന്നുണ്ടായിരിക്കും. ദൗർഭാഗ്യവശാൽ, വർഷങ്ങളായി ഒരുപാട് വാഗ്ദാനങ്ങൾ നൽകപ്പെടുന്നുണ്ട്. ഇപ്പോൾ ബില്ലടയ്ക്കാനായിരിക്കുന്നു.

ആ സാമ്പത്തിക വാഗ്ദാനങ്ങൾ നിലനിർത്തണമെന്ന് എനിക്ക് തോന്നുന്നില്ല. നമ്മുടെ സർക്കാർ ആ വാഗ്ദാനങ്ങൾക്കായി നികുതി വർദ്ധിപ്പിക്കാൻ തുടങ്ങിയാൽ, രക്ഷപ്പെടാൻ കഴിയുന്നവർ നികുതി കുറവുള്ള രാജ്യങ്ങളിലേക്ക് രക്ഷപ്പെടും. വിവരസാങ്കേതിക യുഗത്തിൽ 'ഓഫ് ഷോർ' എന്നാൽ നികുതി ശരണാലയം മറ്റൊരു രാജ്യം ആകണമെന്നില്ല. ഓഫ് ഷോറിന് സൈബർ ഇടം എന്ന അർഥമാകാം.

വലിയ മാറ്റം കൈയിൽത്തന്നെയുണ്ട്

ഞാൻ പ്രസിഡന്റ് ജോൺ എഫ്. കെന്നഡിയുടെ താക്കീത് ഓർക്കുകയാണ്, 'ഒരു വലിയ മാറ്റം കൈയിലുണ്ട്.' ശരി, ആ മാറ്റം ഇവിടെയെത്തി.

നിക്ഷേപകരാകാതെ നിക്ഷേപിക്കുന്നത്

നിർവചിക്കപ്പെട്ട ഗുണത്തിൽ നിന്നും നിർവചിക്കപ്പെട്ട സംഭാവനയുള്ള പെൻഷനിലേക്കുള്ള മാറ്റം ലോകമാകമാനമുള്ള ലക്ഷക്കണക്കിന് ആളുകളെ നിക്ഷേപകരാകാൻ നിർബന്ധിതരാക്കുകയാണ്, അല്പം നിക്ഷേപ വിദ്യാഭ്യാസത്തിനൊപ്പം. സാമ്പത്തിക നഷ്ടസാദ്ധ്യത ഒഴിവാക്കി ജീവിതം ചിലവഴിച്ചവർ ഇപ്പോൾ അതിനെ അംഗീകരിക്കാൻ നിർബന്ധിക്കപ്പെടുന്നു. അവരിൽ കൂടുതലും വിരമിക്കാൻ സമയമാകുമ്പോഴാണ് അവർ മിടുക്കരായ നിക്ഷേപകരാണോ അതോ അശ്രദ്ധക്കാരായ ചൂതുകളിക്കാരാണോയെന്ന് തിരിച്ചറിയുന്നത്.

ഇന്ന്, ഓഹരി വിപണി ഒരുപാട് കാര്യങ്ങൾ കൊണ്ട് ഊർജ്ജിത പ്പെടുന്നുണ്ട്, അതിലൊന്നാണ് നിക്ഷേപകർ അല്ലാത്തവർ നിക്ഷേപ കർ ആകാൻ ശ്രമിക്കുന്നത്. അവരുടെ സാമ്പത്തികവഴി ഇങ്ങനെ യുണ്ടാകും:

ഈ ആളുകളിൽ ഭൂരിഭാഗവും, E & Sൽ ഉള്ളവർ, സ്വഭാവത്തിൽ ത്തന്നെ സുരക്ഷയിൽ ശ്രദ്ധയുള്ളവരായിരിക്കും. അതുകൊണ്ടാണ് അവർ സുരക്ഷിതമായ ജോലി നോക്കുകയോ അല്ലെങ്കിൽ അവർക്ക് നിയന്ത്രിക്കാൻ കഴിയുന്ന ചെറിയ ബിസിനസ്സുകൾ തുടങ്ങുകയോ ചെയ്യുന്നത്. നിർവചിക്കപ്പെട്ട സംഭാവനയുള്ള റിട്ടയർമെന്റ് പ്ലാനുകൾ കാരണം, അവർ I ചതുരത്തിലേക്ക് കുടിയേറി അവരുടെ തൊഴിൽ ജീവിതം അവസാനിക്കുമ്പോൾ സുരക്ഷ ഉണ്ടാകുമെന്ന് പ്രതീക്ഷി ക്കുന്നു. ദൗർഭാഗ്യവശാൽ, I ചതുരം അറിയപ്പെടുന്നത് അതിന്റെ സുരക്ഷ കാരണമല്ല. I ചതുരം നഷ്ടസാദ്ധ്യതയുടെ ചതുരമാണ്.

പണമൊഴുക്കിന്റെ ചതുരങ്ങളിലെ ഇടതുവശത്തുള്ള ഒരുപാട് ആളുകൾ സുരക്ഷതേടി വരുന്നത് കാരണം, ഓഹരി വിപണി ദയ വോടെ പ്രതികരിക്കും. അതുകൊണ്ടാണ് താഴെ പറയുന്ന വാക്കുകൾ നിങ്ങൾ മിക്കപ്പോഴും കേൾക്കുന്നത്:

1. വൈവിധ്യം

സുരക്ഷ തേടുന്നവർ 'വൈവിധ്യം' എന്ന വാക്ക് ഒരുപാട് ഉപ യോഗിക്കും. എന്തുകൊണ്ട്? കാരണം വൈവിധ്യത്തിന്റെ കൗശലം 'നഷ്ടപ്പെടാതിരിക്കുക' എന്ന നിക്ഷേപത്തിന്റെ കൗശലമാണ്. അത് ജയിക്കാനുള്ള നിക്ഷേപതന്ത്രമല്ല. വിജയികളായതും ധനിക രായതുമായ നിക്ഷേപകർ വൈവിധ്യമുണ്ടാക്കാറില്ല. അവർ അവ രുടെ ശ്രമങ്ങളിൽ ശ്രദ്ധ കേന്ദ്രീകരിക്കും.

വാറൻ ബഫെറ്റ്, ഒരുപക്ഷേ ലോകത്തിലെ ഏറ്റവും മഹാനായ നിക്ഷേപകൻ, വൈവിധ്യത്തിനെക്കുറിച്ച് ഇങ്ങനെ പറയുന്നു:

'നമ്മൾ സ്വീകരിക്കുന്ന തന്ത്രം നമ്മൾ പിന്തുടരുന്ന അടിസ്ഥാന വൈവിധ്യനിയമത്തിനെ തടുക്കുന്നു. ഒരുപാട് പണ്ഡിതർ പറയും, ആ തന്ത്രം കൂടുതൽ സാമ്പ്രദായികമായ നിക്ഷേപകർ പ്രയോഗിക്കുന്നതിനേക്കാൾ നഷ്ടസാദ്ധ്യതയുള്ളതായിരിക്കും. നമ്മൾ വിയോജിക്കും. നമ്മൾ വിശ്വസിക്കുന്നത് പോർട്ട്ഫോളിയോ ശ്രദ്ധിക്കാനുള്ള ഒരു നയം നഷ്ടസാധ്യത ഉണ്ടാകുകയാണെങ്കിൽ അതും, അതുപോലെ, നിക്ഷേപകൻ ഒരു ബിസിനസ്സിനെക്കുറിച്ചും അതിൽ അനുഭവിക്കുന്ന സാമ്പത്തിക സവിശേഷതകളിലുള്ള മനസ്സുഖത്തിനെക്കുറിച്ചും ആലോചിക്കുന്ന തീവ്രതയും, അതിലേക്ക് കടക്കുന്നതിനുമുമ്പ് നല്ലതുപോലെ കുറയ്ക്കുകയും ചെയ്യുമെന്നാണ്.

മറ്റു വാക്കുകളിൽ പറഞ്ഞാൽ, വാറൻ ബഫറ്റ് പറയുന്നതനുസരിച്ച് പോർട്ട്ഫോളിയോയിൽ ശ്രദ്ധിക്കുന്നത്, അല്ലെങ്കിൽ വൈവിധ്യത്തിനേക്കാൾ കുറച്ച് നിക്ഷേപങ്ങളിൽ ശ്രദ്ധ കൊടുക്കുന്നതാണ് മികച്ച തന്ത്രം. അദ്ദേഹത്തിന്റെ ചിന്തയിൽ, വൈവിധ്യത്തേക്കാൾ ശ്രദ്ധ കേന്ദ്രീകരിക്കുന്നതിനുവേണ്ടി നിങ്ങൾ സമർഥരും നിങ്ങളുടെ ചിന്തകളിലും പ്രവൃത്തികളിലും കൂടുതൽ തീവ്രവുമായിരിക്കണം. അദ്ദേഹത്തിന്റെ ലേഖനം തുടരുന്നത്, ശരാശരി നിക്ഷേപകർ ചാഞ്ചാട്ടം ഒഴിവാക്കും, കാരണം അവർ കരുതുന്നത് ചാഞ്ചാട്ടം നഷ്ടസാദ്ധ്യതയുള്ളതാണെന്നാണ്. പകരം വാറൻ ബഫറ്റ് പറയുന്നത്, 'വാസ്തവത്തിൽ, ശരിയായ നിക്ഷേപകൻ ചാഞ്ചാട്ടത്തിനെ സ്വാഗതം ചെയ്യും' എന്നാണ്.

കിമ്മും ഞാനും സാമ്പത്തിക പ്രതിസന്ധിയിൽ നിന്നും സാമ്പത്തിക സ്വാതന്ത്ര്യത്തിലേക്ക് രക്ഷപ്പെടുമ്പോൾ, ഞങ്ങൾ വൈവിധ്യപ്പെടുത്തിയില്ല. ഞങ്ങൾ ഞങ്ങളുടെ നിക്ഷേപങ്ങളിൽ മാത്രം ശ്രദ്ധ കേന്ദ്രീകരിച്ചു.

2. ബ്ലൂ ചിപ് ഓഹരികൾ

സുരക്ഷയെപ്പറ്റി ചിന്തിക്കുന്ന നിക്ഷേപകർ സാധാരണ വാങ്ങുക ബ്ലൂ ചിപ് കമ്പനികളാണ്. എന്തുകൊണ്ട്? കാരണം, അവരുടെ മനസ്സിൽ, അവയാണ് സുരക്ഷയുള്ളത്. കമ്പനി സുരക്ഷിതമാണെങ്കിലും, ഓഹരി വിപണി അങ്ങനെയല്ല. ഈ ഓഹരികൾ നിങ്ങളുടെ പണത്തിന്റെ വിപണിത്തകർച്ചയിൽനിന്നും സംരക്ഷിക്കില്ല.

3. മ്യൂചൽ ഫണ്ടുകൾ

നിക്ഷേപത്തിനെക്കുറിച്ച് അറിവില്ലാത്തവർ, അവരുടെ പണം അവരേക്കാൾ നന്നായി ജോലി ചെയ്യുമെന്ന് പ്രതീക്ഷയുള്ള ഒരു ഫണ്ട് മാനേജരെ ഏൽപ്പിക്കുന്നതിൽ കൂടുതൽ സുരക്ഷ കണ്ടെത്തും. പ്രൊഫഷണൽ നിക്ഷേപകരാകാൻ ഉദ്ദേശ്യമില്ലാത്ത

ആളുകൾക്ക് ഇതൊരു സമർഥമായ തന്ത്രമാണ്. പക്ഷേ, പ്രശ്നം എന്താണെന്നാൽ, ഈ തന്ത്രം എത്ര സമർഥമാണെങ്കിലും, മ്യൂചൽ ഫണ്ടുകൾ കുറവ് നഷ്ടസാദ്ധ്യത ഉള്ളതാണെന്ന് അർഥമില്ല.

ഇന്ന്, വിപണി ലക്ഷണക്കണക്കിന് ആളുകളെക്കൊണ്ട്, പ്രകൃതപരമായി സുരക്ഷ ആഗ്രഹിക്കുന്നവരെക്കൊണ്ട് നിറഞ്ഞിരിക്കുകയാണ്. പക്ഷേ, മാറിക്കൊണ്ടിരിക്കുന്ന സമ്പദ് വ്യവസ്ഥ കാരണം, അവർ പണമൊഴുക്കിന്റെ ചതുരങ്ങളിലെ ഇടതുവശത്ത് നിന്നും വലതുവശത്തേക്ക് മാറാൻ നിർബന്ധിതരാകുന്നു, അവരുടെ സുരക്ഷ യഥാർഥത്തിൽ നിലനിൽക്കാത്ത ഒരിടത്തേക്ക്. അതെന്നെ വേവലാതിപ്പെടുത്തുന്നുണ്ട്.

വലിയ സാമ്പത്തിക പരിവർത്തനങ്ങൾ വരുന്നു

വലിയ സാമ്പത്തിക പരിവർത്തനത്തിനുള്ള വേദി ഒരുങ്ങിക്കഴിഞ്ഞു. അത്തരം പരിവർത്തനങ്ങൾ എപ്പോഴും പഴയയുഗത്തിന്റെ അന്ത്യവും പുതിയതിന്റെ ജനനവും അടയാളപ്പെടുത്തുന്നു. ഓരോ യുഗത്തിന്റെ അവസാനവും, മുന്നോട്ടുപോകുന്ന ആളുകളുണ്ടാകും, മറ്റുള്ളവർ പഴയ ആശയങ്ങളിൽ കടിച്ചുതൂങ്ങിക്കിടക്കും. തങ്ങളുടെ സാമ്പത്തിക സുരക്ഷ ഒരു വലിയ കമ്പനി അല്ലെങ്കിൽ സർക്കാരിന്റെ ഉത്തരവാദിത്തമാണെന്ന് ഇപ്പോഴും വിശ്വസിക്കുന്നവർ വരുന്ന വർഷങ്ങളിൽ നിരാശപ്പെടേണ്ടി വരുമെന്ന് ഞാൻ ഭയക്കുന്നു. അതെല്ലാം വ്യാവസായിക യുഗത്തിന്റെ ആശയങ്ങളാണ്, വിവരസാങ്കേതികയുഗത്തിന്റെയല്ല.

ആരുടെയടുത്തും ഭാവി പ്രവചിക്കുന്ന ക്രിസ്റ്റൽ ബാൾ ഇല്ല. ഞാൻ ഒരുപാട് നിക്ഷേപവാർത്തകളുടെ സേവനങ്ങളുടെ വരിക്കാരനാണ്, ഓരോന്നും വ്യത്യസ്തവുമാണ്. ചിലർ പറയും സമീപഭാവി മികച്ചതായിരിക്കുമെന്ന്. ചിലർ പറയും ഒരു വിപണിത്തകർച്ചയോ കടുത്ത മാന്ദ്യമോ അരികത്തുണ്ടെന്ന്. വസ്തുനിഷ്ഠമായിരിക്കാൻ, ഞാൻ ഇരുവശവും കേൾക്കും, കാരണം രണ്ടിലും ശ്രദ്ധിക്കേണ്ട കാര്യങ്ങളുണ്ട്. ഞാൻ കൈനോട്ടക്കാരനായി അഭിനയിക്കില്ല, ഭാവി പ്രവചിക്കാൻ ശ്രമിച്ചുകൊണ്ട്. പകരം, ഞാൻ B & I ചതുരങ്ങളിൽ പഠിച്ചുകൊണ്ടിരിക്കും, എന്തുവന്നാലും നേരിടാൻ തയ്യാറായിക്കൊണ്ട്. തയ്യാറെടുത്തിരിക്കുന്ന ഒരാൾ സമ്പദ്‌വ്യവസ്ഥ ഏത് ദിശയിലേക്ക് പോയാലും പുരോഗമിക്കും, അത് എങ്ങോട്ട് പോയാലും.

ചരിത്രം ഒരു സൂചകമാണെങ്കിൽ, 75 വയസ്സുവരെ ജീവിച്ചിരിക്കുന്ന ഒരാൾ അയാളുടെ ജീവിതകാലത്ത് ഒരു മാന്ദ്യവും രണ്ട് വലിയ സാമ്പത്തിക തകർച്ചകളും അനുഭവിക്കുമെന്ന് പ്രതീക്ഷിക്കാം. എന്റെ മാതാപിതാക്കൾ അവരുടെ സാമ്പത്തികമാന്ദ്യത്തിലൂടെ കടന്നുപോയി. പക്ഷേ, 'ബേബി ബൂമർമാർ' ഇതുവരെയില്ല.

ഇന്ന് നമ്മളെല്ലാവരും വെറും തൊഴിൽ സുരക്ഷയേക്കാൾ കൂടുതൽ വേവലാതിപ്പെടണം. എനിക്ക് തോന്നുന്നത് നമ്മൾ സ്വന്തം ദീർഘ

കാല സാമ്പത്തിക സുരക്ഷയിൽ ശ്രദ്ധ കേന്ദ്രീകരിക്കേണ്ടതുണ്ട്, ഒരു കമ്പനി അല്ലെങ്കിൽ സർക്കാരിൽ ആ ഉത്തരവാദിത്തം ഏൽപ്പിക്കാതെ. നിങ്ങളുടെ റിട്ടയർമെന്റ് കാലത്തിന്റെ ഉത്തരവാദിത്തം ഇനി ഏൽക്കില്ലെന്ന് കമ്പനികൾ പറഞ്ഞപ്പോൾ സമയം ഔദ്യോഗികമായി മാറി. അവർ നിർവചിക്കപ്പെട്ട സംഭാവനയുള്ള റിട്ടയർമെന്റ് പ്ലാനിലേക്ക് മാറിയപ്പോൾ, സന്ദേശം എന്തായിരുന്നെന്നാൽ, നിങ്ങളുടെ സ്വന്തം റിട്ടയർമെന്റിൽ നിക്ഷേപിക്കേണ്ട ഉത്തരവാദി നിങ്ങൾ ആണെന്നാണ്. ഇന്ന്, നമ്മളെല്ലാവരും വിവേകമുള്ള നിക്ഷേപകരാകേണ്ടതുണ്ട്, സാമ്പത്തിക വിപണിയുടെ ഉയർച്ച താഴ്ചകളെക്കുറിച്ച് എപ്പോഴും അറിവുള്ളവരായി. ഞാൻ നിർദ്ദേശിക്കുക നിക്ഷേപകനാകാൻ പഠിക്കണമെന്നാണ്, മറ്റാരെയെങ്കിലും നിങ്ങൾക്കുവേണ്ടി നിക്ഷേപിക്കാൻ ഏൽപ്പിക്കുന്നതിനേക്കാൾ. നിങ്ങൾ വെറുതേ പണം ഒരു മ്യൂചൽ ഫണ്ടിലോ ഒരു ഉപദേശകനോ നൽകുകയാണെങ്കിൽ, അയാൾ നന്നായി ജോലി ചെയ്തോ എന്നറിയാൻ 65 വയസ്സ് വരെയെങ്കിലും കാത്തിരിക്കേണ്ടിവരും. അവർ മോശമായിട്ടാണ് ജോലി ചെയ്തതെങ്കിൽ, നിങ്ങളുടെ ബാക്കിയുള്ള ജീവിതം മുഴുവനും പണിയെടുക്കേണ്ടിവരും. ലക്ഷക്കണക്കിന് ആളുകൾക്ക് അത് ചെയ്യേണ്ടി വരും, കാരണം നിക്ഷേപിക്കാനും അല്ലെങ്കിൽ നിക്ഷേപം പഠിക്കാനും അപ്പോഴേയ്ക്കും വൈകിയിരിക്കും.

നഷ്ടസാദ്ധ്യതയെ കൈകാര്യം ചെയ്യാൻ പഠിക്കുക

കുറഞ്ഞ നഷ്ടസാദ്ധ്യതയുമായി ഉയർന്ന വരുമാനത്തിന് നിക്ഷേപിക്കാൻ സാധ്യമാണ്. നിങ്ങൾ ആകെ ചെയ്യേണ്ടത് അതെങ്ങനെ ചെയ്യുമെന്ന് പഠിക്കലാണ്. വാസ്തവത്തിൽ, സൈക്കിൾ ഓടിക്കാൻ പഠിക്കുന്നത് പോലെയാണത്. ആദ്യഘട്ടങ്ങളിൽ, നിങ്ങൾ വീഴുമായിരിക്കും. പക്ഷേ, അല്പം കഴിയുമ്പോൾ വീഴ്ച നിൽക്കുകയും നിക്ഷേപിക്കുന്നത് സ്വഭാവമാകുകയും ചെയ്യും, നമ്മൾ സൈക്കിളോടിക്കുന്നത് പോലെത്തന്നെ.

പണമൊഴുക്കിന്റെ ചതുരങ്ങളുടെ ഇടതുവശത്തിന്റെ പ്രശ്നം എന്താണെന്നാൽ, ഒരുപാട് ആളുകൾ അവിടേയ്ക്ക് പോകുന്നത് സാമ്പത്തിക നഷ്ടസാധ്യത ഒഴിവാക്കുന്നതിനാണ്. നഷ്ടസാധ്യത ഒഴിവാക്കുന്നതിനേക്കാൾ, ഞാൻ നിർദ്ദേശിക്കുക നഷ്ടസാദ്ധ്യതയെ കൈകാര്യം ചെയ്യാൻ പഠിക്കണമെന്നാണ്.

നഷ്ടസാദ്ധ്യത ഏറ്റെടുക്കുക

നഷ്ടസാദ്ധ്യതകൾ ഏറ്റെടുക്കുന്ന ആളുകൾ ലോകത്തിനെ മാറ്റിമറിക്കും. ആരും ഒരിക്കലും നഷ്ടസാദ്ധ്യത എടുക്കാതെ പണക്കാരാകാരായിട്ടില്ല. ജീവിതത്തിൽ നഷ്ടം ഇല്ലാതാക്കാനായി ഒരുപാട് ആളുകൾ സർക്കാരിനെ ആശ്രയിക്കുന്നു. വിവരസാങ്കേതിക യുഗത്തിന്റെ

തുടക്കം ആരംഭിച്ചതുതന്നെ ചെറിയ സർക്കാരുകളുടെ യുഗത്തിലായിരിക്കണം, കാരണം വലിയ സർക്കാരുകളെ പരിപാലിച്ചു പോകാൻ ചിലവ് കൂടുതലാണ്. പക്ഷേ, സാമാന്യബുദ്ധിയുള്ള, വിദ്യാഭ്യാസമുള്ള നിക്ഷേപകർ ആകുന്നതിനേക്കാൾ, ലോകമാകമാനമുള്ള ദശലക്ഷക്കണക്കിന് ആളുകൾ ജീവിതകാലത്തേക്കുള്ള അർഹതകളും പെൻഷനുകളും എന്ന പുരാതനമായ ആശയം സ്വീകരിച്ചു. അത് ഒട്ടുംതന്നെ പ്രായോഗികമല്ല. വിവരസാങ്കേതികയുഗം എന്നാൽ കൂടുതൽ സ്വയം പര്യാപ്തമായി വളർന്ന് നമ്മുടെ റിട്ടയർമെന്റിന്റെ ഉത്തരവാദിത്തം സ്വയം ഏറ്റെടുക്കുക എന്നതാണ്.

'നന്നായി പഠിച്ച് സുരക്ഷിതമായ ജോലി നേടുക' എന്ന ആശയം വ്യാവസായികയുഗത്തിൽ ജനിച്ച ആശയമാണ്. നമ്മൾ ആ യുഗത്തിലല്ല ഇപ്പോഴുള്ളത്. കാലം മാറുകയാണ്. പ്രശ്നം എന്താണെന്നാൽ ഒരുപാട് പേരുടെ ചിന്തകൾ മാറിയിട്ടില്ല. അവർ ഇപ്പോഴും കരുതുന്നത് അവർക്ക് എന്തിനോ അർഹതയുണ്ടെന്നാണ്. ഒരുപാട് ആളുകൾ ഇപ്പോഴും കരുതുന്നത് I ചതുരം അവരുടെ ഉത്തരവാദിത്തം അല്ലെന്നാണ്. അവർ തുടർന്നും ചിന്തിക്കുന്നു, സർക്കാർ, വലിയ ബിസിനസ്സ്, ഒരു ലേബർ യൂണിയൻ, അവരുടെ മ്യൂചൽ ഫണ്ടുകൾ, അല്ലെങ്കിൽ അവരുടെ കുടുംബം അവരുടെ തൊഴിൽ ജീവിതം അവസാനിക്കുമ്പോൾ സംരക്ഷിക്കുമെന്ന്. അവർക്കുവേണ്ടി, അതെല്ലാം ശരിയാകട്ടെയെന്ന് ഞാൻ പ്രതീക്ഷിക്കുന്നു. അത്തരത്തിലുള്ള വ്യക്തികൾ മുന്നോട്ട് വായിക്കേണ്ടതില്ല.

ധനികനായ പിതാവിന്റെ പണമൊഴുക്കിന്റെ ചതുരങ്ങൾ ഇടതുവശത്ത് നിന്നും വലതുവശത്തേക്ക് പോകാൻ ആഗ്രഹിക്കുന്ന, എന്നാൽ എവിടെ തുടങ്ങണമെന്ന് അറിയാത്ത വ്യക്തികൾക്ക് വേണ്ടിയാണ് എഴുതിയിരിക്കുന്നത്. ശരിയായ നൈപുണ്യങ്ങളും നിശ്ചയദാർഢ്യവും കൊണ്ട് ആർക്കുവേണമെങ്കിലും മാറാവുന്നതാണ്.

നിങ്ങൾ സ്വന്തമായി സാമ്പത്തികസ്വാതന്ത്ര്യം കണ്ടെത്തിക്കഴിഞ്ഞെങ്കിൽ, ഞാൻ പറയുന്നു, 'അഭിനന്ദനങ്ങൾ.' ദയവായി നിങ്ങളുടെ വഴി മറ്റുള്ളവരോട് പറയുകയും അവർക്ക് ആവശ്യമെങ്കിൽ വഴികാട്ടുകയും ചെയ്യുക. അവരെ പഠിപ്പിക്കുക. പക്ഷേ, അവർ സ്വന്തം വഴി കണ്ടെത്താൻ അനുവദിക്കുക, കാരണം സാമ്പത്തിക സ്വാതന്ത്ര്യത്തിലേക്ക് ഒരുപാട് വഴികളുണ്ട്.

നിങ്ങളുടെ തീരുമാനം എന്താണെങ്കിലും, ദയവായി ഇത് ഓർക്കുക: സാമ്പത്തിക സ്വാതന്ത്ര്യം ചിലപ്പോൾ സൗജന്യമായിരിക്കും. പക്ഷേ, അത് കുറഞ്ഞ വിലയിൽ ലഭിക്കില്ല. സ്വാതന്ത്ര്യത്തിന് ഒരു വിലയുണ്ട്, എന്നെ സംബന്ധിച്ചാണെങ്കിൽ അത് ആ വിലയ്ക്ക് മൂല്യമുള്ളതാണ്. വലിയ രഹസ്യം ഇതാണ്: ഒന്നുകിൽ സാമ്പത്തിക സ്വാതന്ത്ര്യത്തിന് പണമോ നല്ല ഔപചാരിക വിദ്യാഭ്യാസമോ ആവശ്യമില്ല. അത് നഷ്ടസാദ്ധ്യത ഉള്ളതാകണമെന്നുമില്ല. പകരം, സ്വാതന്ത്ര്യ

ത്തിന്റെ വില അളക്കുന്നത് സ്വപ്നങ്ങൾ, അഭിനിവേശം, വഴിയേ വരുന്ന നിരാശകളെ മറികടക്കാനുള്ള കഴിവ് എന്നിവ അനുസരിച്ചാണ്. നിങ്ങൾ വില കൊടുക്കാൻ തയ്യാറാണോ?

എന്റെ ഒരു പിതാവ് വിലകൊടുത്തു. മറ്റേയാൾ കൊടുത്തില്ല. പക്ഷേ, അദ്ദേഹം മറ്റൊരു തരത്തിലുള്ള വില കൊടുത്തു.

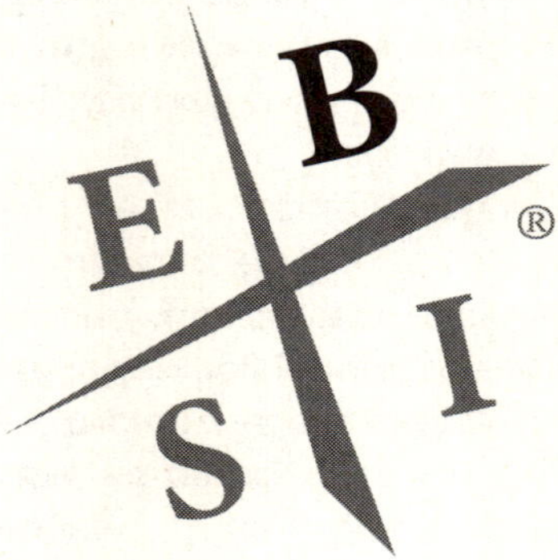

B ചതുര ചോദ്യോത്തരി

നിങ്ങൾ ശരിക്കും ഒരു ബിസിനസ്സ് ഉടമയാണോ?

നിങ്ങൾക്ക് താഴെ പറയുന്ന ചോദ്യത്തിന് 'അതെ' എന്ന് ഉത്തരം പറയാൻ സാധിക്കുമെങ്കിൽ ആണ്:

താങ്കൾക്ക് ഒരു വർഷത്തേക്ക് ബിസിനസ്സിൽ നിന്നും മാറി നിന്ന് തിരിച്ച് വരുമ്പോൾ അത് കൂടുതൽ ലാഭകരവും ഉപേക്ഷിച്ച സമയത്തേക്കാൾ കൂടുതൽ നന്നായി പോകുന്നുമുണ്ടോ?

- ഉണ്ട്
- ഇല്ല

അദ്ധ്യായം മൂന്ന്

എന്തുകൊണ്ട് ആളുകൾ സ്വാതന്ത്ര്യത്തിനേക്കാൾ സുരക്ഷ തിരഞ്ഞെടുക്കുന്നു

ഒരുപാട് ആളുകൾ തൊഴിൽ സുരക്ഷ തേടുന്നതിന്റെ കാരണം, അവരെ സ്കൂളിലും വീട്ടിലും അവരെ അതാണ് പഠിപ്പിച്ചത്.

എന്റെ രണ്ട് പിതാക്കന്മാരും നിർദ്ദേശിച്ചത് ഞാൻ കോളജിൽ പോയി ഒരു ബിരുദം എടുക്കണമെന്നാണ്. പക്ഷേ, ബിരുദം ലഭിച്ചതിനുശേഷമായിരുന്നു അവരുടെ ഉപദേശം വേറെ വഴികൾ സ്വീകരിച്ചത്. എന്റെ ഉയർന്ന വിദ്യാഭ്യാസമുള്ള പിതാവ് എപ്പോഴും ഉപദേശിച്ചു: 'സ്കൂളിൽ പോകൂ, നല്ല ഗ്രേഡുകൾ വാങ്ങൂ, എന്നിട്ട് നല്ല സുരക്ഷിതമായ ജോലി സമ്പാദിക്കൂ.'

അദ്ദേഹം നിർദ്ദേശിച്ചത് പണമൊഴുക്കിന്റെ ഇടതുവശത്തുള്ള ചതുരങ്ങളിൽ കേന്ദ്രീകരിച്ചുള്ള ജീവിതവഴിയായിരുന്നു, ഇതുപോലെ:

അവരുടെ ഉപദേശങ്ങൾ വ്യത്യസ്തങ്ങളായതിന്റെ കാരണം, ഒരു പിതാവിന്റെ വേവലാതി തൊഴിൽ സുരക്ഷയെക്കുറിച്ചായിരുന്നു, മറ്റേയാൾ സാമ്പത്തിക സ്വാതന്ത്ര്യത്തിൽ ശ്രദ്ധ കൊടുത്തു.

എന്തുകൊണ്ട് ആളുകൾ തൊഴിൽ സുരക്ഷ അന്വേഷിക്കുന്നു

ആളുകൾ തൊഴിൽ സുരക്ഷ തേടുന്നതിന്റെ ആദ്യത്തെ കാരണം അവരെ സ്കൂളിലും വീട്ടിലും പഠിപ്പിച്ചത് അതായിരുന്നു എന്നതാണ്.

മുതിർന്നവർ എന്ന നിലയിൽ, ദശലക്ഷക്കണക്കിന് ആളുകൾ ഇപ്പോഴും ആ ഉപദേശം പിന്തുടരുന്നു. നമ്മളിൽ ഒരുപാട് പേർ നമ്മുടെ ആദ്യകാലം തൊട്ടേ തൊഴിൽ സുരക്ഷയെക്കുറിച്ച് ചിന്തിക്കുന്ന രീതിയിൽ ക്രമീകരിക്കപ്പെട്ടിരിക്കുന്നു, സാമ്പത്തിക സ്വാതന്ത്ര്യം അല്ലെങ്കിൽ സാമ്പത്തിക സുരക്ഷയിൽ അല്ല. കൂടാതെ നമ്മളിൽ മിക്കവാറും പേർ വീട്ടിലോ സ്കൂളിലോ പണത്തിനെക്കുറിച്ച് ഒന്നും പഠിക്കാത്തതു കൊണ്ട്, സ്വാതന്ത്ര്യത്തിലെത്തുന്നതിനുപകരം തൊഴിൽ സുരക്ഷ എന്ന ആശയത്തിൽ അള്ളിപ്പിടിച്ചിരിക്കുന്നത് സ്വാഭാവികമാണ്.

നിങ്ങൾ പണമൊഴുക്കിന്റെ ചതുരങ്ങളിലേക്ക് നോക്കുകയാണെങ്കിൽ, ഇടതുവശം സുരക്ഷയാൽ പ്രചോദിതമാണെന്ന് കാണാം. വലതുവശം സ്വാതന്ത്ര്യം കൊണ്ട് പ്രചോദിതമാണ്.

കടത്തിൽ കുടുങ്ങിപ്പോകുന്നു

ജനതയുടെ 90 ശതമാനം പേരും ഇടതുവശത്ത് പ്രവർത്തിക്കുന്നതിന്റെ പ്രധാന കാരണം, ആ വശമാണ് അവർ സ്കൂളിൽ പഠിച്ചത്. സ്കൂൾ കഴിഞ്ഞ്, അവർ മിക്കവാറും ഒരുപാട് ചെലവുകളിൽ ചെന്നെത്തുകയും ചിലപ്പോൾ കടത്തിൽ വീഴുകയും ചെയ്യും. എന്നുവച്ചാൽ അവർ ഒരു ജോലിയിലോ അല്ലെങ്കിൽ തൊഴിൽ സുരക്ഷയിലോ അള്ളിപ്പിടിക്കുന്നത് ബില്ലുകൾ അടയ്ക്കാൻ മാത്രമാണ്.

ഞാൻ എപ്പോഴും ചെറുപ്പക്കാരെ അവരുടെ കോളജ് ഡിപ്ലോമയ്ക്കൊപ്പം കോളജ് ലോണിന്റെ ബില്ലുകളുമായി കാണാറുണ്ട്. അവരിൽ ചിലർ എന്നോട് പറഞ്ഞത് അവരുടെ കോളജ് വിദ്യാഭ്യാസത്തിനായി ആയിരക്കണക്കിന് ഡോളർ കടത്തിലാകുന്നത് അവരെ സമ്മർദ്ദത്തിലാക്കുന്നു എന്നാണ്. അവരുടെ മാതാപിതാക്കൾ ബില്ല് അടച്ചെ

ങ്കിൽ, വർഷങ്ങളോളം സാമ്പത്തിക കുരുക്കിൽപ്പെടുന്നത് മാതാപിതാക്കളായിരിക്കും.

തിരക്കഥയെ പിന്തുടരുന്നത്

ഒരു വിദ്യാഭ്യാസമുള്ള ശരാശരി വ്യക്തിയുടെ ജീവിതം പിന്തുടരുകയാണെങ്കിൽ, സാമ്പത്തിക തിരക്കഥ മിക്കവാറും ഇങ്ങനെയായിരിക്കും:

കുട്ടി സ്കൂളിലേക്ക് പോകുന്നു, ബിരുദമെടുക്കുന്നു, ജോലി കണ്ടെത്തുന്നു, പെട്ടെന്നുതന്നെ ചിലവഴിക്കാൻ കുറച്ച് പണമുണ്ടാകുന്നു. ആ ചെറുപ്പക്കാരന് ഇപ്പോൾ ഒരു അപ്പാർട്ട്മെന്റ് വാടകയ്ക്കെടുക്കാൻ കഴിയും, ഇലക്ട്രോണിക് സാധനങ്ങളും പുതിയ വസ്ത്രങ്ങളും, കുറച്ച് ഫർണിച്ചറുകളും, തീർച്ചയായും ഒരു കാറും വാങ്ങാൻ കഴിയും. ഉടൻതന്നെ ബില്ലുകൾ വരാൻ തുടങ്ങും.

ഒരു ദിവസം, ആ മുതിർന്നയാൾ ഒരാളെ കാണുകയും പ്രത്യേക തീപ്പൊരികൾ പറക്കുകയും ചെയ്യുന്നു. അവർ പ്രണയത്തിലായി വിവാഹം കഴിക്കുന്നു. കുറച്ചുസമയത്തേക്ക്, ജീവിതം തിളക്കമുള്ളതായിരിക്കും, കാരണം ഇരുവർക്കും വളരെ ലളിതമായി ജീവിക്കാൻ കഴിയുന്നുണ്ട്. ഒരു വാടക മാത്രം കൊടുത്ത്, അവർക്ക് ചെറുപ്പക്കാരായ ദമ്പതികളുടെ സ്വപ്നം വാങ്ങാൻ കുറച്ച് ഡോളറുകൾ ശേഖരിക്കാൻ സാധിക്കുന്നു - സ്വന്തം വീട്.

അവർ ഒരു വീട് കണ്ടെത്തുന്നു, ആദ്യ ഗഡുവിനായി സമ്പാദ്യത്തിൽ നിന്നും പണം പിൻവലിച്ച് കൊടുക്കുന്നു. ഇപ്പോൾ അവർക്കൊരു പണയം ഉണ്ട്. കാരണം അവർക്ക് ഒരു പുതിയ വീടുണ്ട്, അതിനായി പുതിയ വീട്ടുസാമഗ്രികൾ വേണം, അതുകൊണ്ട് മാന്ത്രികവാക്കുകൾ പരസ്യം ചെയ്യുന്ന ഫർണിച്ചർ സ്റ്റോർ കണ്ടെത്തുന്നു: 'ആദ്യം പണം തരണ്ട. എളുപ്പമുള്ള മാസത്തവണകൾ.'

ജീവിതം ഒന്നാന്തരമാണ്, അവർ കൂട്ടുകാരെ പുതിയ വീടും കാറും വീട്ടുപകരണങ്ങളും കളിപ്പാട്ടങ്ങളും കാണാൻ ക്ഷണിച്ച് വിരുന്നൊരുക്കുന്നു. അവർ ഇപ്പോൾത്തന്നെ കനത്ത കടത്തിലാണ്. അപ്പോൾ ആദ്യത്തെ കുഞ്ഞ് പിറക്കുന്നു.

കുഞ്ഞിനെ നഴ്സറി സ്കൂളിൽ അയച്ച്, ഈ ശരാശരി ദമ്പതികൾക്ക് അവരുടെ മൂക്ക് അമ്മിക്കല്ലിൽ ഉരച്ചുകൊണ്ട് ജോലിക്ക് പോകണം. അവർ തൊഴിൽ സുരക്ഷയിൽ കുടുങ്ങിപ്പോകുന്നു, കാരണം, ശരാശരിയിൽ, അവർ പാപ്പരാകുന്നതിൽ നിന്നും മൂന്ന് മാസത്തിൽ താഴെ മാത്രം അകലെയാണ്. അവർ എപ്പോഴും പറയും, 'എനിക്ക് ജോലി ഉപേക്ഷിക്കാൻ പറ്റില്ല. എനിക്ക് ബില്ലുകൾ അടയ്ക്കാനുണ്ട്.'

വിജയത്തിന്റെ കുരുക്ക്

ഞാൻ എന്റെ ധനികനായ പിതാവിൽനിന്നും ഒരുപാട് പഠിച്ചതിന്റെ ഒരു കാരണം, അദ്ദേഹത്തിന് എന്നെ പഠിപ്പിക്കാൻ ഒഴിവ് സമയം ഉണ്ടായിരുന്നു. അദ്ദേഹം കൂടുതൽ വിജയിക്കുന്തോറും, അദ്ദേഹത്തിന് കൂടുതൽ ഒഴിവുസമയവും പണവുമുണ്ടായി. അദ്ദേഹത്തിന്റെ ബിസിനസ്സ് നന്നായി പോകുന്നുണ്ട്. പക്ഷേ, അദ്ദേഹത്തിന് കഠിനാദ്ധ്വാനം ചെയ്യേണ്ടതില്ലായിരുന്നു. അദ്ദേഹം തന്റെ പ്രസിഡന്റിനോട് വ്യവസ്ഥയെ വിശാലമാക്കാനും പണി ചെയ്യാൻ കൂടുതൽ ആളുകളെ നിയമിക്കാനും പറയുന്നതേയുള്ളൂ. അദ്ദേഹത്തിന്റെ നിക്ഷേപങ്ങൾ നന്നായി പോകുകയാണെങ്കിൽ, വീണ്ടും നിക്ഷേപിച്ച് കൂടുതൽ പണമുണ്ടാക്കും. ജോലി ചെയ്യുന്നതിനുപകരം, അദ്ദേഹം തന്റെ മകനോടും എന്നോടുമൊപ്പം മണിക്കൂറുകൾ ചെലവഴിച്ച് താൻ ബിസിനസ്സിലും നിക്ഷേപങ്ങളിലും എന്താണ് ചെയ്യുന്നതെന്ന് വിശദീകരിച്ചുകൊണ്ടിരുന്നു. ഞാൻ അദ്ദേഹം സ്കൂളിൽ പഠിക്കുന്നതിനേക്കാൾ കൂടുതൽ അദ്ദേഹത്തിൽ നിന്നും പഠിക്കുന്നുണ്ടായിരുന്നു. അതാണ് നിങ്ങൾ പണമൊഴുക്കിന്റെ ചതുരങ്ങളിലെ വലതുവശത്ത്, B & I വശം, കഠിനാദ്ധ്വാനം ചെയ്യുമ്പോൾ സംഭവിക്കുന്നത്.

എന്റെ ഉയർന്ന വിദ്യാഭ്യാസമുള്ള പിതാവും കഠിനമായി അദ്ധ്വാനിച്ചു. പക്ഷേ, അദ്ദേഹം കഠിനമായി അദ്ധ്വാനിച്ചത് ഇടതുവശത്തായിരുന്നു. കഠിനമായി ജോലി ചെയ്ത്, ഉദ്യോഗക്കയറ്റം നേടി, കൂടുതൽ ഉത്തരവാദിത്തങ്ങൾ ഏറ്റെടുത്തത് കാരണം അദ്ദേഹത്തിന് തന്റെ മകന്റെയൊപ്പം ചിലവഴിക്കാൻ കുറച്ച് ഒഴിവുസമയമേ ഉണ്ടായിരുന്നുള്ളൂ. അദ്ദേഹം രാവിലെ 7 മണിക്ക് ജോലിക്കായി പുറപ്പെടും, പിന്നെ മിക്കപ്പോഴും ഞങ്ങൾ അദ്ദേഹത്തിനെ കാണാറില്ല, കാരണം അദ്ദേഹം തിരിച്ച് വീട്ടിലെത്തുമ്പോഴേയ്ക്കും ഞങ്ങൾക്ക് ഉറങ്ങാനുള്ള സമയമായിട്ടുണ്ടാകും. അതാണ് നിങ്ങൾ കഠിനമായി അദ്ധ്വാനിക്കുകയും E & S ചതുരങ്ങളിൽ വിജയിക്കുകയും ചെയ്യുമ്പോൾ സംഭവിക്കുന്നത്. വിജയം നിങ്ങൾക്ക് കുറച്ച് സമയമേ നൽകുകയുള്ളൂ, കൂടുതൽ പണം നേടിത്തരുകയാണെങ്കിലും.

പണക്കുരുക്ക്

B & I വശത്തെ വിജയത്തിനായി പണത്തിനെക്കുറിച്ചുള്ള പ്രത്യേക അറിവ് ആവശ്യമാണ്, അതാണ് 'സാമ്പത്തിക വിവേകം'. ധനികനായ പിതാവ് പറഞ്ഞത് സാമ്പത്തിക വിവേകം തീരുമാനിക്കുന്നത് നിങ്ങൾ എത്ര പണം സമ്പാദിക്കുന്നു എന്നതല്ല. പക്ഷേ, നിങ്ങൾക്ക് എത്ര പണം സൂക്ഷിക്കുന്നു, ആ പണം നിങ്ങൾക്കുവേണ്ടി എത്ര കഠിനമായി അദ്ധ്വാനിക്കുന്നു, എത്ര തലമുറകൾ നിങ്ങൾക്ക് ആ പണം സൂക്ഷിക്കാൻ കഴിയുന്നു എന്നതെല്ലാമാണ്.

വലതുവശത്തെ വിജയത്തിന് സാമ്പത്തിക വിവേകം ആവശ്യമാണ്. ആളുകൾക്ക് അടിസ്ഥാന സാമ്പത്തിക വിവേകം ഇല്ലെങ്കിൽ, അവർക്ക് പണമൊഴുക്കിന്റെ ചതുരങ്ങളിലെ വലതുവശത്ത് പിടിച്ചു നിൽക്കാൻ പ്രയാസമായിരിക്കും.

എന്റെ ധനികനായ പിതാവ് പണത്തിനോടും ഒപ്പം ജോലി ചെയ്യുന്നവർക്കൊപ്പവും നല്ല രീതിയിലായിരുന്നു. അദ്ദേഹത്തിന് അങ്ങനെയായേ പറ്റൂ. പണമുണ്ടാക്കുന്നതും, കഴിയുന്നത്ര കുറവ് ആളുകൾക്ക് മേൽനോട്ടം നൽകുന്നതും, ചിലവുകൾ കുറച്ച് നിർത്തുന്നതും, ലാഭം ഉയർത്തി നിർത്തുന്നതും അദ്ദേഹത്തിന്റെ ഉത്തരവാദിത്തമായിരുന്നു. അതെല്ലാമാണ് വലതുവശത്തെ വിജയത്തിനാവശ്യമായ നൈപുണ്യങ്ങൾ.

നിന്റെ വീട് ഒരു മുതൽക്കൂട്ട് അല്ലെന്നും, മറിച്ച് ബാധ്യതയാണെന്നും തറപ്പിച്ച് പറഞ്ഞത് എന്റെ ധനികനായ പിതാവാണ്. അക്കങ്ങളിലേക്ക് നോക്കി എളുപ്പത്തിൽ അദ്ദേഹത്തിന് അത് തെളിയിക്കാൻ സാധിക്കും.

എന്റെ വിദ്യാസമ്പന്നനായ പിതാവ് ജോലിസ്ഥലത്ത് പണത്തിനെയോ ആളുകളെയോ മേൽനോട്ടം വഹിച്ചിരുന്നില്ല, അങ്ങനെയാണെന്ന് അദ്ദേഹം കരുതിയിരുന്നെങ്കിലും. വിദ്യാഭ്യാസത്തിന്റെ സംസ്ഥാന മേധാവി എന്ന നിലയിൽ അദ്ദേഹം ദശലക്ഷക്കണക്കിന് ഡോളർ വരുന്ന ബജറ്റും ആയിരക്കണക്കിന് തൊഴിലാളികളും ഉള്ള സർക്കാർ ഉദ്യോഗസ്ഥൻ ആയിരുന്നു. പക്ഷേ, അത് അദ്ദേഹം സൃഷ്ടിച്ച പണമല്ലായിരുന്നു. അത് നികുതിദായകരുടെ പണമായിരുന്നു, അദ്ദേഹത്തിന്റെ ജോലി അതെല്ലാം ചിലവഴിക്കുക എന്നതായിരുന്നു. അദ്ദേഹം അത് ചെലവഴിച്ചില്ലെങ്കിൽ, സർക്കാർ അടുത്ത വർഷം കുറവ് പണമേ കൊടുക്കുകയുള്ളൂ. അപ്പോൾ ഓരോ സാമ്പത്തികവർഷത്തിന്റെയും അവസാനം, അദ്ദേഹത്തിന്റെ ലക്ഷ്യം തന്റെ ബജറ്റ് തീർക്കുക എന്നതായിരുന്നു, എന്നുവച്ചാൽ അടുത്ത വർഷത്തെ ബജറ്റിനെ ന്യായീകരിക്കാനായി അദ്ദേഹം മിക്കപ്പോഴും കൂടുതൽ ആളുകളെ നിയമിക്കുമായിരുന്നു. രസകരം എന്താണെന്നാൽ, കൂടുതൽ ആളുകളെ നിയമിക്കുന്തോറും അദ്ദേഹത്തിന്റെ പ്രശ്നങ്ങളും വർദ്ധിക്കുമായിരുന്നു.

രണ്ട് പിതാക്കന്മാരെയും നിരീക്ഷിക്കുന്ന ഒരു പയ്യൻ എന്ന നിലയിൽ, ഞാൻ എനിക്ക് നയിക്കാൻ ആഗ്രഹമുള്ള ജീവിതത്തിനെക്കുറിച്ച് മനസ്സിൽ കുറിപ്പുകൾ എഴുതുമായിരുന്നു.

എന്റെ വിദ്യാസമ്പന്നനായ പിതാവ് ആർത്തിയോടെ പുസ്തകങ്ങൾ വായിക്കുന്ന ആളായിരുന്നു, അതുകൊണ്ട് നല്ല അറിവുണ്ടായിരുന്നു. പക്ഷേ, അദ്ദേഹം സാമ്പത്തികമായി വിദ്യാസമ്പന്നൻ അല്ലായിരുന്നു. കാരണം അദ്ദേഹത്തിന് ഒരു ഫിനാൻഷ്യൽ സ്റ്റേറ്റ്മെന്റിലെ അക്കങ്ങൾ വായിക്കാൻ കഴിയില്ല, ബാങ്കറുടെയോ അക്കൗണ്ടന്റിന്റെയോ ഉപദേശം തേടണമായിരുന്നു, ഇരുവരും അദ്ദേഹത്തിനോട് വീട് ഒരു

മുതൽക്കൂട്ട് ആണെന്നും അതായിരിക്കണം അദ്ദേഹത്തിന്റെ ഏറ്റവും വലിയ നിക്ഷേപം എന്നും പറഞ്ഞു.

ആ സാമ്പത്തിക ഉപദേശം കാരണം, എന്റെ ഉയർന്ന വിദ്യാസമ്പന്നനായ പിതാവ് കഠിനമായി അദ്ധ്വാനിക്കുക മാത്രമല്ല, കൂടുതൽ കടത്തിലേക്ക് പോകുകയും ചെയ്തു. ഓരോ തവണയും കഠിനാദ്ധ്വാനത്തിന്റെ പേരിൽ ഉദ്യോഗക്കയറ്റം ലഭിക്കുമ്പോഴും, ശമ്പളം കൂട്ടിക്കിട്ടുമായിരുന്നു, അങ്ങനെ ഓരോ ശമ്പളവർദ്ധനയിലും അദ്ദേഹം ഉയർന്ന നികുതിഗണത്തിലേക്ക് പോയിക്കൊണ്ടിരുന്നു. അദ്ദേഹം ഉയർന്ന നികുതിഗണത്തിൽ ആയിരുന്നതിനാൽ, 1960-കളിലും 1970-കളിലും ഉയർന്ന ശമ്പളമുള്ള ജോലിക്കാർക്കുള്ള നികുതി കൂടുതലായിരുന്നു, അദ്ദേഹത്തിന്റെ അക്കൗണ്ടന്റും ബാങ്കറും വലിയ വീട് വാങ്ങാൻ പറയുമായിരുന്നു, അങ്ങനെ പലിശ കൊടുക്കുന്നത് എഴുതിത്തള്ളാം. അദ്ദേഹം കൂടുതൽ പണമുണ്ടാക്കി. പക്ഷേ, ആകെ സംഭവിച്ചത് അദ്ദേഹത്തിന്റെ നികുതിയും കടവും കൂടിയെന്നത് മാത്രമായിരുന്നു. അദ്ദേഹം എത്രത്തോളം വിജയിച്ചുവോ, അത്രയും കഠിനാദ്ധ്വാനം ചെയ്യേണ്ടി വന്നു, സ്നേഹിക്കുന്നവർക്കൊപ്പം ചിലവഴിക്കാനുള്ള സമയവും കുറഞ്ഞു. പെട്ടെന്നുതന്നെ, കുട്ടികളെല്ലാം ഓരോ വഴിക്ക് പോകുകയും അദ്ദേഹം ബില്ലുകൾ അടയ്ക്കാൻവേണ്ടി കഠിനമായി അദ്ധ്വാനിക്കുന്നത് തുടരുകയും ചെയ്തു.

അദ്ദേഹം എപ്പോഴും ആലോചിച്ചിരുന്നത് അടുത്ത ഉദ്യോഗക്കയറ്റവും ശമ്പളവർദ്ധനയും പ്രശ്നം തീർക്കുമെന്നായിരുന്നു. പക്ഷേ, അദ്ദേഹം കൂടുതൽ പണം സമ്പാദിക്കുമ്പോഴെല്ലാം, അതേ കാര്യങ്ങൾ തന്നെ സംഭവിച്ചു. അദ്ദേഹം കൂടുതൽ കടത്തിലേക്കും നികുതിയിലേക്കും പോയി.

അദ്ദേഹം എത്രത്തോളം തളരുന്നുവോ, വീട്ടിലും ജോലിസ്ഥലത്തും, അത്രയും തൊഴിൽ സുരക്ഷയിൽ ആശ്രയിക്കേണ്ടി വന്നു. എത്രത്തോളം ബില്ലുകൾ അടയ്ക്കാനായി തന്റെ ജോലിയോടും ശമ്പളത്തിനോടുംചേർന്നുനിന്നുവോ, അത്രത്തോളം തന്റെ കുട്ടികളോട് 'സുരക്ഷിതമായ ജോലി സമ്പാദിക്കൂ' എന്ന് പ്രചോദിപ്പിച്ചുകൊണ്ടിരുന്നു.

അദ്ദേഹത്തിന് എത്രത്തോളം അരക്ഷിതാവസ്ഥ തോന്നിയോ, അത്രത്തോളം സുരക്ഷ അന്വേഷിച്ചു.

രണ്ട് വലിയ ചെലവുകൾ

എന്റെ പിതാവിന് ഫിനാൻഷ്യൽ സ്റ്റേറ്റ്മെന്റുകൾ വായിക്കാൻ കഴിയാത്തത് കാരണം, അദ്ദേഹം കൂടുതൽ വിജയിക്കുന്തോറും പെട്ടുപോകുന്ന പണക്കുരുക്ക് കാണുന്നതിൽ പരാജയപ്പെട്ടു. മറ്റുള്ള വിജയികളായ, കഠിനാദ്ധ്വാനം ചെയ്യുന്ന ലക്ഷക്കണക്കിന് ആളുകൾ വീഴുന്ന അതേ പണക്കുരുക്ക് തന്നെയാണ് ഞാൻ കണ്ടത്.

ഒരുപാട് ആളുകൾ സാമ്പത്തികമായി ബുദ്ധിമുട്ടുന്നതിന്റെ കാരണമെന്തെന്നാൽ, ഓരോ തവണയും അവർ കൂടുതൽ പണമുണ്ടാക്കു

മ്പോൾ, അവർ രണ്ട് വലിയ ചെലവുകൾ ഉയർത്തുന്നു: നികുതികളും കടത്തിന്റെ പലിശയും.

എല്ലാത്തിനും ഉപരി, സർക്കാർ ഇടയ്ക്ക് നികുതി ഇളവുകൾ തരുന്നത് കൂടുതൽ കടത്തിലേക്ക് നിങ്ങളെ കൊണ്ടുപോകും. അതിൽ അല്പം ദുരൂഹത കാണുന്നില്ലേ നിങ്ങൾ?

എന്റെ കഠിനാദ്ധ്വാനത്തിന്റെ അവസാനം, വിദ്യാസമ്പന്നനായ പിതാവിന്റെ ജീവിതം, അദ്ദേഹത്തിനെ പക്കൽ മിച്ചമുണ്ടായിരുന്ന അല്പം പണം മുതൽക്കൂട്ട് കൈമാറ്റ നികുതിയായി സർക്കാർ പിടിച്ചെടുത്തു.

സ്വാതന്ത്ര്യത്തിനായുള്ള തിരച്ചിൽ

എനിക്കറിയാം ഒരുപാട് ആളുകൾ സ്വാതന്ത്ര്യവും സന്തോഷവും തേടുകയാണെന്ന്. പ്രശ്നം എന്താണെന്നാൽ മിക്കവാറും ആളുകളും പരിശീലിപ്പിക്കപ്പെട്ടിരിക്കുന്നത് B & I ചതുരങ്ങളിൽ ജോലി ചെയ്യാനാണ്. അവരെ പരിശീലിപ്പിച്ചിരിക്കുന്നത് തൊഴിൽ സുരക്ഷ അന്വേഷിക്കുന്നതിനാണ്. ആ പരിശീലനവും, കൂടി വരുന്ന കടവും കാരണം, ഒരുപാട് പേർ പണമൊഴുക്കിന്റെ ഇടതുവശത്തുള്ള സാമ്പത്തിക സ്വാതന്ത്ര്യം അന്വേഷിക്കുന്നത് പരിമിതപ്പെടുത്തുന്നു. ദൗർഭാഗ്യവശാൽ, സാമ്പത്തിക സുരക്ഷയും സാമ്പത്തിക സ്വാതന്ത്ര്യവും അപൂർവ്വമായേ E & S ചതുരങ്ങളിൽ കാണാറുള്ളൂ. സത്യമായ സുരക്ഷയും സ്വാതന്ത്ര്യവും വലതുവശത്ത് മാത്രമേ കണ്ടെത്താനാകൂ.

സ്വാതന്ത്ര്യം അന്വേഷിച്ച് ജോലികൾ മാറുന്നത്

പണമൊഴുക്കിന്റെ ചതുരങ്ങൾ ഉപകാരപ്പെടുന്ന ഒരു കാര്യം ഒരാളുടെ ജീവിതമാതൃക പിന്തുടരാനോ നിരീക്ഷിക്കാനോ പറ്റുമെന്നതാണ്. ഒരുപാട് പേർ അവരുടെ ജീവിതം സുരക്ഷയോ സ്വാതന്ത്ര്യമോ തേടി ചിലവഴിക്കും. പക്ഷേ, ജോലികൾ മാറുന്നതിൽ ചെന്നവസാനിക്കും.

ഉദാഹരണത്തിന്, ഓരോ അഞ്ച് വർഷം കൂടുമ്പോഴും വിളിക്കുന്ന എന്റെ ഒരു ഹൈസ്കൂൾ സുഹൃത്തുണ്ട്. അയാൾ എപ്പോഴും ആവേശത്തിലായിരിക്കും, കാരണം അയാൾ ഒന്നാന്തരം ജോലിയും സ്വപ്നങ്ങളിലുള്ള കമ്പനിയും കണ്ടെത്തിയിട്ടുണ്ടാകും. അയാൾക്ക് ആ കമ്പനി ഇഷ്ടമായിരിക്കും. അത് ആവേശഭരിതങ്ങളായ കാര്യങ്ങൾ ചെയ്യുന്നുണ്ടാകും. അയാൾക്ക് തന്റെ തൊഴിൽ ഇഷ്ടമാണ്, പ്രധാനപ്പെട്ട ഒരു സ്ഥാനമുണ്ട്, ശമ്പളം വലുതാണ്, ആളുകൾ മികച്ചതാണ്, ഗുണഫലങ്ങൾ ഒന്നാന്തരം, പിന്നെ ഉദ്യോഗക്കയറ്റത്തിനുള്ള അവസരങ്ങളും മഹത്തായിരിക്കും.

ഏതാണ്ട് നാലര വർഷം കഴിഞ്ഞ്, അയാൾ എന്നെ വിളിച്ചു. ഇത്തവണ മാത്രം അയാൾ അസംതൃപ്തനായിരുന്നു. അയാൾ അപ്പോൾ ജോലി ചെയ്തുകൊണ്ടിരുന്ന കമ്പനി അഴിമതിയും വഞ്ചനയും ഉള്ള

തായിരുന്നു, അയാളുടെ അഭിപ്രായത്തിൽ, അത് തൊഴിലാളികളോട് ബഹുമാനത്തോടെ പെരുമാറുന്നുമില്ല. അയാൾക്ക് തന്റെ ബോസ്സിനോട് വെറുപ്പാണ്, അയാൾക്ക് ഒരു ഉദ്യോഗക്കയറ്റം കിട്ടിയെങ്കിലും മതിയായ വേതനം കൊടുത്തില്ല. ആറ് മാസങ്ങൾ കടന്നുപോയി, അയാൾ വീണ്ടും സന്തോഷവാനായിരുന്നു, കാരണം പുതിയൊരു ജോലി കിട്ടി. അങ്ങനെ ചക്രം വീണ്ടും ആരംഭിച്ചു.

അയാളുടെ ജീവിതവഴി ഏതാണ്ട് പട്ടി തന്റെ വാൽ കടിക്കാൻ നോക്കുന്നത് പോലെയാണ്. അതിങ്ങനെയുണ്ടാകും:

അയാളുടെ ജീവിതക്രമം ഒരു ജോലിയിൽനിന്നും മറ്റൊന്നിലേക്ക് പോകുന്നതാണ്. ഇതുവരെ, അയാൾ നല്ല നിലയിൽ ജീവിക്കുന്നു, കാരണം അയാൾ സമർഥനാണ്, ആകർഷകനാണ്, സുന്ദരനുമാണ്. പക്ഷേ, അയാളെ വർഷങ്ങൾ ബാധിക്കുന്നുണ്ടായിരുന്നു, ചെറുപ്പക്കാരാണ് അയാൾക്ക് ലഭിക്കുന്നുണ്ടായിരുന്ന ജോലികൾ ഇപ്പോൾ നേടുന്നത്. അയാളുടെ കൈയ്യിൽ സമ്പാദ്യമായി ഏതാനും ആയിരം ഡോളറുകളുണ്ട്, റിട്ടയർമെന്റിനായും, അയാൾ ഒരിക്കലും സ്വന്തമാക്കാൻ പോകുന്നില്ലാത്ത വീടിനായും, കുട്ടികളുടെ ചെലവുകൾക്കായും, കോളജിന് കൊടുക്കാനായും ഒന്നും മാറ്റിവച്ചിട്ടില്ല. അയാളുടെ ഇളയകുട്ടി (8), മുൻ ഭാര്യയ്ക്കൊപ്പവും മൂത്ത കുട്ടി (14) അയാൾക്കൊപ്പവും ജീവിക്കുന്നു.

അയാൾ എന്നോട് എപ്പോഴും പറയുമായിരുന്നു, 'എനിക്ക് വേവലാതിപ്പെടേണ്ടതില്ല. ഞാനിപ്പോഴും ചെറുപ്പമാണ്. എനിക്ക് സമയമുണ്ട്.'

അയാൾ ഇപ്പോൾ അത് പറയുമോയെന്ന് സംശയമാണ്.

എന്റെ അഭിപ്രായത്തിൽ, അയാൾ എത്രയും പെട്ടെന്ന് B അല്ലെങ്കിൽ I ചതുരത്തിലേക്ക് മാറാനുള്ള ഗൗരവമുള്ള ശ്രമം നടത്തേണ്ടതാണ്. ഒരു പുതിയ മനഃസ്ഥിതിയും പുതിയ വിദ്യാഭ്യാസ പ്രക്രിയയും ആരംഭിക്കേണ്ടതുണ്ട്. അയാൾക്ക് ഭാഗ്യമുണ്ടായി ഒരു ലോട്ടറി അടിച്ച്, അല്ലെങ്കിൽ ഒരു പണക്കാരിയെ വിവാഹം ചെയ്തില്ലെങ്കിൽ, അയാൾ ബാക്കിയുള്ള ജീവിതം മുഴുവനും കഠിനാദ്ധ്വാനം ചെയ്യാനുള്ള പാതയിലാണ്.

സ്വന്തമായി എന്തെങ്കിലും ചെയ്യുന്നത്

മറ്റൊരു സാധാരണ ക്രമമാണ് ഒരാൾ Eയിൽ നിന്നും S ലേക്ക് പോകുന്നത്. കനത്ത എണ്ണം കുറയ്ക്കലും തൊഴിലില്ലായ്മയും വരുന്ന സമയങ്ങളിൽ, ചിലർക്ക് മനസ്സിലാകും. മറ്റൊരു ജോലിക്ക് ശ്രമിക്കുന്നതിനുപകരം, അവർ സ്വന്തം ബിസിനസ്സ് ആരംഭിക്കാൻ തീരുമാനിക്കും.

വീട്ടിൽ നിന്നുമുള്ള ബിസിനസ്സ് എന്നൊന്നിൽ വളർച്ചയുണ്ടായിട്ടുണ്ട്. ഒരുപാട് ആളുകൾ സ്വന്തം ബിസിനസ്സ് ആരംഭിക്കാനും, സ്വന്തമായി കാര്യങ്ങൾ ചെയ്യാനും, സ്വന്തം മുതലാളി ആകാനും തീരുമാനിക്കും. അവരുടെ തൊഴിൽ വീഥി ഇങ്ങനെയായിരിക്കും:

എല്ലാ ജീവിതവഴികളിലുംവച്ച്, എനിക്ക് തോന്നുന്നത് ഇതായിരിക്കും കൂടുതൽ. എന്റെ അഭിപ്രായത്തിൽ, ഒരു S ആകുന്നത് വളരെ ലാഭകരമാണ് - അതേസമയം ഏറ്റവും നഷ്ടസാദ്ധ്യതയുള്ളതും. എനിക്ക് തോന്നുന്നത് ഏറ്റവും പ്രയാസമുള്ള ചതുരം S ആയിരിക്കുമെന്നാണ്. പരാജയത്തിന്റെ തോത് ഉയർന്നതാണ്, അഥവാ നിങ്ങൾ അത് ചെയ്താലും, വിജയിയാകുക എന്നത് പരാജയപ്പെടുന്നതിനേക്കാൾ മോശമായിരിക്കും. കാരണം, നിങ്ങൾ S എന്ന നിലയിൽ വിജയിച്ചാൽ, മറ്റേത് ചതുരത്തിനേക്കാളും കൂടുതൽ കഠിനമായി അദ്ധ്വാനിക്കേണ്ടി വരും, നിങ്ങൾ കുറേക്കാലത്തേക്ക് കഠിനാദ്ധ്വാനം ചെയ്യും.

Sന്റെ ജോലി കഠിനമാകുന്നതിന്റെ കാരണം അവർ സ്വഭാവത്തിൽ ത്തന്നെ പഴഞ്ചൊല്ലിലെപ്പോലെ 'ചീഫ് കുക്കും പാത്രം കഴുകുന്നയാളും' ആയിരിക്കും. അവർക്ക് ഒരു വലിയ കമ്പനിയിലെ ഒരുപാട് മാനേജർമാർ ചെയ്യുന്ന ജോലികൾ ഒറ്റയ്ക്ക് ചെയ്യേണ്ടിവരും. ഒരു S വെറും ഫോൺ വിളികളും, ബില്ലടയ്ക്കലും, സെയിൽസ് കാളുകൾ ചെയ്തും, ചെറിയ ബജറ്റിൽ പരസ്യം ചെയ്യാൻ ശ്രമിച്ചും, കസ്റ്റമർമാരെ കൈകാര്യം ചെയ്തും, തൊഴിലാളികളെ നിയമിച്ചും പിരിച്ചുവിട്ടും, അവരെ കാണാതാകുമ്പോൾ പുതിയവരെ നിറച്ചും, നികുതി ആളുകളോട് സംസാരിച്ചും, സർക്കാർ ഇൻസ്പെക്ടർമാരുമായി തല്ലുകൂടിയും അങ്ങനെയങ്ങനെ പോകും.

വ്യക്തിപരമായി, ആരെങ്കിലും സ്വന്തം ബിസിനസ്സ് ആരംഭിക്കാൻ പോകുന്നെന്ന് പറയുമ്പോൾ ഞാൻ വിനയാന്വിതനാകും. ഞാൻ അവർക്ക് വിജയം ആശംസിക്കും. പക്ഷേ, എനിക്ക് അവരെക്കുറിച്ച് ആവലാതിയുണ്ടാകും. സ്വന്തം ബിസിനസ്സ് തുടങ്ങാനായി തങ്ങളുടെ ജീവിതസമ്പാദ്യം മുഴുവനും എടുക്കുകയോ അല്ലെങ്കിൽ കൂട്ടുകാരിൽ നിന്നോ കുടുംബത്തിൽ നിന്നോ പണം കടം വാങ്ങുകയോ ചെയ്യുന്ന ഒരുപാട് E കളെ ഞാൻ കണ്ടിട്ടുണ്ട്. മൂന്നോ അതിലധികമോ വർഷം കഷ്ടപ്പെട്ട് കഠിനാദ്ധ്വാനം ചെയ്ത്, ബിസിനസ്സ് അടച്ചുപൂട്ടും, ജീവിത സമ്പാദ്യത്തിനു പകരം തിരിച്ച് കൊടുക്കേണ്ട കടങ്ങളുമായി.

രാജ്യത്ത്, ഇങ്ങനെയുള്ള പത്തിൽ ഒമ്പത് ബിസിനസ്സുകളും അഞ്ച് വർഷത്തിൽ പൂട്ടും. ബാക്കിയുള്ള ഒരെണ്ണത്തിൽ, പത്തിൽ ഒമ്പതെണ്ണവും അടുത്ത അഞ്ച് വർഷത്തിൽ പരാജയമാകും. മറ്റുവാക്കുകളിൽ പറഞ്ഞാൽ, 100 ചെറുകിട ബിസിനസ്സുകളിൽ 99 എണ്ണവും 10 വർഷത്തിനുള്ളിൽ അപ്രത്യക്ഷമാകും.

മിക്കവാറും പേർ അഞ്ച് വർഷത്തിനുള്ളിൽ പരാജയപ്പെടുന്നതിന്റെ കാരണമായി എനിക്ക് തോന്നുന്നത് പരിചയക്കുറവിനാലും മൂലധനം ഇല്ലാത്തതിനാലുമാണെന്നാണ്. കരകയറിയ ഒരാൾ അടുത്ത അഞ്ച് വർഷത്തിൽ മിക്കവാറും പരാജയപ്പെടുന്നതിന്റെ കാരണം മൂലധനം ഇല്ലാത്തതല്ല, ഊർജ്ജം ഇല്ലാത്തതാണ്. കഠിനമായ അദ്ധ്വാനത്തിന്റെ സമയം അവസാനം വ്യക്തിയെ ബാധിക്കുന്നു. ഒരുപാട് S മാർ വെറുതേ കത്തിത്തീരുന്നു.

രക്ഷപ്പെടുന്നവർ എഴുന്നേറ്റ്, ജോലിക്ക് പോയി, എല്ലാക്കാലത്തേക്കും കഠിനാദ്ധ്വാനം ചെയ്യുക എന്ന ആശയവുമായി പരിചിതമാകും. അവർക്ക് ആകെ അറിയാവുന്നതും ചെയ്യുന്നതും അത് മാത്രമാണെന്ന് തോന്നുന്നു.

എന്റെ ഒരു സുഹൃത്തിന്റെ മാതാപിതാക്കൾ കഴിഞ്ഞ 45 വർഷമായി അവരുടെ മദ്യശാലയിൽ മണിക്കൂറുകളോളം ജോലി ചെയ്യുകയാണ്. അവരുടെ പരിസരത്ത് കുറ്റകൃത്യങ്ങൾ പെരുകിയപ്പോൾ, അവർക്ക് വാതിലുകൾക്കും ജനലുകൾക്കും സ്റ്റീൽ അഴികൾ സ്ഥാപിക്കേണ്ടി വന്നു. ഇന്ന്, പണം ഒരു കിളിവാതിലിലൂടെയാണ് കൈമാറുന്നത്, ബാങ്കിലെപ്പോലെ. ഞാൻ ഇടയ്ക്ക് അവരെ കാണാൻ പോകാറുണ്ട്. അവർ നല്ല സ്നേഹമുള്ള ആളുകളാണ്. പക്ഷേ, അവരെ സ്വന്തം ബിസിനസ്സിൽ തടവറക്കാരെപ്പോലെ കാണുന്നത് എന്നെ ദുഃഖിപ്പിക്കും, രാവിലെ 10 മണി മുതൽ രാത്രി രണ്ടുമണി വരെ, അഴികൾക്ക് പിന്നിൽ നിന്നും നോക്കിക്കൊണ്ട്.

ഒരുപാട് സമർത്ഥരായ Sകൾ അവരുടെ ബിസിനസ്സ് ഉയർച്ചയിൽ ആയിരിക്കുമ്പോൾ വിൽക്കും, ഒഴുക്കിൽനിന്നും മാറിപ്പോകുന്നതിന് മുമ്പ്, ഊർജ്ജവും പണവുമുള്ള ആർക്കെങ്കിലും. അവർ കുറച്ച് അവധിയെടുത്ത് പുതിയ എന്തെങ്കിലും തുടങ്ങും. അവർ സ്വന്തം കാര്യ

ങ്ങളുമായി മുന്നോട്ടുപോയി അതിഷ്ടപ്പെടുകയും ചെയ്യും. പ്രധാനം എവിടെവച്ച് പുറത്ത് കടക്കണം എന്നറിയുന്നതാണ്.

നിങ്ങളുടെ കുട്ടികൾക്ക് കൊടുക്കാവുന്ന ഏറ്റവും മോശം ഉപദേശം

നിങ്ങൾ 1930-നു മുമ്പ് ജനിച്ചവരാണെങ്കിൽ, 'സ്കൂളിൽ പോകൂ, നല്ല ഗ്രേഡുകൾ വാങ്ങൂ, സുരക്ഷിതമായ ജോലി നേടൂ' എന്നത് നല്ല ഉപദേശമാണ്. പക്ഷേ, നിങ്ങളിൽ മിക്കവാറും ആളുകൾക്ക് അത് മോശം ഉപദേശമാണ്.

എന്തുകൊണ്ട്? ഉത്തരം നികുതികളിലും കടങ്ങളിലും ഉണ്ട്.

E ചതുരത്തിൽ നിന്നും വരുമാനം നേടുന്നവർക്ക്, സത്യത്തിൽ നികുതി ഇളവുകൾ ഒന്നുമുണ്ടാവില്ല. അമേരിക്കയിൽ ഇന്ന്, ഒരു തൊഴിലാളി എന്നാൽ നിങ്ങൾ സർക്കാരുമായി 50/50 പങ്കാളിത്തത്തിലാണുള്ളത്. എന്നുവച്ചാൽ സർക്കാർ തൊഴിലാളിയുടെ വരുമാനത്തിന്റെ 50 ശതമാനം അല്ലെങ്കിൽ കൂടുതൽ എടുക്കും, അതും ശമ്പളം കാണുന്നതിനും വളരെ മുമ്പുതന്നെ.

നിങ്ങളെ കൂടുതൽ കടത്തിലേക്ക് കൊണ്ടുപോകാനായി സർക്കാർ നികുതി ഇളവുകൾ നൽകുമെന്നത് പരിഗണിക്കുമ്പോൾ, E & S ചതുരങ്ങളിലുള്ളവർക്ക് സാമ്പത്തിക സ്വാതന്ത്ര്യത്തിലേക്കുള്ള വഴി നടക്കാത്ത കാര്യമായിരിക്കും. ഞാൻ എപ്പോഴും അക്കൗണ്ടന്റുമാർ E ചതുരത്തിൽനിന്നും കൂടുതൽ വരുമാനം ഉണ്ടാക്കാൻ തുടങ്ങിയ ക്ലയന്റുമാരോട് പറയുന്നത് കേൾക്കാറുണ്ട്, ഒരു വലിയ വീട് വാങ്ങി നല്ല നികുതി ഇളവ് നേടാനായി. പണമൊഴുക്കിന്റെ ഇടതുവശത്തുള്ള ആർക്കെങ്കിലും അത് ശരിയായി തോന്നുമെങ്കിലും, വലത് വശത്തുള്ളവർക്ക് അത് അസംബന്ധമായിരിക്കും.

ആരാണ് കൂടുതൽ നികുതി നൽകുന്നത്?

ധനികർ കാര്യമായ നികുതി നൽകാറില്ല. എന്തുകൊണ്ട്? അവർ പണം സമ്പാദിക്കുന്നത് തൊഴിലാളികൾ എന്ന നിലയിലല്ല. അതിധനികന്മാർക്ക് B & I ചതുരങ്ങളിൽനിന്നും വരുമാനം ഉണ്ടാക്കി നിയമപരമായി നികുതി ഒഴിവാക്കുന്നത് എങ്ങനെയെന്ന് അറിയാം.

E ചതുരത്തിൽ നിന്നും ആളുകൾ പണം സമ്പാദിക്കുകയാണെങ്കിൽ, അവർക്ക് ആകെ ലഭിക്കുന്ന നികുതി ഇളവ് വലിയ വീട് വാങ്ങുന്നതിലോ വലിയ കടത്തിലേക്ക് പോകുന്നതിലോ ആയിരിക്കും. പണമൊഴുക്കിന്റെ ചതുരങ്ങളിലെ വലതുവശത്ത് നിന്നും നോക്കിയാൽ, അത് സാമ്പത്തികമായി വിവേകമുള്ളതല്ല. വലതുവശത്ത് ഉള്ളവർക്ക് അത് 'എനിക്ക് $1 തരൂ, ഞാൻ 50 സെന്റുകൾ തിരികെ തരാം' എന്ന് പറയുന്നത് പോലെയാണ്.

നികുതികൾ ന്യായരഹിതമാണ്

ഞാൻ എപ്പോഴും ആളുകൾ പറയുന്നത് കേൾക്കാറുണ്ട്, 'നികുതി അടയ്ക്കാത്തത് അമേരിക്കൻ വഴിയല്ല.' ഇത് പറയുന്ന അമേരിക്കക്കാർ അവരുടെ ചരിത്രം മറന്നിട്ടുണ്ടാകും. അമേരിക്ക സ്ഥാപിച്ചതുതന്നെ നികുതിക്കെതിരായ സമരത്തിലൂടെയാണ്. അവർ 1773-ലെ പ്രശസ്ത മായ ബോസ്റ്റൺ ടീ പാർട്ടി മറന്നുപോയോ? വിപ്ലവാത്മകമായ യുദ്ധ ത്തിന് തിരി കൊളുത്തിയ ആ കലാപം നികുതിയെക്കുറിച്ചുള്ളതായി രുന്നു - പ്രാതിനിധ്യമില്ലാത്ത നികുതി.

ഈ കലാപത്തിനെ പിന്തുടർന്ന് ഷേയുടെ വിസ്കി വിപ്ലവം, ഫ്രീസിന്റെ വിപ്ലവം, താരിഫ് കലാപങ്ങൾ, പിന്നെ യുണൈറ്റഡ് സ്റ്റേറ്റ്സിന്റെ ചരിത്രത്തിലുടനീളം മറ്റനവധി വിപ്ലവങ്ങൾ ഉണ്ടായി.

അമേരിക്കക്കാർ വേദിയൊരുക്കാത്ത മറ്റു രണ്ട് പ്രശസ്തമായ നികുതി പ്രക്ഷോഭങ്ങളുമുണ്ട്. പക്ഷേ, ആളുകൾ നികുതിയോട് പ്രതിഷേധിക്കുന്നതിലെ ആവേശം അവ തെളിയിക്കുന്നു.

വില്യം ടെല്ലിന്റെ കഥ നികുതി പ്രക്ഷോഭത്തിന്റെ കഥയാണ്. അതുകൊണ്ടാണ് അദ്ദേഹത്തിന് തന്റെ മകന്റെ തലയിൽ വച്ച ആപ്പിളി ലേക്ക് വെടിവയ്ക്കാൻ നിർബന്ധിതനാകേണ്ടി വന്നത്. അദ്ദേഹം നികുതികളെക്കുറിച്ച് കോപിഷ്ഠനായിരുന്നതുകൊണ്ട് നികുതി ശേഖ രിക്കുന്നയാളുടെ മുന്നിൽ കുനിയാൻ വിസമ്മതിച്ചു. അദ്ദേഹത്തിനുള്ള ശിക്ഷ തന്റെ മകന്റെ തലയിൽ ലക്ഷ്യംവച്ച് ജീവൻ അപകടത്തിലാ ക്കുന്നതായിരുന്നു.

പിന്നെ ലേഡി ഗോഡിവ. അവർ തന്റെ ഭർത്താവ് ഏൾ ഓഫ് മേർസ്യയോട് അവരുടെ പട്ടണത്തിൽ നികുതി കുറയ്ക്കാൻ അപേ ക്ഷിച്ചു. അവരുടെ ഭർത്താവ് പറഞ്ഞു, അവർ പട്ടണത്തിലൂടെ നഗ്ന യായി കുതിരയോടിക്കാമെങ്കിൽ നികുതി കുറയ്ക്കാമെന്ന്. അവർ ആ വാഗ്ദാനം സ്വീകരിച്ചു.

നികുതിയുടെ ഗുണങ്ങൾ

ആധുനികനാഗരികതത്തിന് നികുതി ഒരു ആവശ്യമായിരിക്കാം. പക്ഷേ, നികുതികൾ അസഭ്യവും കെടുകാര്യസ്ഥവുമാകുമ്പോൾ പ്രശ്നങ്ങൾ ഉയരും. ലക്ഷക്കണക്കിന് ബേബി ബൂമർമാർ വിരമിക്കാൻ തുടങ്ങുമ്പോൾ, അവർ നികുതിദായകർ എന്ന നിലയിൽ നിന്നും വിരമിച്ചവരും സോഷ്യൽ സെക്യൂരിറ്റി വാങ്ങുന്നവരുമായി മാറും. ആ മാറ്റത്തിനെ പിന്തുണയ്ക്കാൻ കൂടുതൽ നികുതി പിരിക്കേണ്ട ആവശ്യ മുണ്ടാകും. അമേരിക്കയും മറ്റു മഹാരാജ്യങ്ങളും സാമ്പത്തികമായി അപചയിക്കും. പണമുള്ള വ്യക്തികൾ അവരുടെ പണത്തിനെ സ്വാഗതം ചെയ്യുന്ന, അത് കൈവശമുള്ളതിന് ശിക്ഷിക്കാത്ത രാജ്യങ്ങൾ തേടി പ്പോകും.

വലിയ ഒരു തെറ്റ്

ഒരിക്കൽ ഒരു ന്യൂസ്പേപ്പർ റിപ്പോർട്ടർ എന്നോട് ചോദിച്ചു ഞാൻ കഴിഞ്ഞ വർഷം എത്ര പണം സമ്പാദിച്ചെന്ന്. ഞാൻ പറഞ്ഞു, 'ഏതാണ്ട് ഒരു മില്യൺ ഡോളർ' എന്ന്.

'പിന്നെ നിങ്ങൾ എത്ര നികുതി കൊടുത്തു?' അയാൾ ചോദിച്ചു.

'ഒന്നുമില്ല.' ഞാൻ പറഞ്ഞു. 'ആ പണം ഉണ്ടാക്കിയത് മൂലധനത്തിൽ നിന്നുമുള്ള നേട്ടങ്ങൾ കൊണ്ടാണ്, എനിക്ക് ആ നികുതികൾ കൊടുക്കുന്നത് എന്നെന്നേയ്ക്കുമായി നീട്ടിവയ്ക്കാൻ കഴിയും. ഞാൻ മൂന്ന് പീസ് റിയൽ എസ്റ്റേറ്റുകൾ വിറ്റ് അവയെ യു.എസ്. ഇന്റേർണൽ റെവന്യു കോഡിന്റെ പരിധിയിലുള്ള സെക്ഷൻ 1031 വഴി കടത്തിവിട്ടു. ഞാൻ ഒരിക്കലും ആ പണം തൊട്ടിട്ടില്ല. ഞാൻ അത് കുറച്ചുകൂടി വലിയ വസ്തുവിൽ വീണ്ടും നിക്ഷേപിച്ചു.' കുറച്ച് ദിവസങ്ങൾ കഴിഞ്ഞ് ന്യൂസ് പേപ്പറിൽ ആ വാർത്ത വന്നു.

'ധനികൻ 1 മില്യൺ ഡോളർ സമ്പാദിക്കുകയും യാതൊരു നികുതിയും കൊടുത്തില്ലെന്ന് സമ്മതിക്കുകയും ചെയ്തു.'

ഞാൻ അങ്ങനെയൊന്നും പറഞ്ഞിട്ടില്ല. പക്ഷേ, തെരഞ്ഞെടുത്ത ചില വാക്കുകൾ നഷ്ടപ്പെട്ടിരുന്നു, അത് ആ സന്ദേശത്തിനെ വളച്ചൊടിച്ചു. ആ റിപ്പോർട്ടർ പക കാണിച്ചതാണോ, അതോ 1031 എക്സ്ചേഞ്ച് എന്താണെന്ന് അയാൾക്ക് മനസ്സിലാകാത്തതാണോ എന്നെനിക്കറിയില്ല. എന്ത് കാരണമായാലും, വിവിധ ചതുരങ്ങളിൽനിന്നും വരുന്ന വ്യത്യസ്തങ്ങളായ കാഴ്ചപ്പാടുകളുടെ ഒന്നാന്തരം ഉദാഹരണമാണത്. ഞാൻ പറഞ്ഞത് പോലെ, എല്ലാ വരുമാനവും തുല്യമല്ല. ചില വരുമാനങ്ങൾ മറ്റുള്ളവയേക്കാൾ നികുതി കുറവുള്ളതാണ്.

മിക്കവാറും ആളുകൾ വരുമാനത്തിലാണ് ശ്രദ്ധിക്കുക, മുതൽക്കൂട്ടിലല്ല

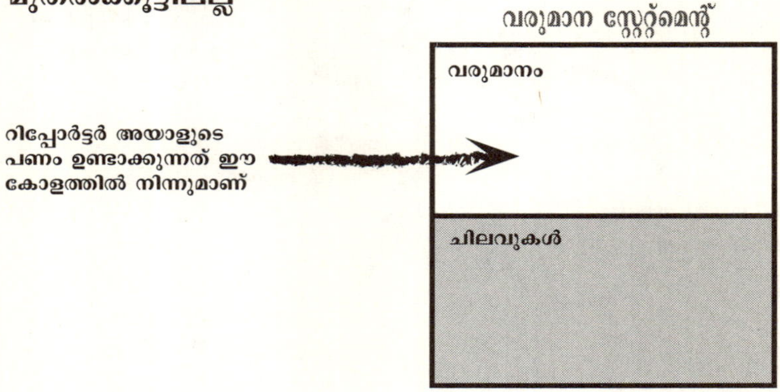

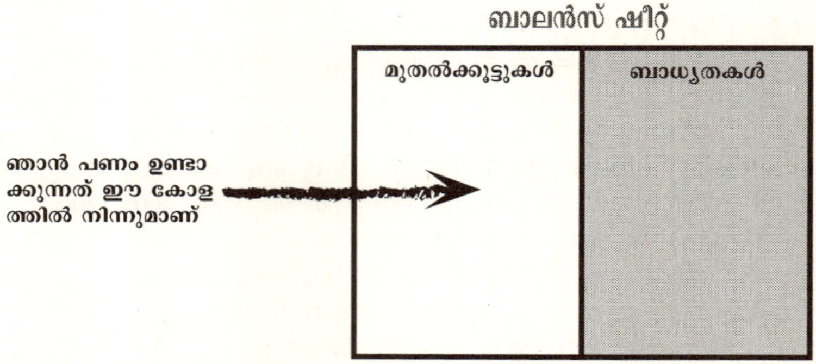

ഇന്നും ആളുകൾ പറയുന്നത് ഞാൻ കേൾക്കാറുണ്ട്, 'ഞാൻ പഠനത്തിലേക്ക് തിരികെ പോകുകയാണ്, അപ്പോൾ ശമ്പളവർദ്ധന കിട്ടുമല്ലോ,' അല്ലെങ്കിൽ 'ഞാൻ ഉദ്യോഗക്കയറ്റം കിട്ടാനായി കഠിനാദ്ധ്വാനം ചെയ്യുകയാണ്.'

ആ വാക്കുകളോ ആശയങ്ങളോ, ഫിനാൻഷ്യൽ സ്റ്റേറ്റ്മെന്റിന്റെയോ E ചതുരത്തിന്റെയോ വരുമാനത്തിന്റെ കോളത്തിൽ ശ്രദ്ധ കൊടുക്കുന്ന ഒരാളുടേതാണ്. ശമ്പളവർദ്ധനയുടെ പകുതി സർക്കാരിന് കൊടുക്കുകയും അത് ചെയ്യാനായി കൂടുതൽക്കാലം കഠിനാദ്ധ്വാനം ചെയ്യുകയും ചെയ്യുന്ന ഒരാളുടെ വാക്കുകളാണ്.

പണമൊഴുക്കിന്റെ ചതുരങ്ങളിലെ വലതുവശത്തുള്ളവർ നികുതികളെ എങ്ങനെ മുതൽക്കൂട്ടാക്കുമെന്ന്, അതേസമയം ഇടതുവശത്തെ ആളുകൾക്ക് അത് ബാധ്യത ആയിരിക്കുമ്പോൾ, ഇനി വരുന്ന അദ്ധ്യായത്തിൽ വിശദീകരിക്കാം. കഴിയാവുന്നത്ര പണം കൈവശംവയ്ക്കാനുള്ള അവകാശത്തിനായി നിയമപരമായി പോരാടുന്നതാണത്. നികുതികൾക്കെതിരേ സമരം ചെയ്യാത്ത ആളുകളുള്ള രാജ്യങ്ങളിൽ മിക്കവാറും തളർന്ന സാമ്പത്തികരംഗങ്ങളായിരിക്കും ഉണ്ടാകുക.

പെട്ടെന്ന് ധനികനാകുക

കിമ്മിനും എനിക്കും വീടില്ലായ്മയിലും നിന്നും പെട്ടെന്ന് സാമ്പത്തിക സ്വാതന്ത്ര്യത്തിലേക്ക് പോകുക എന്നാൽ ഞങ്ങളുടെ പണം B & I ചതുരങ്ങളിൽ നിന്നും സമ്പാദിക്കുക എന്നതായിരുന്നു. ഈ ചതുരങ്ങളിൽ, നിങ്ങൾക്ക് പെട്ടെന്ന് ധനികരാകാം, കാരണം നിങ്ങൾക്ക് നിയമപരമായി നികുതി അടയ്ക്കുന്നത് ഒഴിവാക്കാൻ സാധിക്കും. പിന്നെ കൂടുതൽ പണം കൈവശംവയ്ക്കാൻ കഴിയുന്നതുകൊണ്ട് ആ പണം ഞങ്ങൾക്കുവേണ്ടി പണിയെടുക്കും, ഞങ്ങൾ പെട്ടെന്നുതന്നെ സ്വാതന്ത്ര്യം കണ്ടെത്തി.

എങ്ങനെ സ്വതന്ത്രരാകാം

കടവും നികുതികളുമാണ് മിക്കവാറും ആളുകൾക്ക് ഒരിക്കലും സാമ്പത്തിക സുരക്ഷ തോന്നാത്തതിന്റെയും സാമ്പത്തിക സ്വാതന്ത്ര്യം നേടാനാകാത്തതിന്റെയും പ്രധാന കാരണം. സുരക്ഷയിലേക്കോ സ്വാതന്ത്ര്യത്തിലേക്കോ ഉള്ള വഴി പണമൊഴുക്കിന്റെ ചതുരങ്ങളിലെ വലതുവശത്താണ് കണ്ടെത്താനാകുക. നിങ്ങൾ തൊഴിൽ സുരക്ഷയ്ക്കപ്പുറം പോയി സാമ്പത്തിക സുരക്ഷയും സാമ്പത്തിക സ്വാതന്ത്ര്യവും തമ്മിലുള്ള വ്യത്യാസം അറിയേണ്ടതുണ്ട്.

നിങ്ങൾക്കറിയാവുന്നതുപോലെ, എന്റെ ഉയർന്ന വിദ്യാഭ്യാസമുള്ള പിതാവ് തൊഴിൽ സുരക്ഷയിൽ ഉറച്ചിരിക്കുകയായിരുന്നു, അദ്ദേഹത്തിന്റെ തലമുറയിലെ മിക്കവാറും പേരെപ്പോലെ. അദ്ദേഹം അനുമാനിച്ചിരുന്നത് തൊഴിൽ സുരക്ഷ എന്നാൽ സാമ്പത്തിക സുരക്ഷയാണ് എന്നായിരുന്നു – അദ്ദേഹത്തിന്റെ തൊഴിൽ നഷ്ടപ്പെട്ട് മറ്റൊന്ന് കണ്ടെത്താൻ കഴിയാതിരുന്നതുവരെ. എന്റെ ധനികനായ പിതാവ് ഒരിക്കലും തൊഴിൽ സുരക്ഷയെക്കുറിച്ച് സംസാരിച്ചില്ല. അദ്ദേഹം പകരം സംസാരിച്ചത് സാമ്പത്തിക സ്വാതന്ത്ര്യത്തിനെക്കുറിച്ചായിരുന്നു.

നിങ്ങൾ ഏതുതരത്തിലുള്ള സുരക്ഷ അല്ലെങ്കിൽ സ്വാതന്ത്ര്യം ആണ് അന്വേഷിക്കുന്നത് എന്നതിന്റെ ഉത്തരം പണമൊഴുക്കിന്റെ ചതുരങ്ങളുടെ ക്രമം നിരീക്ഷിച്ചാൽ കണ്ടെത്താവുന്നതാണ്.

തൊഴിൽ സുരക്ഷയുടെ ക്രമം

ഈ ക്രമം പിന്തുടരുന്നവർ മിക്കപ്പോഴും അവരുടെ തൊഴിൽ ചെയ്യുന്നതിൽ മികച്ചവരായിരിക്കും. ഒരുപാടുപേർ വർഷങ്ങളോളം പഠിച്ച് പരിചയസമ്പത്തിനായി വർഷങ്ങളോളം ജോലി ചെയ്യും. പ്രശ്നം എന്താണെന്നാൽ അവർക്ക് B അല്ലെങ്കിൽ I ചതുരങ്ങളെക്കുറിച്ച് ഒട്ടും അറിയില്ലായിരിക്കും, അവർക്ക് റിട്ടയർമെന്റ് പ്ലാൻ ഉണ്ടെങ്കിൽപ്പോലും. അവർക്ക് സാമ്പത്തികമായ അരക്ഷിതാവസ്ഥ തോന്നുന്നതിന്റെ കാരണം അവർക്ക് പരിശീലനം കിട്ടിയിരിക്കുന്നത് തൊഴിൽ സുരക്ഷയിൽ മാത്രമാണ് എന്നതാണ്.

അറിവ് ശക്തിയാണ്

കൂടുതൽ സാമ്പത്തിക സുരക്ഷയ്ക്കായി, ഞാൻ നിർദ്ദേശിക്കുന്നത്, E അല്ലെങ്കിൽ S ചതുരങ്ങളിൽ അവരുടെ ജോലി ചെയ്യുന്നതിനോടൊപ്പം, വ്യക്തികൾ B അല്ലെങ്കിൽ I ചതുരങ്ങളിൽ വിദ്യാഭ്യാസമുള്ളവരാകണമെന്നാണ്. പണമൊഴുക്കിന്റെ ചതുരങ്ങളിലെ ഇരുവശത്തും തങ്ങളുടെ കഴിവുകളിൽ ആത്മവിശ്വാസമുണ്ടാകുമ്പോൾ, അവർക്ക് സ്വാഭാവികമായും കൂടുതൽ സുരക്ഷ തോന്നും, കുറച്ച് പണമേ ഉള്ളൂവെങ്കിൽപ്പോലും. അറിവ് ശക്തിയാണ്, അവസരം മുന്നിൽ വരുമ്പോൾ, അവർ ആത്മവിശ്വാസത്തോടെ പ്രവർത്തിക്കാൻ തയ്യാറായിരിക്കും.

അതുകൊണ്ടാണ് നമ്മുടെ സ്രഷ്ടാവ് നമുക്ക് രണ്ട് കാലുകൾ തന്നിരിക്കുന്നത്. നമുക്ക് ഒരു കാൽ മാത്രമേ ഉണ്ടായിരുന്നെങ്കിൽ, എപ്പോഴും ഉലച്ചിലും അരക്ഷിതാവസ്ഥയും തോന്നുമായിരുന്നു. രണ്ട് ചതുരങ്ങളിൽ അറിവുണ്ടാകുമ്പോൾ, ഒന്ന് ഇടതുവശത്തും ഒന്ന് വലതുവശത്തും, നമുക്ക് കൂടുതൽ സുരക്ഷ തോന്നാൻ തുടങ്ങും. തങ്ങളുടെ തൊഴിൽമേഖലയെക്കുറിച്ചും ജോലിയെക്കുറിച്ചും അറിയാവുന്നവർക്ക്

ഒരു കാൽ മാത്രമേയുള്ളൂ. ഓരോ തവണയും സാമ്പത്തിക കൊടുങ്കാറ്റ് വീശുമ്പോൾ, അവർ രണ്ട് കാലുള്ളവരേക്കാൾ ഉലയാൻ തുടങ്ങും.

സാമ്പത്തിക സുരക്ഷയുടെ ക്രമം

Eയുടെ സാമ്പത്തികസുരക്ഷയുടെ ക്രമം ഇതാണ്:

പണം വെറുതേ റിട്ടയർമെന്റ് അക്കൗണ്ടിൽ നിക്ഷേപിച്ച് നല്ലത് പ്രതീക്ഷിക്കുന്നതിനുപകരം, ഈ വളയം സൂചിപ്പിക്കുന്നത് ആളുകൾക്ക് തങ്ങളുടെ വിദ്യാഭ്യാസത്തിൽ നിക്ഷേപകനും തൊഴിലാളിയുമായി ആത്മവിശ്വാസം തോന്നുമെന്നാണ്. നമ്മൾ സ്കൂളിൽ ഒരു തൊഴിൽ പഠിക്കുന്നതുപോലെ, ഞാൻ നിർദ്ദേശിക്കുന്നത് നിങ്ങൾ പ്രൊഫഷണൽ നിക്ഷേപകൻ ആകാനും പഠിക്കണമെന്നാണ്.

ഞാൻ മുതൽക്കൂട്ടിന്റെ കോളത്തിൽ ഒരു മില്യൻ ഡോളറുകൾ ഉണ്ടാക്കുകയും നികുതി കൊടുക്കാതിരിക്കുകയും ചെയ്തതിൽ മുഷിച്ചിൽ തോന്നിയ ആ റിപ്പോർട്ടർ ഒരിക്കലും എന്നോട് ചോദിച്ചില്ല, 'നിങ്ങൾ എങ്ങനെ മില്യൻ ഡോളറുകൾ ഉണ്ടാക്കി?' എന്ന്.

എന്നെ സംബന്ധിച്ചിടത്തോളം, അതാണ് യഥാർഥ ചോദ്യം. നിയമപരമായി നികുതി ഒഴിവാക്കുന്നത് എളുപ്പമാണ്. മില്യൻ ഉണ്ടാക്കുന്നത് എളുപ്പമല്ലായിരുന്നു.

സാമ്പത്തിക സുരക്ഷയിലേക്കുള്ള രണ്ടാമത്തെ വഴി ഇതായിരിക്കും:

ഒരു S എന്ന നിലയിൽ സാമ്പത്തിക സുരക്ഷ ഇങ്ങനെയുണ്ടാകും:

ശരാശരി അമേരിക്കൻ കോടീശ്വരൻ സ്വയം തൊഴിൽ ചെയ്യുന്നയാളും, ചെലവ് ചുരുക്കി ജീവിക്കുന്നയാളും, ദീർഘകാലത്തേക്ക് നിക്ഷേപം ചെയ്യുന്നയാളുമായിരിക്കും. മുകളിൽ കൊടുത്തിരിക്കുന്ന ക്രമം ആ സാമ്പത്തിക ജീവിതത്തിന്റെ വഴി പ്രതിഫലിപ്പിക്കുന്നു.

ഈ വഴി, S ൽ നിന്നും B യിലേക്കുള്ളത്, മിക്കപ്പോഴും ബിൽ ഗേറ്റ്സിനെപ്പോലെയുള്ള വലിയ സംരംഭകർ സ്വീകരിക്കുന്നതായിരിക്കും. അത് എളുപ്പമുള്ളതല്ല. പക്ഷേ, എന്റെ തോന്നലിൽ, മികച്ചവയിൽ ഒന്നാണ്.

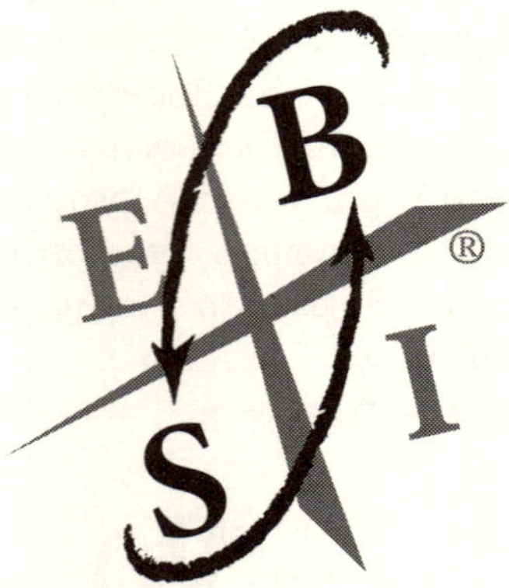

ഒന്നിനേക്കാൾ മികച്ചത് രണ്ടെണ്ണമാണ്

രണ്ടാമത്തെ അദ്ധ്യായത്തിൽ, ഞാൻ ഒരു ശരാശരി ധനികൻ അയാളുടെ 70 ശതമാനം വരുമാനവും വലതുവശത്ത് നിന്നും 30 ശതമാനത്തിൽ താഴെ മാത്രം ഇടതുവശത്ത് നിന്നും സമ്പാദിക്കുന്നു

എന്നത് ചർച്ച ചെയ്തു. ഞാൻ കണ്ടെത്തിയത് ആളുകൾ എത്രത്തോളം പണമുണ്ടാക്കിയാലും, അവർക്ക് കൂടുതൽ സുരക്ഷ തോന്നുക ഒന്നിൽ കൂടുതൽ ചതുരങ്ങളിൽ പ്രവർത്തിക്കുമ്പോഴാണ് എന്നാണ്. സാമ്പത്തിക സുരക്ഷ എന്നാൽ പണമൊഴുക്കിന്റെ ചതുരങ്ങളിലെ രണ്ട് വശങ്ങളിലും ചുവടുറപ്പിക്കുന്നതാണ്.

കോടീശ്വരന്മാരായ അഗ്നിശമനസേനാനികൾ

പണമൊഴുക്കിന്റെ ചതുരങ്ങളിലെ രണ്ട് വശങ്ങളിലും വിജയിച്ചതിന്റെ ഉദാഹരണങ്ങളായ രണ്ട് സുഹൃത്തുക്കൾ എനിക്കുണ്ട്. അവർക്ക് ഒന്നാന്തരം തൊഴിൽ സുരക്ഷയും ആനുകൂല്യങ്ങളും ഉണ്ട്, അവർ വലതുവശത്ത് ഉയർന്ന സാമ്പത്തിക ആസ്തിയും നേടിയിട്ടുണ്ട്. ഇരുവരും സിറ്റി ഗവൺമെന്റിനു വേണ്ടി ജോലി ചെയ്യുന്ന അഗ്നിശമന സേനാനികൾ ആണ്. അവർ നല്ല, സ്ഥിരമായ വേതനവും, നല്ല ആനുകൂല്യങ്ങളും, റിട്ടയർമെന്റ് പ്ലാനുകളും ആസ്വദിക്കുകയും ആഴ്ചയിൽ രണ്ട് ദിവസം മാത്രം ജോലി ചെയ്യുകയും ആണ്. ആഴ്ചയിൽ മൂന്ന് ദിവസം അവർ പ്രൊഫഷണൽ നിക്ഷേപകരായി ജോലി ചെയ്യുന്നു. ബാക്കിയുള്ള രണ്ട് ദിവസം വിശ്രമിക്കുകയും അവരുടെ കുടുംബത്തിനൊപ്പം സമയം ചിലവഴിക്കുകയും ചെയ്യുന്നു.

ഒരാൾ പഴയ വീടുകൾ വാങ്ങി, അറ്റകുറ്റപ്പണികൾ ചെയ്ത്, വാടക മേടിക്കുന്നു. അയാൾക്ക് 45 വീടുകളുണ്ട്, അത് മാസം $10,000 കടവും, നികുതികളും, അറ്റകുറ്റപ്പണികളും, മേൽനോട്ടവും, ഇൻഷുറൻസും കഴിഞ്ഞ് നൽകുന്നു. അയാൾ അഗ്നിശമനസേനാനി എന്ന നിലയിൽ മാസം $3,500 സമ്പാദിക്കുന്നുണ്ട്, മൊത്തം മാസവരുമാനം $13,000 നേക്കാൾ കൂടുതലും വാർഷികവരുമാനം ഏതാണ്ട് $150,000 ത്തിൽ കൂടുതലും ആകുന്നു. അയാൾക്ക് വിരമിക്കാൻ അഞ്ച് വർഷങ്ങൾ കൂടിയുണ്ട്, അയാളുടെ ലക്ഷ്യം 56 വയസ്സിൽ വാർഷികവരുമാനം $200,000 ആക്കണമെന്നാണ്. നാല് കുട്ടികളുള്ള സർക്കാർ ജീവനക്കാരന് അത് മോശമല്ല.

മറ്റേ സുഹൃത്ത് അയാളുടെ സമയം കമ്പനികളെ വിശകലനം ചെയ്തും ദീർഘകാലത്തേക്കുള്ള പ്രധാന സ്റ്റോക്കുകളിലും സാധ്യതകളിലും നിക്ഷേപിച്ചും ചിലവഴിക്കുന്നു. അയാളുടെ പോർട്ട്ഫോളിയോ ഇപ്പോൾ $3 മില്യണേക്കാൾ കൂടുതലാണ്. അയാൾ അത് പണമാക്കി മാറ്റി വർഷം 10 ശതമാനം പലിശ നൽകുന്ന നിക്ഷേപത്തിലേക്ക് മാറ്റിയാൽ, അയാൾക്ക് വർഷം ഏതാണ്ട് $300,000 ജീവിതകാലത്തേക്ക് നൽകും (ശരാശരി വിപണി ചാഞ്ചാട്ടങ്ങൾ പരിഗണിച്ചാലും). അപ്പോഴും, രണ്ട് കുട്ടികളുള്ള സർക്കാർ ജീവനക്കാരന് അത് മോശമല്ല.

രണ്ട് സുഹൃത്തുക്കൾക്കും 40 വയസ്സിൽ വിരമിക്കാനായി അവരുടെ 20 വർഷത്തെ നിക്ഷേപങ്ങൾ കൊണ്ട് മറ്റുവഴികളിലുള്ള വരു

മാനമുണ്ട്. പക്ഷേ, അവർക്ക് രണ്ടാൾക്കും ജോലി ഇഷ്ടമാണെന്ന് മാത്ര മല്ല എല്ലാ ആനുകൂല്യങ്ങളോടും വിരമിക്കുകയും വേണം. അപ്പോൾ അവർക്ക് പണമൊഴുക്കിന്റെ രണ്ട് വശങ്ങളിൽനിന്നും നേടിയ വിജയ ങ്ങളുടെ ആനുകൂല്യങ്ങൾ സ്വതന്ത്രമായി ആസ്വദിക്കാൻ കഴിയും.

പണം ഒറ്റയ്ക്ക് സുരക്ഷ കൊണ്ടുവരില്ല

റിട്ടയർമെന്റ് അക്കൗണ്ടിൽ മില്യനുകൾ ഉണ്ടായിട്ടും അരക്ഷിതത്വം തോന്നുന്ന ഒരുപാട് ആളുകളെ എനിക്കറിയാം. എന്തുകൊണ്ട്? കാരണം ആ പണം അവരുടെ ജോലി അല്ലെങ്കിൽ ബിസിനസ്സിൽ നിന്നും ഉരുത്തിരിഞ്ഞതാണ്. അവർക്ക് മിക്കപ്പോഴും റിട്ടയർമെന്റ് അക്കൗണ്ടിൽ പണം നിക്ഷേപമായുണ്ടാകും. പക്ഷേ, നിക്ഷേപങ്ങൾ എന്ന വിഷയത്തിനെക്കുറിച്ച് അറിവുണ്ടായിരിക്കില്ല. ആ പണം അപ്ര ത്യക്ഷമാകുകയും അവരുടെ തൊഴിൽ ദിനങ്ങൾ അവസാനിക്കുകയും ചെയ്താലോ, അവർ പിന്നെ എന്തുചെയ്യും?

വലിയ സാമ്പത്തികമാറ്റത്തിന്റെ സമയങ്ങളിൽ, എപ്പോഴും ഉയർന്ന സമ്പത്തിന്റെ കൈമാറ്റങ്ങൾ ഉണ്ടാകും. നിങ്ങളുടെ പക്കൽ കൂടുതൽ പണമില്ലെങ്കിലും, നിങ്ങളുടെ വിദ്യാഭ്യാസത്തിൽ നിക്ഷേപിക്കേണ്ടത് പ്രധാനമാണ്, കാരണം മാറ്റങ്ങൾ ഉണ്ടാകുമ്പോൾ, അവയെ കൈ കാര്യം ചെയ്യാൻ മികച്ച രീതിയിൽ തയ്യാറായിരിക്കും. അറിവില്ലായ്മ യോ ഭയമോ പിടികൂടരുത്. ഞാൻ പറഞ്ഞതുപോലെ, എന്ത് സംഭവി ക്കുമെന്ന് ആർക്കും പ്രവചിക്കാൻ ആവില്ല, അതുകൊണ്ട് നല്ലത് എന്ത് സംഭവിച്ചാലും തയ്യാറെടുത്തിരിക്കുക എന്നതാണ്. എന്നുവച്ചാൽ ഇപ്പോൾ വിദ്യാഭ്യാസം നേടുക എന്ന്.

സാമ്പത്തിക സ്വാതന്ത്ര്യത്തിന്റെ ക്രമം

ഈ ക്രമം എന്റെ ധനികനായ പിതാവ് നിർദ്ദേശിച്ചതാണ്. അത് സാമ്പത്തിക സ്വാതന്ത്ര്യത്തിലേക്കുള്ള വഴിയാണ്. ഇത് ശരിയായ സാമ്പത്തിക സ്വാതന്ത്ര്യമാണ്, കാരണം B ചതുരത്തിൽ, ആളുകൾ നിങ്ങൾക്കുവേണ്ടി പണിയെടുക്കുന്നു, I ചതുരത്തിൽ നിങ്ങളുടെ പണം നിങ്ങൾക്കുവേണ്ടി പണിയെടുക്കുന്നു. ജോലി ചെയ്യാനും ചെയ്യാ തിരിക്കാനും നിങ്ങൾക്ക് സ്വാതന്ത്ര്യമുണ്ടായിരിക്കും. ഈ രണ്ട് ചതുര ങ്ങളിലെയും നിങ്ങളുടെ അറിവ് ജോലിയിൽനിന്നും പൂർണമായ കായിക സ്വാതന്ത്ര്യം കൊണ്ടുവരുന്നു.

അതിധനികന്മാരെ നോക്കുകയാണെങ്കിൽ, ഇതായിരിക്കും അവരുടെ ക്രമം. B യ്ക്കും I യ്ക്കും ചുറ്റുമുള്ള വളയം സൂചിപ്പിക്കുന്നത് ബിൽ ഗേറ്റ്സ്, റൂപർട്ട് മർഡോക്, വാറൻ ബഫർ എന്നിവരെപ്പോലെയുള്ളവരുടെ വരുമാനക്രമമാണ്.

ഒരു താക്കീത്: B ചതുരം I ചതുരത്തിനേക്കാൾ വളരെ വ്യത്യസ്തമാണ്. ഒരുപാട് B വിജയികൾ അവരുടെ ബിസിനസ്സുകൾ മില്യണുകൾക്ക് വിൽക്കുന്നത് ഞാൻ കണ്ടിട്ടുണ്ട്, അവരുടെ പുതിയ സമ്പത്ത് തലയ്ക്ക് പിടിക്കുന്നതും. അവർ തങ്ങളുടെ ഡോളറുകളെ അവരുടെ ഐക്യുവുമായി അളക്കാൻ തുനിയും, അങ്ങനെ അവർ I ചതുരത്തിലേക്ക് വീമ്പിളക്കി പോകുകയും എല്ലാം നഷ്ടപ്പെടുത്തുകയും ചെയ്യും. എല്ലാ ചതുരങ്ങളിലും കളികളും നിയമങ്ങളും വ്യത്യസ്തങ്ങളാണ്, അതുകൊണ്ടാണ് ഞാൻ ഒരു ഈഗോ യാത്രയേക്കാൾ വിദ്യാഭ്യാസം നിർദ്ദേശിക്കുന്നത്.

സാമ്പത്തിക സുരക്ഷയുടെ കാര്യത്തിലെന്ന പോലെത്തന്നെ, രണ്ട് ചതുരങ്ങൾ ഉള്ളത് നിങ്ങൾക്ക് സാമ്പത്തിക സ്വാതന്ത്ര്യത്തിന്റെ ലോകത്ത് ഉയർന്ന സ്ഥിരത നൽകും.

വഴികളുടെ തിരഞ്ഞെടുക്കൽ

മുമ്പുള്ള ക്രമങ്ങൾ ആളുകൾക്ക് തിരഞ്ഞെടുക്കാവുന്ന വിവിധ സാമ്പത്തിക വഴികളാണ്. ദൗർഭാഗ്യവശാൽ, മിക്കവാറും ആളുകൾ തിരഞ്ഞെടുക്കുക തൊഴിൽ സുരക്ഷയുടെ വഴിയാണ്. സമ്പദ് വ്യവസ്ഥ ഇടറാൻ തുടങ്ങുമ്പോൾ, അവർ തൊഴിൽ സുരക്ഷയിൽ കൂടുതൽ ആവലാതിയോടെ അള്ളിപ്പിടിച്ചിരിക്കുകയും അവരുടെ ജീവിതം അതിനെ പിന്തുടരുന്നതിൽ ചിലവഴിക്കുകയും ചെയ്യും.

കുറഞ്ഞത്, ഞാൻ നിർദ്ദേശിക്കുക സാമ്പത്തിക സുരക്ഷയിൽ വിദ്യാഭ്യാസം നേടാനാണ്, അത് നിങ്ങളുടെ ജോലിയിലും നല്ലതും

ചീത്തയുമായ സമയങ്ങളിൽ നിക്ഷേപങ്ങൾ നടത്താനുള്ള കഴിവിലും ആത്മവിശ്വാസം നൽകും. ഒരു വലിയ രഹസ്യം എന്താണെന്നാൽ യഥാർഥ നിക്ഷേപകർ മോശം വിപണിയിൽ നിന്നും കൂടുതൽ പണമുണ്ടാക്കും. അവർ പണമുണ്ടാക്കുന്നതിന്റെ കാരണം നിക്ഷേപകർ അല്ലാത്തവർ വിറളി പിടിച്ച് അവർ വാങ്ങേണ്ട സമയത്ത് വിൽക്കുന്നതുകൊണ്ടാണ്. എനിക്ക് വരാൻ സാധ്യതയുള്ള സാമ്പത്തിക മാറ്റങ്ങളെക്കുറിച്ച് ഭയമില്ല, കാരണം മാറ്റം എന്നാൽ സമ്പത്ത് കൈമാറുക എന്നാണർഥം.

നിങ്ങളുടെ ബോസിന് നിങ്ങളെ ധനികനാക്കാൻ സാധിക്കില്ല

എന്റെ ഒരു സുഹൃത്ത് അയാളുടെ കമ്പനി വിറ്റു, വില്പനയുടെ ദിവസം, അയാളുടെ ബാങ്ക് അക്കൗണ്ടിൽ $15 മില്യണേക്കാൾ കൂടുതൽ തുക നിക്ഷേപിച്ചു. മറുവശത്ത്, അയാളുടെ തൊഴിലാളികൾക്ക് പുതിയ ജോലി തേടേണ്ടി വന്നു.

വിടവാങ്ങൽ വിരുന്നിൽ, കണ്ണീർ കൊണ്ട് നിറഞ്ഞത്, അതിയായ കോപത്തിന്റെയും വെറുപ്പിന്റെയും അടിയൊഴുക്കുണ്ടായിരുന്നു. അയാൾ വർഷങ്ങളോളം നല്ല വേതനം നൽകിയിരുന്നെങ്കിലും, മിക്കവാറും പേർ അവരുടെ ജോലിയുടെ ആദ്യത്തെ ദിവസത്തേക്കാൾ മെച്ചത്തിലായിരുന്നില്ല, അവസാന ദിവസവും. ഒരുപാട് പേർ കരുതിയത് അവർ ആ വർഷങ്ങളിൽ ശമ്പളം വാങ്ങിയും ബില്ലുകൾ അടച്ചും ചിലവഴിച്ചപ്പോൾ കമ്പനിയുടെ ഉടമ ധനികനായെന്നാണ്.

വാസ്തവം എന്താണെന്നാൽ, നിങ്ങളുടെ ബോസിന്റെ ജോലി നിങ്ങളെ ധനികരാക്കുക എന്നതല്ല. നിങ്ങളുടെ ബോസിന്റെ ജോലി നിങ്ങൾക്ക് ശമ്പളം തരുക എന്നതാണ്. നിങ്ങൾക്ക് വേണമെങ്കിൽ ധനികരാകേണ്ടത് നിങ്ങളുടെ ജോലിയാണ്. ആ ജോലി ശമ്പളം ലഭിക്കുന്ന നിമിഷംതൊട്ട് ആരംഭിക്കുന്നു. നിങ്ങൾക്ക് പണം കൈകാര്യം ചെയ്യുന്നതിൽ മോശം നൈപുണ്യമാണെങ്കിൽ, ലോകത്തിലെ മൊത്തം പണത്തിനും നിങ്ങളെ രക്ഷിക്കാൻ കഴിയില്ല. നിങ്ങൾ ബുദ്ധിപൂർവം പണം ബജറ്റ് ചെയ്യുകയും B അല്ലെങ്കിൽ I ചതുരത്തിനെക്കുറിച്ച് പഠിക്കുകയും ചെയ്യുമെങ്കിൽ, നിങ്ങൾ വ്യക്തിപരമായ സമ്പത്തിലേക്കും, പ്രധാനമായും സ്വാതന്ത്ര്യത്തിലേക്കുമുള്ള സ്വന്തം പാതയിലാണ്.

എന്റെ ധനികനായ പിതാവ് തന്റെ മകനോടും എന്നോടും പറയുമായിരുന്നു, ഒരു ധനികനും ദരിദ്രനും തമ്മിലുള്ള ഒരേയൊരു വ്യത്യാസം അവർ ഒഴിവുസമയത്ത് എന്ത് ചെയ്യുന്നു എന്നത് മാത്രമാണെന്ന്.

ഞാൻ ആ പ്രസ്താവനയുമായി യോജിക്കുന്നു. ഞാൻ തിരിച്ചറിയുന്നത് ആളുകൾ മുമ്പത്തേക്കാൾ തിരക്കിലാണ്, ഒഴിവുസമയം കൂടുതൽ കൂടുതൽ വിലപിടിച്ചതാകുന്നു എന്നാണ്. എങ്കിലും ഞാൻ വിശ്വസിക്കുന്നത് നിങ്ങൾ എങ്ങനെയും തിരക്കിലാകുമെങ്കിലും, പണ

മൊഴുക്കിന്റെ ഇരുവശങ്ങളിലും തിരക്കിലാകുക. അത് ചെയ്യുകയാണെങ്കിൽ, നിങ്ങൾക്ക് കൂടുതൽ ഒഴിവുസമയവും സാമ്പത്തിക സ്വാതന്ത്ര്യവും കണ്ടെത്താനുള്ള സാധ്യത കൂടുതലായിരിക്കും. ജോലിയിലായിരിക്കുമ്പോൾ, കഠിനമായി അദ്ധ്വാനിക്കുക. പക്ഷേ, നിങ്ങൾ ജോലി കഴിഞ്ഞ് ശമ്പളവും ബാക്കിയുള്ള സമയവുംകൊണ്ട് എന്ത് ചെയ്യുന്നു എന്നതാണ് നിങ്ങളുടെ ഭാവി നിശ്ചയിക്കുന്നത് എന്നും ഓർക്കുക. നിങ്ങൾ ഇടതുവശത്ത് കഠിനമായി അദ്ധ്വാനിക്കുകയാണെങ്കിൽ, എല്ലാക്കാലത്തേക്കും കഠിനാദ്ധ്വാനം ചെയ്യേണ്ടിവരും. വലതുവശത്ത് നിങ്ങൾ കഠിനാദ്ധ്വാനം ചെയ്യുകയാണെങ്കിൽ, നിങ്ങൾ സ്വാതന്ത്ര്യം കണ്ടെത്താനുള്ള സാധ്യതയുണ്ട്.

ഞാൻ നിർദ്ദേശിക്കുന്ന വഴി

എന്നോട് E & S ചതുരങ്ങളിലുള്ളവർ എപ്പോഴും ചോദിക്കാറുണ്ട്, 'നിങ്ങൾ എന്താണ് നിർദ്ദേശിക്കുക?' ഞാൻ എന്റെ ധനികനായ പിതാവ് നിർദ്ദേശിച്ച വഴി തന്നെ നിർദ്ദേശിക്കും - റോസ് പെരോട്ടും ബിൽ ഗേറ്റ്സും ഇഷ്ടപ്പെട്ട വഴി. ആ വഴി ഇങ്ങനെയുണ്ടാകും:

ഇടയ്ക്ക് ആളുകൾ മറുപടി പറയും, 'ഞാൻ നിക്ഷേപകൻ ആയാൽ മതിയായിരുന്നു.'

അതിന് ഞാൻ പറയും, 'എങ്കിൽ I ചതുരത്തിലേക്ക് പോകൂ. നിങ്ങൾക്ക് ധാരാളം പണവും ഒഴിവുസമയവും ഉണ്ടെങ്കിൽ, നേരെ I ചതുരത്തിലേക്ക് പോകൂ. പക്ഷേ, നിങ്ങൾക്ക് ധാരാളം സമയവും പണവും ഇല്ലെങ്കിൽ, എന്റെ ധനികനായ പിതാവ് നിർദ്ദേശിച്ച വഴിയായിരിക്കും സുരക്ഷിതം.'

I കൾ B കളിൽ നിക്ഷേപിക്കും

മിക്കവാറും സംഭവങ്ങളിൽ, ആളുകൾക്ക് സമയത്തിനോ പണത്തിനോ കുറവുണ്ടാവില്ല, അപ്പോൾ അവർ മറ്റൊരു ചോദ്യം ചോദിക്കും, 'നിങ്ങൾ ആദ്യം ആ ചതുരം നിർദ്ദേശിക്കുന്നത് എന്തുകൊണ്ട്?'

ആ ചർച്ച സാധാരണ ഒരു മണിക്കൂറിൽ കൂടുതലെടുക്കും. പക്ഷേ, ഞാൻ അടുത്ത കുറച്ച് വരികളിൽ എന്റെ കാരണങ്ങൾ ചുരുക്കിപ്പറയാം.

1. അനുഭവവും വിദ്യാഭ്യാസവും

നിങ്ങൾ ആദ്യം B എന്ന നിലയിൽ വിജയിച്ചെങ്കിൽ, നിങ്ങൾക്ക് കരുത്തനായ I യിലേക്ക് വികസിക്കാനുള്ള കൂടുതൽ സാധ്യതയുണ്ട്. നിങ്ങൾ ആദ്യം ഉറപ്പുള്ള ബിസിനസ്സ് മനസ്സ് വികസിപ്പിക്കുകയാണെങ്കിൽ, നിങ്ങൾക്ക് മികച്ച നിക്ഷേപകനാകാം. നിങ്ങൾക്ക് മറ്റ് നല്ല Bകളെ തിരിച്ചറിയാൻ കഴിയും. യഥാർത്ഥ നിക്ഷേപകർ വിജയകരമായ, സുസ്ഥിരമായ ബിസിനസ്സ് വ്യവസ്ഥകളുള്ള B കളിൽ നിക്ഷേപിക്കും. ഒരു വ്യവസ്ഥയും ഉത്പന്നവും തമ്മിലുള്ള വ്യത്യാസം അറിയാത്ത, അല്ലെങ്കിൽ മികച്ച നേതൃത്വപാടവമില്ലാത്ത E & Sൽ നിക്ഷേപിക്കുന്നത് നഷ്ടസാധ്യതയുള്ളതാണ്.

2. പണമൊഴുക്ക്

നിങ്ങൾക്ക് നല്ലപോലെ പോകുന്ന ഒരു ബിസിനസ്സ് ഉണ്ടെങ്കിൽ, നിങ്ങൾക്ക് ഒഴിവുസമയവും I ചതുരത്തിലെ ഉയർച്ച താഴ്ചകളെ പിന്തുണയ്ക്കാനുള്ള പണമൊഴുക്കും ഉണ്ടായിരിക്കും.

മിക്കപ്പോഴും ഞാൻ E & S ചതുരങ്ങളിലെ പണത്തിനു ബുദ്ധിമുട്ടുള്ള ഏതെങ്കിലും തരത്തിലുള്ള സാമ്പത്തികനഷ്ടം സഹിക്കാൻ കഴിയാത്ത ആളുകളെ കാണാറുണ്ട്. ഒരു വിപണി ചാഞ്ചാട്ടം മതി അവരെ തുടച്ചുനീക്കാൻ, കാരണം അവർ സാമ്പത്തികമായി റെഡ് ലൈനിൽ ആണ് പ്രവർത്തിക്കുന്നത്.

വാസ്തവം എന്താണെന്നാൽ മൂലധനത്തിലും - അറിവിലും - നിക്ഷേപിക്കുന്നത് കടുപ്പമുള്ളതാണ്. ചിലപ്പോൾ അത് ആവശ്യമായ അറിവ് നേടാനായി കൂടുതൽ മൂലധനവും ഒരുപാട് സമയവും എടുക്കും. ഒരുപാട് വിജയികളായ നിക്ഷേപകർ ജനിക്കുന്നതിനുമുമ്പ് ഒരുപാട് തവണ നഷ്ടപ്പെടുത്തിയിട്ടുണ്ട്. വിജയികളായവർക്ക് അറിയാം വിജയം ഒരു മോശം അദ്ധ്യാപകനാണെന്ന്. അറിവ് ഉണ്ടാകുന്നത് തെറ്റുകൾ വരുത്തിക്കൊണ്ടാണ്, I ചതുരത്തിൽ, തെറ്റുകൾക്ക് വിലകൊടുക്കേണ്ടി വരും. നിങ്ങൾക്ക് അറിവും മൂലധനവും ഇല്ലെങ്കിൽ, നിക്ഷേപകനാകാൻ ശ്രമിക്കുന്നത് സാമ്പത്തികപരമായി ആത്മഹത്യ ആയിരിക്കും.

ആദ്യം ഒരു നല്ല B ആകാനുള്ള നൈപുണ്യങ്ങൾ വികസിപ്പിക്കുന്നതിലൂടെ, നിങ്ങൾ ഒരു നല്ല നിക്ഷേപകനാകാൻ സഹായിക്കാൻ ആവശ്യമായ പണമൊഴുക്കും നൽകുകയാണ് ചെയ്യുന്നത്. ഒരു B എന്ന നിലയിൽ നിങ്ങൾ വികസിപ്പിക്കുന്ന ബിസിനസ്സ് നല്ല നിക്ഷേപകനാകാനുള്ള വിദ്യാഭ്യാസം നേടാനുള്ള സാമ്പത്തിക

പിന്തുണ നൽകും. വിജയിയായ നിക്ഷേപകൻ ആകാനുള്ള അറിവ് നേടിക്കഴിഞ്ഞാൽ, നിങ്ങൾക്ക് മനസ്സിലാകും എനിക്കെങ്ങനെ, 'എല്ലായ്പ്പോഴും പണമുണ്ടാക്കാൻ പണം ആവശ്യമാവില്ല' എന്നുപറയാൻ കഴിയുമെന്ന്.

ശുഭവാർത്ത

ശുഭവാർത്ത എന്താണെന്നാൽ B ചതുരത്തിൽ വിജയിക്കാൻ മുമ്പത്തേക്കാൾ എളുപ്പമാണ്, കാരണം സാങ്കേതികവിദ്യ. അടിസ്ഥാന വേതനമുള്ള ജോലി കണ്ടെത്തുന്നതുപോലെ അത് എളുപ്പമല്ലെങ്കിലും, നിലവിൽ B കളായി സാമ്പത്തിക വിജയം കണ്ടെത്താൻ കൂടുതൽ ആളുകൾക്ക് ആവശ്യമായ വ്യവസ്ഥകൾ ഉണ്ട്.

അദ്ധ്യായം നാല്

മൂന്ന് തരത്തിലുള്ള ബിസിനസ്സ് വ്യവസ്ഥകൾ

നിങ്ങളുടെ ലക്ഷ്യം ഒരു വ്യവസ്ഥ സ്വന്തമാക്കി ആളുകൾ നിങ്ങൾക്കുവേണ്ടി അതിൽ ജോലി ചെയ്യുക എന്നതാണ്.

ആ ചതുരത്തിലേക്ക് മാറുമ്പോൾ, നിങ്ങളുടെ ലക്ഷ്യം ഒരു വ്യവസ്ഥ സ്വന്തമാക്കി ആളുകൾ നിങ്ങൾക്കുവേണ്ടി അതിൽ ജോലി ചെയ്യുക എന്നതാണെന്ന് ഓർക്കുക. നിങ്ങൾക്ക് സ്വന്തമായി ബിസിനസ്സ് വ്യവസ്ഥ വികസിപ്പിക്കാം, അല്ലെങ്കിൽ ഏതെങ്കിലും വ്യവസ്ഥ വാങ്ങാൻ കഴിയുമോയെന്ന് നോക്കാം. പണമൊഴുക്കിന്റെ ചതുരങ്ങളിലെ ഇടതുവശത്ത് നിന്നും വലതുവശത്തേക്ക് നിങ്ങൾക്ക് സുരക്ഷിതമായി കടക്കാൻ കഴിയുന്ന ഒരു പാലമായി വ്യവസ്ഥയെ കരുതുക. അത് നിങ്ങളുടെ സാമ്പത്തിക സ്വാതന്ത്ര്യത്തിലേക്കുള്ള പാലമാണ്.

ഇപ്പോൾ സാധാരണ ഉപയോഗിക്കപ്പെടുന്ന മൂന്ന് പ്രധാന തരത്തിലുള്ള ബിസിനസ്സ് വ്യവസ്ഥകളാണുള്ളത്. അവയിതാണ്:

1. പരമ്പരാഗത C കോർപ്പറേഷനുകൾ – നിങ്ങൾ സ്വന്തം വ്യവസ്ഥ വികസിപ്പിക്കുന്നു.
2. ഫ്രാഞ്ചൈസികൾ – നിങ്ങൾ നിലവിലുള്ള വ്യവസ്ഥ വാങ്ങുന്നു.
3. നെറ്റ്‌വർക്ക് മാർക്കറ്റിങ് – നിങ്ങൾ വാങ്ങിച്ച് നിലവിലുള്ള വ്യവസ്ഥയുടെ ഭാഗമാകുന്നു.

ഓരോ ബിസിനസ്സ് വ്യവസ്ഥയ്ക്കും അതിന്റേതായ കരുത്തുകളും ദൗർബല്യങ്ങളും ഉണ്ട്, എങ്കിലും ഓരോന്നും ആത്യന്തികമായി ഒരേ കാര്യമാണ് ചെയ്യുന്നത്. ശരിയായി പ്രവർത്തിപ്പിച്ചാൽ, ഓരോ വ്യവസ്ഥയും നല്ല രീതിയിൽ ഓടാൻ തുടങ്ങിയാൽ ഉടമയുടെ കാര്യമായ കായികാദ്ധ്വാനം ഇല്ലാതെതന്നെ സ്ഥിരമായ വരുമാനം നൽകും. പ്രശ്നം അതിനെ ഉയർത്തി ഓടിച്ചുപോകലാണ്.

1985-ൽ, ആളുകൾ കിമ്മിനോടും എന്നോടും ഞങ്ങൾക്ക് എന്താണ് വീടില്ലാത്തത് എന്ന് ചോദിച്ചപ്പോൾ, ഞങ്ങൾ ലളിതമായി പറഞ്ഞു, 'ഞങ്ങൾ ഒരു ബിസിനസ്സ് വ്യവസ്ഥ നിർമ്മിക്കുകയാണ്' എന്ന്.

അതൊരു പരമ്പരാഗത C കോർപ്പറേഷന്റെയും ഫ്രാഞ്ചൈസിയുടെയും സങ്കരമായ ബിസിനസ്സ് വ്യവസ്ഥ ആയിരുന്നു. മുമ്പ് പറഞ്ഞതുപോലെ, ആ ചതുരത്തിന് വ്യവസ്ഥയെക്കുറിച്ചും ആളുകളെക്കുറിച്ചും അറിവ് ആവശ്യമാണ്.

സ്വന്തം വ്യവസ്ഥ വികസിപ്പിക്കുക എന്ന ഞങ്ങളുടെ തീരുമാനത്തിന് ഒരുപാട് കഠിനാദ്ധ്വാനം വേണ്ടിയിരുന്നു. ഞാൻ ആ വഴി മുമ്പ് പോയിട്ടുണ്ട്, എന്റെ കമ്പനി പരാജയപ്പെട്ടു. കുറച്ച് വർഷങ്ങളിലേക്ക് അത് വിജയം ആയിരുന്നെങ്കിലും, അതിന്റെ അഞ്ചാമത്തെ വർഷം പെട്ടെന്ന് തകർന്നുപോയി. വിജയം ഞങ്ങളിലെത്തിയപ്പോൾ, ഞങ്ങൾ ഒരു യോജിച്ച വ്യവസ്ഥയുമായി തയ്യാറായിരുന്നില്ല. ഞങ്ങൾക്ക് കഠിനാദ്ധ്വാനം ചെയ്യുന്ന ആളുകളുണ്ടായിരുന്നിട്ടും ഞങ്ങളുടെ വ്യവസ്ഥ തകർന്നു. ഞങ്ങൾക്ക് കണ്ടെത്താനാകാത്ത സ്ഥലത്ത് ചോർച്ചയുള്ള ഒരു വലിയ നൗകയിൽ ആയിരുന്നെന്ന് തോന്നി.

നിങ്ങൾക്ക് രണ്ടോ മൂന്നോ കമ്പനികൾ നഷ്ടപ്പെടാം

ഞാൻ ഹൈസ്കൂളിൽ ആയിരുന്നപ്പോൾ, എന്റെ ധനികനായ പിതാവ് മൈക്കിനോടും എന്നോടും പറഞ്ഞത് അദ്ദേഹം തന്റെ ഇരുപതുകളിൽ ആയിരുന്നപ്പോൾ ഒരു കമ്പനി ഏതാണ്ട് നഷ്ടപ്പെട്ടുവെന്നാണ്. 'അത് എന്റെ ജീവിതത്തിലെ ഏറ്റവും നല്ലതും മോശമായതുമായ അനുഭവമായിരുന്നു,' അദ്ദേഹം പറഞ്ഞു. 'ഞാൻ എത്രത്തോളം അതിനെ വെറുത്തോ, അതിന്റെ അറ്റകുറ്റപ്പണികൾ ചെയ്ത് വലിയ വിജയമാക്കിക്കൊണ്ട് ഞാൻ കൂടുതൽ പഠിച്ചു.'

ഞാൻ സ്വന്തമായി കമ്പനി ആരംഭിക്കാൻ ആലോചിക്കുന്നെന്ന് അറിഞ്ഞുകൊണ്ട് ധനികനായ പിതാവ് എന്നോട് പറഞ്ഞു, 'നീ വിജയിച്ച് നിലനിൽക്കുന്ന ഒരു കമ്പനി പടുത്തുയർത്തുന്നതിനുമുമ്പ് രണ്ടോ മൂന്നോ കമ്പനികൾ നഷ്ടമായേക്കാം.'

അദ്ദേഹം മൈക്കിനെ തന്റെ സാമ്രാജ്യം ഏറ്റെടുക്കാനായി പരിശീലിപ്പിക്കുകയായിരുന്നു. പക്ഷേ, എന്റെ പിതാവ് ഒരു സർക്കാർ ഉദ്യോഗസ്ഥൻ ആയതിനാൽ, ഞാൻ ആ സാമ്രാജ്യത്തിന് അവകാശിയാകാൻ പോകുന്നില്ലായിരുന്നു. എനിക്ക് സ്വന്തമായൊന്ന് പണിതുയർത്തണമായിരുന്നു.

വിജയം ഒരു മോശം അദ്ധ്യാപകനാണ്

'വിജയം ഒരു മോശം അദ്ധ്യാപകനാണ്', ധനികനായ പിതാവ് എപ്പോഴും പറയുമായിരുന്നു. 'നമ്മൾ നമ്മളെക്കുറിച്ച് കൂടുതലും അറിയുന്നത് പരാജയപ്പെടുമ്പോഴാണ്, അതുകൊണ്ട് തോൽക്കുന്നതിനെ

ഭയക്കേണ്ടതില്ല. പരാജയം വിജയം എന്ന പ്രക്രിയയുടെ ഭാഗമാണ്. പരാജയമില്ലാതെ നിനക്ക് വിജയിക്കാൻ കഴിയില്ല.'

അതൊരു സ്വയം ഉൾക്കൊള്ളുന്ന പ്രവചനം ആയിരിക്കാം. പക്ഷേ, 1984-ൽ, എന്റെ മൂന്നാമത്തെ കമ്പനി തകർന്നുപോയി. ഞാൻ മില്യണുകൾ ഉണ്ടാക്കുകയും മില്യണുകൾ നഷ്ടപ്പെടുത്തിയും കിമ്മിനെ കണ്ടുമുട്ടിയപ്പോൾ എല്ലാം ആദ്യംതൊട്ട് തുടങ്ങുകയുമായിരുന്നു. അവർ പണം കണ്ടിട്ടല്ല എന്നെ വിവാഹം ചെയ്തത് എന്ന് എനിക്കറിയാവുന്നതിന്റെ കാരണം എന്റെ പക്കൽ പണമില്ലായിരുന്നു എന്നതാണ്. എന്താണ് ചെയ്യാൻ പോകുന്നതെന്ന്, നാലാമത്തെ കമ്പനി ഉണ്ടാക്കാൻ പോകുന്നെന്ന്, ഞാൻ അവരോട് പറഞ്ഞപ്പോൾ അവർ പിന്തിരിഞ്ഞില്ല.

'ഞാൻ നിന്റെയൊപ്പം അത് പണിയാം,' എന്നായിരുന്നു അവരുടെ മറുപടി, അവർ വാക്ക് പാലിക്കുകയും ചെയ്തു. മറ്റൊരു പങ്കാളിക്കൊപ്പം, ഞങ്ങൾ ലോകമാകമാനം 11 ഓഫീസുകളുള്ള ഒരു ബിസിനസ്സ് വ്യവസ്ഥ നിർമ്മിച്ചത്, ഞങ്ങൾ ജോലി ചെയ്താലും ഇല്ലെങ്കിലും, വരുമാനമുണ്ടാക്കി. ശൂന്യതയിൽ നിന്നും 11 ഓഫീസുകൾ നിർമ്മിക്കാൻ അഞ്ച് വർഷത്തെ ചോരയും നീരും കണ്ണീരും എടുത്തെങ്കിലും അത് യാഥാർഥ്യമായി. രണ്ട് പിതാക്കന്മാരും എന്നെക്കുറിച്ച് സന്തോഷിക്കുകയും അഭിനന്ദിക്കുകയും ചെയ്തു.

കഠിനമായ ഭാഗം

മൈക്ക് ഇടയ്ക്കിടെ എന്നോട് പറയും, 'നീയും എന്റെ പിതാവും ചെയ്തത് എനിക്ക് ചെയ്യാൻ കഴിയുമോയെന്ന് ഒരിക്കലും അറിയില്ല. വ്യവസ്ഥ എനിക്ക് കൈമാറിയതാണ്. എനിക്ക് ആകെ പഠിക്കേണ്ടത് അതെങ്ങനെ നടത്തിക്കൊണ്ട് പോകുമെന്നാണ്.'

അവന് സ്വന്തമായി വിജയകരമായ വ്യവസ്ഥ വികസിപ്പിക്കാമായിരുന്നെന്ന് എനിക്ക് ഉറപ്പായിരുന്നു, കാരണം അവൻ തന്റെ പിതാവിൽ നിന്നും നന്നായി പഠിച്ചിട്ടുണ്ട്. പക്ഷേ, എനിക്ക് അവന്റെ സംശയം മനസ്സിലായി. ഒരു കമ്പനി തുടക്കംതൊട്ട് പടുത്തുയർത്തുന്നതിലെ കഠിനമായ ഭാഗം നിങ്ങൾക്ക് രണ്ട് വലിയ ചാഞ്ചല്യങ്ങളുണ്ടെന്നാണ്: വ്യവസ്ഥയും ആ വ്യവസ്ഥയെ നിർമ്മിക്കുന്ന ആളുകളും. ആളുകളും വ്യവസ്ഥയും ചോരുന്നതാണെങ്കിൽ, തോൽക്കാനുള്ള സാധ്യതകൾ കൂടുതലാണ്. ചിലപ്പോൾ വ്യക്തിയാണോ തകരുന്ന വ്യവസ്ഥയാണോ പ്രശ്നമെന്ന് അറിയാൻ പ്രയാസമായിരിക്കും.

ഫ്രാഞ്ചൈസികൾക്കുമുമ്പ്

എന്റെ ധനികനായ പിതാവ് എന്നെ B ആകുന്നതിന് പഠിപ്പിക്കാൻ തുടങ്ങിയപ്പോൾ, ഒരുതരത്തിലുള്ള ബിസിനസ്സ് മാത്രമേ ഉണ്ടായിരുന്നുള്ളൂ. വലിയ ബിസിനസ്സ്, സാധാരണ പട്ടണത്തിനെ ഭരിക്കുന്ന ഒരു പ്രധാന കോർപറേഷൻ. ഞങ്ങളുടെ ഹവായിയിലെ പട്ടണത്തിൽ, അത്

ഫലത്തിൽ എല്ലാം നിയന്ത്രിക്കുന്ന ഷുഗർ പ്ലാന്റേഷൻ ആയിരുന്നു, വലിയ ബിസിനസ്സുകൾ ഉൾപ്പടെ. അപ്പോൾ അവിടെ വലിയ ബിസിനസ്സുകളും ചെറിയ S തരത്തിലുള്ള ബിസിനസ്സുകളും ഉണ്ടായിരുന്നു, ഇടയ്ക്കുള്ള ചിലതും.

ആ വലിയ ഷുഗർ കമ്പനികളുടെ ഉയർന്ന തലത്തിൽ ജോലി ചെയ്യുന്നത് ധനികനായ പിതാവും ഞാനും പോലെയുള്ളവരുടെ ലക്ഷ്യമായിരുന്നില്ല. ജപ്പാനീസ്, ചൈനീസ്, ഹവായിക്കാർ പോലെയുള്ള ന്യൂനപക്ഷങ്ങൾ വയലിൽ ജോലി ചെയ്തു. പക്ഷേ, ഒരിക്കലും ബോർഡ് റൂമിൽ അവരെ പ്രവേശിപ്പിച്ചിരുന്നില്ല. അതുകൊണ്ട് ധനികനായ പിതാവ് പരീക്ഷണവും അബദ്ധങ്ങളുമായി തനിക്കറിയാവുന്നതെല്ലാം പഠിച്ചു.

ഞാൻ ഹൈസ്കൂളിൽ പോകാൻ തുടങ്ങിയപ്പോൾ, ഞങ്ങൾ 'ഫ്രാഞ്ചൈസികൾ' എന്നൊന്നിനെപ്പറ്റി കേൾക്കാൻ തുടങ്ങി. പക്ഷേ, ഞങ്ങളുടെ ചെറിയ പട്ടണത്തിൽ ഒന്നും വന്നില്ല. ഞങ്ങൾ മക്ഡൊണാൾഡ്സ്, കെന്റുകി ഫ്രൈഡ് ചിക്കൻ, അല്ലെങ്കിൽ ടാകോബെൽ എന്നൊന്നും കേട്ടിട്ടുണ്ടായിരുന്നില്ല. ഞാൻ ധനികനായ പിതാവിൽ നിന്നും പഠിക്കുമ്പോൾ അതൊന്നും ഞങ്ങളുടെ പദാവലിയുടെ ഭാഗമായിരുന്നില്ല. ഞങ്ങൾ അവരെപ്പറ്റി ഓരോന്ന് കേട്ടതെല്ലാം, അവ നിയമവിരുദ്ധമാണെന്നും, ചതിയാണെന്നും, അപകടകരമാണെന്നും ഉള്ള അഭ്യൂഹങ്ങൾ ആയിരുന്നു. അഭ്യൂഹങ്ങളെ വിശ്വസിക്കുന്നതിന് പകരം, ധനികനായ പിതാവ് ഒരു ഫ്രാഞ്ചൈസി നേടാൻ കാലിഫോർണിയയിലേക്ക് പുറപ്പെട്ടു. തിരിച്ച് വന്നപ്പോൾ, അദ്ദേഹം ആകെ പറഞ്ഞത്, 'ഫ്രാഞ്ചൈസികൾ ഭാവിയിലേക്കുള്ള അലകളാണ്' എന്നായിരുന്നു, അതിൽ രണ്ടെണ്ണത്തിന്റെ അവകാശങ്ങളും കൊണ്ടുവന്നു. ഫ്രാഞ്ചൈസികൾ എന്ന ആശയം പിടികൂടിയപ്പോൾ, അദ്ദേഹത്തിന്റെ സമ്പത്ത് കുതിച്ചുയർന്നു, അദ്ദേഹം തന്റെ അവകാശങ്ങൾ മറ്റുള്ളവർക്ക് വിൽക്കാൻ തുടങ്ങി, അങ്ങനെ അവർക്കും സ്വന്തം ബിസിനസ്സ് കെട്ടിപ്പടുക്കാനുള്ള അവസരം ലഭിക്കാനായി.

ഞാനും അദ്ദേഹത്തിന്റെ പക്കൽ നിന്നും ഒരെണ്ണം വാങ്ങട്ടേയെന്ന് ചോദിച്ചപ്പോൾ, അദ്ദേഹം പറഞ്ഞു, 'വേണ്ട. നീ സ്വന്തം ബിസിനസ്സ് വ്യവസ്ഥ പണിതുയർത്തുന്നത് പഠിച്ച് ഇതുവരെയെത്തി. ഇപ്പോൾ നിർത്തരുത്. ഫ്രാഞ്ചൈസികൾ സ്വന്തമായ വ്യവസ്ഥ നിർമ്മിക്കാൻ ആഗ്രഹിക്കാത്തവർക്കും അറിവില്ലാത്തവർക്കും വേണ്ടിയുള്ളതാണ്. പോരാത്തതിന്, നിന്റെ കൈയ്യിൽ എന്റടുത്ത് നിന്നും ഫ്രാഞ്ചൈസി മേടിക്കാനുള്ള $250,000 ഇല്ല.'

ഇക്കാലത്ത് മക്ഡൊണാൾഡ്സോ, ബർഗർ കിംഗോ, പിസാ ഹട്ടോ ഓരോ മൂലയിലുമില്ലാത്ത ഒരു നഗരത്തെപ്പറ്റി സങ്കൽപ്പിക്കാൻ ബുദ്ധിമുട്ടാണ്. എന്നാൽ അത്രയൊന്നും മുൻപല്ലാത്ത ഒരു കാലമുണ്ടായിരുന്നു, ഇവയൊന്നും ഇല്ലാതിരുന്ന ഒരു കാലം.

ഒരു B ആകാൻ പഠിക്കുന്നതെങ്ങനെ

ഞാൻ ഒരു B ആകാൻ പഠിച്ച വഴി എന്റെ ധനികനായ പിതാവിന്റെ അപ്രന്റിസ് ആയിക്കൊണ്ടാണ്. അദ്ദേഹത്തിന്റെ മകനും ഞാനും B കൾ ആകാൻ പഠിക്കുന്ന E കൾ ആയിരുന്നു. ഒരുപാട് പേർ പഠിക്കുന്ന വഴി അതാണ്. അതിനെ ജോലിയിരിക്കേയുള്ള പരിശീലനം എന്ന് വിളിക്കും. ഒരുപാട് കുടുംബപരമായ സാമ്രാജ്യങ്ങൾ ഒരു തലമുറയിൽ നിന്നും അടുത്തതിലേക്ക് കൈമാറുന്ന വഴി ഇതാണ്.

പ്രശ്നം എന്താണെന്നാൽ, അധികം ആളുകൾക്ക് ഒരു B ആകാനുള്ള തിരശ്ശീലക്ക് പിന്നിലെ കാര്യങ്ങൾ പഠിക്കാനുള്ള മുൻഗണനയോ ഭാഗ്യമോ ഇല്ലായെന്നതാണ്. മിക്കവാറും കോർപറേറ്റ് മാനേജ്മെന്റ് പരിശീലനപരിപാടികളും അങ്ങനെയാണ് – കമ്പനി നിങ്ങളെ ഒരു മാനേജർ ആകാനേ പരിശീലിപ്പിക്കുകയുള്ളൂ. B ആകാൻ വേണ്ടതെന്താണെന്ന് അധികം ആരും പഠിപ്പിക്കില്ല.

മിക്കപ്പോഴും ആളുകൾ B ചതുരത്തിലേക്കുള്ള അവരുടെ യാത്രയിൽ S ചതുരത്തിൽ കുടുങ്ങിപ്പോകും. പ്രധാനമായും അത് സംഭവിക്കുന്നത് അവർ ആവശ്യത്തിന് ശക്തമായ വ്യവസ്ഥ വികസിപ്പിക്കാത്തതും വ്യവസ്ഥയുടെ അവിഭാജ്യഘടകമായി മാറുന്നതിൽ അവസാനിക്കുന്നതുകൊണ്ടുമാണ്. വിജയിയായ B അവരുടെ കൈകടത്തലില്ലാതെ ഓടുന്ന ഒരു വ്യവസ്ഥ വികസിപ്പിക്കും.

നിങ്ങൾക്ക് പെട്ടെന്ന് ബി വശത്ത് ആകാനുള്ള മൂന്ന് വഴികളാണുള്ളത്.

1. ഒരു മാർഗ്ഗദർശിയെ കണ്ടെത്തുക.

എന്റെ ധനികനായ പിതാവായിരുന്നു എന്റെ മാർഗ്ഗദർശി. ഒരു മാർഗ്ഗദർശി എന്നാൽ നിങ്ങൾക്ക് ചെയ്യാൻ ആഗ്രഹമുള്ളത് വിജയകരമായി ചെയ്തിട്ടുള്ളതും അതിൽ വിജയിച്ചതുമായ ഒരാളാണ്. ഒരു ഉപദേശകനെ അന്വേഷിക്കരുത്. ഉപദേശകൻ എന്നാൽ എങ്ങനെ ചെയ്യണമെന്ന് നിങ്ങളോട് പറയുകയും പക്ഷേ വ്യക്തിപരമായി അത് ചെയ്തിട്ടില്ലാത്തതുമായ ആളായിരിക്കും. മിക്കവാറും ഉപദേശകർ S ചതുരത്തിലാണുള്ളത്. ലോകം നിങ്ങളോട് എങ്ങനെ B അല്ലെങ്കിൽ I ആകാമെന്ന് പറയുന്ന S കളെക്കൊണ്ട് നിറഞ്ഞിരിക്കുകയാണ്. എന്റെ ധനികനായ പിതാവ് ഒരു മാർഗ്ഗദർശി ആയിരുന്നു, ഉപദേശകനല്ല. എന്റെ ധനികനായ പിതാവ് നൽകിയ വലിയ ടിപ്പ് ഇതായിരുന്നു: 'നീ സ്വീകരിക്കുന്ന ഉപദേശത്തിനെ സൂക്ഷിക്കുക. നിന്റെ മനസ്സ് തുറന്ന് വച്ചിരിക്കുമ്പോൾ ത്തന്നെ, ഏത് ചതുരത്തിൽ നിന്നുമാണ് ഉപദേശം വരുന്നത് എന്നതിനെക്കുറിച്ച് ജാഗ്രതയുണ്ടായിരിക്കണം.'

എന്റെ ധനികനായ പിതാവ് വ്യവസ്ഥകളെക്കുറിച്ചും, എങ്ങനെ ആളുകളുടെ നേതാവ് ആകാമെന്നും, ആളുകളുടെ

മേൽനോട്ടക്കാരനല്ല, എന്നെ പഠിപ്പിച്ചു. മേൽനോട്ടക്കാർ മിക്കപ്പോഴും അവരുടെ കീഴ്ജീവനക്കാരെ തരംതാണവരായി കാണും. നേതാക്കന്മാർക്ക് മിക്കവാറും സമർഥരായ ആളുകളെ നയിക്കേണ്ടിവരും.

വ്യവസ്ഥകളെക്കുറിച്ച് പഠിക്കാനുള്ള പരമ്പരാഗത വഴി നല്ലൊരു സ്കൂളിൽനിന്നും എം.ബി.എ. എടുത്ത് നിങ്ങളെ കോർപറേറ്റ് ഏണിപ്പടികളുടെ മുകളിലെത്തിക്കുന്ന ജോലി നേടുകയെന്നതാണ്. എം.ബി.എ. പ്രധാനമാകുന്നതിന്റെ കാരണം നിങ്ങൾ അക്കൗണ്ടിങ്ങിന്റെ അടിസ്ഥാനപാഠങ്ങളും ഒരു ബിസിനസ്സ് വ്യവസ്ഥയിൽ അക്കങ്ങൾ എങ്ങനെ ബന്ധപ്പെട്ടിരിക്കുന്നു എന്നും പഠിക്കും. പിന്നെ എം.ബി.എ. ഉണ്ടെന്നുവച്ച് ഒരു പൂർണമായ ബിസിനസ്സ് വ്യവസ്ഥ സൃഷ്ടിക്കുന്ന എല്ലാ വ്യവസ്ഥകളും നയിക്കാൻ നിങ്ങൾ പ്രാപ്തനാകും എന്ന് അർഥമില്ല.

ഒരു വലിയ കമ്പനിയിൽ ആവശ്യമായ വ്യവസ്ഥകളെക്കുറിച്ച് പഠിക്കാൻ, നിങ്ങൾക്ക് ബിസിനസ്സിന്റെ വിവിധ വശങ്ങൾ അറിയാൻവേണ്ടി 10–15 വർഷങ്ങൾ ചിലവഴിക്കേണ്ടിവരും. പിന്നെ നിങ്ങൾ സ്വന്തം കമ്പനി ആരംഭിക്കാനായി തയ്യാറെടുത്ത് പുറപ്പെടേണ്ടതുണ്ട്. വിജയകരമായ പ്രധാന കോർപറേഷനുവേണ്ടി ജോലി ചെയ്യുന്നത് നിങ്ങളുടെ മാർഗ്ഗദർശി നിങ്ങൾക്ക് ശമ്പളം തരുന്നത് പോലെയാണ്.

മാർഗ്ഗദർശിയും വർഷങ്ങളുടെ അനുഭവസമ്പത്തും ഉണ്ടെങ്കിലും, ഈ ആദ്യത്തെ രീതി അദ്ധ്വാനമുള്ളതാണ്. നിങ്ങളുടെ സ്വന്തം വ്യവസ്ഥ സൃഷ്ടിക്കുന്നതിനായി ഒരുപാട് പരീക്ഷണങ്ങളും, നിയമച്ചിലവുകളും, കടലാസുജോലികളും ആവശ്യമാണ്. ഇതെല്ലാം സംഭവിക്കുന്നത് നിങ്ങൾ ആളുകളെ സ്വരുക്കൂട്ടുന്ന അതേ സമയത്തായിരിക്കും.

2. ഒരു ഫ്രാഞ്ചൈസി വാങ്ങിക്കുക

ബിസിനസ്സ് വ്യവസ്ഥകളെക്കുറിച്ച് പഠിക്കാനുള്ള മറ്റൊരു വഴി ഒരു ഫ്രാഞ്ചൈസി വാങ്ങിക്കുന്നതാണ്. ഒരു ഫ്രാഞ്ചൈസി വാങ്ങുമ്പോൾ, നിങ്ങൾ പരീക്ഷിച്ച് തെളിയിക്കപ്പെട്ട ഒരു പ്രവർത്തന വ്യവസ്ഥയാണ് വാങ്ങുന്നത്.

ഫ്രാഞ്ചൈസി വ്യവസ്ഥ വാങ്ങുന്നതിലൂടെ, സ്വന്തം വ്യവസ്ഥ സൃഷ്ടിക്കുന്നതിനുപകരം, നിങ്ങൾക്ക് സ്വന്തം ആളുകളെ വികസിപ്പിക്കുന്നതിൽ ശ്രദ്ധ കൊടുക്കാം. വ്യവസ്ഥ വാങ്ങുന്നത് നിങ്ങൾ എങ്ങനെ B ആകാം എന്ന് പഠിക്കുന്നതിലെ ഒരു വലിയ ചാഞ്ചല്യത്തിനെ ഒഴിവാക്കുന്നു. ഒരുപാട് ബാങ്കുകൾ ഫ്രാഞ്ചൈസിക്കായി ലോൺ കൊടുക്കുന്നുണ്ട്. പക്ഷേ, ചെറിയ സ്റ്റാർട്ട് അപ്പ് ബിസിനസ്സിനില്ല, കാരണം അവർക്ക് വ്യവസ്ഥകളുടെ പ്രാധാന്യവും നല്ല

ഒരു വ്യവസ്ഥയിൽ തുടങ്ങുന്നത് അവരുടെ നഷ്ടസാധ്യത കുറയ്ക്കുന്നത് എങ്ങനെയെന്നും അറിയാം.

ഒരു മുന്നറിയിപ്പ്: S ചതുരത്തിന്റെ മാനസികാവസ്ഥയുമായി സ്വന്തമായി ചെയ്യണമെന്നുള്ളവർക്ക് ഫ്രാഞ്ചൈസികൾ പ്രയാസമുള്ളതായിരിക്കും. നിങ്ങൾ ഒരു ഫ്രാഞ്ചൈസി വ്യവസ്ഥ വാങ്ങുകയാണെങ്കിൽ, ഒരു E ആകുക. അവർ പറയുന്നത് കൃത്യമായിത്തന്നെ ചെയ്യുക. ഫ്രാഞ്ചൈസികളും ഫ്രാഞ്ചൈസർമാരും തമ്മിലുള്ള കോടതി കലഹങ്ങളേക്കാൾ ദുരന്തം വേറെയില്ല. വഴക്കുണ്ടാകുന്നതിന്റെ കാരണം വ്യവസ്ഥ വാങ്ങുന്നവർക്ക് അത് ശരിക്കും അവരുടെ രീതിയിൽ വേണമെന്ന് ആഗ്രഹിക്കുന്നതുകൊണ്ടാണ്, ആ വ്യവസ്ഥ സൃഷ്ടിച്ചയാൾക്ക് ആവശ്യമായ വഴിയിലല്ല. നിങ്ങൾക്ക് സ്വന്തമായി എന്തെങ്കിലും ചെയ്യണമെങ്കിൽ, വ്യവസ്ഥയിലും ആളുകളിലും മിടുക്കരായതിനുശേഷം ചെയ്യുക.

എന്റെ ഉയർന്ന വിദ്യാഭ്യാസമുള്ള പിതാവ് പരാജയപ്പെട്ടു, പ്രശസ്തമായ ഒരു ഐസ്ക്രീം ഫ്രാഞ്ചൈസി വാങ്ങിയെങ്കിലും. വ്യവസ്ഥ ഒന്നാന്തരം ആയിരുന്നെങ്കിലും ബിസിനസ്സ് തോൽവിയടഞ്ഞു. എന്റെ അഭിപ്രായത്തിൽ, ഫ്രാഞ്ചൈസി പരാജയപ്പെടാനുള്ള കാരണം അദ്ദേഹത്തിന്റെ പങ്കാളികൾ E & S ചതുരങ്ങളിലുള്ള കാര്യങ്ങൾ മോശമാകുമ്പോൾ എന്ത് ചെയ്യണമെന്നറിയാത്ത പേരന്റ് കമ്പനിയുടെ സഹായം ചോദിക്കാത്തവരായിരുന്നു എന്നതാണ്. അവസാനം, പങ്കാളികൾ പരസ്പരം വഴക്കിടാൻ തുടങ്ങുകയും ബിസിനസ്സ് താഴേയ്ക്ക് പോകുകയും ചെയ്തു. അവർ മറന്നത് ഒരു യഥാർഥ B വ്യവസ്ഥയേക്കാൾ വലുതാണെന്നതാണ്. വ്യവസ്ഥ പ്രവർത്തിപ്പിക്കുന്നത് നല്ല ആളുകളെ ആശ്രയിച്ചാണ്.

വ്യവസ്ഥകളില്ലാത്തവർക്ക് ബാങ്കുകൾ പണം കടം കൊടുക്കില്ല

വ്യവസ്ഥയില്ലാത്ത ഒരു ചെറിയ ബിസിനസ്സിന് ബാങ്ക് പണം കടം കൊടുക്കുന്നില്ലെങ്കിൽ, പിന്നെ നിങ്ങളെന്തിന്? മിക്കവാറും എല്ലാ ദിവസവും, ആളുകൾ ബിസിനസ്സ് പ്ലാനുകളുമായി എന്റെയടുത്ത് വരും, അവരുടെ ആശയം അല്ലെങ്കിൽ പ്രൊജക്റ്റിനായി പണം സ്വരൂപിക്കാം എന്ന പ്രതീക്ഷയിൽ.

മിക്കപ്പോഴും ഒരു പ്രധാന കാരണംകൊണ്ട് ഞാൻ അവരെ നിരാശപ്പെടുത്തും: പണം സ്വരൂപിക്കുന്നവർക്ക് ഒരു ഉത്പന്നവും വ്യവസ്ഥയും തമ്മിലുള്ള വ്യത്യാസം അറിയില്ല. ഒരു പുതിയ മ്യൂസിക് സിഡി വികസിപ്പിക്കുന്നതിനായി പണം നിക്ഷേപിക്കാൻ ആവശ്യപ്പെട്ട സുഹൃത്തുക്കൾ എനിക്കുണ്ടായിരുന്നു, പിന്നെ ലോകം മാറ്റിമറിക്കാനായി പുതിയ ലാഭേതര സ്ഥാപനങ്ങൾക്ക് രൂപം കൊടുക്കാനായി

സഹായം ചോദിച്ചവരും. എനിക്ക് എത്രത്തോളം പ്രൊജക്റ്റ്, ഉത്പന്നം, അല്ലെങ്കിൽ വ്യക്തിയെ ഇഷ്ടപ്പെട്ടാലും, ബിസിനസ്സ് വ്യവസ്ഥകൾ സൃഷ്ടിച്ചും നടത്തിയും പരിചയമില്ലാത്തവരെ ഞാൻ നിരാശപ്പെടുത്തും.

നിങ്ങൾക്ക് പാടാൻ കഴിയും എന്നതുകൊണ്ട് മാത്രം നിങ്ങൾ മാർക്കറ്റിങ്, ഫിനാൻസ്, അക്കൗണ്ടിങ്, സെയിൽസ്, ഹ്യൂമൻ റിസോഴ്സസ് തുടങ്ങി ബിസിനസ്സിനെ നിലനിർത്തി വിജയകരമാക്കാൻ ആവശ്യമായ വ്യവസ്ഥകൾ മനസ്സിലാക്കി എന്നർഥമില്ല.

ഒരു ബിസിനസ്സിന് പിടിച്ചുനിൽക്കാനും പുഷ്ടിപ്പെടാനും, എല്ലാ വ്യവസ്ഥകളുടെയും 100 ശതമാനവും പ്രവർത്തിക്കുന്നതും ഉത്തരവാദിത്തം ഉള്ളതുമായിരിക്കണം. ഉദാഹരണത്തിന്, ഒരു വിമാനം വ്യവസ്ഥകളുടെ വ്യവസ്ഥയാണ്. അത് പറന്നുയർന്ന് ഫ്യൂവൽ സിസ്റ്റം തകരാറിലാകുകയാണെങ്കിൽ, മിക്കവാറും അപകടമുണ്ടാകും. മനുഷ്യശരീരവും വ്യവസ്ഥകളുടെ വ്യവസ്ഥയാണ്. നമ്മൾ മിക്കവാറും പേർക്കും സ്നേഹിച്ചിരുന്ന ഒരാളുടെ മരണം ഉണ്ടായിക്കാണും, കാരണം ശരീരവ്യവസ്ഥയിലെ ഒന്ന് പരാജയപ്പെട്ടു. അതു തന്നെയാണ് ബിസിനസ്സിലും സംഭവിക്കുന്നത്.

അതുകൊണ്ടാണ് പരീക്ഷിച്ച് തെളിഞ്ഞ ഒരു ബിസിനസ്സ് ആരംഭിക്കുന്നത് എളുപ്പമല്ലാത്തത്. നിങ്ങൾ വ്യവസ്ഥകളെ മറക്കുന്നു അല്ലെങ്കിൽ തകരാനുള്ള കാരണത്തിൽ ശ്രദ്ധ കൊടുക്കുന്നില്ല. അതുകൊണ്ടാണ് ഞാൻ പുതിയ ഉത്പന്നം അല്ലെങ്കിൽ ആശയമുള്ള E അല്ലെങ്കിൽ S നോട് ചേർന്ന് അപൂർവമായി മാത്രം നിക്ഷേപിക്കുന്നത്. പ്രൊഫഷണൽ നിക്ഷേപകർ തെളിയിക്കപ്പെട്ട വ്യവസ്ഥകളിൽ ആ വ്യവസ്ഥകൾ എങ്ങനെ നടത്തണം എന്നറിയാവുന്ന ആളുകൾക്കൊപ്പം നിക്ഷേപിക്കുന്നത്.

ബാങ്കുകൾ തെളിയിക്കപ്പെട്ട വ്യവസ്ഥകളിലും അവയെ നടത്തുന്ന ആളിലും അടിസ്ഥാനമാക്കി മാത്രം കടം കൊടുക്കുകയാണെങ്കിൽ, ഒരു സമർഥനായ നിക്ഷേപകനാകണമെങ്കിൽ നിങ്ങൾ അതായിരിക്കണം.

3. നെറ്റ്‌വർക്ക് മാർക്കറ്റിങ്ങിൽ പങ്കെടുക്കുക
(മൾട്ടി ലെവൽ മാർക്കറ്റിങ് അല്ലെങ്കിൽ ഡയറക്റ്റ് ഡിസ്ട്രിബ്യൂഷൻ സിസ്റ്റത്തിൽ)

ഫ്രാഞ്ചൈസികളെപ്പോലെ, യു.എസ്. നിയമവ്യവസ്ഥ തുടക്കത്തിൽ നെറ്റ്‌വർക്ക് മാർക്കറ്റിങ്ങിനെ നിയമഭ്രഷ്ടമാക്കാൻ ശ്രമിച്ചു. കുറച്ച് രാജ്യങ്ങളിൽ അത് നിരോധിക്കപ്പെടുകയോ നിയന്ത്രിക്കപ്പെടുകയോ ചെയ്തിരുന്നു. ഏത് പുതിയ വ്യവസ്ഥയും അല്ലെങ്കിൽ ആശയവും ദുരൂഹം, സംശയാസ്പദം എന്നിങ്ങനെ ഇനം തിരിക്കുന്ന സമയത്തിലൂടെ മിക്കവാറും കടന്നുപോകും. ആദ്യമെല്ലാം, ഞാനും നെറ്റ്‌വർക്ക് മാർക്കറ്റിങ് പറ്റിക്കലാണെന്നാണ്

കരുതിയിരുന്നത്. പക്ഷേ, വർഷങ്ങൾ കഴിഞ്ഞപ്പോൾ ഞാൻ നെറ്റ്വർക്ക് മാർക്കറ്റിങ്ങിലൂടെ ലഭിക്കുന്ന വിവിധ വ്യവസ്ഥകളെക്കുറിച്ച് പഠിച്ചു, ഈ ആ മാതൃകയിൽ വിജയിച്ച കുറച്ച് സുഹൃത്തുക്കളെ കണ്ടു, അപ്പോൾ ഞാനെന്റെ മനസ്സ് മാറ്റി.

ഞാൻ എന്റെ മുൻവിധികൾ ഉപേക്ഷിച്ച് നെറ്റ്വർക്ക് മാർക്കറ്റിങ്ങിനെക്കുറിച്ച് ഗവേഷണം തുടങ്ങിയപ്പോൾ, ധാരാളം ആളുകൾ ആത്മാർഥമായും ശ്രദ്ധാപൂർവ്വവും വിജയകരമായ നെറ്റ്വർക്ക് മാർക്കറ്റിങ് ബിസിനസ്സുകൾ പടുത്തുയർത്തുന്നതായി കണ്ടെത്തി. ഞാൻ അവരെ കണ്ടുമുട്ടിയപ്പോൾ, അവരുടെ ബിസിനസ്സിന് മറ്റുള്ളവരുടെ ജീവിതങ്ങളിലും സാമ്പത്തിക ഭാവികളിലുമുള്ള പ്രഭാവം കണ്ടു. ഞാൻ നെറ്റ്വർക്ക് മാർക്കറ്റിങ് വ്യവസ്ഥയുടെ മൂല്യത്തിനെ സത്യസന്ധമായും അഭിനന്ദിക്കാൻ തുടങ്ങി. മിതമായ പ്രവേശനഫീസിൽ (മിക്കപ്പോഴും ഏതാണ്ട് $200), ആളുകൾക്ക് നിലവിലുള്ള വ്യവസ്ഥയിൽ പ്രവേശിക്കാവുന്നതും ഉടൻതന്നെ അവരുടെ ബിസിനസ്സ് പടുത്തുയർത്താവുന്നതുമാണ്. കമ്പ്യൂട്ടർ മേഖലയിലെ സാങ്കേതിക പുരോഗതികൾ കാരണം, ഈ സ്ഥാപനങ്ങളെല്ലാം തന്നത്താൻ പ്രവർത്തിക്കുന്നതായിരുന്നു, കടലാസു പണികൾ, ഓർഡർ പ്രൊസസ്സിങ്, വിതരണം, അക്കൗണ്ടിങ്, തുടർ നടപടി എല്ലാം ഏതാണ്ട് മൊത്തത്തിൽ നെറ്റ്വർക്ക് മാർക്കറ്റിങ്ങിന്റെ സോഫ്റ്റ്വേർ സിസ്റ്റം നോക്കിക്കോളും. പുതിയ വിതരണക്കാർക്ക് ചെറുകിട ബിസിനസ്സുകൾ ആരംഭിക്കുമ്പോഴുള്ള സാധാരണ തലവേദനകൾക്കുപകരം അവരുടെ ബിസിനസ്സ് പടുത്തുയർത്തുന്നതിൽ ശ്രദ്ധിക്കാൻ കഴിയും.

എന്റെ ഒരു പഴയ സുഹൃത്ത്, റിയൽ എസ്റ്റേറ്റ് ബിസിനസ്സിൽ വർഷത്തിൽ ഒരു ബില്യൺ ഡോളറിനേക്കാൾ കൂടുതൽ ചെയ്യുന്നയാൾ, അടുത്തിടെ നെറ്റ്വർക്ക് മാർക്കറ്റിങ് വിതരണക്കാരനായി ചേർന്ന് അയാളുടെ ബിസിനസ്സ് കെട്ടിപ്പടുക്കാൻ തുടങ്ങി. അയാൾ ശ്രദ്ധയോടെ ഒരു നെറ്റ്വർക്ക് മാർക്കറ്റിങ് ബിസിനസ്സ് പടുത്തുയർത്തുന്നത് കണ്ട് ഞാൻ അതിശയിച്ചുപോയി, കാരണം ഉറപ്പായും അയാൾക്ക് പണം ആവശ്യമില്ലായിരുന്നു. എന്തുകൊണ്ടെന്ന് ഞാൻ ചോദിച്ചപ്പോൾ, അയാൾ ഇങ്ങനെ വിശദീകരിച്ചു: 'ഞാൻ സ്കൂളിലേക്ക് പോയത് ഒരു CPA ആകാനായിരുന്നു, എനിക്ക് ഫിനാൻസിൽ എം.ബി.എ. ഉണ്ട്. ഞാൻ എങ്ങനെ ധനികനായെന്ന് ആളുകൾ ചോദിക്കുമ്പോൾ, ഞാൻ നടത്തുന്ന മൾട്ടി മില്യൺ ഡോളർ റിയൽ എസ്റ്റേറ്റ് ഇടപാടുകളെക്കുറിച്ചും അതിൽ നിന്നും ഓരോ വർഷവും എനിക്ക് ലഭിക്കുന്ന ആയിരക്കണക്കിന് ഡോളറിന്റെ, നിഷ്ക്രിയമായി ലഭിക്കുന്ന വരുമാനത്തിനെക്കുറിച്ചും പറയും. അപ്പോൾ ചിലർ പിൻവാങ്ങുകയോ നാണിച്ച് മാറുകയോ ചെയ്യുന്നത് ഞാൻ ശ്രദ്ധിച്ചു. അവർ എന്നെപ്പോലെ

മൾട്ടിമില്യൻ ഡോളറിന്റെ റിയൽ എസ്റ്റേറ്റ് നിക്ഷേപങ്ങൾ നടത്താനുള്ള സാധ്യത ഏതാണ്ട് ഇല്ല എന്ന് നമുക്ക് രണ്ടാൾക്കും അറിയാം. അതുകൊണ്ട് ഞാൻ അവർക്ക് അതേപോലെ നിഷ്ക്രിയമായി ലഭിക്കുന്ന വരുമാനം നേടുന്നതിനായി സഹായിക്കാനുള്ള വഴി അന്വേഷിക്കാൻ തുടങ്ങി, ആറ് വർഷം സ്കൂളിലും 12 വർഷം റിയൽ എസ്റ്റേറ്റിൽ നിക്ഷേപിക്കാതെയും. ഞാൻ വിശ്വസിക്കുന്നത് നെറ്റ്വർക്ക് മാർക്കറ്റിങ് ആളുകൾക്ക് നിഷ്ക്രിയമായി ലഭിക്കുന്ന വരുമാനത്തിനുള്ള അവസരം നൽകുമെന്നാണ്, അവർ പ്രൊഫഷണൽ നിക്ഷേപകരാകാൻ പഠിക്കുമ്പോൾ അവരെ പിന്തുണയ്ക്കാൻ വേണ്ടി. അതുകൊണ്ടാണ് ഞാൻ അവർക്ക് നെറ്റ്വർക്ക് മാർക്കറ്റിങ് നിർദ്ദേശിക്കുന്നത്. അവരുടെ പക്കൽ കുറച്ച് പണമേയുള്ളൂവെങ്കിലും, അവർക്ക് അഞ്ച് വർഷത്തേക്ക് 'സ്വീറ്റ് ഇക്വിറ്റി'യിൽ നിക്ഷേപിച്ച് ആവശ്യത്തിൽ കൂടുതൽ നിഷ്ക്രിയമായി ലഭിക്കുന്ന വരുമാനം നേടി നിക്ഷേപം ആരംഭിക്കാവുന്നതാണ്. സ്വന്തം ബിസിനസ്സ് വികസിപ്പിക്കുന്നതിലൂടെ, അവർക്ക് പഠിക്കാൻ ഒഴിവുസമയവും എന്നോടൊപ്പം വലിയ ഡീലുകളിൽ നിക്ഷേപിക്കാനുള്ള മൂലധനവും ലഭിക്കും.'

നിരവധി അവസരങ്ങൾ ഗവേഷണം ചെയ്തശേഷം, എന്റെ സുഹൃത്ത് ഒരു നെറ്റ്വർക്ക് മാർക്കറ്റിങ് കമ്പനിയിൽ വിതരണക്കാരനായി ചേരുകയും എപ്പോഴെങ്കിലും അയാൾക്കൊപ്പം നിക്ഷേപം നടത്താൻ ആഗ്രഹമുണ്ടാകാവുന്ന ആളുകളെ ചേർത്ത് നെറ്റ്വർക്ക് മാർക്കറ്റിങ് ബിസിനസ്സ് തുടങ്ങുകയും ചെയ്തു. അയാൾ ഇപ്പോൾ നെറ്റ്വർക്ക് മാർക്കറ്റിങ് ബിസിനസ്സിൽ നല്ലതുപോലെ പോക്കുന്നു, അതോടൊപ്പം അയാളുടെ നിക്ഷേപ ബിസിനസ്സിലും. അയാൾ എന്നോട് പറഞ്ഞു, 'ഞാൻ തുടക്കത്തിൽ അത് ചെയ്തതിന്റെ കാരണം, എനിക്ക് ആളുകളെ നിക്ഷേപിക്കാനുള്ള പണം കണ്ടെത്താൻ സഹായിക്കണമെന്നുണ്ടായിരുന്നു, ഇപ്പോൾ ഞാൻ പുതിയ ബിസിനസ്സിൽ നിന്നും ധനികനാകുന്നു.'

മാസത്തിൽ രണ്ടുതവണ അയാൾ ശനിയാഴ്ചകളിൽ ക്ലാസ്സുകൾ എടുക്കുന്നു. ആദ്യത്തെ കൂടിക്കാഴ്ചയിൽ, അയാൾ ബിസിനസ്സ് വ്യവസ്ഥകളെക്കുറിച്ചും ആളുകളെക്കുറിച്ചും അല്ലെങ്കിൽ എങ്ങനെ വിജയിയായ B ആകാമെന്നും പഠിപ്പിക്കുന്നു. മാസത്തിലെ രണ്ടാമത്തെ കൂടിക്കാഴ്ചയിൽ, അയാൾ സാമ്പത്തിക വിദ്യാഭ്യാസം, സാമ്പത്തിക വിവേകം എന്നിവയെക്കുറിച്ച് അവരെ സാമാന്യബുദ്ധിയുള്ള I കളാക്കാൻ വേണ്ടി പഠിപ്പിക്കുന്നു. അയാളുടെ ക്ലാസ്സിന്റെ വലുപ്പം വേഗത്തിൽ വലുതായിക്കൊണ്ടിരുന്നു.

അയാൾ നിർദ്ദേശിക്കുന്ന മാതൃക ഞാൻ നിർദ്ദേശിക്കുന്നത് തന്നെയായിരുന്നു.

വ്യക്തിപരമായ ഒരു ഫ്രാഞ്ചൈസി

അതുകൊണ്ടാണ് ഇന്ന് ഞാൻ ആളുകൾ നെറ്റ്‌വർക്ക് മാർക്കറ്റിങ് പരിഗണിക്കണമെന്ന് നിർദ്ദേശിക്കുന്നത്. പ്രശസ്തമായ ഒരുപാട് ഫ്രാഞ്ചൈസികൾ വാങ്ങുവാൻ ഒരു മില്യൺ ഡോളറിനേക്കാൾ വില വരും. നെറ്റ്‌വർക്ക് മാർക്കറ്റിങ് ഒരു വ്യക്തിപരമായ ഫ്രാഞ്ചൈസി വാങ്ങുന്നത് പോലെയാണ്, മിക്കപ്പോഴും $200ൽ താഴെ.

നെറ്റ്‌വർക്ക് മാർക്കറ്റിങ് കഠിനാദ്ധ്വാനം ആണെന്ന് എനിക്കറിയാം. പക്ഷേ, ഏത് ചതുരത്തിലെയും വിജയം കഠിനാദ്ധ്വാനം ആണ്. ഞാൻ വ്യക്തിപരമായി ഒരു നെറ്റ്‌വർക്ക് മാർക്കറ്റിങ് വിതരണക്കാരൻ ആയി വരുമാനം ഒന്നും ഉണ്ടാക്കുന്നില്ല. ഞാൻ ഒരുപാട് നെറ്റ്‌വർക്ക് മാർക്കറ്റിങ് കമ്പനികളെയും അവയുടെ പ്രതിഫല പദ്ധതികളെയും പറ്റി ഗവേഷണം ചെയ്തു. ഗവേഷണം ചെയ്യുമ്പോൾ, ഞാൻ നിരവധി കമ്പനികളിൽ ചേർന്നു, അവരുടെ ഉത്പന്നങ്ങൾ വളരെ നല്ലതായതു കൊണ്ടും ഒരു ഉപയോക്താവ് എന്ന നിലയിൽ അവ ഞാൻ ഉപയോഗിക്കുന്നതുകൊണ്ടും മാത്രം.

നിങ്ങളെ പണമൊഴുക്കിന്റെ ചതുരങ്ങളിലെ വലതുവശത്തേക്ക് മാറുന്നതിന് സഹായിക്കാൻ ഒരു നല്ല സ്ഥാപനം കണ്ടെത്തുന്നതിനുള്ള എന്റെ ഒരേയൊരു നിർദ്ദേശം ഉത്പന്നത്തിൽ അധികം ശ്രദ്ധ കൊടുക്കാതിരിക്കുക എന്നതാണ്, പകരം ആ സ്ഥാപനം നൽകുന്ന വിദ്യാഭ്യാസത്തിൽ ശ്രദ്ധിക്കുക. സ്വന്തം വ്യവസ്ഥ നിങ്ങളുടെ കൂട്ടുകാർക്ക് വിൽക്കുക എന്നതിൽ മാത്രം താല്പര്യമുള്ള നെറ്റ്‌വർക്ക് മാർക്കറ്റിങ് സ്ഥാപനങ്ങളും നിങ്ങളെ പഠിക്കാനും വിജയിക്കാനും സഹായിക്കുന്നതിൽ പ്രധാനമായും താല്പര്യപ്പെടുന്ന സ്ഥാപനങ്ങളും ഉണ്ട്.

നെറ്റ്‌വർക്ക് മാർക്കറ്റിങ്ങിനെക്കുറിച്ചുള്ള എന്റെ ഗവേഷണത്തിൽ, അവരുടെ പ്രോഗ്രാമുകളിൽ നിന്നും നിങ്ങൾക്ക് പഠിക്കാവുന്നതും വിജയിയായ B ആകാൻ അത്യാവശ്യമായതുമായ രണ്ട് പ്രധാന കാര്യങ്ങൾ കണ്ടെത്തിയിട്ടുണ്ട്:

1. വിജയിക്കാൻ, നിങ്ങൾ നിരസിക്കപ്പെടുമോയെന്ന ഭയത്തിനെ മറികടക്കുകയും മറ്റുള്ളവർ നിങ്ങളെപ്പറ്റി എന്ത് വിചാരിക്കും എന്ന് വിഷമിക്കുന്നത് നിർത്തുകയും ചെയ്യണം. ഒരുപാട് തവണ എന്തെങ്കിലും വ്യത്യസ്തമായി ചെയ്താൽ കൂട്ടുകാർ എന്ത് പറയും എന്ന് കരുതി പിന്നോട്ട് മാറി നിൽക്കുന്നവരെ ഞാൻ കണ്ടിട്ടുണ്ട്. എനിക്കറിയാം, കാരണം എനിക്കും അങ്ങനെ തന്നെയായിരുന്നു. ഒരു ചെറിയ പട്ടണത്തിൽ നിന്നും വരുന്നതുകൊണ്ട്, എല്ലാവരും എന്താണ് ചെയ്യുന്നതെന്ന് എല്ലാവർക്കും അറിയാമായിരുന്നു. നിങ്ങൾ ചെയ്യുന്നത് ആർക്കെങ്കിലും ഇഷ്ടമായില്ലെങ്കിൽ, മൊത്തം പട്ടണവും അതിനെപ്പറ്റി കേൾക്കുകയും നിങ്ങളുടെ കാര്യം ഏറ്റെടുക്കുകയും ചെയ്യും.

   ഞാൻ ആവർത്തിച്ച് എന്നോടുതന്നെ പറയുന്ന ഒരു കാര്യം, 'നിങ്ങൾ എന്നെക്കുറിച്ച് എന്ത് ചിന്തിക്കുന്നു എന്നത് എന്റെ വിഷയമല്ല. ഏറ്റവും പ്രധാനം ഞാൻ എന്നെക്കുറിച്ച് എന്ത് ചിന്തിക്കുന്നു എന്നതാണ്.'

   എന്റെ ധനികനായ പിതാവ് ഞാൻ സിറോക്സ് കോർപറേഷനിൽ നാല് വർഷങ്ങൾ ജോലി ചെയ്യാൻ പ്രോത്സാഹിപ്പിച്ചതിന്റെ ഒരു കാരണം അദ്ദേഹത്തിന് കോപ്പിയറുകൾ ഇഷ്ടമായത് കൊണ്ടല്ല, മറിച്ച് ഞാൻ എന്റെ നാണവും നിരസിക്കപ്പെടുമോയെന്ന ഭയവും മറികടക്കണം എന്നതുകൊണ്ടായിരുന്നു.

2. വിജയിക്കാൻ, നിങ്ങൾ ആളുകളെ നയിക്കാൻ പഠിക്കണം. പലതരം ആളുകൾക്കൊപ്പം ജോലി ചെയ്യുന്നത് ബിസിനസ്സിലെ ഏറ്റവും പ്രയാസമുള്ള കാര്യമാണ്. ഞാൻ കണ്ടിട്ടുള്ള ഏത് ബിസിനസ്സിലും വിജയിച്ച ആളുകൾ പ്രകൃതത്തിൽ തന്നെ നേതാക്കളായിരുന്നു. ആളുകൾക്കൊപ്പം യോജിച്ചുപോകുകയും അവരെ പ്രചോദിപ്പിക്കുകയും ചെയ്യുന്നത് വിലമതിക്കാനാകാത്ത നൈപുണ്യമാണ്, പഠിക്കാൻ കഴിയുന്ന ഒരു നൈപുണ്യം.

ഞാൻ പറഞ്ഞതുപോലെ, ഇടതുവശത്ത് നിന്നും വലതുവശത്തേക്കുള്ള പരിവർത്തനം, നിങ്ങൾ എത്ര ചെയ്യുന്നു എന്നതല്ല, നിങ്ങൾക്ക് ആരാകണം എന്നതാണ്. നിരാസത്തിനെ കൈകാര്യം ചെയ്യാനും, നിങ്ങളെക്കുറിച്ച് ആളുകൾ കരുതുന്നത് ബാധിക്കാതിരിക്കാനും, ആളുകളെ എങ്ങനെ നയിക്കാമെന്നും പഠിച്ചാൽ, നിങ്ങൾക്ക് അഭിവൃദ്ധിയുണ്ടാകും. അതുകൊണ്ട് ഞാൻ നിങ്ങളെ ഒരു മനുഷ്യൻ എന്ന നിലയിൽ വികസിപ്പിക്കാൻ പ്രാഥമികമായി ഉറപ്പുനൽകുന്ന ഏത് നെറ്റ്‌വർക്ക് മാർക്കറ്റിങ് സ്ഥാപനത്തിനെയും പിന്തുണയ്ക്കും, നിങ്ങളെ ഒരു സെയിൽസ് പേർഴ്സൺ ആക്കുന്നവയെ അല്ല. ഞാൻ അന്വേഷിക്കുന്ന സ്ഥാപനങ്ങൾ:

1. തെളിയിക്കപ്പെട്ട, വിജയകരമായ പശ്ചാത്തലമുള്ള, ഒരു വിതരണ സംവിധാനവും, വർഷങ്ങളോളം സഫലമായ പ്രതിഫല പദ്ധതിയും ഉള്ളത്.
2. നിങ്ങൾക്ക് പിന്തുടരാവുന്നതും, വിശ്വസിക്കാവുന്നതും, മറ്റുള്ളവരുമായി ആത്മവിശ്വാസത്തോടെ പങ്കുവയ്ക്കാവുന്നതുമായ ബിസിനസ്സ് അവസരമുള്ളത്.
3. നിങ്ങളെ മനുഷ്യൻ എന്ന നിലയിൽ വികസിപ്പിക്കാൻ തുടർന്നുകൊണ്ടിരിക്കുന്ന, ദീർഘകാല വിദ്യാഭ്യാസ പരിപാടികൾ ഉള്ളത്. പണമൊഴുക്കിന്റെ ചതുരങ്ങളുടെ വലതുവശത്ത് ആത്മവിശ്വാസം മർമ്മപ്രധാനമാണ്.
4. കരുത്തുള്ള മാർഗ്ഗനിർദ്ദേശ പദ്ധതിയുള്ളത്. നിങ്ങൾ നേതാക്കളിൽ നിന്നുമാണ് പഠിക്കേണ്ടത്, ഉപദേശകരിൽ നിന്നുമല്ല. നിലവിൽ നേതാക്കളായിരിക്കുന്നവരിൽ നിന്നുമാണ് നിങ്ങൾ പഠിക്കേണ്ടത്, വലതുവശത്തുള്ളവരും നിങ്ങൾ വിജയിക്കണമെന്നും ആഗ്രഹമുള്ളവർ.
5. നിങ്ങളെ ബഹുമാനിക്കുന്നവരും ഇടപഴകുന്നത് ആസ്വദിക്കുന്നവരുമായ ആളുകളുള്ളത്.

ഒരു സ്ഥാപനം ഈ അഞ്ച് മാനദണ്ഡങ്ങൾ ഉള്ളതാണെങ്കിൽമാത്രം ഉത്പന്നത്തിലേക്ക് നോക്കുക. ഒരുപാട് പേർ ബിസിനസ്സ് വ്യവസ്ഥയ്ക്കുപകരം ഉത്പന്നത്തിലേക്കും അതിന്റെ പിന്നിലുള്ള സ്ഥാപനത്തിലേക്കും നോക്കും. ഞാൻ നോക്കിയിട്ടുള്ള ചില സ്ഥാപനങ്ങളുടെ അവകാശവാദം, 'ഉത്പന്നം തന്നത്താൻ വിറ്റുകൊള്ളും. അത് എളുപ്പമാണ്' എന്നായിരുന്നു. നിങ്ങൾ ഒരു സെയിൽസ് പേഴ്സൺ ആകാൻ നോക്കുകയാണെങ്കിൽ, ഒരു S, ഉത്പന്നമാണ് ഏറ്റവും പ്രധാനപ്പെട്ടത്. പക്ഷേ, നിങ്ങൾ ദീർഘകാല B ആയി വികസിക്കുകയാണെങ്കിൽ, വ്യവസ്ഥ, ജീവിതകാലം മുഴുവനുമുള്ള വിദ്യാഭ്യാസം, ആളുകൾ എന്നിവയാണ് കൂടുതൽ പ്രധാനം.

എന്റെ സുഹൃത്തും സഹപ്രവർത്തകനും ആയ ഈ മേഖലയിൽ അറിവുള്ള ഒരാൾ എന്നെ സമയത്തിന്റെ വിലയെക്കുറിച്ച് ഓർമ്മിപ്പിച്ചു, നമ്മുടെ ഏറ്റവും അമൂല്യമായ സ്വത്തുക്കളിൽ ഒന്ന്.

ഒരു നെറ്റ്‌വർക്ക് മാർക്കറ്റിങ് കമ്പനിയിലെ സത്യസന്ധമായ വിജയകഥ ഉണ്ടാകുന്നത് ഹ്രസ്വകാലത്തേക്കുള്ള സമയത്തിലും കഠിനാദ്ധ്വാനത്തിലുമുള്ള നിങ്ങളുടെ സമർപ്പണം, പ്രധാനപ്പെട്ട ദീർഘകാല, നിഷ്ക്രിയമായി വരുന്ന, വരുമാനത്തിലാണ് ചെന്നെത്തുക. നിങ്ങൾക്ക് താഴെ ഒരു കരുത്തുള്ള സ്ഥാപനം പണിതുയർത്തിക്കഴിഞ്ഞാൽ, നിങ്ങൾക്ക് ജോലി ചെയ്യുന്നത് നിർത്താം. നിങ്ങൾ നിർമ്മിച്ച സ്ഥാപനത്തിന്റെ പരിശ്രമങ്ങളിൽ നിന്നും വരുമാനം ഒഴുകിക്കൊണ്ടിരിക്കും. ഒരു നെറ്റ്‌വർക്ക് മാർക്കറ്റിങ് കമ്പനിയുടെ വിജയരഹസ്യം നിങ്ങളുടെ ഭാഗത്ത് നിന്നുമുള്ള ദീർഘകാലത്തേക്കുള്ള സമർപ്പണ

മാണ്, അതുപോലെ സ്ഥാപനത്തിന്റെ ഭാഗത്തുനിന്നും, നിങ്ങൾക്ക് ആകാൻ ആഗ്രഹമുള്ള ബിസിനസ്സ് നേതാവിലേക്ക് നിങ്ങളെ രൂപപ്പെടുത്തുന്നതിനായി.

ഒരു വ്യവസ്ഥ എന്നത് സ്വാതന്ത്ര്യത്തിലേക്കുള്ള പാലമാണ്

വീടില്ലാതിരിക്കുക എന്നത് എനിക്ക് ആവർത്തിക്കാൻ ആഗ്രഹമുള്ള ഒരു അനുഭവമാണ്. കിമ്മിനും എനിക്കും ആ അനുഭവം വിലമതിക്കാനാകാത്തതാണ്. ഇന്ന്, സ്വാതന്ത്ര്യവും സുരക്ഷയും കണ്ടെത്തിക്കഴിഞ്ഞു, ഞങ്ങൾക്കുള്ളതിൽ അത്രയ്ക്കില്ല. പക്ഷേ, ഞങ്ങൾക്ക് ആത്മവിശ്വാസത്തോടെ സൃഷ്ടിക്കാൻ കഴിയും എന്ന അറിവിൽ.

ആ സമയംതൊട്ട്, ഞങ്ങൾ ഒരു റിയൽ എസ്റ്റേറ്റ് കമ്പനി, ഓയിൽ കമ്പനി, മൈനിങ് കമ്പനി, രണ്ട് വിദ്യാഭ്യാസ കമ്പനികൾ എന്നിവ സൃഷ്ടിക്കുകയോ ഉണ്ടാക്കാൻ സഹായിക്കുകയോ ചെയ്തിട്ടുണ്ട്. ഒരു വിജയകരമായ വ്യവസ്ഥ ഉണ്ടാക്കുന്നതെങ്ങനെ എന്ന് പഠിക്കുന്ന പ്രക്രിയ ഞങ്ങൾക്ക് ഉപകാരപ്രദമായിരുന്നു. എങ്കിലും ഞാൻ ആ പ്രക്രിയ ആർക്കും നിർദ്ദേശിക്കില്ല, അവർക്ക് അതിലൂടെ കടന്നുപോകണമെന്ന് സത്യസന്ധമായ ആഗ്രഹമില്ലെങ്കിൽ.

കുറച്ച് വർഷങ്ങൾക്കുമുമ്പുവരെ, ഒരാൾ ആ ചതുരത്തിൽ വിജയിക്കാനുള്ള സാധ്യത സാഹസികന്മാരോ പണക്കാരോ ആയവർക്ക് മാത്രമായിരുന്നു ഉണ്ടായിരുന്നത്. കിമ്മും ഞാനും സാഹസികരായിരുന്നിരിക്കണം, കാരണം ഉറപ്പായും ഞങ്ങൾ ധനികരായിരുന്നില്ല. ഒരുപാടുപേർ ഇടതുവശത്ത് കുടുങ്ങിപ്പോകുന്നതിന്റെ കാരണം അവർക്ക് സ്വന്തം വ്യവസ്ഥ വികസിപ്പിക്കുന്നതിൽ ഉൾപ്പെട്ടിരിക്കുന്ന നഷ്ടസാധ്യത വളരെ വലുതാണെന്ന് തോന്നുന്നതാണ്. അവർ, ഒരു ജോലിയിൽ സുരക്ഷിതമായി തുടരുന്നതാണ് സമർഥം.

ഇന്ന്, പ്രാഥമികമായും സാങ്കേതികവിദ്യയിലെ മാറ്റങ്ങൾ കാരണം, ഒരു വിജയിയായ ബിസിനസ്സ് ഉടമയാകുന്നതിലെ നഷ്ടസാദ്ധ്യത ഒട്ടേറേ കുറഞ്ഞിട്ടുണ്ട്, പിന്നെ നിങ്ങൾ സ്വന്തമായി തുടങ്ങാനോ നിലവിലുള്ള ബിസിനസ്സ് വ്യവസ്ഥയെ സ്വാധീനിക്കാനാ ഉള്ള അവസരം ഏതാണ്ട് എല്ലാവർക്കും ലഭ്യമാണ്.

ഫ്രാഞ്ചൈസികളും നെറ്റ്വർക്ക് മാർക്കറ്റിങ്ങും നിങ്ങളുടെ സ്വന്തം വ്യവസ്ഥ വികസിപ്പിക്കുന്നതിലെ പ്രയാസമേറിയ ഭാഗം എടുത്തുകളഞ്ഞു. നിങ്ങൾക്ക് തെളിയിക്കപ്പെട്ട ഒരു വ്യവസ്ഥയിൽ അവകാശം ലഭിക്കുന്നു, നിങ്ങളുടെ ജോലി നിങ്ങളുടെ ആളുകളെ വികസിപ്പിക്കുക എന്നത് മാത്രമാണ്.

പണമൊഴുക്കിന്റെ ചതുരങ്ങളിലെ ഇടതുവശത്ത് നിന്നും വലതുവശത്തേക്ക് നിങ്ങൾക്ക് സുരക്ഷിതമായി കടക്കാൻ കഴിയുന്ന ഒരു പാലമായി ബിസിനസ്സ് വ്യവസ്ഥകളെ കരുതുക.

അദ്ധ്യായം അഞ്ച്

നിക്ഷേപകരുടെ അഞ്ച് തലങ്ങൾ

സാമ്പത്തിക സ്വാതന്ത്ര്യത്തിലേക്കുള്ള താക്കോലാണ് നിക്ഷേപിക്കൽ.

എന്റെ ദരിദ്രനായ പിതാവ് എപ്പോഴും പറയുമായിരുന്നു, 'നിക്ഷേപിക്കുക എന്നത് നഷ്ടസാധ്യത ഉള്ളതാണ്.'

എന്റെ ധനികനായ പിതാവ് എപ്പോഴും പറയുമായിരുന്നു, 'സാമ്പത്തികമായി വിദ്യാഭ്യാസമില്ലാത്തത് നഷ്ടസാധ്യത ഉള്ളതാണ്.'

ഇന്ന്, മിക്കവാറും ആളുകൾക്ക് അറിയാം അവർ നിക്ഷേപിക്കണമെന്ന്. പ്രശ്നം എന്താണെന്നാൽ, മിക്കവാറും പേർ, എന്റെ ദരിദ്രനായ പിതാവിനെപ്പോലെ, വിശ്വസിക്കുന്നത് നിക്ഷേപിക്കുന്നത് നഷ്ടസാധ്യതയാണെന്നാണ് – നിക്ഷേപിക്കുന്നത് നഷ്ടസാധ്യത ഉള്ളത് തന്നെയാണ്, നിങ്ങൾക്ക് സാമ്പത്തിക വിദ്യാഭ്യാസവും, അനുഭവവും, വഴികാട്ടലും ഇല്ലെങ്കിൽ.

നിക്ഷേപിക്കാൻ പഠിക്കുന്നത് പ്രധാനമാണ്, കാരണം നിക്ഷേപം സാമ്പത്തിക സ്വാതന്ത്ര്യത്തിലേക്കുള്ള താക്കോലാണ്. നിക്ഷേപിക്കാത്തവർക്കും അല്ലെങ്കിൽ മോശമായി നിക്ഷേപിക്കുന്നവർക്കും അഞ്ച് കാര്യങ്ങൾ സംഭവിക്കും:

1. അവർ ജീവിതകാലം മുഴുവനും കഠിനാദ്ധ്വാനം ചെയ്യും.
2. അവർ ജീവിതകാലം മുഴുവനും പണത്തിനെക്കുറിച്ചോർത്ത് വിഷമിക്കും.
3. അവർ മറ്റുള്ളതിനെ ആശ്രയിക്കും, കുടുംബം, കമ്പനി പെൻഷൻ, അല്ലെങ്കിൽ സർക്കാർ അവരെ സംരക്ഷിക്കുമെന്ന്.
4. അവരുടെ ജീവിതത്തിന്റെ അതിരുകൾ നിശ്ചയിക്കുന്നത് പണമായിരിക്കും.
5. ശരിയായ സ്വാതന്ത്ര്യം എന്താണെന്ന് അവർ അറിയില്ല.

ധനികനായ പിതാവ് എപ്പോഴും പറയുമായിരുന്നു, 'സാമ്പത്തിക സ്വാതന്ത്ര്യം നേടുന്നതുവരെ നിനക്ക് ഒരിക്കലും ശരിയായ സ്വാതന്ത്ര്യം എന്താണെന്ന് അറിയാൻ കഴിയില്ല.' ഇതുകൊണ്ട് അദ്ദേഹം അർഥമാക്കുന്നത് നിക്ഷേപിക്കാൻ പഠിക്കുന്നത് ഒരു തൊഴിൽ പഠിക്കുന്ന

തിനേക്കാൾ പ്രധാനമാണെന്നാണ്. അദ്ദേഹം പറഞ്ഞു, 'നീ ഒരു തൊഴിൽ പഠിക്കുമ്പോൾ, ഉദാഹരണത്തിന് ഒരു ഡോക്ടർ ആകാൻ, നീ പഠിക്കുന്നത് പണത്തിനായി എങ്ങനെ ജോലി ചെയ്യാമെന്നാണ്. നിക്ഷേപിക്കാൻ പഠിക്കുന്നത് പണത്തിനെ നിനക്കുവേണ്ടി പണിയെടുപ്പിക്കുന്നത് എങ്ങനെയെന്ന് അറിയാനാണ്. പണം നിനക്കുവേണ്ടി പണിയെടുക്കാൻ തുടങ്ങുന്ന ആ നിമിഷം, നിനക്ക് സ്വാതന്ത്ര്യത്തിലേക്കുള്ള ടിക്കറ്റ് കിട്ടിക്കഴിഞ്ഞു.' അദ്ദേഹം പിന്നേയും പറഞ്ഞു, 'എത്രത്തോളം കൂടുതൽ പണം നിനക്കായി പണിയെടുക്കുന്നുവോ, അത്രയും കുറച്ച് നികുതി കൊടുത്താൽ മതി - നീ ഒരു യഥാർത്ഥ നിക്ഷേപകനാണെങ്കിൽ.'

നിക്ഷേപിക്കാൻ പഠിക്കുന്നത്

എന്റെ ധനികനായ പിതാവ് എന്നെ I ആകാൻ തയ്യാറെടുപ്പിക്കാൻ തുടങ്ങിയത് എനിക്ക് ഒമ്പത് വയസ്സുള്ളപ്പോൾ 'മൊണോപൊളി' എന്ന ഗെയിം പഠിപ്പിക്കാനുള്ള ഉപകരണം ആക്കിക്കൊണ്ടായിരുന്നു. വീണ്ടും വീണ്ടും അദ്ദേഹം പറയുമായിരുന്നു, 'സമ്പത്തിന്റെ ഏറ്റവും വലിയ സമവാക്യങ്ങളിലൊന്ന് മൊണോപൊളി ഗെയിമിലുണ്ട്. എപ്പോഴും ആ സമവാക്യം ഓർത്തിരിക്കുക: നാല് പച്ച വീടുകൾ, ഒരു ചുവന്ന ഹോട്ടൽ.'

മൊണോപൊളി എന്ന ഗെയിം പണമൊഴുക്കിന്റെ ഗെയിമാണ്. ഉദാഹരണത്തിന്, സ്വന്തം സ്ഥലത്ത് ഒരു പച്ച വീടുണ്ടെങ്കിൽ നിങ്ങൾക്ക് $10 കിട്ടും, അതാണ് ഒരുമാസത്തെ $10 പണമൊഴുക്ക്. രണ്ട് വീടുകൾ $20. മൂന്ന് വീടുകൾക്ക് $30. പിന്നെ ചുവന്ന ഹോട്ടലിന് $50. കൂടുതൽ പച്ച വീടുകളും കൂടുതൽ ചുവന്ന ഹോട്ടലുകളും എന്നാൽ കൂടുതൽ പണമൊഴുക്ക്, കുറച്ച് അദ്ധ്വാനം, കുറവ് നികുതി, പിന്നെ കൂടുതൽ സ്വാതന്ത്ര്യം എന്നർഥം.

ലളിതമായ ഒരു ഗെയിം - പക്ഷേ, പ്രധാനപ്പെട്ട ഒരു പാഠം.

ധനികനായ പിതാവ് യഥാർഥ ജീവിതത്തിൽ മൊണോപൊളി കളിച്ചു. അദ്ദേഹം തന്റെ മകനേയും എന്നേയും പച്ച വീടുകൾ സന്ദർശിക്കാൻ ഇടയ്ക്ക് കൊണ്ടുപോകുമായിരുന്നു - ഒരു ദിവസം ചുവന്ന ഹോട്ടൽ ആകാൻ പോകുന്ന പച്ച വീടുകൾ, വികികി ബീച്ചിൽത്തന്നെ.

ഞാൻ വളരുമ്പോൾ എന്റെ ധനികനായ പിതാവ് മൊണോപൊളി യഥാർഥ ജീവിതത്തിൽ കളിക്കുന്നത് കണ്ട് നിക്ഷേപിക്കുന്നതിനെപ്പറ്റി ഒരുപാട് അമൂല്യമായ പാഠങ്ങൾ പഠിച്ചു. അവയിൽ ചിലത്:

- നിക്ഷേപിക്കൽ നഷ്ടസാധ്യതയുള്ളതല്ല.
- നിക്ഷേപിക്കുന്നത് രസകരമാണ്.
- നിക്ഷേപിക്കുന്നത് നിങ്ങളെ വളരെ വളരെ ധനികനാക്കും.
- ഏറ്റവും പ്രധാനമായി, നിക്ഷേപിക്കുന്നത് നിങ്ങളെ സ്വതന്ത്രനാക്കും - ജീവിക്കാനായി സമ്പാദിക്കുന്നതിൽ നിന്നും

പണത്തിനെക്കുറിച്ച് വേവലാതിപ്പെടുന്നതിൽ നിന്നുമുള്ള സ്വാതന്ത്ര്യം.

മറ്റു വാക്കുകളിൽ, നിങ്ങൾ സമർഥനാണെങ്കിൽ, നിങ്ങൾക്ക് ജീവിതത്തിനായി പണമൊഴുക്കിന്റെ ഒരു പൈപ്പ് ലൈൻ നിർമ്മിക്കാൻ സാധിക്കും - നല്ലതും ചീത്തയും ആയ സമയത്തും, വിപണി തകർച്ചയിലും ഉയർച്ചയിലും പണം ഉത്പാദിപ്പിക്കുന്ന ഒരു പൈപ്പ് ലൈൻ. നിങ്ങളുടെ പണമൊഴുക്ക് പണപ്പെരുപ്പത്തിന്റെ സമയത്തും തന്നത്താൻ വർദ്ധിക്കും, അതേസമയം കുറവ് നികുതി കൊടുക്കാനും അനുവദിക്കും.

റിയൽ എസ്റ്റേറ്റ് മാത്രമാണ് നിക്ഷേപിക്കാനുള്ള ഒരേയൊരു വഴിയെന്നല്ല ഞാൻ പറയുന്നത്. ഞാൻ മൊണോപൊളി എന്ന ഗെയിം ഉപയോഗിച്ചത് ധനികർ അതിധനികർ ആകുന്നതങ്ങനെ എന്നതിന്റെ ഉദാഹരണമായിട്ടാണ്. ഒരാൾക്ക് സ്റ്റോക്കുകളിൽനിന്നും ഡിവിഡന്റ് വഴിയും, ബോണ്ടുകളിൽ പലിശ വഴിയും, അല്ലെങ്കിൽ ഓയിൽ, പുസ്തകങ്ങൾ, പേറ്റന്റുകളിൽ നിന്നുമുള്ള റോയൽറ്റി എന്നിങ്ങനെ വരുമാനമുണ്ടാക്കാം. മറ്റു വാക്കുകളിൽ പറഞ്ഞാൽ, സാമ്പത്തിക സ്വാതന്ത്ര്യത്തിലേക്ക് ഒരുപാട് വഴികളുണ്ട്.

സാമ്പത്തിക 'വിദഗ്ധന്മാർ'

ദൗർഭാഗ്യവശാൽ, സ്കൂളുകളിൽ സാമ്പത്തിക വിദ്യാഭ്യാസം ഇല്ലാത്തതിനാൽ, മിക്കവാറും ആളുകൾ അവരുടെ പണം കണ്ണും മൂടി സാമ്പത്തിക വിദഗ്ധർ എന്ന് അവർ കരുതുന്നവരെ ഏൽപ്പിക്കും: ബാങ്കർമാർ, ഫിനാൻഷ്യൽ പ്ലാനർമാർ, സ്റ്റോക്ക് ബ്രോക്കർമാർ എന്നിവരെപ്പോലെ. ദൗർഭാഗ്യവശാൽ, ഈ 'വിദഗ്ധരിൽ' ഭൂരിഭാഗവും യഥാർഥത്തിൽ I ചതുരത്തിലുള്ള നിക്ഷേപകർ അല്ല. മിക്കവാറും പേർ E ചതുരത്തിൽ ശമ്പളക്കാരായ ജോലിക്കാരായിരിക്കും, അല്ലെങ്കിൽ S ചതുരത്തിൽ ഫീസും കമ്മീഷനും വേണ്ടി ജോലി ചെയ്യുന്ന സാമ്പത്തിക ഉപദേഷ്ടാക്കൾ. ഭൂരിഭാഗം 'വിദഗ്ധർക്കും' ജോലി ചെയ്യുന്നത് നിർത്താൻ സാധിക്കില്ല, ലളിതമായ കാരണം, അവർക്ക് തങ്ങൾക്കു വേണ്ടി പണിയെടുക്കുന്ന നിക്ഷേപങ്ങളില്ല.

വാറൻ ബഫറ്റ് പറഞ്ഞു, 'വാൾ സ്ട്രീറ്റിൽ മാത്രമാണ് സബ്‌വേയിൽ യാത്ര ചെയ്യുന്നവരുടെ ഉപദേശം സ്വീകരിക്കാനായി ആളുകൾ റോൾസ് റോയ്സിൽ വന്നിറങ്ങുന്നത്.'

ആളുകൾക്ക് നല്ല സാമ്പത്തിക വിദ്യാഭ്യാസം ഇല്ലെങ്കിൽ, അവർക്ക് സാമ്പത്തിക ഉപദേഷ്ടാവ് ഒരു സെയിൽസ് മാൻ ആണോ, വഞ്ചകനാണോ, മണ്ടനാണോ, അല്ലെങ്കിൽ ബുദ്ധിരാക്ഷസനാണോയെന്ന് പറയാൻ കഴിയില്ല. ഓർക്കുക, എല്ലാ വഞ്ചകന്മാരും നല്ല മനുഷ്യരാണ്. നിങ്ങൾ കേൾക്കാൻ ആഗ്രഹിക്കുന്നത് പറയുന്നതിലൂടെ അവർ നല്ലവർ ആയില്ലെങ്കിൽ, നിങ്ങൾ അവരെ ശ്രദ്ധിക്കില്ല.

ഒരു സെയിൽസ് പെഴ്സന്റെ കൂടെയിരിക്കുന്നതിൽ തെറ്റൊന്നുമില്ല. നമുക്കെല്ലാവർക്കും എന്തെങ്കിലും വിൽക്കാനുണ്ടാകും. എങ്കിലും വാറൻ ബഫറ്റ് പറയുന്നു, 'ഒരിക്കലും ഒരു ഇൻഷുറൻസ് സെയിൽസ് മാനോട് ഇൻഷുറൻസ് വേണോയെന്ന് ചോദിക്കരുത്.' പണത്തിന്റെ കാര്യം വരുമ്പോൾ, നിങ്ങൾക്ക് എന്തുവേണമെങ്കിലും വിൽക്കാൻ വേണ്ടി വിറളി പിടിച്ച ഒരുപാട് ആളുകളുണ്ട്, നിങ്ങളുടെ പണം മേടിക്കാൻ വേണ്ടി മാത്രം.

രസകരമെന്ന് പറയട്ടെ, ഭൂരിഭാഗം നിക്ഷേപകരും അവരുടെ പണം പിടുങ്ങുന്ന വ്യക്തിയെ ഒരിക്കലും കാണാറില്ല. മിക്കവാറും പടിഞ്ഞാറൻ ലോകത്ത്, തൊഴിലാളികൾ അവരുടെ പണം തന്നത്താൻ ശമ്പളത്തിൽനിന്നും കുറയ്ക്കാൻ അനുവദിക്കും, നികുതി വകുപ്പ് നികുതി ശേഖരിക്കുന്നതുപോലെ. അമേരിക്കയിലെ ഒരുപാട് തൊഴിലാളികൾ അവരുടെ തൊഴിലുടമകളെ, തങ്ങളുടെ പണം കുറച്ച് അത് അവരുടെ 401(K) റിട്ടയർമെന്റ് പ്ലാനിൽ നിക്ഷേപിക്കാൻ അനുവദിക്കും, അത് റിട്ടയർമെന്റിനുള്ള ഏറ്റവും മോശം നിക്ഷേപരീതിയാണ്. [401(K) പ്ലാനുകൾ വിവിധ രാജ്യങ്ങളിൽ വിവിധ പേരുകളിലാണ് അറിയപ്പെടുന്നത്. ആസ്ട്രേലിയയിൽ അവയെ സൂപ്പർ ആന്വേഷൻ പ്ലാനുകൾ എന്നും, ജപ്പാനിൽ 401(K) എന്നും, കാനഡയിൽ RRSPs എന്നും വിളിക്കുന്നു.]

ഞാൻ പറയുന്നു, 401(K) മിക്കവാറും റിട്ടയർമെന്റിൽ നിക്ഷേപിക്കാനുള്ള ഏറ്റവും മോശം വഴിയാണെന്ന്, താഴെ കൊടുത്തിരിക്കുന്ന കാരണങ്ങൾ കൊണ്ട്:

1. **ടൈം മാഗസിൻ എന്റെ ഭാഗത്താണ്.**

   ടൈം മാഗസിൻ വർഷങ്ങളായി ഒരുപാട് ലേഖനങ്ങൾ പ്രസിദ്ധീകരിച്ചിട്ടുണ്ട്, അത്രയും ആളുകളുടെ റിട്ടയർമെന്റിനെ അപകടത്തിലാക്കുന്നതിന്റെ വിവേകത്തെ ചോദ്യം ചെയ്തുകൊണ്ട്. ടൈം പ്രവചിക്കുന്നത് ദശലക്ഷക്കണക്കിന് ആളുകൾക്ക് അവരുടെ പണം അപരിചിതർക്ക് കൈമാറിയ ജീവിതകാലം കഴിഞ്ഞ് റിട്ടയർ ചെയ്യാൻ ആവശ്യമായ പണം ഉണ്ടാവില്ലെന്നാണ്.

   ഒരു സാധാരണ 401(K) പ്ലാൻ, ലാഭത്തിന്റെ 80 ശതമാനം എടുക്കുന്നു. നിക്ഷേപകന് 20 ശതമാനം കിട്ടുമായിരിക്കും, ഭാഗ്യമുണ്ടെങ്കിൽ. നിക്ഷേപകൻ 100 ശതമാനം പണവും നിക്ഷേപിക്കുകയും 100 ശതമാനം റിസ്ക്, നഷ്ടസാധ്യത, വഹിക്കുകയും ചെയ്യുന്നു. 401(K) പ്ലാൻ, 0 ശതമാനം പണം നിക്ഷേപിക്കുകയും 0 ശതമാനം നഷ്ടസാധ്യത എടുക്കുകയുമാണ് ചെയ്യുന്നത്. 401(K) കമ്പനി പണം ഉണ്ടാക്കും, നിങ്ങൾക്ക് പണം നഷ്ടപ്പെട്ടാലും.

2. **401(K) കൊണ്ട് നികുതി നിങ്ങൾക്കെതിരാകുന്നു.**
ദീർഘകാലത്തേക്കുള്ള മൂലധന ലാഭത്തിന് ഏതാണ്ട് 15% വരുന്ന കുറഞ്ഞ നികുതിയാണ് ചുമത്തുന്നത്. പക്ഷേ, 401(K) ലാഭം സാധാരണ വരുമാന നികുതിയായ ഏതാണ്ട് 35% ചുമത്തും, മൂന്നുതരത്തിലുള്ള വരുമാനത്തിൽ ഏറ്റവും ഉയർന്നത്, ഇവയാണ്:

- സാധാരണ സമ്പാദിക്കുന്നത്
- പോർട്ട്ഫോളിയോ
- നിഷ്ക്രിയ വരുമാനം

നിങ്ങൾക്ക് 401(K) നിന്നും നേരത്തേ പണം എടുക്കണമെങ്കിൽ, അധികമായി 10% പെനാൾട്ടി നികുതി കൊടുക്കേണ്ടി വരും.

3. **സ്റ്റോക്ക് മാർക്കറ്റ് തകർന്നാൽ നിങ്ങൾക്ക് ഇൻഷുറൻസ് ഉണ്ടാവില്ല.**
ഒരു കാർ ഓടിക്കണമെങ്കിൽ, അപകടമുണ്ടായാൽ എനിക്ക് ഇൻഷുറൻസ് ഉണ്ടായിരിക്കണം. ഞാൻ റിയൽ എസ്റ്റേറ്റിൽ നിക്ഷേപിക്കുമ്പോൾ, തീപിടുത്തം അല്ലെങ്കിൽ മറ്റു നഷ്ടങ്ങൾക്കായി എനിക്ക് ഇൻഷുറൻസ് ഉണ്ട്. പക്ഷേ 401(K) നിക്ഷേപകന് വിപണിത്തകർച്ചയിലെ നഷ്ടം തടയാനുള്ള ഇൻഷുറൻസ് ഇല്ല.

4. **401(K) റിട്ടയർ ആകുമ്പോൾ ദരിദ്രരാകാൻ പദ്ധതിയിടുന്ന ആളുകൾക്കുള്ളതാണ്**
അതുകൊണ്ടാണ് ഫിനാൻഷ്യൽ പ്ലാനർമാർ എപ്പോഴും പറയുന്നത്, 'നിങ്ങൾ റിട്ടയർ ആകുമ്പോൾ, നിങ്ങൾക്ക് കുറഞ്ഞ നികുതിയേ ചാർത്തപ്പെടൂ' എന്ന്. അവർ ഊഹിക്കുന്നത് റിട്ടയർമെന്റിൽ നിങ്ങളുടെ വരുമാനം കുറഞ്ഞ നികുതിഘടനയിലേക്ക് താഴുമെന്നാണ്. മറുവശത്ത്, ഒരുപക്ഷേ, നിങ്ങൾ റിട്ടയർ ആകുമ്പോൾ ധനികനും 401(K) ഉള്ളയാളുമാണെങ്കിൽ, നിങ്ങൾ റിട്ടയർമെന്റിൽ ഉയർന്ന നികുതി കൊടുക്കേണ്ടി വരും. സമർത്ഥരായ നിക്ഷേപകർ നിക്ഷേപിക്കുന്നതിനുമുമ്പ് നികുതികളെ മനസ്സിലാക്കിയിരിക്കും.

ഭൂരിഭാഗം സാമ്പത്തിക ഉപദേഷ്ടക്കളുടെയും പെൻഷൻ ഫണ്ട് മാനേജർമാരുടെയും ദുഃഖകരമായ യാഥാർഥ്യം എന്താണെന്നാൽ, അവർ നിക്ഷേപകർ അല്ലെന്നുള്ളതാണ്. മിക്കവാറും പേർ E ചതുരത്തിലെ തൊഴിലാളികളാണ്. ഒരുപാട് സർക്കാർ പെൻഷനുകളും യൂണിയർ പെൻഷനുകളും കുഴപ്പത്തിലാകുന്നതിന്റെ ഒരു കാരണം ഈ തൊഴിലാളികൾ നിക്ഷേപകരാകാൻ പരിശീലിക്കപ്പെട്ടിട്ടില്ല എന്ന

താണ്. ഭൂരിഭാഗം പേർക്കും യഥാർഥജീവിതത്തിലെ സാമ്പത്തിക വിദ്യാഭ്യാസം ഇല്ല.

കാര്യങ്ങൾ വീണ്ടും മോശമാക്കാനായി, ഭൂരിഭാഗം സാമ്പത്തിക 'വിദഗ്ധരും' വിദ്യാഭ്യാസമില്ലാത്ത നിക്ഷേപകരെ 'ദീർഘകാലത്തേക്ക് നല്ല വൈവിധ്യമുള്ള സ്റ്റോക്കുകൾ, ബോണ്ടുകൾ, മ്യൂചൽ ഫണ്ടുകൾ എന്നിവയിൽ നിക്ഷേപിക്കുക' എന്ന് ഉപദേശിക്കും.

എന്തുകൊണ്ടാണ് ഈ സാമ്പത്തിക 'വിദഗ്ധർ', E ചതുരത്തിലെ തൊഴിലാളികളോ S ചതുരത്തിലെ സെയിൽസ് ആളുകളോ ആയവർ, I ചതുരത്തിലെ നിക്ഷേപകരായി വ്യാജവേഷം കെട്ടുന്നത്, അത് ചെയ്യാൻ നിങ്ങളെ ഉപദേശിക്കുന്നത്? കാരണം അവർക്ക് പണം കിട്ടും, നിങ്ങൾക്ക് അവർ എത്ര പണം ഉണ്ടാക്കിത്തരും എന്നതുകൊണ്ടല്ല, പക്ഷേ, ദീർഘകാലത്തേക്ക് നിങ്ങൾ എത്ര പണം അവർക്ക് കൊടുക്കും എന്നതുവച്ച്. എത്രകാലം നിങ്ങളുടെ പണം അവരുടെ കൈവശമുണ്ടാകുമോ, അത്രയും കൂടുതൽ അവർക്ക് ലഭിക്കും.

വാസ്തവത്തിൽ യഥാർഥ നിക്ഷേപകർ അവരുടെ പണം നിർത്തിയിടില്ല. അവർ പണം ചലിപ്പിച്ചുകൊണ്ടിരിക്കും. അത് 'പണത്തിന്റെ പ്രവേഗം' എന്ന ഒരു തന്ത്രമാണ്. ഒരു യഥാർഥ നിക്ഷേപകന്റെ പണം എപ്പോഴും ചലിച്ചുകൊണ്ടിരിക്കും, പുതിയ മുതൽക്കൂട്ടുകൾ ആർജ്ജിച്ചുകൊണ്ട്, എന്നിട്ട് കൂടുതൽ മുതൽക്കൂട്ടുകൾ നേടാനായി വീണ്ടും ചലിക്കും. അമേച്വർമാരേ അവരുടെ പണം നിർത്തിയിടുകയുള്ളൂ.

401(K) തരത്തിലുള്ള പ്ലാനുകൾ മോശമാണെന്നല്ല ഞാൻ പറയുന്നത്, ഞാൻ ഒരിക്കലും അതൊരെണ്ണം എടുക്കില്ലെങ്കിലും. എന്നെ സംബന്ധിച്ചിടത്തോളം, അവ വളരെ ചെലവേറിയതാണ്, വളരെ നഷ്ടസാധ്യതയുള്ളതാണ്, വളരെ നികുതി ചുമത്തപ്പെടുന്നതാണ്, നിക്ഷേപകനോട് അനീതിയുമാണ്.

ഞാൻ പറയുന്നത് നിക്ഷേപിക്കാൻ മികച്ച വഴികളുണ്ടെന്നാണ്. പക്ഷേ, അതിനായി സാമ്പത്തിക വിദ്യാഭ്യാസം ആവശ്യമാണ്.

എന്താണ് മികച്ച നിക്ഷേപം?

ശരാശരി നിക്ഷേപകന് പണമൊഴുക്കിൽ നിക്ഷേപിക്കുന്നതും മൂലധനനേട്ടങ്ങളും തമ്മിലുള്ള വ്യത്യാസം അറിയില്ല. ഭൂരിഭാഗം നിക്ഷേപകരും മൂലധനനേട്ടങ്ങളിൽ നിക്ഷേപിക്കും, അവരുടെ സ്റ്റോക്ക് അല്ലെങ്കിൽ വീടിന്റെ മൂല്യം മുകളിലേക്ക് പോകണം എന്ന് പ്രതീക്ഷിച്ചും പ്രാർഥിച്ചും. നിങ്ങൾക്ക് പണം പുറത്തേക്കൊഴുകുന്നതിനേക്കാൾ അകത്തേക്ക് ഒഴുകുന്നത്രയും കാലം, നിങ്ങളുടെ നിക്ഷേപം നല്ലതാണ്.

മനസ്സിൽവയ്ക്കുക, വസ്തുവകകൾ മാത്രമല്ല ഒരാളെ ധനികനോ ദരിദ്രനോ ആക്കുന്നത്. ഉദാഹരണത്തിന്, ഒരാൾ ചോദിക്കുകയാണ്, 'റിയൽ എസ്റ്റേറ്റ് നല്ല നിക്ഷേപമാണോ?' ഞാൻ പറയും, 'എനിക്കറിയില്ല. നിങ്ങൾ ഒരു നല്ല നിക്ഷേപകനാണോ?' അല്ലെങ്കിൽ അവർ

ചോദിക്കുകയാണ്, 'സ്റ്റോക്കുകൾ നല്ല നിക്ഷേപമാണോ?' അപ്പോഴും എന്റെ മറുപടി അതുതന്നെയായിരിക്കും, 'എനിക്കറിയില്ല. നിങ്ങൾ ഒരു നല്ല നിക്ഷേപകനാണോ?'

ഞാൻ സൂചിപ്പിക്കുന്നത്, നിക്ഷേപം അല്ലെങ്കിൽ വസ്തുവകകൾ ഒരിക്കലും പ്രധാനമല്ല. വിജയമോ പരാജയമോ, സമ്പത്തോ ദാരിദ്ര്യ മോ, ആശ്രയിച്ചിരിക്കുന്നത് നിക്ഷേപകൻ എത്ര സമർഥനാണ് എന്ന തിൽ മാത്രമാണ്. ഒരു സമർഥനായ നിക്ഷേപകൻ സ്റ്റോക്ക് മാർക്കറ്റിൽ നിന്നും മില്യണുകൾ ഉണ്ടാക്കും. ഒരു അമേചർ മില്യണുകൾ നഷ്ട പ്പെടുത്തും.

ദുഃഖകരംതന്നെ, ഭൂരിഭാഗം ആളുകളും നിക്ഷേപിക്കാൻ പഠി ക്കുന്നത് പ്രധാനമാണെന്ന് കരുതുന്നില്ല. അതുകൊണ്ടാണ് മിക്ക വാറും ആളുകൾ നിക്ഷേപം നഷ്ടസാധ്യത ഉള്ളതാണെന്ന് കരുതി അവരുടെ പണം 'വിദഗ്ധർക്ക്' കൈമാറുന്നത്, അവരിൽ അധികവും യഥാർഥ നിക്ഷേപകരല്ല, മറിച്ച് നിക്ഷേപകർ പണം ഉണ്ടാക്കിയാലും നഷ്ടപ്പെടുത്തിയാലും പണമുണ്ടാക്കുന്ന സെയിൽസ് ആളുകളാണ്.

അഞ്ച് വ്യത്യസ്ത തലങ്ങളിലുള്ള നിക്ഷേപകർ

I ചതുരത്തിൽ അഞ്ച് തരങ്ങൾ അല്ലെങ്കിൽ തലങ്ങളിലുള്ള നിക്ഷേപകരെ കാണാവുന്നതാണ്.

തലം 1: പൂജ്യം സാമ്പത്തിക വിവേകമുള്ള തലം

ദുഃഖകരം എന്താണെന്നാൽ, അമേരിക്കയിൽ, ഒരുകാലത്ത് ലോക ത്തിലെ ഏറ്റവും സമ്പന്നമായ രാജ്യത്ത്, യു.എസ്. ജനസംഖ്യയുടെ 50 ശതമാനത്തിനു മുകളിൽ I ചതുരത്തിന്റെ അടിത്തട്ടിലാണുള്ളത്. ലളിതമായി പറഞ്ഞാൽ, അവർക്ക് നിക്ഷേപിക്കാനായി ഒന്നുമില്ല.

ഈ ഗണത്തിൽ ഒരുപാട് പണമുണ്ടാക്കുന്ന ധാരാളം ആളുകളു മുണ്ട്. അവർ കുറേ സമ്പാദിക്കും - സമ്പാദിക്കുന്നതിനേക്കാൾ കൂടു തൽ ചെലവഴിക്കുകയും ചെയ്യും.

വലിയ ധനികനെന്ന് തോന്നിക്കുന്ന ഒരു സുഹൃത്ത് എനിക്കുണ്ട്. അയാൾക്ക് റിയൽ എസ്റ്റേറ്റ് ബ്രോക്കർ എന്ന നല്ല ജോലിയുണ്ട്, സുന്ദരി യായ ഭാര്യയുണ്ട്, സ്വകാര്യ സ്കൂളിൽ പഠിക്കുന്ന മൂന്ന് കുട്ടികളുമുണ്ട്. അവർ സാൻ ഡീഗോയിൽ പസഫിക് സമുദ്രത്തിനെ നോക്കി നിൽ ക്കുന്ന മനോഹരമായ വീട്ടിലാണ് താമസം. അയാളും ഭാര്യയും വില കൂടിയ യൂറോപ്യൻ കാറുകൾ ഓടിക്കുന്നു. അയാളുടെ മകനും മകളും വലുതായപ്പോൾ, അവരും വിലകൂടിയ കാറുകൾ ഓടിച്ചു. അവരെ കണ്ടാൽ ധനികരാണ്, പക്ഷേ അവർക്കുണ്ടായിരുന്നത് കിട്ടാക്കട ങ്ങളും. അവരെ കണ്ടാൽ പണക്കാരാണ്, പക്ഷേ മിക്കവാറും ദരിദ്ര രേക്കാൾ ദാരിദ്ര്യത്തിലാണ്.

ഇപ്പോൾ അവർക്ക് വീടില്ല. റിയൽ എസ്റ്റേറ്റ് വിപണി തകർന്നപ്പോൾ, അവരും തകർന്നു. അവർക്ക് ഇപ്പോൾ കൂട്ടിച്ചേർത്ത കടങ്ങളുടെ പലിശ അടയ്ക്കാനുള്ള കഴിവില്ല.

ഞങ്ങൾ ചെറുപ്പക്കാരായിരുന്നപ്പോൾ, ഇതേ സുഹൃത്ത് ഒരുപാട് പണമുണ്ടാക്കിയിരുന്നു. ദൗർഭാഗ്യവശാൽ, അയാളും താഴ്ന്ന സാമ്പത്തിക വിവേക നില - പൂജ്യം - ആയിരുന്നു, അതായിരുന്നു കുറേക്കാലം കഴിഞ്ഞപ്പോൾ അയാളെ പൂജ്യത്തിലാക്കാനുള്ള കാരണം. വാസ്തവത്തിൽ, അയാളുടെ കടം അത്ര ആഴത്തിലായിരുന്നതിനാൽ അയാൾ ശരിക്കും പൂജ്യത്തിനും താഴെയുള്ള നിക്ഷേപകനായിരുന്നു.

ഒരുപാട് ആളുകളെപ്പോലെ, അയാൾ വാങ്ങിക്കുന്നതിനെല്ലാം മൂല്യം നഷ്ടപ്പെടുകയും പണച്ചെലവുണ്ടാകുകയും ചെയ്തു. അയാൾ വാങ്ങുന്നതൊന്നും അയാളെ ധനികനാക്കിയില്ല.

തലം 2: ലാഭിക്കുന്നവർ നഷ്ടപ്പെടുന്നവരുടെ തലത്തിലാണ്

ഒരുപാട് പേർ വിശ്വസിക്കുന്നത് പണം ലാഭിക്കുന്നത് സാമർത്ഥ്യമാണെന്നാണ്. ഇന്നത്തെ പ്രശ്നം എന്താണെന്നാൽ, 'പണം' ഇപ്പോൾ പണമല്ല. ഇന്ന്, ആളുകൾ കൃത്രിമമായ ഡോളറുകൾ ആണ് കരുതിവയ്ക്കുന്നത്, പ്രകാശത്തിന്റെ വേഗത്തിൽ സൃഷ്ടിക്കാവുന്ന പണം.

1971-ൽ പ്രസിഡന്റ് നിക്സൺ യു.എസ്. ഡോളറിനെ സ്വർണത്തിന്റെ നിലവാരത്തിനും താഴെയിറക്കി, അങ്ങനെ പണം കടമായി മാറി. 1971 തൊട്ടേ വിലക്കൂടുതൽ ഉണ്ടാകാനുള്ള പ്രഥമ കാരണം, ഇപ്പോൾ യുണൈറ്റഡ് സ്റ്റേറ്റ്സിന് അതിന്റെ ബില്ലുകൾ അടയ്ക്കാനുള്ള പണം അച്ചടിക്കാനുള്ള ശേഷിയുള്ളതാണ്.

ഇന്ന്, മിച്ചം വയ്ക്കുന്നവരാണ് ഏറ്റവും വലിയ പരാജിതർ. 1971 തൊട്ട്, യു.എസ്. ഡോളറിന് സ്വർണവുമായി താരതമ്യം ചെയ്യുമ്പോൾ അതിന്റെ 95 ശതമാനം മൂല്യവും നഷ്ടപ്പെട്ടിരിക്കുന്നു. ബാക്കിയുള്ള 5 ശതമാനവും നഷ്ടപ്പെടാൻ മറ്റൊരു 40 വർഷങ്ങൾ വേണ്ടിവരില്ല.

ഓർക്കുക, 1971-ൽ സ്വർണത്തിന്റെ വില ഒരു ഔൺസിന് $35 ആയിരുന്നു. നാല്പത് വർഷങ്ങൾ കഴിഞ്ഞ്, സ്വർണം ഒരു ഔൺസിന് $1,400 ആയി. അത് ഡോളറിന്റെ വാങ്ങൽ ശേഷിയിലെ കടുത്ത നഷ്ടമാണ്. യു.എസ്. രാജ്യാന്തര കടം ട്രില്യനുകളിലേക്ക് ഉയരുമ്പോൾ യു.എസ്. കൂടുതൽ കൃത്രിമ പണം അച്ചടിക്കുന്നത് തുടരുന്നത് പ്രശ്നത്തിനെ വഷളാക്കുന്നു.

ഫെഡെറൽ റിസർവ് ബാങ്കും ലോകത്തെങ്ങുമുള്ള സെൻട്രൽ ബാങ്കുകളും കൂടിയ വേഗതയിൽ ട്രില്യൻ കണക്കിന് ഡോളറുകൾ അച്ചടിക്കുമ്പോൾ, അച്ചടിച്ച ഓരോ ഡോളറും അർഥമാക്കുന്നത് ഉയർന്ന നികുതിയും കൂടുതൽ പണപ്പെരുപ്പവുമാണ്. ഇതിനു പുറമേ, മില്യൺ കണക്കിന് ആളുകൾ പണം നീക്കിയിരിപ്പ് സാമർത്ഥ്യമാണെന്ന് വിശ്വസിക്കുന്നത് തുടരുകയും ചെയ്യുന്നു. പണം പണമായിരുന്നപ്പോൾ അത് സാമർത്ഥ്യമായിരുന്നു.

ലോകത്തിലെ ഏറ്റവും വലിയ വിപണി ബോണ്ട് വിപണിയാണ്. 'ബോണ്ട്' എന്നാൽ 'നീക്കിയിരിപ്പിന്റെ' മറ്റൊരു വാക്കാണ്. പല തരത്തിലുള്ള നീക്കിയിരിപ്പുകാർക്ക് വിവിധ തരത്തിലുള്ള ബോണ്ടുകളുണ്ട്. യു.എസ്. ട്രഷറി ബോണ്ടുകൾ, കോർപറേറ്റ് ബോണ്ടുകൾ, മുനിസിപ്പൽ ബോണ്ടുകൾ, ജങ്ക് ബോണ്ടുകൾ എന്നിങ്ങനെയുണ്ട്.

വർഷങ്ങളോളം, യു.എസ്. ഗവൺമെന്റ് ബോണ്ടുകളും ഗവൺമെന്റ് മുനിസിപ്പൽ ബോണ്ടുകളും സുരക്ഷിതമാണെന്ന കരുതലുണ്ടായിരുന്നു. അപ്പോഴാണ് 2007-ലെ സാമ്പത്തിക പ്രതിസന്ധി ആരംഭിച്ചത്. നിങ്ങൾക്കറിയാവുന്നതുപോലെ, ആ പ്രതിസന്ധിയുടെ കാരണം മോർട്ട്ഗേജ് ബോണ്ടുകൾ ആയിരുന്നു, മോർട്ട്ഗേജ് ബാക്ക്ഡ് സെക്യൂരിറ്റീസ് അഥവാ എം.ബി.എസ്., ഡെറിവേറ്റീവ്സ് എന്നും അത് അറിയപ്പെട്ടിരുന്നു. മില്യൺ കണക്കിന് ഇത്തരം മോർട്ട്ഗേജ് ബോണ്ടുകൾ സബ്പ്രൈം മോർട്ട്ഗേജുകൾ കൊണ്ടായിരുന്നു സൃഷ്ടിച്ചിരുന്നത്, അവ സബ്പ്രൈം അല്ലെങ്കിൽ ഉയർന്ന നഷ്ടസാധ്യതയുള്ള കടക്കാർക്ക് കൊടുത്തിരുന്ന ലോണുകളായിരുന്നു. അത്തരം ചില കടക്കാർക്ക് വരുമാനമോ ജോലിയോ ഇല്ലായിരുന്നെന്ന് നിങ്ങൾക്ക് ഓർമ്മ കാണും. എങ്കിലും, അവർക്ക് ഒരിക്കലും പണം കൊടുക്കാൻ കഴിയാത്ത വീടുകൾ അവർ വാങ്ങുന്നുണ്ടായിരുന്നു.

വാൾ സ്ട്രീറ്റ് ബാങ്കർമാർ ഈ സബ്പ്രൈം ലോണുകളെ എടുത്ത് ബോണ്ടുകളാക്കി മാറ്റി, മാന്ത്രികമായി ഈ സബ്പ്രൈം ബോണ്ടിനെ പ്രൈം എന്ന ലേബലടിച്ച് സ്ഥാപനങ്ങൾ, ബാങ്കുകൾ, സർക്കാരുകൾ, വ്യക്തിഗത നിക്ഷേപകർ എന്നിവർക്ക് വിറ്റു. എന്നെ സംബന്ധിച്ചിടത്തോളം അത് ചതിയാണ്. പക്ഷേ അതാണ് ബാങ്കിങ് വ്യവസ്ഥ.

സബ്പ്രൈം കടക്കാരന് അവരുടെ മോർട്ട്ഗേജുകളുടെ പലിശ കൊടുക്കാൻ കഴിയാതെ വന്നപ്പോൾ, ഈ എം.ബി.എസ്. ബോണ്ടുകൾ ലോകം മുഴുവനും പൊട്ടിത്തെറിക്കാൻ തുടങ്ങി.

രസകരമെന്ന് പറയട്ടെ, ഈ സബ്പ്രൈം മോർട്ട്ഗേജുകൾ AAA പ്രൈം ഡെബിറ്റ്, ബോണ്ടുകളുടെ ഉയർന്ന മതിപ്പ്, ആശീർവദിച്ചത് വാറൻ ബഫറ്റിന്റെ സ്ഥാപനമായ മൂഡീസ് ആയിരുന്നു.

ഇന്ന് ഒരുപാട് പേർ വലിയ ബാങ്കുകളെ, ഗോൾഡ്മാൻ സാക്സ്, ജെപ് മോർഗൻ തുടങ്ങിയ, ഈ പ്രതിസന്ധിക്ക് കുറ്റപ്പെടുത്തുന്നു. എങ്കിലും ഈ പ്രതിസന്ധിക്കായി ആരെയെങ്കിലും കുറ്റപ്പെടുത്തണമെങ്കിൽ അത് വാറൻ ബഫറ്റ് ആയിരിക്കണം. അദ്ദേഹം സമർഥനാണ്, താൻ ചെയ്യുന്നതെന്താണെന്ന് അറിയാം. മൂഡീസ് ആശീർവദിച്ചത് അഴുകിയ പട്ടിയിറച്ചിയെ ഗ്രേഡ് A പ്രൈം ബീഫ് ആയിട്ടായിരുന്നു. അത് ക്രിമിനൽ കൃത്യമാണ്.

പ്രശ്നം എന്താണെന്നാൽ, ഈ സബ്പ്രൈം ബോണ്ടുകൾ ഇപ്പോൾ ലോകമെങ്ങും ഒന്നിനു പുറമേ ഒന്നായി ബാധിക്കുന്നു. ഇന്ന്, അയർലന്റ്, ഗ്രീസ് പോലെയുള്ള രാജ്യങ്ങൾ ഗുരുതരമായ പ്രശ്നത്തി

ലാണ്, അവരുടെ ബോണ്ടുകൾക്ക് പലിശ നൽകാൻ കഴിയാതെ. യുണൈറ്റഡ് സ്റ്റേറ്റ്സിൽ സർക്കാരുകളും മുനിസിപ്പാലിറ്റികളും തക രാൻ പോകുകയാണ്, അവരുടെ ബോണ്ടുകൾക്ക് പലിശ നൽകാൻ കഴിയാതെ.

2011–ൽ, മില്യൺ കണക്കിന് വ്യക്തികൾ, ഒരുപാട് വിരമിച്ചവർ, പെൻഷൻ ഫണ്ടുകൾ, സർക്കാരുകൾ, ബാങ്കുകൾ എല്ലാം കുഴപ്പത്തി ലാണ്, ബോണ്ടുകൾ എത്ര അരക്ഷിതമാണെന്ന് ബോണ്ട് മാർക്കറ്റ് തെളിയിച്ചത് കാരണം.

എല്ലാത്തിനും മുകളിൽ, ഉയരുന്ന പണപ്പെരുപ്പം ബോണ്ടുകളെ കൂടുതൽ നഷ്ടസാധ്യതയുള്ള നിക്ഷേപമാക്കി മാറ്റുന്നു. അതുകൊ ണ്ടാണ് കരുതിവയ്ക്കാൻ മാത്രം അറിയാവുന്നവർ പരാജിതർ ആകു ന്നത്. ഉദാഹരണത്തിന്, ഒരു ബോണ്ട് 3 ശതമാനം പലിശ നൽകു കയും പണപ്പെരുപ്പം 5 ശതമാനത്തിൽ ഓടുകയുമാണെങ്കിൽ, 3 ശത മാനത്തിന്റെ ബോണ്ട് മൂല്യം തകരുന്നു, നിക്ഷേപകന്റെ മൂല്യം തുട ച്ചെടുത്തുകൊണ്ട്.

ഏറ്റവും വലിയ പരാജിതൻ ചൈന ആയിരിക്കും. ചൈനയ്ക്ക് ഒരു ട്രില്യൻ ഡോളറിന്റെ യു.എസ്. ബോണ്ടുകൾ ഉണ്ട്. ഓരോ തവ ണയും യു.എസ്. സർക്കാർ കൂടുതൽ പണം അച്ചടിച്ചും കൂടുതൽ ബോണ്ടുകൾ ഇറക്കിയും ഡോളറിന്റെ മൂല്യം കുറയ്ക്കുമ്പോൾ, ചൈന യുടെ യുണൈറ്റഡ് സ്റ്റേറ്റ്സിലുള്ള ട്രില്യൻ ഡോളർ നിക്ഷേപത്തിന്റെ മൂല്യം താഴേയ്ക്ക് പോകുന്നു. ചൈന യു.എസ്. സർക്കാർ ബോണ്ടു കൾ വാങ്ങുന്നത് നിർത്തിയാൽ, ആഗോള സമ്പദ്ഘടന നിലയ്ക്കു കയും തകരുകയും ചെയ്യും.

മില്യൻ കണക്കിന് വിരമിച്ചവരും ചൈനയെപ്പോലെയാണ്. വിരമി ച്ചതിനുശേഷം സ്ഥിരമായ വരുമാനം ആവശ്യമുള്ളവർ സർക്കാർ ബോണ്ടുകൾ സുരക്ഷിതമാണെന്ന് വിശ്വസിച്ചു. ഇന്ന്, സർക്കാരുകൾ, വലുതും ചെറുതുമായവ, പൊട്ടുകയും പണപ്പെരുപ്പം ഉയരുകയും ചെയ്യുമ്പോൾ, ബോണ്ടുകളുടെ രൂപത്തിൽ പണം കരുതിവച്ചവർ പരാജിതരാണെന്ന് വിരമിച്ചവർ അറിയുകയാണ്.

മുനിസിപ്പൽ ബോണ്ടുകൾ സംസ്ഥാനങ്ങളും, നഗരങ്ങളും, ആശു പത്രികളും, സ്കൂളുകളും, മറ്റ് പൊതുസ്ഥാപനങ്ങളും പുറത്തിറക്കുന്ന IOU കളാണ്. മുനിസിപ്പൽ ബോണ്ടുകളുടെ ഒരു ഗുണം അവ നികുതി രഹിത വരുമാനം ആണെന്നതാണ്. പ്രശ്നം എന്താണെന്നാൽ, മുനി സിപ്പൽ ബോണ്ടുകൾ നഷ്ടസാധ്യത ഇല്ലാത്തതല്ല.

മില്യൺ കണക്കിന് മുനിസിപ്പൽ ബോണ്ട് നിക്ഷേപകർ ഇപ്പോൾ അവർ നിക്ഷേപിച്ചിട്ടുള്ള മുനിസിപ്പൽ ബോണ്ടുകൾ ഗുരുതരമായ പ്രശ്നത്തിലാണെന്ന് തിരിച്ചറിയുന്നുണ്ട്. യുണൈറ്റഡ് സ്റ്റേറ്റ്സിൽ, $3 ട്രില്യനേക്കാൾ കൂടുതൽ മുനിസിപ്പൽ ബോണ്ടുകളിൽ നിക്ഷേപി ക്കപ്പെട്ടിരിക്കുന്നു. കണക്കാക്കപ്പെടുന്നത് ആ ബോണ്ടുകളുടെ മൂന്നിൽ

രണ്ടും ഇപ്പോൾ നഷ്ടസാധ്യതയിലാണുള്ളത് എന്നാണ്, കാരണം ആ പൊതുസ്ഥാപനങ്ങൾ തകർന്നിരിക്കുന്നു. കൂടുതൽ പണം അതിലേയ്ക്ക് ഒഴുക്കുകയാണെങ്കിൽ, സംസ്ഥാനങ്ങൾ, നഗരങ്ങൾ, ആശുപത്രികൾ, സ്കൂളുകൾ തുടങ്ങിയവ തവണ മുടക്കാൻ തുടങ്ങുന്നതോടെ സബ്പ്രൈം വീട്ടുടമകൾ മുടക്കി അവരുടെ ഹോം മോർട്ട്ഗേജുകൾ തിരികെയടയ്ക്കുന്നത് നിർത്തുന്നതുപോലെ യുണൈറ്റഡ് സ്റ്റേറ്റ്സ് അകമേ നിന്നും പൊട്ടും.

ബോണ്ട് വിപണി ലോകത്തിലെ തന്നെ ഏറ്റവും വലിയ വിപണിയാണ്, സ്റ്റോക്ക് മാർക്കറ്റ് അല്ലെങ്കിൽ റിയൽ എസ്റ്റേറ്റ് മാർക്കറ്റിനേക്കാൾ വലുത്. അത് ഏറ്റവും വലുതായിരിക്കാനുള്ള പ്രധാന കാരണം ഭൂരിഭാഗം ആളുകളും കരുതിവയ്ക്കുന്നവരാണ് എന്നതാണ് - ലെവൽ 2 നിക്ഷേപകർ. ദൗർഭാഗ്യവശാൽ, 1971-നുശേഷം പണത്തിന്റെ നിയമങ്ങൾ മാറിയപ്പോൾ, കരുതിവയ്ക്കുന്നവർ ഏറ്റവും വലിയ പരാജിതർ ആയിപ്പോയി, അവർ ബോണ്ടുകളിൽ പണം നിക്ഷേപിച്ച് കരുതിവച്ചെങ്കിലും.

ഓർക്കുക, കരുതിവയ്ക്കുന്നവർ, ബോണ്ട് ഹോൾഡർമാർ, പിന്നെ റിട്ടയർമെന്റ് പ്ലാനിൽ പണം കരുതിവയ്ക്കുന്നവർ എല്ലാം അവരുടെ പണം നിർത്തിയിടുന്നവരാണ്, ദീർഘകാലത്തേക്ക് നിക്ഷേപിക്കുക വഴി, അതേസമയം പ്രൊഫഷണൽ നിക്ഷേപകർ അവരുടെ പണം ചലിപ്പിച്ചുകൊണ്ടിരിക്കും.

പ്രൊഫഷണൽ നിക്ഷേപകർ അവരുടെ പണം ഒരു വസ്തുവിൽ നിക്ഷേപിക്കും, ആ വസ്തു വിൽക്കാതെ തന്നെ ആ പണം തിരികെ മേടിക്കും, എന്നിട്ട് കൂടുതൽ വസ്തുക്കളിലേക്ക് അവരുടെ പണം ചലിപ്പിക്കും. അതുകൊണ്ടാണ് പണം നിർത്തിയിടുന്ന കരുതിവയ്ക്കുന്നവർ ഏറ്റവും വലിയ പരാജിതരാകുന്നത്.

തലം 3: ഞാൻ വളരെ തിരക്കുള്ളയാളാണ് എന്ന തലം

ഈ നിക്ഷേപകൻ നിക്ഷേപിക്കുന്നതിനെക്കുറിച്ച് പഠിക്കാൻ സമയമില്ലാത്തയാളാണ്. ഈ തലത്തിലുള്ള ഒരുപാട് നിക്ഷേപകർ ഉയർന്ന വിദ്യാഭ്യാസമുള്ള സ്വന്തം തൊഴിൽ ജീവിതത്തിലും കുടുംബത്തിലും, മറ്റു താല്പര്യങ്ങളിലും, അവധിക്കാലങ്ങളിലും വളരെ തിരക്കുപിടിച്ചവരായിരിക്കും. അതുകൊണ്ട്, അവർ താല്പര്യപ്പെടുക സാമ്പത്തികമായി നിഷ്കളങ്കനായി അവരുടെ പണം അവർക്കുവേണ്ടി കൈകാര്യം ചെയ്യാൻ മറ്റാരെയെങ്കിലും ഏല്പിക്കുന്നതാണ്.

ഈ തലത്തിലാണ് ഭൂരിഭാഗം 401(k), IRA, പിന്നെ വളരെ ധനികരായ നിക്ഷേപകർ ഉള്ളത്. അവർ വെറുതേ പണം ഒരു 'വിദഗ്ധന്' കൈമാറുകയും അവരുടെ വിദഗ്ധൻ ശരിക്കും വിദഗ്ധനായിരിക്കട്ടേയെന്ന് പ്രതീക്ഷിക്കുകയും പ്രാർഥിക്കുകയും ചെയ്യും.

2007-ൽ സാമ്പത്തിക പ്രതിസന്ധി പൊട്ടിപ്പുറപ്പെട്ട ഉടൻതന്നെ, ഒരുപാട് സമ്പന്നർക്ക് അവരുടെ വിശ്വസനീയനായ വിദഗ്ധൻ ഒട്ടും

വിദഗ്ധനല്ലെന്ന് മാത്രമല്ല, അതിനേക്കാൾ മോശവും, വിശ്വസിക്കാൻ കൊള്ളാത്തവനുമാണെന്ന് തിരിച്ചറിഞ്ഞു.

മാസങ്ങൾക്കകം, ട്രില്യനുകൾ വിലമതിക്കുന്ന സമ്പത്ത് റിയൽ എസ്റ്റേറ്റും സ്റ്റോക്ക് മാർക്കറ്റും തകരാൻ തുടങ്ങിയതോടെ ആവിയായിപ്പോയി. വിറളി പിടിച്ച്, ഈ നിക്ഷേപകർ അവരുടെ വിശ്വസനീയനായ വിദഗ്ധനെ വിളിക്കുകയും രക്ഷിക്കാൻ യാചിക്കുകയും ചെയ്തു.

ഏതാനും നിക്ഷേപകർ അവരുടെ വിശ്വസനീയരായ വിദഗ്ധർ വളരെ പരിഷ്കൃതരായ വഞ്ചകന്മാരാണെന്നും വിപുലമായി പോൻസി സ്കീമുകൾ നടത്തുകയാണെന്നും കണ്ടെത്തി. ഒരു പോൻസി സ്കീം എന്നത് നിക്ഷേപകർക്ക് പുതിയ നിക്ഷേപകരുടെ പണംകൊണ്ട് പ്രതിഫലം കൊടുക്കുന്ന നിക്ഷേപസ്കീം ആണ്. പുതിയ നിക്ഷേപകർ പുതിയ പണം ചേർത്ത് പഴയ നിക്ഷേപകർക്ക് പ്രതിഫലം നൽകുന്നതുവരെ സ്കീം നന്നായി നടക്കും. യുണൈറ്റഡ് സ്റ്റേറ്റ്സിൽ ബേർണി മഡോഫ് പ്രശസ്തനായത് അയാൾ ധനികരുടെ പണംകൊണ്ട് ബില്യനുകൾ 'സൃഷ്ടിച്ചത്' കൊണ്ടാണ്.

നിയമപരമായ പോൻസി സ്കീമുകളും നിയമവിരുദ്ധമായ പോൻസി സ്കീമുകളും ഉണ്ട്. സോഷ്യൽ സെക്യൂരിറ്റി ഒരു നിയമപരമായ പോൻസി സ്കീം ആണ്, സ്റ്റോക്ക് മാർക്കറ്റും അതെ. രണ്ടിലും സ്കീമിലേക്ക് പണം ഒഴുകുന്നതുവരെ അത് പ്രവർത്തിക്കും. പുതിയ പണം ഒഴുകുന്നത് നിൽക്കുകയാണെങ്കിൽ, സ്കീം - മഡോഫ് സ്കീം, സോഷ്യൽ സെക്യൂരിറ്റി, അല്ലെങ്കിൽ വാൾ സ്ട്രീറ്റ് എന്തോ ആയിക്കൊള്ളട്ടെ - തകരും.

ലെവൽ 3 നിക്ഷേപകന്റെ, നിക്ഷേപകനാകാൻ സമയമില്ലാത്തയാൾ, പ്രശ്നം എന്താണെന്നാൽ ആ വ്യക്തി ആയാളുടെ പണം നഷ്ടപ്പെട്ടാലും ഒന്നും പഠിക്കില്ല എന്നാണ്. അവർക്ക് ഒരു മോശം അനുഭവം അല്ലാതെ മറ്റൊരു അനുഭവവുമില്ല. ആകെ അവർക്ക് ചെയ്യാൻ കഴിയുന്നത് ഉപദേശകൻ, വിപണി, അല്ലെങ്കിൽ സർക്കാരിനെ കുറ്റപ്പെടുത്താം എന്നത് മാത്രമാണ്. എന്ത് തെറ്റുകളാണ് ചെയ്തത് എന്ന് അറിയില്ലെങ്കിൽ ഒരാൾക്ക് തെറ്റുകളിൽനിന്നും പഠിക്കാൻ പ്രയാസമായിരിക്കും.

തലം 4: ഞാൻ പ്രൊഫഷണൽ തലത്തിലാണ്

ഇത് S ചതുരത്തിലെ സ്വയം ചെയ്യുന്ന നിക്ഷേപകനാണ്. ഒരുപാട് വിരമിച്ചവർ തൊഴിൽ ജീവിതം അവസാനിച്ചാൽ ലെവൽ 4 നിക്ഷേപകരായി മാറും.

ഈ നിക്ഷേപകൻ കുറച്ച് സ്റ്റോക്കുകൾ വാങ്ങുകയോ വിൽക്കുകയോ ചെയ്യും, മിക്കവാറും ഒരു ഡിസ്കൗണ്ട് ബ്രോക്കറിൽ നിന്നും. എന്തൊക്കെയായാലും, അവർക്ക് സ്വന്തമായി ഗവേഷണം ചെയ്ത് തീരുമാനമെടുക്കാം എന്നിരിക്കേ എന്തിനാണ് സ്റ്റോക്ക് ബ്രോക്കർമാരുടെ വലിയ കമ്മീഷൻ കൊടുക്കുന്നത്?

അവർ റിയൽ എസ്റ്റേറ്റിൽ നിക്ഷേപിച്ചാൽ, സ്വയം ചെയ്യുന്നവർ സ്വന്തം വസ്തുക്കൾ കണ്ടെത്തി, കരാറാക്കി, കൈകാര്യം ചെയ്യും. ആ വ്യക്തി ഒരു 'ഗോൾഡ് ബഗ്' ആണെങ്കിൽ അവർ സ്വയമേ സ്വർണമോ വെള്ളിയോ വാങ്ങി സൂക്ഷിക്കും.

മിക്കവാറും കേസുകളിൽ, സ്വയം ചെയ്യുന്നവർക്ക് വളരെ കുറച്ച്, അങ്ങനെയുണ്ടെങ്കിൽ, ഔപചാരിക സാമ്പത്തിക വിദ്യാഭ്യാസമേ ഉണ്ടാകുകയുള്ളൂ. എന്തൊക്കെയായാലും, അവർക്ക് സ്വയമേ ചെയ്യാൻ കഴിയുമെങ്കിൽ, എന്തിൽ നിന്നെങ്കിലും പഠിക്കുന്നതെന്തിന്?

അവർ ഒന്നോ രണ്ടോ കോഴ്സുകളിൽ പങ്കെടുത്താലും, അത് മിക്കവാറും നേർത്ത വിഷയം ആയിരിക്കും. ഉദാഹരണത്തിന്, അവർക്ക് സ്റ്റോക്ക് ട്രേഡിങ് ആണ് ഇഷ്ടമെങ്കിൽ, അവർ സ്റ്റോക്ക് ട്രേഡിങ്ങിൽ മാത്രം ശ്രദ്ധിക്കും. ചെറിയ റിയൽ എസ്റ്റേറ്റ് നിക്ഷേപകന്റെ കാര്യവും സമാനമാണ്.

ഒമ്പതാം വയസ്സിൽ, ധനികനായ പിതാവ് എന്റെ സാമ്പത്തിക വിദ്യാഭ്യാസം മൊണോപൊളി ഗെയിംകൊണ്ട് ആരംഭിച്ചപ്പോൾ, അദ്ദേഹത്തിന് എനിക്ക് നിക്ഷേപത്തിന്റെ ലോകത്തിനെക്കുറിച്ച് വിശാലമായ ചിത്രം ലഭിക്കണമെന്നുണ്ടായിരുന്നു. താഴെ കൊടുത്തിരിക്കുന്നവ ഞാൻ ജീവിതത്തിൽ പഠിക്കാൻ ചെലവഴിക്കണമെന്ന് അദ്ദേഹം ആഗ്രഹിച്ച അടിസ്ഥാനപരമായ വലിയ ചിത്രത്തിലുള്ള വസ്തുവകകൾ ആണ്.

വസ്തുവകകൾ	ബാധ്യതകൾ
ബിസിനസ്സ് റിയൽ എസ്റ്റേറ്റ് പേപ്പർ ക്രയവസ്തുക്കൾ	

കൂടുതൽ ആളുകൾ നിക്ഷേപിക്കുന്നതിന്റെ ആവശ്യകതയെക്കുറിച്ച് ബോധവാന്മാരാകുമ്പോൾ, അവരിൽ മില്യണുകൾ എല്ലാ ഗണങ്ങളിലുമുള്ള ചെറിയ ലെവൽ 4 നിക്ഷേകർ ആയി മാറുന്നു.

2007-ലെ വിപണിത്തകർച്ചയ്ക്കുശേഷം, മില്യൺ കണക്കിന് ആളുകൾ ചെറിയ ബിസിനസ്സുകൾ തുടങ്ങി സംരംഭകരായിത്തീർന്നു, പിന്നെ ഒരുപാട് പേർ വില കുറഞ്ഞ സമയത്ത് റിയൽ എസ്റ്റേറ്റിൽ നിക്ഷേപിച്ചു. കൂടുതലും, എന്തായാലും, സ്റ്റോക്ക് ട്രേഡിങ്ങിലും സ്റ്റോക്ക് പിക്കിങ്ങിലും കൈവയ്ക്കാൻ ശ്രമിച്ചു. ഡോളറിന്റെ മൂല്യം കുറഞ്ഞപ്പോൾ, മില്യൺ കണക്കിന് ആളുകൾ ഡോളറിനുപകരം സ്വർണവും വെള്ളിയും സൂക്ഷിക്കാൻ തുടങ്ങി.

സ്വാഭാവികമായും, തുടർന്നുകൊണ്ടിരിക്കുന്ന സാമ്പത്തിക വിദ്യാഭ്യാസത്തിലും നിക്ഷേപിച്ചവർ, അവരുടെ പ്രകടനം മെച്ചപ്പെടുത്താൻ പതിവായി ക്ലാസ്സുകളിൽ പോകുകയും കോച്ചിനെ നിയമിക്കുകയും ചെയ്തവർ, സ്വയമേ ചെയ്യുന്നവരെ മറികടക്കും.

നല്ല സാമ്പത്തിക വിദ്യാഭ്യാസം കൊണ്ട്, കുറച്ച് ലെവൽ 4 നിക്ഷേപകർ അടുത്ത ലെവലിലേയ്ക്ക് കയറിപ്പറ്റും, ലെവൽ 5 നിക്ഷേപകൻ എന്ന ധനികൻ.

തലം 5: ക്യാപിറ്റലിസ്റ്റ് തലം

ഇത് ലോകത്തിലെതന്നെ ക്യാപിറ്റലിസ്റ്റുകളുടെ തലമാണ്. ലെവൽ 5 നിക്ഷേപകൻ, ഒരു ധനികൻ, ആ ചതുരത്തിൽനിന്നും I ചതുരത്തിൽ നിക്ഷേപിക്കുന്ന ബിസിനസ്സ് ഉടമയാണ്.

മുമ്പ് പറഞ്ഞതുപോലെ, ലെവൽ 4 നിക്ഷേപകൻ S ചതുരത്തിൽ നിന്നുമുള്ള, I ചതുരത്തിൽ നിക്ഷേപിക്കുന്ന, സ്വയം ചെയ്യുന്ന ആളാണ്.

ലെവൽ 4 നിക്ഷേപകനും ലെവൽ 5 ക്യാപിറ്റലിസ്റ്റ് നിക്ഷേപകനും തമ്മിലുള്ള ചില വ്യത്യാസങ്ങൾ താഴെ കൊടുത്തിരിക്കുന്നവയാണ്.

1. S ചതുരത്തിലെ നിക്ഷേപകൻ പൊതുവേ നിക്ഷേപിക്കാനായി അയാളുടെ സ്വന്തം പണം ഉപയോഗിക്കുന്നു.

   B ചതുരത്തിലെ നിക്ഷേപകൻ പൊതുവേ OPM (മറ്റുള്ളവരുടെ പണം) നിക്ഷേപിക്കാനായി ഉപയോഗിക്കുന്നു.

   ഇതാണ് ലെവൽ 4 ഉം ലെവൽ 5 ഉം നിക്ഷേപകർ തമ്മിലുള്ള പ്രധാന വ്യത്യാസങ്ങൾ.

2. S ചതുരത്തിലെ നിക്ഷേപകൻ മിക്കപ്പോഴും ഏകാന്ത നിക്ഷേപകൻ ആയിരിക്കും (S എന്നാൽ സമർഥൻ എന്നും പറയാം.)

   ആ ചതുരത്തിലെ നിക്ഷേപകൻ ഒരു ടീം ആയി നിക്ഷേപിക്കുന്നു. ആ ചതുരത്തിലെ നിക്ഷേപകർ സമർഥരാകണമെന്നില്ല. അവർക്ക് നല്ല സമർഥമായ ഒരു ടീം മതി.

   ഒന്നിനേക്കാൾ രണ്ട് മനസ്സുകൾ ഉള്ളതാണ് നല്ലതെന്ന് മിക്കവാറും ആളുകൾക്കറിയാം. എങ്കിലും, ഒരുപാട് S ചതുരത്തിലെ നിക്ഷേപകർ വിശ്വസിക്കുന്നത് അവരാണ് ലോകത്തിലെ ഏറ്റവും സമർഥരായ ആളുകൾ എന്നാണ്.

3. S ചതുരത്തിലെ നിക്ഷേപകൻ ആ ചതുരത്തിലെ നിക്ഷേപകനേക്കാൾ കുറച്ചേ സമ്പാദിക്കുകയുള്ളൂ.

4. S ചതുരത്തിലെ നിക്ഷേപകർ മിക്കപ്പോഴും ആ ചതുരത്തിലെ നിക്ഷേപകനേക്കാൾ കൂടുതൽ നികുതി കൊടുക്കുന്നു.

5. S ചതുരം എന്നാൽ സ്വാർഥൻ എന്നും അർഥമുണ്ട്. അവർ

എത്രത്തോളം സ്വാർഥരാകുന്നുവോ അത്രത്തോളം പണം സമ്പാദിക്കും.

ആ ചതുരത്തിലെ നിക്ഷേപകൻ ഉദാരമനസ്കരായിരിക്കണം. എത്രത്തോളം ഉദാരമനസ്കരാണോ, അവർ അത്രത്തോളം പണം സമ്പാദിക്കും.

6. S ചതുരത്തിലെ നിക്ഷേപകനായി പണം സ്വരൂപിക്കാൻ പ്രയാസമാണ്. ആ ചതുരത്തിലെ നിക്ഷേപകന് മൂലധനം ഉണ്ടാക്കാൻ എളുപ്പമാണ്. ഒരാൾക്ക് ആ ചതുരത്തിൽ ബിസിനസ്സ് പടുത്തുയർത്താൻ അറിയാമെങ്കിൽ, വിജയം പണത്തിനെ ആകർഷിക്കുന്നു. നിങ്ങൾ ആ ചതുരത്തിൽ വിജയിച്ചെങ്കിൽ I ചതുരത്തിൽ നിന്നും പണം ഉണ്ടാക്കുന്നത് എളുപ്പമാകും. അതൊരു വലിയ 'ചോദ്യമാണ്'.

മൂലധനം സ്വരൂപിക്കുന്നത് എളുപ്പമാകുന്നതാണ് S ചതുരത്തിൽ വിജയിയാകുന്നതും ആ ചതുരത്തിൽ വിജയിയാകുന്നതും തമ്മിലുള്ള ഏറ്റവും വലിയ വ്യത്യാസം. ഒരാൾ B ചതുരത്തിൽ വിജയിച്ചാൽ, ജീവിതം എളുപ്പമാണ്. വെല്ലുവിളി വിജയിക്കുന്നതിലാണുള്ളത്.

S ചതുരത്തിൽ വിജയിക്കുന്നതിനുള്ള പ്രശ്നം മൂലധനം സ്വരൂപിക്കുന്നത് എപ്പോഴും പ്രയാസമാണ് എന്നതാണ്.

ഉദാഹരണത്തിന്, B ചതുരത്തിലെ ബിസിനസ്സിന്റെ ഓഹരികൾ സ്റ്റോക്ക് മാർക്കറ്റിലൂടെ വിറ്റ് പബ്ലിക് ആക്കുന്നത് എളുപ്പമാണ്. B ചതുരത്തിലുള്ള ബിസിനസ്സിന് മൂലധനം സ്വരൂപിക്കുന്നത് എത്ര എളുപ്പമാണ് എന്നതിന്റെ ആധുനിക ഉദാഹരണമാണ് ഫേസ്ബുക്കിന്റെ കഥ. ഫേസ്ബുക്ക് വെറും ഒരു വെബ് കൺസൾട്ടിങ് സ്ഥാപനം ആയി തുടർന്നിരുന്നെങ്കിൽ, നിക്ഷേപക മൂലധനം സ്വരൂപിക്കുന്നത് പ്രയാസമായേനേ.

മറ്റൊരു ഉദാഹരണമാണ് മക്ഡൊണാൾഡ്സ്. മക്ഡൊണാൾഡ്സ് ഒറ്റപ്പെട്ട ഒരു ഹാംബർഗർ സ്റ്റോർ ആയി തുടർന്നിരുന്നെങ്കിൽ, ഒരു S ചതുരത്തിലുള്ള പ്രവൃത്തി, ആരും അതിൽ നിക്ഷേപിക്കില്ലായിരുന്നു. മക്ഡൊണാൾഡ്സ് ഫ്രാഞ്ചൈസി വ്യവസ്ഥ വഴി B ചതുരത്തിലേക്ക് വികസിക്കാൻ തുടങ്ങി സ്റ്റോക്ക് എക്സ്ചേഞ്ചിൽ ലിസ്റ്റ് ചെയ്യപ്പെട്ടപ്പോൾ, പണം അകത്തേക്ക് ഒഴുകി.

ഒരു ബിസിനസ്സ് അതിന്റെ 'ഓഹരികൾ' വിൽക്കുന്നതിന്റെ കാരണം അവർ എത്രത്തോളം ഓഹരി പങ്കുവയ്ക്കുന്നുവോ, നിക്ഷേപകൻ അത്രത്തോളം ധനവാനാകുന്നു എന്നതാണ്. ഒരു S ചതുരത്തിലുള്ള ബിസിനസ്സിന് ഓഹരികൾ വിൽക്കാൻ പ്രയാസമായിരിക്കും, കാരണം ആ ബിസിനസ്സ് പങ്കുവയ്ക്കാൻ അത്രയ്ക്ക് ചെറുതായിരിക്കും.

റിയൽ എസ്റ്റേറ്റിലും അതു തന്നെയാണ് അവസ്ഥ. ഞാൻ ചെറുതായിരുന്നപ്പോൾ സിംഗിൾ ഫാമിലി വീടുകൾ, വാടകക്കെട്ടിടങ്ങൾ,

ചെറിയ 4-30 യൂണിറ്റ് അപ്പാർട്ട്മെന്റ് കെട്ടിടങ്ങൾ തുടങ്ങിയവയിൽ നിക്ഷേപിക്കുന്ന റിയൽ എസ്റ്റേറ്റ് നിക്ഷേപകർക്ക് ലോൺ ലഭിക്കാൻ ബുദ്ധിമുട്ടായിരുന്നു.

കിമ്മും ഞാനും 100 യൂണിറ്റുകൾക്ക് മുകളിലുള്ള അപാർട്ട്മെന്റ് കെട്ടിടങ്ങളിൽ നിക്ഷേപിക്കാൻ തുടങ്ങിയ നിമിഷം, ബാങ്കുകൾ ഞങ്ങൾക്ക് കൂടുതൽ പണം കടം തരാൻ കൂടുതൽ തയ്യാറായി. കാരണം? 100 യൂണിറ്റുകളിൽ കൂടുതലുള്ള വസ്തുക്കളുടെ വില നിശ്ചയിച്ചിരുന്നത് മില്യണുകളിൽ ആയിരുന്നു, ബാങ്കുകൾ നിക്ഷേപകന് പണം കൊടുക്കില്ല. അവർ നിക്ഷേപത്തിനാണ് പണം കൊടുക്കുക. മറ്റുവാക്കുകളിൽ പറഞ്ഞാൽ, 100 യൂണിറ്റുകളിൽ കൂടുതലുള്ള വസ്തുക്കളിൽ, ബാങ്കുകൾ നിക്ഷേപകനേക്കാൾ നിക്ഷേപത്തിലായിരിക്കും സൂക്ഷിച്ചു നോക്കുക.

അതിനും പുറമേ, $10,000 ത്തേക്കാൾ $10 മില്യൻ കടം കൊടുക്കും, ആയിരങ്ങൾ കൊടുക്കുന്നതിനും മില്യനുകൾ കൊടുക്കുന്നതിനും ഒരേസമയം മാത്രമേ എടുക്കുകയുള്ളൂ എന്നതുകൊണ്ട്. ഓർക്കുക, ബാങ്കുകൾക്ക് കടക്കാരെ ഇഷ്ടമാണ്, കാരണം കടക്കാരാണ് ബാങ്കുകളെ ധനികരാക്കുന്നത്.

ഒരിക്കൽ വലിയ അപ്പാർട്ട്മെന്റ് വീടുകൾ സ്വന്തമാക്കാനും ലാഭകരമായി കൈകാര്യം ചെയ്യാനുമുള്ള നമ്മുടെ കഴിവിൽ ബാങ്കുകൾ തൃപ്തിയായാൽ, അവർ മിക്കപ്പോഴും നമുക്ക് പണം വാഗ്ദാനം ചെയ്യാനായി വരിനിൽക്കും, പ്രതിസന്ധിയുടെ ഘട്ടത്തിൽ പോലും.

അപ്പോൾ ചോദ്യം ഇതാണ്: ആരിൽ നിന്നായിരിക്കും ലെവൽ 5 നിക്ഷേപകർക്ക് പണം ലഭിക്കുക? ഉത്തരം: അവർക്ക് പണം ലഭിക്കുക തങ്ങളുടെ പണം ബാങ്കുകളിലും പെൻഷൻ പ്ലാനുകളിൽ കരുതിവയ്ക്കുന്ന ലെവൽ 2, ലെവൽ 3 നിക്ഷേപകരിൽ നിന്നായിരിക്കും.

ഒന്നുമില്ലായ്മയിൽ നിന്നും തുടങ്ങുന്നത്

ഞാൻ ഈ പുസ്തകം കിമ്മും ഞാനും വീടില്ലാതെയിരുന്ന കഥയുമായി തുടങ്ങിയതിന്റെ കാരണം വായനക്കാർക്ക് പണമില്ലാത്തത് സമർഥമായി വളരാതിരിക്കാനും, വലുതായി ചിന്തിക്കാതിരിക്കാനും, ധനികനാകാതിരിക്കാനും ഉള്ള കാരണമല്ലെന്ന് അറിയിക്കാനാണ്.

എന്റെ ജീവിതത്തിൽ കൂടുതൽ ഭാഗവും, എന്റടുത്ത് ആവശ്യത്തിന് പണമുണ്ടായിരുന്നില്ല. പണമില്ലാത്തത് ഒരു ഉപായമായി എടുത്തിരുന്നെങ്കിൽ, ഞാൻ ഒരിക്കലും ധനികനാവില്ലായിരുന്നു. ഇത് പ്രധാനമാണ്, കാരണം ഒരു യഥാർഥ ധനികന്റെ കൈയിൽ ഒരിക്കലും പണമുണ്ടാവില്ല. അതുകൊണ്ടാണ് അവർക്ക് എങ്ങനെ മൂലധനം സ്വരൂപിക്കണമെന്നും മറ്റുള്ളവരുടെ പണം ഉപയോഗിച്ച് കുറേ ആളുകൾക്ക് കുറേ പണം ഉണ്ടാക്കണമെന്നും അറിയേണ്ടത്.

എങ്ങനെ ഒരു ക്യാപിറ്റലിസ്റ്റ് ആകാം

എന്റെ മാതാവിനും പിതാവിനും ഞാൻ E & S ചതുരങ്ങളിൽ വിജയിക്കണമെന്നായിരുന്നു ആഗ്രഹം. എന്റെ പിതാവ് നിർദ്ദേശിച്ചത് ഞാൻ സ്കൂളിൽ പോയി, പിഎച്ച്.ഡി. എടുത്ത്, അദ്ദേഹവും അത് ചെയ്തിരുന്നു, E ചതുരത്തിൽ സർക്കാരിനുവേണ്ടി ജോലി ചെയ്യുകയോ കോർപ്പറേറ്റ് ഏണിപ്പടികൾ കയറുകയോ ചെയ്യണമെന്നായിരുന്നു. എന്റെ മാതാവിന്, ഒരു രജിസ്റ്റേർഡ് നഴ്സ്, ഞാൻ S ചതുരത്തിലെ മെഡിക്കൽ ഡോക്ടർ ആകണമെന്നായിരുന്നു ആഗ്രഹം.

എന്റെ ധനികനായ പിതാവ് നിർദ്ദേശിച്ചത് ഞാനൊരു ക്യാപിറ്റലിസ്റ്റ് ആകണമെന്നായിരുന്നു. എന്നുവച്ചാൽ ഞാൻ B & I ചതുരങ്ങളിൽ വിജയിക്കാനുള്ള നൈപുണ്യങ്ങൾ പഠിക്കണമെന്ന്.

എന്റെ മാതാവും പിതാവും പരമ്പരാഗത സ്കൂളുകളായ കോളജുകൾ, ലോ സ്കൂളുകൾ, മെഡിക്കൽ സ്കൂളുകൾ എന്നിവയിൽ വിശ്വസിച്ചിരുന്നു. അവർ ഡിഗ്രി അല്ലെങ്കിൽ മെഡിക്കൽ ലൈസൻസ് പോലെയുള്ള നല്ല ഗ്രേഡുകൾ, ഡിഗ്രികൾ, യോഗ്യതകൾ എന്നിവയ്ക്ക് മൂല്യം നൽകിയിരുന്നു.

എന്റെ ധനികനായ പിതാവ് വിദ്യാഭ്യാസത്തിൽ വിശ്വസിച്ചിരുന്നു, പക്ഷേ പരമ്പരാഗത സ്കൂളുകളിൽ കാണാവുന്ന തരത്തിലുള്ള വിദ്യാഭ്യാസം ആയിരുന്നില്ലെന്ന് മാത്രം. സ്കൂളിലേക്ക് പോകുന്നതിന് പകരം, എന്റെ ധനികനായ പിതാവ് തന്റെ ബിസിനസ്സ്, നിക്ഷേപ നൈപുണ്യങ്ങൾ മെച്ചപ്പെടുത്തുന്ന സെമിനാറുകൾക്കും കോഴ്സുകൾക്കും ചേർന്നു. അദ്ദേഹം വ്യക്തിത്വവികസന കോഴ്സുകളിലും പങ്കെടുത്തു. അദ്ദേഹത്തിന് ഗ്രേഡുകളിലും യോഗ്യതകളിലും താല്പര്യമുണ്ടായിരുന്നില്ല. അദ്ദേഹത്തിന് B & I ചതുരങ്ങളിലെ കരുത്തുകളും പ്രവൃത്തിനൈപുണ്യങ്ങളും നൽകുന്ന യഥാർഥ ജിവിതനൈപുണ്യങ്ങളായിരുന്നു ആവശ്യമുണ്ടായിരുന്നത്.

ഞാൻ ഹൈസ്കൂളിൽ ആയിരുന്നപ്പോൾ, എന്റെ ധനികനായ പിതാവ് ഇടയ്ക്ക് ഹൊണോലുലുവിലേക്ക് പറന്ന് സംരംഭകത്വത്തിലും നിക്ഷേപത്തിലുമുള്ള സെമിനാറുകളിൽ പങ്കെടുക്കുമായിരുന്നു. ഒരു ദിവസം, എന്റെ ദരിദ്രനായ പിതാവിനോട് ധനികനായ പിതാവ് സെയിൽസ് ക്ലാസ്സിന് പോകുന്നെന്ന് പറഞ്ഞപ്പോൾ, എന്റെ ദരിദ്രനായ പിതാവ് പൊട്ടിച്ചിരിച്ചു. ഒരാൾ വിൽക്കുന്നതെങ്ങനെയെന്ന് പഠിക്കുന്നത് എന്തിനാണെന്ന് അദ്ദേഹത്തിന് മനസ്സിലായില്ല, പ്രത്യേകിച്ചും ക്ലാസ്സ് മണിക്കൂറുകൾ ഒരു ഉന്നത കോളജ് ഡിഗ്രിക്ക് യോഗ്യമല്ലാത്തപ്പോൾ. എന്റെ ദരിദ്രനായ പിതാവ് ധനികനായ പിതാവിനെ താഴ്ത്തിക്കാണുമായിരുന്നു, കാരണം ധനികനായ പിതാവ് ഒരിക്കലും ഹൈസ്കൂൾ പൂർത്തിയാക്കിയിട്ടില്ലായിരുന്നു.

എനിക്ക് വിദ്യാഭ്യാസത്തിനെക്കുറിച്ച് വ്യത്യസ്തങ്ങളായ നിലപാടുകൾ ഉള്ള രണ്ട് പിതാക്കൾ ഉണ്ടായിരുന്നതിനാൽ, ഒന്നിനേക്കാൾ

കൂടുതൽ തരങ്ങളിലുള്ള വിദ്യാഭ്യാസം ഉണ്ടെന്ന് എനിക്കറിയാൻ കഴിഞ്ഞു. പരമ്പരാഗത സ്കൂളുകൾ E & S ചതുരങ്ങളിൽ വിജയിക്കണം എന്ന് ആഗ്രഹമുള്ളവർക്കാണ്. മറ്റൊരുതരം വിദ്യാഭ്യാസം B & I ചതുര ങ്ങളിൽ വിജയിക്കണം എന്നുള്ളവർക്കാണ്.

1973-ൽ, ഞാൻ വിയറ്റ്നാമിൽ നിന്നും തിരികെയെത്തി. അത് എനിക്ക് ഏത് പിതാവിനെയാണ് പിന്തുടരേണ്ടത് എന്ന് മനസ്സിനെ തയ്യാറെടുപ്പിക്കാനുള്ള സമയമായിരുന്നു. ഞാൻ എന്റെ ദരിദ്രനായ പിതാവിന്റെ ചുവടുകൾ പിന്തുടർന്ന് സ്കൂളിലേക്ക് തിരിച്ചുപോയി E അല്ലെങ്കിൽ S ആകണോ, അതോ ധനികനായ പിതാവിന്റെ പാതയിൽ B അല്ലെങ്കിൽ I ആയി, പതിയെ ക്യാപിറ്റലിസ്റ്റ് ആകണോ?

1973-ൽ, എന്റെ ധനികനായ പിതാവ് നിർദ്ദേശിച്ചത് ഞാൻ റിയൽ എസ്റ്റേറ്റ് നിക്ഷേപത്തിൽ ക്ലാസ്സിനു പോകണമെന്നായിരുന്നു. അദ്ദേഹം പറഞ്ഞു, 'നിനക്കൊരു വിജയിയായ ക്യാപിറ്റലിസ്റ്റ് ആകണമെങ്കിൽ, എങ്ങനെ മൂലധനം സ്വരൂപിക്കണമെന്നും പണമുണ്ടാക്കാൻ കടത്തിനെ എങ്ങനെ ഉപയോഗിക്കണം എന്നും അറിഞ്ഞിരിക്കണം.'

ആ വർഷം ഞാൻ റിയൽ എസ്റ്റേറ്റ് നിക്ഷേപത്തിൽ മൂന്ന് ദിവസ ത്തെ വർക്ക്ഷോപ്പിൽ പങ്കെടുത്തു. ക്യാപിറ്റലിസ്റ്റ് ലോകത്തിലേക്കുള്ള എന്റെ വിദ്യാഭ്യാസത്തിന്റെ തുടക്കം ആയിരുന്നു അത്.

കുറച്ച് മാസങ്ങൾ കഴിഞ്ഞ്, നൂറിലധികം വസ്തുക്കൾ നോക്കിയ ശേഷം, ഞാൻ എന്റെ ആദ്യത്തെ വാടകയ്ക്കുള്ള വസ്തു മാവി ദ്വീപിൽ വാങ്ങിച്ചു, 100 ശതമാനം കടത്തിലാകുമ്പോഴും എല്ലാ മാസവും $25 വീതം എന്റെ കീശയിലേക്ക് വരുന്നവിധം. എന്റെ യഥാർഥ ജീവിത വിദ്യാഭ്യാസം ആരംഭിച്ചിരുന്നു. ഞാൻ മറ്റുള്ളവരുടെ പണം ഉപയോ ഗിച്ച് പണമുണ്ടാക്കാൻ പഠിക്കുകയായിരുന്നു, ഒരു യഥാർഥ ക്യാപിറ്റ ലിസ്റ്റ് അറിഞ്ഞിരിക്കേണ്ട നൈപുണ്യം.

1974-ൽ, മറൈൻ കോർപ്സുമായുള്ള എന്റെ കരാർ അവസാനി ക്കുകയും ഞാൻ ഹവായിലെ സിറോക്സ് കോർപറേഷനിൽ ജോലിക്ക് ചേരുകയും ചെയ്തു, എനിക്ക് കോർപറേറ്റ് ഏണിപ്പടി കയറണം എന്നതുകൊണ്ടല്ല, മറിച്ച് സിറോക്സിന് മികച്ച സെയിൽസ് ട്രെയി നിങ് പ്രോഗ്രാം ഉണ്ടായിരുന്നതുകൊണ്ട്. വീണ്ടും, ഇതെല്ലാം എന്റെ ധനികനായ പിതാവിന്റെ എന്നെ ക്യാപിറ്റലിസ്റ്റ് ആക്കാനുള്ള പരി ശീലനത്തിന്റെ ഭാഗമായിരുന്നു.

1994 ആയപ്പോഴേയ്ക്കും, കിമ്മും ഞാനും സാമ്പത്തികമായി സ്വതന്ത്രരായിരുന്നു, ഒരു ജോലിയോ ഗവൺമെന്റ് റിട്ടയർമെന്റ് പ്ലാനോ ഒരിക്കലും ആവശ്യമില്ലാത്തവിധം. ധനികനായ പിതാവ് ശരി യായിരുന്നു. എന്റെ വിദ്യാഭ്യാസം എന്നെ സ്വതന്ത്രനാക്കുമായിരുന്നു - പക്ഷേ, പരമ്പരാഗത സ്കൂളുകളിൽ കാണപ്പെടുന്ന വിദ്യാഭ്യാസം അല്ല.

2007-ൽ വിപണികൾ തകരാൻ തുടങ്ങിയപ്പോൾ, ബാക്കിയുള്ള സമ്പദ് വ്യവസ്ഥയ്ക്കൊപ്പം തകരുന്നതിനുപകരം, ഞങ്ങളുടെ സമ്പത്ത്

കുതിച്ചുയർന്നു. സ്റ്റോക്ക് മാർക്കറ്റും റിയൽ എസ്റ്റേറ്റ് മാർക്കറ്റും തകർന്നപ്പോൾ, ഒന്നാന്തരം ഡീലുകൾ മുകളിൽ പാറിപ്പറക്കാൻ തുടങ്ങി, ബാങ്കുകൾ അവരുടെ നിക്ഷേപങ്ങൾ മോശമാകാൻ തുടങ്ങിയതുകൊണ്ട് മില്യൺ കണക്കിന് ഡോളറുകൾ ഞങ്ങൾക്ക് വായ്പ തരാൻ കാത്തിരിക്കുകയായിരുന്നു. 2010-ൽ മാത്രം, കിമ്മും ഞാനും $87 മില്യനേക്കാൾ കൂടുതൽ റിയൽ എസ്റ്റേറ്റിൽ നേടിയെടുത്തു, ബാങ്കുകളിൽ നിന്നുമുള്ള ലോണുകളും പെൻഷൻ ഫണ്ടുകളും ഉപയോഗിച്ച്. ഇതുവരെ ഉള്ളതിൽ വച്ച് ഏറ്റവും നല്ല വർഷമായിരുന്നു അത്.

ധനികനായ പിതാവ് എപ്പോഴും പറയാറുള്ളതുപോലെ, 'നീ ഒരു യഥാർഥ നിക്ഷേപകൻ ആണെങ്കിൽ, വിപണി മുകളിലേക്കാണോ താഴേയ്ക്കാണോ എന്നത് വിഷയമാവില്ല. ഒരു യഥാർഥ നിക്ഷേപകൻ ഏത് വിപണി അവസ്ഥയിലും നന്നായി പ്രവർത്തിക്കും.'

നിങ്ങൾ എവിടെയാണ്?

ഒരു നിമിഷം നിങ്ങൾ ഇപ്പോൾ എവിടെയാണെന്ന് പരിശോധിച്ചു നോക്കൂ.

നിങ്ങൾ നിക്ഷേപകന്റെ ലെവൽ 1-ൽ ആണോ?

നിങ്ങളുടെ ആസ്തിയുടെ കോളത്തിൽ ഒന്നുമില്ലാതെ നിക്ഷേപങ്ങളിൽ നിന്നും വരുമാനം ഉണ്ടാകാതിരിക്കുകയും ഒരുപാട് ബാധ്യതകളും ഉണ്ടെങ്കിൽ, നിങ്ങൾ താഴേത്തട്ടിൽനിന്നും തുടങ്ങുകയാണ്, ഗ്രൗണ്ട് സീറോ.

നിങ്ങൾ കടുത്ത കിട്ടാക്കടത്തിൽ ആണെങ്കിൽ, നിങ്ങളുടെ മികച്ച നിക്ഷേപം ആ കടത്തിൽ നിന്നും കരകയറുന്നതായിരിക്കും. കടുത്ത കടത്തിലാകുന്നതിൽ തെറ്റൊന്നുമില്ല, നിങ്ങൾ ഒന്നും ചെയ്യാതിരിക്കുകയാണെങ്കിൽ അതെ. എന്റെ ആദ്യത്തെ ബിസിനസ്സ് നഷ്ടപ്പെട്ടശേഷം, എനിക്ക് ഏതാണ്ട് ഒരു മില്യൻ ഡോളറിന്റെ കടമുണ്ടായിരുന്നു. പൂജ്യത്തിലെത്താൻ എനിക്ക് അഞ്ച് വർഷത്തോളം എടുത്തു. പല വഴികളിലും, എന്റെ തെറ്റുകളിൽ നിന്നും പഠിച്ചും തെറ്റുകളുടെ ഉത്തരവാദിത്തം ഏറ്റെടുത്തും ഞാൻ ആവശ്യപ്പെടാമായിരുന്ന ഏറ്റവും നല്ല വിദ്യാഭ്യാസം എനിക്ക് ലഭിച്ചു. എന്റെ തെറ്റുകളിൽ നിന്നും പഠിച്ചില്ലായിരുന്നെങ്കിൽ, ഞാൻ ഇന്ന് എത്തിയിരിക്കുന്ന ഇടത്ത് ഉണ്ടാകുമായിരുന്നില്ല.

കിമ്മും ഞാനും ഒരു ചെറിയ പദ്ധതിയും വർക്ക് ബുക്കും ഉണ്ടാക്കി, ഞങ്ങൾ കിട്ടാക്കടത്തിൽ നിന്നും കരകയറിയത് എങ്ങനെ, നൂറായിരക്കണക്കിന് ഡോളറുകൾ കിട്ടാക്കടമായിരുന്നതിൽ നിന്നും ഞങ്ങൾ പുറത്തുവന്ന പ്രക്രിയ, വിശദീകരിക്കുന്ന ഒന്ന്. അത് ലളിതവും, ഒട്ടും പ്രയാസമില്ലാത്തതുമായ പ്രക്രിയയാണ്. ആകെ ആവശ്യമുള്ളത് അല്പം അച്ചടക്കവും പഠിക്കാനുള്ള താല്പര്യവും മാത്രമാണ്.

നിങ്ങൾ നിക്ഷേപകന്റെ ലെവൽ 2-ൽ ആണോ?

നിങ്ങൾ കരുതിവയ്ക്കുന്ന ആളാണെങ്കിൽ, വളരെ സൂക്ഷിക്കുക, പ്രത്യേകിച്ചും നിങ്ങൾ പണം ബാങ്കിലോ റിട്ടയർമെന്റ് പ്ലാനിലോ കരുതുകയാണെങ്കിൽ. പൊതുവേ കരുതിവയ്ക്കുന്നവർ പരാജിതരാണ്.

കരുതിവയ്ക്കൽ മിക്കപ്പോഴും ഒന്നും പഠിക്കാൻ ആഗ്രഹിമില്ലാത്ത ആളുകളുടെ തന്ത്രമാണ്. നോക്കൂ, കരുതിവയ്ക്കാൻ സാമ്പത്തിക വിവേകം ആവശ്യമില്ല. ഒരു കുരങ്ങിനെപ്പോലും പണം കരുതിവയ്ക്കാൻ പഠിപ്പിക്കാവുന്നതാണ്.

കരുതിവയ്ക്കുന്നതിലെ നഷ്ടസാധ്യതയാണ് നിങ്ങൾ പഠിക്കാത്തത്. നിങ്ങൾ കരുതിവച്ചതെല്ലാം മാഞ്ഞുപോകുകയാണെങ്കിൽ, വിപണി തളർച്ചയോ ധനവിതരണത്തിന്റെ മൂല്യം കുറയുകയോ മൂലം, നിങ്ങൾ പണവും വിദ്യാഭ്യാസവുമില്ലാതെ നിർത്തേണ്ടി വരും.

ഓർക്കുക, 1971 തൊട്ട് യു.എസ്. ഡോളറിന് 95 ശതമാനം മൂല്യവും നഷ്ടപ്പെട്ടു. ബാക്കിയുള്ള മൂല്യം നഷ്ടപ്പെടാൻ അധികം കാലം വേണ്ടിവരില്ല.

മുമ്പ് പറഞ്ഞതുപോലെ, ഒരാൾ സ്വർണം തെറ്റായ വിലയിൽ വാങ്ങിയാൽ പണം നഷ്ടപ്പെടാം.

ഞാൻ നിർദ്ദേശിക്കുക നിക്ഷേപിക്കുന്നതിനെപ്പറ്റി, സ്റ്റോക്കുകളിലോ റിയൽ എസ്റ്റേറ്റിലോ, ഏതാനും കോഴ്സുകൾ ചെയ്യുക എന്നാണ്, എന്നിട്ട് നിങ്ങൾക്ക് എന്തെങ്കിലും താല്പര്യം വരുന്നുണ്ടോയെന്ന് നോക്കുക. ഒന്നിലും നിങ്ങൾക്ക് താല്പര്യം ഉണ്ടാകുന്നില്ലെങ്കിൽ, കരുതിവയ്ക്കൽ തുടരുക.

ഓർക്കുക, ബോണ്ട് മാർക്കറ്റ് ലോകത്തിലെ ഏറ്റവും വലിയ വിപണിയാണ്, കാരണം ഭൂരിഭാഗം ആളുകളും ബിസിനസ്സുകളും കരുതിവയ്ക്കലുകാരാണ്, നിക്ഷേപകരല്ല. നീക്കിയിരിപ്പുകാർക്ക് ഇത് വിചിത്രമായി തോന്നാം, പക്ഷേ ബോണ്ട് മാർക്കറ്റിനും ബാങ്കുകൾക്കും കടം വാങ്ങുന്നവരെ ആവശ്യമാണ്.

നിങ്ങൾ നിക്ഷേപകന്റെ ലെവൽ 3-ൽ ആണോ?

ഇത് ലെവൽ 2 പോലെത്തന്നെയാണ്, ഈ ലെവൽ നഷ്ടസാധ്യത കൂടുതലുള്ള സ്റ്റോക്കുകൾ, ബോണ്ടുകൾ, മ്യൂചൽ ഫണ്ടുകൾ, ഇൻഷുറൻസ്, എക്സ്ചേഞ്ച് ട്രേഡ് ഫണ്ടുകൾ തുടങ്ങിയ ഉപകരണങ്ങളിൽ നിക്ഷേപിക്കുന്നു എന്നുമാത്രം.

വീണ്ടും, ഈ ലെവലിലെ നഷ്ടസാധ്യത എന്താണെന്നാൽ, എല്ലാം നഷ്ടപ്പെടുകയാണെങ്കിൽ, നിക്ഷേപകന് എല്ലാം നഷ്ടപ്പെടുന്നു - ഒന്നും പഠിക്കുകയുമില്ല.

നിങ്ങൾ സാമ്പത്തിക വിദ്യഭ്യാസത്തിൽ നിക്ഷേപിച്ച് നിങ്ങളുടെ പണത്തിന്റെ നിയന്ത്രണം ഏറ്റെടുത്ത് ലെവൽ 3-ൽ നിന്നും പുറത്ത് കടക്കാൻ തയ്യാറാണെങ്കിൽ, ലെവൽ 4 ആയിരിക്കും നിങ്ങൾക്ക് നല്ലത്.

നിങ്ങൾ നിക്ഷേപകന്റെ ലെവൽ 4-ൽ ആണോ?

നിങ്ങൾ ഒരു പ്രൊഫഷണൽ നിക്ഷേപകൻ ആണെങ്കിൽ, അഭിനന്ദനങ്ങൾ. വളരെ കുറച്ച് ആളുകളേ പഠിക്കാനും സ്വന്തം പണം കൈകാര്യം ചെയ്യാനും നിക്ഷേപിക്കുകയുള്ളൂ. ലെവൽ 4-ലെ വിജയത്തിന്റെ താക്കോൽ ജീവിതകാലം മുഴുവനുമുള്ള പഠനവും, മികച്ച കോച്ചുകളും, സമാന മനസ്സുള്ള സുഹൃത്തുക്കളുമാണ്.

ലെവൽ 4 നിക്ഷേപകർ സ്വന്തം ജീവിതത്തിന്റെ നിയന്ത്രണം ഏറ്റെടുക്കുന്നു, അവരുടെ തെറ്റുകളാണ് പഠിച്ച് വളരാനുള്ള അവസരങ്ങൾ എന്ന് അറിഞ്ഞുകൊണ്ട്.

നിക്ഷേപിക്കുന്നതിന്റെ ഭയം അവരെ ഭീതിപ്പെടുത്തില്ല. അത് അവരെ വെല്ലുവിളിക്കും.

നിങ്ങൾ നിക്ഷേപകന്റെ ലെവൽ 5 ൽ ആണോ?

എനിക്ക്, ലെവൽ 5-ലെ ക്യാപിറ്റൽ നിക്ഷേപകൻ ആകുന്നത് ലോകത്തിന്റെ നെറുകയിൽ എത്തുന്നതുപോലെയാണ്. അക്ഷരാർഥത്തിൽ, ലോകം നിങ്ങളുടെ മുത്തുച്ചിപ്പിയാണ്. ലോകത്തിന് അതിരുകളില്ല. ഉയർന്ന വേഗതയുള്ള സാങ്കേതികവിദ്യയുടെ ഈ ലോകത്ത്, ധാരാളിത്തത്തിന്റെ ലോകത്ത്, ക്യാപിറ്റലിസ്റ്റ് ആകുന്നത് മുമ്പെപ്പോഴത്തേക്കാൾ എളുപ്പമാണ്.

നിങ്ങൾ ഈ ലെവലിൽ ആണെങ്കിൽ, പഠനവും കൊടുക്കുന്നതും തുടരുക. ഓർക്കുക, യഥാർഥ ക്യാപിറ്റലിസ്റ്റുകൾ ഉദാരമനസ്കരാണ്, കാരണം ആ ചതുരത്തിലെ ഒരു ക്യാപിറ്റലിസ്റ്റിന് മേടിക്കുന്നതിനേക്കാൾ കൂടുതൽ കൊടുക്കണമെന്ന് അറിയാം.

അത് നിങ്ങളുടെ തിരഞ്ഞെടുപ്പാണ്

സ്വാതന്ത്ര്യത്തിന്റെ ഒരു വലിയ ഗുണം നിങ്ങൾക്ക് ആഗ്രഹമുള്ളത് പോലെ ജീവിക്കാനുള്ള തെരഞ്ഞെടുപ്പിന്റെ സ്വാതന്ത്ര്യമാണ്.

1973-ൽ, 26 വയസ്സിൽ, എന്റെ മാതാപിതാക്കൾ തിരഞ്ഞെടുത്ത ജീവിതം അല്ല എനിക്ക് ജീവിക്കേണ്ടതെന്ന് അറിയാമായിരുന്നു. എന്റെ വരവിനു താഴെ, ശമ്പളത്തിൽ നിന്നും ശമ്പളത്തിലേക്ക്, മാസത്തിന്റെ രണ്ടറ്റവും മുട്ടിക്കാൻ ശ്രമിച്ച് എനിക്ക് ജീവിക്കണ്ടായിരുന്നു. എനിക്ക്, അതല്ലായിരുന്നു ജീവിതം. അവർക്കത് നല്ലതായിരിക്കാം, പക്ഷേ അത് എനിക്ക് പറ്റിയതല്ലെന്ന് എന്റെ ഹൃദയത്തിൽ അറിയാമായിരുന്നു.

ഉന്നത ബിരുദങ്ങൾക്കായി സ്കൂളിലേക്ക് തിരിച്ചു പോകുന്നതും എനിക്ക് പറ്റിയതല്ലെന്നും അറിയാമായിരുന്നു. സ്കൂളുകൾ ആളുകളെ ധനികരാക്കില്ലെന്ന് അറിയാമായിരുന്നത് ഞാൻ വളർന്നത് ഉന്നത ബിരുദങ്ങളുള്ള കുടുംബത്തിൽ ആയതുകൊണ്ടാണ്. എന്റെ ഭൂരിഭാഗം അമ്മാവന്മാർക്കും അമ്മായിമാർക്കും മാസ്റ്റേഴ്സ് ബിരുദങ്ങളും ചിലർക്ക് ഡോക്ടറേറ്റുകളും ഉണ്ടായിരുന്നു.

എനിക്ക് E ചതുരത്തിലെ കോർപറേറ്റ് ഏണിപ്പടികൾ കയറണം എന്നുമില്ലായിരുന്നു, S ചതുരത്തിലെ വളരെ പ്രത്യേകമായ സ്പെഷ്യലിസ്റ്റ് ആകണം എന്നുമില്ലായിരുന്നു.

അതുകൊണ്ട് ഞാൻ ഒരു സംരംഭകനും പ്രൊഫഷണൽ നിക്ഷേപകനും ആകാനുള്ള കുറച്ച് മാത്രം യാത്ര ചെയ്തിട്ടുള്ള വഴിയിലൂടെ പോയി. എനിക്ക് ലോകം ചുറ്റുവാനും, ബിസിനസ്സ് ചെയ്യാനും, നിക്ഷേപിക്കാനുമുള്ള സ്വാതന്ത്ര്യം വേണമായിരുന്നു.

അതെന്റെ തിരഞ്ഞെടുപ്പായിരുന്നു. എല്ലാവർക്കും ഞാൻ ആ വഴി നിർദ്ദേശിക്കില്ല. പക്ഷേ, ഒരാൾ തിരഞ്ഞെടുക്കണമെന്ന് ഞാൻ നിർദ്ദേശിക്കും. സ്വാതന്ത്ര്യം എന്നാൽ അതാണ്, തിരഞ്ഞെടുക്കാനുള്ള അധികാരം.

നിങ്ങൾ അഞ്ച് തലങ്ങളിലുള്ള നിക്ഷേപകരെ ഒന്ന് നോക്കാനും നിങ്ങളുടെ തിരഞ്ഞെടുപ്പ് നടത്താനും ഞാൻ പ്രചോദിപ്പിക്കുകയാണ്. ഓരോ തലത്തിനും ഗുണങ്ങളും ദോഷങ്ങളുമുണ്ട്, കുറവുകളും മെച്ചങ്ങളുമുണ്ട്. ഓരോ തലത്തിനും പണത്തിനേക്കാൾ കൂടിയ ഒരു മൂല്യമുണ്ട്.

നിങ്ങൾ 1, 2, അല്ലെങ്കിൽ 3 തലം തിരഞ്ഞെടുക്കുകയാണെങ്കിൽ, ആ തലങ്ങളിൽ നിങ്ങളുടെ നിക്ഷേപജീവിതത്തിനെ പിന്തുണയ്ക്കാൻ യോഗ്യതയുള്ള ആളുകളും സ്ഥാപനങ്ങളുമുണ്ട്.

1997-ൽ കിമ്മും ഞാനും ദ റിച് ഡാഡ് കമ്പനി സൃഷ്ടിച്ചു, വിദ്യാഭ്യാസപരമായ ഗെയിമുകൾ, പ്രോഗ്രാമുകൾ, കോച്ചുകൾ തുടങ്ങിയവ ലെവൽ 4, ലെവൽ 5 ആകാൻ ശ്രമിക്കുന്നവർക്ക് നൽകുന്നതിനായി.

നിക്ഷേപിക്കുന്നതിനെപ്പറ്റി ഒരു അവസാന വാക്ക്

പണത്തിന്റെ ലോകത്ത്, നിങ്ങൾ മിക്കപ്പോഴും ROI, റിട്ടേൺ ഓൺ ഇൻവെസ്റ്റ്മെന്റ് എന്ന സംജ്ഞ കാണും. നിങ്ങൾ ആരോടാണ് സംസാരിക്കുന്നത് എന്നതിൽ ആശ്രയിച്ച്, ROI മാറിക്കൊണ്ടിരിക്കും. ഉദാഹരണത്തിന്, നിങ്ങൾ ഒരു ബാങ്കറുമായി സംസാരിക്കുമ്പോൾ, അയാൾ പറയും, 'ഞങ്ങൾ നിങ്ങളുടെ പണത്തിന് 3 ശതമാനം പലിശ തരാം.' ഒരുപാട് പേർക്ക് ഇത് നല്ലതായി തോന്നും. നിങ്ങൾ ഒരു ഫിനാൻഷ്യൽ പ്ലാനറുമായി സംസാരിക്കുകയാണെങ്കിൽ, അവർ പറയും, 'നിങ്ങൾക്ക് വർഷം 10 ശതമാനം റിട്ടേൺ ഓൺ ഇൻവെസ്റ്റ്മെന്റ് പ്രതീക്ഷിക്കാം.' ഒരുപാട് പേർക്ക് 10 ശതമാനം തിരികെ എന്നത് ആവേശം കൊള്ളിക്കുന്നതായിരിക്കും.

ഭൂരിഭാഗം ആളുകൾക്കും, പ്രത്യേകിച്ചും E & S ചതുരങ്ങളിൽ ഉള്ളവർക്ക്, തിരിച്ചുവരവ് എത്ര കൂടുതലാണോ, നഷ്ടസാധ്യതയും കൂടുതലായിരിക്കും. അപ്പോൾ 10 ശതമാനം തിരിച്ചുവരവ് സമ്മതിക്കുന്ന ഒരാൾ അപ്പോൾത്തന്നെ ബാങ്കിൽ നിന്നുമുള്ള 3 ശതമാനത്തേക്കാൾ നിക്ഷേപത്തിലെ നഷ്ടസാധ്യത ഊഹിക്കുന്നു. അതുണ്ട് താനും.

വിപരീതാർഥത്തിൽ നോക്കിയാൽ, ബാങ്കിൽ നിന്നുമുള്ള 3 ശതമാനം തിരിച്ചുവരവും സ്റ്റോക്ക് മാർക്കറ്റിൽ നിന്നുമുള്ള 10 ശതമാനം തിരിച്ചുവരവും തീവ്രമായി ഉയർന്ന നഷ്ടസാധ്യതകളാണ്. ബാങ്കിലെ പണം നഷ്ടസാധ്യതയിലാകുന്നത് പണപ്പെരുപ്പവും ബാങ്കുകൾ പണം അച്ചടിക്കുന്നത് കാരണമുള്ള ഉയർന്ന നികുതിയും കാരണമാണ്. സ്റ്റോക്ക് മാർക്കറ്റിലെ 10 ശതമാനം നഷ്ടസാധ്യതയിലാകുന്നത് HFT (ഹൈ ഫ്രീക്വൻസി ട്രേഡിങ്) കാരണമുള്ള അസ്ഥിരതയും ഇൻഷുറൻസ് ഇല്ലാതെ തുടക്കക്കാരനായ നിക്ഷേപകൻ നിക്ഷേപിക്കുന്നതും കാരണമാണ്.

എന്റെ ലോകത്ത്, ROI എന്നാൽ റിട്ടേൺ ഓൺ ഇൻഫർമേഷൻ ആണ്. എന്നുവച്ചാൽ എനിക്ക് എത്ര കൂടുതൽ വിവരങ്ങൾ ഉണ്ടോ, അത്രയും ഉയർന്നതായിരിക്കും തിരിച്ചുവരവ് - പിന്നെ നഷ്ടസാധ്യത കുറയുകയും ചെയ്യുന്നു.

ഞാൻ താക്കീത് തരുന്നു - കാരണം ഞാൻ പറയാൻ പോകുന്നത് ഭ്രാന്തമാണെന്നോ അല്ലെങ്കിൽ വളരെ ശരിയാണെന്നോ തോന്നും. എങ്കിലും ഞാൻ ഉറപ്പ് തരാം, അത് ശരിയാണ്.

എന്റെ ലോകത്ത്, ലെവൽ 4, ലെവൽ 5 നിക്ഷേപകന്റെ ലോകം, അനന്തമായ തിരിച്ചുവരവ് പ്രതീക്ഷിക്കപ്പെടുന്നു - അതും കുറഞ്ഞ നഷ്ടസാധ്യതയിൽ. അനന്തമായ തിരിച്ചുവരവ് എന്നാൽ 'ഒന്നുമില്ലാതെ വരുന്ന പണം.' മറ്റു വാക്കുകളിൽ, നിക്ഷേപകർക്ക് അവരുടെ സ്വന്തമായ യാതൊരു പണവും നിക്ഷേപത്തിലില്ലാതെ തന്നെ വരുമാനം ലഭിക്കുന്നു.

മുമ്പൊരു ഭാഗത്ത്, ഞാൻ 1973-ൽ ഒരു റിയൽ എസ്റ്റേറ്റ് കോഴ്സ് ചെയ്തെന്ന് എഴുതിയിരുന്നു. നൂറിലധികം നിക്ഷേപങ്ങൾ നോക്കിയ ശേഷം, ഞാൻ മവുയിൽ 100 ശതമാനം ലോണിൽ ഒരു വാടകക്കെട്ടിടം വാങ്ങിച്ചു, എന്നുവച്ചാൽ എന്റെ പണം ഉപയോഗിക്കാതെ. എല്ലാ മാസവും $25 ഞാൻ കീശയിലാക്കി. ആ $25 എന്റെ നിക്ഷേപത്തിൽ നിന്നുമുള്ള അനന്തമായ തിരിച്ചുവരവാണ്, ഞാൻ ഒന്നും നിക്ഷേപിക്കാത്തതുകൊണ്ട്. ആ ഭാഗത്ത് ഞാൻ പറഞ്ഞത്, 'എന്റെ യഥാർഥ ജീവിത വിദ്യാഭാസം ആരംഭിച്ചിരുന്നു. ഞാൻ മറ്റുള്ളവരുടെ പണം ഉപയോഗിച്ച് പണമുണ്ടാക്കാൻ പഠിക്കുകയായിരുന്നു, ഒരു യഥാർഥ ക്യാപിറ്റലിസ്റ്റ് അറിഞ്ഞിരിക്കേണ്ട നൈപുണ്യം.' എന്നാണ്.

മാസം $25 എന്നത് വലിയ തുകയല്ല എന്നെനിക്കറിയാം. എങ്കിലും, ആ പണമായിരുന്നില്ല എനിക്ക് പ്രധാനം. ഞാൻ ചിന്തിക്കാനുള്ള ഒരു വഴി, വിവരങ്ങളെ പാകം ചെയ്ത് ഫലം ഉണ്ടാക്കാനുള്ള വഴി പഠിക്കുകയായിരുന്നു.

ഇന്ന് എന്റെ കൈവശം ധാരാളം പണമുള്ളതിന്റെ ഒരു കാരണം ഞാൻ വ്യത്യസ്തമായി ചിന്തിക്കാൻവേണ്ടി പഠിക്കുകയും പരിശീലിപ്പിക്കപ്പെടുകയും ചെയ്തു എന്നതാണ്. നിങ്ങൾ 'റിച് ഡാഡ് പുവർ

ഡാഡ്' വായിച്ചിട്ടുണ്ടെങ്കിൽ, ആദ്യത്തെ അദ്ധ്യായത്തിന്റെ തലക്കെട്ട് 'ധനികനായ പിതാവ് പണത്തിനായി ജോലി ചെയ്യില്ല' എന്നായിരുന്നെന്ന് ഓർമ്മ കാണും. E & S ചതുരങ്ങളിലുള്ളവർക്ക് ആ പ്രസ്താവനയുമായി പ്രശ്നങ്ങളുണ്ടാകുന്നതിന്റെ ഒരു കാരണം ഭൂരിഭാഗം പേരും സ്കൂളിലേക്ക് പോയത് പണത്തിനുവേണ്ടി ജോലി ചെയ്യാൻ പഠിക്കാനായിരുന്നു. അവർ മറ്റുള്ളവരുടെ പണം അവർക്കുവേണ്ടി ജോലി ചെയ്യുന്നത് എങ്ങനെയെന്ന് പഠിക്കാനല്ല സ്കൂളിൽ പോയത്.

കിമ്മും ഞാനും ദ റിച് ഡാഡ് കമ്പനി ആരംഭിച്ചപ്പോൾ ഞങ്ങൾ നിക്ഷേപകരിൽ നിന്നും $250,000 കടം വാങ്ങിച്ചു. കമ്പനി സ്ഥിരമായി പ്രവർത്തിക്കാൻ തുടങ്ങിയപ്പോൾ ഞങ്ങൾ ആ പണം തിരികെ കൊടുത്തു. ഇന്ന്, ബിസിനസ്സ് മില്യൻ കണക്കിന് ഡോളറുകൾ കൊണ്ടുവരുന്നുണ്ട്, കിമ്മിനും എനിക്കും മാത്രമല്ല, റിച് ഡാഡുമായി ചേർന്നിരിക്കുന്ന കമ്പനികൾക്കും വ്യക്തികൾക്കും കൂടി. ഞാൻ പറഞ്ഞതുപോലെ, ക്യാപിറ്റലിസ്റ്റുകൾ ഉദാരമനസ്കരാണ്.

ഞാൻ പറഞ്ഞുവരുന്നത്, ഒരാൾ ഒന്നുമില്ലായ്മയിൽ നിന്നോ അല്ലെങ്കിൽ മറ്റുള്ളവരുടെയോ ബാങ്കിന്റെയോ പണം ഉപയോഗിച്ചോ പണം ഉണ്ടാക്കുന്നതെങ്ങനെ എന്ന് അറിയുന്ന നിമിഷം, അയാൾ മറ്റൊരു ലോകത്തേക്ക് പ്രവേശിക്കുന്നു. ആ ലോകം E & S ചതുരങ്ങളിലെ കഠിനാദ്ധ്വാനത്തിന്റെയും ഉയർന്ന നികുതിയുടെയും നിക്ഷേപത്തിനുള്ള കുറഞ്ഞ തിരിച്ചുവരവിന്റെയും ലോകത്തിന്റെ ഏതാണ്ട് പൂർണമായും വിപരീതമാണ്.

ഭൂരിഭാഗം ആളുകളും നീക്കിയിരിപ്പ് സമർഥമാണെന്നും സ്റ്റോക്ക് മാർക്കറ്റിൽ 10 ശതമാനം തിരിച്ചുവരവ് മൂല്യമുള്ളതുമാണെന്ന് വിശ്വസിക്കുന്നതിന്റെ കാരണം സാമ്പത്തിക വിദ്യാഭ്യാസം ഇല്ലാത്തതാണ്.

നിങ്ങളുടെ മികച്ച ROI, നിക്ഷേപത്തിൽ നിന്നുമുള്ള തിരിച്ചുവരവല്ല, മറിച്ച് നിങ്ങളുടെ പക്കലുള്ള വിവരത്തിൽ നിന്നുമുള്ള തിരിച്ചുവരവാണ്. അതുകൊണ്ടാണ് സാമ്പത്തിക വിദ്യാഭ്യാസം അത്യാവശ്യമാകുന്നത്, പ്രത്യേകിച്ചും മുന്നിലുള്ള ലോകത്തിന്റെ അനിശ്ചിതത്വത്തിൽ.

'വിദ്യാഭ്യാസം' എന്ന വാക്കിനെക്കുറിച്ച് ഇതോർക്കുക: 'വിദ്യാഭ്യാസം നമുക്ക് വിവരത്തിനെ അർഥമാക്കി മാറ്റാനുള്ള കഴിവ് തരുന്നു.' വിവരസാങ്കേതികതയുടെ ഈ ലോകത്ത്, നമ്മൾ സാമ്പത്തിക വിവരങ്ങൾകൊണ്ട് കുതിർന്നിരിക്കുകയാണ്. എങ്കിലും, സാമ്പത്തിക വിദ്യാഭ്യാസം ഇല്ലാതെ നമുക്ക് വിവരത്തിനെ നമ്മുടെ ജിവിതത്തിൽ ഉപകാരപ്രദമായ അർഥമാക്കി മാറ്റാൻ സാധിക്കില്ല.

അവസാനിപ്പിച്ചുകൊണ്ട് ഞാൻ പറയുന്നു, I ചതുരമാണ് നിങ്ങളുടെ ഭാവിയിലേക്കുള്ള ഏറ്റവും പ്രധാനപ്പെട്ട ചതുരം. നിങ്ങൾ ജീവിക്കാൻവേണ്ടി ചെയ്യുന്നത് എന്തുമായിക്കൊള്ളട്ടെ, നിങ്ങൾ I ചതുരത്തിൽ എത്ര നന്നായി ചെയ്യുന്നു എന്നത് നിങ്ങളുടെ ഭാവി തീരുമാ

നിക്കും. മറ്റുവാക്കുകളിൽ പറഞ്ഞാൽ, E & S ചതുരങ്ങളിൽ നിന്നും നിങ്ങൾ കുറച്ചുമാത്രം പണം സമ്പാദിക്കുന്നുണ്ടെങ്കിലും, I ചതുരത്തിലെ സാമ്പത്തികവിദ്യാഭ്യാസമാണ് സ്വാതന്ത്ര്യത്തിലേക്കും സാമ്പത്തിക സുരക്ഷയിലേക്കുമുള്ള നിങ്ങളുടെ ടിക്കറ്റ്.

ഉദാഹരണത്തിന്, എന്റെ സഹോദരി ഒരു ബുദ്ധിസ്റ്റ് സന്യാസിനിയാണ്. അവൾ S ചതുരത്തിൽ നിന്നും ഒന്നും സമ്പാദിക്കുന്നില്ല. എങ്കിലും അവൾ ഞങ്ങളുടെ നിക്ഷേപ കോഴ്സുകളിൽ പങ്കെടുക്കുകയും സാമ്പത്തിക വിദ്യാഭ്യാസം സ്ഥിരമായി വികസിപ്പിക്കുകയും ചെയ്യുന്നുണ്ട്. ഇന്ന് അവളുടെ ഭാവി ശോഭനമാണ്, കാരണം അവൾ ബാങ്കിൽ പണം ശേഖരിക്കുന്നതും മ്യൂചൽ ഫണ്ടുകൾ വാങ്ങുന്നതും നിർത്തി റിയൽ എസ്റ്റേറ്റിലും വെള്ളിയിലും നിക്ഷേപിക്കാൻ തുടങ്ങി. 2000–2010–നു ഇടയിലുള്ള പത്ത് വർഷത്തിൽ അവൾ I ചതുരത്തിൽ നിന്നും ഒരുപാട് പണം ഉണ്ടാക്കി, S ചതുരത്തിലെ ഒരു സന്യാസിനി എന്ന നിലയിൽ ഉണ്ടാക്കാനിടയില്ലാത്തത്.

ഞാൻ എന്റെ സഹോദരിയെക്കുറിച്ച് അഭിമാനിക്കുന്നു. അവൾ കർമപരമായി സന്യാസിനി ആയിരിക്കാം, പക്ഷേ അവൾക്ക് ഒരു ദരിദ്രയായ സന്യാസിനി ആകേണ്ടതില്ല.

മുന്നോട്ട് വായിക്കുന്നതിന് മുമ്പ്

നമ്മൾ തുടരുന്നതിന് മുമ്പ്, ഇതാ ഒരു വലിയ ചോദ്യം:

1. *നിങ്ങൾ ഏതുതരത്തിലുള്ള നിക്ഷേപകനാണ്?*

പെട്ടെന്ന് ധനികനാകുന്നതിനെക്കുറിച്ച് നിങ്ങൾ ശരിക്കും സത്യസന്ധനാണെങ്കിൽ, അഞ്ച് തലങ്ങളും വീണ്ടും വീണ്ടും വായിക്കുക. ഓരോ തവണയും ഞാൻ ആ തലങ്ങൾ വായിക്കുമ്പോൾ, എനിക്ക് എല്ലാ തലങ്ങളിലും കുറച്ച് എന്നെ കാണാൻ കഴിയും. ഞാൻ കരുത്തുകൾ മാത്രമല്ല തിരിച്ചറിയുന്നത്, എന്നെ പിന്നോട്ട് വലിക്കുന്ന എന്റെ വ്യക്തിത്വപരമായ പിഴവുകൾ കൂടിയാണ്. ഉയർന്ന സാമ്പത്തിക ക്ഷേമത്തിലേക്കുള്ള വഴി നിങ്ങളുടെ കരുത്തുകളെ വീണ്ടും ശക്തിപ്പെടുത്തുകയും വ്യക്തിത്വപിഴവുകളെ പരിഹരിക്കുകയുമാണ്. അത് ചെയ്യാനുള്ള വഴി നിങ്ങൾ സമ്പൂർണനാണെന്ന് നടിക്കാതെ അവയെ തിരിച്ചറിയുന്നതാണ്.

നമുക്കെല്ലാവർക്കും നമ്മളെക്കുറിച്ച് ഏറ്റവും നല്ലത് ആലോചിക്കാനാണ് ആഗ്രഹം. ഞാൻ എന്റെ ജീവിതത്തിൽ കൂടുതലും സ്വപ്നം കണ്ടത് ഒരു ലെവൽ 5 ക്യാപിറ്റലിസ്റ്റ് ആകുന്നതായിട്ടാണ്. ഒരു സ്റ്റോക്ക് പിക്കറും കുതിരപ്പന്തയത്തിൽ ബെറ്റ് വയ്ക്കുന്നയാളും തമ്മിലുള്ള സാമ്യങ്ങൾ എന്റെ ധനികനായ പിതാവ് വിശദീകരിച്ച നിമിഷം തൊട്ട് എനിക്ക് അതാകണമെന്ന് അറിയാമായിരുന്നു. പക്ഷേ, ഈ പട്ടികയിലെ

വിവിധ തലങ്ങൾ പഠിച്ചപ്പോൾ, എന്നെ പുറകോട്ട് വലിയ്ക്കുന്ന വ്യക്തിത്വ പിഴവുകൾ എനിക്ക് കാണാൻ കഴിഞ്ഞു. ലെവൽ 4 തൊട്ട് സമ്മർദ്ദത്തിന്റെ സമയങ്ങളിൽ, വൃത്തികെട്ട തലയുയർത്തുന്ന തരത്തിലുള്ള വ്യക്തിത്വപിഴവുകൾ ഞാൻ കണ്ടെത്തി. എന്നിലെ ചൂതുകളിക്കാരൻ നല്ലതായിരുന്നു, പക്ഷേ അത്ര നല്ലതായിരുന്നുമില്ല. അതുകൊണ്ട് കിമ്മിന്റെയും എന്റെ സുഹൃത്തുക്കളുടെയും മാർഗ്ഗനിർദ്ദേശങ്ങളും പിന്നെ കൂടുതൽ പഠനവും കൊണ്ട് ഞാൻ എന്റെ സ്വന്തം വ്യക്തിത്വ പിഴവുകളെ അഭിമുഖീകരിച്ച് അവയെ കരുത്തുകളാക്കി മാറ്റാൻ തുടങ്ങി. ലെവൽ 5 നിക്ഷേപകൻ എന്ന നിലയിലുള്ള എന്റെ പ്രായോഗികത പെട്ടെന്ന് തന്നെ മെച്ചപ്പെട്ടു.

ഇന്ന് ഞാൻ ലെവൽ 5 നിക്ഷേപകനായി പ്രവർത്തിക്കുന്നുണ്ടെങ്കിലും, ഞാൻ അഞ്ച് തലങ്ങളും വീണ്ടും വീണ്ടും വായിച്ച് സ്വയം മെച്ചപ്പെടുത്താൻ പരിശ്രമിക്കുന്നുണ്ട്.

നിങ്ങൾക്കായി മറ്റൊരു ചോദ്യം ഇതാ:

2. *സമീപഭാവിയിൽ ഏത് തലത്തിലുള്ള നിക്ഷേപകൻ ആകാനാണ് നിങ്ങൾക്ക് ആഗ്രഹം?*

മുന്നറിയിപ്പ്
ലെവൽ 5 നിക്ഷേപകൻ ആകാനുള്ള ലക്ഷ്യമുള്ളവർ ആദ്യം ലെവൽ 4 നിക്ഷേപകന് ആവശ്യമായ നൈപുണ്യങ്ങൾ വികസിപ്പിച്ചിരിക്കണം. ലെവൽ 5 ലേക്കുള്ള നിങ്ങളുടെ വഴിയിൽ ലെവൽ 4-നെ വിട്ടുകളയാൻ പറ്റില്ല. അതിന് ശ്രമിക്കുന്നവർ യഥാർത്ഥത്തിൽ ലെവൽ 3 നിക്ഷേപകനാണ് – ഒരു ചൂതുകളിക്കാരൻ!

രണ്ടാമത്തെ ചോദ്യത്തിനുള്ള നിങ്ങളുടെ ഉത്തരം ഒന്നാമത്തെ ചോദ്യത്തിന്റേതിന് സമാനമാണെങ്കിൽ, നിങ്ങൾ എത്തേണ്ടിടത്ത് തന്നെയാണുള്ളത്. നിക്ഷേപകൻ എന്ന നിലയിൽ ഇപ്പോൾ നിങ്ങൾ സന്തുഷ്ടനാണെങ്കിൽ, ഈ പുസ്തകം തുടർന്ന് വായിക്കേണ്ട ആവശ്യമില്ല. ജീവിതത്തിലെ ഏറ്റവും വലിയ ആഹ്ലാദങ്ങളിൽ ഒന്ന് നിങ്ങൾ ഇപ്പോഴുള്ള അവസ്ഥയിൽ സന്തുഷ്ടനായിരിക്കുന്നതാണ്. അഭിനന്ദനങ്ങൾ!

എന്തായാലും, ഇപ്പോഴും നിങ്ങൾക്ക് സാമ്പത്തികമായി കൂടുതൽ അറിയണമെന്നും സാമ്പത്തികസ്വാതന്ത്ര്യത്തിനെ പിന്തുടരണമെന്നും താല്പര്യമുണ്ടെങ്കിൽ, തുടർന്ന് വായിക്കുക. ബാക്കിയുള്ള അദ്ധ്യായങ്ങൾ പ്രധാനമായും ശ്രദ്ധിക്കുന്നത് B & I ചതുരങ്ങളിൽ ഉള്ളവരുടെ സ്വഭാവവിശേഷങ്ങളിലായിരിക്കും. ഈ ചതുരങ്ങളിൽ, നിങ്ങൾ പണമൊഴുക്കിന്റെ ചതുരങ്ങളിലെ ഇടതുവശത്ത് നിന്നും വലതുവശത്തേക്ക് കുറഞ്ഞ നഷ്ടസാധ്യതയുമായി മാറുന്നതെങ്ങനെയെന്ന് പഠിക്കും.

ഇടതുവശത്തുനിന്നും വലതുവശത്തേക്കുള്ള മാറ്റം തുടർന്നും ശ്രദ്ധിക്കുന്നത് വലതുവശത്തെ സ്പഷ്ടമായ വസ്തുക്കളെ സാധ്യമാക്കുന്ന അസ്പഷ്ടമായ സ്വത്തുക്കളിലായിരിക്കും.

തുടരുന്നതിന് മുമ്പ്, അവസാനമായി ഒരു ചോദ്യം:

3. *വീടില്ലായ്മയിൽ നിന്നും 10 വർഷത്തിൽ താഴെ സമയംകൊണ്ട് കോടീശ്വരരാകാൻ, കിമ്മും ഞാനും ഏത് തലത്തിലുള്ള നിക്ഷേപകർ ആയിരിക്കണമെന്നാണ് നിങ്ങൾ കരുതുന്നത്?*

____

ഉത്തരം അടുത്ത അദ്ധ്യായത്തിൽ ഞങ്ങളുടെ സാമ്പത്തികസ്വാതന്ത്ര്യത്തിലേക്കുള്ള വ്യക്തിപരമായ യാത്രയിലെ അനുഭവങ്ങൾ പങ്കുവയ്ക്കുന്നതിൽ കണ്ടെത്താവുന്നതാണ്.

അദ്ധ്യായം ആറ്

നിങ്ങൾക്ക് പണം കണ്ണുകൾകൊണ്ട് കാണാനാവില്ല

പണം എന്നത് നിങ്ങളുടെ മനസ്സിൽ കൂടുതൽ
വ്യക്തമായി കാണാവുന്ന ഒരു ആശയമാണ്

1974-ന്റെ അവസാനപാദത്തിൽ ഞാൻ വൈകിക്കിയുടെ അരികിൽ എന്റെ ആദ്യത്തെ വസ്തുനിക്ഷേപമായി ഒരു ചെറിയ വാടകമുറി വാങ്ങി. ഒരു ശരാശരി കെട്ടിടത്തിൽ ഭംഗിയുള്ള രണ്ട് ബെഡ് റൂമുകളും ഒരു ബാത്ത് റൂമുമുള്ള അതിന്റെ വില $56,000 ആയിരുന്നു. അത് ഒന്നാന്തരം വാടകക്കെട്ടിടം ആയിരുന്നു, പെട്ടെന്നുതന്നെ അത് വാടകയ്ക്ക് കൊടുക്കാമെന്ന് എനിക്കറിയാമായിരുന്നു.

ഞാൻ എന്റെ ധനികനായ പിതാവിന്റെ ഓഫീസിലേക്ക് പോയി, അദ്ദേഹത്തിനെ ആ കരാർ കാണിക്കാനുള്ള ആവേശത്തോടെ. അദ്ദേഹം പ്രമാണങ്ങളിൽ ഒന്ന് നോക്കിയിട്ട് ഒരു നിമിഷത്തിനുള്ളിൽ തലയുയർത്തി നോക്കി ചോദിച്ചു, 'നിനക്ക് ഒരു മാസം എത്ര പണമാണ് നഷ്ടമാകുന്നത്?'

'ഏതാണ്ട് മാസം $100,' ഞാൻ പറഞ്ഞു.

'മണ്ടത്തരം കാണിക്കരുത്,' ധനികനായ പിതാവ് പറഞ്ഞു. 'ഞാൻ അക്കങ്ങളൊന്നും നോക്കിയില്ല, പക്ഷേ നിനക്ക് അതിനേക്കാൾ കൂടുതൽ നഷ്ടമാകുന്നുണ്ടെന്ന് എഴുതിയിരിക്കുന്ന പ്രമാണത്തിൽനിന്നും എനിക്ക് പറയാൻ സാധിക്കും.'

'എന്നാലും, ആ യൂണിറ്റ് കാണാൻ നല്ലതാണ്, ഞാൻ കരുതി അത് നല്ലൊരു 'ഡീൽ' ആണെന്ന്. കുറച്ച് പെയിന്റ് അടിച്ചാൽ പുതിയത് പോലെയുണ്ടാകും,' ഞാൻ പറഞ്ഞു.

'അറിഞ്ഞുകൊണ്ട് പണം നഷ്ടപ്പെടുത്തുന്നതിനെ അത് ന്യായീകരിക്കുന്നില്ല,' ധനികനായ പിതാവ് കള്ളച്ചിരി ചിരിച്ചു.

'പക്ഷേ എന്റെ റിയൽ എസ്റ്റേറ്റ് ഏജന്റ് പറഞ്ഞു ഓരോ മാസവും പണം നഷ്ടപ്പെടുന്നതിനെക്കുറിച്ച് വിഷമിക്കണ്ടെന്ന്. അയാൾ പറഞ്ഞു, കുറച്ച് വർഷങ്ങൾക്കുള്ളിൽ, യൂണിറ്റിന്റെ വില ഇരട്ടിയാകുമെന്ന്. കൂടാതെ, എനിക്ക് നഷ്ടമാകുന്ന പണത്തിന് സർക്കാർ നികുതിയിളവും നൽകും. പോരാത്തതിന്, ഞാൻ വാങ്ങിയില്ലെങ്കിൽ വേറെ ആരെങ്കിലും വാങ്ങുമെന്ന് ഞാൻ ഭയന്ന നല്ലൊരു ഡീൽ ആയിരുന്നു അത്.'

ധനികനായ പിതാവ് എഴുന്നേറ്റ് തന്റെ ഓഫീസിന്റെ വാതിൽ അടച്ചു. അദ്ദേഹം അങ്ങനെ ചെയ്തപ്പോൾ, എനിക്കറിയാമായിരുന്നു എന്നെ ചവച്ചരയ്ക്കാനും പ്രധാനപ്പെട്ട ഒരു പാഠം പഠിപ്പിക്കാനും പോകുകയാണെന്ന്. ഞാൻ മുമ്പും ഇത്തരം വിദ്യാഭ്യാസയോഗങ്ങളിലൂടെ കടന്നുപോയിട്ടുണ്ട്.

'അപ്പോൾ നിനക്ക് മാസം എത്ര പണമാണ് നഷ്ടമാകുന്നത്?' ധനികനായ പിതാവ് വീണ്ടും ചോദിച്ചു.

'ഏതാണ്ട് $100,' ഞാൻ ആശങ്കയോടെ ആവർത്തിച്ചു.

ധനികനായ പിതാവ് പ്രമാണങ്ങളിൽ നോക്കിക്കൊണ്ട് തല കുലുക്കി. പാഠം ആരംഭിക്കാൻ പോകുകയാണ്. ആ ദിവസം, പണത്തിനെക്കുറിച്ചും നിക്ഷേപിക്കുന്നതിനെക്കുറിച്ചും എന്റെ 27 വർഷത്തെ ജീവിതത്തിൽ പഠിച്ചതിനേക്കാൾ കൂടുതൽ പഠിച്ചു. ഞാൻ മുൻകൈ എടുത്ത് ഒരു വസ്തുവിൽ നിക്ഷേപം നടത്തിയതിൽ ധനികനായ പിതാവ് സന്തുഷ്ടനായിരുന്നു. പക്ഷേ, സാമ്പത്തിക ദുരന്തം ആയേക്കാവുന്ന ചില ഗുരുതരതെറ്റുകൾ ഞാൻ വരുത്തിയിരുന്നു. എന്തായാലും, ആ ഒരു നിക്ഷേപത്തിൽ നിന്നും ഞാൻ പഠിച്ച പാഠങ്ങൾ വർഷങ്ങൾ കഴിഞ്ഞപ്പോൾ എന്നെ മില്യനുകൾ സമ്പാദിക്കാൻ പ്രാപ്തനാക്കി.

പണത്തിനെ നിങ്ങളുടെ മനസ്സ് കൊണ്ടാണ് കാണുന്നത്

'അത് നിന്റെ കണ്ണുകൾ കൊണ്ട് കാണുന്നതല്ല,' ധനികനായ പിതാവ് പറഞ്ഞു. 'ഒരു കഷ്ണം റിയൽ എസ്റ്റേറ്റ് ഒരു കഷ്ണം റിയൽ എസ്റ്റേറ്റ് ആണ്. ഒരു കമ്പനിയുടെ സ്റ്റോക്ക് സർട്ടിഫിക്കറ്റ് ഒരു കമ്പനിയുടെ സ്റ്റോക്ക് സർട്ടിഫിക്കറ്റ് ആണ്. അതെല്ലാം നിനക്ക് കാണാൻ കഴിയും. പക്ഷേ, നിനക്ക് കാണാൻ കഴിയാത്തതാണ് പ്രധാനം. അത് ഡീൽ, സാമ്പത്തിക കരാർ, വിപണി, മേൽനോട്ടം, നഷ്ടസാധ്യതകൾ, പണമൊഴുക്ക്, കോർപ്പറേറ്റ് ഘടന, നികുതി നിയമങ്ങൾ, പിന്നെ ഒന്നിനെ നല്ല നിക്ഷേപമാക്കുന്നതോ അല്ലാത്തതോ ആയ ആയിരക്കണക്കിന് മറ്റു കാര്യങ്ങൾ എന്നിവയാണ്'

എന്നിട്ട് അദ്ദേഹം ചോദ്യങ്ങൾക്കൊപ്പം ആ ഡീൽ ചീന്താൻ തുടങ്ങി. 'നീ എന്തിനാണ് ഇത്രയും ഉയർന്ന പലിശനിരക്ക് കൊടുക്കുന്നത്? നിന്റെ നിക്ഷേപത്തിൽ നിന്നുമുള്ള തിരിച്ചുവരവ് എത്രയായിരിക്കുമെന്നാണ് കരുതുന്നത്? നിന്റെ ദീർഘകാലത്തെ സാമ്പത്തിക തന്ത്രത്തിൽ ഈ നിക്ഷേപം എങ്ങനെ യോജിക്കുന്നു? ഏത് വേകൻസി ഫാക്ടർ ആണ് നീ ഉപയോഗിക്കുന്നത്? എന്താണ് നിന്റെ ക്യാപ് റേറ്റ്? നീ അസോസിയേഷന്റെ മൂല്യനിർണയത്തിന്റെ ചരിത്രം പരിശോധിച്ചിരുന്നോ? മാനേജ്മെന്റ് ചെലവ് കണക്കാക്കിയോ? അറ്റകുറ്റപ്പണികൾക്കായി എത്ര ശതമാനമാണ് കണക്ക് കൂട്ടിയിരിക്കുന്നത്? ആ ഏരിയയിൽ ട്രാഫിക് പാറ്റേൺ മാറ്റുന്നതിനായി റോഡുകൾ കളയാൻ സിറ്റി പ്രഖ്യാപിച്ചത് നീ അറിഞ്ഞോ? ഒരു പ്രധാന വഴി

നിന്റെ കെട്ടിടത്തിന്റെ നേരെ മുന്നിലൂടെയാണ് പോകുക. ഒരു വർഷം നീളുന്ന പ്രൊജക്റ്റ് ഒഴിവാക്കാൻ താമസക്കാർ വീടുവിട്ട് പോകുകയാണ്. അത് നിനക്കറിയാമോ? ഇന്ന് മാർക്കറ്റ് ട്രെൻഡ് ഉയരത്തിലാണെന്ന് എനിക്കറിയാം. പക്ഷേ, ആ ട്രെൻഡിനെ മുന്നോട്ടുകൊണ്ടു പോകുന്നത് എന്താണെന്ന് നിനക്കറിയാമോ – ബിസിനസ്സ് ഇക്കണോമിക്സ് ആണോ ആർത്തിയാണോ? ഈ ട്രെൻഡ് എത്രകാലം പോകുമെന്നാണ് നീ കരുതുന്നത്? ഈ സ്ഥലം വാടകയ്ക്ക് കൊടുക്കാൻ കഴിഞ്ഞില്ലെങ്കിൽ എന്താകും? കൊടുത്തില്ലെങ്കിൽ, നീ ഈ സ്ഥലം സൂക്ഷിക്കുന്നതും നിന്നെത്തന്നെ നിലനിർത്തുന്നതും എങ്ങനെ? വീണ്ടും, പണം നഷ്ടപ്പെടുന്നത് നല്ല ഡീൽ ആണെന്ന് നിനക്ക് ചിന്തിക്കാൻ കഴിഞ്ഞതെങ്ങനെ? ഇതെന്നെ ശരിക്കും വ്യാകുലനാക്കുന്നു.'

'അതൊരു നല്ല ഡീൽ ആണെന്ന് തോന്നി,' ഞാൻ തറപറ്റിക്കൊണ്ട് പറഞ്ഞു.

ധനികനായ പിതാവ് പുഞ്ചിരിച്ചുകൊണ്ട് എഴുന്നേറ്റ് എന്റെ കൈ പിടിച്ച് കുലുക്കി. 'നീ പ്രവർത്തിച്ചതിൽ എനിക്ക് സന്തോഷമുണ്ട്,' അദ്ദേഹം പറഞ്ഞു. 'ഭൂരിഭാഗം ആളുകളും ആലോചിക്കും, പക്ഷേ ഒരിക്കലും പ്രവർത്തിക്കില്ല. നീ എന്തെങ്കിലും ചെയ്യുകയാണെങ്കിൽ, നീ തെറ്റുകൾ വരുത്തും, നമ്മുടെ തെറ്റുകളിൽ നിന്നാണ് കൂടുതലും പഠിക്കുക. പ്രധാനപ്പെട്ട ഒരു കാര്യം ശരിക്കും ക്ലാസ്സ് റൂമിൽ നിന്നുമല്ല പഠിക്കുന്നത് എന്നോർക്കണം. അത് പ്രവർത്തിച്ച്, തെറ്റുകൾ വരുത്തി, അവ തിരുത്തി വേണം പഠിക്കാൻ. അപ്പോഴാണ് വിവേകം ഉണ്ടാകുക.'

എനിക്ക് കുറച്ച് ആശ്വാസം തോന്നി പഠിക്കാൻ തയ്യാറായിരുന്നു.

ധനികനായ പിതാവ് ആളുകൾ എങ്ങനെ ഒരു കഷ്ണം റിയൽ എസ്റ്റേറ്റിനെ അല്ലെങ്കിൽ ഒരു സ്റ്റോക്കിന്റെ പേരിനെ കാണുന്നുവെന്നും അവരുടെ കണ്ണുകൾകൊണ്ട് കാണുന്നതിനെയും ബ്രോക്കർ പറയുന്നതിനെയും അല്ലെങ്കിൽ സഹപ്രവർത്തകന്റെ നിർദ്ദേശവും ആധാരമാക്കി തീരുമാനമെടുക്കുന്നെന്നും വിശദീകരിച്ചു. അവർ മിക്കപ്പോഴും യുക്തിയേക്കാൾ വികാരം കൊണ്ടാണ് വാങ്ങുന്നത്.

'അതുകൊണ്ടാണ് പത്തിൽ ഒമ്പത് നിക്ഷേപരും പണമുണ്ടാക്കാത്തത്,' ധനികനായ പിതാവ് പറഞ്ഞു. 'അവർക്ക് പണം നഷ്ടപ്പെട്ടില്ലെങ്കിലും, അവരൊന്നും ഉണ്ടാക്കുകയുമില്ല. അവർ ഒരുതരം 'ബ്രേക്ക് ഇവൻ' ആണ്, കുറച്ച് സമ്പാദിക്കുകയും കുറച്ച് നഷ്ടപ്പെടുത്തുകയും ചെയ്യും. അതിന്റെ കാരണം, അവർ തങ്ങളുടെ മനസ്സിനേക്കാൾ കണ്ണുകളും വികാരങ്ങളുംകൊണ്ട് നിക്ഷേപിക്കുന്നതാണ്. ഒരുപാട് പേർ നിക്ഷേപിക്കുന്നതിന്റെ കാരണം പെട്ടെന്ന് ധനികരാകാനാണ്. അതുകൊണ്ട് നിക്ഷേപകരാകുന്നതിനുപകരം അവർ സ്വപ്നാടകരും, തിടുക്കക്കാരും, ചൂതുകളിക്കാരും, ചതിയന്മാരും ആകുന്നു. ലോകം അവരെക്കൊണ്ട് നിറഞ്ഞിരിക്കുകയാണ്. അതുകൊണ്ട് നമുക്കിരുന്ന്, നീ ഇപ്പോൾ കൊണ്ടുവന്ന നഷ്ടക്കച്ചവടം പരിശോധിച്ച്, അതിനെ

എങ്ങനെ വിജയിക്കുന്ന ഡീൽ ആക്കാമെന്ന് ഞാൻ നിന്നെ പഠിപ്പിക്കാം. നിന്റെ കണ്ണുകൾക്ക് കാണാൻ കഴിയാത്തത് കാണാൻ നിന്റെ മനസ്സിനെ പഠിപ്പിക്കാൻ തുടങ്ങുകയാണ് ഞാൻ.'

ചീത്തയിൽ നിന്നും നല്ലതിലേക്ക്

അടുത്ത ദിവസം രാവിലെ ഞാൻ റിയൽ എസ്റ്റേറ്റ് ഏജന്റിന്റെ അടുത്തേക്ക് പോയി, സന്ധിസംഭാഷണം നടത്തി ആ ഡീൽ നിരസിച്ചു. അത് നല്ലൊരു പ്രക്രിയയായിരുന്നില്ല, പക്ഷേ ഞാൻ ഒരുപാട് പഠിച്ചു.

മൂന്ന് ദിവസങ്ങൾ കഴിഞ്ഞ്, ഞാൻ ധനികനായ പിതാവിനെ കാണാൻ പോയി. ആ വാടകവീടിന്റെ വില മാറിയിട്ടില്ലായിരുന്നു, ഏജന്റിന് അയാൾ അർഹനായതുകൊണ്ട് മുഴുവൻ കമ്മീഷനും കിട്ടി. പക്ഷേ, വില അതുതന്നെ ആയിരുന്നതിനാൽ, നിക്ഷേപത്തിന്റെ ഉടമ്പടികൾ വളരെ വ്യത്യസ്തമായിരുന്നു. പലിശനിരക്കും, തവണകളുടെ ഉടമ്പടികളും, അടയ്ക്കാനുള്ള കാലാവധിയും വീണ്ടും സംസാരിച്ച്, പണം നഷ്ടപ്പെടുത്തുന്നതിനുപകരം എനിക്ക് മാസം $80 അറ്റാദായം കിട്ടുമെന്ന് ഉറപ്പായി, മാനേജ്മെന്റ് ഫീയും വേക്കൻസിക്കുള്ള അലവൻസും ഉള്ളപ്പോഴും. എനിക്ക് വാടക കുറച്ച് വിപണി മോശമായാലും പണമുണ്ടാക്കാമായിരുന്നു. വിപണി മെച്ചപ്പെടുമ്പോൾ ഉറപ്പായും വാടക ഉയർത്തുകയും ചെയ്യാമായിരുന്നു.

'ഞാൻ കണക്കാക്കിയത് നിനക്ക് കുറഞ്ഞത് മാസം $150 നഷ്ടമാകുമെന്നാണ്,' ധനികനായ പിതാവ് പറഞ്ഞു. 'ചിലപ്പോൾ അതിലും കൂടുതൽ. നിന്റെ ശമ്പളവും ചെലവുകളും വച്ച് മാസം $150 വീതം നഷ്ടമാകുകയാണെങ്കിൽ, എത്ര ഡീലുകൾ നിനക്ക് താങ്ങാൻ കഴിയും?'

'കഷ്ടിച്ച് ഒരെണ്ണം,' ഞാൻ പറഞ്ഞു. 'മിക്കവാറും മാസങ്ങളിൽ എന്റെയടുത്ത് അധികമായി $150 ഉണ്ടാവില്ല. ഞാൻ ആദ്യത്തെ ഡീൽ എടുത്തിരുന്നെങ്കിൽ, എല്ലാ മാസവും ഞാൻ സാമ്പത്തികമായി ബുദ്ധിമുട്ടിയേനേ, നികുതി ഇളവുകൾ ഉണ്ടായാലും. ഈ നിക്ഷേപത്തിന് കൊടുക്കാനായി ഒരു ജോലി കൂടി ചിലപ്പോൾ നോക്കേണ്ടി വന്നേനെ.'

'ഇപ്പോൾ $80 വച്ച് പണം വരുന്ന എത്ര ഡീലുകൾ നിനക്ക് താങ്ങാൻ കഴിയും?' ധനികനായ പിതാവ് ചോദിച്ചു.

ഞാൻ പുഞ്ചിരിച്ചുകൊണ്ട് പറഞ്ഞു, 'എന്റെ കൈയ്യിൽ ഒതുങ്ങുന്നത്രയും.'

ധനികനായ പിതാവ് അംഗീകരിച്ചുകൊണ്ട് തലയാട്ടി. 'ഇനി പോയി കൂടുതൽ എടുത്തുകൊണ്ട് വാ.'

കുറച്ചുവർഷങ്ങൾ കഴിഞ്ഞ്, ഹവായിലെ റിയൽ എസ്റ്റേറ്റ് വില ആകാശം മുട്ടി. പക്ഷേ, വില ഉയരുന്ന ഒരു വസ്തു മാത്രം കൈവശം വയ്ക്കുന്നതിനുപകരം, എനിക്ക് ഇരട്ടിവിലയുള്ള ഏഴെണ്ണം ഉണ്ടാ

യിരുന്നു. അതാണ് അല്പം സാമ്പത്തികവിവേകം ഉണ്ടായാലുള്ള ശക്തി.

നിങ്ങൾക്കത് ചെയ്യാൻ കഴിയില്ല

ഞാൻ എന്റെ പുതിയ ഓഫറുമായി തിരികെ റിയൽ എസ്റ്റേറ്റ് ഏജന്റിന്റെ അടുത്തേക്ക് പോയപ്പോൾ അയാൾ ആകെ പറഞ്ഞത്, 'നിങ്ങൾക്കത് ചെയ്യാൻ കഴിയില്ല' എന്നായിരുന്നു.

ഏറെ സമയമെടുത്തത് എനിക്ക് വേണ്ടത് എങ്ങനെ ചെയ്യാൻ കഴിയുമെന്നതിനെക്കുറിച്ച് ചിന്തിച്ച് തുടങ്ങാൻ വേണ്ടി ഏജന്റിനെ വിശ്വസിപ്പിക്കുന്നതിനായിരുന്നു. ഏത് അവസരത്തിലും, ഈ ഒരു നിക്ഷേപത്തിൽ നിന്നും ഞാൻ ഒരുപാട് പാഠങ്ങൾ പഠിച്ചിട്ടുണ്ട്. അതിൽ ഒരു പാഠമാണ് ആരെങ്കിലും 'നിങ്ങൾക്കത് ചെയ്യാൻ കഴിയില്ല' എന്ന് പറയുമ്പോൾ, അവരുടെ ഒരു വിരൽ നിങ്ങളുടെ നേർക്കുണ്ടാകുമെന്നും, പക്ഷേ മൂന്ന് വിരലുകൾ അവരെത്തന്നെ ചൂണ്ടുന്നെന്നുമാണ്.

ധനികനായ പിതാവ് എന്നെ പഠിപ്പിച്ചത് 'നിങ്ങൾക്കത് ചെയ്യാൻ കഴിയില്ല' എന്നത് അങ്ങനെ തന്നെ ആകണമെന്നില്ല എന്നാണ്. അത് കൂടുതലും അർഥമാക്കുന്നത് അവർക്കത് ചെയ്യാനാവില്ലെന്നായിരിക്കും.

ഒരു ഒന്നാന്തരം ഉദാഹരണം കുറേ വർഷങ്ങൾക്ക് മുമ്പ് സംഭവിച്ചു, ആളുകൾ റൈറ്റ് സഹോദരന്മാരോട് 'നിങ്ങൾക്കത് ചെയ്യാൻ കഴിയില്ല' എന്ന് പറഞ്ഞപ്പോൾ. ദൈവത്തിന് നന്ദി, റൈറ്റ് സഹോദരന്മാർ അവരെ ശ്രദ്ധിച്ചില്ല.

$1.4 ട്രില്യൻ ഒരു വീട് അന്വേഷിക്കുന്നു

ഓരോ ദിവസവും ട്രില്യൻ കണക്കിന് ഡോളറുകൾ ഇലക്ട്രോണിക്കായി ലോകം മുഴുവനും ചലിക്കുന്നുണ്ട്. മുമ്പൊരിക്കലും ഇല്ലാത്തവിധം ഇന്ന് കൂടുതൽ പണം സൃഷ്ടിക്കപ്പെടുകയും ലഭ്യമാകുകയും ചെയ്യുന്നുണ്ട്. പ്രശ്നം എന്താണെന്നാൽ, ആ പണം കാണാൻ കഴിയാത്തതാണ്. ഇന്ന്, അതിൽ ഭൂരിഭാഗവും ഇലക്ട്രോണിക് ആണ്. അപ്പോൾ ആളുകൾ കണ്ണുകൾകൊണ്ട് പണത്തിനെ നോക്കുമ്പോൾ, അവർക്ക് ഒന്നും കാണാൻ കഴിയാതെ വരുന്നു. ഭൂരിഭാഗം ആളുകളും ശമ്പളത്തിൽ നിന്നും ശമ്പളത്തിലേക്ക് മാറി ജീവിക്കാൻ ബുദ്ധിമുട്ടുന്നു, എന്നിട്ടും ഓരോ ദിവസവും $1.4 ട്രില്യൻ ഡോളർ ആവശ്യക്കാരെ അന്വേഷിച്ച് ലോകം മുഴുവനും കറങ്ങുകയാണ്. അത് അന്വേഷിക്കുന്നത് അതിനെ പരിപാലിക്കാനും വളർത്താനും പോഷിപ്പിക്കാനും അറിയാവുന്ന ഒരാളെയാണ്. നിങ്ങൾക്ക് പണത്തിനെ പരിപാലിക്കാൻ അറിയാമെങ്കിൽ, പണം നിങ്ങളിൽ കൂട്ടമായെത്തുകയും നിങ്ങൾക്കു നേരെ എറിയപ്പെടുകയും ചെയ്യും. ആളുകൾ നിങ്ങളോട് അതെടുക്കാൻ യാചിക്കും.

പക്ഷേ, നിങ്ങൾക്ക് പണത്തിനെ പരിപാലിക്കാൻ അറിയില്ലെങ്കിൽ, പണം നിങ്ങളിൽ നിന്നും അകന്ന് നിൽക്കും. ധനികനായ പിതാവിന്റെ സാമ്പത്തിക വിവേകത്തിന്റെ നിർവചനം ഓർക്കുക: നിങ്ങൾ എത്ര പണം ഉണ്ടാക്കുന്നു എന്നതല്ല, മറിച്ച് എത്ര പണം സൂക്ഷിക്കുന്നെന്നും അത് എത്ര കഠിനമായി നിങ്ങൾക്കുവേണ്ടി അദ്ധ്വാനിക്കുന്നെന്നും, എത്ര തലമുറകൾ നിങ്ങളത് സൂക്ഷിക്കുമെന്നതുമാണ് കാര്യം.

അന്ധൻ അന്ധനെ നയിക്കുന്നു

'ഒരു ശരാശരി മനുഷ്യൻ നിക്ഷേപത്തിന്റെ കാര്യത്തിൽ 95 ശതമാനം കണ്ണുകളും വെറും അഞ്ച് ശതമാനം മനസ്സുമാണ്,' ധനികനായ പിതാവ് പറഞ്ഞു. 'നിനക്ക് B & I ചതുരങ്ങളിലെ ഒരു പ്രൊഫഷണൽ ആകണമെങ്കിൽ, നീ കണ്ണുകളെ വെറും അഞ്ച് ശതമാനവും മനസ്സിനെ 95 ശതമാനവും ആക്കാൻ പരിശീലിപ്പിക്കണം.' ധനികനായ പിതാവ് വിശദീകരണം തുടർന്നു, മനസ്സിനെ പണം കാണാൻ പരിശീലിപ്പിക്കുന്ന ആളുകൾക്ക് അത് ചെയ്യാത്ത ആളുകളിൽ ശക്തമായ സ്വാധീനമുണ്ടായിരിക്കും.

ഞാൻ ആരിൽ നിന്നുമാണ് സാമ്പത്തിക ഉപദേശം നേടുന്നതെന്നതിൽ അദ്ദേഹത്തിന് നിർബന്ധമുണ്ടായിരുന്നു. 'കൂടുതൽ ആളുകളും സാമ്പത്തികമായി ബുദ്ധിമുട്ടുന്നതിന്റെ കാരണം അവർ ഉപദേശം സ്വീകരിക്കുന്നത് പണത്തിനെക്കുറിച്ച് മാനസികമായി അന്ധരായവരിൽ നിന്നും ആയതുകൊണ്ടാണ്. അന്ധൻ അന്ധനെ നയിക്കുന്ന ക്ലാസ്സിക് കഥയാണത്. പണം നിന്നിലേക്ക് വരണമെന്നാണെങ്കിൽ, നിനക്ക് അതിനെ പരിപാലിക്കാൻ അറിഞ്ഞിരിക്കണം. പണമല്ല നിന്റെ മുൻഗണനയെങ്കിൽ, അത് നിന്റെ കൈകളിൽ ഉറച്ചിരിക്കില്ല. അത് നിന്റെ കൈകളിൽ ഉറച്ചിരുന്നില്ലെങ്കിൽ, പിന്നെ പണവും പണമുള്ളവരും നിന്നിൽ നിന്നും അകന്ന് നിൽക്കും.'

പണത്തിനെ കാണാൻ നിങ്ങളുടെ തലച്ചോറിനെ പരിശീലിപ്പിക്കുക

അപ്പോൾ നിങ്ങളുടെ തലച്ചോറിനെ പണം കാണാൻ പരിശീലിപ്പിക്കുന്നതിന്റെ ആദ്യത്തെ പടി എന്താണ്? ഉത്തരം എളുപ്പമാണ്. അതാണ് സാമ്പത്തിക വിദ്യാഭ്യാസം. അത് ആരംഭിക്കുന്നത് ക്യാപിറ്റലിസത്തിന്റെ വാക്കുകളുടെയും അക്കങ്ങളുടെയും വ്യവസ്ഥകൾ മനസ്സിലാക്കാൻ കഴിയുന്നിടത്താണ്. വാക്കുകളും അക്കങ്ങളും മനസ്സിലാക്കാൻ നിങ്ങൾക്ക് സാധിച്ചില്ലെങ്കിൽ, നിങ്ങൾ ഒരു വിദേശഭാഷ സംസാരിക്കുന്നത് പോലെയാണ്. പിന്നെ, മിക്കവാറും കേസുകളിൽ, ഓരോ ചതുരവും ഒരു വിദേശഭാഷയെ പ്രതിനിധാനം ചെയ്യുന്നു.

നിങ്ങൾ പണമൊഴുക്കിന്റെ ചതുരത്തിനെ നോക്കുകയാണെങ്കിൽ, ഓരോ ചതുരവും വ്യത്യസ്തമായ രാജ്യം പോലെയാണുള്ളത്. അവ

ഒരേ വാക്കുകൾ ഉപയോഗിക്കില്ല, നിങ്ങൾക്ക് ആ വാക്കുകൾ മനസ്സിലായില്ലെങ്കിൽ, അക്കങ്ങളും മനസ്സിലാവില്ല.

ഉദാഹരണത്തിന്, ഒരു മെഡിക്കൽ ഡോക്ടർ പറയുകയാണ്, 'നിങ്ങളുടെ ഹൃദ്സങ്കോചം 120-ഉം രക്തവാഹിനീസമ്മർദ്ദം 80-ഉം ആണ്,' അത് നല്ലതോ ചീത്തയോ? നിങ്ങളുടെ ആരോഗ്യത്തിനെക്കുറിച്ച് അത്രയും അറിഞ്ഞാൽ മതിയോ? ഉത്തരം സ്വാഭാവികമായും അല്ല എന്നായിരിക്കും, പക്ഷേ അതൊരു തുടക്കമാണ്.

അത്, 'എന്റെ സ്റ്റോക്കിന്റെ P/E 12 ആണ്, എന്റെ അപ്പാർട്ട്മെന്റിന്റെ ക്യാപ് റേറ്റ് 12 ആണ്. എന്റെ സമ്പത്തിനെക്കുറിച്ച് അത്രയും അറിഞ്ഞാൽ മതിയോ?' എന്ന് ചോദിക്കുന്നത് പോലെയാണ്. വീണ്ടും, ഉത്തരം 'അല്ല' എന്നായിരിക്കും, പക്ഷേ അതൊരു തുടക്കമാണ്. കുറഞ്ഞത് നമ്മൾ ഒരേ വാക്കുകളും ഒരേ അക്കങ്ങളും പറയാൻ ആരംഭിച്ചിരിക്കുന്നു. അതാണ് സാമ്പത്തിക വിദ്യാഭ്യാസത്തിന്റെ തുടക്കം, സാമ്പത്തിക വിവേകത്തിന്റെ അടിസ്ഥാനമാണത്. അത് ആരംഭിക്കുന്നത് വാക്കുകളും അക്കങ്ങളും അറിഞ്ഞുകൊണ്ടാണ്.

ഡോക്ടർ സംസാരിക്കുന്നത് S ചതുരത്തിൽ നിന്നുമാണ്, നിക്ഷേപകൻ സംസാരിക്കുന്ന വാക്കുകളും അക്കങ്ങളും I ചതുരത്തിലേതാണ്. അവർ ചിലപ്പോൾ സംസാരിക്കുന്നത് വ്യത്യസ്ത ഭാഷകളിലുമായിരിക്കും.

'പണം ഉണ്ടാക്കാൻ പണം വേണം' എന്ന് ആരെങ്കിലും എന്നോട് പറഞ്ഞാൽ ഞാൻ വിയോജിക്കും. എന്റെ അഭിപ്രായത്തിൽ, പണം കൊണ്ട് പണം ഉണ്ടാക്കാനുള്ള കഴിവ് തുടങ്ങുന്നത് വാക്കുകളും അക്കങ്ങളും മനസ്സിലാക്കിക്കൊണ്ടാണ്. എന്റെ ധനികനായ പിതാവ് എപ്പോഴും പറയാറുള്ളത് പോലെ, 'നിന്റെ മനസ്സിലെ ആദ്യത്തെ കാര്യം പണമല്ലെങ്കിൽ, അത് നിന്റെ കൈകളിൽ നിൽക്കില്ല.'

യഥാർഥ നഷ്ടസാധ്യത എന്താണെന്ന് അറിയുക

നിങ്ങളുടെ തലച്ചോറിനെ പണം കാണാൻ പരിശീലിപ്പിക്കുന്നതിന്റെ രണ്ടാമത്തെ പടി യഥാർഥ നഷ്ടസാധ്യത എന്താണെന്ന് തിരിച്ചറിയാൻ

പഠിക്കുന്നതാണ്. നിക്ഷേപിക്കുന്നത് നഷ്ടം വരുത്തുമെന്ന് എന്നോട് ആളുകൾ പറയുമ്പോൾ, ഞാൻ മറുപടി കൊടുക്കും, 'നിക്ഷേപിക്കുന്നത് നഷ്ടസാധ്യത ഉള്ളതല്ല. വിദ്യാഭ്യാസമില്ലാത്തത് നഷ്ടസാധ്യത ഉള്ളതാണ്.'

നിക്ഷേപിക്കുന്നത് വിമാനത്തിൽ പറക്കുന്നതുപോലെയാണ്. നിങ്ങൾ ഒരു ഫ്ളൈറ്റ് സ്കൂളിൽ പോയിട്ടുണ്ടെങ്കിൽ, അനുഭവം നേടാൻ വർഷങ്ങൾ ചിലവഴിച്ചിട്ടുണ്ടെങ്കിൽ, പറക്കുന്നത് രസകരവും ആവേശഭരിതവുമായിരിക്കും. പക്ഷേ, നിങ്ങൾ ഒരിക്കലും ഫ്ളൈറ്റ് സ്കൂളിൽ പോയിട്ടില്ലെങ്കിൽ, ഞാൻ പറക്കുന്നത് മറ്റാരെയെങ്കിലും ഏൽപ്പിക്കും.

മോശം ഉപദേശം നഷ്ടസാധ്യതയുള്ളതാണ്

ധനികനായ പിതാവ് ഉറച്ച് വിശ്വസിച്ചിരുന്നത് ഏത് സാമ്പത്തിക ഉപദേശവും യാതൊരു സാമ്പത്തിക ഉപദേശവും ഇല്ലാതിരിക്കുന്നതിനേക്കാൾ നല്ലതാണെന്നായിരുന്നു. അദ്ദേഹം വിനീതനും ഒരുപാട് പേരെ കേൾക്കുന്നതുമായ ആളായിരുന്നു. പക്ഷേ, തീരുമാനങ്ങൾ എടുക്കുന്നതിനായി അദ്ദേഹം പരമമായി സ്വന്തം സാമ്പത്തിക വിവേകത്തിനെ മാത്രമേ ആശ്രയിച്ചിരുന്നുള്ളൂ. 'നിനക്ക് ഒന്നും അറിയില്ലെങ്കിൽ, യാതൊരു ഉപദേശവും ഇല്ലാതിരിക്കുന്നതിനേക്കാൾ നല്ലതാണ് ഏതെങ്കിലും ഉപദേശം ഉള്ളത്. പക്ഷേ, നിനക്ക് മോശം ഉപദേശവും നല്ല ഉപദേശവും തമ്മിലുള്ള വ്യത്യാസം പറയാൻ പറ്റില്ലെങ്കിൽ, അത് നഷ്ടസാധ്യത ഉള്ളതാണ്.'

ധനികനായ പിതാവ് ഉറച്ച് വിശ്വസിച്ചിരുന്നത്, മിക്കവാറും ആളുകൾ സാമ്പത്തികമായി പ്രയാസപ്പെടുന്നതിന്റെ കാരണം, അവർ പ്രവർത്തിക്കുന്നത് മാതാപിതാക്കളിൽ നിന്നും കുട്ടികളിലേക്ക് കൈമാറ്റപ്പെടുന്ന സാമ്പത്തിക വിവരം വച്ചായതുകൊണ്ടാണെന്നാണ്. ഭൂരിഭാഗം ആളുകളും സാമ്പത്തികമായി അറിവുള്ള കുടുംബങ്ങളിൽ നിന്നുമല്ല വരുന്നത്. അദ്ദേഹം ഇടയ്ക്കിടെ പറയുമായിരുന്നു, 'മോശം സാമ്പത്തിക ഉപദേശം നഷ്ടസാധ്യത ഉള്ളതാണ്, മിക്കവാറും മോശം ഉപദേശങ്ങൾ വരുന്നത് വീട്ടിൽനിന്നും തന്നെയാണ് – പറഞ്ഞ് കൊടുത്തതിൽ നിന്നുമല്ല, ചെയ്തതിൽ നിന്നും. കുട്ടികൾ വാക്കുകളേക്കാൾ ഉദാഹരണത്തിൽ നിന്നുമാണ് കൂടുതൽ പഠിക്കുക.'

നിങ്ങളുടെ ഉപദേശകർ നിങ്ങളുടെ അത്രയും മാത്രമേ സമർഥരായിരിക്കൂ

ധനികനായ പിതാവ് പറഞ്ഞു, 'നിങ്ങളുടെ ഉപദേശകർക്ക് നിങ്ങളുടെ അത്രയും മാത്രമേ സമർഥരാകാൻ കഴിയൂ. നീ സമർഥനല്ലെങ്കിൽ, അവർക്ക് ഒരുപാടൊന്നും പറയാൻ കഴിയില്ല. നീ സാമ്പത്തികമായി നല്ല വിദ്യാഭ്യാസം ഉള്ളയാളാണെങ്കിൽ, പ്രാപ്തിയുള്ള ഉപദേശകർക്ക്

കൂടുതൽ നവീനമായ സാമ്പത്തിക ഉപദേശം നൽകാൻ കഴിയും. നീ സാമ്പത്തികമായി അറിവില്ലാത്തയാളാണെങ്കിൽ, അവർക്ക് നിയമമനുസരിച്ച് സുരക്ഷിതമായ സാമ്പത്തിക തന്ത്രങ്ങളേ നൽകാൻ കഴിയുകയുള്ളൂ. നീ ഒരു അപരിഷ്കൃതനായ നിക്ഷേപകനാണെങ്കിൽ, അവർക്ക് കുറഞ്ഞ നഷ്ടസാധ്യതയും കുറഞ്ഞ ലാഭവുമുള്ള നിക്ഷേപങ്ങളേ നൽകാൻ കഴിയുള്ളൂ. അവർ മിക്കപ്പോഴും അപരിഷ്കൃതരായ നിക്ഷേപകർക്ക് വൈവിധ്യമുള്ളവ നിർദ്ദേശിക്കും. ചില ഉപദേശകർ നിങ്ങളെ പഠിപ്പിക്കാൻ സമയം തിരഞ്ഞെടുക്കും, കാരണം അവരുടെ സമയമാണ് പണം. അതുകൊണ്ട്, നീ അത് സ്വയം ഏറ്റെടുത്ത് സാമ്പത്തികമായി വിദ്യാഭ്യാസം നേടി പണം നന്നായി കൈകാര്യം ചെയ്യുകയാണെങ്കിൽ, യോഗ്യരായ ഉപദേശകന് വളരെ കുറച്ചുപേർ മാത്രം കാണുന്ന നിക്ഷേപകങ്ങളും തന്ത്രങ്ങളും അറിയിക്കാൻ കഴിയും. പക്ഷേ, ആദ്യം നിന്റെ ഭാഗമായ വിദ്യാഭ്യാസം നേടണം. എപ്പോഴും ഓർക്കുക, നിന്റെ ഉപദേശകന് നിന്റെയത്ര മാത്രമേ സമർഥനാകാൻ കഴിയുകയുള്ളൂ.

നിങ്ങളുടെ ബാങ്കർ കള്ളം പറയുകയാണോ?

ധനികനായ പിതാവ് ഒരുപാട് ബാങ്കർമാരുമായി ഇടപെട്ടിട്ടുണ്ട്. അവർ അദ്ദേഹത്തിന്റെ ഫിനാൻഷ്യൽ ടീമിന്റെ പ്രധാന ഭാഗമായിരുന്നു. അദ്ദേഹം തന്റെ ബാങ്കർമാരുമായി അടുത്ത സൗഹൃദവും ബഹുമാനവും കാത്തുസൂക്ഷിക്കുമ്പോഴും തന്റെ സ്വന്തം താല്പര്യങ്ങൾ ശ്രദ്ധിക്കുകയും ചെയ്യുമായിരുന്നു, കാരണം ബാങ്കർമാർ അവരുടെ താല്പര്യങ്ങളായിരിക്കും ശ്രദ്ധിക്കുക എന്ന് അദ്ദേഹം പ്രതീക്ഷിച്ചിരുന്നു.

എന്റെ 1974-ലെ നിക്ഷേപ അനുഭവത്തിനുശേഷം, അദ്ദേഹം എന്നോട് ചോദിച്ചു: 'നിന്റെ വീട് ഒരു മുതൽക്കൂട്ടാണെന്ന് ഒരു ബാങ്കർ പറയുമ്പോൾ, അയാൾ സത്യമാണോ പറയുന്നത്?'

മിക്കവാറും ആളുകൾ സാമ്പത്തികമായി വിദ്യാസമ്പന്നർ അല്ലാത്തതുകൊണ്ടും പണത്തിന്റെ കളി അറിയാത്തതുകൊണ്ടും, അവർ മിക്കപ്പോഴും തങ്ങൾക്ക് വിശ്രാസമുള്ളവർ നൽകുന്ന അങ്ങനെയുള്ള അഭിപ്രായവും ഉപദേശവും സ്വീകരിക്കും. നിങ്ങൾ സാമ്പത്തികമായി വിദ്യാസമ്പന്നർ അല്ലെങ്കിൽ, നിങ്ങൾക്ക് പ്രതീക്ഷയുള്ള ആരെയെങ്കിലും വിശ്വസിക്കേണ്ടി വരും. മിക്കവാറും ആളുകൾ അവരുടെ പണം നിക്ഷേപിക്കുകയോ കൈകാര്യം ചെയ്യുകയോ ചെയ്യുന്നത് സ്വന്തം എന്നതിനേക്കാൾ മറ്റാരുടെയെങ്കിലും നിർദ്ദേശം അനുസരിച്ചായിരിക്കും. അതാകട്ടെ നഷ്ടസാധ്യതയുമാണ്.

അവർ കള്ളം പറയുകയല്ല... അവർ നിങ്ങളോട് മുഴുവൻ സത്യവും പറയുന്നില്ല എന്നേയുള്ളൂ

വാസ്തവം എന്താണെന്നാൽ ഒരു ബാങ്കർ നിങ്ങളുടെ വീട് ഒരു മുതൽക്കൂട്ടാണെന്ന് പറയുമ്പോൾ, അയാൾ യഥാർത്ഥത്തിൽ കള്ളം പറയുകയല്ല. അവർ മുഴുവൻ സത്യവും നിങ്ങളോട് പറയുന്നില്ല എന്നേയുള്ളൂ. നിങ്ങളുടെ വീട് ഒരു മുതൽക്കൂട്ട് ആയിരിക്കുമ്പോൾത്തന്നെ, അത് ആരുടെ മുതൽക്കൂട്ടാണെന്ന് അവർ പറയുന്നില്ല. നിങ്ങൾ ഫിനാൻഷ്യൽ സ്റ്റേറ്റ്മെന്റുകൾ വായിക്കുകയാണെങ്കിൽ, നിങ്ങളുടെ വീട് നിങ്ങളുടെ മുതൽക്കൂട്ട് അല്ലെന്ന് കാണാൻ എളുപ്പമാണ്. അത് ബാങ്കിന്റെ സ്വത്താണ്. റിച് ഡാഡ് പുവർ ഡാഡിൽ എന്റെ ധനികനായ പിതാവ് സ്വത്തിനെയും ബാധ്യതയെയും നിർവചിച്ചത് ഓർക്കുക: 'ഒരു മുതൽക്കൂട്ട് എന്റെ കീശയിൽ പണം നിറയ്ക്കുന്നു. ഒരു ബാധ്യത എന്റെ കീശയിൽ നിന്നും പണം എടുക്കുന്നു.'

ഇടതുവശത്തുള്ളവർക്ക് ആ വ്യത്യാസം അറിഞ്ഞിരിക്കേണ്ട ആവശ്യമില്ല. അവരിൽ ഭൂരിഭാഗവും സ്വന്തം ജോലിയിൽ സുരക്ഷ അനുഭവിക്കുന്നതിലും അവരുടെ സ്വന്തമെന്ന് കരുതുന്നതും അഭിമാനിക്കുന്നതും അവരുടെ നിയന്ത്രണത്തിലാണെന്ന് കരുതുന്നതുമായ നല്ല വീട്ടിലും സന്തുഷ്ടരാണ്. അവർ തവണകൾ അടയ്ക്കുന്ന അത്രയും കാലം ആരും അത് അവരിൽനിന്നും എടുത്തുകൊണ്ട് പോവില്ല.

പക്ഷേ, വലതുവശത്തുള്ളവർ വ്യത്യാസം മനസ്സിലാക്കിയിരിക്കണം. സാമ്പത്തികമായി വിദ്യാസമ്പന്നരും സാമ്പത്തിക വിവേകമുള്ളവരും എന്ന് അർഥമാക്കുന്നത് പണത്തിന്റെ വലിയ ചിത്രം മനസ്സിലാക്കാൻ കഴിവുണ്ടെന്നാണ്. സാമ്പത്തികമായ സൂക്ഷ്മബുദ്ധിയുള്ള ആളുകൾക്ക് മോർട്ട്ഗേജ് ഒരു മുതൽക്കൂട്ട് ആയി കാണില്ലെന്നും, മറിച്ച് നിങ്ങളുടെ ബാലൻസ് ഷീറ്റിലെ ബാധ്യതയാണെന്നും അറിയാം. എല്ലായിടത്തും നിങ്ങളുടെ മോർട്ട്ഗേജ് വാസ്തവത്തിൽ ഒരു മുതൽക്കൂട്ട് ആയിട്ടായിരിക്കും കാണിക്കുക. അത് ബാങ്കിന്റെ ബാലൻസ് ഷീറ്റിൽ മുതൽക്കൂട്ട് ആയിട്ടായിരിക്കും കാണുക.

നിങ്ങളുടെ ബാലൻസ് ഷീറ്റ്

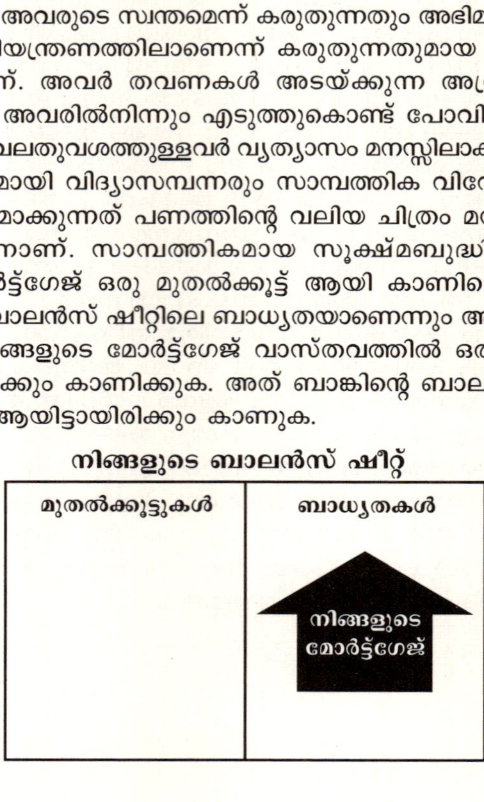

അക്കൗണ്ടിങ് അറിയാവുന്ന ആർക്കും ബാലൻസ് ഷീറ്റ് ബാലൻസ് ആകണമെന്ന് അറിയാം. പക്ഷേ, എവിടെയാണത് ബാലൻസ് ആകുന്നത്? അത് ശരിക്കും നിങ്ങളുടെ ബാലൻസ് ഷീറ്റിൽ ബാലൻസ് ആവില്ല.

ബാങ്കിന്റെ ബാലൻസ് ഷീറ്റ്

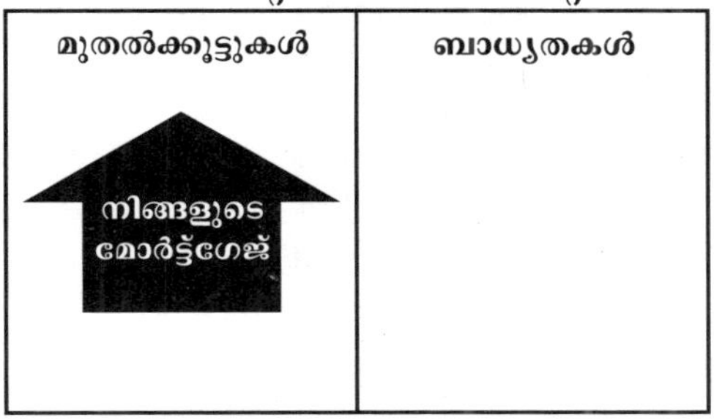

നിങ്ങൾ ബാങ്കിന്റെ ബാലൻസ് ഷീറ്റിലേക്ക് നോക്കുകയാണെങ്കിൽ, അത് ഇപ്പോൾ ബാലൻസ് ആയിരിക്കും. അത് യുക്തിപരമാണ്. അതാണ് B & I അക്കൗണ്ടിങ്. പക്ഷേ, അടിസ്ഥാന അക്കൗണ്ടിങ്ങിൽ പഠിക്കുന്നത് ഈ വഴിയല്ല. അക്കൗണ്ടിങ്ങിൽ, നിങ്ങളുടെ വീടിന്റെ മൂല്യം ഒരു മുതൽക്കൂട്ട് ആയി കാണിക്കാറില്ല, മോർട്ട്ഗേജുകളെ ബാധ്യതയായും. അതുപോലെ, ശ്രദ്ധിക്കേണ്ട ഒരു പ്രധാന കാര്യം, നിങ്ങളുടെ വീടിന്റെ മൂല്യം വിപണിക്കൊപ്പം ചാഞ്ചാടുന്ന ഒരു അഭിപ്രായമാണ്, അതേസമയം നിങ്ങളുടെ മോർട്ട്ഗേജ് തീർച്ചയുള്ള വിപണിയാൽ ബാധിക്കപ്പെടാത്ത ബാധ്യതയാണ്. B & I, നിങ്ങളുടെ വീടിന്റെ മൂല്യം സ്വത്തായി കണക്കാക്കാറില്ല, എന്തുകൊണ്ടെന്നാൽ അത് പണമൊഴുക്ക് സൃഷ്ടിക്കുന്നില്ല.

നിങ്ങൾ മോർട്ട്ഗേജ് അടച്ചുതീർത്താൽ എന്ത് സംഭവിക്കും?

ഒരുപാട് ആളുകൾ എന്നോട് ചോദിക്കാറുണ്ട്, 'ഞാൻ എന്റെ മോർട്ട്ഗേജ് അടച്ച് തീർത്താൽ എന്താകും? അപ്പോൾ എന്റെ വീട് സ്വത്താവില്ലേ?'

എന്റെ മറുപടി ഇതാണ്, 'മിക്കവാറും കേസുകളിൽ, ഉത്തരം അപ്പോഴും അല്ല എന്നാണ്. അത് അപ്പോഴും ബാധ്യതയാണ്.'

ഇത് സത്യമാകുന്നതിന് നിരവധി കാരണങ്ങളുണ്ട്. ഒന്ന് അറ്റകുറ്റപ്പണികളും പൊതുവേയുള്ള സംരക്ഷണവും. വസ്തു ഒരു കാർ പോലെയാണ്. നിങ്ങൾക്കത് സ്വന്തമാണെങ്കിലും പ്രവർത്തിപ്പിക്കാൻ പണം ചെലവാക്കണം, പിന്നെ അത് ഒരിക്കൽ തകരാൻ തുടങ്ങിക്കഴിഞ്ഞാൽ എല്ലാം തകരാൻ തുടങ്ങും. മിക്കവാറും കേസുകളിലും, ആളുകൾ അവരുടെ വീടും കാറും അറ്റകുറ്റപ്പണികൾ ചെയ്യാൻ പണം

കൊടുക്കുന്നത് നികുതിക്കുശേഷമുള്ള ഡോളറുകളിലാണ്. B & I ചതുരങ്ങളിലുള്ള ഒരു വ്യക്തി തന്റെ വസ്തുവിനെ സ്വത്തായി കാണുക അത് അനുകൂലമായ പണമൊഴുക്ക് സൃഷ്ടിക്കുന്നുണ്ടെങ്കിൽ മാത്രമായിരിക്കും.

എന്നാൽ ഒരു വീട്, മോർട്ട്ഗേജ് ഇല്ലാത്തതുപോലും, ബാധ്യത യാകുന്നത് അത് അപ്പോഴും നിങ്ങളുടെ സ്വന്തമല്ല എന്നതുകൊണ്ടാണ്. അത് നിങ്ങളുടെ സ്വന്തമാണെങ്കിലും സർക്കാർ അതിന് നികുതി ചുമത്തും. വസ്തുവിനുള്ള നികുതി കൊടുക്കുന്നത് നിർത്തി നോക്കൂ, അപ്പോൾ നിങ്ങൾക്ക് അറിയാൻ കഴിയും ആരാണ് നിങ്ങളുടെ വസ്തു സ്വന്തമാക്കിയിരിക്കുന്നതെന്ന്.

അവിടെയാണ് ടാക്സ് ലീൻ സർട്ടിഫിക്കറ്റ് വരുന്നത്, ഞാനതിനെ ക്കുറിച്ച് റിച് ഡാഡ് പുവർ ഡാഡിൽ എഴുതിയിട്ടുണ്ട്. ടാക്സ് ലീൻ സർട്ടിഫിക്കറ്റുകൾ നിങ്ങളുടെ പണത്തിന് 16 ശതമാനം വരെ പലിശ ലഭിക്കാനുള്ള ഒന്നാന്തരം വഴിയാണ്. വീട്ടുടമകൾ അവരുടെ വസ്തു വിനുള്ള നികുതി നൽകിയില്ലെങ്കിൽ, സർക്കാർ ആ നികുതിക്കുള്ള പലിശ ഈടാക്കും, 10 മുതൽ 50 ശതമാനം വരെ ആകാം അത്. ക്ലീനേഴ്സിലേക്ക് കൊണ്ടുപോകുന്നതിനെക്കുറിച്ച് പറഞ്ഞാലോ! നിങ്ങൾ വസ്തുവിന്റെ നികുതി അടച്ചില്ലെങ്കിൽ, എന്നെപ്പോലെ ആരെ ങ്കിലും നിങ്ങൾക്കുവേണ്ടി അടയ്ക്കുകയാണെങ്കിൽ, ഒരുപാട് സ്റ്റേറ്റു കളിൽ നിങ്ങൾ എനിക്ക് നികുതികളും പലിശയും തരേണ്ടിവരും. നിങ്ങൾ നിശ്ചിതസമയത്തിനുള്ളിൽ എനിക്ക് പണം തന്നില്ലെങ്കിൽ, വസ്തുനികുതി തിരിച്ചടവിൽ മുൻഗണന നേടും, ബാങ്കിന്റെ മോർട്ട് ഗേജിനേക്കാൾ മുമ്പ്. എനിക്ക് ഏതാനും ആയിരം ഡോളറുകൾക്ക് ഞാൻ നികുതി അടച്ച വീടുകൾ വാങ്ങാനുള്ള അവസരം ലഭിച്ചിട്ടുണ്ട്.

റിയൽ എസ്റ്റേറ്റിന്റെ നിർവചനം

ഒരിക്കൽക്കൂടി, പണം കാണാൻ കഴിയണമെങ്കിൽ, നിങ്ങളത് മനസ്സുകൊണ്ട് കാണണം, കണ്ണുകൾ കൊണ്ടല്ല. നിങ്ങളുടെ മനസ്സിനെ പരിശീലിപ്പിക്കാനായി, വാക്കുകളുടെയും അക്കങ്ങളുടെ വ്യവസ്ഥ കളുടെയും നിർവചനങ്ങൾ അറിഞ്ഞിരിക്കണം.

ഇപ്പോഴേയ്ക്കും നിങ്ങൾക്ക് സ്വത്തും ബാധ്യതയും തമ്മിലുള്ള വ്യത്യാസവും 'മോർട്ട്ഗേജ്' എന്ന വാക്കിന്റെ നിർവചനവും – 'മരണം വരെയുള്ള കരാർ' ആണത്, ഫിനാൻസ് എന്ന വാക്കും – 'പിഴ' എന്നാ ണതിന്റെ അർഥം, അറിഞ്ഞുകാണും. ഇനി നിങ്ങൾ 'റിയൽ എസ്റ്റേറ്റ്', സാധാരണമായി ഉപയോഗിക്കുന്ന സാമ്പത്തിക വാഹനം 'ഡെറിവേ റ്റീവ്സ്' തുടങ്ങിയ വാക്കുകളുടെ ഉത്ഭവം പഠിക്കും. ഒരുപാട് പേർ വിചാരിക്കും ഡെറിവേറ്റീവ്സ് പുതിയവയാണെന്ന്, വാസ്തവത്തിൽ അവ വളരെ പഴയതാണ്.

ഡെറിവേറ്റീവ്സിന്റെ ലളിതമായ നിർവചനം 'മറ്റെന്തെങ്കിലിലും നിന്നും വരുന്ന എന്തെങ്കിലും' എന്നാണ്. ഡെറിവേറ്റീവിന്റെ ഒരു ഉദാ

ഹരണമാണ് ഓറഞ്ച് ജ്യൂസ്. ഓറഞ്ച് ജ്യൂസ് ഓറഞ്ചിന്റെ ഡെറിവേറ്റീവ് ആണ്.

ഞാൻ മുമ്പ് കരുതിയിരുന്നത് റിയൽ എസ്റ്റേറ്റ് എന്നാൽ 'റിയൽ' അല്ലെങ്കിൽ സ്പർശിക്കാൻ കഴിയുന്ന എന്തോ ആണെന്നായിരുന്നു. എന്റെ ധനികനായ പിതാവ് എനിക്ക് വിശദീകരിച്ച് തന്നത് അത് ശരിക്കും വന്നത് സ്പാനിഷ് വാക്കായ 'റിയൽ' എന്നതിൽ നിന്നുമാണ്, അർഥം 'റോയൽ'. El camino real എന്നാൽ 'ദ റോയൽ റോഡ്.' റിയൽ എസ്റ്റേറ്റ് എന്നാൽ 'ദ റോയൽ എസ്റ്റേറ്റ്.'

കാർഷികയുഗം അവസാനിച്ച് ഏതാണ്ട് 1500-ൽ വ്യാവസായികയുഗം ആരംഭിച്ചപ്പോൾ, ഭൂമിയും കൃഷിയും ആധാരമാക്കിയുള്ള അധികാരം ഇല്ലാതായി. കർഷകരെ ഭൂവുടമകളാക്കുന്ന ഭൂപരിഷ്കരണങ്ങൾക്കനുസരിച്ച് തങ്ങൾ മാറണമെന്ന് പരമാധികാരികൾ തിരിച്ചറിഞ്ഞു. അങ്ങനെ രാജത്വം ഡെറിവേറ്റീവുകളെ സൃഷ്ടിച്ചു, ഭൂമി സ്വന്തമാക്കുന്നതിനുള്ള നികുതികളും മോർട്ട്ഗേജുകളും പോലെ, സാധാരണക്കാർക്ക് അവരുടെ ഭൂമിക്കായുള്ള പണം നേടാനുള്ള ഒരു വഴിയായി. നികുതികളും മോർട്ട്ഗേജുകളും ഡെറിവേറ്റീവുകൾ ആകുന്നതിന്റെ കാരണം അവ ഭൂമിയിൽനിന്നും ഉണ്ടായി വരുന്നതുകൊണ്ടാണ്. നിങ്ങളുടെ ബാങ്കർ മോർട്ട്ഗേജിനെ ഡെറിവേറ്റീവ് എന്ന് വിളിക്കില്ലായിരിക്കും. അവർ പറയും അത് ഭൂമിയാൽ സുരക്ഷിതമാണെന്ന് - വ്യത്യസ്തമായ വാക്കുകൾ, സമാനമായ അർഥങ്ങൾ. അപ്പോൾ രാജത്വം ഭൂമിയിൽ നിന്നും പണം ഇനി വരില്ലെന്നും, മറിച്ച് ഭൂമിയിൽ നിന്നുമുള്ള ഡെറിവേറ്റീവുകൾ വഴിയാണെന്നും തിരിച്ചറിഞ്ഞപ്പോൾ, പ്രഭുക്കൾ കൂടി വരുന്ന ബിസിനസ്സിനെ കൈകാര്യം ചെയ്യാനായി ബാങ്കുകൾ ആരംഭിച്ചു. ഇന്ന്, ഭൂമിയെ റിയൽ എസ്റ്റേറ്റ് എന്ന് വിളിക്കുന്നതിന്റെ കാരണം, നിങ്ങൾ എത്ര കൊടുത്താലും ശരി, അത് ഒരിക്കലും നിങ്ങളുടെ സ്വന്തമാവുന്നില്ല എന്നതാണ്. അത് അപ്പോഴും പ്രഭുക്കളുടെ സ്വന്തമായിരിക്കും.

എന്താണ് നിങ്ങളുടെ പലിശ നിരക്ക്... ശരിക്കും?

ധനികനായ പിതാവ് അദ്ദേഹം കൊടുക്കുന്ന ഓരോ പലിശയ്ക്കും വേണ്ടി പൊരുതുകയും ചർച്ച ചെയ്യുകയും ചെയ്തു. അദ്ദേഹം എന്നോട് ഈ ചോദ്യം ചോദിച്ചു: 'ഒരു ബാങ്കർ നിന്റെ പലിശനിരക്ക് പ്രതിവർഷം എട്ട് ശതമാനമാണെന്ന് പറഞ്ഞാൽ, ശരിക്കും അതായിരിക്കുമോ?' അക്കങ്ങൾ വായിക്കാൻ അറിയില്ലെങ്കിൽ അതായിരിക്കില്ലെന്ന് ഞാൻ കണ്ടെത്തി.

നിങ്ങൾ 100,000 ഡോളറിന് ഒരു വീട് വാങ്ങിയെന്നിരിക്കട്ടെ, 20,000 ഡോളർ ഡൗൺ പേയ്മെന്റ് അടച്ച്, ബാക്കി 80,000 ഡോളർ എട്ട് ശതമാനം പലിശയ്ക്ക് 30 വർഷകാലാവധിയിൽ ബാങ്കിൽ നിന്നും കടവുമെടുത്തു.

അഞ്ച് വർഷത്തിനകം നിങ്ങൾ ബാങ്കിലേക്ക് മൊത്തം 35,220 ഡോളർ അടയ്ക്കും: 31,276 ഡോളർ പലിശയായും, വെറും 3,944 ഡോളർ കടം വീട്ടലും.

നിങ്ങൾ ലോൺ നിശ്ചിത കാലാവധിക്ക്, അല്ലെങ്കിൽ 30 വർഷത്തേക്ക് എടുക്കുകയാണെങ്കിൽ നിങ്ങൾ മുതലും പലിശയുമായി 211,323 ഡോളർ അടയ്ക്കും, ശരിക്കും കടം വാങ്ങിയ 80,000 കുറച്ച്. നിങ്ങൾ കൊടുക്കുന്ന മൊത്തം പലിശ 131,323 ഡോളർ ആയിരിക്കും.

പോരാത്തതിന്, ആ 211,323 ഡോളറിൽ വസ്തുനികുതിയും ലോണിനായുള്ള ഇൻഷുറൻസും ഉൾപ്പെടുന്നുമില്ല.

തമാശ തന്നെ, $131, 323 നോക്കുമ്പോൾ $80, 000ന്റെ എട്ട് ശതമാനത്തിനേക്കാൾ അല്പം കൂടുതലാണ്. 30 വർഷത്തേയ്ക്ക് 160 ശതമാനം പലിശ പോലെയാണത്. ഞാൻ പറഞ്ഞതുപോലെ, അവർ കള്ളം പറയുകയല്ല. അവർ മുഴുവൻ സത്യവും പറയുന്നില്ലെന്നേയുള്ളൂ. നിങ്ങൾക്ക് അക്കങ്ങൾ വായിക്കാൻ കഴിയില്ലെങ്കിൽ, ഒരിക്കലും അറിയുകയുമില്ല. നിങ്ങൾക്ക് വീട് ഇഷ്ടമായെങ്കിൽ ഒരിക്കലും കാര്യമാക്കുകയുമില്ല. പക്ഷേ, തീർച്ചയായും, ഏതാനും വർഷങ്ങൾക്കുള്ളിൽ നിങ്ങൾക്ക് പുതിയ വീട്, ഒരു വലിയ വീട്, ഒരു ചെറിയ വീട്, അവധിക്കാല വീട്, അല്ലെങ്കിൽ നിങ്ങളുടെ മോർട്ട്ഗേജിൽ വീണ്ടും ഫിനാൻസിങ് വേണ്ടിവരുമെന്ന് ഇൻഡസ്ട്രിക്ക് അറിയാം. അവർക്കതറിയാമെന്നല്ല, അവരതിനായി എണ്ണിയിരിക്കുകയാണ്.

ഇൻഡസ്ട്രി ശരാശരി

ബാങ്കിങ് ഇൻഡസ്ട്രിയിൽ, ഒരു മോർട്ട്ഗേജിന്റെ ജീവിതദൈർഘ്യം ശരാശരി ഏഴ് വർഷമെന്നാണ് കണക്കാക്കപ്പെടുന്നത്. എന്നുവച്ചാൽ ശരാശരി വ്യക്തിയുടെ പുതിയ വീട് അല്ലെങ്കിൽ വീണ്ടും ഫിനാൻസിങ് ഓരോ ഏഴ് വർഷത്തിലും ഉണ്ടാകുമെന്ന് പ്രതീക്ഷിക്കുന്നു. അത് അർഥമാക്കുന്നത്, ഈ ഉദാഹരണത്തിൽ, അവരുടെ യഥാർഥ $80,000 ഓരോ ഏഴ് വർഷത്തിലും തിരികെ ലഭിക്കുമെന്ന് പ്രതീക്ഷിക്കുന്നു, $43,291 പലിശയിനത്തിലും.

അതുകൊണ്ടാണ് അതിനെ മോർട്ട്ഗേജ് എന്ന് വിളിക്കുന്നത്, ഫ്രഞ്ച് വാക്കായ "mortir" അഥവാ 'മരണം വരെയുള്ള കരാർ' എന്നതിൽ നിന്നുവന്നതുകൊണ്ട്. വാസ്തവം എന്താണെന്നാൽ ഭൂരിഭാഗം ആളുകളും കഠിനാദ്ധ്വാനം തുടർന്ന്, ശമ്പളവർദ്ധനവ് നേടി, പുതിയ മോർട്ട്ഗേജുകൾകൊണ്ട് പുതിയ വീടുകൾ വാങ്ങിക്കും. എല്ലാത്തിനും മുകളിൽ, സർക്കാർ നികുതിദായകർക്ക് കൂടുതൽ ചെലവേറിയ വീടുകൾ വാങ്ങിക്കാനായി പലിശ ഇളവുകൾ നൽകും, എന്നുവച്ചാൽ സർക്കാരിന് ഉയർന്ന വസ്തുനികുതി ലഭിക്കും.

ഓരോ തവണയും ഞാൻ ടെലിവിഷൻ കാണുമ്പോൾ, സുന്ദരന്മാരായ അത്‌ലറ്റുകൾ ചിരിച്ചുകൊണ്ട്, നിങ്ങളുടെ എല്ലാ ക്രെഡിറ്റ്

കാർഡ് കടങ്ങളും ബിൽകൺസോളിഡേഷൻ ലോൺ ആക്കി മാറ്റാൻ പറയുന്ന പരസ്യങ്ങൾ കാണാറുണ്ട്. അതുവഴി, നിങ്ങൾക്ക് ക്രെഡിറ്റ് കാർഡുകൾ കൊടുത്തുതീർത്ത് കുറഞ്ഞ പലിശനിരക്കിൽ പുതിയ ലോൺ എടുക്കാൻ സാധിക്കും. അങ്ങനെ ചെയ്യുന്നത് സാമ്പത്തിക വിവേകമാകുന്നത് എങ്ങനെയെന്നും അവർ പറയും: 'ഒരു ബിൽകൺ സോളിഡേഷൻ ലോൺ നിങ്ങളുടെ ഭാഗത്തുനിന്നുമുള്ള സമർഥമായ നീക്കമാണ്, കാരണം നിങ്ങളുടെ ഹോം മോർട്ട്ഗേജ് പലിശയിൽ സർക്കാർ നികുതിയിളവ് നൽകുന്നു.'

കാഴ്ചക്കാർ, പ്രകാശം കണ്ടെന്ന് കരുതി അവരുടെ ഫിനാൻസ് കമ്പനിയിലേക്ക് ഓടി വീട് റീഫിനാൻസ് ചെയ്ത്, ക്രെഡിറ്റ് കാർഡുകൾ അടച്ച്, ബുദ്ധിമാന്മാരായെന്ന് വിചാരിക്കും.

കുറച്ച് ആഴ്ചകൾ കഴിയുമ്പോൾ, അവർ ഷോപ്പിങ്ങിനു പോകുമ്പോൾ പുതിയ വസ്ത്രങ്ങൾ, ഒരു പുതിയ പുല്ലുവെട്ടി, കാണുകയോ, കുട്ടികൾക്ക് പുതിയ സൈക്കിൾ വേണമെന്നോ, തങ്ങൾ ക്ഷീണിതരായതുകൊണ്ട് ഒരു അവധിക്കാലം വേണമെന്നോ തിരിച്ചറിയും. അവർക്ക് ഒന്നാന്തരം ക്രെഡിറ്റ് ഉണ്ട്, ബില്ലുകൾ അടയ്ക്കുന്നുണ്ട്, അവരുടെ ചെറിയ ഹൃദയം ചറപറ ഇടിക്കും, എന്നിട്ടവർ സ്വയം പറയും, 'ഓഹ്, ചെല്ല്. നിനക്കതിന് അർഹതയുണ്ട്. നിനക്ക് ഓരോ മാസവും കുറച്ചായി കൊടുത്തു തീർക്കാൻ കഴിയും.'

വികാരങ്ങൾ യുക്തിയെ മറികടക്കും, ക്രെഡിറ്റ് കാർഡ് മറനീക്കി പുറത്തുവരും. ഞാൻ പറഞ്ഞതുപോലെ, നിങ്ങളുടെ വീട് ഒരു മുതൽക്കൂട്ടാണെന്ന് ബാങ്കർമാർ പറയുമ്പോൾ, അവർ കള്ളം പറയുകയല്ല.

കടത്തിലാകുന്നതിന് നിങ്ങൾക്ക് സർക്കാർ നികുതി ഇളവ് നൽകുമ്പോൾ, അതിന്റെ കാരണം അവർ നിങ്ങളുടെ സാമ്പത്തികഭാവിയെക്കുറിച്ച് ആവലാതിപ്പെടുന്നതല്ല. സർക്കാരിന് അതിന്റെ സാമ്പത്തിക ഭാവിയെക്കുറിച്ചാണ് ആവലാതി. അപ്പോൾ നിങ്ങളുടെ ബാങ്കർ, അക്കൗണ്ടന്റ്, അറ്റോർണി, പിന്നെ അദ്ധ്യാപകർ വീട് ഒരു മുതൽക്കൂട്ടാണെന്ന് പറയുമ്പോൾ, ആരുടെ മുതൽക്കൂട്ടാണെന്ന് പറയുന്നതിൽ അവർ പരാജയപ്പെടുന്നു.

നീക്കിയിരിപ്പിന്റെ കാര്യം എങ്ങനെ? അവ മുതൽക്കൂട്ട് ആണോ?

ഇനി, നിങ്ങളുടെ നീക്കിയിരുപ്പുകൾ ശരിക്കും മുതൽക്കൂട്ടുകൾ ആണ്. അത് നല്ല വാർത്തതന്നെ. പക്ഷേ, അപ്പോഴും, നിങ്ങൾ ഫിനാൻഷ്യൽ സ്റ്റേറ്റ്മെന്റുകൾ വായിക്കുകയാണെങ്കിൽ, മൊത്തത്തിലുള്ള ചിത്രം മനസ്സിലാകും. നിങ്ങളുടെ നീക്കിയിരിപ്പുകൾ മുതൽക്കൂട്ടാണെന്നത് സത്യമായിരിക്കെത്തന്നെ, ബാങ്കിന്റെ സ്റ്റേറ്റ്മെന്റ് നോക്കുമ്പോൾ, നിങ്ങളുടെ നീക്കിയിരിപ്പുകൾ ബാധ്യതയായിട്ടായിരിക്കും കാണിച്ചിരിക്കുക. നിങ്ങളുടെ നീക്കിയിരിപ്പും ചെക്ക് ബുക്ക്

ബാലൻസും മുതൽക്കൂട്ടിന്റെ കോളത്തിൽ ഇങ്ങനെയായിരിക്കും കാണുക:

നിങ്ങളുടെ ബാലൻസ് ഷീറ്റ്

മുതൽക്കൂട്ടുകൾ	ബാധ്യതകൾ
നിങ്ങളുടെ നീക്കിയിരിപ്പുകൾ നിങ്ങളുടെ ചെക്ക് ബുക്ക് ബാലൻസ്	

ബാങ്കിന്റെ ബാലൻസ് ഷീറ്റിൽ നിങ്ങളുടെ നീക്കിയിരിപ്പും ചെക്ക് ബുക്ക് ബാലൻസും ഇങ്ങനെയായിരിക്കും കാണുക:

ബാങ്കിന്റെ ബാലൻസ് ഷീറ്റ്

മുതൽക്കൂട്ടുകൾ	ബാധ്യതകൾ
	നിങ്ങളുടെ നീക്കിയിരിപ്പുകൾ നിങ്ങളുടെ ചെക്ക് ബുക്ക് ബാലൻസ്

ബാങ്കുകൾക്ക് നിങ്ങളുടെ നീക്കിയിരിപ്പും ചെക്ക് ബുക്ക് ബാലൻസും ബാധ്യതയാകുന്നത് എന്തുകൊണ്ടാണ്? കാരണം നിങ്ങളുടെ പണത്തിന് അവർ പലിശ നൽകേണ്ടതുണ്ട്, അതിനെ സംരക്ഷിക്കാൻ അവർക്ക് പണം ചെലവാകും.

ഈ രണ്ട് ചിത്രങ്ങളുടെയും വാക്കുകളുടെയും പ്രാധാന്യം നിങ്ങൾക്ക് പിടിച്ചെടുക്കാൻ കഴിയുമെങ്കിൽ, പണത്തിന്റെ കളിയിൽ കണ്ണുകൾക്ക് കാണാൻ കഴിയാത്തത് നിങ്ങൾ മനസ്സിലാക്കാൻ തുടങ്ങും.

നീക്കിയിരിപ്പ് പണത്തിന് നിങ്ങൾക്ക് നികുതിയിളവ് ലഭിക്കാത്തത് എന്തുകൊണ്ട്?

നിങ്ങൾ ശ്രദ്ധിക്കുകയാണെങ്കിൽ, വീട് വാങ്ങുന്നതിനും കടത്തിലാകുന്നതിനും നിങ്ങൾക്ക് നികുതിയിളവ് ലഭിക്കും. പക്ഷേ, പണം

നീക്കിവയ്ക്കുന്നതിന് നികുതിയിളവ് കിട്ടില്ല. എന്തുകൊണ്ടാണെന്ന് നിങ്ങൾ അത്ഭുതപ്പെട്ടിട്ടുണ്ടോ?

എനിക്കും ഉറപ്പില്ല, പക്ഷേ ഞാൻ കരുതുന്നത് ഒരു വലിയ കാരണം നിങ്ങളുടെ നീക്കിയിരിപ്പ് ബാങ്കുകൾക്ക് ബാധ്യത ആകുന്നതുകൊണ്ടാണെന്നാണ്. എന്തുകൊണ്ടാണ് നിങ്ങളെ ബാങ്കിൽ കൂടുതൽ പണം നിക്ഷേപിക്കാൻ പ്രോത്സാഹിപ്പിക്കുന്ന നിയമം കൊണ്ടുവരാൻ സർക്കാരിനോട് ആവശ്യപ്പെടാത്തത്, അവർക്ക് ബാധ്യതയാകുന്ന പണം?

അവർക്ക് നിങ്ങളുടെ നീക്കിയിരിപ്പ് ആവശ്യമില്ല

പ്രത്യേകിച്ച്, ബാങ്കുകൾക്ക് ശരിക്കും നിങ്ങളുടെ നീക്കിയിരിപ്പുകൾ ആവശ്യമില്ല. അവർക്ക് നിക്ഷേപങ്ങളായി അധികം വേണ്ട, കാരണം അവർക്ക് പണം കുറഞ്ഞത് പത്തിരട്ടിയെങ്കിലും പെരുപ്പിക്കാൻ കഴിയും. നിങ്ങൾ ബാങ്കിൽ $1 നിക്ഷേപിക്കുകയാണെങ്കിൽ, നിയമപരമായി ബാങ്കിന് $10 ലോൺ കൊടുക്കാൻ സാധിക്കും, സെൻട്രൽ ബാങ്ക് നിവേശിപ്പിക്കുന്ന റിസർവ് പരിധികൾ അനുസരിച്ച്, ചിലപ്പോൾ കൂടുതലും. എന്നുവച്ചാൽ നിങ്ങളുടെ ഒരു ഡോളർ പെട്ടെന്ന് പത്ത് ഡോളറോ കൂടുതലോ ആകും. അത് മാന്ത്രികവിദ്യയാണ്! എന്റെ ധനികനായ പിതാവ് അത് കാണിച്ച് തന്നപ്പോൾ, എനിക്ക് ആ ആശയത്തിനോട് പ്രണയമായി. ആ നിമിഷത്തിൽ, എനിക്ക് ഒരു ബാങ്കർ ആകുന്നതിനുവേണ്ടി സ്കൂളിൽ പോകുന്നതിനല്ല, ഒരു ബാങ്ക് സ്വന്തമാക്കാനാണ് ആഗ്രഹം ഉണ്ടായത്.

അതിനും മുകളിൽ, ആ ഒരു ഡോളറിന് ബാങ്ക് തരുന്നത് ഒരു ശതമാനത്തിൽ താഴെ പലിശയായിരിക്കും. മെച്ചപ്പെട്ട സാമ്പത്തിക സമയങ്ങളിൽ, അത് അഞ്ച് ശതമാനമാകാം, നിങ്ങൾക്ക്, ഒരു ഉപയോക്താവ് എന്ന നിലയിൽ, ബാങ്ക് നിങ്ങളുടെ പണത്തിന് എന്തെങ്കിലും തരുന്നുണ്ടല്ലോയെന്ന സുരക്ഷിതത്വവും തോന്നും. ബാങ്കുകൾ ഇത് നല്ല കസ്റ്റമർ റിലേഷൻ ആയി കാണും, കാരണം നിങ്ങൾ അവരോടൊപ്പം നീക്കിയിരിപ്പ് വയ്ക്കുകയാണെങ്കിൽ, നിങ്ങൾ പണം കടം വാങ്ങാനും വരുമായിരിക്കുമല്ലോ. നിങ്ങൾ അങ്ങനെ ചെയ്യണമെന്നാണ് അവർക്കുള്ളത്, കാരണം അപ്പോൾ നിങ്ങൾ കടമെടുക്കുന്നതിന്റെ ഒമ്പതോ കൂടുതലോ ശതമാനം ഈടാക്കാൻ കഴിയും. നിങ്ങളുടെ ഒരു ഡോളറിൽ നിന്നും ഒരു ശതമാനത്തിൽ താഴെ മാത്രം നിങ്ങൾക്ക് കിട്ടുമ്പോൾ, ബാങ്ക് നിങ്ങളുടെ ഒരു ഡോളർ ഉണ്ടാക്കിയ 10 ഡോളർ കടത്തിൽനിന്നും ഒമ്പതോ കൂടുതലോ ശതമാനം ഉണ്ടാക്കും. അടുത്തിടെ, എനിക്ക് 8.9 ശതമാനം പലിശ പരസ്യം ചെയ്യപ്പെട്ട ഒരു പുതിയ ക്രെഡിറ്റ് കാർഡ് കിട്ടി. പക്ഷേ, എനിക്ക് അച്ചടിച്ചതിലെ നിയമസംജ്ഞകൾ മനസ്സിലായതുകൊണ്ട്, ഞാനതിനെ ശരിക്കും 23 ശതമാനം ആയിട്ടാണ് കണ്ടത്. പറയേണ്ടതില്ലല്ലോ, ഞാനത് വിട്ടു.

അവർക്ക് നിങ്ങളുടെ നീക്കിയിരിപ്പ് എങ്ങനെയും കിട്ടും

നീക്കിയിരിപ്പിന് നികുതിയിളവ് നൽകാത്തതിന്റെ മറ്റൊരു കാരണം സ്വാഭാവികമാണ്. നിങ്ങൾക്ക് അക്കങ്ങൾ വായിക്കാനും ഏത് വഴിക്കാണ് പണം ഒഴുകുന്നതെന്നും കാണാൻ കഴിയുമെങ്കിൽ, അവർക്ക് നിങ്ങളുടെ നീക്കിയിരിപ്പ് എങ്ങനെയും കിട്ടുമെന്ന് നിരീക്ഷിക്കാം. നിങ്ങളുടെ മുതൽക്കൂട്ട് കോളത്തിൽ നീക്കിവച്ചിരിക്കുന്ന പണം ബാധ്യതയുടെ കോളത്തിൽ നിന്നും നിങ്ങളുടെ മോർട്ട്ഗേജ് അടവുകളുടെ രൂപത്തിൽ പുറത്തേക്കൊഴുകുകയാണ്. അത് ബാങ്കിന്റെ മുതൽക്കൂട്ട് കോളത്തിൽ ചെന്നവസാനിക്കും. ആ പണമൊഴുക്കിന്റെ ക്രമം ഇങ്ങനെയായിരിക്കും:

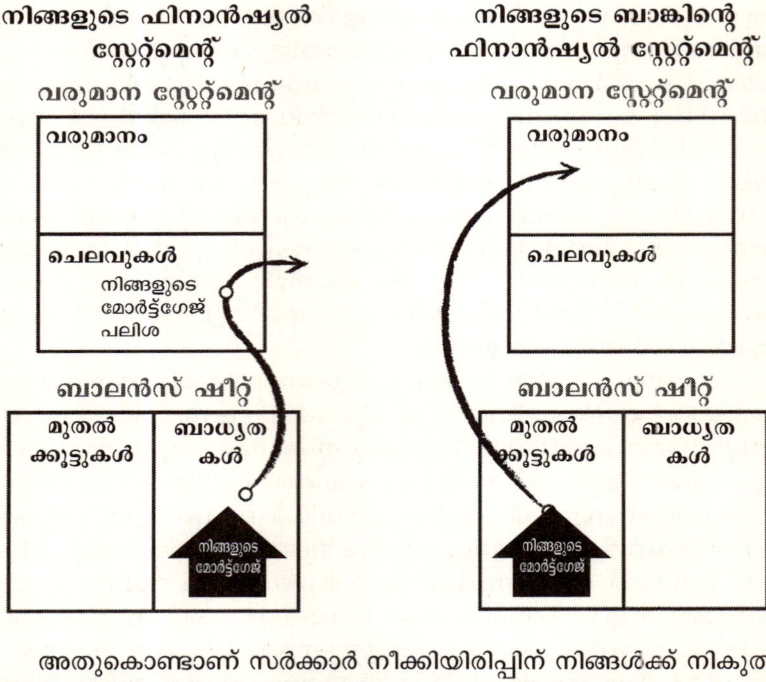

അതുകൊണ്ടാണ് സർക്കാർ നീക്കിയിരിപ്പിന് നിങ്ങൾക്ക് നികുതിയിളവ് നൽകുന്നത് അവർക്ക് ആവശ്യമില്ലാത്തത്. അവർ എങ്ങനെയും നിങ്ങളുടെ നീക്കിയിരിപ്പ് കടത്തിന്റെ പലിശയുടെ രൂപത്തിൽ വാങ്ങിയെടുക്കും.

രാഷ്ട്രീയക്കാർ ഈ വ്യവസ്ഥയുമായി കലഹിക്കില്ല, കാരണം ബാങ്കുകൾ, ഇൻഷുറൻസ് കമ്പനികൾ, നിർമ്മാണ മേഖല, ബ്രോക്കറേജ് ഹൗസുകൾ, മറ്റുള്ളവർ എല്ലാം ഒരുപാട് പണം അവരുടെ പ്രചരണത്തിനായി സംഭാവന ചെയ്യുന്നുണ്ട്, പിന്നെ രാഷ്ട്രീയക്കാർക്ക് ആ കളിയുടെ പേരറിയാം.

കളിയുടെ പേര്

1974-ൽ എന്റെ ധനികനായ പിതാവ് അസ്വസ്ഥനായിരുന്നു, കാരണം എനിക്കെതിരെ ആ കളി കളിച്ചിട്ടും ഞാനത് അറിഞ്ഞില്ല. ഞാൻ ആ നിക്ഷേപവസ്തു വാങ്ങി നഷ്ടപ്പെടുന്ന നിലയിലെത്തി, എന്നിട്ടും ഞാനത് വിജയിക്കുന്ന നിലയിലാണെന്ന് വിശ്വസിപ്പിക്കപ്പെട്ടു.

'നീ കളിയിൽ ഇറങ്ങിയതിൽ എനിക്ക് സന്തോഷമുണ്ട്,' ധനികനായ പിതാവ് പറഞ്ഞു. 'ക്യാപിറ്റലിസത്തിന്റെ ആ കളിയുടെ പേര്: 'ആര് ആർക്ക് കടപ്പെട്ടിരിക്കുന്നു?' എന്നാണ്.' ഒരിക്കൽ ഞാൻ ആ കളി പഠിച്ചാൽ, ഞാൻ കളിപ്പിക്കപ്പെടുന്ന ഒരാളേക്കാൾ, ഞാനൊരു നല്ല കളിക്കാരനാകാൻ സാധിക്കും.

നിങ്ങൾ എത്രത്തോളം ആളുകൾക്ക് കടപ്പെട്ടിരിക്കുന്നുവോ, അത്രയും ദരിദ്രനാകുന്നു

'നീ എത്രത്തോളം ആളുകൾക്ക് കടപ്പെട്ടിരിക്കുന്നുവോ, അത്രയും ദരിദ്രനാകുന്നു,' ധനികനായ പിതാവ് പറഞ്ഞു. 'എത്രത്തോളം ആളുകൾ നിനക്ക് കടപ്പെട്ടിരിക്കുന്നുവോ, നീ അത്രയും ധനികനാകുന്നു. അതാണ് കളി.'

ഞാൻ പറഞ്ഞതുപോലെ, മനസ്സ് തുറന്ന് വയ്ക്കാൻ ഞാൻ കഷ്ടപ്പെട്ടു. അതുകൊണ്ട് നിശ്ശബ്ദനായി അദ്ദേഹത്തിനെ വിശദീകരിക്കാൻ അനുവദിച്ചു.

'നമ്മളെല്ലാവരും ആരോടെങ്കിലും കടപ്പെട്ടിരിക്കുന്നു. പ്രശ്നം വരുന്നത് കടത്തിന്റെ ബാലൻസ് തെറ്റുമ്പോഴാണ്. ദൗർഭാഗ്യവശാൽ, ഈ ലോകത്തിലെ ദരിദ്രരായ ആളുകൾ ആ കളി കൊണ്ട് മേയപ്പെട്ടിരിക്കുകയാണ്, മിക്കപ്പോഴും അവർക്ക് കൂടുതൽ കടത്തിലേക്ക് പോകാൻ കഴിയാത്തവിധം. ദരിദ്രരാജ്യങ്ങളുടെ കാര്യത്തിലും അത് സത്യമാണ്. ലോകം നിസ്സാരമായി ദരിദ്രരായ, ദുർബലരായ, സാമ്പത്തിക തുലനമില്ലാത്തവരിൽനിന്നും വാങ്ങിച്ചെടുക്കും. നിനക്ക് ഒരുപാട് കടമുണ്ടെങ്കിൽ, ലോകം നിനക്കുള്ളതെല്ലാം എടുക്കും, നിന്റെ സമയവും ജോലിയും വീടും ജീവിതവും ആത്മവിശ്വാസവും ഉൾപ്പടെ - നിന്റെ അഭിമാനം പോലും, നീ അവരെ അനുവദിക്കുകയാണെങ്കിൽ. ഞാൻ നിയമങ്ങൾ ഉണ്ടാക്കുന്നില്ല, പക്ഷേ, എനിക്ക് കളി അറിയാം, ഞാനത് നന്നായി കളിക്കുകയും ചെയ്യും. നിനക്ക് കളിക്കാൻ പഠിക്കണമെങ്കിൽ ഞാനത് വിശദീകരിച്ച് തരാം. പിന്നെ, നീ കളി നന്നായി പഠിച്ചശേഷം, നിനക്കറിയാവുന്നതുവച്ച് എന്ത് ചെയ്യണമെന്ന് നിനക്ക് തീരുമാനിക്കാം.

പണമെന്നാൽ കടമാണ്

കറൻസി എന്നാൽ ഓഹരിയുടെ ഒരു ഉപകരണമല്ലെന്നും, മറിച്ച് കടത്തിന്റെ ഉപകരണമാണെന്നും വിശദീകരിച്ചുകൊണ്ട് ധനികനായ പിതാവ് തുടർന്നു. ഓരോ ഡോളറും സ്വർണം അല്ലെങ്കിൽ വെള്ളി

കൊണ്ട് പിന്തുണയ്ക്കപ്പെട്ടിരിക്കുന്നു, പക്ഷേ, ഒരു IOU യ്ക്ക് ജാമ്യം ലഭിക്കുന്നത് അതിറക്കുന്ന രാജ്യത്തിന്റെ നികുതിദായകരുടെ പണം കൊണ്ടാണ്. ബാക്കിയുള്ള ലോകത്തിന് അമേരിക്കൻ നികുതിദായകർ പണിയെടുത്ത് ഈ പണമെന്ന IOU വിനു കൊടുക്കുമെന്ന് വിശ്വാസമുള്ളിടത്തോളം, ലോകത്തിന് ഡോളറിലും ആത്മവിശ്വാസമുണ്ടായിരിക്കും. പണത്തിന്റെ ആ പ്രധാന ഘടകം, വിശ്വാസം, പെട്ടെന്ന് അപ്രത്യക്ഷമാകുകയാണെങ്കിൽ, രാജ്യം ചീട്ടുകൊട്ടാരംപോലെ താഴെ വീഴും.

രണ്ടാം ലോകമഹായുദ്ധത്തിനുമുമ്പ് പൂർണമായും വിലയില്ലാത്തതായ ജർമൻ വേയ്മർ മാർക്കിന്റെ ഉദാഹരണം എടുക്കൂ. കഥ ഇങ്ങനെ പോകുന്നു, ഒരു വയസ്സായ സ്ത്രീ ഒരു റൊട്ടി വാങ്ങിക്കാനായി ഉന്തുവണ്ടി നിറയെ മാർക്കുകൾ തള്ളിക്കൊണ്ട് പോകുകയായിരുന്നു. അവർ ഒന്ന് തിരിഞ്ഞപ്പോൾ ആരോ ഉന്തുവണ്ടി മോഷ്ടിക്കുകയും വിലയില്ലാത്ത പണക്കൂമ്പാരം റോഡിൽ ഉപേക്ഷിക്കുകയും ചെയ്തു.

അതുകൊണ്ടാണ് മിക്കവാറും പണത്തിനെ ഇന്ന് 'ഭാവനയിലെ' പണമെന്ന് വിളിക്കുന്നത്, സ്വർണം അല്ലെങ്കിൽ വെള്ളി പോലെ സ്പർശിക്കാവുന്ന ഒന്നാക്കി മാറ്റിയെടുക്കാൻ സാധിക്കാത്ത പണം. പണത്തിനെ പിന്തുണയ്ക്കുന്ന സർക്കാരിൽ ജനങ്ങൾക്ക് വിശ്വാസമുള്ളിടത്തോളം കാലമേ അത് നല്ലതായിരിക്കുകയുള്ളൂ.

ഇന്ന്, ആഗോള സമ്പദ്‌വ്യവസ്ഥയിൽ അധികവും അടിസ്ഥാനമായിരിക്കുന്നത് കടത്തിലും വിശ്വാസത്തിലുമാണ്. നമ്മൾ എത്രത്തോളം കൈചേർത്ത് പിടിക്കുകയും ആരും അണി മുറിക്കാതിരിക്കുകയും ചെയ്യുന്നുവോ, എല്ലാം ഭംഗിയായിരിക്കും. എന്തായാലും, ഭംഗി എന്ന വാക്ക് 'അരക്ഷിതാവസ്ഥയും നാഡീരോഗവും വൈകാരികതകയും തോന്നുക' എന്നതിന്റെ സംക്ഷേപമാണ്.

ആര് ആർക്ക് കടപ്പെട്ടിരിക്കുന്നു?

1974-ൽ ഞാൻ ആ $56,000 ത്തിന്റെ വാടകവീട് വാങ്ങാൻ പഠിക്കുമ്പോൾ, എന്റെ ധനികനായ പിതാവ് എങ്ങനെ കരാറുകൾ മെനയണമെന്ന പ്രധാനപ്പെട്ട പാഠം പഠിപ്പിച്ചു.

'ആര് ആരോട് കടപ്പെട്ടിരിക്കുന്നു' എന്നത് ഒരു കളിയുടെ പേരാണ്, ധനികനായ പിതാവ് പറഞ്ഞു. 'ആരെങ്കിലും നിന്നെ കടത്തിൽ അകപ്പെടുത്തിയെങ്കിൽ, അത് പത്ത് കൂട്ടുകാരുമൊത്ത് ഡിന്നറിന് പോകുന്നതുപോലെയാണ്. നീ റസ്റ്റ് റൂമിൽ പോയി തിരികെയെത്തുമ്പോൾ, ബില്ല് വന്നിട്ടുണ്ട്, പക്ഷേ പത്ത് കൂട്ടുകാരും പോയിക്കഴിഞ്ഞു. നീ ആ കളി കളിക്കാൻ പോകുകയാണെങ്കിൽ, നീ അത് നന്നായി മനസ്സിലാക്കിയിരിക്കണം, നിയമങ്ങൾ അറിയണം, ഒരേ ഭാഷ സംസാരിക്കണം, പിന്നെ ആരുമായിട്ടാണ് കളിക്കുന്നതെന്ന് അറിഞ്ഞിരിക്കണം. ഇല്ലെങ്കിൽ, കളി കളിക്കുന്നതിനുപകരം, കളി നിന്നെ കളിപ്പിക്കും.'

അത് വെറുമൊരു കളിയാണ്

ആദ്യം എനിക്ക് ധനികനായ പിതാവ് പറയുന്നതിൽ ദേഷ്യം തോന്നി, പക്ഷേ ഞാൻ ശ്രദ്ധിക്കുകയും മനസ്സിലാക്കാൻ ആവുന്നത്ര ശ്രമിക്കുകയും ചെയ്തു. അവസാനം, അദ്ദേഹം എനിക്ക് മനസ്സിലാകുന്ന സാഹചര്യത്തിൽ അതിനെ കൊണ്ടുവന്നു. 'നിനക്ക് ഫുട്ബാൾ കളിക്കാൻ ഇഷ്ടമാണ്, അല്ലേ?' അദ്ദേഹം ചോദിച്ചു.

ഞാൻ തല കുലുക്കി. 'എനിക്കാ കളി ഇഷ്ടമാണ്,' ഞാൻ പറഞ്ഞു.

'ശരി, പണം ഒരു കളിയാണ്,' ധനികനായ പിതാവ് പറഞ്ഞു. 'എനിക്ക് പണത്തിന്റെ കളി ഇഷ്ടമാണ്.'

'പക്ഷേ ഒരുപാട് ആളുകൾക്ക്, പണം കളിയല്ല,' ഞാൻ പറഞ്ഞു.

'അത് ശരിയാണ്,' ധനികനായ പിതാവ് പറഞ്ഞു. 'ഒരുപാട് പേർക്ക്, അത് അതിജീവനമാണ്. മിക്കവാറും ആളുകൾക്ക്, പണം അവരെ കളിക്കാൻ നിർബന്ധിക്കപ്പെടുന്ന കളിയല്ല, അവരതിനെ വെറുക്കുകയും ചെയ്യുന്നു. ദൗർഭാഗ്യവശാൽ, നമ്മൾ എത്രത്തോളം നാഗരികരാകുന്നുവോ, അത്രയും പണം നമ്മുടെ ജീവിതത്തിന്റെ ഭാഗമായിത്തീരുന്നു.'

ധനികനായ പിതാവ് പണമൊഴുക്കിന്റെ ചതുരം വരച്ചു.

ഇതിനെ ഒരു ടെന്നിസ് കോർട്ട്, ഫുട്ബോൾ ഫീൽഡ്, അല്ലെങ്കിൽ സോക്കർ ഫീൽഡ് ആയി കാണുക. നീ പണത്തിന്റെ കളി കളിക്കാൻ പോകുകയാണെങ്കിൽ, ഏത് ടീം ആണ് നിനക്ക് വേണ്ടത്: E കൾ S കൾ B കൾ, I കൾ? അല്ലെങ്കിൽ കോർട്ടിന്റെ ഏത് വശത്താണ് നിനക്ക് നിൽക്കേണ്ടത്: വലതുവശത്തോ ഇടതുവശത്തോ?'

ഞാൻ പെട്ടെന്നുതന്നെ വലതുവശം ചൂണ്ടിക്കാണിച്ചു.

നിങ്ങൾ കടവും നഷ്ടസാധ്യതയും സ്വീകരിക്കുകയാണെങ്കിൽ, നിങ്ങൾക്ക് പ്രതിഫലം ലഭിക്കും

'നല്ലത്,' ധനികനായ പിതാവ് പറഞ്ഞു. 'അതുകൊണ്ടാണ് നിനക്ക് അങ്ങോട്ട് പോയി കളി കളിച്ച്, ഏതെങ്കിലും സെയിൽസ് ഏജന്റ്,

മാസം $150 വീതം 30 വർഷത്തേക്ക് നഷ്ടപ്പെടുത്തുന്നത് നല്ല കരാർ ആണെന്നും, എന്തുകൊണ്ടെന്നാൽ സർക്കാർ പണം നഷ്ടപ്പെടുത്തുന്നതിന് നികുതിയിളവ് നൽകുമെന്നും, റിയൽ എസ്റ്റേറ്റിന്റെ വില ഉയരുമെന്നും അയാൾ പ്രതീക്ഷിക്കുന്നെന്നും, പറയുന്നത് വിശ്വസിക്കാൻ സാധിക്കാത്തത്. ആ മാനസികാവസ്ഥയുമായി നിനക്ക് കളിക്കാൻ പറ്റില്ല. ആ അഭിപ്രായങ്ങൾ ശരിയാകുമെന്നിരുന്നാലും, പണമൊഴുക്കിന്റെ ചതുരങ്ങളിലെ വലതുവശത്ത് കളിക്കാനുള്ള വഴി അതല്ല. ആരെങ്കിലും നിന്നോട് കടക്കാരനാകാനും, എല്ലാ നഷ്ടസാധ്യതകളും എടുക്കാനും, അത് തിരിച്ചടയ്ക്കാനും പറയും. ഇടതുവശത്തുള്ള ആളുകൾ അത് നല്ല ആശയമായി കരുതും, പക്ഷേ വലതുവശത്തുള്ളവർ അല്ല.'

ഞാൻ ചെറുതായി വിറയ്ക്കുന്നുണ്ടായിരുന്നു. 'എന്റെ വഴിക്ക് നോക്ക്,' ധനികനായ പിതാവ് പറഞ്ഞു. 'നീ ആകാശത്തുള്ള ഈ വാടകവീടിന് $56,000 കൊടുക്കാൻ ആഗ്രഹിക്കുന്നു. നീ കടത്തിന് ഒപ്പുവച്ച് എല്ലാ നഷ്ടസാധ്യതകളും എടുക്കുന്നു. വാടകക്കാരൻ അവിടെ ജീവിക്കാൻ ആകുന്ന വിലയേക്കാൾ കുറഞ്ഞ വാടക തരുന്നു. അപ്പോൾ നീ ആ വ്യക്തിയുടെ വീടിനെ കുറച്ച് കാണുകയാണ്. അത് യുക്തിയായി നിനക്ക് തോന്നുന്നുണ്ടോ?'

ഞാൻ തലയാട്ടി.

'ഞാൻ കളിക്കുന്നത് ഈ വഴിക്കാണ്,' ധനികനായ പിതാവ് പറഞ്ഞു. 'ഇപ്പോൾത്തൊട്ട്, നീ കടവും നഷ്ടസാധ്യതയും എടുക്കുകയാണെങ്കിൽ, നിനക്കതിനുള്ള പ്രതിഫലം കിട്ടിയിരിക്കണം. മനസ്സിലായോ?'

ഞാൻ തലകുലുക്കി.

'പണമുണ്ടാക്കുന്നത് സാമാന്യബോധമാണ്,' ധനികനായ പിതാവ് പറഞ്ഞു. 'അത് റോക്കറ്റ് സയൻസ് ഒന്നുമല്ല. പക്ഷേ, ദൗർഭാഗ്യവശാൽ, പണത്തിന്റെ കാര്യം വരുമ്പോൾ, സാമാന്യബോധം പൊതുവേ കാണാറില്ല. ഒരു ബാങ്കർ പറയുകയാണ് സർക്കാർ നികുതിയിളവ് നൽകുന്നതുകൊണ്ട് കടം മേടിക്കാൻ. അതിൽ അടിസ്ഥാനപരമായ സാമ്പത്തികശാസ്ത്രത്തിന്റെ യുക്തിയില്ല. പിന്നെ ഒരു റിയൽ എസ്റ്റേറ്റ് ഏജന്റ് നിന്നോട് പറയുന്നു നീ കൊടുക്കുന്നതിനേക്കാൾ കുറവ് വാടക തരുന്ന ഒരു വാടകക്കാരനെ കണ്ടെത്താൻ കഴിയുന്നതുകൊണ്ട് കടലാസുകളിൽ ഒപ്പിടാൻ, അയാളുടെ അഭിപ്രായത്തിൽ വാടകക്കെട്ടിടത്തിന്റെ മൂല്യം ഉയരും. അത് നിനക്ക് യുക്തിയായി തോന്നുന്നുണ്ടെങ്കിൽ, നീ അതേ സാമാന്യബോധമല്ല പങ്കുവയ്ക്കുന്നത്.'

ഞാൻ അവിടെ നിന്ന് അദ്ദേഹം പറയുന്നതെല്ലാം കേട്ടു. എനിക്ക് അത് നല്ല ഡീൽ ആണെന്ന് തോന്നിയതും, എന്റെ യുക്തി ജനലിലൂടെ പുറത്തേക്ക് പോയതും, എനിക്കത് വിശകലനം ചെയ്യാൻ സാധിക്കാഞ്ഞതും, എന്നെ കോരിത്തരിപ്പിച്ചെന്ന് സമ്മതിക്കാതെ വയ്യ. കാരണം

ആ ഡീൽ നല്ലതായി തോന്നി, ഞാൻ ആർത്തിയും ആവേശവും കൊണ്ട് വികാരഭരിതനായിപ്പോയി, പിന്നെ അക്കങ്ങളും വാക്കുകളും എന്നോട് പറയുന്നതെന്താണെന്ന് കേൾക്കാൻ എനിക്ക് കഴിയാതായി.

അപ്പോഴാണ് ധനികനായ പിതാവ് അദ്ദേഹം എപ്പോഴും പ്രയോഗിച്ചിരുന്ന ഒരു പ്രധാനപ്പെട്ട നിയമം എനിക്ക് തന്നത്, 'നിന്റെ ലാഭം ഉണ്ടാകുന്നത് നീ വാങ്ങുമ്പോഴാണ്, വിൽക്കുമ്പോഴല്ല.'

ധനികനായ പിതാവിന് ഉറപ്പുണ്ടാകേണ്ടത് അദ്ദേഹം എന്ത് കടമോ നഷ്ടസാധ്യതയോ എടുത്താലും, അത് വാങ്ങിയ ദിവസം തൊട്ട് ധാരണയിൽ ഉണ്ടായിരിക്കണം എന്നതിലാണ്. സമ്പദ്‌വ്യവസ്ഥ മോശമായാലും മെച്ചപ്പെട്ടാലും അത് സാമാന്യബോധത്തിന് നിരക്കണം. അദ്ദേഹം ഭാവിയുടെ നികുതി സൂത്രങ്ങളും പ്രവചനങ്ങളും വിലയ്ക്കെടുത്തില്ല. ഒരു കരാർ, നല്ലതും ചീത്തയുമായ സമയങ്ങളിൽ സാമ്പത്തിക യുക്തിക്ക് നിരക്കേണ്ടതാണ്.

ഞാൻ അദ്ദേഹം കാണുന്നതുപോലെ പണത്തിന്റെ കളിയെ മനസ്സിലാക്കാൻ തുടങ്ങുകയായിരുന്നു. വ്യക്തമായും, കളി മറ്റുള്ളവർ നമുക്ക് കടപ്പെടുന്നത് കാണാനും, ആർക്ക് നമ്മൾ കടപ്പെടുന്നുവെന്നതിനെക്കുറിച്ച് കരുതലോടെയിരിക്കാനുമായിരുന്നു. ഇന്ന്, ഞാൻ ഇപ്പോഴും അദ്ദേഹത്തിന്റെ വാക്കുകൾ കേൾക്കുന്നു: 'നീ കടവും നഷ്ടസാധ്യതയും എടുക്കുകയാണെങ്കിൽ, നിനക്കതിനുള്ള പ്രതിഫലം കിട്ടിയിരിക്കണം.'

ധനികനായ പിതാവിന് കടമുണ്ടായിരുന്നു, പക്ഷേ, അത് എടുക്കുമ്പോൾ അദ്ദേഹം സൂക്ഷിച്ചിരുന്നു. 'നീ വ്യക്തിപരമായി കടം വാങ്ങുകയാണെങ്കിൽ, അത് ചെറുതായിരിക്കുമെന്ന് ഉറപ്പാക്കുക. വലിയ കടമെടുത്താൽ, മറ്റാരെങ്കിലും അത് കൊടുത്തു തീർക്കുമെന്ന് ഉറപ്പാക്കുക.'

അദ്ദേഹം പണത്തിന്റെ കളിയെയും കടത്തിനെയും നിങ്ങളിലും, എന്നിലും, എല്ലാവരിലും കളിക്കപ്പെടുന്നതായിട്ടാണ് കണ്ടത്. അത് ബിസിനസ്സിൽ നിന്നും ബിസിനസ്സിലേക്കും, രാജ്യത്തിൽനിന്നും രാജ്യത്തിലേക്കും കളിക്കപ്പെടുന്നു. അദ്ദേഹത്തിന് അത് വെറുമൊരു കളി മാത്രമായിരുന്നു. പക്ഷേ, ഭൂരിഭാഗം ആളുകൾക്കും, പണം കളിയല്ല. അത് അതിജീവനമാണ്. അവർക്ക് ആരും ആ കളി വിശദീകരിച്ച് കൊടുക്കാത്തതുകൊണ്ട്, വീട് ഒരു മുതൽക്കൂട്ടാണെന്ന് ബാങ്കർമാർ പറയുന്നത് ഇപ്പോഴും വിശ്വസിക്കുന്നു.

വസ്തുതകളും അഭിപ്രായങ്ങളും തമ്മിലുള്ള വ്യത്യാസത്തിന്റെ പ്രാധാന്യം

ധനികനായ പിതാവ് അദ്ദേഹത്തിന്റെ പാഠം തുടർന്നു: 'നിനക്ക് വലതുവശത്ത് വിജയിക്കണമെങ്കിൽ, വസ്തുതകളും അഭിപ്രായങ്ങളും തമ്മിലുള്ള വ്യത്യാസം അറിഞ്ഞിരിക്കണം. ഇടതുവശത്തെ ആളു

കളെപ്പോലെ സാമ്പത്തിക ഉപദേശം അന്ധമായി സ്വീകരിക്കാൻ പാടില്ല. നിനക്ക് അക്കങ്ങൾ അറിഞ്ഞിരിക്കണം. അക്കങ്ങൾ വസ്തുതകൾ പറഞ്ഞുതരും. നിന്റെ സാമ്പത്തിക അതിജീവനം ആശ്രയിച്ചിരിക്കുന്നത് വസ്തുതകളിലാണ്, ഏതെങ്കിലും സുഹൃത്തിന്റെയോ ഉപദേശകന്റെയോ വാക്കുകളിലൂടെയുള്ള അഭിപ്രായങ്ങളിലല്ല.'

'എനിക്ക് മനസ്സിലാകുന്നില്ല. എന്തെങ്കിലും ഒന്ന് വസ്തുതയോ അഭിപ്രായമോ ആകുന്നതിൽ എന്താണ് വലിയ കാര്യം? ഒന്ന് മറ്റൊന്നിനേക്കാൾ മികച്ചതാണോ?'

'അല്ല,' ധനികനായ പിതാവ് മറുപടി പറഞ്ഞു. 'ഒന്ന് എപ്പോഴാണ് വസ്തുതയോ അഭിപ്രായമോ ആകുന്നതെന്ന് അറിഞ്ഞാൽ മാത്രം മതി.'

എപ്പോഴും കുഴങ്ങിപ്പോയ ഞാൻ മുഖത്ത് ആശയക്കുഴപ്പവും കാണിച്ച് നിന്നു.

'എന്താണ് നിന്റെ കുടുംബവീടിന്റെ മൂല്യം?' ധനികനായ പിതാവ് ചോദിച്ചു.

'ആ, എനിക്കറില്ല,' ഞാൻ പെട്ടെന്ന് പറഞ്ഞു. 'എന്റെ മാതാപിതാക്കൾ അത് വിൽക്കണമെന്ന് ആലോചിക്കുന്നു, അങ്ങനെ ഒരു റിയൽ എസ്റ്റേറ്റ് ഏജന്റ് വന്ന് മൂല്യനിർണയം ചെയ്തു. അയാൾ പറഞ്ഞത് വീടിന് $36,000 വില വരുമെന്നാണ്. എന്നുവച്ചാൽ എന്റെ പിതാവിന്റെ ആകെ മൂല്യം $16,000 വർദ്ധിച്ചു, കാരണം അദ്ദേഹം അഞ്ച് വർഷങ്ങൾക്കുമുമ്പ് അതിന് $20,000 ആയിരുന്നു നൽകിയത്.'

'അപ്പോൾ ആ മൂല്യനിർണയവും നിന്റെ പിതാവിന്റെ ആകെ മൂല്യവും വസ്തുതയാണോ അഭിപ്രായമാണോ?' ധനികനായ പിതാവ് ചോദിച്ചു.

ഞാൻ അതിനെക്കുറിച്ച് കുറച്ചുനേരം ആലോചിച്ച് അദ്ദേഹം എന്താണ് ഉദ്ദേശിക്കുന്നതെന്ന് മനസ്സിലാക്കി. 'രണ്ടും അഭിപ്രായങ്ങളാണ്, അല്ലേ?'

ധനികനായ പിതാവ് തലകുലുക്കി. 'ഒന്നാന്തരം. മിക്കവാറും ആളുകൾ സാമ്പത്തികമായി ബുദ്ധിമുട്ടുന്നത്, അവർ തങ്ങളുടെ ജീവിതത്തിൽ സാമ്പത്തിക തീരുമാനങ്ങൾ വരുമ്പോൾ, വസ്തുതകളേക്കാൾ അഭിപ്രായങ്ങൾ ഉപയോഗിക്കുന്നതുകൊണ്ടാണ്. താഴെ പറയുന്ന പോലെയുള്ള അഭിപ്രായങ്ങൾ:

- 'നിങ്ങളുടെ വീട് ഒരു മുതൽക്കൂട്ടാണ്.'
- 'റിയൽ എസ്റ്റേറ്റിന്റെ മൂല്യം എപ്പോഴും ഉയർന്നുകൊണ്ടിരിക്കും.'
- 'ബ്ലൂ ചിപ് സ്റ്റോക്കുകളാണ് നിങ്ങളുടെ ഏറ്റവും നല്ല നിക്ഷേപം.'
- 'പണമുണ്ടാക്കാൻ പണം വേണം.'
- 'സ്റ്റോക്കുകൾ എപ്പോഴും റിയൽ എസ്റ്റേറ്റിനെ മറികടന്നിട്ടുണ്ട്.'
- 'നിങ്ങളുടെ പോർട്ട്ഫോളിയോ വൈവിധ്യപ്പെടുത്തണം.'

- 'പണക്കാരനാകണമെങ്കിൽ നിങ്ങൾ സത്യസന്ധതയില്ലാത്തവ രായിരിക്കണം.'
- 'നിക്ഷേപം നഷ്ടസാധ്യത ഉള്ളതാണ്.'
- 'സുരക്ഷിതമായി കളിക്കുക.'

ഞാൻ ആഴത്തിൽ ചിന്തിച്ചുകൊണ്ട് അവിടെയിരുന്നു, വീട്ടിൽ ഞാൻ പണത്തിനെക്കുറിച്ച് കേട്ടിട്ടുള്ളതിൽ ഭൂരിഭാഗവും യഥാർഥ ത്തിൽ ആളുകളുടെ അഭിപ്രായമായിരുന്നെന്നും, വസ്തുതകൾ അല്ലെന്നും തിരിച്ചറിഞ്ഞുകൊണ്ട്.

'സ്വർണം ഒരു മുതൽക്കൂട്ടാണോ?' ധനികനായ പിതാവ് ചോദിച്ചു, എന്നെ പകൽക്കിനാവിൽ നിന്നും ഉണർത്തിക്കൊണ്ട്.

'അതെ, ഉറപ്പായും,' ഞാൻ പറഞ്ഞു. 'സമയത്തിന്റെ പരീക്ഷണ ത്തിനെ അതിജീവിച്ച ഒരേയൊരു യഥാർഥ പണം അതാണ്.'

'നോക്ക്, നീ വീണ്ടും,' ധനികനായ പിതാവ് പുഞ്ചിരിച്ചു. 'നീ ആകെ ചെയ്യുന്നത് വസ്തുതകൾ പരിശോധിക്കുന്നതിനുപകരം ഒരു മുതൽക്കൂട്ട് എന്താണെന്ന മറ്റാരുടെയെങ്കിലും അഭിപ്രായം ആവർത്തി ക്കുകയാണ്.'

'സ്വർണം ഒരു മുതൽക്കൂട്ട് മാത്രമാണ്, എന്റെ നിർവചനം അനു സരിച്ച്, നീയത് വിൽക്കുന്ന വിലയേക്കാൾ കുറഞ്ഞ് വാങ്ങിക്കുകയാ ണെങ്കിൽ,' ധനികനായ പിതാവ് പതുക്കെ പറഞ്ഞു. 'മറ്റു വാക്കുകളിൽ, നീ അത് $100നു വാങ്ങി $200നു വിൽക്കുകയാണെങ്കിൽ അതൊരു മുതൽക്കൂട്ടായിരുന്നു. പക്ഷേ, ഒരു ഔൺസ് $200നു വാങ്ങി $100നു വിൽക്കുകയാണെങ്കിൽ, ഈ ഇടപാടിൽ സ്വർണം ബാധ്യതയാണ്. ഇടപാടിലെ യഥാർഥ സാമ്പത്തിക അക്കങ്ങളാണ് പരമമായി നിന്നോട് വസ്തുതകൾ പറയുന്നത്. വാസ്തവത്തിൽ, ഒരേയൊരു മുതൽക്കൂട്ടും ബാധ്യതയും നീ തന്നെയാണ്, കാരണം നീ മാത്രമാണ് സ്വർണം മുതൽക്കൂട്ട് അല്ലെങ്കിൽ ബാധ്യത ആക്കുന്നതിനുള്ള തീരുമാനം എടു ക്കുന്നത്. അതുകൊണ്ടാണ് സാമ്പത്തിക വിദ്യാഭ്യാസം വളരെ പ്രധാന മാകുന്നത്. ഒന്നാന്തരം ബിസിനസ്സ് അല്ലെങ്കിൽ റിയൽ എസ്റ്റേറ്റ് ഏറ്റെ ടുത്ത് അതിനെ ദുഃസ്വപ്നം ആക്കിയ ആളുകളെ ഞാൻ കണ്ടിട്ടുണ്ട്. ഒരുപാട് ആളുകൾ അവരുടെ വ്യക്തിജീവിതത്തിലും അതുതന്നെ ചെയ്യും. അവർ കഷ്ടപ്പെട്ട് ഉണ്ടാക്കിയ പണം എടുത്ത് ജീവിതകാലത്തേ ക്കുള്ള സാമ്പത്തികബാധ്യതകൾ സൃഷ്ടിക്കും.'

എനിക്ക് കൂടുതൽ ആശയക്കുഴപ്പമായി, അകമേ അല്പം നൊന്തു, തർക്കിക്കണമെന്ന് തോന്നി. ധനികനായ പിതാവ് എന്റെ തലച്ചോറ് കൊണ്ട് കളിക്കുകയാണ്

'ഒരാളുടെ തോലുരിഞ്ഞ് പോകുന്നത് അയാൾക്ക് വസ്തുതകൾ അറിയാത്തത് കൊണ്ടാണ്. ഓരോ ദിവസവും ഞാൻ ആർക്കെങ്കിലും പണം നഷ്ടപ്പെട്ടതിന്റെ ഭീതികഥകൾ കേൾക്കാറുണ്ട്, കാരണം അവർ

കരുതി അഭിപ്രായം വസ്തുതയാണെന്ന്. സാമ്പത്തിക തീരുമാനം എടുക്കുമ്പോൾ ഒരു അഭിപ്രായം ഉപയോഗിക്കുന്നതിൽ കുഴപ്പമൊന്നുമില്ല. പക്ഷേ, അതിന്റെ വ്യത്യാസം അറിഞ്ഞിരിക്കണം. മില്യൻ കണക്കിന് ആളുകൾ തലമുറകളായി കൈമാറിക്കിട്ടിയ അഭിപ്രായങ്ങളെ ആധാരമാക്കി ജീവിതതീരുമാനങ്ങൾ എടുത്തിട്ടുണ്ട്. എന്നിട്ട് തങ്ങൾ സാമ്പത്തികമായി ബുദ്ധിമുട്ടുന്നത് എന്തുകൊണ്ടാണെന്ന് അത്ഭുതപ്പെടും.' 'ഏത് തരത്തിലുള്ള അഭിപ്രായങ്ങൾ?' ഞാൻ ചോദിച്ചു. ധനികനായ പിതാവ് മറുപടി പറയുന്നതിനുമുമ്പ് അടക്കിച്ചിരിച്ചു, 'ശരി, ഞാൻ കേട്ടിട്ടുള്ള പൊതുവായ ചിലത് പറയാം.'

- 'നീ അവനെ വിവാഹം കഴിക്കണം. അവൻ നല്ലൊരു ഭർത്താവായിരിക്കും.'
- 'സുരക്ഷിതമായ ഒരു ജോലി കണ്ടെത്തി ജീവിതകാലം മുഴുവൻ അവിടെ ചിലവഴിക്കണം.'
- 'ഡോക്ടർമാർ ഒരുപാട് പണമുണ്ടാക്കും.'
- 'അവർക്ക് വലിയ വീടുണ്ട്. അവർ ധനികരായിരിക്കണം.'
- 'അയാൾക്ക് വലിയ മസിലുകളുണ്ട്. അയാൾ ആരോഗ്യവാനായിരിക്കണം.'
- 'ഇതൊരു നല്ല കാർ ആണ്. അത് ഒരു വൃദ്ധ മാത്രമേ ഓടിച്ചിട്ടുള്ളൂ.'
- 'എല്ലാവർക്കും ധനികരാകാനുള്ള പണം ഇല്ല.'
- 'ഭൂമി പരന്നതാണ്.'
- 'മനുഷ്യർ ഒരിക്കലും പറക്കില്ല.'
- 'അയാൾ തന്റെ സഹോദരിയേക്കാൾ സമർഥനാണ്.'
- 'ബോണ്ടുകൾ സ്റ്റോക്കുകളേക്കാൾ സുരക്ഷിതമാണ്.'
- 'തെറ്റുകൾ വരുത്തുന്നവർ മണ്ടന്മാരാണ്.'
- 'അയാൾ ഒരിക്കലും കുറഞ്ഞ വിലയ്ക്ക് വിൽക്കില്ല.'
- 'അവൾ ഒരിക്കലും എന്റെ കൂടെ പുറത്തേക്ക് വരില്ല.'
- 'നിക്ഷേപിക്കുന്നത് നഷ്ടസാധ്യതയുള്ളതാണ്.'
- 'ഞാനൊരിക്കലും ധനികനാവില്ല.'
- 'ഞാൻ കോളജിൽ പോയിട്ടില്ലാത്തതുകൊണ്ട് ഒരിക്കലും മുന്നേറില്ല.'
- 'നിങ്ങളുടെ നിക്ഷേപങ്ങൾ വൈവിധ്യപ്പെടുത്തണം.'
- 'നിങ്ങളുടെ നിക്ഷേപങ്ങൾ വൈവിധ്യപ്പെടുത്തരുത്.'

ധനികനായ പിതാവ് ഒടുക്കം, ഞാൻ അഭിപ്രായങ്ങളുടെ ഉദാഹരണങ്ങൾ കേട്ട് തളർന്നു എന്ന് പറയുന്നത് വരെ തുടർന്നു.

'ശരി! ഞാൻ ഒരുപാട് കേട്ടു. അങ്ങ് എന്താ പറഞ്ഞുവരുന്നത്?'

'നീ ഒരിക്കലും എന്നെ നിർത്തില്ലെന്ന് വിചാരിച്ചു,' ധനികനായ പിതാവ് പുഞ്ചിരിച്ചുകൊണ്ട് പറഞ്ഞു. 'കാര്യം എന്താണെന്നാൽ ഭൂരിഭാഗം ആളുകളുടെയും ജീവിതങ്ങൾ തീരുമാനിക്കപ്പെടുന്നത് അവരുടെ അഭിപ്രായങ്ങൾ കൊണ്ടാണ്, വസ്തുതകളേക്കാൾ. ഒരാളുടെ ജീവിതം മാറണമെങ്കിൽ, അയാൾ ആദ്യം തങ്ങളുടെ അഭിപ്രായങ്ങൾ മാറ്റുകയും വസ്തുതകളിലേക്ക് നോക്കാൻ തുടങ്ങുകയും വേണം. നിനക്ക് ഫിനാൻഷ്യൽ സ്റ്റേറ്റ്മെന്റുകൾ വായിക്കാൻ കഴിയുമെങ്കിൽ, ഒരു വ്യക്തി അല്ലെങ്കിൽ കമ്പനിയുടെ സാമ്പത്തിക വിജയത്തിന്റെ വസ്തുതകൾ കാണാൻ കഴിയും, അഭിപ്രായങ്ങളുടെ പുറകേ പോകുന്നതിനുപകരം – നിന്റേയോ മറ്റാരുടെയെങ്കിലുമോ. ഞാൻ പറഞ്ഞതുപോലെ, ഒന്ന് മറ്റൊന്നിനേക്കാൾ മികച്ചതല്ല. പക്ഷേ, ജീവിതത്തിൽ വിജയിക്കാൻ, പ്രത്യേകിച്ചും സാമ്പത്തികമായി, നീ ആ വ്യത്യാസം അറിഞ്ഞിരിക്കണം. എന്തെങ്കിലും ഒന്ന് വസ്തുതയാണെന്ന് പരിശോധിക്കാൻ നിനക്ക് കഴിഞ്ഞില്ലെങ്കിൽ, അതൊരു അഭിപ്രായമാണ്. സാമ്പത്തിക അന്ധത ഉണ്ടാകുന്നത് ഒരാൾക്ക് ഫിനാൻഷ്യൽ സ്റ്റേറ്റ്മെന്റ് വായിക്കാൻ കഴിയാത്തപ്പോഴാണ്, അയാളെ മറ്റാരുടെയെങ്കിലും അഭിപ്രായത്തിനെ ആശ്രയിക്കാൻ വിട്ടുകൊണ്ട്. സാമ്പത്തിക ബുദ്ധിഭ്രമം ഉണ്ടാകുന്നത് അഭിപ്രായങ്ങളെ വസ്തുതകളായി ഉപയോഗിക്കുമ്പോഴാണ്. നിനക്ക് പണമൊഴുക്കിന്റെ ചതുരങ്ങളുടെ വലതുവശത്ത് ഇരിക്കണമെങ്കിൽ, വസ്തുതകളും അഭിപ്രായങ്ങളും തമ്മിലുള്ള വ്യത്യാസം അറിഞ്ഞിരിക്കണം. ഇതിനേക്കാൾ പ്രധാനപ്പെട്ട പാഠങ്ങൾ കുറവാണ്.'

ഞാൻ നിശ്ശബ്ദമായി കേട്ടുകൊണ്ടിരുന്നു, അദ്ദേഹം പറയുന്നത് മനസ്സിലാക്കാൻ പരമാവധി ശ്രമിച്ചുകൊണ്ട്. സ്വാഭാവികമായും അതൊരു ലളിതമായ ആശയമാണ്, എന്നാലും ആ നിമിഷത്തിൽ എന്റെ തലച്ചോറിന് സ്വീകരിക്കാൻ പറ്റുന്നതിനേക്കാൾ വലുതായിരുന്നു.

'നിനക്ക് കൃത്യമായ ശ്രദ്ധ എന്നാലെന്താണെന്നറിയാമോ?' ധനികനായ പിതാവ് ചോദിച്ചു.

ഞാൻ തലയാട്ടി. കൃത്യമായ ശ്രദ്ധ എന്നാൽ നിന്റെ ഗൃഹപാഠം ചെയ്ത് ഏത് പ്രസ്താവനയാണ് അഭിപ്രായങ്ങളെന്നും വസ്തുതകളെന്നും കണ്ടെത്തുന്നതാണ്. പണത്തിന്റെ കാര്യം വരുമ്പോൾ, ഭൂരിഭാഗം ആളുകളും ഒന്നുകിൽ മടിയന്മാർ അല്ലെങ്കിൽ കുറുക്കുവഴി തേടുന്നവർ ആയിരിക്കും, അപ്പോൾ അവർക്ക് ആവശ്യത്തിന് കൃത്യമായ ശ്രദ്ധ കൊടുക്കാൻ പറ്റില്ല. പിന്നെ തെറ്റുകൾ വരുത്തുന്നതിനെ ഭയക്കുന്ന മറ്റുചിലർ ആകെ ചെയ്യുക കൃത്യമായ ശ്രദ്ധ കൊടുത്ത് ഒന്നും ചെയ്യാതിരിക്കുന്നതാണ്. ഒരുപാട് കൃത്യമായ ശ്രദ്ധയെ 'വിശകലന പക്ഷാഘാതം' എന്നു വിളിക്കും. പറഞ്ഞുവരുന്നത് നിനക്ക് എങ്ങനെ

വസ്തുതകളും അഭിപ്രായങ്ങളും വേർതിരിക്കാൻ അറിഞ്ഞിരിക്കണെമെന്നാണ്, എന്നിട്ട് നിന്റെ തീരുമാനമെടുക്കുക. ഞാൻ പറഞ്ഞത് പോലെ, ഇന്ന് മിക്കവാറും ആളുകൾ സാമ്പത്തിക പ്രതിസന്ധിയിലാകുന്നതിന്റെ കാരണം അവർ ഒരുപാട് കുറുക്കുവഴികൾ എടുക്കുകയും അവരുടെ ജീവിതത്തിലെ സാമ്പത്തിക തീരുമാനങ്ങൾ അഭിപ്രായങ്ങളെ അടിസ്ഥാനമാക്കി എടുക്കുകയും ചെയ്യുന്നതുമാണ് (മിക്കപ്പോഴും E അല്ലെങ്കിൽ S ചതുരങ്ങളിലെ അഭിപ്രായങ്ങൾ), വസ്തുതകൾ അവർ എടുക്കുന്നില്ല. നിനക്ക് B അല്ലെങ്കിൽ I ആകണമെങ്കിൽ, ഈ വ്യത്യാസത്തിനെക്കുറിച്ച് കാര്യമായി ബോധവാനായിരിക്കണം.

ആ ദിവസം ഞാൻ ധനികനായ പിതാവിന്റെ പാഠത്തിനെ പൂർണമായും വിലമതിച്ചില്ല, എന്നാലും ഏതാനും പാഠങ്ങൾ അതിനേക്കാൾ മികച്ച രീതിയിൽ പ്രയോജനപ്പെട്ടു.

വർഷങ്ങൾ കഴിഞ്ഞ്, 1990-കളുടെ ആരംഭത്തിൽ, ധനികനായ പിതാവ് സ്റ്റോക്ക് മാർക്കറ്റ് കുതിച്ചുയരുന്നത് നിരീക്ഷിച്ചു. അദ്ദേഹത്തിന്റെ ഒരേയൊരു അഭിപ്രായം: 'ഉയർന്ന ശമ്പളമുള്ള തൊഴിലാളികൾ അല്ലെങ്കിൽ ഉയർന്ന വേതനമുള്ള സ്വയം തൊഴിൽ ചെയ്യുന്നവർ, അമിതമായ തുകകൾ നികുതിയായി നൽകുന്നവർ, വലിയ കടത്തിലാകുമ്പോൾ, അവരുടെ പോർട്ട്ഫോളിയോയിൽ വെറും കടലാസ് മുതൽക്കൂട്ടുകളുമായി നിക്ഷേപ ഉപദേശം സ്വീകരിക്കാൻ തുടങ്ങും. വസ്തുതകൾ അറിയാമെന്ന് കരുതുന്ന ആളുകളുടെ ഉപദേശം പിന്തുടരുന്നത് വഴി മില്യൻ കണക്കിന് ആളുകൾ യാതനയിലാകാൻ പോകുകയാണ്.'

വാറൻ ബഫറ്റ്, അമേരിക്കയിലെ വലിയ നിക്ഷേപകൻ, ഒരിക്കൽ പറഞ്ഞു, 'നിങ്ങൾ ഒരു പോക്കർ ഗെയിമിൽ ഇരുന്ന് 20 മിനിട്ടുകൾക്ക് ശേഷം ആരാണ് പഴി കേൾക്കുന്നവർ എന്ന് അറിയില്ലെങ്കിൽ, നിങ്ങളാണ് പഴികേൾക്കുന്നവൻ.'

എന്തുകൊണ്ട് ആളുകൾ സാമ്പത്തികമായി ബുദ്ധിമുട്ടുന്നു

മിക്കവാറും ആളുകൾ സ്കൂൾ വിടുന്ന ദിവസം തൊട്ട് മരിക്കുന്ന ദിവസം വരെ കടത്തിലായിരിക്കുമെന്ന് പറഞ്ഞാൽ വിശ്വസിക്കുമോ? സത്യമാണ്. ഒരു ശരാശരി മദ്ധ്യവർഗ്ഗ അമേരിക്കക്കാരന്റെ സാമ്പത്തിക ചിത്രം ഇതാണ്:

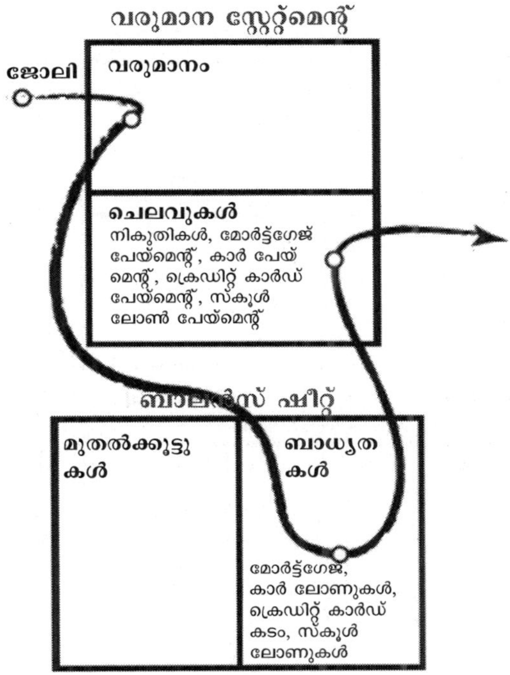

വേറെ ഒരാളുടെ ബാലൻസ് ഷീറ്റ്

നിങ്ങൾക്ക് ഇപ്പോൾ കളി മനസ്സിലായെങ്കിൽ, ആ ബാധ്യതകൾ വേറെ ഒരാളുടെ ബാലൻസ് ഷീറ്റിൽ ഉറപ്പായും മുതൽക്കൂട്ടായി കാണിക്കും, ഇതുപോലെ:

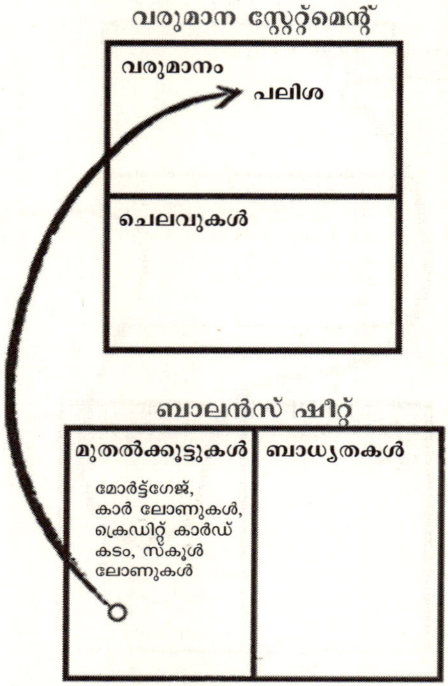

എപ്പോഴും നിങ്ങൾ ഈ വാക്കുകൾ കേൾക്കുമ്പോൾ, 'കുറഞ്ഞ ഡൗൺ പേയ്മെന്റ്. എളുപ്പമുള്ള മാസത്തവണകൾ,' അല്ലെങ്കിൽ 'പേടിക്കണ്ട. ആ നഷ്ടങ്ങൾക്ക് സർക്കാർ നിങ്ങൾക്ക് നികുതിയിളവ് നൽകും,' മനസ്സിലാക്കുക ആരോ നിങ്ങളെ കളിയിലേക്ക് വശീകരിക്കുകയാണ്. നിങ്ങൾക്ക് സാമ്പത്തികമായി സ്വതന്ത്രനാകണമെങ്കിൽ, അതിനേക്കാൾ സമർഥനായിരിക്കണം.

ഭൂരിഭാഗം ആളുകൾക്കും അവരോട് കടപ്പെട്ടിരിക്കുന്നവർ ഉണ്ടായിരിക്കില്ല. അവർക്ക് യഥാർഥത്തിലുള്ള മുതൽക്കൂട്ടുകൾ ഇല്ല (അവരുടെ കീശയിൽ പണം ഇടുന്ന വസ്തുക്കൾ), അവർ മിക്കപ്പോഴും മറ്റുള്ളവർക്ക് കടപ്പെട്ടിരിക്കുകയും ചെയ്യും. അതുകൊണ്ടാണ് അവർ തൊഴിൽ സുരക്ഷിയിൽ അള്ളിപ്പിടിച്ച് സാമ്പത്തികമായി ബുദ്ധിമുട്ടുന്നത്. അവർക്ക് ജോലിയില്ലെങ്കിൽ, നിമിഷനേരംകൊണ്ട് അവർ തകരും. വാസ്തവത്തിൽ, ശരാശരി അമേരിക്കക്കാരൻ പാപ്പരാകുന്നതിൽ നിന്നും മൂന്ന് ശമ്പളത്തിൽ താഴെ അകലത്തേയുള്ളൂ. അവർ മെച്ചപ്പെട്ട ജീവിതം അന്വേഷിച്ച് കളിക്കപ്പെടാൻ നിന്നുകൊടുക്കും, കാരണം മേൽത്തട്ട് അവർക്കെതിരേയായിരിക്കും നിൽക്കുക. അവർ അപ്പോഴും അവരുടെ വീട്, കാർ, ഗോൾഫ് ക്ലബ്ബുകൾ, വസ്ത്രങ്ങൾ, അവധിക്കാല

വീട്, പിന്നെ മറ്റനേകം വസ്തുക്കൾ എന്നിവ മുതൽക്കൂട്ടുകളാണെന്ന് കരുതും. അവർ മറ്റാരെങ്കിലും പറയുന്നത് വിശ്വസിക്കും, കാരണം അവർക്ക് വാസ്തവം സ്വയം മനസ്സിലാക്കാനായി ഫിനാൻഷ്യൽ സ്റ്റേറ്റ്മെന്റുകൾ വായിക്കാനറിയില്ല.

മിക്കവാറും ആളുകൾ സ്കൂളിൽ പോകുന്നത് കളിയിലെ കളിക്കാരാകാൻ പഠിക്കാനാണ്. പക്ഷേ, ആരും അവർക്ക് നിയമങ്ങൾ വിശദീകരിച്ച് കൊടുക്കില്ല. ആ കളിയുടെ പേരെന്താണെന്ന് ആരും അവരോട് പറയില്ല: 'ആര് ആരോട് കടപ്പെട്ടിരിക്കുന്നു?' ആരും അവരോട് പറയാത്തതുകൊണ്ട്, അവരായിരിക്കും മറ്റാർക്കെങ്കിലും കടപ്പെട്ടിരിക്കുക.

പണം ഒരു ആശയമാണ്

നിങ്ങൾ ഇപ്പോൾ പണമൊഴുക്കിന്റെ ചതുരങ്ങളുടെ അടിസ്ഥാനങ്ങളും പണം കണ്ണുകളേക്കാൾ മനസ്സുകൊണ്ടാണ് കൂടുതൽ വ്യക്തമായി കാണാൻ കഴിയുകയെന്നും മനസ്സിലാക്കിക്കാണും എന്ന് പ്രതീക്ഷിക്കുന്നു. പണത്തിന്റെ കളി പഠിക്കുന്നതും അതെങ്ങനെ കളിക്കണമെന്നുള്ളതും നിങ്ങളുടെ സാമ്പത്തിക സ്വാതന്ത്ര്യത്തിലേക്കുള്ള യാത്രയിലെ ഒരു പ്രധാന ഭാഗമാണ്. അതിനേക്കാൾ പ്രധാനമാണ് പണമൊഴുക്കിന്റെ ചതുരങ്ങളിലെ വലതുവശത്തേക്ക് മാറാനായി ആരെയാണ് ആവശ്യമെന്ന് അറിയേണ്ടതും. ഈ പുസ്തകത്തിന്റെ ഭാഗം II ശ്രദ്ധ കൊടുക്കുന്നത് 'നിങ്ങളിലെ മികച്ചത് പുറത്തെടുക്കുന്നതി'ലും സമവാക്യം പരിശോധിക്കുന്നതിലുമാണ്:

ആയിരിക്കുക

പ്രവർത്തിക്കുക

നേടുക

ഭാഗം രണ്ട്

നിങ്ങളിലെ മികച്ചതിനെ പുറത്തെടുക്കുന്നത്

അദ്ധ്യായം ഏഴ്

നിങ്ങൾ നിങ്ങളായിത്തീരുന്നത്

യഥാർഥ പ്രശ്നം നിങ്ങൾ കടന്നുപോകുന്ന മാറ്റങ്ങളും ആ പ്രക്രിയയിൽ നിങ്ങൾ ആരാകുന്നുവെന്നതുമാണ്.

'വീടില്ലാതിരിക്കുന്നതല്ല വിഷയം,' എന്റെ ധനികനായ പിതാവ് പറഞ്ഞു. 'നീ ആരാണെന്നതാണ് കാര്യം. പരിശ്രമിച്ചുകൊണ്ടിരിക്കുക, നീ ആരെങ്കിലും ആയിത്തീരും. ഉപേക്ഷിച്ചാലും നീ ആരെങ്കിലും ആയിത്തീരും. പക്ഷേ, അതേ വ്യക്തിയായിരിക്കില്ലെന്ന് മാത്രം.'

നിങ്ങൾ കടന്നുപോകുന്ന മാറ്റങ്ങൾ

തൊഴിൽ സുരക്ഷയിൽനിന്നും സാമ്പത്തിക സുരക്ഷയിലേക്ക് പോകുന്നതിനെക്കുറിച്ച് ആലോചിക്കുന്നവർക്ക്, എനിക്ക് ആകെ നൽകാൻ കഴിയുന്നത് പ്രോത്സാഹനത്തിന്റെ വാക്കുകൾ മാത്രമാണ്. കിമ്മിനും എനിക്കും, വീടില്ലാതിരുന്നതും നൈരാശ്യവും വേണ്ടിവന്നു മുന്നോട്ട് പോകാനുള്ള പ്രചോദനം കണ്ടെത്താൻ. അതായിരുന്നു ഞങ്ങളുടെ വഴി, അത് നിശ്ചയമായും നിങ്ങളുടെ വഴിയാകണമെന്നില്ല. ഞാൻ മുമ്പ് വിശദീകരിച്ചതുപോലെ, പണമൊഴുക്കിന്റെ ചതുരങ്ങളുടെ വലതുവശത്തേക്ക് പാലം കടക്കാൻ സഹായിക്കാനായി തയ്യാറാക്കി വച്ചിട്ടുള്ള വ്യവസ്ഥകൾ ഉണ്ട്.

യഥാർഥ പ്രശ്നം ആ പ്രക്രിയയിൽ നിങ്ങൾ ആരായിത്തീരുന്നു എന്നതും അകമേ കടന്നുപോകേണ്ട മാറ്റവുമാണ്. ചിലർക്ക്, ആ പ്രക്രിയ എളുപ്പമായിരിക്കും. മറ്റു ചിലർക്ക്, ആ യാത്ര അസാധ്യമായിരിക്കും.

പണം ഒരു മയക്കുമരുന്നാണ്

ധനികനായ പിതാവ് എപ്പോഴും മൈക്കിനോടും എന്നോടും പറയുമായിരുന്നു, 'പണം ഒരു മയക്കുമരുന്നാണ്.' ഞങ്ങൾ അദ്ദേഹത്തിനുവേണ്ടി ജോലി ചെയ്യുമ്പോൾ വേതനം തരാൻ വിസമ്മതിച്ചതിന്റെ കാരണം ഞങ്ങൾക്ക് ഒരിക്കലും പണത്തിനുവേണ്ടി ജോലി ചെയ്യുന്നതിൽ ആസക്തി ഉണ്ടാവരുത് എന്നതിനാലായിരുന്നു. 'നീ പണത്തിൽ ആസക്തനായാൽ, ആ ആസക്തി മുറിക്കാൻ പ്രയാസമായിരിക്കും.'

ഞാൻ മുതിർന്ന ആളായി പണത്തിനുവേണ്ടി കാലിഫോർണിയയിൽനിന്നും അദ്ദേഹത്തിനെ വിളിക്കുമ്പോൾ, അദ്ദേഹം വർഷങ്ങൾക്കുമുമ്പ് തുടങ്ങിവച്ച ക്രമത്തിന് ഭംഗം വരുത്താൻ തയ്യാറായില്ല. അദ്ദേഹം ഞങ്ങൾ കുട്ടികളായിരിക്കുമ്പോൾ പണം തന്നിരുന്നില്ല, അതിപ്പോൾ തുടങ്ങിവയ്ക്കാനും ഉദ്ദേശ്യമുണ്ടായിരുന്നില്ല. പകരം, അദ്ദേഹം പരുക്കനായി തുടർന്ന് എന്നേ പണത്തിനുവേണ്ടി ജോലി ചെയ്യുന്നതിൽനിന്നും അകലുവാൻ വഴികാണിച്ചു.

അദ്ദേഹം പണത്തിനെ മയക്കുമരുന്നെന്ന് വിളിച്ചതിന്റെ കാരണം, പണം വരുമ്പോൾ സന്തോഷപ്പെടുന്ന ആളുകളെയും അതില്ലാത്തപ്പോൾ നിരാശരും മൂകരുമാകുന്ന ആളുകളെയും നിരീക്ഷിച്ചതുകൊണ്ടാണ്. ഹെറോയിൻ ആസക്തിയുള്ളവർ മരുന്ന് കുത്തിവയ്ക്കുമ്പോൾ ഉത്തേജിതരാകുന്നതുപോലെ, അവരും അതില്ലാത്തപ്പോൾ മൂകരും അക്രമാസക്തരുമാകുന്നു.

'പണത്തിന്റെ ആസക്തിയുണ്ടാക്കാനുള്ള ശക്തിയെ സൂക്ഷിക്കുക,' അദ്ദേഹം എപ്പോഴും പറയുമായിരുന്നു. 'നിനക്ക് ഒരിക്കൽ അത് ലഭിക്കുന്നത് ശീലമായാൽ, ആ ആസക്തി അത് വരുന്ന വഴിയോട് നിന്നെ ചേർത്തുവയ്ക്കും.'

മറ്റൊരു തരത്തിൽ, നിങ്ങൾക്ക് തൊഴിലാളി എന്ന നിലയിൽ പണം കിട്ടുന്നെങ്കിൽ, നിങ്ങൾ ആ വഴിക്ക് നേടുന്നത് ശീലിക്കും. നിങ്ങൾക്ക് സ്വയം തൊഴിൽ വഴി പണമുണ്ടാക്കുന്നത് ശീലമായാൽ, ആ വഴിക്ക് പണമുണ്ടാക്കുന്നതുമായുള്ള ആസക്തി മാറ്റാൻ മിക്കപ്പോഴും പ്രയാസമായിരിക്കും. നിങ്ങൾക്ക് സർക്കാർ വഴി കിട്ടുന്നതിൽ ശീലമായെങ്കിൽ, അതും വേർപെടുത്താൻ പ്രയാസമാണ്.

'ഇടതുവശത്തുനിന്നും വലതുവശത്തേക്ക് മാറുന്നതിൽ കഠിനമായ ഭാഗം നീ പണം സമ്പാദിച്ചിരുന്ന വഴിയുമായുള്ള ബന്ധമാണ്,' ധനികനായ പിതാവ് പറഞ്ഞു. 'അത് ഒരു ശീലം ഉപേക്ഷിക്കുന്നതിനേക്കാൾ ഉപരിയാണ്. അത് ഒരു ആസക്തി ഉപേക്ഷിക്കുന്നതാണ്.'

അതുകൊണ്ടാണ് അദ്ദേഹം മൈക്കിനെയും എന്നെയും ഒരിക്കലും പണത്തിനുവേണ്ടി ജോലി ചെയ്യരുതെന്ന് നിർബന്ധിച്ചത്. അദ്ദേഹം പണമുണ്ടാക്കാനായി ഞങ്ങളുടെ സ്വന്തം വ്യവസ്ഥ സൃഷ്ടിക്കുന്നതിൽ നിർബന്ധം ചെലുത്തി.

ക്രമങ്ങൾ

കിമ്മിനും എനിക്കും B & I ചതുരങ്ങളിൽനിന്നും വരുമാനം ഉണ്ടാക്കുന്നവർ ആകാൻ ശ്രമിക്കുന്നതിലെ കഠിനമായ ഭാഗം, ഞങ്ങളുടെ ഭൂതകാല സ്വാഭാവികാവസ്ഥ ഞങ്ങളെ പിന്നോട്ട് വലിക്കുന്നതായിരുന്നു. 'നീ എന്തിനാ ഇത് ചെയ്യുന്നത്? നിനക്കൊരു ജോലിക്ക് പോയിക്കൂടേ?' എന്ന് സുഹൃത്തുക്കൾ പറയുമ്പോൾ പ്രയാസമായിരുന്നു.

അതിനേക്കാൾ പ്രയാസമായിരുന്നതിന്റെ കാരണം, ഞങ്ങളിലെ ഒരു ഭാഗം ശമ്പളത്തിന്റെ സുരക്ഷയിലേക്ക് തിരിച്ചുപോകാൻ ആഗ്രഹിച്ചിരുന്നു എന്നതാണ്.

ധനികനായ പിതാവ് മൈക്കിനും എനിക്കും വിശദീകരിച്ച് തന്നത് പണത്തിന്റെ ലോകം ഒരു വലിയ വ്യവസ്ഥയാണെന്നാണ്. വ്യക്തികൾ എന്ന നിലയിൽ ഞങ്ങൾ ആ വ്യവസ്ഥയ്ക്കുള്ളിൽ ചില ക്രമങ്ങളിൽ വേണം പ്രവർത്തിക്കാൻ എന്നും.

ഒരു E വ്യവസ്ഥയ്ക്കുവേണ്ടി പണിയെടുക്കുന്നു.

ഒരു S വ്യവസ്ഥയാകുന്നു.

ഒരു B വ്യവസ്ഥസൃഷ്ടിക്കുകയും, സ്വന്തമാക്കുകയും, നിയന്ത്രിക്കുകയും ചെയ്യുന്നു.

ഒരു I വ്യവസ്ഥയിൽ പണം നിക്ഷേപിക്കുന്നു.

ധനികനായ പിതാവ് പറയുന്ന ക്രമം, പണത്തിന്റെ കാര്യം വരുമ്പോൾ നമ്മൾ സ്വാഭാവികമായും ആകർഷിക്കപ്പെടുന്ന ക്രമമായിരുന്നു.

'ഒരാൾക്ക് പണം ആവശ്യമാണെന്ന് തോന്നുമ്പോൾ,' ധനികനായ പിതാവ് വിശദീകരിച്ചു, 'ഒരു E സ്വയമേവ ജോലി അന്വേഷിക്കാൻ തുടങ്ങും, ഒരു S തന്നത്താൻ എന്തെങ്കിലും ചെയ്യും, ഒരു B ഒരു വ്യവസ്ഥ സൃഷ്ടിക്കുകയോ വാങ്ങിക്കുകയോ ചെയ്ത് പണം ഉണ്ടാക്കും, ഒരു I ആകട്ടെ കൂടുതൽ പണം ഉണ്ടാക്കുന്ന ഒരു മുതൽക്കൂട്ടിൽ നിക്ഷേപിക്കാനുള്ള അവസരം അന്വേഷിക്കും.'

ഒരു ക്രമം മാറ്റുന്നത് പ്രയാസമാകുന്നത് എന്തുകൊണ്ട്?

'ഒരു ക്രമം മാറ്റുന്നത് പ്രയാസമാകുന്നതിന്റെ കാരണം ഇന്ന് പണം ജീവിതത്തിൽ അത്യന്താപേക്ഷിതമായതാണ്. കാർഷിക യുഗത്തിൽ, പണം അത്ര പ്രധാനമല്ലായിരുന്നു, കാരണം ഭൂമി ആഹാരവും കൂരയും ചൂടും വെള്ളവും പണമില്ലാതെ തരുമായിരുന്നു. നമ്മൾ വ്യവസായ യുഗത്തിൽ നഗരങ്ങളിലേക്ക് ചേക്കേറിയപ്പോൾ, പണം ജീവിതത്തിനെത്തന്നെ സൂചിപ്പിക്കാൻ തുടങ്ങി. ഇന്ന്, വെള്ളത്തിനുപോലും പണം കൊടുക്കണം,' ധനികനായ പിതാവ് പറഞ്ഞു.

അദ്ദേഹം തുടർന്നും വിശദീകരിച്ചു, നിങ്ങൾ മാറാൻ തുടങ്ങുമ്പോൾ, ഉദാഹരണത്തിന് E ചതുരത്തിൽ നിന്നും B ചതുരത്തിലേക്ക്, ഒരു E അല്ലെങ്കിൽ ജീവിതം അവസാനിക്കും എന്ന പേടിയിൽ ആസക്തിയുള്ള നിങ്ങളിലെ ഭാഗം, തിരിച്ചടിക്കാൻ തുടങ്ങും. അത് മുങ്ങിക്കൊണ്ടിരിക്കുന്ന ഒരാൾ ശ്വാസത്തിനായി മല്ലടിക്കുന്നതുപോലെയാണ്. അല്ലെങ്കിൽ വിശന്ന് വലഞ്ഞയാൾ അതിജീവിക്കാനായി എന്തും തിന്നുന്നതുപോലെ.

'ഈ ആന്തരികമായ യുദ്ധമാണ് അത് പ്രയാസമുള്ളതാക്കുന്നത്. നിങ്ങൾ ഇപ്പോഴല്ലാത്തതും എന്താകണമെന്നുള്ളതും തമ്മിലുള്ള കലഹമാണ് പ്രശ്നം,' ധനികനായ പിതാവ് എനിക്ക് ഫോണിലൂടെ വിശദീകരിച്ചു. 'ഇപ്പോഴും സുരക്ഷ തേടുന്ന നിന്നിലെ ഭാഗം സ്വാതന്ത്ര്യം ആഗ്രഹിക്കുന്ന നിന്നിലെ ഭാഗവുമായി യുദ്ധത്തിലാണ്. ഏത് വിജയിക്കണമെന്ന് നിനക്ക് മാത്രമേ തീരുമാനിക്കാൻ കഴിയൂ. നീ ഒന്നുകിൽ ആ ബിസിനസ്സ് കെട്ടിപ്പടുക്കും, അല്ലെങ്കിൽ തിരിച്ചുപോയി ജോലി അന്വേഷിക്കും - എന്നെന്നേയ്ക്കുമായി.'

നിങ്ങളുടെ അഭിനിവേശം കണ്ടെത്തുക

'നിനക്ക് ശരിക്കും മുന്നോട്ട് പോകണമെന്നുണ്ടോ?' ധനികനായ പിതാവ് ചോദിച്ചു.

'ഉവ്വ്!' ഞാൻ തിടുക്കത്തിൽ പറഞ്ഞു.

'നീ എന്തായിരുന്നു ചെയ്യാൻ പോകുന്നുണ്ടായിരുന്നതെന്ന് മറന്നോ? നിന്റെ അഭിനിവേശവും നിന്നെ ഈ വിഷമാവസ്ഥയിൽ എത്തിച്ച കാരണവും ആദ്യം മറന്നോ?' ധനികനായ പിതാവ് ചോദിച്ചു.

'ഓ,' ഞാൻ മറുപടി പറഞ്ഞു, അല്പം ഭയന്നുകൊണ്ട്. ഞാൻ മറന്നിരുന്നു. ഞാൻ പേ ഫോണിൽ നിന്ന്, എന്നെ ഈ കുഴപ്പത്തിൽ എത്തിച്ചത് എന്താണെന്ന് ഓർത്തെടുക്കാനായി തല തെളിച്ചെടുക്കുകയായിരുന്നു.

'എനിക്കറിയാം,' ധനികനായ പിതാവ് പറഞ്ഞു, അദ്ദേഹത്തിന്റെ ശബ്ദം ഫോണിൽ മുഴങ്ങി. 'നീ നിന്റെ സ്വപ്നത്തിനെ ജീവിപ്പിച്ച് നിർത്തുന്നതിനേക്കാൾ സ്വന്തം നിലനില്പിനെക്കുറിച്ച് കൂടുതൽ വ്യാകുലനാണ്. നിന്റെ ഭയം അഭിനിവേശത്തിനെ ഒരു വശത്തേക്ക് മാറ്റിനിർത്തുന്നു. മുന്നോട്ട് പോകാനുള്ള നല്ല വഴി നിന്റെ ഹൃദയത്തിലെ തീ കെടാതെ സൂക്ഷിക്കുന്നതാണ്. നീ എന്താണ് ചെയ്യാൻ പദ്ധതിയിട്ടിരിക്കുന്നതെന്ന് എപ്പോഴും ഓർക്കുക, അപ്പോൾ യാത്ര എളുപ്പമാകും. നിന്നെക്കുറിച്ച് കൂടുതൽ വേവലാതിപ്പെടാൻ തുടങ്ങൂ, അപ്പോൾ നിന്റെ ഭയം നിന്റെ ആത്മാവിൽവച്ച് ഇല്ലാതായിക്കോളും. അഭിനിവേശമാണ് ബിസിനസ്സ് നിർമ്മിക്കുന്നത്, ഭയമല്ല. നീ ഇത്ര ദൂരം എത്തിക്കഴിഞ്ഞു. നീ വളരെയടുത്താണ്, അതുകൊണ്ട് ഇനി പിന്നോട്ട് പോകരുത്. നീ എന്താണ് ചെയ്യാൻ പദ്ധതിയിട്ടിരിക്കുന്നതെന്ന് ഓർക്കുക, ആ ഓർമ്മ ഹൃദയത്തിൽവച്ച് തീപടരാൻ അനുവദിക്കൂ. നിനക്ക് എപ്പോൾ വേണമെങ്കിലും വേണ്ടെന്നുവയ്ക്കാം. അത് ഇപ്പോൾ ഉപേക്ഷിക്കുന്നതെന്തിന്?'

അത് പറഞ്ഞ് ധനികനായ പിതാവ് എനിക്ക് ആശംസകൾ നേർന്ന് ഫോൺവച്ചു. അദ്ദേഹം ശരിയായിരുന്നു. ഞാൻ ഈ യാത്ര എന്തിനാണ് ആരംഭിച്ചത് എന്തിനാണെന്ന് മറന്നിരുന്നു. എനിക്കെന്റെ സ്വപ്നം നഷ്ടമാകുകയും ഭയത്തിനെ തലയിലും ഹൃദയത്തിലും

നിറയാൻ അനുവദിക്കുകയും ചെയ്തു. ഞാൻ എന്റെ അഭിനിവേശം മറന്നു. ഇപ്പോൾ അത് സംഭവിക്കാനോ അല്ലെങ്കിൽ വീട്ടിലേക്ക് തിരിച്ചു പോയി അതിനെ മറക്കാനോ ഉള്ള സമയമാണ്. ഞാൻ അവിടെ കുറച്ചുനേരം നിന്നു. വീണ്ടും ധനികനായ പിതാവിന്റെ അവസാനത്തെ വാക്കുകൾ ഓർത്തു: 'നിനക്ക് എപ്പോൾ വേണമെങ്കിൽ വേണ്ടെന്ന് വയ്ക്കാം. അത് ഇപ്പോൾ ഉപേക്ഷിക്കുന്നതെന്തിന്?' ഞാൻ കാര്യങ്ങൾ പ്രാവർത്തികമാകുന്നത് വരെ ഉപേക്ഷിക്കുന്നത് വൈകിപ്പിക്കാൻ തീരുമാനിച്ചു.

വ്യവസ്ഥ സ്വന്തമായുള്ള ഒരു അദ്ധ്യാപകൻ ആകുന്നത്

എന്റെ ഭയങ്ങളും വിജയമില്ലായ്മയും എന്നെ മർദ്ദിക്കുന്നുണ്ടായിരുന്നു, എന്റെ സ്വപ്നവും ഒരുവശത്തേക്ക് മാറ്റിവയ്ക്കപ്പെട്ടു. എന്റെ സ്വപ്നം ഒരു വ്യത്യസ്തമായ സ്കൂൾ വ്യവസ്ഥ സൃഷ്ടിക്കുന്നതായിരുന്നു – സംരംഭകരോ നിക്ഷേപകരോ ആകാൻ ആഗ്രഹിക്കുന്നവർക്കായുള്ള ഒരു വിദ്യാഭ്യാസ പരിപാടി. ഞാൻ അവിടെ നിൽക്കുമ്പോൾ, എന്റെ മനസ്സ് ഹൈസ്കൂളിലേക്ക് തിരിച്ചുപോയി.

എനിക്ക് 15 വയസ്സായിരുന്നപ്പോൾ, എന്റെ ഹൈസ്കൂൾ ഗൈഡൻസ് കൗൺസലർ ചോദിച്ചു, 'നീ വലുതാകുമ്പോൾ എന്താകാനാണ് പോകുന്നത്? നീ നിന്റെ പിതാവിനെപ്പോലെ അദ്ധ്യാപകൻ ആകാൻ പോകുകയാണോ?'

എന്റെ കൗൺസലറെ നേരെ നോക്കിക്കൊണ്ട്, എന്റെ ഉത്തരം നേരിട്ടുള്ളതും ശക്തവുമായിരുന്നു, ദൃഢവിശ്വാസംകൊണ്ട് നിറഞ്ഞതായിരുന്നു. 'ഞാനൊരിക്കലും ഒരു അദ്ധ്യാപകൻ ആവില്ല. അദ്ധ്യാപകൻ ആകുന്നത് ഞാൻ ചെയ്യാൻ പോകുന്നവയിൽ അവസാനത്തേതായിരിക്കും.'

എനിക്ക് സ്കൂൾ ഇഷ്ടമായിരുന്നില്ല എന്ന് മാത്രമല്ല – വെറുപ്പായിരുന്നു. ഞാൻ പ്രത്യേകിച്ച് ഇഷ്ടപ്പെടുകയോ ബഹുമാനിക്കുകയോ ചെയ്യാത്ത ഒരാളെ എനിക്ക് താല്പര്യമില്ലാത്ത വിഷയം മാസങ്ങളോളം കേട്ടുകൊണ്ടിരിക്കാൻ നിർബന്ധിതനാകുന്നത് ഞാൻ പാടെ വെറുത്തിരുന്നു. ഞാൻ മുറിയുടെ പിന്നിൽ അസ്വസ്ഥനായി, പുളഞ്ഞ്, പ്രശ്നങ്ങളുണ്ടാക്കി, അല്ലെങ്കിൽ വെറുതേ ക്ലാസ്സ് ഒഴിവാക്കി.

അപ്പോൾ എന്റെ ഗൈഡൻസ് കൗൺസലർ, എനിക്ക് അച്ഛന്റെ കാലടികൾ പിന്തുടർന്ന് അദ്ധ്യാപകൻ എന്ന തൊഴിൽ തേടാൻ പദ്ധതിയുണ്ടോയെന്ന് ചോദിച്ചപ്പോൾ, ഞാൻ വിറളിപൂണ്ടു.

അഭിനിവേശം എന്നാൽ സ്നേഹത്തിന്റെയും വെറുപ്പിന്റെയും സങ്കലനമാണെന്ന് ആ സമയത്ത് എനിക്കറിയില്ലായിരുന്നു. എനിക്ക് പഠിക്കാൻ ഇഷ്ടമായിരുന്നു. പക്ഷേ, ഞാൻ സ്കൂളിനെ വെറുത്തു. ഞാൻ അവിടെയിരുന്ന് എനിക്ക് ആവശ്യമില്ലാത്ത ഒന്നാകാൻ വേണ്ടി പാകപ്പെടുത്തപ്പെടുന്നത് പൂർണമായും വെറുത്തു. ഞാൻ ഒറ്റയ്ക്കായിരുന്നില്ല.

വിദ്യാഭ്യാസത്തിനെക്കുറിച്ചുള്ള ശ്രദ്ധേയമായ ഉദ്ധരണികൾ

വിൻസ്റ്റൻ ചർച്ചിൽ ഒരിക്കൽ പറഞ്ഞു: 'വ്യക്തിപരമായി, ഞാൻ എപ്പോഴും പഠിക്കാൻ തയ്യാറാണ്, പഠിപ്പിക്കപ്പെടുന്നത് എനിക്ക് എപ്പോഴും ഇഷ്ടമല്ലെങ്കിലും.'

ജോൺ അപ്ഡിക് പറഞ്ഞു: 'തലതൊട്ടപ്പന്മാർ, അവരുടെ അറിവിൽ, തീരുമാനിച്ചത് കുട്ടികൾ അവരുടെ മാതാപിതാക്കൾക്ക് അസ്വാഭാവികമായ ബുദ്ധിമുട്ടാണെന്നാണ്. അതുകൊണ്ട് അവർ സ്കൂൾ എന്ന ജയിലുകൾ നൽകി, വിദ്യാഭ്യാസം എന്ന പീഡനങ്ങൾ സജ്ജമാക്കിക്കൊണ്ട്.'

നോർമൻ ഡഗ്ലസ് പറഞ്ഞു: 'വിദ്യാഭ്യാസം എന്നാൽ ഭരണകൂട നിയന്ത്രണത്തിലുള്ള പ്രതിധ്വനികളുടെ നിർമ്മാണമാണ്.'

എച്ച്.എൽ. മെൻകെൻ പറഞ്ഞു: 'സ്കൂൾ ദിനങ്ങൾ, ഞാൻ വിശ്വസിക്കുന്നു, മനുഷ്യനിലനില്പിന്റെ മൊത്തം കാലത്തേയും അസന്തുഷ്ടമായതാണ്. അവ മുഴുവൻ മങ്ങിയതും, ദുർഗ്രഹമായ ലക്ഷ്യങ്ങളും പുതിയതും അരോചകവുമായ നിയമശാസനങ്ങളും, സാമാന്യ ബുദ്ധിയുടെയും സാമാന്യമര്യാദയുടെയും ക്രൂരമായ ലംഘനവുമാണ്.'

ഗലീലിയോ പറഞ്ഞു: 'നിങ്ങൾക്ക് ഒരാളെ ഒന്നും പഠിപ്പിക്കാൻ കഴിയില്ല. നിങ്ങൾക്ക് അയാളുടെയുള്ളിൽത്തന്നെ അത് കണ്ടെത്താൻ സഹായിക്കാനേ കഴിയൂ.'

മാർക്ക് ട്വൈൻ പറഞ്ഞു: 'ഞാൻ ഒരിക്കലും സ്കൂളിങ്ങിനെ എന്റെ വിദ്യാഭ്യാസത്തിൽ ഇടപെടാൻ അനുവദിക്കില്ല.'

ആൽബർട്ട് ഐൻസ്റ്റീൻ പറഞ്ഞു: 'ആകെപ്പാടെ വളരെയേറെയാണ് വിദ്യാഭ്യാസം, പ്രത്യേകിച്ചും അമേരിക്കൻ സ്കൂളുകളിൽ.'

എന്റെ വിദ്യാസമ്പന്നനായ പിതാവിന്റെ സമ്മാനം

ഈ ഉദ്ധരണികൾ എനിക്ക് പങ്കുവച്ച വ്യക്തി എന്റെ ഉയർന്ന വിദ്യാഭ്യാസമുള്ള, പക്ഷേ ദരിദ്രനായ പിതാവായിരുന്നു. അദ്ദേഹവും സ്കൂൾ വ്യവസ്ഥയെ പുച്ഛിച്ചിരുന്നു, അദ്ദേഹം അതിൽ ഉന്നതങ്ങളിലെത്തിയെങ്കിലും. അദ്ദേഹം ഒരു അദ്ധ്യാപകൻ ആയത് വ്യവസ്ഥയെ മാറ്റിക്കളയാം എന്ന സ്വപ്നം കൊണ്ടായിരുന്നു. പക്ഷേ, പകരം വ്യവസ്ഥ അദ്ദേഹത്തിനെ ഞെരുക്കിക്കളഞ്ഞു. അദ്ദേഹം തന്റെ അഭിനിവേശം കൊണ്ട് വ്യവസ്ഥയെ മാറ്റാൻ ശ്രമിച്ച് ഒരു ഇഷ്ടികച്ചുവരിൽ പോയി ഇടിച്ചു. ഒരുപാട് ആളുകൾ പണമുണ്ടാക്കുന്ന ഒരു വ്യവസ്ഥയായിരുന്നു അത്, ആർക്കും അത് മാറ്റണമെന്നില്ലായിരുന്നു, മാറ്റത്തിന്റെ ആവശ്യകതയെക്കുറിച്ച് ഒരുപാട് ചർച്ചകൾ ഉണ്ടായെങ്കിലും.

എന്റെ ഗൈഡൻസ് കൗൺസലർ അതീന്ദ്രിയശക്തിയുള്ള ആളായിരുന്നിരിക്കാം, കാരണം വർഷങ്ങൾ കഴിഞ്ഞ് ഞാനും എന്റെ

പിതാവിന്റെ ചുവടുകൾ പിന്തുടർന്നു. ഞാൻ അദ്ദേഹത്തിന്റെ അതേ വ്യവസ്ഥയിൽ പിന്തുടർന്നില്ല. ഞാൻ അതേ അഭിനിവേശം എടുത്ത് എന്റെ സ്വന്തം വ്യവസ്ഥ സൃഷ്ടിക്കുകയായിരുന്നു.

എന്റെ വിദ്യാസമ്പന്നനായ പിതാവ്, കിമ്മും ഞാനും സാമ്പത്തികമായി ബുദ്ധിമുട്ടുകയാണെന്നും, ഞങ്ങളുടെ സ്വന്തം വിദ്യാഭ്യാസം വ്യവസ്ഥ ഉണ്ടാക്കാൻ പരമാവധി ശ്രമിക്കുകയാണെന്നും അറിഞ്ഞപ്പോൾ അദ്ദേഹം ആ ഉദ്ധരണികൾ ഞങ്ങൾക്ക് അയച്ചുതന്നു. ഒരു പേജ് നിറയെ ഉദ്ധരണികൾക്ക് മുകളിൽ ഈ വാക്കുകൾ കുറിച്ചിരുന്നു: 'മുന്നോട്ട് പോകൂ. സ്നേഹം, ഡാഡ്.'

ആ നിമിഷംവരെ, എന്റെ വിദ്യാസമ്പന്നനായ പിതാവ് വ്യവസ്ഥയെ എത്രത്തോളം വെറുത്തിരുന്നെന്നും അത് ചെറുപ്പക്കാരെ എന്ത് ചെയ്തെന്നും എനിക്കറിയില്ലായിരുന്നു. പക്ഷേ, അദ്ദേഹത്തിന്റെ ഈ പ്രോത്സാഹനം കഴിഞ്ഞപ്പോൾ, കാര്യങ്ങൾക്ക് അർഥമുണ്ടാകാൻ തുടങ്ങി. അപ്പോൾ എന്നെ നയിച്ചുകൊണ്ടിരുന്ന അഭിനിവേശം വർഷങ്ങൾക്കുമുമ്പ് അദ്ദേഹത്തിനെ ഉത്തേജിപ്പിച്ചിരുന്ന അതേ അഭിനിവേശം തന്നെയായിരുന്നു. ഞാൻ എന്റെ ശരിക്കുള്ള പിതാവിനെപ്പോലെ ആയിരുന്നു, ഞാൻ അറിയാതെ അദ്ദേഹത്തിൽനിന്നും വിളക്ക് വാങ്ങുകയായിരുന്നു. ഞാൻ അകമേ ഒരു അദ്ധ്യാപകൻ ആയിരുന്നു. ചിലപ്പോൾ അതുകൊണ്ടായിരിക്കാം ഞാൻ വ്യവസ്ഥയെ അത്രയും വെറുത്തിരുന്നത്.

ബുദ്ധിയുദിച്ചതിനുശേഷം, ഞാൻ രണ്ട് പിതാക്കന്മാരുമായി ത്തീർന്നു. എന്റെ ധനികനായ പിതാവിൽ നിന്നും, ഞാൻ ഒരു ക്യാപിറ്റലിസ്റ്റ് ആകുന്നതിന്റെ രഹസ്യങ്ങൾ പഠിച്ചു. ഉയർന്ന വിദ്യാഭ്യാസമുള്ള പിതാവിൽ നിന്നും എനിക്ക് പഠിപ്പിക്കുന്നതിലെ അഭിനിവേശം കൈമാറിക്കിട്ടി. ഈ സങ്കലനം വഴി, എനിക്കിപ്പോൾ വിദ്യാഭ്യാസ വ്യവസ്ഥയിൽ എന്തെങ്കിലും ചെയ്യാമായിരുന്നു. എനിക്ക് നിലവിലെ വ്യവസ്ഥ മാറ്റാനുള്ള ആഗ്രഹമോ കഴിവോ ഇല്ലായിരുന്നു. പക്ഷേ, എനിക്ക് എന്റെ സ്വന്തം വ്യവസ്ഥ സൃഷ്ടിക്കാനുള്ള അറിവുണ്ടായിരുന്നു.

വർഷങ്ങളുടെ പരിശീലനം തന്നുതീർക്കാൻ തുടങ്ങി

വർഷങ്ങളോളം, എന്റെ ധനികനായ പിതാവ് എന്നെ ബിസിനസ്സുകളും ബിസിനസ്സ് വ്യവസ്ഥകളും സൃഷ്ടിക്കുന്ന ഒരാളായി വളർത്തിയെടുത്തു. ഞാൻ 1977-ൽ സ്ഥാപിച്ച ബിസിനസ്സ് ഒരു നിർമ്മാണ കമ്പനി ആയിരുന്നു. ഞങ്ങൾ തെളിഞ്ഞ നിറങ്ങളിലുള്ള നൈലോൺ/ വെൽക്രോ സർഫർ വാലറ്റുകൾ നിർമ്മിക്കുന്ന ആദ്യത്തെ കമ്പനികളിലൊന്നായിരുന്നു. ഞങ്ങൾ ആ ഉത്പന്നം 'ദ ഷൂ പോക്കറ്റ്'/ ഒരു ചെറിയ വാലറ്റ്, നൈലോണും വെൽക്രോയും കൊണ്ടുണ്ടാക്കിയത് - കൊണ്ട് പിന്തുടർന്നു, അത് റണ്ണിങ് ഷൂസിന്റെ ലേസുകളിൽ ഘടിപ്പിച്ചിരുന്നു.

1978-ൽ, ജോഗ്ഗിങ് ഒരു പുതിയ ആവേശമായിരുന്നു, ഓടുന്നവർക്ക് എപ്പോഴും അവരുടെ താക്കോലുകളും പണവും ഐഡി കാർഡു കളും സൂക്ഷിക്കാൻ ഒരു സ്ഥലം ആവശ്യമായിരുന്നു.

ഞങ്ങളുടെ പെട്ടെന്നുള്ള വിജയം ഒരു പ്രതിഭാസമായിരുന്നു. പക്ഷേ, വേഗം തന്നെ ആ ഉത്പന്നനിരയിലുള്ള അഭിനിവേശവും ബിസിനസ്സും ഒഴുകിപ്പോയി. എന്റെ ചെറിയ കമ്പനി വിദേശമത്സരങ്ങൾ കാരണം തകർന്നപ്പോൾ അത് ദുർബലമാകാൻ തുടങ്ങി. തായ്‌വാൻ, സൗത്ത് കൊറിയ, ഹോങ്കോങ് എന്നീ രാജ്യങ്ങൾ എന്റേതിന് സമാന മായ ഉത്പന്നങ്ങൾ കയറ്റുമതി ചെയ്യുകയും ഞങ്ങൾ വികസിപ്പിച്ച വിപണിയെ തുടച്ചെടുക്കുകയും ചെയ്തു. അവരുടെ വില വളരെ കുറവായിരുന്നതിനാൽ ഞങ്ങൾക്ക് മത്സരിക്കാൻ യാതൊരു വഴിയു മുണ്ടായിരുന്നില്ല. അവർ ഞങ്ങൾക്ക് ഉത്പാദിപ്പിക്കാൻ ആവശ്യമായ വിലയേക്കാൾ കുറവിൽ ചില്ലറക്കച്ചവടം ചെയ്തു.

ഞങ്ങളുടെ ചെറിയ കമ്പനി ഒരു ധർമസങ്കടത്തിനെ അഭിമുഖീ കരിക്കുകയായിരുന്നു: അവരോട് പോരാടണോ അതോ കൂടെച്ചേര ണോയെന്ന്. എന്റെ പങ്കാളികളും ഞാനും യുദ്ധം ജയിക്കാൻ സാധി ക്കില്ലെന്ന് തിരിച്ചറിഞ്ഞു. വിലകുറഞ്ഞ ഉത്പന്നങ്ങൾ കൊണ്ട് വിപ ണിയെ മുക്കുന്ന കമ്പനികൾ വളരെ ശക്തരായിരുന്നു. ഞങ്ങൾ വോട്ടി ങ്ങിൽ അവരോട് ചേരാൻ തീരുമാനിച്ചു.

ദുരന്തം എന്തായിരുന്നെന്നാൽ, പിടിച്ചുനിൽക്കാനായി ഞങ്ങൾക്ക് വിശ്വസ്തരും കഠിനാദ്ധ്വാനികളുമായ ഒരുപാട് തൊഴിലാളികളെ പറഞ്ഞു വിടേണ്ടി വന്നു. അതെന്റെ ഹൃദയം തകർത്തു.

കൊറിയയിലെയും തായ്‌വാനിലെയും ഞങ്ങളുടെ ഉത്പാദനത്തി നായി കരാറുറപ്പിച്ച പുതിയ കമ്പനികളെ പരിശോധിച്ചപ്പോൾ, എന്റെ ആത്മാവ് അല്പം മരിച്ചു. ഈ ചെറുപ്പക്കാരായ തൊഴിലാളികളെ നിർബന്ധിച്ചയയ്ക്കുന്ന തൊഴിൽ സാഹചര്യങ്ങൾ ക്രൂരവും മനുഷ്യ ത്വമില്ലാത്തതും ആയിരുന്നു. ഞങ്ങൾ ഒരു തൊഴിലാളിയെ മാത്രം അനു വദിക്കുന്ന സ്ഥലത്ത് ഒരാൾക്ക് മുകളിൽ ഒരാളായി അഞ്ച് തൊഴി ലാളികളെ അട്ടിയായി വച്ചിരുന്നു. എന്റെ മനസ്സാക്ഷി എന്നെ ആഴ ത്തിൽ വിഷമിപ്പിക്കാൻ തുടങ്ങി, ഞങ്ങൾ അമേരിക്കയിൽ പറഞ്ഞു വിട്ടത് തൊഴിലാളികൾക്കുവേണ്ടി മാത്രമല്ല, കടലിനക്കരെയുള്ള പുതിയ തൊഴിലാളികൾക്ക് വേണ്ടിയും.

ഞങ്ങൾ വിദേശമത്സരത്തിന്റെ സാമ്പത്തിക പ്രശ്നം പരിഹരിച്ച് ഒരുപാട് പണം ഉണ്ടാക്കാൻ തുടങ്ങിയെങ്കിലും, എന്റെ ഹൃദയം ആ ബിസിനസ്സിൽ നിന്നും വിട്ടുപോയിരുന്നു. അനന്തരഫലമായി, ബിസി നസ്സ് നരകിക്കാൻ തുടങ്ങി. എന്റെ ആത്മാവ് പോയതിനാൽ അതിന്റെ ആത്മാവും പോയിരുന്നു. എനിക്ക് കുറഞ്ഞ വേതനമുള്ള തൊഴിലാ ളികളെ ചൂഷണം ചെയ്യുകയാണെങ്കിൽ ധനികനാകണമെന്നില്ലാ യിരുന്നു. ഞാൻ ആളുകളെ ബിസിനസ്സിലെ തൊഴിലാളികൾക്കുപകരം

ബിസിനസ്സ് ഉടമകളാക്കാനുള്ള വിദ്യാഭ്യാസം കൊടുക്കുന്നതിനെക്കുറിച്ച് ആലോചിക്കാൻ തുടങ്ങി. മുപ്പത്തിരണ്ടാം വയസ്സിൽ, ഞാൻ ഒരു അദ്ധ്യാപകനാകാൻ തുടങ്ങുകയായിരുന്നു. പക്ഷേ, ഞാൻ അപ്പോഴത് തിരിച്ചറിഞ്ഞിരുന്നില്ല. ബിസിനസ്സ് താഴേയ്ക്ക് കുതിക്കാൻ തുടങ്ങി, വ്യവസ്ഥകൾ ഇല്ലാത്തത് കൊണ്ടല്ല, മറിച്ച് മനസ്സും അഭിനിവേശവും ഇല്ലാത്തതുകൊണ്ട്. കിമ്മും ഞാനും ഞങ്ങളുടെ പുതിയ ബിസിനസ്സ് സംരംഭം തുടങ്ങിയപ്പോഴേയ്ക്കും, വാലറ്റ് കമ്പനി പോയിരുന്നു.

വെട്ടിക്കുറയ്ക്കൽ വരുന്നു

1983-ൽ എന്നെ യൂണിവേഴ്സിറ്റി ഓഫ് ഹവായിൽ എം.ബി.എ. ക്ലാസ്സിൽ സംസാരിക്കാൻ ക്ഷണിക്കുകയുണ്ടായി. ഞാൻ അവർക്ക് തൊഴിൽ സുരക്ഷയെക്കുറിച്ചുള്ള എന്റെ വീക്ഷണങ്ങൾ നൽകി. അവർക്ക് എനിക്ക് പറയാനുണ്ടായിരുന്നത് ഇഷ്ടമായില്ല: 'കുറച്ച് വർഷങ്ങൾക്കുള്ളിൽ, നിങ്ങളിൽ ഒരുപാട് പേർക്ക് ജോലി നഷ്ടമാകും, അല്ലെങ്കിൽ കുറഞ്ഞ പണത്തിന് ജോലി ചെയ്യാൻ നിർബന്ധിതരാകും, കുറഞ്ഞ സുരക്ഷയും.'

എന്റെ ജോലി കാരണം എനിക്ക് ലോകം മുഴുവനും യാത്ര ചെയ്യേണ്ടതിനാൽ, എനിക്ക് വിലകുറഞ്ഞ അദ്ധ്വാനവും സാങ്കേതികവിദ്യയുടെ കണ്ടുപിടുത്തങ്ങളും ചേർന്നുള്ള ശക്തിക്ക് തുടക്കത്തിൽ ത്തന്നെ സാക്ഷിയാകാൻ കഴിഞ്ഞു. ഏഷ്യ, യൂറോപ്, റഷ്യ, അല്ലെങ്കിൽ തെക്കേ അമേരിക്കയിലെ ഒരു തൊഴിലാളി ശരിക്കും അമേരിക്കയിലെ തൊഴിലാളികളുമായി മത്സരിക്കുകയാണെന്ന് ഞാൻ തിരിച്ചറിഞ്ഞു. തൊഴിലാളികൾക്കും മധ്യനിരയിലുള്ള മാനേജർമാർക്കും ഉയർന്ന ശമ്പളവും സുരക്ഷിതമായ ജോലിയും എന്ന ആശയം കാലം കഴിഞ്ഞതാണെന്ന് എനിക്കറിയാമായിരുന്നു. വലിയ കമ്പനികൾക്ക് വേഗം തന്നെ തൊഴിലാളികളുടെ എണ്ണവും അവർക്ക് കൊടുക്കുന്ന ഡോളറുകളും വെട്ടിക്കുറയ്ക്കേണ്ടി വരും, ആഗോളപരമായി പിടിച്ചുനിൽക്കാൻ വേണ്ടി.

പിന്നീടൊരിക്കലും എന്നെ യൂണിവേഴ്സിറ്റി ഓഫ് ഹവായിലേക്ക് വിളിച്ചിട്ടില്ല. കുറച്ച് വർഷങ്ങൾ കഴിഞ്ഞ്, 'വെട്ടിക്കുറയ്ക്കൽ' എന്ന വാക്ക് സാധാരണമായി. ഓരോ തവണയും ഒരു വലിയ കമ്പനി മറ്റൊരു കമ്പനിയുമായി ലയിക്കുമ്പോൾ, തൊഴിലാളികൾ അധികമാകുകയും വെട്ടിക്കുറയ്ക്കൽ സംഭവിക്കുകയും ചെയ്തു. ഓരോ വെട്ടിക്കുറയ്ക്കലിലും, ഉന്നതങ്ങളിലുള്ളവർ കൂടുതൽ ധനികന്മാരാകുന്നതും, താഴെയുള്ളവർ അതിന്റെ വിലകൊടുക്കുന്നതും ഞാൻ കണ്ടു.

ഓരോ തവണയും ആരെങ്കിലും പറയുന്നത് ഞാൻ കേട്ടു, 'ഞാൻ എന്റെ കുട്ടിയെ നല്ല സ്കൂളിൽ വിടുകയാണ്, അവൾക്ക്/അവന് നല്ല സുരക്ഷിതമായ ജോലി കിട്ടാനായി'. ഞാൻ കാലുപിടിക്കും. ഒരു ജോലിക്കായി തയ്യാറെടുക്കുന്നത് ഹ്രസ്വകാലത്തേക്ക് നല്ല ആശയമാണ്,

പക്ഷേ, ദീർഘകാലത്തേക്ക് അത് പോര. പതുക്കെയാണെങ്കിലും ഉറപ്പായും, ഞാനൊരു അദ്ധ്യാപകൻ ആകുകയായിരുന്നു.

നിങ്ങളുടെ അഭിനിവേശത്തിനു ചുറ്റും ഒരു വ്യവസ്ഥ പണിതുയർത്തുക

എന്റെ നിർമ്മാണ കമ്പനി വീണ്ടും ഉയർത്തെഴുന്നേറ്റ് നല്ല രീതിയിൽ പോയെങ്കിലും, എന്റെ അഭിനിവേശം നഷ്ടമായിരുന്നു. ധനികനായ പിതാവ് എന്റെ നിരാശ കൂട്ടിക്കിഴിച്ചുകൊണ്ട് പറഞ്ഞു, 'സ്കൂൾ ദിനങ്ങൾ കഴിഞ്ഞു. ഇത് നിന്റെ ഹൃദയത്തിനു ചുറ്റും ഒരു വ്യവസ്ഥ നിർമ്മിക്കേണ്ട സമയമാണ്. നിന്റെ അഭിനിവേശത്തിനു ചുറ്റും ഒരു വ്യവസ്ഥ പണിയൂ. നിർമ്മാണകമ്പനി പോയിക്കോട്ടെ, നീ പണിതുയർത്തണം എന്ന് അറിയാവുന്നത് പണിയൂ. നീ എന്നിൽനിന്നും നന്നായി പഠിച്ചിട്ടുണ്ട്. പക്ഷേ, ഇപ്പോഴും നീ നിന്റെ പിതാവിന്റെ മകനാണ്. നീയും നിന്റെ പിതാവും ആത്മാവിന്റെ ആഴങ്ങളിൽ അദ്ധ്യാപകരാണ്.'

കിമ്മും ഞാനും എല്ലാം പൊതിഞ്ഞുകെട്ടി പുതിയ അദ്ധ്യാപന രീതികൾ പഠിക്കാനായി കാലിഫോർണിയയിലേക്ക് മാറി, അങ്ങനെ ആ രീതികൾക്ക് ചുറ്റും ബിസിനസ്സ് സൃഷ്ടിക്കാനായി. ഞങ്ങൾക്ക് ബിസിനസ്സ് ചുവടുറപ്പിക്കുമ്പോഴേക്കും പണമെല്ലാം തീർന്ന് തെരുവിലായിരുന്നു. അതാണ് ഞാൻ എന്റെ ധനികനായ പിതാവിന് ചെയ്ത ഫോൺ വിളി; എന്റെ ഭാര്യ അടുത്തുനിന്ന്, എന്നോടുതന്നെ ദേഷ്യപ്പെട്ട്, ഞങ്ങൾ ഇപ്പോഴുള്ള കുഴപ്പത്തിൽനിന്നും കരകയറാനായുള്ള അഭിനിവേശത്തിന് വീണ്ടും തിരികൊളുത്തിക്കൊണ്ട്.

പെട്ടെന്നുതന്നെ ഞങ്ങൾ കമ്പനി പണിതുയർത്തുന്നതിലേക്ക് തിരിച്ചെത്തി. അതൊരു വിദ്യാഭ്യാസ കമ്പനിയായിരുന്നു, അവിടെ പരമ്പരാഗത സ്കൂളുകളിൽ ഉപയോഗിക്കുന്നതിന് കടകവിരുദ്ധമായ അദ്ധ്യാപനരീതികൾ ഉപയോഗിച്ചു. വിദ്യാർഥികളെ അനങ്ങാതിരിക്കാൻ ആവശ്യപ്പെടുന്നതിനുപകരം, ഞങ്ങൾ അവരെ പ്രവർത്തിക്കാൻ പ്രോത്സാഹിപ്പിച്ചു. വിരസമാകുന്നതിനുപകരം, ഞങ്ങളുടെ അദ്ധ്യാപകർ രസകരമായിരിക്കണമെന്ന് നിർബന്ധം പിടിച്ചു. അദ്ധ്യാപകർക്ക് പകരം, ഞങ്ങൾ സ്വന്തം കമ്പനി ആരംഭിച്ച് ബിസിനസ്സ് ആളുകളെ ഞങ്ങളുടെ ശൈലിയിൽ പഠിപ്പിക്കാനായി കണ്ടെത്തി. വിദ്യാർഥികളെ ഗ്രേഡ് ചെയ്യുന്നതിനുപകരം, അവർ അദ്ധ്യാപകരെ ഗ്രേഡ് ചെയ്തു. അദ്ധ്യാപകന് മോശം ഗ്രേഡ് ആണെങ്കിൽ, അയാളെ മറ്റൊരു തീവ്ര പരിശീലന പരിപാടിയിലേക്ക് മാറ്റുകയോ അല്ലെങ്കിൽ വിട്ടുപോകാൻ പറയുകയോ ചെയ്തു.

പ്രായം, വിദ്യാഭ്യാസ പശ്ചാത്തലം, ലിംഗം, മതവിശ്വാസങ്ങൾ ഒന്നും മാനദണ്ഡമായിരുന്നില്ല. ഞങ്ങൾ ആകെ ചോദിച്ചത് പഠിക്കാൻ ആത്മാർഥമായ ആഗ്രഹം ഉണ്ടോയെന്നും, പെട്ടെന്ന് പഠിക്കണമെന്നു

മാണ്. ഞങ്ങൾക്ക് അങ്ങനെ ഒരു വർഷത്തെ അക്കൗണ്ടിങ് ഒരു ദിവസംകൊണ്ട് പഠിപ്പിക്കാനായി.

ഞങ്ങൾ പ്രധാനമായും മുതിർന്നവരെയാണ് പഠിപ്പിച്ചിരുന്നതെങ്കിലും, ഉയർന്ന ശമ്പളമുള്ള, നല്ല വിദ്യാഭ്യാസമുള്ള ബിസിനസ്സ് എക്സിക്യൂട്ടീവുകൾക്കൊപ്പം ഒരുപാട് കൗമാരക്കാരും ഉണ്ടായിരുന്നു. ടെസ്റ്റുകളിൽ മത്സരിക്കുന്നതിനുപകരം, ഞങ്ങൾ അവരോട് ടീമുകളായി സഹകരിക്കാൻ ആവശ്യപ്പെട്ടു. എന്നിട്ട് ടീമിനെ ടെസ്റ്റ് എടുപ്പിച്ച് അതേ ടെസ്റ്റ് എടുക്കുന്ന മറ്റു ടീമുകളുമായി മത്സരിപ്പിച്ചു. ഗ്രേഡുകൾക്കായി പരിശ്രമിക്കുന്നതിനുപകരം, ഞങ്ങൾ പണം പന്തയം വച്ചു – വിജയി എല്ലാം കൊണ്ടുപോകും. മത്സരവും, ഒരു ടീം ആയി നല്ല പ്രദർശനം കാഴ്ചവയ്ക്കാനുള്ള ആഗ്രഹവും തീക്ഷ്ണമായിരുന്നു. അദ്ധ്യാപകന് ക്ലാസ്സിനെ പ്രചോദിപ്പിക്കേണ്ട ആവശ്യമില്ലായിരുന്നു. അയാൾ അല്ലെങ്കിൽ അവൾക്ക്, പഠിക്കുന്നതിന്റെ മത്സരം തുടങ്ങിയാൽ വഴി മാറിക്കൊടുത്താൽ മാത്രം മതിയായിരുന്നു.

ടെസ്റ്റിന്റെ സമയത്തെ നിശ്ശബ്ദതയ്ക്കുപകരം, നിലവിളികളും, അലർച്ചകളും, പൊട്ടിച്ചിരികളും, കണ്ണീരുമൊക്കെ ഉണ്ടായി. ആളുകൾക്ക് പഠിക്കാൻ ആവേശമായിരുന്നു. അവർ പഠനം കൊണ്ട് ഉണർന്ന് കൂടുതൽ പഠിക്കണമെന്ന ആഗ്രഹമുണ്ടായി.

ഞങ്ങൾ വെറും രണ്ട് വിഷയങ്ങൾ മാത്രം പഠിപ്പിക്കുന്നതിൽ ശ്രദ്ധ കൊടുത്തു: സംരംഭകത്വവും നിക്ഷേപവും, B & I ചതുരങ്ങൾ. ഈ വിഷയങ്ങൾ ഞങ്ങളുടെ വിദ്യാഭ്യാസ ശൈലിയിൽ പഠിക്കാൻ ആഗ്രഹിക്കുന്നവർ കൂട്ടമായി വന്നു. ഞങ്ങൾ പരസ്യം ചെയ്തില്ല. എല്ലാം വാമൊഴിയിലൂടെ പരന്നു. അവിടെ വന്ന ആളുകൾ എല്ലാം തൊഴിലുകൾ സൃഷ്ടിക്കാൻ ആഗ്രഹിക്കുന്നവരായിരുന്നു, തൊഴിൽ തേടുന്നവർ ആയിരുന്നില്ല.

അന്ന് രാത്രി ഞാൻ ഉപേക്ഷിക്കരുതെന്ന് ഫോൺ ബൂത്തിൽവച്ച് മനസ്സുറപ്പിച്ചപ്പോൾ, കാര്യങ്ങൾ മുന്നോട്ട് പോകാൻ തുടങ്ങി. അഞ്ച് വർഷങ്ങൾക്കകം, ഞങ്ങൾക്ക് മൾട്ടിമില്യൻ ഡോളറിന്റെ ബിസിനസ്സ് ലോകം മുഴുവൻ 11 ഓഫീസുകളും ഉണ്ടായി. ഞങ്ങൾ ഒരു പുതിയ വിദ്യാഭ്യാസ വ്യവസ്ഥ നിർമ്മിച്ചു, വിപണിക്കത് ഇഷ്ടമായി. ഞങ്ങളുടെ അഭിനിവേശം അത് സാധ്യമാക്കി, കാരണം അഭിനിവേശവും നല്ല വ്യവസ്ഥയും ഭയവും പഴയ രൂപപ്പെടുത്തലും മറികടക്കുന്നു.

ഒരു അദ്ധ്യാപകനും ധനികനാകാം

എപ്പോഴൊക്കെ അദ്ധ്യാപകർ അവർക്ക് മതിയായ ശമ്പളമില്ലെന്ന് പറയുന്നത് കേൾക്കുമ്പോഴും, എനിക്കവരോട് സഹതാപം തോന്നും. വൈരുദ്ധ്യം എന്താണെന്നാൽ അവർ സ്വന്തം വ്യവസ്ഥയുടെ രൂപപ്പെടുത്തലിന്റെ ഉത്പന്നമാണ്. അവർ അദ്ധ്യാപകൻ ആകുന്നത് E ചതുരത്തിന്റെ കാഴ്ചപ്പാടിലാണ് കാണുക, B അല്ലെങ്കിൽ I യുടെ അല്ല.

ഓർക്കുക, നിങ്ങൾക്ക് ഏത് ചതുരത്തിലും നിങ്ങൾക്ക് ആഗ്രഹമുള്ള എന്തുമാകാം, അദ്ധ്യാപകൻ പോലും ആകാം.

നമുക്ക് ആഗ്രഹമുള്ള എന്തുമാകാം

നമ്മളിൽ ഭൂരിഭാഗം ആളുകൾക്കും എല്ലാ ചതുരങ്ങളിലും വിജയിക്കാനുള്ള കഴിവുണ്ട്. എല്ലാം ആശ്രയിച്ചിരിക്കുന്നത് നമ്മൾ വിജയിക്കണമെന്ന് എത്രത്തോളം തീരുമാനിച്ചുറച്ചിരിക്കുന്നു എന്നതിലാണ്. എന്റെ ധനികനായ പിതാവ് പറഞ്ഞതുപോലെ, 'അഭിനിവേശമാണ് ബിസിനസ്സ് പണിതുയർത്തുന്നത് - ഭയമല്ല.'

ചതുരങ്ങൾ മാറുന്നതിന്റെ പ്രശ്നം മിക്കപ്പോഴും നമ്മുടെ പഴയ രൂപപ്പെടുത്തലിൽ കണ്ടെത്താവുന്നതാണ്. നമ്മളിൽ മിക്കവാറും പേർ, ഭയം എന്ന വികാരം ഒരു പ്രത്യേക വഴിയിൽ പ്രവർത്തിക്കാനുള്ള പ്രഥമ പ്രചോദനം ആയി ഉപയോഗിക്കുന്ന കുടുംബത്തിൽ നിന്നുമുള്ളവരായിരിക്കും. ഉദാഹരണത്തിന്: 'നീ നിന്റെ ഗൃഹപാഠം ചെയ്തോ? ഗൃഹപാഠം ചെയ്തില്ലെങ്കിൽ നീ സ്കൂളിൽനിന്ന് പുറത്തായി നിന്റെ കൂട്ടുകാർ നിന്നെ നോക്കി ചിരിക്കും.' 'നീ മുഖം വക്രിച്ച് കാണിച്ചാൽ, ആ അവസ്ഥയിൽത്തന്നെ കുടുങ്ങിപ്പോകും.' പിന്നെ ക്ലാസ്സിക് ആയത്, 'നിനക്ക് നല്ല ഗ്രേഡുകൾ കിട്ടിയില്ലെങ്കിൽ, നിനക്ക് ആനുകൂല്യങ്ങളുള്ള സുരക്ഷിതമായ ജോലി കിട്ടില്ല.'

എന്തായാലും, ഇന്ന് ഒരുപാട് ആളുകൾക്ക് നല്ല ഗ്രേഡുകൾ കിട്ടിയിട്ടുണ്ട്. പക്ഷേ, വളരെ കുറവ് സുരക്ഷിതമായ ജോലികളേയുള്ളൂ, പെൻഷൻ പോലെയുള്ള ആനുകൂല്യങ്ങൾ ഉള്ളവ അതിലും കുറവാണ്. ഒരുപാട് ആളുകൾ, നല്ല ഗ്രേഡുകളുള്ളവർ പോലും, 'സ്വന്തം കാര്യം നോക്കേണ്ടി' വരും, വെറുതേ മറ്റുള്ളവരുടെ ബിസിനസ്സ് നോക്കേണ്ട ജോലി അന്വേഷിക്കുകയല്ല.

ഇടതുവശം നഷ്ടസാധ്യതയുള്ളതാണ്

ഒരു ജോലി വഴി സുരക്ഷിതത്വം തേടുന്ന ഒരുപാട് കൂട്ടുകാർ എനിക്കുണ്ട്. വിപരീതമായി, സാങ്കേതികവിദ്യയുടെ ജാഥ അതിവേഗത്തിൽ തുടരുകയാണ്. തൊഴിൽ വിപണിയിൽ പിടിച്ചുനിൽക്കാനായി, ഓരോ വ്യക്തിയും തുടർച്ചയായി പുതിയ സാങ്കേതികവിദ്യയിൽ പരിശീലനം നേടേണ്ടതുണ്ട്. നിങ്ങൾ വീണ്ടും വിദ്യാഭ്യാസം നേടാൻ പോകുകയാണെങ്കിൽ, എന്തുകൊണ്ട് കുറച്ചുസമയം പണമൊഴുക്കിന്റെ ചതുരങ്ങളിലെ വലതുവശത്ത് ആവശ്യമായ നൈപുണ്യങ്ങൾ പഠിച്ചുകൂടാ? ഞാൻ ലോകം മുഴുവനും യാത്ര ചെയ്യുമ്പോൾ കണ്ടിട്ടുള്ളത് ആളുകൾക്ക് കാണാൻ കഴിയുമെങ്കിൽ, അവർ കൂടുതൽ സുരക്ഷ അന്വേഷിക്കില്ല. സുരക്ഷ എന്നത് ഒരു മിഥ്യയാണ്. എന്തെങ്കിലും പുതിയതായി പഠിച്ച് ഈ പുതിയ ഓജസ്സുള്ള ലോകത്തേക്ക് വരൂ. അതിൽ നിന്നും ഒളിക്കാതിരിക്കൂ.

സ്വയം തൊഴിൽ ചെയ്യുന്നവർക്കും നഷ്ടസാധ്യതയാണുള്ളത്. അവർക്ക് അസുഖം വരുകയോ അപകടം പറ്റുകയോ ചെയ്താൽ, അവരുടെ വരുമാനത്തിനെ നേരിട്ട് ബാധിക്കും. എനിക്ക് പ്രായമാകുന്തോറും, എന്റെ പ്രായത്തിലുള്ള കൂടുതൽ സ്വയം തൊഴിൽ ചെയ്യുന്നവരെ കാണാറുണ്ട്, അവർ കഠിനാദ്ധ്വാനം കാരണം ശാരീരികമായും, മാനസികമായും, വൈകാരികമായും തളർന്നവരാണ്. ഒരു മനുഷ്യൻ എത്രത്തോളം ക്ഷീണിക്കുന്നുവോ, അത്രയും അരക്ഷിതാവസ്ഥയിലാകും, ഒരു അപകടം ഉണ്ടാകാനുള്ള സാധ്യത ഉയരുകയും ചെയ്യും.

വലതുവശത്ത് കൂടുതൽ നഷ്ടസാധ്യതയുണ്ട്

വിരോധാഭാസം എന്താണെന്നാൽ, വാസ്തവത്തിൽ ജീവിതം പണമൊഴുക്കിന്റെ ചതുരങ്ങളുടെ വലതുവശത്ത് കൂടുതൽ സുരക്ഷിതമാണ്. ഉദാഹരണത്തിന്, കുറവ് ജോലികൊണ്ട് കൂടുതൽ കൂടുതൽ പണം ഉണ്ടാക്കുന്ന ഒരു സുരക്ഷിതമായ വ്യവസ്ഥ നിങ്ങൾക്കുണ്ടെങ്കിൽ, ശരിക്കും ഒരു ജോലിയുടെ ആവശ്യമോ ജോലി നഷ്ടപ്പെടുമെന്ന പേടിയോ വേണ്ട. കൂടുതൽ പണമുണ്ടാക്കാനായി, ലളിതമായി ആ വ്യവസ്ഥയെ വികസിപ്പിക്കുകയും കൂടുതൽ ആളുകളെ നിയമിക്കുകയും ചെയ്താൽ മതി. നിങ്ങളുടെ ആസ്തിയുടെ താഴെ ജിവിക്കുന്നതിനേക്കാൾ അതിനെ വികസിപ്പിക്കുന്നതിനെക്കുറിച്ച് പഠിപ്പിക്കുമ്പോൾ ഞാൻ അതേ തത്വമാണ് ഉപയോഗിക്കുക. നിങ്ങളുടെ ആസ്തിയുടെ കീഴിൽ ജീവിക്കുന്നത് ഉത്സാഹത്തിനെ ഞെരുക്കും, ഞാൻ ജീവിതം നൽകുന്ന എല്ലാം ആസ്വദിക്കാനായി എന്റെ ആസ്തി വികസിപ്പിക്കാനുള്ള വഴികൾ എപ്പോഴും അന്വേഷിച്ചുകൊണ്ടിരിക്കും.

ഉയർന്ന നിലയിലുള്ള നിക്ഷേപകർ വിപണിയുടെ ഉയർച്ച താഴ്ചകളെക്കുറിച്ച് വേവലാതിപ്പെടില്ല, കാരണം അവരുടെ അറിവ് ഇരുവഴിക്കും പണമുണ്ടാക്കാൻ അവരെ അനുവദിക്കും. അടുത്ത 30 ദിവസങ്ങൾക്കുള്ളിൽ ഒരു വിപണി തകർച്ചയോ മാന്ദ്യമോ ഉണ്ടായാൽ, ഒരുപാട് ബേബി ബൂമർമാർക്ക് വിറളി പിടിക്കുകയും അവർ റിട്ടയർമെന്റിനായി മാറ്റിവച്ചിരുന്ന പണത്തിൽ നല്ലൊരു ഭാഗം നഷ്ടപ്പെടുകയും ചെയ്യും. അവരുടെ വയസ്സാം കാലത്ത് അങ്ങനെ സംഭവിക്കുകയാണെങ്കിൽ, വിരമിക്കുന്നതിനുപകരം, അവർക്ക് കഴിയുന്നത്ര കാലം ജോലി ചെയ്യേണ്ടിവരും.

പ്രൊഫഷണൽ നിക്ഷേപകർ അവരുടെ സ്വന്തം പണത്തിൽ അല്പം നഷ്ടസാധ്യത ഏറ്റെടുക്കുകയും ഉയർന്ന തിരിച്ചുവരവുകൾ ഉണ്ടാക്കുകയും ചെയ്യും. നിക്ഷേപത്തിനെക്കുറിച്ച് ഒന്നും അറിയാത്തവർ നഷ്ടസാധ്യത ഏറ്റെടുക്കുകയും ഏറ്റവും കുറവ് വരുമാനം ഉണ്ടാക്കുകയും ചെയ്യും. എന്റെ കാഴ്ചപ്പാടിൽ, നഷ്ടസാധ്യത പണമൊഴുക്കിന്റെ ചതുരങ്ങളുടെ ഇടതുവശത്താണുള്ളത്.

എന്തുകൊണ്ടാണ് ഇടതുവശത്ത് നഷ്ടസാധ്യത കൂടുതലാകുന്നത്?

'നിനക്ക് അക്കങ്ങൾ വായിക്കാൻ പറ്റില്ലെങ്കിൽ, നീ മറ്റാരുടെയെങ്കിലും അഭിപ്രായം സ്വീകരിക്കണം,' ധനികനായ പിതാവ് പറഞ്ഞു. 'ഒരു വീട് വാങ്ങുകയാണെങ്കിൽ, നിന്റെ പിതാവ്, നിങ്ങളുടെ ബാങ്കറുടെ അഭിപ്രായമായ വീട് ഒരു മുതൽക്കൂട്ട് ആണെന്നത് അന്ധമായി അംഗീകരിക്കും.'

മൈക്കും ഞാനും 'അന്ധമായി' എന്ന വാക്ക് അദ്ദേഹം ഊന്നിപ്പറഞ്ഞത് ശ്രദ്ധിച്ചു.

'ഇടതുവശത്തെ മിക്കവാറും ആളുകളും ശരിക്കും സാമ്പത്തിക അക്കങ്ങളിൽ മിടുക്കരാകണമെന്നില്ല. പക്ഷേ, നിങ്ങൾക്ക് വലതുവശത്ത് വിജയിക്കണമെങ്കിൽ, അക്കങ്ങൾ നിങ്ങളുടെ കണ്ണുകളാകും. അക്കങ്ങൾ നിങ്ങളെ ഭൂരിഭാഗം ആളുകളും കാണാത്തത് കാണാൻ അനുവദിക്കും,' ധനികനായ പിതാവ് തുടർന്നു.

'സൂപ്പർമാനിന്റെ എക്സ്റേ കാഴ്ച പോലെയോ?' മൈക്ക് ചോദിച്ചു.

ധനികനായ പിതാവ് ചിരിച്ചുകൊണ്ട് തലയാട്ടി. 'അതുതന്നെ,' അദ്ദേഹം പറഞ്ഞു. 'അക്കങ്ങളും, സാമ്പത്തിക വ്യവസ്ഥകളും, ബിസിനസ്സ് വ്യവസ്ഥകളും വായിക്കാനുള്ള കഴിവ് നിങ്ങൾക്ക് വെറും മനുഷ്യർക്ക് ഇല്ലാത്ത കാഴ്ച നൽകും.' അദ്ദേഹം ആ കഥയില്ലായ്മയിലും ചിരിച്ചു.

'സാമ്പത്തിക കാഴ്ച ഉള്ളത് നിങ്ങളുടെ നഷ്ടസാധ്യത കുറയ്ക്കും. സാമ്പത്തിക അന്ധത നഷ്ടസാധ്യത ഉയർത്തും. പക്ഷേ, നിങ്ങൾ വലതുവശത്ത് പ്രവർത്തിക്കാൻ ആഗ്രഹിക്കുന്നെങ്കിൽ മാത്രമേ ആ കാഴ്ച ആവശ്യമുള്ളൂ. ഇടതുവശത്തെ ആളുകൾ വാക്കുകളിലാണ് ചിന്തിക്കുക. വലതുവശത്ത് വിജയിക്കാൻ, പ്രത്യേകിച്ചും I ചതുരത്തിൽ, നിങ്ങൾ അക്കങ്ങൾ ചിന്തിക്കണം. മുഖ്യമായി വാക്കുകളിലാണ് ചിന്തിക്കുന്നതെങ്കിൽ ഒരു നിക്ഷേപകനാകാൻ ശ്രമിക്കുന്നത് നഷ്ടസാധ്യത ഉള്ളതാണ്.'

'നിങ്ങൾ പറയുന്നത് ഇടതുവശത്തുള്ള ആളുകൾക്ക് സാമ്പത്തിക അക്കങ്ങളെക്കുറിച്ച് ഒന്നും അറിയേണ്ട ആവശ്യമില്ലെന്നാണോ?' ഞാൻ ചോദിച്ചു.

'അവരിൽ മിക്കവാറും പേർക്ക്, അത് ശരിയാണ്,' ധനികനായ പിതാവ് പറഞ്ഞു. 'അവർ കണിശമായും ഒരു E അല്ലെങ്കിൽ Sന്റെ പരിധികളിൽ പ്രവർത്തിക്കുന്നതിൽ തൃപ്തരാണെങ്കിൽ, അവർ സ്കൂളിൽ പഠിച്ച അക്കങ്ങൾ മതിയാകും. പക്ഷേ, അവർക്ക് വലതുവശത്ത് അതിജീവിക്കണമെങ്കിൽ, സാമ്പത്തിക അക്കങ്ങളും വ്യവസ്ഥകളും മനസ്സിലാക്കുന്നത് നിർണായകമാകും. നിങ്ങൾക്ക് ഒരു ചെറിയ ബിസിനസ്സ് തുടങ്ങണമെങ്കിൽ, അക്കങ്ങളിൽ വിദഗ്ധരാകണമെന്നില്ല. പക്ഷേ,

ഒരു വലിയ ആഗോള ബിസിനസ്സ് കെട്ടിപ്പടുക്കണമെങ്കിൽ, അക്കങ്ങളായിരിക്കും എല്ലാം, വാക്കുകൾ അല്ല. അതുകൊണ്ടാണ് ഒരുപാട് വലിയ കമ്പനികളും മിക്കവാറും നടത്തുന്നത് കണക്കപ്പിള്ളമാരായിരിക്കുന്നത്.'

ധനികനായ പിതാവ് തന്റെ പാഠം തുടർന്നു, 'നിങ്ങൾക്ക് വലതുവശത്ത് വിജയിക്കണമെങ്കിൽ, പണത്തിന്റെ കാര്യം വരുമ്പോൾ, വസ്തുതകളും അഭിപ്രായങ്ങളും തമ്മിലുള്ള വ്യത്യാസം അറിഞ്ഞിരിക്കണം. ഇടതുവശത്തെ ആളുകൾ ചെയ്യുന്നതുപോലെ സാമ്പത്തിക ഉപദേശങ്ങൾ അന്ധമായി സ്വീകരിക്കരുത്. നിങ്ങൾ വസ്തുതകൾ അറിഞ്ഞിരിക്കണം. അക്കങ്ങൾ നിങ്ങൾക്ക് വസ്തുതകൾ പറഞ്ഞുതരും.'

ആരാണ് നഷ്ടസാധ്യത ഏറ്റെടുക്കുന്നതിന് പണം നൽകുക?

'ഇടതുവശം നഷ്ടസാധ്യതയുള്ളതാകുമ്പോഴും, ആ വശത്തുള്ള ആളുകൾ ആ നഷ്ടം എടുക്കാനായി പണം കൊടുക്കുന്നവരാണ്.'

'എന്താ നിങ്ങൾ അർഥമാക്കുന്നത്?' ഞാൻ ചോദിച്ചു. 'എല്ലാവരും നഷ്ടസാധ്യതയ്ക്കായി പണം കൊടുക്കുന്നില്ലേ?'

'ഇല്ല,' ധനികനായ പിതാവ് പറഞ്ഞു. 'വലതുവശത്ത് ഒരാൾ പോലുമില്ല.'

'ഇടതുവശത്തുള്ളവർ നഷ്ടസാധ്യത എടുക്കാനായി പണം കൊടുക്കുന്നെന്നും, വലതുവശത്തുള്ളവർക്ക് അതിനായി പണം ലഭിക്കുമെന്നാണോ പറയുന്നത്?'

'അതുതന്നെയാണ് ഞാൻ അർഥമാക്കിയത്,' ധനികനായ പിതാവ് പുഞ്ചിരിച്ചുകൊണ്ട് പറഞ്ഞു. 'അതാണ് ഇടതുവശവും വലതുവശവും തമ്മിലുള്ള വലിയ വ്യത്യാസം. അതുകൊണ്ടാണ് ഇടതുവശം വലതുവശത്തേക്കാൾ നഷ്ടസാധ്യത ഉള്ളതാകുന്നത്.'

'ഒരു ഉദാഹരണം തരാമോ?' ഞാൻ ചോദിച്ചു.

'തീർച്ചയായും,' ധനികനായ പിതാവ് പറഞ്ഞു. 'നീ ഒരു കമ്പനിയിൽ ഓഹരികൾ വാങ്ങുകയാണെങ്കിൽ, ആരാണ് സാമ്പത്തിക നഷ്ടസാധ്യത ഏറ്റെടുക്കുന്നത്? നീയോ, അതോ കമ്പനിയോ?'

'ഞാനായിരിക്കുമെന്ന് തോന്നുന്നു,' ഞാൻ പറഞ്ഞു, കുഴങ്ങിക്കൊണ്ട്.

'ഞാൻ ഒരു മെഡിക്കൽ ഇൻഷുറൻസ് കമ്പനിയാണെങ്കിൽ, നിന്റെ ആരോഗ്യം ഇൻഷർ ചെയ്ത് നിന്റെ ആരോഗ്യ നഷ്ടസാധ്യത ഏറ്റെടുക്കുകയാണെങ്കിൽ, ഞാൻ നിനക്ക് പണം തരുമോ?'

'ഇല്ല,' ഞാൻ പറഞ്ഞു. 'അവർ എന്റെ ആരോഗ്യം ഇൻഷർ ചെയ്യുകയാണെങ്കിൽ അവരായിരിക്കും നഷ്ടസാധ്യത എടുക്കുക, ഞാൻ അതിന് പണം കൊടുക്കും.'

'ശരിയാണ്,' ധനികനായ പിതാവ് പറഞ്ഞു. 'നിന്റെ ആരോഗ്യമോ അപകടസാധ്യതയോ ഇൻഷർ ചെയ്യുകയും ആ പരിഗണനയ്ക്കായി നിനക്ക് പണം തരുകയും ചെയ്യുന്ന ഇൻഷുറൻസ് കമ്പനി ഇനി കണ്ടെ

ത്തേണ്ടിയിരിക്കുന്നു. പക്ഷേ, അതാണ് ഇടതുവശത്തുള്ള മിക്കവാറും ആളുകൾ ചെയ്യുന്നത്.'

'അത് ആശയക്കുഴപ്പമുണ്ടാക്കുന്നു,' മൈക്ക് പറഞ്ഞു. 'അതിപ്പോഴും സാമാന്യബോധത്തിന് നിരക്കുന്നില്ല.'

ധനികനായ പിതാവ് പുഞ്ചിരിച്ചു, 'നീ വലതുവശത്തിനെ മനസ്സിലാക്കിക്കഴിഞ്ഞാൽ, ആ വ്യത്യാസം കൂടുതൽ വ്യക്തമായി കാണാൻ തുടങ്ങും. ഭൂരിഭാഗം ആളുകൾക്കും വ്യത്യാസം ഉണ്ടെന്നുപോലും അറിയില്ല. അവർ വെറുതേ എല്ലാം നഷ്ടസാധ്യതയാണെന്ന് ഊഹിക്കുകയും അതിന് പണം കൊടുക്കുകയും ചെയ്യും. പക്ഷേ, വർഷങ്ങൾ കഴിഞ്ഞ് നീ നിന്റെ വലതുവശത്തെ അനുഭവങ്ങളും വിദ്യാഭ്യാസവുമായി സമരസപ്പെടുമ്പോൾ, നിന്റെ കാഴ്ച മെച്ചപ്പെടുകയും ഇടതുവശത്തുള്ളവർ കാണാത്തതെല്ലാം കാണാൻ തുടങ്ങുകയും ചെയ്യും. നഷ്ടസാധ്യത ഒഴിവാക്കാനായി സുരക്ഷ തേടുന്നത് ഏറ്റവും വലിയ നഷ്ടസാധ്യതയാണെന്ന് നിനക്ക് മനസ്സിലാകും. നീ സ്വന്തം സാമ്പത്തിക കാഴ്ചപ്പാട് വികസിപ്പിച്ച് മറ്റുള്ളവരുടെ അഭിപ്രായങ്ങൾ സ്വീകരിക്കേണ്ടതില്ലാതെ വരും. നിനക്ക് സ്വയം കാണാനും സാമ്പത്തിക വസ്തുതകളും അഭിപ്രായങ്ങളും തമ്മിലുള്ള വ്യത്യാസം അറിയുകയും ചെയ്യും.'

അത് നല്ലൊരു ദിവസമായിരുന്നു. വാസ്തവത്തിൽ, എനിക്കോർമ്മയുള്ള ഏറ്റവും നല്ല ഒരു പാഠമായിരുന്നു അത്. അത് ഒന്നാന്തരമായിരുന്നു, കാരണം അത് എന്റെ കണ്ണുകൾക്ക് കാണാൻ കഴിയാത്തവയിലേക്ക് മനസ്സിനെ തുറക്കാൻ തുടങ്ങി.

അക്കങ്ങൾ നഷ്ടസാധ്യത കുറയ്ക്കും

എന്റെ ധനികനായ പിതാവിന്റെ ലളിതമായ പാഠങ്ങളില്ലായിരുന്നെങ്കിൽ ഞാൻ എന്റെ അഭിനിവേശത്തിനെ പിന്തുടർന്ന് എന്റെ സ്വപ്നങ്ങളിലുള്ള വിദ്യാഭ്യാസ വ്യവസ്ഥ കെട്ടിപ്പടുക്കുമായിരുന്നെന്ന് സംശയമാണ്. സാമ്പത്തിക വിദ്യാഭ്യാസത്തിലും കൃത്യതയിലുമുള്ള അദ്ദേഹത്തിന്റെ നിർബന്ധം ഇല്ലാതെ ഞാൻ ബുദ്ധിപരമായി, സ്വന്തമായുണ്ടായിരുന്ന കുറച്ചുമാത്രം പണം ഉപയോഗിച്ച് നിക്ഷേപം നടത്തി ഉയർന്ന വരുമാനം ഉണ്ടാക്കില്ലായിരുന്നു. പദ്ധതി എത്ര വലുതായിരിക്കുന്നുവോ, എത്രത്തോളം വേഗത്തിൽ നിങ്ങൾക്ക് വിജയിക്കണമെന്നുണ്ടോ, നിങ്ങൾ അത്രയും കൃത്യതയുള്ളതായിരിക്കണം എന്ന് ഞാൻ എപ്പോഴും ഓർക്കും. നിങ്ങൾക്ക് പതുക്കെ ധനികനായാൽ മതിയെങ്കിൽ, ജീവിതകാലം മുഴുവൻ ജോലി ചെയ്ത് മറ്റാരെങ്കിലും നിങ്ങളുടെ പണം കൈകാര്യം ചെയ്താൽ മതിയെങ്കിൽ, നിങ്ങൾക്ക് കൃത്യതയുണ്ടായിരിക്കേണ്ട ആവശ്യമില്ല. എത്രത്തോളം വേഗത്തിൽ ധനികനാകണമോ, അത്രത്തോളം നിങ്ങൾക്ക് അക്കങ്ങളിൽ കൃത്യതയുണ്ടായിരിക്കണം.

ശുഭവാർത്ത എന്താണെന്നാൽ, സാങ്കേതികവിദ്യയിലെയും പുതിയ ഉത്പന്നങ്ങളിലെയും പുരോഗതി കാരണം, ഇന്ന്, സ്വന്തമായി

വ്യവസ്ഥ ഉണ്ടാക്കാനും, വേഗത്തിൽ സാമ്പത്തിക വിദ്യാഭ്യാസം നേടാനുമുള്ള നൈപുണ്യങ്ങൾ പഠിക്കുന്നത് എളുപ്പമാണ്.

നിങ്ങൾക്ക് വേഗത്തിൽ പോകാം. പക്ഷേ, കുറുക്കുവഴികൾ എടുക്കരുത്

- 'നിങ്ങളുടെ നികുതികൾ കുറയ്ക്കാനായി, ഒരു വലിയ വീട് വാങ്ങി കൂടുതൽ കടത്തിലകപ്പെടുകയാണെങ്കിൽ നികുതി എഴുതിത്തള്ളിക്കിട്ടും.'
- 'നിങ്ങളുടെ വീടായിരിക്കണം ഏറ്റവും വലിയ നിക്ഷേപം.'
- 'വില എപ്പോഴും ഉയർന്നുകൊണ്ടിരിക്കുന്നതിനാൽ ഇപ്പോൾ വാങ്ങുന്നതാണ് നല്ലത്.'
- 'പതുക്കെ മാത്രം ധനികനാകുക.'
- 'നിങ്ങളുടെ ആസ്തികൾക്ക് താഴെ മാത്രം ജീവിക്കുക.'

പണമൊഴുക്കിന്റെ ചതുരങ്ങളിലെ വലതുവശത്തിനായുള്ള വിഷയങ്ങൾ പഠിക്കാൻ സമയം ചിലവഴിക്കുകയാണെങ്കിൽ, ഇത്തരം പ്രസ്താവനകളിൽ യുക്തി തോന്നുകയില്ല. അത് ഇടതുവശത്തുള്ള ഒരാൾക്ക് യുക്തിപരമായി തോന്നിയേക്കാം. പക്ഷേ, വലതുവശത്തുള്ള ഒരാൾക്കില്ല. നിങ്ങൾക്ക് ഇഷ്ടമുള്ള എന്തും ചെയ്യാം, ഇഷ്ടമുള്ളത്ര വേഗത്തിൽ പോകാം, ഇഷ്ടമുള്ളത്ര പണമുണ്ടാക്കാം. പക്ഷേ, നിങ്ങൾ അതിനുള്ള വില കൊടുക്കേണ്ടിവരും. നിങ്ങൾക്ക് ധൃതഗതിയിൽ പോകാം. പക്ഷേ, ഓർക്കുക, കുറുക്കുവഴികൾ ഇല്ല.

ഈ പുസ്തകം ഉത്തരങ്ങളെക്കുറിച്ചുള്ളതല്ല. ഈ പുസ്തകം വ്യത്യസ്തമായ കാഴ്ചപ്പാടിൽ സാമ്പത്തിക വെല്ലുവിളികളെയും ലക്ഷ്യങ്ങളെയും നോക്കുകയാണ് ചെയ്യുന്നത് ഒരു കാഴ്ചപ്പാട് മറ്റൊന്നിനേക്കാൾ മികച്ചതാണെന്നല്ല ഇത് പറയുന്നത്. ഒന്നിൽ കൂടുതൽ കാഴ്ചപ്പാടുകൾ ഉണ്ടാകുന്നത് നല്ലതാണ്.

ഇനി വരുന്ന അദ്ധ്യായങ്ങൾ വായിക്കുമ്പോൾ, നിങ്ങൾ സാമ്പത്തികം, ബിസിനസ്സ്, ജീവിതം എന്നിവയെക്കുറിച്ച് വേറിട്ട കാഴ്ചപ്പാടിൽ നോക്കാൻ തുടങ്ങും.

അദ്ധ്യായം എട്ട്

എനിക്കെങ്ങനെ ധനികനാകാൻ കഴിയും?

നിങ്ങൾക്ക് മറ്റുള്ള എല്ലാവരും ചെയ്യുന്നത് ചെയ്യണമെങ്കിൽ, മറ്റുള്ളവർക്കുള്ളതേ നിങ്ങൾക്കും കിട്ടുകയുള്ളൂ.

'ധനികനാകാനുള്ള സമവാക്യം ഞാൻ എവിടെ നിന്നുമാണ് പഠിച്ചത്?' എന്ന് എന്നോട് ചോദിക്കുമ്പോൾ, ഞാൻ പറയും 'കുട്ടിക്കാലത്ത് മൊണോപൊളി കളിച്ചതിൽ നിന്ന്' എന്ന്.

ചിലർ ഞാൻ കളിയാക്കുകയാണെന്ന് കരുതി ഫലശ്രുതിക്കായി കാത്തിരിക്കും. പക്ഷേ, അത് തമാശയല്ല. മൊണോപൊളിയിൽ ധനികനാകുന്നതിന്റെ സമവാക്യം ലളിതമാണ്, അത് ഗെയിമിലെപ്പോലെ യഥാർഥ ജിവീതത്തിലും പ്രാവർത്തികമാണ്.

നാല് പച്ച വീടുകൾ... ഒരു ചുവന്ന ഹോട്ടൽ

മൊണോപൊളി കളിക്കുമ്പോൾ സമ്പത്തിലേക്കുള്ള രഹസ്യം നാല് പച്ച വീടുകൾ വാങ്ങി ഒരു വലിയ ചുവന്ന ഹോട്ടലിനായി വിൽക്കുന്നതാണെന്ന് നിങ്ങൾക്ക് ഓർമ്മ കാണും. അത്രയേ ആവശ്യമുള്ളൂ. കിമ്മും ഞാനും അതേ നിക്ഷേപ സമവാക്യമാണ് എടുത്ത് യഥാർഥ ജീവിതത്തിൽ പ്രയോഗിച്ച് ധനികരും സാമ്പത്തിക സുരക്ഷയുള്ളവരുമായത്.

റിയൽ എസ്റ്റേറ്റ് വിപണി ശരിക്കും മോശമായിരുന്നപ്പോൾ, ഞങ്ങൾ കൈയ്യിലുണ്ടായിരുന്ന പരിമിതമായ പണംകൊണ്ട് കഴിയാവുന്നത്ര ചെറിയ വീടുകൾ വാങ്ങി. വിപണി മെച്ചപ്പെട്ടപ്പോൾ, ഞങ്ങൾ നാല് പച്ച വീടുകൾ വിറ്റ് ഒരു വലിയ ചുവപ്പ് ഹോട്ടൽ വാങ്ങിച്ചു. ഞങ്ങൾക്ക് പിന്നീടൊരിക്കലും ജോലി ചെയ്യേണ്ടി വന്നില്ല, കാരണം ഞങ്ങളുടെ വലിയ ചുവന്ന ഹോട്ടലിലും, അപാർട്ട്മെന്റ് വീടുകളിലും, ചെറിയ സ്റ്റോറേജ് യൂണിറ്റുകളിലും നിന്നുമുള്ള പണമൊഴുക്ക് ഞങ്ങളുടെ ജീവിതശൈലിക്കുള്ളത് തന്നു.

ഹാംബർഗറിലും അത് പ്രവർത്തിക്കും

നിങ്ങൾക്ക് റിയൽ എസ്റ്റേറ്റ് ഇഷ്ടമല്ലെങ്കിൽ, നിങ്ങൾക്ക് ആകെ ചെയ്യേണ്ടത് ഹാംബർഗർ ഉണ്ടാക്കുകയാണ്, അതിനു ചുറ്റും ഒരു

ബിസിനസ്സ് ഉണ്ടാക്കി ഫ്രാഞ്ചൈസ് ചെയ്യുക. ഏതാനും വർഷങ്ങൾക്കുള്ളിൽ വർദ്ധിക്കുന്ന പണമൊഴുക്ക് നിങ്ങൾക്ക് ചെലവാക്കാൻ പറ്റുന്നതിനേക്കാൾ കൂടുതൽ പണം കൊണ്ടുവരും.

വാസ്തവത്തിൽ, അസാധാരണമായ സമ്പത്തിലേക്കുള്ള ലളിതമായ പാതയാണത്. മറ്റു വാക്കുകളിൽ, ഈ ഹൈ ടെക് ലോകത്ത്, ഉയർന്ന സമ്പത്തിന്റെ തത്വം ലളിതവും ലോ ടെക്കുമാണ്. അത് വെറും സാമാന്യബുദ്ധിയാണെന്ന് ഞാൻ പറയും. പക്ഷേ, മിക്കപ്പോഴും, പണം വിഷയമായി വരുമ്പോൾ സാമാന്യബുദ്ധി അസാധാരണമായിരിക്കും.

ഉദാഹരണത്തിന്, ആളുകൾക്ക് പണം നഷ്ടപ്പെടുത്തുന്നതിന് നികുതിയിളവ് നൽകുന്നതും അവരുടെ ജീവിതം കടത്തിൽ ചിലവഴിക്കുന്നതും എനിക്ക് യുക്തിപരമായി തോന്നുന്നില്ല. അല്ലെങ്കിൽ നിങ്ങളുടെ വീടിനെ ഒരു മുതൽക്കൂട്ടെന്ന് വിളിക്കുന്നത്, വാസ്തവത്തിൽ അത് ഓരോ ദിവസവും നിങ്ങളിൽ നിന്നും പണം വറ്റിക്കുന്ന ബാധ്യത ആയിരിക്കുമ്പോൾ. അല്ലെങ്കിൽ ഒരു സർക്കാർ പിരിച്ചെടുക്കുന്ന നികുതികളേക്കാൾ കൂടുതൽ പണം ചെലവഴിക്കുന്നത്. അല്ലെങ്കിൽ നല്ല ജോലി കിട്ടാനായി, പണത്തിനെക്കുറിച്ച് ഒന്നും പഠിപ്പിക്കാതിരിക്കാനായി, കുട്ടിയെ സ്കൂളിലേക്ക് പഠിക്കാൻ അയയ്ക്കുന്നത്.

ധനികർ ചെയ്യുന്നത് ചെയ്യാൻ എളുപ്പമാണ്

ധനികർ ചെയ്യുന്നത് ചെയ്യാൻ എളുപ്പമാണ്. ഒരുപാട് ധനികരായ ആളുകൾ സ്കൂളിൽ നല്ല പ്രകടനം കാഴ്ചവയ്ക്കാത്തതിന്റെ ഒരു കാരണം ധനികനാകാൻ വേണ്ടി 'ചെയ്യേണ്ട' ഭാഗം ലളിതമാണെന്നതാണ്. ധനികനാകാൻവേണ്ടി നിങ്ങൾ സ്കൂളിലേക്ക് പോകേണ്ടതില്ല. ധനികനാകാൻ 'ചെയ്യേണ്ട' ഭാഗം ഉറപ്പായും റോക്കറ്റ് സയൻസ് ഒന്നുമല്ല.

നിങ്ങൾക്ക് വായിക്കാൻ ഞാൻ നിർദ്ദേശിക്കുന്ന ഒരു ക്ലാസ്സിക് പുസ്തകം: നെപ്പോളിയൻ ഹിൽ എഴുതിയ തിങ്ക് ആൻഡ് ഗ്രോ റിച്ച്. ഞാൻ കൗമാരപ്രായത്തിൽ ആ പുസ്തകം വായിച്ചിരുന്നു, അതെന്റെ ജീവിതത്തിന്റെ ദിശയെ വലുതായി സ്വാധീനിച്ചു.

'വർക്ക് ഹാർഡ് ആൻഡ് ഗ്രോ റിച്ച്' അല്ലെങ്കിൽ 'ഗെറ്റ് എ ജോബ് ആൻഡ് ഗ്രോ റിച്ച്' എന്നല്ലാതെ തിങ്ക് ആൻഡ് ഗ്രോ റിച്ച് എന്ന തലക്കെട്ട് അതിന് കൊടുത്തതിന് നല്ലൊരു കാരണമുണ്ട്. വാസ്തവം എന്താണെന്നാൽ, കഠിനാദ്ധ്വാനം ചെയ്യുന്ന ആളുകൾ ധനികരാവില്ല. നിങ്ങൾക്ക് ധനികനാകണമെങ്കിൽ, നിങ്ങൾ ആൾക്കൂട്ടത്തിന്റെ കൂടെ പോകാതെ സ്വന്തമായി ചിന്തിക്കണം. എന്റെ അഭിപ്രായത്തിൽ, ധനികരുടെ ഒരു വലിയ മുതൽക്കൂട്ട് അവർ മറ്റുള്ളവരിൽനിന്നും വ്യത്യസ്തമായി ചിന്തിക്കുന്നു എന്നതാണ്. മറ്റാരെങ്കിലും ചെയ്യുന്നത് നിങ്ങളും ചെയ്യുകയാണെങ്കിൽ, മറ്റുള്ളവർക്ക് ഉള്ളതേ നിങ്ങൾക്കും

ഉണ്ടാകുകയുള്ളൂ. ഭൂരിഭാഗം ആളുകൾക്കും, അവർക്കുള്ളതെല്ലാം വർഷങ്ങളുടെ കഠിനാദ്ധ്വാനവും, ന്യായമല്ലാത്ത നികുതികളും, ജീവിത കാലത്തേക്കുള്ള കടവുമാണ്.

ആരെങ്കിലും എന്നോട് 'പണമൊഴുക്കിന്റെ ചതുരങ്ങളുടെ ഇടതു വശത്ത് നിന്നും വലതുവശത്തേക്ക് മാറണമെങ്കിൽ ഞാൻ എന്തു ചെയ്യണം?' എന്ന് ചോദിച്ചാൽ, എന്റെ പ്രതികരണം, 'മാറുന്നതിന് നിങ്ങൾ എന്ത് ചെയ്യണം എന്നതല്ല കാര്യം. എങ്ങനെ മാറണമെന്ന് നിങ്ങൾ ചിന്തിക്കുന്നത് എങ്ങനെയെന്നതാണ് കാര്യം.' മറ്റു വാക്കുകളിൽ, ഏത് ആവശ്യങ്ങൾക്കുവേണ്ടി നിങ്ങൾ ആരായിരിക്കണം എന്നതാണ് പ്രധാനം.

നാല് പച്ച വീടുകൾ വാങ്ങി അവയെ ഒരു ചുവന്ന ഹോട്ടലിനായി കൊടുക്കുന്നത് എളുപ്പമാണെന്ന് ചിന്തിക്കുന്ന തരത്തിലുള്ള ഒരാളാകണോ നിങ്ങൾക്ക്? അതോ നാല് പച്ച വീടുകൾ വാങ്ങി അവയെ ഒരു ചുവന്ന ഹോട്ടലിനായി കൊടുക്കുന്നത് പ്രയാസമാണെന്ന് ചിന്തിക്കുന്ന തരത്തിലുള്ള ഒരാളാകണോ?

വർഷങ്ങൾക്കുമുമ്പ്, ഞാൻ ലക്ഷ്യനിർണയത്തിനെപ്പറ്റി ഒരു ക്ലാസ്സിന് പോയി. അത് എഴുപതുകളുടെ മദ്ധ്യമായിരുന്നു, ലക്ഷ്യം നിർണയിക്കുന്നത് എങ്ങനെയെന്ന് പഠിക്കാൻ ഞാൻ 150 ഡോളറും മനോഹരമായ ശനിയാഴ്ചയും ഞായറാഴ്ചയും ചെലവാക്കുകയാണെന്ന് ശരിക്കും എനിക്ക് വിശ്വസിക്കാൻ കഴിഞ്ഞില്ല. എനിക്ക് സർഫിങ്ങിനു പോകാമായിരുന്നു. പകരം, ഞാൻ എന്നെ ലക്ഷ്യം നിർണയിക്കുന്നത് എങ്ങനെയെന്ന് പഠിപ്പിക്കാൻ ഒരാൾക്ക് പണം കൊടുക്കുകയായിരുന്നു. ഞാൻ ഒരുപാടുതവണ പിന്തിരിഞ്ഞു. പക്ഷേ, ആ ക്ലാസ്സിൽനിന്നും ഞാൻ പഠിച്ചതെല്ലാം, എനിക്ക് ജീവിതത്തിൽ ആവശ്യമുള്ളതെല്ലാം, നേടാൻ സഹായിച്ചു. ഇൻസ്ട്രക്ടർ ബോർഡിൽ ഈ മൂന്ന് വാക്കുകൾ എഴുതി:

ആയിരിക്കുക

പ്രവർത്തിക്കുക

നേടുക

അവർ വിശദീകരിച്ചു, 'ലക്ഷ്യങ്ങൾ എന്നാൽ ഈ മൂന്ന് വാക്കുകളിൽ 'നേടുക' എന്ന ഭാഗമാണ്: നല്ലൊരു ശരീരമുണ്ടാകുക, നല്ല ബന്ധമുണ്ടാകുക, മില്യൻ കണക്കിന് ഡോളറുകൾ ഉണ്ടാകുക എന്നിങ്ങനെയുള്ള ലക്ഷ്യങ്ങൾ. മിക്കവാറും ആളുകൾ അവരുടെ ലക്ഷ്യവും അവർക്ക് എന്താണ് നേടേണ്ടതെന്നും കണ്ടെത്തിക്കഴിയുമ്പോൾ, അവർ ലക്ഷ്യം നേടാനായി എന്താണ് ചെയ്യേണ്ടതെന്ന് പട്ടികയിടാൻ തുടങ്ങും. അതുകൊണ്ടാണ് മിക്കവാറും ആളുകൾക്ക് ചെയ്യേണ്ടതിന്റെ പട്ടികകൾ ഉണ്ടാകുന്നത്. അവർ ലക്ഷ്യം നിർണയിച്ച് ചെയ്യാൻ തുടങ്ങും.

ഉത്തമമായ ശരീരം എന്ന ലക്ഷ്യം ഉപയോഗിച്ച്, ഇൻസ്ട്രക്ടർ ഭൂരിഭാഗം ആളുകളും സ്വീകരിക്കുന്ന സമീപനത്തിനെക്കുറിച്ച് സംസാരിച്ചു: 'ഉത്തമമായ ശരീരം ആവശ്യമുള്ളപ്പോൾ ഭൂരിഭാഗം ആളുകളും ചെയ്യുന്നത് ഡയറ്റ് അല്ലെങ്കിൽ ജിമ്മിലേക്ക് പോകുന്നതാണ്. അത് ഏതാനും ആഴ്ചകൾ തുടരുകയും പിന്നെ മിക്കവാറും ആളുകൾ പഴയ ഫ്രഞ്ച് ഫ്രൈസ്, പിസ ഡയറ്റിലേക്ക് തിരിച്ചുപോകുകയും ചെയ്യും. ജിമ്മിലേക്ക് പോകുന്നതിനുപകരം, അവർ ടിവിയിൽ ബേസ് ബാൾ കാണും. ഇതാണ് ആയിരിക്കുന്നതിനുപകരം ചെയ്യുന്നതിന്റെ ഉദാഹരണം.

'ഡയറ്റ് അല്ല എണ്ണപ്പെടുന്നത്. എണ്ണപ്പെടുന്ന ഡയറ്റ് പിന്തുടരാനായി നിങ്ങൾ ആരായിരിക്കണം എന്നതാണ് കാര്യം. എങ്കിലും, ഓരോ വർഷവും മില്യൻ കണക്കിന് ആളുകൾ മെലിയാനായി ഉത്തമമായ ഡയറ്റ് അന്വേഷിക്കും. അവർ എന്ത് ചെയ്യണമെന്നതിൽ ശ്രദ്ധിക്കും, അവർ എന്തായിത്തീരണം എന്നതിലല്ല. നിങ്ങളുടെ ചിന്തകൾ മാറിയില്ലെങ്കിൽ ഡയറ്റ് സഹായിക്കില്ല.'

മറ്റൊരു ഉദാഹരണമായി അവർ ഗോൾഫ് ഉപയോഗിച്ചു: 'ഒരുപാട് ആളുകൾ പുതിയ സെറ്റ് ഗോൾഫ് ക്ലബ്ബുകൾ വാങ്ങിക്കും, അത് അവരുടെ ഗെയിം മെച്ചപ്പെടുത്താമെന്ന പ്രതീക്ഷയിൽ, ഒരു നല്ല ഗോൾഫറുടെ നിലപാടും, മാനസികാവസ്ഥയും, വിശ്വാസങ്ങളും ആദ്യം അനുവർത്തിക്കാതെ. പുതിയ സെറ്റ് ഗോൾഫ് ക്ലബ്ബുള്ള ഒരു അലസനായ ഗോൾഫർ അപ്പോഴും അലസനായ ഗോൾഫർ ആയിരിക്കും.'

പിന്നെ അവർ നിക്ഷേപങ്ങളെക്കുറിച്ച് ചർച്ച ചെയ്തു: 'ഒരുപാട് പേർ വിചാരിക്കുന്നത് സ്റ്റോക്കുകളും മ്യൂചൽ ഫണ്ടുകളും വാങ്ങുന്നത് അവരെ ധനികരാക്കുമെന്നാണ്. പക്ഷേ, വെറുതേ സ്റ്റോക്കുകളും, മ്യൂചൽ ഫണ്ടുകളും, റിയൽ എസ്റ്റേറ്റും, ബോണ്ടുകളും വാങ്ങുന്നത് നിങ്ങളെ ധനികനാക്കില്ല. പ്രൊഫഷണൽ നിക്ഷേപകർ ചെയ്യുന്നത് ആവർത്തിക്കുന്നത് സാമ്പത്തിക വിജയം ഉറപ്പ് നൽകില്ല. പരാജിതന്റെ മനോഭാവമുള്ള ഒരാൾ എപ്പോഴും ഏത് സ്റ്റോക്ക്, ബോണ്ട്, റിയൽ എസ്റ്റേറ്റ്, അല്ലെങ്കിൽ മ്യൂചൽ ഫണ്ട് വാങ്ങിയാലും എപ്പോഴും പരാജയപ്പെടും.'

ആളുകൾക്കുള്ള ഒരു പൊതുവായ ലക്ഷ്യം തികഞ്ഞ പ്രണയപങ്കാളിയെ കണ്ടെത്തുന്നതാണ്. പക്ഷേ, ഇൻസ്ട്രക്ടർ പറയുന്നത്, മിക്കവാറും ആളുകൾക്ക് അതിൽ തെറ്റും എന്നാണ്. 'ഒരുപാട് ആളുകൾ എല്ലാം തികഞ്ഞ വ്യക്തിക്കായി എല്ലായിടത്തും നോക്കും, അവരുടെ സ്വപ്നങ്ങളിലുള്ള വ്യക്തി. അവർ എല്ലാം തികഞ്ഞ വ്യക്തിയാകാൻ ശ്രമിക്കുന്നതിനുപകരം ശരിയായ വ്യക്തിക്കായി തിരയും.'

അവസാനം അവർ ആ 'എല്ലാം തികഞ്ഞ വ്യക്തി'യെ കണ്ടെത്തുമ്പോൾ, അവരെ മാറ്റാൻ ശ്രമിക്കും. ഇൻസ്ട്രക്ടർ നിർദ്ദേശിച്ചത് ഉത്തരം അതിൽത്തന്നെ ഉണ്ടെന്നാണ്. നിങ്ങളുടെ വിവാഹജീവിതം മെച്ചപ്പെടുത്താനായി, പങ്കാളിയെ മാറ്റിയെടുക്കേണ്ട ആവശ്യമില്ല. അവനവൻ

മാറുന്നതാണ് നല്ലത്. 'മറ്റൊരാളിൽ ശ്രമിക്കരുത്. ആ വ്യക്തിയെക്കുറിച്ചുള്ള നിങ്ങളുടെ വിചാരങ്ങളിൽ ശ്രമം നടത്തുക.'

അവർ ബന്ധങ്ങളെക്കുറിച്ച് സംസാരിക്കുമ്പോൾ എന്റെ മനസ്സ് വർഷങ്ങളായി ഞാൻ കണ്ടിട്ടുള്ള, ലോകത്തിനെ മാറ്റുന്നതിനായി ഇറങ്ങിപ്പുറപ്പെട്ടിട്ടുള്ള, പക്ഷേ എവിടെയും എത്തിച്ചേരാത്ത ഒരുപാട് ആളുകളിൽ ഒഴുകുകയായിരുന്നു. അവർക്ക് മറ്റെല്ലാവരെയും മാറ്റണമായിരുന്നു, പക്ഷേ തങ്ങളെ അല്ല.

അവർ പണത്തിനെക്കുറിച്ച് സംസാരിക്കാൻ തുടങ്ങിയപ്പോൾ ഞാൻ പകൽക്കിനാവിൽ നിന്നും ചാടിയെഴുന്നേറ്റു: 'പണത്തിന്റെ കാര്യം വരുമ്പോൾ, ഒരുപാട് ആളുകൾ ധനികർ ചെയ്യുന്നത് ചെയ്ത് ധനികർക്കുള്ളത് നേടാൻ ശ്രമിക്കും. അതുകൊണ്ട് അവർ ആഡംബരം എന്ന് തോന്നിക്കുന്ന ഒരു വീട് വാങ്ങിക്കും, ധനികനെന്ന് തോന്നിപ്പിക്കുന്ന കാർ വാങ്ങിക്കും, ധനികർ തങ്ങളുടെ കുട്ടികളെ വിടുന്ന സ്കൂളിൽത്തന്നെ സ്വന്തം കുട്ടികളെയും അയയ്ക്കും. ഇതെല്ലാം ആളുകളെ കൂടുതൽ കഠിനമായി അദ്ധ്വാനിക്കാൻ നിർബന്ധിതരാക്കും, ധനികർ ചെയ്യാത്തതാണത്.

ഞാൻ മുറിയുടെ പിന്നിലിരുന്ന് അതിനോട് യോജിച്ചുകൊണ്ട് തലയാട്ടി. എന്റെ ധനികനായ പിതാവ് അതേ വാക്കുകൾ ഉപയോഗിക്കാറില്ല, പക്ഷേ എപ്പോഴും പറയുമായിരുന്നു, 'ആളുകൾ കരുതുന്നത് പണത്തിനുവേണ്ടി കഠിനാദ്ധ്വാനം ചെയ്യുന്നതും എന്നിട്ട് അവരെ ധനികരാണെന്ന് തോന്നിപ്പിക്കുന്ന സാധനങ്ങൾ വാങ്ങുന്നതും അവരെ ധനികരാക്കുമെന്നാണ്. മിക്കവാറും കേസുകളിൽ അങ്ങനെയല്ല. അത് അവരെ കൂടുതൽ ക്ഷീണിതരാക്കുകയേയുള്ളൂ. അവർ അതിനെ 'അയൽക്കാരന്റെ ഒപ്പമെത്താൻ ചെയ്യുന്നത്' എന്ന് പറയും. നീ ശ്രദ്ധിക്കുകയാണെങ്കിൽ അയൽക്കാരെല്ലാം തളർന്നിരിക്കുകയാണ്.'

ആ വാരാന്ത്യ ക്ലാസ്സിനിടയിൽ, എന്റെ ധനികനായ പിതാവ് പറഞ്ഞതിൽ മിക്കതും കൂടുതൽ യുക്തിസഹമാകാൻ തുടങ്ങി. വർഷങ്ങളോളം അദ്ദേഹം വിനയത്തോടെ ജീവിച്ചു, ബില്ലുകൾ അടയ്ക്കാൻ കഠിനാദ്ധ്വാനം ചെയ്യുന്നതിനുപകരം, അദ്ദേഹം മുതൽക്കൂട്ടുകൾ ആർജ്ജിക്കാൻ കഠിനാദ്ധ്വാനം ചെയ്തു. നിങ്ങൾ അദ്ദേഹത്തിനെ വഴിയിൽ വച്ച് കാണുകയാണെങ്കിൽ, മറ്റാരെയെങ്കിലും പോലെയേ അദ്ദേഹത്തെയും തോന്നൂ. അദ്ദേഹം ഒരു പിക്ക് അപ്പ് ട്രക്ക് ആണ് ഓടിച്ചിരുന്നത്, വിലകൂടിയ കാർ അല്ല. അങ്ങനെ ഒരു ദിവസം, അദ്ദേഹം മുപ്പതുകളുടെ അവസാനത്തിൽ എത്തിയപ്പോൾ, ഒരു സാമ്പത്തിക പവർ ഹൗസ് ആയി ഉയർന്നു. അദ്ദേഹം ഹവായിലെ പ്രധാനപ്പെട്ട റിയൽ എസ്റ്റേറ്റുകളിൽ ഒന്ന് വാങ്ങിയപ്പോൾ ആളുകൾ ശ്രദ്ധിക്കാൻ തുടങ്ങി. അദ്ദേഹത്തിന്റെ പേര് പത്രത്തിൽ വന്നതിനുശേഷം മാത്രമാണ് ആളുകൾ ഈ വിനീതനായ മനുഷ്യന് ഒരുപാട് ബിസിനസ്സുകളും പ്രധാനപ്പെട്ട റിയൽ എസ്റ്റേറ്റുകളും ഉണ്ടെന്ന് തിരിച്ചറിഞ്ഞത് – പിന്നെ അദ്ദേഹം സംസാരി

ക്കുമ്പോൾ ബാങ്കർമാർ ശ്രദ്ധിക്കാൻ തുടങ്ങി. വളരെ കുറച്ചുപേരെ അദ്ദേഹം താമസിക്കുന്ന ലളിതമായ വീട് കണ്ടിട്ടുള്ളൂ. അദ്ദേഹം തന്റെ മുതൽക്കൂട്ടുകളിൽ നിന്നുമുള്ള പണമൊഴുക്കിൽ നിറഞ്ഞപ്പോൾ, അദ്ദേഹം കുടുംബത്തിനുവേണ്ടി ഒരു വലിയ വീട് വാങ്ങിച്ചു. അദ്ദേഹം ലോൺ എടുത്തില്ല, രൊക്കം പണം കൊടുത്തു.

ലക്ഷ്യനിർണയത്തിന്റെ ആ വാരാന്ത്യ ക്ലാസ്സിനുശേഷം ഞാൻ തിരിച്ചറിഞ്ഞത്, ഒരുപാടുപേർ ധനികർ ചെയ്യുന്നു എന്ന് കരുതുന്നത് ചെയ്യാൻ ശ്രമിച്ച്, ധനികർക്കുള്ളത് നേടാൻ ശ്രമിച്ചു എന്നാണ്. അവർ വലിയ വീടുകൾ വാങ്ങുകയും സ്റ്റോക്ക് മാർക്കറ്റിൽ നിക്ഷേപിക്കുകയും ചെയ്തു, കാരണം ധനികർ ചെയ്യുന്നത് അതാണെന്ന് അവർ കരുതി. എങ്കിലും എന്റെ ധനികനായ പിതാവ് എന്നോട് പറയാൻ ശ്രമിച്ചത്, അവർക്കിപ്പോഴും ആ വിചാരങ്ങളും വിശ്വാസങ്ങളും, ധനികൻ എന്തു ചെയ്തെന്നതിനെക്കുറിച്ച് ദരിദ്രൻ അല്ലെങ്കിൽ മദ്ധ്യവർഗ്ഗത്തിലുള്ളയാളുടെ ആശയങ്ങളും ഉണ്ടെങ്കിൽ, അവർ ഇപ്പോഴും ദരിദ്രർക്കും മദ്ധ്യവർഗ്ഗക്കാർക്കും ഉള്ളതേ കാണുകയുള്ളൂ എന്നാണ്. 'ആയിരിക്കുക പ്രവർത്തിക്കുക നേടുക' യുക്തിസഹമായി തോന്നാൻ തുടങ്ങിയിരുന്നു.

പണമൊഴുക്കിന്റെ ചതുരങ്ങൾ ആയിരിക്കുന്നതിനെക്കുറിച്ചാണ്, ചെയ്യുന്നതിനെക്കുറിച്ചല്ല

പണമൊഴുക്കിന്റെ ഇടതുവശത്ത് നിന്നും വലതുവശത്തേക്ക് മാറുന്നതിൽ ചെയ്യാൻവേണ്ടി കാര്യമായൊന്നുമില്ല, ആയിരിക്കുന്നതിന് വേണ്ടിയുള്ളതാണ്. അത് വ്യത്യാസം വരുത്താൻ B അല്ലെങ്കിൽ I ചെയ്യുന്നത് എന്താണെന്നതല്ല. അത് അവർ എങ്ങനെ ചിന്തിക്കുന്നു എന്നും അവർ കാതലായി എന്താണെന്നും ഉള്ളതാണ്.

ശുഭവാർത്ത എന്താണെന്നാൽ, നിങ്ങളുടെ ചിന്തകളെ മാറ്റാൻ വലിയ പണച്ചെലവൊന്നും ഇല്ല, അത് സൗജന്യമായി ചെയ്യാവുന്നതാണ്. മോശം വാർത്ത എന്താണെന്നാൽ, ചിലപ്പോൾ തലമുറകളായി കൈമാറ്റം ചെയ്ത് കിട്ടിയതോ കൂട്ടുകാർ, ജോലിസ്ഥലം, സ്കൂളിൽ എന്നിവിടങ്ങളിൽ നിന്നും അറിഞ്ഞതോ ആയ പണത്തിനെക്കുറിച്ചുള്ള നിങ്ങളുടെ ആഴങ്ങളിലുള്ള വിശ്വാസങ്ങൾ മാറ്റാൻ പ്രയാസമായിരിക്കും എന്നതാണ്. ഈ പുസ്തകം പ്രധാനമായും അതിനെക്കുറിച്ചുള്ളതാണ്.

സാമ്പത്തികമായി സ്വതന്ത്രനാകാൻ എന്ത് ചെയ്യണമെന്ന് പറയുന്ന കൈപ്പുസ്തകം അല്ല ഇത്. ഏത് സ്റ്റോക്ക് വാങ്ങണമെന്നോ ഏത് മ്യൂചൽ ഫണ്ടാണ് സുരക്ഷിതമെന്നോ പറയുന്നതുമല്ല. ഈ പുസ്തകം നിങ്ങളുടെ ചിന്തകൾ (ആയിരിക്കുന്നത്) ശക്തിപ്പെടുത്തുന്നതിനുവേണ്ടിയുള്ളതാണ്, അപ്പോൾ നിങ്ങൾക്ക് സാമ്പത്തികമായി സ്വതന്ത്രനാകാൻ (നേടുന്നത്) വേണ്ടി പ്രവർത്തിക്കാം (ചെയ്യുന്നത്).

സുരക്ഷ Eകളുടെ പ്രശ്നമാണ്

പൊതുവേ, E ചതുരത്തിനെ വലുതായി കാണുന്നവർ സുരക്ഷയ്ക്ക് മൂല്യം കൊടുക്കും. അവർക്ക്, സുരക്ഷയുടെ അത്രയും പ്രധാനമല്ല പണം എന്നത് മിക്കപ്പോഴും ശരിയാണ്. അവർ ജീവിതത്തിന്റെ മറ്റു ഭാഗങ്ങളിൽ വലിയ നഷ്ടസാധ്യതകൾ എടുക്കും. പക്ഷേ, പണത്തിന്റെ കാര്യം വരുമ്പോൾ ഇല്ല.

പരിപൂർണതാസിദ്ധാന്തം Sകളുടെ പ്രശ്നമാണ്

ഇതൊരു സാമാന്യവത്കരണം ആണ്. പക്ഷേ, ഇപ്പോൾ S ചതുരത്തിലുള്ളതും വലതുവശത്തേക്ക് മാറാൻ ശ്രമിക്കുന്നതുമായ ആളുകളെ ഞാൻ നിരീക്ഷിച്ചപ്പോൾ ഞാൻ കണ്ടത് സ്വയം ചെയ്യാനുള്ള മാനസികാവസ്ഥയാണ്. അവർക്ക് സ്വയം ചെയ്യുന്നതാണ് ഇഷ്ടം, കാരണം അവർക്ക് കാര്യങ്ങൾ ശരിയായി ചെയ്യണമെന്ന് ഉറപ്പാക്കുന്നത് വളരെ അത്യാവശ്യമാണ്. അവരുടെ മനസ്സുകളിൽ കാര്യങ്ങൾ ശരിയായി ചെയ്തെന്ന് ഉറപ്പാക്കാനുള്ള ഒരേയൊരു വഴി സ്വയം ചെയ്യുന്നതാണ്.

ഒരുപാട് S മാർക്ക്, ശരിക്കും പ്രശ്നം നിയന്ത്രണത്തിലായിരിക്കാനുള്ള അവരുടെ ആവശ്യമാണ്. അവർ തെറ്റുകൾ വരുത്തുന്നതിനെ വെറുക്കുന്നു. പക്ഷേ, അതിനേക്കാൾ വെറുക്കുന്നത് മറ്റാരെങ്കിലും തെറ്റുകൾ വരുത്തുന്നതും അവരെ മോശമാക്കി കാണിക്കുന്നതുമാണ്. അത് അവരെ മികച്ച Sമാരാക്കുന്നതിനാലാണ് ചില ദൗത്യങ്ങൾ ചെയ്യാൻ അവരെ നിങ്ങൾ ജോലിക്കെടുക്കുന്നത്. നിങ്ങൾക്ക് നിങ്ങളുടെ ഡന്റിസ്റ്റ് പരിപൂർണതാവാദിയായിരിക്കണം. നിങ്ങളുടെ അറ്റോർണി പരിപൂർണതാവാദി ആയിരിക്കണം. നിങ്ങളുടെ ബ്രെയിൻ സർജൻ പരിപൂർണതാവാദി ആയിരിക്കണം. അതിനാണ് നിങ്ങൾ അവർക്ക് പണം കൊടുക്കുന്നത്. അതാണ് അവരുടെ ശക്തി, പക്ഷേ അവരുടെ ദൗർബല്യവും അതാണ്.

വൈകാരികമായ വിവേകം

മനുഷ്യനായിരിക്കുന്നതിലെ ഒരു വലിയ ഭാഗം മനുഷ്യനായിരിക്കുന്നത് തന്നെയാണ്. മനുഷ്യനാകുക എന്നാൽ വികാരങ്ങൾ ഉണ്ടാകുക എന്നാണ്. നമുക്കെല്ലാവർക്കും ഭയം, വിഷാദം, ദേഷ്യം, സ്നേഹം, വെറുപ്പ്, നൈരാശ്യം, ആഹ്ലാദം, സന്തോഷം തുടങ്ങിയ അനേകം വികാരങ്ങൾ ഉണ്ട്. നമ്മളെ വ്യക്തികളാക്കുന്നത് എങ്ങനെ ആ വികാരങ്ങളെ കൈകാര്യം ചെയ്യുന്നു എന്നതുവച്ചാണ്.

പണം നഷ്ടപ്പെടുത്തുന്നതിന്റെ കാര്യം വരുമ്പോൾ, നമ്മൾക്കെല്ലാവർക്കും ഭയം അനുഭവപ്പെടും, ധനികർക്കുപോലും. ആ ഭയത്തിനെ എങ്ങനെ കൈകാര്യം ചെയ്യുന്നു എന്നതിലാണ് വ്യത്യാസം. ഒരുപാട് ആളുകൾക്ക്, ആ ഭയമെന്ന വികാരംകൊണ്ട് ചിന്തയുണ്ടാകുന്നു: 'സുരക്ഷിതമായി കളിക്കുക. നഷ്ടസാധ്യതകൾ എടുക്കാതിരിക്കുക.'

മറ്റുള്ളവർക്ക്, പ്രത്യേകിച്ചും വലതുവശത്തുള്ളവർക്ക്, പണം നഷ്ടപ്പെടും എന്ന ഭയം ചിന്തിപ്പിക്കുക ഇങ്ങനെയായിരിക്കും: 'സമർഥമായി കളിക്കുക. നഷ്ടസാധ്യതയെ കൈകാര്യം ചെയ്യാൻ പഠിക്കുക.'

ഒരേ വികാരം, വ്യത്യസ്തങ്ങളായ ചിന്ത: വ്യത്യസ്തമായ ആയിരിക്കൽ, വ്യത്യസ്തമായ ചെയ്യൽ, വ്യത്യസ്തമായ നേടൽ.

പണം നഷ്ടപ്പെടും എന്ന ഭയം

എന്റെ അഭിപ്രായത്തിൽ, മനുഷ്യന്റെ സാമ്പത്തിക പ്രതിസന്ധിയുടെ ഏറ്റവും വലിയ കാരണം പണം നഷ്ടമാകും എന്ന ഭയമാണ്. ഈ ഭയം കാരണം ആളുകൾ വളരെ സുരക്ഷിതമായി പ്രവർത്തിക്കും, അല്ലെങ്കിൽ ഒരുപാട് വ്യക്തിപരമായ നിയന്ത്രണങ്ങൾ, അല്ലെങ്കിൽ അവർ തങ്ങളുടെ പണം വിദഗ്ധനാണെന്ന് കരുതുന്ന ഒരാളെ ഏൽപ്പിക്കും, അവർക്ക് ആവശ്യമുള്ളപ്പോൾ ആ പണം അവിടെത്തന്നെ കാണുമെന്ന പ്രതീക്ഷയിലും പ്രാർഥനയിലും.

ഭയം നിങ്ങളെ ഏതെങ്കിലും ഒരു സാമ്പത്തിക ചതുരത്തിലെ തടവുപുള്ളി ആക്കുന്നുണ്ടെങ്കിൽ, ഞാൻ ഡാനിയേൽ ഗോൾമാൻ എഴുതിയ 'ഇമോഷണൽ ഇന്റലിജൻസ്' വായിക്കാൻ നിർദ്ദേശിക്കുന്നു. ഈ പുസ്തകത്തിൽ, ഗോൾമാൻ വിശദീകരിക്കുന്നത് സ്കൂളിൽ നല്ല പ്രകടനം കാഴ്ചവച്ചവർ യഥാർഥ ലോകത്തിൽ എപ്പോഴും മികവ് കാണിക്കാത്തത് എന്തുകൊണ്ടാണെന്ന പഴയ കടങ്കഥയാണ്. അദ്ദേഹത്തിന്റെ ഉത്തരം നിങ്ങളുടെ വൈകാരിക IQ അക്കാദമിക് IQ വിനേക്കാൾ വളരെ ശക്തമാണ് എന്നതാണ്. അതുകൊണ്ടാണ് നഷ്ടസാധ്യത എടുക്കുന്ന ആളുകൾ, തെറ്റുകൾ വരുത്തുകയും തിരിച്ച് കയറുകയും മിക്കപ്പോഴും തെറ്റുകൾ വരുത്താതിരിക്കാൻ പഠിച്ചതും നഷ്ടസാധ്യതയെ ഭയക്കുന്നതുമായ ആളുകളേക്കാൾ നന്നായി പ്രകടനം കാഴ്ചവയ്ക്കുന്നതും. ഒരുപാട് ആളുകൾ ഗ്രേഡുകൾ പാസായി സ്കൂൾ വിടുന്നു, എങ്കിലും അവർ നഷ്ടസാധ്യത എടുക്കാൻ വൈകാരികമായി

തയ്യാറായിരിക്കില്ല, പ്രത്യേകിച്ചും സാമ്പത്തികമായവ. ഒരുപാട് അദ്ധ്യാപകർ സമ്പന്നരല്ലാത്തതിന്റെ കാരണം അവർ തെറ്റുകൾ വരുത്തുന്ന വരെ ശിക്ഷിക്കുന്ന അന്തരീക്ഷത്തിൽ പ്രവർത്തിക്കുന്നതുകൊണ്ടാണ്. പകരം, സാമ്പത്തികമായി സ്വതന്ത്രരായിരിക്കാൻ, നമ്മൾ തെറ്റുകൾ വരുത്താനും നഷ്ടത്തിനെ കൈകാര്യം ചെയ്യാനും പഠിക്കണം.

ആളുകൾ പണം നഷ്ടപ്പെടുമെന്ന ഭയത്തിലും, കാര്യങ്ങൾ ആൾക്കൂട്ടം ചെയ്യുന്നതിനേക്കാൾ വ്യത്യസ്തമായി ചെയ്യാൻ ഭയന്നും ജീവിതം ചെലവഴിക്കുകയാണെങ്കിൽ, ധനികനാകുക എന്നത് ഏതാണ്ട് അസാധ്യമാണ്, അത് നാല് പച്ച വീടുകൾ വാങ്ങി ഒരു വലിയ ചുവന്ന ഹോട്ടൽ വാങ്ങുന്നതുപോലെ എളുപ്പമുള്ളതാണെങ്കിലും.

വൈകാരിക ഐക്യു ശക്തമാണ്

ഗോൾമാനിന്റെ പുസ്തകം വായിച്ചശേഷം, ഞാൻ തിരിച്ചറിഞ്ഞു സാമ്പത്തിക ഐക്യു 90% വൈകാരിക ഐക്യുവും വെറും 10% സാമ്പത്തികം അല്ലെങ്കിൽ പണത്തിനെക്കുറിച്ചുള്ള സാങ്കേതിക വിവരവുമാണ് എന്ന്. ഗോൾമാൻ പതിനാറാം നൂറ്റാണ്ടിലെ ഹ്യൂമനിസ്റ്റ് ആയ, യുക്തിയും വികാരവും തമ്മിലുള്ള ശാശ്വതമായ കലഹത്തിനെപ്പറ്റി ആക്ഷേപഹാസ്യ ശൈലിയിൽ എഴുതിയ, എറാസ്മസ് ഓഫ് റോട്ടർഡാമിനെ ഉദ്ധരിക്കുന്നുണ്ട്. അദ്ദേഹത്തിന്റെ എഴുത്തിൽ, വൈകാരിക ബുദ്ധിയുടെയും യുക്തിപരമായ ബുദ്ധിയുടെയും ശക്തി താരതമ്യം ചെയ്യുമ്പോൾ 24:1 എന്ന അനുപാതമാണ് ഉപയോഗിക്കുന്നത്. മറ്റു വാക്കുകളിൽ, വികാരങ്ങൾ ഉച്ചസ്ഥായിയിൽ ഉള്ളപ്പോൾ അവ യുക്തിസഹമായ മനസ്സിനേക്കാൾ 24 മടങ്ങ് ശക്തമായിരിക്കും. ഇപ്പോൾ ആ അനുപാതം ശാസ്ത്രീയമായി നിലനിൽക്കുന്നതാണോയെന്ന് എനിക്കറിയില്ല. പക്ഷേ, അതിന് യുക്തിപരമായ ബുദ്ധിക്ക് മുകളിൽ വൈകാരികമായ ബുദ്ധിക്കുള്ള ശക്തി കാണിക്കുന്നതിന് ഉപകാരപ്പെടും.

24:1

വൈകാരികമായ ബുദ്ധി : യുക്തിപരമായ ബുദ്ധി

നമ്മളെല്ലാവരും ജീവിതത്തിൽ നമ്മുടെ വികാരങ്ങൾ യുക്തിചിന്തകളെ മറികടക്കുന്നത് അനുഭവിച്ചിട്ടുണ്ട്. നമ്മളിൽ മിക്കവാറും പേർ താഴെ പറയുന്നവയിലൂടെ കടന്നുപോയിട്ടുണ്ടാകും:

- ദേഷ്യത്തിൽ എന്തെങ്കിലും പറഞ്ഞ് പിന്നീട് പറയരുതായിരുന്നു എന്ന് ആഗ്രഹിച്ചിട്ടുണ്ട്.
- നമുക്ക് ശരിയാവില്ലെന്ന് അറിയാവുന്ന ഒരാളിൽ ആകൃഷ്ടനാകുകയും, എങ്കിലും അയാളോടൊപ്പം പോകുകയോ, അല്ലെങ്കിൽ ഏറ്റവും മോശമായി, അവരെ വിവാഹം കഴിക്കുകയോ ചെയ്തത്.

- സ്നേഹിക്കുന്ന ഒരാൾ നഷ്ടപ്പെട്ടത് കാരണം കരഞ്ഞിട്ടുണ്ട്, അല്ലെങ്കിൽ ആരെങ്കിലും അടക്കാനാകാതെ കരയുന്നത് കണ്ടിട്ടുണ്ട്.
- നമ്മൾക്ക് വിഷമം തോന്നിയത് കാരണം നമ്മൾ സ്നേഹിക്കുന്ന ഒരാളെ മനഃപൂർവ്വം വിഷമിപ്പിക്കാനായി എന്തെങ്കിലും ചെയ്തിട്ടുണ്ട്.
- നമ്മുടെ ഹൃദയം തകരുകയും ഏറെക്കാലത്തേക്ക് അതിൽ നിന്നും മറികടക്കാൻ സാധിക്കാതിരിക്കുകയും ചെയ്തിട്ടുണ്ട്.

വികാരങ്ങൾ 24:1 നേക്കാൾ അധികമാകുന്ന നേരങ്ങളുമുണ്ട്: അതിനെ ഇങ്ങനെ കാണാം:

- ആസക്തികൾ, അമിതഭക്ഷണം, പുകവലി, സെക്സ്, ഷോപ്പിങ്, മയക്കുമരുന്നുകൾ.
- പാമ്പുകൾ, ഉയരങ്ങൾ, ഇടുങ്ങിയ സ്ഥലങ്ങൾ, ഇരുട്ട്, അപരിചിതർ തുടങ്ങിയവയോടുള്ള ഫോബിയകൾ.

ഇവയും മറ്റു പെരുമാറ്റങ്ങൾ മിക്കവാറും 100 ശതമാനവും വൈകാരികമായി പ്രചോദിപ്പിക്കപ്പെടുന്നതാണ്. യുക്തിപരമായ ചിന്തയ്ക്ക് വികാരങ്ങൾക്ക് മുകളിൽ ചെറിയ അധികാരമേയുള്ളൂ, ആസക്തികളും ഫോബിയകളും പോലെയുള്ള ശക്തമായ എന്തെങ്കിലും ഉൾപ്പെടുമ്പോൾ.

പാമ്പുകളോടുള്ള ഫോബിയ

ഞാൻ ഫ്ളൈറ്റ് സ്കൂളിൽ ആയിരുന്നപ്പോൾ, പാമ്പുകളെ പേടിയുള്ള ഒരു സുഹൃത്ത് ഉണ്ടായിരുന്നു. വെടികൊണ്ട് വീണശേഷം ഒരു കാട്ടിൽ എങ്ങനെ അതിജീവിക്കാം എന്ന ക്ലാസ്സിന്റെ സമയത്ത്, ടീച്ചർ ഒരു നിരുപദ്രവകാരിയായ ഗാർഡൻ പാമ്പിനെ കൊണ്ടുവന്നു, അതിനെ എങ്ങനെ തിന്നാം എന്ന് കാണിച്ചുതരാനായി. എന്റെ സുഹൃത്ത്, മുതിർന്ന ഒരാൾ, ചാടിയെഴുന്നേറ്റ്, അലറി, മുറിയുടെ പുറത്തേക്കോടി. അയാൾക്ക് സ്വയം നിയന്ത്രിക്കാൻ കഴിഞ്ഞില്ല. അയാളുടെ പാമ്പുകളോടുള്ള ഫോബിയ ശക്തമായിരുന്നു എന്ന് മാത്രമല്ല, പാമ്പിനെ തിന്നുക എന്ന ആശയം അയാളുടെ വികാരങ്ങൾക്ക് താങ്ങാൻ കഴിയാത്തതിനും അപ്പുറമായിരുന്നു.

പണത്തിനോടുള്ള ഫോബിയ

പണം നഷ്ടപ്പെടുത്തുന്ന കാര്യം വരുമ്പോൾ, ആളുകൾ അതേ കാര്യം ചെയ്യുന്നത് ഞാൻ കണ്ടിട്ടുണ്ട്. നിക്ഷേപത്തിനെപ്പറ്റി അറിയുന്നതിനുപകരം, അവരും ചാടിയെഴുന്നേറ്റ്, അലറിക്കൊണ്ട് മുറിയിൽ നിന്നും പുറത്തേക്കോടും.

പണം ഒരുപാട് ആഴത്തിലുള്ള വൈകാരിക ഫോബിയകളെ ഉത്തേജിപ്പിക്കും. എനിക്കുമുണ്ട് അത്. നിങ്ങൾക്കുമുണ്ട് അത്. നമുക്കെല്ലാവർക്കും ഉണ്ട്. എന്തുകൊണ്ട്? കാരണം, ഇഷ്ടമാണെങ്കിലും അല്ലെങ്കിലും, പണം ഒരു വൈകാരികമായ വിഷയമാണ്. അതൊരു വൈകാരികമായ വിഷയം ആയതുകൊണ്ട്, ഭൂരിഭാഗം ആളുകൾക്കും പണത്തിനെക്കുറിച്ച് യുക്തിപരമായി ചിന്തിക്കാൻ കഴിയില്ല. പണം വൈകാരികമല്ലെന്ന് നിങ്ങൾ കരുതുന്നുണ്ടെങ്കിൽ, സ്റ്റോക്ക് മാർക്കറ്റ് നോക്കുക. മിക്കവാറും മാർക്കറ്റുകളിലും യുക്തിയില്ല, ആർത്തിയുടെയും ഭയത്തിന്റെയും വികാരങ്ങൾ മാത്രമേയുള്ളൂ. പുതിയ കാറിൽ കയറി ലെതർ ഇന്റീരിയറിന്റെ മണം അറിയുന്ന ഒരാളെ നോക്കുക. സെയിൽസ് പേഴ്സൻ ആകെ ചെയ്യേണ്ടത് അയാളുടെ ചെവിയിൽ ഈ മാന്ത്രികവാക്കുകൾ പറയുക മാത്രമാണ്, 'കുറഞ്ഞ ഡൗൺ പേയ്മെന്റ്. എളുപ്പമുള്ള മാസത്തവണകൾ,' എല്ലാ യുക്തികളും ജനലിലൂടെ പുറത്തുപോകും.

വൈകാരിക ചിന്തകൾ യുക്തിസഹമാണെന്ന് തോന്നും

കാതലായ വൈകാരിക ചിന്തകളുടെ പ്രശ്നം എന്താണെന്നാൽ അവ യുക്തിസഹമായി തോന്നും. E ചതുരത്തിൽ ഉള്ള ഒരാൾക്ക് ഭയം തോന്നുമ്പോൾ, അവരുടെ യുക്തിസഹമായ ചിന്ത ഇങ്ങനെയായിരിക്കും: 'സൂക്ഷിച്ച് കളിക്ക്. നഷ്ടസാധ്യതകൾ എടുക്കണ്ട.' I ചതുരത്തിലുള്ള ഒരാൾക്ക്, എന്തായാലും, അത് ഒട്ടും യുക്തിസഹമല്ല.

S ചതുരത്തിലുള്ള ആളുകൾക്ക്, നല്ല ഒരു ജോലി വരുമ്പോൾ മറ്റുള്ളവരെ വിശ്വസിക്കാൻ പ്രയാസമുണ്ടാകുമ്പോൾ, അവരുടെ യുക്തിസഹമായ ചിന്ത ഇങ്ങനെയായിരിക്കും: 'ഞാൻ തന്നെ അത് ചെയ്തേക്കാം.'

അതുകൊണ്ടാണ് ഒരുപാട് S ടൈപ്പ് ബിസിനസ്സുകൾ മിക്കപ്പോഴും കുടുംബ ബിസിനസ്സുകൾ ആകുന്നത്. അവിടെ കൂടിയ വിശ്വാസമുണ്ട്. അവർക്ക്, ഉറപ്പായും രക്തം വെള്ളത്തിനേക്കാൾ കട്ടിയുള്ളതാണ്.

വിവിധ ചതുരങ്ങൾ, വിവിധ യുക്തികൾ, വിവിധ ചിന്തകൾ, വിവിധ പ്രവൃത്തികൾ, വിവിധ സ്വന്തമാക്കലുകൾ, വിവിധ വികാരങ്ങൾ.

നമ്മൾ എന്താണ് ചെയ്യുന്നതെന്ന് തീരുമാനിക്കുന്നത് വികാരങ്ങളോട് എങ്ങനെ ഒറ്റയ്ക്കൊറ്റയ്ക്ക് പ്രതികരിക്കുന്നു എന്നതാണ്.

എനിക്കങ്ങനെ തോന്നുന്നില്ല

നിങ്ങൾ യുക്തിപരമായതിനുപകരം വൈകാരികമായിട്ടാണോ ചിന്തിക്കുന്നതെന്ന് അറിയാനുള്ള ഒരു വഴി സംഭാഷണത്തിനിടയിൽ 'തോന്നുന്നു' എന്ന വാക്ക് ഉപയോഗിക്കുമ്പോഴാണ്. ഉദാഹരണത്തിന്, വികാരപരവശരായിരിക്കുന്ന ഒരുപാടുപേർ ഇങ്ങനെയുള്ള

കാര്യങ്ങൾ പറയുമ്പോൾ: 'എനിക്കിന്ന് വ്യായാമം ചെയ്യാൻ തോന്നുന്നില്ല,' വ്യായാമം ചെയ്യണമെന്ന് യുക്തിപരമായി അവർക്കറിയാം.

സാമ്പത്തികമായി ബുദ്ധിമുട്ടുന്ന ഒരുപാട് ആളുകൾക്കും അവർക്ക് തോന്നുന്നതിനെ നിയന്ത്രിക്കാനോ അല്ലെങ്കിൽ അവരുടെ തോന്നലുകൾ ചിന്തകളെ പ്രേരിപ്പിക്കാൻ അനുവദിക്കാനോ കഴിയാറില്ല. അവർ പറയുന്നത് ഞാൻ കേൾക്കാറുണ്ട്:

- 'എനിക്ക് നിക്ഷേപിക്കുന്നതിനെക്കുറിച്ച് പഠിക്കണമെന്ന് തോന്നുന്നില്ല. അത് വലിയ പ്രശ്നമാണ്.'
- 'നിക്ഷേപം എനിക്ക് ശരിയായി തോന്നുന്നില്ല.'
- 'എന്റെ ബിസിനസ്സിനെക്കുറിച്ച് കൂട്ടുകാരോട് പറയാൻ എനിക്ക് തോന്നുന്നില്ല.'
- 'അവഗണിക്കപ്പെട്ടു എന്ന തോന്നൽ എനിക്ക് വെറുപ്പാണ്.'

മാതാപിതാക്കളോ കുട്ടിയോ

അവയെല്ലാം വികാരങ്ങളിൽ നിന്നും ഉണ്ടാകുന്ന ചിന്തകളാണ്, യുക്തിയല്ല. പോപ് സൈക്കോളജിയിൽ, ഇത് മാതാപിതാക്കളും കുട്ടിയും തമ്മിലുള്ള യുദ്ധമാണ്. മാതാപിതാക്കൾ സാധാരണ സംസാരിക്കുക 'ചെയ്യലു'കളിലാണ്. മാതാപിതാക്കൾ എപ്പോഴും ഇങ്ങനെ എന്തെങ്കിലും പറയും, 'നീ നിന്റെ ഹോംവർക്ക് ചെയ്യണം.' കുട്ടി 'തോന്നലി'നെക്കുറിച്ച് സംസാരിച്ച് മാതാപിതാക്കളോട് മറുപടി പറയും, 'പക്ഷേ എനിക്കത് ചെയ്യാൻ തോന്നുന്നില്ല.'

സാമ്പത്തികമായി, നിങ്ങളിലെ മാതാപിതാക്കൾ നിശ്ശബ്ദമായി പറയും, 'നിനക്ക് കൂടുതൽ പണം ഉണ്ടാകണമായിരുന്നു.' പക്ഷേ, നിങ്ങളിലെ കുട്ടി മറുപടി പറയും, 'പക്ഷേ എനിക്ക് ശരിക്കും അവധിയെടുക്കാനാണ് തോന്നുന്നത്. ഞാൻ എന്റെ ക്രെഡിറ്റ് കാർഡ് ഉപയോഗിച്ച് അവധിക്ക് പോകും.'

നിങ്ങൾ ഒരു മുതിർന്നയാളാകുമ്പോൾ

ഇടതുവശത്തുനിന്നും വലതുവശത്തേക്ക് പോകുമ്പോൾ, നമ്മൾ മുതിർന്നവർ ആയിരിക്കണം. നമ്മളെല്ലാവരും സാമ്പത്തികമായി മുതിർന്നവരാകണം. മാതാപിതാക്കളോ കുട്ടിയോ ആകുന്നതിനു പകരം, നമ്മൾ പണം, ജോലി, നിക്ഷേപം എന്നിവയെക്കുറിച്ച് മുതിർന്നവരായി നോക്കണം. മുതിർന്നവരാകുക എന്നാൽ നിങ്ങൾ എന്താണ് ചെയ്യേണ്ടതെന്ന് അറിയുകയും, അത് ചെയ്യുകയുമാണ്, ചെയ്യാൻ തോന്നുന്നില്ലെങ്കിൽപ്പോലും.

നിങ്ങളുടെയുള്ളിലെ സംഭാഷണം

ഒരു ചതുരത്തിൽനിന്നും മറ്റൊന്നിലേക്ക് കടക്കുന്നതിനെക്കുറിച്ച് ചിന്തിക്കുന്നവർക്ക്, ആ പ്രക്രിയയിലെ ഒരു പ്രധാന ഭാഗം നിങ്ങളുടെയുള്ളിലെ സംഭാഷണത്തിനെക്കുറിച്ച് കരുതിയിരിക്കണം എന്നതാണ്. ഒരു ചതുരത്തിൽ യുക്തിസഹമെന്ന് തോന്നുന്നത് മറ്റൊന്നിൽ സാമാന്യബോധത്തിന് നിരക്കണമെന്നില്ലെന്ന് എപ്പോഴും ഓർക്കുക. സാമ്പത്തിക സുരക്ഷയിൽ നിന്നും സാമ്പത്തിക സ്വാതന്ത്ര്യത്തിലേക്ക് പോകുന്നത് പ്രധാനമായും നിങ്ങളുടെ ചിന്തകൾ മാറ്റുന്ന പ്രക്രിയയാണ്. അത് ഏത് ചിന്തകളാണ് വൈകാരികമായതെന്നും ഏതാണ് യുക്തിപരമായതെന്നും അറിയാൻ വേണ്ടി നിങ്ങൾക്ക് ആവുന്നവിധം ശ്രമിക്കുന്ന പ്രക്രിയയാണ്. നിങ്ങൾക്ക് വികാരങ്ങളെ അടക്കി നിർത്തി യുക്തിസഹമെന്ന് അറിയാവുന്നതിലേക്ക് പോകാൻ കഴിയുമെങ്കിൽ, നിങ്ങൾ ആ യാത്ര പൂർത്തിയാക്കാനുള്ള നല്ല സാധ്യതയുണ്ട്. പുറമേ നിന്നുമുള്ള സ്വാധീനങ്ങളെ അവഗണിക്കുക. ഏറ്റവും പ്രധാനപ്പെട്ട സംഭാഷണം നിങ്ങളോട് തന്നെയുള്ളതാണ്.

കിമ്മും ഞാനും താൽക്കാലികമായി വീടില്ലാതെയും സാമ്പത്തികമായി ഉറപ്പില്ലാതെയും ആയിരുന്നപ്പോൾ ഞങ്ങളുടെ വികാരങ്ങൾ അനിയന്ത്രിതമായിരുന്നു. ഒരുപാട് തവണ, യുക്തിപരമെന്ന് തോന്നിച്ചതെല്ലാം ശുദ്ധമായ വികാരസംഭാഷണങ്ങളായിരുന്നു. ഞങ്ങളുടെ വികാരങ്ങൾ ഞങ്ങളുടെ സുഹൃത്തുക്കൾ പറഞ്ഞ അതേ കാര്യങ്ങൾ തന്നെ പറയുമായിരുന്നു, 'സുരക്ഷിതമായി കളിക്കൂ. സുരക്ഷിതമായ ജോലി നേടി ജിവിതം ആസ്വദിക്കൂ.'

പക്ഷേ യുക്തിപരമായി, ഞങ്ങൾ ഇരുവരും സ്വാതന്ത്ര്യമാണ് സുരക്ഷയേക്കാൾ കൂടുതൽ യുക്തിസഹം എന്ന് സമ്മതിച്ചിരുന്നു. സാമ്പത്തിക സ്വാതന്ത്ര്യം തേടി പോകുന്നതിൽ, ഞങ്ങൾക്ക് ഒരു ജോലിക്ക് നൽകാൻ കഴിയുന്നതിനേക്കാൾ സുരക്ഷാബോധം കണ്ടെത്താൻ കഴിയുമെന്ന് ഞങ്ങൾക്ക് അറിയാമായിരുന്നു.

ഞങ്ങൾക്ക് തടസ്സമായിരുന്നത് വികാരഭരിതമായ ചിന്തകൾ മാത്രമായിരുന്നു. അവ യുക്തിസഹമെന്ന് തോന്നിച്ചു. പക്ഷേ, ദീർഘകാലത്തേക്ക് യാതൊരു യുക്തിയും ഇല്ലാത്തതായിരുന്നു. ശുഭവാർത്ത എന്താണെന്നാൽ, പണമൊഴുക്കിന്റെ ചതുരങ്ങളുടെ മറുകരയിൽ എത്തിയപ്പോൾ, പഴയ ചിന്തകൾ കരയുന്നത് നിൽക്കുകയും പുതിയ ചിന്തകൾ ഞങ്ങളുടെ യാഥാർഥ്യമാകുകയും ചെയ്തു.

ഇന്ന്, ഒരാൾ 'എനിക്ക് നഷ്ടം സഹിക്കാൻ വയ്യ. എനിക്ക് നോക്കാൻ ഒരു കുടുംബമുണ്ട്. എനിക്കൊരു സുരക്ഷിതമായ ജോലി വേണം' അല്ലെങ്കിൽ 'പണമുണ്ടാക്കാൻ പണം വേണം. അതുകൊണ്ടാണ് ഞാൻ നിക്ഷേപിക്കാത്തത്,' അല്ലെങ്കിൽ 'ഞാൻ സ്വന്തമായി ചെയ്യും' എന്നെല്ലാം പറയുമ്പോൾ എനിക്ക് വികാരങ്ങൾ മനസ്സിലാകും.

അവരുടെ ചിന്തകൾ എനിക്കും ഉണ്ടായിരുന്നെന്ന് തോന്നും. പക്ഷേ, പണമൊഴുക്കിന്റെ ചതുരങ്ങളുടെ മറുവശത്ത് നോക്കുമ്പോൾ, B & I ചതുരങ്ങളിൽ സാമ്പത്തിക സ്വാതന്ത്ര്യം നേടിയശേഷം, എനിക്ക് ഉറപ്പിച്ച് പറയാൻ സാധിക്കും സാമ്പത്തിക സ്വാതന്ത്ര്യമാണ് സമാധാന പരവും സുരക്ഷിതവുമായ ചിന്താരീതിയെന്ന്.

E യും B യും തമ്മിലുള്ള വ്യത്യാസം

കാതലായ വൈകാരിക മൂല്യങ്ങൾ പലതരത്തിലുള്ള കാഴ്ചപ്പാടുകൾക്ക് കാരണമാകും. ബിസിനസ്സ് ഉടമകളും തൊഴിലാളികളും തമ്മിലുള്ള ആശയവിനിമയത്തിന്റെ ബുദ്ധിമുട്ടിന്റെ മിക്കവാറും കാരണം വൈകാരിക മൂല്യങ്ങളിലെ വ്യത്യാസങ്ങളാണ്. E യും B യും തമ്മിൽ എപ്പോഴും വഴക്കുണ്ടാകും, കാരണം ഒരാൾക്ക് കൂടുതൽ പണം വേണം, മറ്റേയാൾക്ക് കൂടുതൽ ജോലിയും. അതുകൊണ്ടാണ് നമ്മൾ മിക്കപ്പോഴും കേൾക്കുന്നത്: 'ഞാൻ അമിതാദ്ധ്വാനം ചെയ്യുന്നു കുറഞ്ഞ വേതനം ലഭിക്കുന്നു.'

മറുവശത്ത് നമ്മൾ മിക്കപ്പോഴും കേൾക്കും: 'കൂടുതൽ വേതനം നൽകാതെ അവരെ കഠിനാദ്ധ്വാനം ചെയ്യാനും കൂടുതൽ വിശ്വസ്ത രായിരിക്കാനും പ്രോത്സാഹിപ്പിക്കാൻ നമ്മളെന്താണ് ചെയ്യുക?'

B യും I യും തമ്മിലുള്ള വ്യത്യാസം

ബിസിനസ്സ് ഉടമകളും ആ ബിസിനസ്സിലെ നിക്ഷേപകരും, ഓഹരി യുടമകൾ എന്നും വിളിക്കും, തമ്മിലും സ്ഥിരമായ അസ്വസ്ഥതകൾ ഉണ്ടാകാറുണ്ട്. ഒരാൾക്ക് കൂടുതൽ മൂലധനം വേണം, മറ്റേയാൾക്ക് ഉയർന്ന ഡിവിഡന്റുകൾ വേണം.

ഓഹരിയുടമകളുടെ മീറ്റിങ്ങിലെ സംഭാഷണം ഇങ്ങനെയായി രിക്കും:

കമ്പനി മാനേജർമാർ: 'ഞങ്ങൾക്ക് ഒരു പ്രൈവറ്റ് ജെറ്റ് വേണം, എക്സിക്യൂട്ടിവുകൾക്ക് വേഗത്തിൽ മീറ്റിങ്ങുകളിൽ എത്തിച്ചേരാൻ.'

നിക്ഷേപകർ: 'ഞങ്ങൾക്ക് കുറവ് എക്സിക്യൂട്ടീവുകൾ മതി. അപ്പോൾ പ്രൈവറ്റ് ജെറ്റ് ആവശ്യമാവില്ല.'

S ഉം B യും തമ്മിലുള്ള വ്യത്യാസം

ബിസിനസ്സ് ഇടപാടുകളിൽ, I മിക്കപ്പോഴും ഒരു സമർഥനായ S, അറ്റോർണി പോലെ, B യ്ക്കായി മൾട്ടിമില്യൻ ഡോളറിന്റെ ഡീൽ നൽകും. ഇടപാട് പൂർത്തിയാകുമ്പോൾ, അറ്റോർണി പതുക്കെ കോപാകുലനാകും, കാരണം B മില്യണുകൾ ഉണ്ടാക്കുകയും S മണി ക്കൂർ വേതനം മേടിക്കുകയും ചെയ്യുന്നു.

അവരുടെ വാക്കുകൾ ഇങ്ങനെയുണ്ടാകും:

അറ്റോർണി, S, പറയുമായിരിക്കും: 'ഞങ്ങൾ എല്ലാ ജോലിയും ചെയ്തു, എനിക്ക് അയാൾ മുഴുവൻ പണവും ഉണ്ടാക്കുന്നു.'

ബിസിനസ്സ് ഉടമ, B, പറയുമായിരിക്കും:

'അവർ എത്ര മണിക്കൂറിനാണ് നമുക്ക് ബില്ല് ചെയ്തത്? അവർ ചാർജ്ജ് ചെയ്തതിന് നമുക്ക് ഒരു ലോ ഫേം മൊത്തം വാങ്ങാമായിരുന്നു.'

E ഉം I യും തമ്മിലുള്ള വ്യത്യാസം

മറ്റൊരു ഉദാഹരണം ഒരു നിക്ഷേപകന് കുറച്ച് റിയൽ എസ്റ്റേറ്റ് വാങ്ങാനായി ലോൺ നൽകുന്ന ബാങ്ക് മാനേജറുടേതാണ്. നിക്ഷേപകൻ നൂറായിരക്കണക്കിന് നികുതിയില്ലാത്ത ഡോളറുകൾ ഉണ്ടാക്കുന്നു, ബാങ്കറിന് ഉയർന്ന നികുതിയുള്ള ശമ്പളവും ലഭിക്കുന്നു.

ബാങ്ക് മാനേജർ, E, പറയും: 'ഞാൻ അയാൾക്ക് ഒരു ലോൺ കൊടുത്തു, എന്നിട്ട് ഒരു താങ്ക് യു പോലും പറഞ്ഞില്ല. നമ്മൾ അയാൾക്കുവേണ്ടി എത്ര കഠിനമായി ജോലി ചെയ്തെന്ന് അയാൾക്കറിയില്ല.'

നിക്ഷേപകൻ, I, പറയും: 'മോനേ, അവർ അതീവശ്രദ്ധാലുക്കളാണ്. ഒരു മുഷിപ്പൻ ലോണിനുവേണ്ടി നമുക്ക് ചെയ്യേണ്ടി വന്ന ഈ ഉപയോഗമില്ലാത്ത പേപ്പർ വർക്കുകൾ നോക്ക്.'

വൈകാരികമായി കലുഷിതമായ വിവാഹം

ഞാൻ സാക്ഷിയായതിൽവച്ച് ഏറ്റവും കലുഷിതമായ വിവാഹത്തിൽ ഭാര്യ സാമ്പത്തികസുരക്ഷയ്ക്കായി ഒരു ജോലി എന്ന് വിശ്വസിക്കുന്ന കടുത്ത E യും, ഭർത്താവ് ഉയരങ്ങളിൽ പറക്കാൻ സ്വപ്നം കാണുന്ന I യുമായിരുന്നു. അയാൾ കരുതി താൻ ഭാവിയിലെ വാറൻ ബഫറ്റ് ആണെന്ന്. പക്ഷേ, വാസ്തവത്തിൽ അയാൾ ഒരു S – കമ്മീഷൻ മാത്രമുള്ള സെയിൽസ്മാനും ഹൃദയംകൊണ്ട് കടുത്ത ചൂതുകളിക്കാരനും ആയിരുന്നു. അയാൾ എപ്പോഴും പെട്ടെന്ന് പണക്കാരനാകാനുള്ള നിക്ഷേപങ്ങൾ അന്വേഷിച്ചുകൊണ്ടിരുന്നു. പുതിയ സ്റ്റോക്ക് ഓഫറിങ്ങുകൾക്കും, ഉയർന്ന തിരിച്ചുവരവ് വാഗ്ദാനം ചെയ്യുന്ന ഓഫ്ഷോർ നിക്ഷേപ സ്കീമുകൾക്കും, റിയൽ എസ്റ്റേറ്റ് ഡീലുകൾക്കുമായി കാതോർത്തിരുന്നു. ഈ ദമ്പതികൾ ഇപ്പോഴും ഒരുമിച്ചാണുള്ളത്. പക്ഷേ, എനിക്കറിയില്ല എന്തിനാണെന്ന്. ഓരോരുത്തരും മറ്റേയാളെ വട്ട് പിടിപ്പിക്കും. ഒരാൾ നഷ്ടസാധ്യതയിൽ വളരാൻ ആഗ്രഹിക്കുന്നു; മറ്റേയാൾക്ക് നഷ്ടസാധ്യത വെറുപ്പാണ്. വ്യത്യസ്തങ്ങളായ ചതുരങ്ങൾ. വ്യത്യസ്തങ്ങളായ അടിസ്ഥാന മൂല്യങ്ങൾ.

നിങ്ങൾ വിവാഹിതരോ ബന്ധത്തിലോ ആണെങ്കിൽ

നിങ്ങൾ വിവാഹിതരോ അല്ലെങ്കിൽ ഒരു പ്രണയബന്ധത്തിലോ ആണെങ്കിൽ, നിങ്ങളുടെ വരുമാനത്തിന്റെ ഭൂരിഭാഗവും വരുന്ന ചതുരത്തിൽ ഒരു വട്ടമിടുക. എന്നിട്ട് നിങ്ങളുടെ ഭാവിജീവിതപങ്കാളി വരുമാനമുണ്ടാക്കുന്ന ചതുരത്തിൽ വട്ടമിടുക.

ഇങ്ങനെ ചെയ്യാൻ ഞാൻ ആവശ്യപ്പെടുന്നതിന്റെ കാരണം, പങ്കാളികൾ തമ്മിലുള്ള ചർച്ച ഒരാൾക്ക് മറ്റേയാൾ എവിടെനിന്നും വരുന്നു എന്നറിയില്ലെങ്കിൽ മിക്കവാറും പ്രയാസമായിരിക്കും.

ധനികരും വിദ്യാസമ്പന്നരും തമ്മിലുള്ള യുദ്ധം

പറയപ്പെടാത്ത മറ്റൊരു യുദ്ധമുണ്ട്, അതാണ് വിദ്യാസമ്പന്നരും ധനികരും തമ്മിലുള്ള കാഴ്ചപ്പാടുകളിലെ വ്യത്യാസം.

വിവിധ ചതുരങ്ങളെക്കുറിച്ചുള്ള എന്റെ വർഷങ്ങളായുള്ള ഗവേഷണത്തിൽ ഞാൻ മിക്കപ്പോഴും ബാങ്കർമാർ, അറ്റോർണിമാർ, അക്കൗണ്ടന്റുമാർ, പിന്നെ അവരെപ്പോലുള്ള മറ്റുള്ളവരെ കേൾക്കാറുണ്ടായിരുന്നു. അവർ വിദ്യാസമ്പന്നരാണെന്നും കുറഞ്ഞ വിദ്യാഭ്യാസമുള്ളവരാണ് മിക്കപ്പോഴും കൂടുതൽ പണമുണ്ടാക്കുന്നതെന്നും മുറുമുറുക്കും. ഇതാണ് വിദ്യാസമ്പന്നരും ധനികരും തമ്മിലുള്ള യുദ്ധത്തിന്റെ വേര്. B & I ചതുരങ്ങളിൽ ഉള്ളവർക്ക് വിദ്യാഭ്യാസം ഇല്ലെന്നല്ല, കാരണം അവരിൽ ഒരുപാട് പേർ ഉയർന്ന വിദ്യാഭ്യാസം ഉള്ളവരാണ്. B & I കൾ സ്കൂളിലെ അക്കാദമിക് ശൂരന്മാരായ കുട്ടികളല്ലായിരുന്നെന്ന് മാത്രം.

എന്റെ റിച് ഡാഡ് പുവർ ഡാഡ് വായിച്ചിട്ടുള്ളവർക്കറിയാം ഇത് വിദ്യാസമ്പന്നരും ധനികരും തമ്മിലുള്ള പ്രശ്നമാണെന്ന്. എന്റെ ഉയർന്ന വിദ്യാഭ്യാസമുള്ളതും ദരിദ്രനുമായ പിതാവ്, അദ്ദേഹത്തിന് സ്റ്റാൻഫോർഡും യൂണിവേഴ്സിറ്റി ഓഫ് ചിക്കാഗോയും പോലെയുള്ള പ്രശസ്തമായ സ്കൂളുകളിൽ വർഷങ്ങളോളം തുടർവിദ്യാഭ്യാസം നേടാൻ കഴിഞ്ഞതിൽ അഭിമാനമുണ്ടായിരുന്നു. എന്റെ ധനികനായ പിതാവ് തന്റെ പിതാവ് മരിച്ചപ്പോൾ കുടുംബ ബിസിനസ്സ് നോക്കി നടത്തായായി സ്കൂൾ ഉപേക്ഷിച്ചയാളാണ്, അതുകൊണ്ട് അദ്ദേഹം ഒരിക്കലും ഹൈസ്കൂൾ പൂർത്തിയാക്കിയില്ല. എങ്കിലും അദ്ദേഹം അതിഗംഭീരമായ സമ്പത്ത് നേടി.

ഞാൻ മുതിർന്ന് ധനികനായ, പക്ഷേ വിദ്യാഭ്യാസമില്ലാത്ത, പിതാവിനാൽ കൂടുതൽ സ്വാധീനിക്കപ്പെടുന്നെന്ന് കണ്ടപ്പോൾ, എന്റെ വിദ്യാഭ്യാസമുള്ള പിതാവ് ഇടയ്ക്കൊക്കെ അദ്ദേഹത്തിന്റെ നിലച്ച ജീവിതത്തിനെ ന്യായീകരിക്കുമായിരുന്നു. ഒരു ദിവസം, എനിക്ക് 16 വയസ്സുള്ളപ്പോൾ, വിദ്യാസമ്പന്നനായ പിതാവ് അറിയാതെ പറഞ്ഞു, 'എനിക്ക് മികച്ച സ്കൂളുകളിൽ നിന്നും ഉന്നത ബിരുദങ്ങളുണ്ട്. മൈക്കിന്റെ പിതാവിന് എന്താണുള്ളത്?'

ഞാൻ ഒന്ന് നിർത്തിയിട്ട് പതുക്കെ പറഞ്ഞു, 'പണവും ഒഴിവുസമയവും.'

മാനസികമാറ്റത്തിനേക്കാൾ കൂടുതൽ

ആദ്യം പറഞ്ഞതുപോലെ, B അല്ലെങ്കിൽ I ചതുരത്തിലെ വിജയത്തിന് അക്കാദമിക് അല്ലെങ്കിൽ സാങ്കേതിക അറിവിനേക്കാൾ കൂടു

തൽ ആവശ്യമാണ്. അതിന് മിക്കപ്പോഴും കാതലായ വൈകാരിക ചിന്ത, വികാരങ്ങൾ, വിശ്വാസങ്ങൾ, നിലപാട് എന്നിവയിൽ മാറ്റം ആവശ്യമാണ്. ഓർക്കുക:

ആയിരിക്കുക

ചെയ്യുക

നേടുക

ധനികർ ചെയ്യുന്നത് താരതമ്യേന ലളിതമാണ്. 'ആയിരിക്കുക' എന്നതാണ് വ്യത്യാസം. അവരുടെ ചിന്തകളിലും, കൂടുതൽ സ്പഷ്ടമായി അവരുടെ ആന്തരിക സംഭാഷണങ്ങളിലും ആ വ്യത്യാസം കാണാൻ കഴിയും. അതുകൊണ്ടാണ് എന്റെ ധനികനായ പിതാവ് എന്നെ താഴെയുള്ളവ പറയുന്നതിൽ നിന്നും വിലക്കിയത്:

- എനിക്കത് താങ്ങാൻ കഴിയില്ല.
- എനിക്കത് ചെയ്യാൻ കഴിയില്ല.
- സുരക്ഷിതമായി കളിക്കുക
- പണം നഷ്ടപ്പെടുത്താതിരിക്കുക.
- നീ തോറ്റുപോയി ഒരിക്കലും തിരിച്ച് കയറിയില്ലെങ്കിലോ?

അദ്ദേഹം ആ പ്രസ്താവനകൾ നിരോധിച്ചതിന്റെ കാരണം വാക്കുകൾ ശക്തമായ ഉപകരണങ്ങളാണെന്ന് അദ്ദേഹം ശരിക്കും വിശ്വസിച്ചിരുന്നതാണ്. ഒരാൾ പറയുന്നതും ചിന്തിക്കുന്നതും യാഥാർഥ്യമാകുന്നു.

ധനികനായ പിതാവ് ഉറച്ച് വിശ്വസിച്ചിരുന്നത് നമ്മൾ സ്വയം പറയുന്നത് നമ്മുടെ യാഥാർഥ്യം ആകുമെന്നായിരുന്നു. അതുകൊണ്ടാണ് ഞാൻ സംശയിക്കുന്നത്, സാമ്പത്തികമായി ബുദ്ധിമുട്ടുന്ന ആളുകൾക്ക്, അവരുടെ വികാരങ്ങൾ മിക്കവാറും അവരുടെ ജീവിതം പറയുകയും നിയന്ത്രിക്കുകയും ചെയ്യും. ഒരാൾ ഈ വൈകാരികമായി തള്ളപ്പെടുന്ന ചിന്തകളെ മറികടന്നില്ലെങ്കിൽ, അവരുടെ വാക്കുകൾ യാഥാർഥ്യമായിത്തീരും, ഇതുപോലെയുള്ള വാക്കുകൾ:

- ഞാനൊരിക്കലും പണക്കാരനാവില്ല.
- ആ ആശയം ഒരിക്കലും പ്രാവർത്തികമാവില്ല.
- അതെനിക്ക് വളരെ വില കൂടിയതാണ്.

അവയെല്ലാം വൈകാരികതയെ അടിസ്ഥാനമാക്കിയുള്ള ചിന്തകളാണെങ്കിൽ, അവ വളരെ ശക്തമായിരിക്കും. ശുഭവാർത്ത എന്താണെന്നാൽ, പുതിയ സുഹൃത്തുക്കൾ, പുതിയ ആശയങ്ങൾ, പിന്നെ കുറച്ച് സമയം എന്നിവയുടെ പിന്തുണകൊണ്ട് അതിനെ മാറ്റാൻ സാധിക്കും.

നഷ്ടപ്പെടുമെന്ന ഭയം നിയന്ത്രിക്കാൻ കഴിയാത്ത ആളുകൾ ഒരിക്കലും സ്വന്തമായി നിക്ഷേപിക്കരുത്. ആ ജോലി ഒരു പ്രൊഫഷണലിനെ ഏൽപ്പിച്ച് അവരുടെ കാര്യങ്ങളിൽ ഇടപെടാതിരിക്കുകയാണ് അവർക്ക് നല്ലത്.

മറ്റുള്ളവരുടെ പണം നിക്ഷേപിക്കുമ്പോൾ ഭയമില്ലാത്തവരും ധാരാളം പണം ഉണ്ടാക്കാൻ കഴിവുള്ളവരുമായ ഒരുപാട് പ്രൊഫഷണൽ ആളുകളെ ഞാൻ കണ്ടിട്ടുണ്ട്. പക്ഷേ, അവരുടെ സ്വന്തം പണം നിക്ഷേപിക്കാനോ നഷ്ടസാധ്യത എടുക്കാനോ വരുമ്പോൾ, അവരുടെ നഷ്ടസാധ്യതയോടുള്ള ഭയം ശക്തമാകുന്നു, ഒടുക്കം നഷ്ടപ്പെടുകയും ചെയ്യും. അവരുടെ യുക്തിയേക്കാൾ വികാരങ്ങളായിരിക്കും ചിന്തിക്കുക.

സ്വന്തം പണം നിക്ഷേപിച്ച് തുടർച്ചയായി വിജയിക്കാൻ കഴിവുള്ള ആളുകളെയും ഞാൻ കണ്ടിട്ടുണ്ട്, പക്ഷേ മറ്റാരെങ്കിലും അവർക്കു വേണ്ടി പണം നിക്ഷേപിക്കാൻ ആവശ്യപ്പെടുമ്പോൾ അവരുടെ ധൈര്യം ചോരും.

പണം ഉണ്ടാക്കുന്നതും നഷ്ടപ്പെടുത്തുന്നതും വൈകാരികമായ വിഷയമാണ്, അതുകൊണ്ട് എന്റെ ധനികനായ പിതാവ് എനിക്ക് ഈ വികാരങ്ങളെ കൈകാര്യം ചെയ്യാനുള്ള രഹസ്യം പറഞ്ഞുതന്നു. ധനികനായ പിതാവ് എപ്പോഴും പറയുമായിരുന്നു, 'നിക്ഷേപകൻ അല്ലെങ്കിൽ ബിസിനസ്സ് ഉടമയായി വിജയിക്കണമെങ്കിൽ, നീ നേടുന്നതിലും നഷ്ടപ്പെടുത്തുന്നതിലും വൈകാരികമായി നിഷ്പക്ഷനായിരിക്കണം. നേടുന്നതും തുലയ്ക്കുന്നതും ആ കളിയുടെ ഭാഗമാണ്.'

എന്റെ സുരക്ഷിതമായ ജോലി ഉപേക്ഷിക്കുന്നത്

എന്റെ സുഹൃത്ത് മൈക്കിന് അവന്റേതായ ഒരു വ്യവസ്ഥ ഉണ്ടായിരുന്നു. അവന്റെ പിതാവ് അത് നിർമ്മിച്ചു. എനിക്ക് ആ ഭാഗ്യം ഉണ്ടായില്ല. ഒരു ദിവസം ഞാനും കൂട്ടിനുള്ളിലെ സുഖവും സുരക്ഷയും ഉപേക്ഷിച്ച് എന്റെ സ്വന്തം വ്യവസ്ഥ നിർമ്മിക്കുമെന്ന് എനിക്കറിയാമായിരുന്നു.

1978-ൽ ഞാൻ എന്റെ സിറോക്സിലെ മുഴുവൻ സമയജോലി ഉപേക്ഷിച്ച് സുരക്ഷാവല ഇല്ലാതെ കടുത്ത ചുവടെടുത്തു. എന്റെ ഭയത്തിൽ നിന്നും സംശയത്തിൽ നിന്നും തലയിൽ ഉണ്ടായ ശബ്ദം ഉച്ചത്തിലുള്ളതായിരുന്നു. രാജിക്കത്തിൽ ഒപ്പുവച്ച്, അവസാനത്തെ ശമ്പളവും വാങ്ങി വാതിലിനു പുറത്തേക്ക് നടക്കുമ്പോൾ ഭയം കാരണം എനിക്ക് ഏതാണ്ട് പക്ഷാഘാതമുണ്ടായി. എന്നിൽ സ്വയം നശിപ്പിക്കുന്ന ചിന്തകളും തോന്നലുകളും കളിക്കുന്ന ഒരു ഓർക്കസ്ട്ര തന്നെയുണ്ടായിരുന്നു. ഞാൻ എന്നെത്തന്നെ കുറ്റപ്പെടുത്തി ഉറക്കെ ശകാരിക്കുന്നതുകൊണ്ട് മറ്റൊന്നും കേൾക്കാൻ കഴിയുന്നില്ലായിരുന്നു. അത് നന്നായി, കാരണം എന്റെയൊപ്പം ജോലി ചെയ്തിരുന്ന ഒരുപാടുപേർ പറയു

ന്നുണ്ടായിരുന്നു: 'അവൻ തിരിച്ചുവരും. അവനെക്കൊണ്ട് ഒരിക്കലും സാധിക്കില്ല.'

പ്രശ്നം എന്തായിരുന്നെന്നാൽ അതേ കാര്യം തന്നെയായിരുന്നു ഞാനും എന്നോട് പറഞ്ഞിരുന്നത്. ആ സ്വയം സംശയിക്കുന്ന വൈകാരികമായ ചിന്തകൾ വർഷങ്ങളോളം എന്റെ കൂടെയുണ്ടായിരുന്നു – കിമ്മും ഞാനും B & I ചതുരങ്ങളിൽ വിജയിക്കുന്നതുവരെ. ഇന്ന്, എനിക്ക് ആ വാക്കുകൾ ഇപ്പോഴും കേൾക്കാം. അവയ്ക്ക് കുറഞ്ഞ അധികാരമേയുള്ളൂയെന്ന് മാത്രം.

എന്റെ സ്വയം സംശയത്തിനെ മറികടക്കുന്ന പ്രക്രിയയിൽ, ഞാൻ വ്യക്തിപരമായ പ്രചോദനത്തിനായുള്ള മറ്റു ചിന്തകളും പ്രസ്താവനകളും സൃഷ്ടിക്കാൻ പഠിച്ചു – ഇതുപോലെയുള്ള പ്രസ്താവനകൾ: 'ശാന്തമായിരിക്കൂ. വ്യക്തമായി ചിന്തിക്കൂ. തുറന്ന മനസ്സോടെയിരിക്കൂ. മുന്നോട്ട് പോകൂ. മാർഗ്ഗനിർദ്ദേശങ്ങൾക്കായി നിനക്ക് മുമ്പേ കടന്നുപോയിട്ടുള്ള ആരോടെങ്കിലും ചോദിക്കൂ. നിനക്ക് മികച്ചത് ലഭിക്കണമെന്ന് ആഗ്രഹിക്കുന്ന ഉയർന്ന ശക്തിയിൽ പ്രത്യാശയും വിശ്വാസവും നിലനിർത്തൂ.'

ഞാൻ ഈ പ്രചോദിപ്പിപ്പിക്കുന്ന ചിന്തകൾ അകമേ സൃഷ്ടിക്കാൻ പഠിച്ചു, ഭയക്കുകയും വിറയ്ക്കുകയും ചെയ്യുന്ന ഒരു ഭാഗം എന്നിൽ ഉണ്ടായിരുന്നെങ്കിലും.

ആദ്യത്തെ തവണ എനിക്ക് വിജയിക്കാൻ കുറഞ്ഞ സാധ്യതയേ ഉള്ളൂവെന്ന് എനിക്കറിയാമായിരുന്നു. പക്ഷേ പ്രത്യാശ, വിശ്വാസം, മനോബലം തുടങ്ങിയവയുടെ ധനാത്മകമായ വികാരങ്ങളും കൂടെ സുഹൃത്തുക്കളും എന്നെ മുന്നോട്ടുനയിച്ചു. എനിക്ക് നഷ്ടസാധ്യതകൾ എടുക്കേണ്ടി വരുമെന്ന് അറിയാമായിരുന്നു. നഷ്ടസാധ്യത തെറ്റുകളിലേക്ക് നയിക്കുമെന്നും, തെറ്റുകൾ അറിവിലേക്കും ജ്ഞാനത്തിലേക്കും നയിക്കുമെന്നും – എനിക്കില്ലാതിരുന്നു അത് രണ്ടും – അറിയാമായിരുന്നു. എനിക്ക്, തോൽവി എന്നാൽ എന്റെ ഭയത്തിനെ വിജയിക്കാൻ അനുവദിക്കുന്നതായിരുന്നു, അതുകൊണ്ട് ഞാൻ കുറഞ്ഞ ഉറപ്പുകളുമായി മുന്നോട്ട് പോകാൻ താല്പര്യപ്പെട്ടു. എന്റെ ധനികനായ പിതാവ് 'തോൽവി വിജയത്തിലേക്കുള്ള പ്രക്രിയയുടെ ഭാഗമാണ്' എന്ന ആശയം എന്നിൽ സ്ഥാപിച്ചിരുന്നു.

ആന്തരികയാത്ര

ഒരു ചതുരത്തിൽനിന്നും അടുത്തതിലേക്കുള്ള വഴി ഒരു ആന്തരികയാത്രയാണ്. ഒരു ഗണം കാതലായ വിശ്വാസങ്ങളിലും സാങ്കേതിക നൈപുണ്യങ്ങളിലും നിന്നും പുതിയ ഗണം കാതലായ വിശ്വാസങ്ങളിലേക്കും നൈപുണ്യങ്ങളിലേക്കുമുള്ള യാത്രയാണത്. ആ പ്രക്രിയ സൈക്കിൾ ഓടിക്കാൻ പഠിക്കുന്നതുപോലെയാണ്. ആദ്യം നിങ്ങൾ ഒരുപാട് തവണ വീഴും. ചിലപ്പോഴൊക്കെ അത് നിരാശാജനകവും

വിഷമിപ്പിക്കുന്നതും ആയിരിക്കും, പ്രത്യേകിച്ചും നിങ്ങളുടെ സുഹൃത്തുക്കൾ നോക്കിനിൽക്കുന്നുണ്ടെങ്കിൽ. പക്ഷേ, കുറച്ച് കഴിയുമ്പോൾ, വീഴുന്നത് നിൽക്കുകയും ഓടിക്കുന്നത് തന്നത്താൻ ആകുകയും ചെയ്യും. നിങ്ങൾ വീണ്ടും വീഴുകയാണെങ്കിൽ അത് വലിയ കാര്യമല്ല, കാരണം എഴുന്നേറ്റ് വീണ്ടും ഓടിക്കാമെന്ന് നിങ്ങൾക്കറിയാം. അതേ പ്രക്രിയ തന്നെയാണ് നിങ്ങൾ തൊഴിൽ സുരക്ഷയുടെ വൈകാരിക മനോഭാവത്തിൽ നിന്നും സാമ്പത്തിക സ്വാതന്ത്ര്യത്തിന്റെ വൈകാരിക മനോഭാവത്തിലേക്ക് പോകുമ്പോഴും.

ഒരിക്കൽ കിമ്മും ഞാനും കടന്നു കഴിഞ്ഞപ്പോൾ, ഞങ്ങൾക്ക് തോൽക്കുമെന്ന പേടി കുറവായിരുന്നു, കാരണം ഞങ്ങളുടെ വീണ്ടും എഴുന്നേറ്റ് നിൽക്കാനുള്ള കഴിവിൽ വിശ്വാസമുണ്ടായിരുന്നു.

വ്യക്തിപരമായി എന്നെ മുന്നോട്ട് നയിക്കുന്ന രണ്ട് പ്രസ്താവനകൾ ഉണ്ട്: ഒരെണ്ണം ഞാൻ ഉപേക്ഷിച്ച് തിരികെപ്പോരുന്നതിന്റെ വക്കിലായിരുന്നപ്പോൾ എന്റെ ധനികനായ പിതാവിന്റെ ഉപദേശമായിരുന്നു: 'നിനക്ക് എപ്പോൾ വേണമെങ്കിലും ഉപേക്ഷിക്കാം. അതുകൊണ്ട് ഇപ്പോൾത്തന്നെ ഉപേക്ഷിക്കുന്നതെന്തിന്?'

ആ പ്രസ്താവന എന്റെ ഉത്സാഹത്തിനെ ഉയർത്തി നിർത്തുകയും വികാരങ്ങളെ അടക്കുകയും ചെയ്തു. അതെന്നെ ഓർമ്മിപ്പിച്ചത് ഞാൻ പകുതി വഴിയെത്തി, എന്നിട്ട് തിരികെ പോകുന്നതെന്തിന് എന്നായിരുന്നു. തിരിച്ചുപോകാനുള്ള ദൂരം മുന്നോട്ടുള്ള ദൂരത്തിന് തുല്യമായിരുന്നു. അത് കൊളമ്പസ്സ് ഉദ്യമം ഉപേക്ഷിച്ച് അറ്റ്ലാന്റിക്കിന്റെ പകുതിയിൽവച്ച് തിരികെ പോകുന്നതുപോലെയായിരുന്നു.

ചിലപ്പോൾ ഉപേക്ഷിക്കുന്നത് നല്ല നീക്കമായിരിക്കും, എപ്പോൾ നടന്ന് മാറണമെന്ന് അറിയാനുള്ള വിവേകം വളരെ പ്രധാനവുമാണ്. മിക്കപ്പോഴും ഞാൻ വിജയിക്കാൻ ഒരു സാധ്യതയുമില്ലാത്ത പ്രൊജക്റ്റുകളുമായി മുന്നോട്ടുപോകാൻ വാശി പിടിക്കുന്ന ആളുകളെ കാണാറുണ്ട്. എപ്പോൾ നിർത്തണമെന്നും എപ്പോൾ മുന്നോട്ടുപോകണമെന്നും അറിയുന്നതിനുള്ള പ്രശ്നം നഷ്ടസാധ്യത ഏറ്റെടുക്കുന്ന ആർക്കുമുണ്ടാകുന്ന പൊതുപ്രശ്നമാണ്. ഈ പ്രശ്നം കൈകാര്യം ചെയ്യാനുള്ള ഒരുവഴി മുമ്പ് അതിനെ വിജയകരമായി മറികടന്നിട്ടുള്ള ഒരു മാർഗ്ഗനിർദ്ദേശിയെ കണ്ടെത്തുന്നതാണ്. ഇപ്പോൾത്തന്നെ മറുവശത്തുള്ള ഒരാൾക്ക് നിങ്ങളെ നന്നായി വഴികാട്ടാൻ സാധിക്കും. പക്ഷേ, മറികടക്കലിനെക്കുറിച്ച് പുസ്തകങ്ങൾ വായിക്കുക മാത്രവും ആ വിഷയത്തിൽ പ്രസംഗിക്കുന്നതിന് പണം മേടിക്കുകയും ചെയ്യുന്നവരെ സൂക്ഷിക്കുക.

എന്നെ മുന്നോട്ട് നയിക്കുന്ന മറ്റൊരു പ്രസ്താവന:

'ഭീമന്മാർ ഇടയ്ക്കിടെ കാലിടറി വീഴും,
പക്ഷേ, പുഴുക്കൾ ഇല്ല, കാരണം
അവർ ആകെ ചെയ്യുന്നത് കുഴികുത്തി ഇഴയുന്നതാണ്.'

ഒരുപാട് ആളുകൾ സാമ്പത്തികമായി ബുദ്ധിമുട്ടുന്നതിന്റെ പ്രധാന കാരണം അവർക്ക് നല്ല വിദ്യാഭ്യാസമില്ലാത്തതോ അല്ലെങ്കിൽ കഠിനാദ്ധ്വാനം ചെയ്യാത്തതോ ആണ്. കാരണം അവർ തോൽക്കുമെന്ന് പേടിക്കുന്നു. തോൽക്കുമെന്ന പേടി അവരെ തടയുന്നുണ്ടെങ്കിൽ, അപ്പോൾത്തന്നെ തോറ്റുകഴിഞ്ഞു.

പരാജിതർ അവരുടെ വിജയികളെ കളഞ്ഞ് പരാജിതരിൽ യാത്ര ചെയ്യുന്നു

പരാജിതൻ ആകുമെന്ന ഭയം ആളുകൾ ചെയ്യുന്നതിനെ വിചിത്രമായ രീതികളിൽ ബാധിക്കുന്നു. $20 ന് സ്റ്റോക്ക് വാങ്ങി അത് $30 ആകുമ്പോൾ നേടിയ പണം നഷ്ടമാകുമോയെന്ന ഭയം കാരണം ഓഹരികൾ വിറ്റുകളയുന്ന ആളുകളെ ഞാൻ കണ്ടിട്ടുണ്ട്. പിന്നെ അവർ സ്റ്റോക്ക് $100 വരെ പോയി, താഴ്ന്ന്, വീണ്ടും $100 ൽ എത്തുന്നത് കാണും.

വിരോധാഭാസം എന്ന് പറയട്ടെ, $20 നു സ്റ്റോക്ക് വാങ്ങിയ അതേ വ്യക്തി $3 വരെ താഴുന്നതും നോക്കി അതിൽത്തന്നെ തൂങ്ങിക്കിടക്കുന്നു, വില വീണ്ടും ഉയരും എന്ന പ്രതീക്ഷയിൽ. ഇതാണ് നഷ്ടപ്പെടുമെന്ന ഭയമുള്ള ഒരാളുടെ ഉദാഹരണം, അല്ലെങ്കിൽ നഷ്ടപ്പെട്ടു എന്ന് സമ്മതിച്ച ഒരാൾ, അവർ നഷ്ടത്തിൽത്തന്നെ അവസാനിപ്പിക്കും.

വിജയികൾ അവരുടെ പരാജിതരെ കളഞ്ഞ് വിജയികളിൽ യാത്ര ചെയ്യുന്നു

വിജയികൾ നേരെ വിപരീതമായ കാര്യങ്ങളാണ് ചെയ്യുക. മിക്കപ്പോഴും, അവർ നഷ്ടത്തിലേക്കുള്ള നിലയിലാണെന്ന് അറിയുന്ന നിമിഷത്തിൽ, അതായത് അവരുടെ സ്റ്റോക്ക് വിലകൾ മുകളിലേതിന് പകരം താഴേയ്ക്ക് പോകാൻ തുടങ്ങുമ്പോൾ, അവ വിൽക്കുകയും നഷ്ടം സഹിക്കുകയും ചെയ്യുന്നു. നഷ്ടം പറ്റിയെന്ന് സമ്മതിക്കാൻ അധികമാർക്കും നാണക്കേടൊന്നുമുണ്ടാവില്ല, കാരണം നഷ്ടമാകുന്നത് വിജയം എന്ന പ്രക്രിയയുടെ ഒരു ഭാഗമാണെന്ന് അവർക്കറിയാം. അവർ ഒരു വിജയിയെ കണ്ടെത്തുമ്പോൾ, അതിനെ കഴിയാവുന്നത്ര ദൂരം ഓടിക്കും. സൗജന്യയാത്ര അവസാനിച്ചെന്നും വില ഉച്ചത്തിലെത്തിയെന്നും അറിയുന്ന നിമിഷം, അവരത് നിർത്തി വിൽക്കും.

ഉന്നതനായ നിക്ഷേപകൻ ആകുന്നതിന്റെ താക്കോൽ വിജയത്തിലും പരാജയത്തിലും നിഷ്പക്ഷനായിരിക്കുന്നതാണ്. അപ്പോൾ നിങ്ങൾക്ക് വൈകാരികമായി ഉത്തേജിപ്പിക്കപ്പെടുന്ന ചിന്തകൾ, ഭയം, അത്യാഗ്രഹം എന്നിവ പോലെ, നിങ്ങൾക്കുവേണ്ടി ചിന്തിക്കുന്നവ ഉണ്ടാവില്ല.

പരാജിതർ ജീവിതത്തിലും അതേ കാര്യങ്ങൾ തന്നെ ചെയ്യും

നഷ്ടപ്പെടുമെന്ന് ഭയക്കുന്ന ആളുകൾ യഥാർഥ ജിവിതത്തിലും അതേ കാര്യങ്ങൾ ചെയ്യും. നമുക്കെല്ലാവർക്കും അറിയാം:

- സ്നേഹം ഇല്ലാതായിട്ടും വിവാഹബന്ധത്തിൽ തുടരുന്നവർ.
- പുരോഗതിയില്ലാത്ത ജോലികളിൽ തുടരുന്നവർ.
- ഒരിക്കലും ഉപയോഗിക്കാത്ത പഴയ വസ്ത്രങ്ങളും സാധനങ്ങളും സൂക്ഷിക്കുന്നവർ.
- ഭാവിയില്ലാത്ത പട്ടണങ്ങളിൽ താമസിക്കുന്നവർ.
- പിന്നോട്ട് വലിക്കുന്ന സുഹൃത്തുക്കളുടെയും ആളുകളുടെയും കൂടെ താമസിക്കുന്നവർ.

വൈകാരികമായ വിവേകത്തിനെ നിയന്ത്രിക്കാവുന്നതാണ്

സാമ്പത്തിക വിവേകം വൈകാരിക വിവേകവുമായി അടുത്ത് ബന്ധപ്പെട്ടിരിക്കുന്നു. എന്റെ അഭിപ്രായത്തിൽ, ഭൂരിഭാഗം ആളുകളും സാമ്പത്തികമായി ബുദ്ധിമുട്ടുന്നത് അവരുടെ വികാരങ്ങൾ ചിന്തകളെ നിയന്ത്രിക്കുന്നതുകൊണ്ടാണ്. മനുഷ്യർ എന്ന നിലയിൽ നമ്മൾ എല്ലാവർക്കും ഒരേ വികാരങ്ങളാണുള്ളത്. ജീവിതത്തിൽ നമ്മൾ ചെയ്യുന്നതും നമ്മൾക്ക് ഉള്ളതും തമ്മിലുള്ള വ്യത്യാസം പ്രഥമമായും ആ വികാരങ്ങളെ കൈകാര്യം ചെയ്യുന്നു എന്നതാണ്.

ഉദാഹരണത്തിന്, ഭയം എന്ന വികാരം നമ്മളിൽ ചിലരെ ഭീരുക്കളാക്കാൻ കാരണമാകും. പക്ഷേ, അത് മറ്റുചിലരെ ഉശിരുള്ളവരാക്കാൻ പ്രേരിപ്പിക്കുകയും ചെയ്യും. നിർഭാഗ്യവശാൽ, പണത്തിന്റെ വിഷയം വരുമ്പോൾ, നമ്മുടെ സമൂഹത്തിലെ മിക്കവാറും ആളുകൾ സാമ്പത്തിക ഭീരുക്കളാകാൻ പരിശീലിപ്പിക്കപ്പെട്ടവരാണ്. പണം നഷ്ടപ്പെടും എന്ന ഭയം ഉണ്ടാകുമ്പോൾ, ഭൂരിഭാഗം ആളുകളുടെയും മനസ്സുകൾ തന്നത്താൻ മന്ത്രിക്കാൻ തുടങ്ങും:

- 'സ്വാതന്ത്ര്യ'ത്തിനേക്കാൾ 'സുരക്ഷ.'
- 'നഷ്ടസാധ്യത കൈകാര്യം' ചെയ്യാൻ പഠിക്കുന്നതിനേക്കാൾ 'അത് ഒഴിവാക്കുക.'
- 'എനിക്കെങ്ങനെ അത് താങ്ങാൻ കഴിയും?' എന്നതിനേക്കാൾ 'സുരക്ഷിതമായി കളിക്കുക.'
- 'അതിന് ദീർഘകാലത്തേക്ക് എത്ര മൂല്യം ആയിരിക്കും?' എന്നതിനേക്കാൾ 'അത് വളരെ വിലക്കൂടുതലാണ്.'
- 'ശ്രദ്ധ'യേക്കാൾ 'വൈവിധ്യം.'

- 'ഞാൻ എന്താണ് കരുതുന്നത്?' എന്നതിനേക്കാൾ 'എന്റെ സുഹൃത്തുക്കൾ എന്തു കരുതും?'

നഷ്ടസാധ്യതയുടെ അറിവ്

നഷ്ടസാധ്യതകൾ എടുക്കുന്നതിന് ഒരു ശാസ്ത്രമുണ്ട്, പ്രത്യേകിച്ചും സാമ്പത്തിക നഷ്ടങ്ങൾ. പണത്തിനേയും നഷ്ടസാധ്യത കൈകാര്യം ചെയ്യുന്നതിനേയും പറ്റി ഞാൻ വായിച്ചിട്ടുള്ള ഒരു ഒന്നാന്തരം പുസ്തകം ഡോ. അലക്സാണ്ടർ എൽഡർ എഴുതിയ ട്രേഡിങ് ഫോർ അ ലിവിങ് ആണ്. അത് എഴുതിയിരിക്കുന്നത് പ്രൊഫഷണൽ ആയി സ്റ്റോക്കുകളും ഓപ്ഷനുകളും ട്രേഡ് ചെയ്യുന്നവർക്ക് വേണ്ടിയാണെങ്കിലും, നഷ്ടസാധ്യതയുടെ അറിവും അതിനെ കൈകാര്യം ചെയ്യുന്നതും പണം, പണം കൈകാര്യം ചെയ്യൽ, പേഴ്സണൽ സൈക്കോളജി, നിക്ഷേപം എന്നിങ്ങനെ എല്ലാ മേഖലകളിലും പ്രായോഗികമാണ്.

ഒരുപാട് വിജയികളായ B കൾ എപ്പോഴും I കളെപ്പോലെ വിജയികൾ ആകാത്തതിന്റെ കാരണം അവർ പണത്തിന്റെ നഷ്ടസാധ്യതയുടെ മനഃശാസ്ത്രം മുഴുവനുമായി മനസ്സിലാക്കാത്തതാണ്. B കൾ ബിസിനസ്സ് വ്യവസ്ഥകളും ആളുകളും ഉൾപ്പെടുമ്പോൾ നഷ്ടസാധ്യതയെ മനസ്സിലാക്കുമെങ്കിലും, ആ അറിവ് എപ്പോഴും 'പണം പണത്തിനെ ഉണ്ടാക്കുന്നു' വ്യവസ്ഥകളിലേക്ക് കൈമാറ്റം ചെയ്യപ്പെടുന്നില്ല.

അത് സാങ്കേതികതയേക്കാൾ കൂടുതൽ വൈകാരികമാണ്

ചുരുക്കത്തിൽ, ഇടതുചതുരത്തിൽനിന്നും വലതുചതുരത്തിലേക്ക് മാറുന്നത് സാങ്കേതികത്വത്തേക്കാൾ കൂടുതൽ വൈകാരികമാണ്. ആളുകൾക്ക് വൈകാരികമായ ചിന്തകളെ നിയന്ത്രിക്കാൻ കഴിഞ്ഞില്ലെങ്കിൽ, ഞാൻ അവർക്ക് ആ യാത്ര നിർദ്ദേശിക്കില്ല.

ഇടതുവശത്തുള്ള ആളുകൾക്ക് വലതുവശം നഷ്ടസാധ്യത ഉള്ളതാണെന്ന് തോന്നുന്നതിന്റെ കാരണം അവരുടെ ചിന്തകളെ മിക്കപ്പോഴും ഭയം എന്ന വികാരം ബാധിക്കുന്നതുകൊണ്ടാണ്. ഇടതുവശത്തുള്ളവർക്ക് 'സുരക്ഷിതമായി കളിക്കുക' എന്നത് യുക്തിപരമായ ചിന്തയായിട്ട് തോന്നും. ഒരു ചതുരത്തിലോ മറ്റൊന്നിലോ ആളുകളെ കുടുക്കി നിർത്തുന്നതും ഇതേ വൈകാരികമായ ചിന്തകളാണ്.

സമവാക്യത്തിന്റെ വലതുവശത്തുള്ളവർ ചെയ്യുന്നത് അത്ര കഠിനമൊന്നുമല്ല. നാല് പച്ച വീടുകൾ കുറഞ്ഞ വിലയ്ക്ക് വാങ്ങി, വിപണി മെച്ചപ്പെടുന്നതുവരെ കാത്തിരുന്ന്, അത് വിറ്റ്, വലിയ ചുവന്ന ഹോട്ടൽ വാങ്ങുന്നതുപോലെ എളുപ്പമാണത് എന്ന് ഞാൻ പറയുന്നത് ആത്മാർഥമായിട്ടാണ്.

ജീവിതം ശരിക്കും പണമൊഴുക്കിന്റെ ചതുരങ്ങളിലെ വലതുവശത്തിരിക്കുന്നവർക്ക് മൊണോപൊളി ഗെയിം ആണ്. തീർച്ചയായും, അവിടെ വിജയവും പരാജയവുമുണ്ട്, പക്ഷേ അത് ആ കളിയുടെ ഒരു

ഭാഗം മാത്രമാണ്. വിജയിക്കുന്നതും പരാജയപ്പെടുന്നതും ജീവിതത്തിന്റെ ഭാഗമാണ്. താരങ്ങളായ അത്‌ലറ്റുകൾ വിജയിക്കുന്നതിനേക്കാൾ കൂടുതൽ തോൽക്കാറുണ്ട്, എങ്കിലും അവർക്ക് ആ കളി ഇഷ്ടമാണ്. ഡൊണാൾഡ് ട്രംപ് തകർന്നടിയുകയും തിരികെയെത്തുകയും ചെയ്തു. അദ്ദേഹം നഷ്ടപ്പെട്ടതുകൊണ്ട് വിട്ടെറിഞ്ഞ് പോയില്ല. നഷ്ടം അദ്ദേഹത്തിനെ സമർഥനും കൂടുതൽ നിശ്ചയദാർഢ്യം ഉള്ളയാളുമാക്കി. ഒരുപാട് ധനികരായ ആളുകൾ ധനികരാകുന്നതിനുമുമ്പ് തകർന്ന് പോയിട്ടുണ്ട്. അത് കളിയുടെ ഒരു ഭാഗമാണ്.

ഒരു വ്യക്തിയുടെ വികാരങ്ങൾ അയാൾക്കുവേണ്ടി ചിന്തിക്കുകയാണെങ്കിൽ, ആ വൈകാരികമായ ചിന്തകൾ മിക്കപ്പോഴും അവരെ മറ്റെന്തെങ്കിലും കാണുന്നതിൽ നിന്നും മറയ്ക്കും. അതിന്റെ കാരണം ആ നിർവിചാരമായ വൈകാരികചിന്തകളോട് ആളുകൾ പ്രതികരിക്കുകയാണ്, ചിന്തിക്കുന്നതിനുപകരം. വൈകാരികചിന്തകളാണ് വിവിധ ചതുരങ്ങളിലുള്ളവർ തമ്മിൽ തർക്കിക്കാൻ ഇടവരുത്തുന്നതും. തർക്കങ്ങൾ ഉണ്ടാകുന്നത് ആളുകൾക്ക് ഒരേതരത്തിലുള്ള വൈകാരിക കാഴ്ചപ്പാടുകൾ ഇല്ലാത്തതുകൊണ്ടാണ്. അതേ വൈകാരിക പ്രതികരണമാണ് ഒരാളെ പണമൊഴുക്കിന്റെ ചതുരങ്ങളിലെ വലതുവശത്തെ കാര്യങ്ങൾ എത്ര എളുപ്പവും, മിക്കപ്പോഴും നഷ്ടസാധ്യത ഇല്ലാത്തതുമാണെന്ന് കാണുന്നതിൽ നിന്നും വിലക്കുന്നത്.

ഞാൻ മുറിച്ചുകടക്കാൻ ആഗ്രഹിക്കുന്ന എല്ലാവരേയും ദീർഘകാലത്തേക്കുള്ള അനുകൂല പിന്തുണയും വഴികാണിക്കാൻ ഒരു മാർഗ്ഗനിർദ്ദേശിയും ഉണ്ടെന്ന് ഉറപ്പുവരുത്താൻ പ്രചോദിപ്പിക്കുകയാണ്. കിമ്മും ഞാനും കടന്നുപോയ പ്രതിസന്ധി മൂല്യമുള്ളതായിരുന്നു. ഞങ്ങൾക്ക്, ഇടതുവശത്ത് നിന്നും വലതുവശത്തേക്ക് കടക്കുന്നതിലെ ഏറ്റവും പ്രധാനപ്പെട്ട കാര്യം ഞങ്ങൾ എന്തുചെയ്യണം എന്നതായിരുന്നില്ല, മറിച്ച് ആ പ്രക്രിയയിൽ ഞങ്ങൾ ആരായി മാറുന്നു എന്നതായിരുന്നു. എനിക്ക്, അത് വിലമതിക്കാനാകാത്തതാണ്.

അദ്ധ്യായം ഒമ്പത്

ബാങ്ക് ആകുക, ബാങ്കർ അല്ല

ധനികർ പണം സൃഷ്ടിക്കുന്നു

ഞാൻ **ആയിരിക്കുക - ചെയ്യുക - നേടുക** എന്ന സമവാക്യത്തിലെ ആയിരിക്കുക എന്നതിലാണ് ശ്രദ്ധിച്ചത്, കാരണം, ശരിയായ മനോനിലയും നിലപാടും ഇല്ലാതെ നിങ്ങൾ ഇന്ന് അഭിമുഖീകരിക്കുന്ന വലിയ സാമ്പത്തിക മാറ്റങ്ങൾക്കായി തയ്യാറെടുക്കാൻ കഴിയില്ല. പണമൊഴുക്കിന്റെ ചതുരങ്ങളിലെ വലതുവശത്തുള്ള നൈപുണ്യങ്ങളും മനോനിലയും ഉള്ള ഒരാൾ ആയിരിക്കുന്നത് വഴി നിങ്ങൾക്ക് ആ മാറ്റങ്ങളിൽ നിന്നും ഉയർന്നുവരുന്ന അവസരങ്ങൾ തിരിച്ചറിയാനും ചെയ്യാനായി തയ്യാറെടുക്കാനും സാധിക്കും. അത് നിങ്ങളെ സാമ്പത്തിക വിജയം നേടുന്നതിലേക്ക് നയിക്കും.

ഞാൻ 1986-ൽ എന്റെ ധനികനായ പിതാവിൽ നിന്നുമുള്ള ഒരു ഫോൺ കാൾ ഓർക്കുന്നുണ്ട്. 'നീ റിയൽ എസ്റ്റേറ്റ് മാർക്കറ്റിൽ ആണോ സ്റ്റോക്ക് മാർക്കറ്റിൽ ആണോ?' അദ്ദേഹം ചോദിച്ചു. 'രണ്ടിലുമല്ല,' ഞാൻ പറഞ്ഞു. 'ഞാൻ എല്ലാം നിക്ഷേപിച്ചിരിക്കുന്നത് എന്റെ ബിസിനസ്സ് പണിതുയർത്തുന്നതിലാണ്.' 'നല്ലത്,' അദ്ദേഹം പറഞ്ഞു. 'എല്ലാ മാർക്കറ്റുകളിൽനിന്നും മാറി നിൽക്കുക. നിന്റെ ബിസിനസ്സ് പണിയുക. വലുതായെന്തോ സംഭവിക്കാൻ പോകുന്നുണ്ട്.'

ആ വർഷം, യു.എസ്. കോൺഗ്രസ്സ് 1986-ലെ നികുതിപരിഷ്കരണ ആക്റ്റ് പാസ്സാക്കി. വെറും 43 ദിവസങ്ങൾക്കുള്ളിൽ, കോൺഗ്രസ്സ് ആളുകൾ അവരുടെ വരുമാനത്തിനെ സംരക്ഷിക്കാൻ ഉപയോഗിച്ചിരുന്ന ഒരുപാട് നികുതി വിടവുകൾ എടുത്തുകളഞ്ഞു. വസ്തുനികുതി ഇളവുകളിൽനിന്നും ആ 'നിഷ്ക്രിയമായ നഷ്ടങ്ങൾ' ഉപയോഗിച്ചിരുന്ന ആളുകൾക്ക പെട്ടെന്നുതന്നെ അപ്പോഴും നഷ്ടങ്ങളുണ്ടായി. പക്ഷേ, സർക്കാർ നികുതി ഇളവുകൾ എടുത്തുകളഞ്ഞു. അമേരിക്ക മുഴുവനും, റിയൽ എസ്റ്റേറ്റ് വിലകൾ മുങ്ങാൻ തുടങ്ങി, ചില കേസുകളിൽ 70 ശതമാനം വരെ. പെട്ടെന്ന്, വസ്തുക്കൾക്ക് അവയുടെ മോർട്ട്ഗേജുകളേക്കാൾ വളരെ കുറഞ്ഞ വിലയായി മാറി. റിയൽ എസ്റ്റേറ്റ് മാർക്കറ്റിനെ പരിഭ്രാന്തി വടിച്ചെടുത്തു. ബാങ്കുകളും നീക്കിയിരിപ്പുകളും ലോണുകളും

വിറയ്ക്കാൻ തുടങ്ങി, ഒരുപാടെണ്ണം പരാജയപ്പെട്ടു. ആളുകൾക്ക് അവരുടെ പണം ബാങ്കിൽ നിന്നും എടുക്കാൻ കഴിയില്ലായിരുന്നു, ഒക്ടോബർ 1987–ൽ വാൾ സ്ട്രീറ്റ് തകർന്നു. ലോകം സാമ്പത്തിക പ്രതിസന്ധിയിലേക്ക് പോയി.

അടിസ്ഥാനപരമായി, 1986–ലെ നികുതി പരിഷ്കരണ ആക്റ്റ് E കളും S കളും ആശ്രയിച്ചിരുന്ന ഒരുപാട് നികുതി വിടവുകളെ ഇല്ലാതാക്കി. അവരിൽ ഒരുപാട് പേർ റിയൽ എസ്റ്റേറ്റ് വസ്തുക്കളിലോ ലിമിറ്റഡ് പാർട്ട്ണർഷിപ്പുകളിലോ നിക്ഷേപിച്ചിരുന്നു, E അല്ലെങ്കിൽ S ചതുരങ്ങളിൽ നിന്നുമുള്ള അവരുടെ വരുമാനത്തിലെ നഷ്ടം തട്ടിക്കിഴിക്കാനായി ഉപയോഗിക്കാൻ വേണ്ടി. B & I ചതുരങ്ങളിലുള്ളവരെ തകർച്ചയും മാന്ദ്യവും ബാധിച്ചപ്പോഴും, അവരുടെ ഒരുപാട് നികുതി ഒഴിവാക്കാനുള്ള രീതികൾ അതുപോലെത്തന്നെ നിലനിർത്തപ്പെട്ടു.

ആ സമയത്ത്, E കൾ ഒരു പുതിയ വാക്ക് പഠിച്ചു: എണ്ണം കുറയ്ക്കുക. ഒരു വലിയ പിരിച്ചുവിടൽ പ്രഖ്യാപിക്കപ്പെടുമ്പോൾ, ആ പിരിച്ചുവിടൽ പ്രഖ്യാപിക്കുന്ന കമ്പനിയുടെ സ്റ്റോക്കിന്റെ വില ഉയർന്നുവെന്ന് അവർ പെട്ടെന്നുതന്നെ തിരിച്ചറിഞ്ഞു. ദുഃഖകരം തന്നെ, മിക്കവാറും ആളുകൾക്ക് അത് എന്തുകൊണ്ടാണെന്ന് മനസ്സിലായില്ല. കുറയുന്ന ബിസിനസ്സ്, ഉയർന്ന ഇൻഷുറൻസ് നിരക്കുകൾ, റിയൽ എസ്റ്റേറ്റ്, സ്റ്റോക്ക് മാർക്കറ്റിൽ നിന്നുമുള്ള നഷ്ടങ്ങൾ എന്നിവ കാരണം ഉണ്ടായ മാന്ദ്യത്തിനെ നേരിടാൻ ബുദ്ധിമുട്ടുന്ന ഒരുപാട് S കളും ഉണ്ടായിരുന്നു. തൽഫലമായി, പണമൊഴുക്കിന്റെ ചതുരങ്ങളുടെ ഇടതുവശത്തുള്ള വ്യക്തികൾക്ക് സാമ്പത്തികമായി പരുക്കേൽക്കുകയും 1986– ലെ നികുതി പരിഷ്കരണ ആക്റ്റിന്റെ നേരിട്ടുള്ള ഫലംകൊണ്ട് ദുരിതത്തിലാകുകയും ചെയ്തെന്ന് ഞാൻ വിശ്വസിക്കുന്നു.

സമ്പത്തിന്റെ കൈമാറ്റം

ഇടതുവശത്തെ ആളുകൾ ദുരിതത്തിലായപ്പോൾ, B & I ചതുരങ്ങളിലെ ഒരുപാട് ആളുകൾ ധനികരാകുകയായിരുന്നു, കുറച്ചുപേരിൽ നിന്നും പിടിച്ചെടുത്ത് മറ്റുള്ളവർക്ക് കൊടുത്ത സർക്കാരിന് നന്ദി.

നികുതി ചട്ടം മാറ്റുന്നത് വഴി, പണം നഷ്ടപ്പെടുത്താൻ വേണ്ടി റിയൽ എസ്റ്റേറ്റ് വാങ്ങുന്നവരിൽനിന്നും നിക്ഷേപിക്കാനുള്ള എല്ലാ 'നികുതി തന്ത്രങ്ങളും' എടുത്തുമാറ്റപ്പെട്ടു. കുറേ ആളുകൾ ഉയർന്ന ശമ്പളം വാങ്ങുന്ന തൊഴിലാളികളോ ഡോക്ടർമാർ, അറ്റോർണിമാർ, അക്കൗണ്ടന്റുമാർ, ചെറിയ ബിസിനസ്സ് ഉടമകൾ പോലെയുള്ള പ്രൊഫഷണലുകളോ ആയിരുന്നു. ഈ സമയത്തിനുമുമ്പ്, അവർക്ക് ഒരുപാട് നികുതി ചുമത്തപ്പെടുന്ന വരുമാനം ഉണ്ടായിരുന്നു, അവരുടെ ഉപദേശകർ പണം നഷ്ടപ്പെടുത്താനായി റിയൽ എസ്റ്റേറ്റ് വാങ്ങാൻ പറഞ്ഞു, പിന്നെ ഏതെങ്കിലും അധികമായുള്ള പണംകൊണ്ട് സ്റ്റോക്ക് മാർക്കറ്റിൽ നിക്ഷേപിക്കാനും. നികുതി പരിഷ്കരണ ആക്റ്റുകൊണ്ട്

സർക്കാർ ആ പഴുത് അടച്ചപ്പോൾ, സമ്പത്തിന്റെ ഏറ്റവും വലിയ ഒരു കൈമാറ്റം ആരംഭിച്ചു. എന്റെ അഭിപ്രായത്തിൽ, E & S വശത്തുനിന്നും എടുത്തുമാറ്റിയ കുറേ സമ്പത്ത് B & I കൾക്ക് കുറഞ്ഞ നിരക്കിൽ കൈമാറ്റം ചെയ്യപ്പെട്ടു.

നീക്കിയിരിപ്പുകളും ലോണുകളും (കിട്ടാക്കടങ്ങൾ നൽകിയ സ്ഥാപനങ്ങൾ) പരാജയപ്പെട്ടപ്പോൾ, നിക്ഷേപത്തിലുണ്ടായിരുന്ന ബില്യൺ കണക്കിന് ഡോളറുകൾ അപകടത്തിലായി. പണം തിരികെ കൊടുക്കേണ്ടതാണ്. അപ്പോൾ നിക്ഷേപങ്ങളിലും റിയൽ എസ്റ്റേറ്റ് മുടക്കലിലും നഷ്ടപ്പെട്ട ബില്യൺ കണക്കിന് ഡോളറുകൾ തിരികെ കൊടുക്കാൻ ആരാണ് ബാക്കിയുള്ളത്? അത്, തീർച്ചയായും നികുതി ദായകർ തന്നെ, അപ്പോൾത്തന്നെ ആവശ്യത്തിന് ദുരിതത്തിലായിക്കഴിഞ്ഞ അതേ ആളുകൾ തന്നെ.

റെസൊല്യൂഷൻ ട്രസ്റ്റ് കോർപറേഷൻ എന്ന സർക്കാർ ഏജൻസിയെ ചിലർക്കെങ്കിലും ഓർമ്മ കാണും, RTC എന്നായിരുന്നു അത് പൊതുവേ അറിയപ്പെട്ടിരുന്നത്. റിയൽ എസ്റ്റേറ്റ് തകർച്ചയിൽ നിന്നും മുടക്കുമുതൽ എടുത്ത് അത് കൈകാര്യം ചെയ്യാൻ അറിയാവുന്ന ആളുകൾക്ക് കൈമാറ്റം ചെയ്യാൻ ഉത്തരവാദപ്പെട്ട ഏജൻസി ആയിരുന്നു RTC. എനിക്കും എന്റെ ഒരുപാട് സുഹൃത്തുക്കൾക്കും, അത് സാമ്പത്തിക സ്വർഗത്തിൽ നിന്നുമുള്ള അനുഗ്രഹമായിരുന്നു.

ഓർക്കുക, പണത്തിനെ നോക്കേണ്ടത് മനസ്സുകൊണ്ടാണ്, കണ്ണുകൾ കൊണ്ടല്ല. ആ സമയത്ത്, വികാരങ്ങൾ ചീറിപ്പാഞ്ഞ് കാഴ്ച മങ്ങിപ്പോയിരുന്നു. ആളുകൾ കാണാൻ പരിശീലിപ്പിക്കപ്പെട്ടത് കണ്ടു. പണമൊഴുക്കിന്റെ ചതുരങ്ങളിലെ ഇടതുവശത്തുള്ളവർക്ക് മൂന്ന് കാര്യങ്ങളാണ് സംഭവിച്ചത്:

1. എല്ലായിടത്തും വിഭ്രാന്തി. വികാരങ്ങൾ ഉച്ചത്തിലായിരിക്കുമ്പോൾ, സാമ്പത്തിക വിവേകം മിക്കപ്പോഴും അപ്രത്യക്ഷമാകും. ആളുകൾ അവരുടെ ജോലിയെക്കുറിച്ചും വസ്തുക്കളുടെ വില താഴുന്നതിനെക്കുറിച്ചും സ്റ്റോക്ക് മാർക്കറ്റിന്റെ തകർച്ചയെക്കുറിച്ചും പിന്നെ ബിസിനസ്സിന്റെ പൊതുവേയുള്ള മന്ദതയിലും വളരെ ആശങ്കാകുലരായിരുന്നു, അതുകാരണം അവരുടെ മുന്നിലുള്ള വലിയ അവസരങ്ങൾ കാണുന്നതിൽ പരാജയപ്പെട്ടു.അവരുടെ വൈകാരിക ചിന്തകൾ കാഴ്ച മറച്ചു. മുന്നോട്ട് പോയി കാടിനു ചുറ്റും തല്ലുന്നതിനുപകരം, ഭൂരിഭാഗം ആളുകളും അവരുടെ ഗുഹകളിലേക്ക് പോയി ഒളിച്ചിരുന്നു.
2. B & I വശത്ത് ആവശ്യമായ സാങ്കേതിക നൈപുണ്യങ്ങൾ അവർക്കില്ലായിരുന്നു. ഒരു ഡോക്ടർക്ക് വർഷങ്ങളോളം നീളുന്ന പഠനത്തിൽനിന്നും പിന്നെ ജോലി പരിശീലനത്തിൽ നിന്നും സാങ്കേതിക നൈപുണ്യങ്ങൾ വികസിപ്പിക്കേണ്ടത്

പോലെ, B & I ചതുരങ്ങളിലുള്ള ആളുകളും ഉയർന്ന പ്രത്യേക മായുള്ള സാങ്കേതിക നൈപുണ്യങ്ങൾ ആർജ്ജിക്കേണ്ടതുണ്ട്. ഇതിൽ സാമ്പത്തിക വിദ്യാഭ്യാസം, കടത്തിനെ എങ്ങനെ പുനഃക്രമീകരിക്കാം, ഒരു കച്ചവടം എങ്ങനെ ക്രമീകരിക്കാം, എങ്ങനെ മൂലധനം സ്വരൂപിക്കാം, നിങ്ങളുടെ വിപണിയെ മന സ്സിലാക്കാം, പിന്നെ മറ്റു പഠിക്കാവുന്ന നൈപുണ്യങ്ങൾ എന്നിവ ഉൾപ്പെടുന്നു.

'ഞങ്ങളുടെ പക്കൽ ഒരു ബാങ്കറുടെ പെട്ടി വിൽക്കാനുണ്ട്, അത് $20 മില്യൺ വിലയുള്ളതായിരുന്നു, പക്ഷേ ഇന്ന് നിങ്ങൾക്കത് $4 മില്യണ് വാങ്ങിക്കാം,' എന്ന് RTC പറയു മ്പോൾ, മിക്കവാറും E & S കൾക്കും സമ്പത്തിന്റെ സ്വർഗത്തിൽ നിന്നുമുള്ള ആ സമ്മാനം മേടിക്കാനായി $4 മില്യൺ എങ്ങനെ സ്വരൂപിക്കാമെന്നും, അല്ലെങ്കിൽ നല്ലതും ചീത്തയുമായ ഡീലു കൾ വേർതിരിക്കാനും അറിവുണ്ടാവില്ല.

3. അവരുടെ പക്കൽ പണത്തിന്റെ യന്ത്രമില്ല. ഈ സമയത്ത് മിക്ക വാറും ആളുകൾക്ക് അതിജീവിക്കാനായി കഠിനാദ്ധ്വാനം ചെയ്യേണ്ടിവന്നു. B എന്ന നിലയിൽ പ്രവർത്തിക്കുന്നതുകൊണ്ട് എന്റെ ബിസിനസ്സ് വളരെ കുറച്ച് മാത്രം കായികാദ്ധ്വാനം കൊണ്ട് വികസിപ്പിക്കാവുന്നതാണ്. 1990 ആയപ്പോഴേയ്ക്കും, എന്റെ ബിസിനസ്സ് ഉയർന്ന് വളർച്ചയിലെത്തിയിരുന്നു. ആ സമ യത്ത്, ഒരു ബിസിനസ്സ് സ്റ്റാർട്ട് അപ്പ് എന്നതിൽനിന്നും ലോക മെങ്ങും 11 ഓഫീസുകളായി വളർന്നു. എത്രത്തോളം അത് വികസിച്ചുവോ, അത്രയും കുറവ് കായികാദ്ധ്വാനമേ എനിക്ക് ചെയ്യാനുണ്ടായിരുന്നുള്ളൂ, കൂടുതൽ പണവും വരാൻ തുടങ്ങി. വ്യവസ്ഥയും ആ വ്യവസ്ഥയിലെ ആളുകളും കഠിനാദ്ധ്വാനം ചെയ്യുന്നുണ്ടായിരുന്നു. കൂടുതൽ പണവും ഒഴിവുസമയവും കൊണ്ട്, കിമ്മിനും എനിക്കും കരാറുകൾ നോക്കാനായി ധാരാളം സമയം ചെലവഴിക്കാൻ കഴിഞ്ഞു. അങ്ങനെ കുറേ യുണ്ടായിരുന്നു.

അത് ഏറ്റവും നല്ല സമയമായിരുന്നു... ഏറ്റവും ചീത്ത സമയവുമായിരുന്നു

ഒരു പഴഞ്ചൊല്ലുണ്ട്: 'ഒരാളുടെ ജീവിതത്തിൽ എന്ത് സംഭവിക്കുന്നു എന്നതിലല്ല കാര്യം, മറിച്ച് സംഭവിക്കുന്നതിൽ ഒരാൾ കണ്ടെത്തുന്ന അർഥമാണ് കാര്യം.'

1986 മുതൽ 1996 വരെയുള്ള കാലം, ചില ആളുകൾക്ക്, അവരുടെ ജീവിതത്തിലെ ഏറ്റവും മോശം സമയമായിരുന്നു. മറ്റുള്ളവർക്ക്, അത് നല്ല സമയവുമായിരുന്നു. എന്റെ ധനികനായ പിതാവിൽനിന്നും 1986-ൽ ഫോൺ വിളി വന്നപ്പോൾ, ആ സാമ്പത്തിക മാറ്റം നൽകിയ

ഒന്നാന്തരം അവസരം ഞാൻ തിരിച്ചറിഞ്ഞു. അന്ന് എന്റെ കൈയ്യിൽ അധികം പണമില്ലായിരുന്നെങ്കിലും, എനിക്കെന്റെ B & I നൈപുണ്യങ്ങൾ ഉപയോഗിച്ച് മുതൽക്കൂട്ടുകൾ സൃഷ്ടിക്കാൻ കഴിഞ്ഞു. ഈ അദ്ധ്യായത്തിന്റെ അവസാനം, എന്നെ സാമ്പത്തികമായി സ്വതന്ത്രനാക്കാൻ സഹായിച്ച ആ മുതൽക്കൂട്ടുകൾ ഞാൻ എങ്ങനെ സൃഷ്ടിച്ചെന്ന് വിശദമായി വിവരിക്കാം.

വിജയത്തിനും സന്തോഷകരമായ ജീവിതത്തിനുമായുള്ള ഒരു താക്കോൽ, നിങ്ങളുടെ വഴിയിൽ എന്തുമാറ്റം വന്നാലും ശരിയായ രീതിയിൽ പ്രതികരിക്കാനുള്ള അയവുണ്ടായിരിക്കുക എന്നതാണ്. ദൗർഭാഗ്യവശാൽ, ഭൂരിഭാഗം ആളുകളും സംഭവിച്ചിട്ടുള്ളതും തുടർന്നും സംഭവിക്കാവുന്നതുമായ പെട്ടെന്ന് പൊട്ടിപ്പുറപ്പെടുന്ന സാമ്പത്തിക മാറ്റങ്ങൾ കൈകാര്യം ചെയ്യാൻ കോപ്പ് കൂട്ടിയിട്ടില്ല. എന്തായാലും, മിക്കവാറും ആളുകൾ പൊതുവേ ശുഭാപ്തിവിശ്വാസക്കാരും മറക്കാനുള്ള കഴിവുള്ളവരുമാണ്. 10–12 വർഷങ്ങൾക്കുശേഷം, അവർ മറക്കും, അപ്പോൾ കാര്യങ്ങൾ പിന്നെയും മാറും.

ചരിത്രം ആവർത്തിക്കും

ഇന്ന്, ആളുകൾ 1986-ലെ നികുതി പരിഷ്കരണ ആക്റ്റ് ഏതാണ്ട് മറന്നുകഴിഞ്ഞിരിക്കുന്നു. E കളും S കളും മുമ്പത്തേക്കാൾ കഠിനമായി അദ്ധ്വാനിക്കുന്നു. എന്തുകൊണ്ട്? കാരണം അവരുടെ നികുതി പഴുതുകൾ എടുത്തുകളഞ്ഞിരിക്കുന്നു.

അവർക്ക് നഷ്ടപ്പെട്ടത് തിരിച്ചുപിടിക്കാനായി അവർ കഠിനമായി ജോലി ചെയ്തു, അവരുടെ വരുമാനം ഉയരുകയും ടാക്സ് അക്കൗണ്ടന്റ് വീണ്ടും പഴയ വിവേകം പിറുപിറുക്കാൻ ആരംഭിക്കുകയും ചെയ്യുന്നു: 'പോയി ഒരു വലിയ വീട് വാങ്ങിക്ക്. കടത്തിന്റെ പലിശ നിങ്ങൾക്ക് നല്ല നികുതി ഇളവാണ്. പോരാത്തതിന്, നിങ്ങളുടെ വീട് ഒരു മുതൽക്കൂട്ടാണ്, അതായിരിക്കണം നിങ്ങളുടെ ഏറ്റവും വലിയ നിക്ഷേപം.' അങ്ങനെ അവർ 'എളുപ്പത്തിലുള്ള മാസത്തവണകളിലേക്ക്' നോക്കുന്നു, കൂടിയ കടത്തിൽ മുങ്ങിപ്പോകുകയും ചെയ്യുന്നു.

എന്റെ അഭിപ്രായത്തിൽ, സമ്പത്തിന്റെ ഒരു വലിയ കൈമാറ്റം നടക്കുന്നുണ്ട്, അത് നമ്മൾ പ്രതീക്ഷിക്കുന്നതിനേക്കാൾ വളരെ വ്യത്യസ്തമായ വഴിയിലൂടെയായിരിക്കാം സംഭവിക്കുന്നതും. അതുകൊണ്ടാണ് എന്റെ ധനികനായ പിതാവ് എന്നെക്കൊണ്ട് സാമ്പത്തിക ചരിത്രത്തിനെക്കുറിച്ചുള്ള പുസ്തകങ്ങൾ വായിപ്പിച്ചത്. സാമ്പത്തിക വ്യവസ്ഥകൾ മാറും, പക്ഷേ ചരിത്രം ആവർത്തിക്കും.

പണമൊഴുക്കിന്റെ ചതുരങ്ങളുടെ ഇടതുവശത്തുനിന്നും വലതുവശത്തേക്ക് പണം ഒഴുകുന്നത് തുടരുന്നു, എല്ലായിപ്പോഴുമെന്നപോലെ. ഒരുപാട് ആളുകൾ ആഴത്തിലുള്ള കടത്തിലാണ്, എങ്കിലും അവർ പണം സ്റ്റോക്ക് മാർക്കറ്റിൽ ഒഴിക്കും, ചിലപ്പോൾ റിട്ടയർമെന്റ്

പ്ലാനുകൾ വഴിയും. വലതുവശത്തെ B കളും I കളും വിപണിയുടെ ഉത്തരത്തിലിരുന്ന് വിൽക്കും, ഇടതുവശത്തുള്ളവർ അപ്പോഴേക്കും പേടിയെല്ലാം മറികടന്ന് വിപണിയിലേക്ക് എത്തുന്നതേയുണ്ടാകുക യുള്ളൂ. വാർത്താപ്രാധാന്യമുള്ള എന്തെങ്കിലും സംഭവിക്കും, വിപണി തകരും, പിന്നെ പൊടിയടങ്ങുമ്പോൾ, നിക്ഷേപകർ തിരിച്ചുവരും. അവർ കുറച്ചുമുമ്പ് വിറ്റത് തിരികെ വാങ്ങിക്കും. വീണ്ടും, നമുക്ക് മറ്റൊരു വലിയ സമ്പത്തിന്റെ കൈമാറ്റമുണ്ടാകും, പണമൊഴുക്കിന്റെ ചതുരങ്ങളിലെ ഇടതുവശത്ത് നിന്നും വലതുവശത്തേക്ക്.

പണം നഷ്ടപ്പെട്ടവരുടെ വൈകാരിക മുറിവുകൾ ഉണങ്ങാൻ കുറേ വർഷങ്ങളെടുക്കും – പക്ഷേ മുറിവുകൾ ഉണങ്ങും, മറ്റൊരു വിപണി അതിന്റെ ഉച്ചസ്ഥായിയിൽ എത്തുന്നതുപോലെ.

ഏതാണ്ട് ആ സമയത്ത്, ആളുകൾ യോഗി ബെറയെ – മഹാനായ ന്യൂ യോർക്ക് യാങ്കീസ് ബേസ്ബാൾ കളിക്കാരൻ – ഉദ്ധരിക്കാൻ തുടങ്ങും: ‘വീണ്ടും ഇതാ ദെ ജാവൂ.’

ഇതൊരു ഗൂഢാലോചനയാണോ?

ഞാൻ ഇടയ്ക്കൊക്കെ ആളുകൾ പറയുന്നത് കേൾക്കാറുണ്ട്, പ്രത്യേകിച്ചും B കളും I കളും, ബാങ്കുകളെ നിയന്ത്രിക്കുന്ന കുറച്ച് അതിസമ്പന്നരായ കുടുംബങ്ങൾ ചേർന്ന് ഒരുതരം ആഗോള ഗൂഢാ ലോചന നടത്തുന്നുണ്ടെന്ന്. ഈ ഗൂഢാലോചനാ സിദ്ധാന്തങ്ങൾ കുറെ വർഷങ്ങളായി ഇവിടെയൊക്കെയുണ്ട്.

അങ്ങനെയൊരു ഗൂഢാലോചന ഉണ്ടോ? എനിക്കറിയില്ല. ഒരു ഗൂഢാലോചന ഉണ്ടാകാൻ സാധ്യതയുണ്ടോ? എന്തും സാധ്യമാണ്. വലിയ തുകയ്ക്കുള്ള പണം നിയന്ത്രിക്കുന്ന ശക്തമായ കുടുംബങ്ങൾ ഉണ്ടെന്ന് എനിക്കറിയാം. പക്ഷേ, ഒരു സംഘത്തിന് ലോകത്തിനെ നിയന്ത്രിക്കാൻ പറ്റുമോ? ഞാൻ അതിനെ കാണുന്നത് ഒരേ മനോ നിലയുള്ള ഒരു കൂട്ടം ആളുകൾ ഒരുവശത്തും, മറ്റേ വശത്ത് വേറൊരു മനോനിലയുള്ള ഒരു കൂട്ടം ആളുകളുമായിട്ടാണ്. അവരെല്ലാവരും പണം എന്ന ആ വലിയ കളി കളിക്കുകയാണ്, പക്ഷേ ഓരോ ചതു രവും വ്യത്യസ്തമായ കാഴ്ചപ്പാടിൽ വ്യത്യസ്തമായ ഒരു കൂട്ടം നിയമ ങ്ങളുമായിട്ടാണ് കളിക്കുന്നത്.

വലിയ പ്രശ്നം എന്താണെന്നാൽ ഇടതുവശത്തുള്ള ആളുകൾക്ക് വലതുവശത്തുള്ളവർ എന്താണ് ചെയ്യുന്നതെന്ന് കാണാൻ കഴിയു ന്നില്ല. പക്ഷേ വലതുവശത്തുള്ള ആളുകൾക്ക് ഇടതുവശത്തുള്ളവർ എന്താണ് ചെയ്യുന്നതെന്ന് കൃത്യമായി അറിയാം.

‘വിച്ച് ഹണ്ട്’ വേട്ടകൾ

വലതുവശത്തുള്ള ആളുകൾ എന്താണ് ചെയ്യുന്നതെന്ന് കണ്ടെ ത്തുന്നതിനുപകരം, B കളും S കളും മിക്കപ്പോഴും ആക്ഷേപം ചൊരി

യാൻ തുടങ്ങും. കുറച്ച് നൂറ്റാണ്ടുകൾക്കുമുമ്പ് മാത്രം പ്ലേഗ് അല്ലെങ്കിൽ സമൂഹത്തിന് മോശമായതെന്തോ സംഭവിക്കുമ്പോൾ നാട്ടുകാർ ദുർമന്ത്രവാദിനിയെ തേടിപ്പോകും. അവർക്ക് ആ അപകടനിലയ്ക്ക് പഴിചാരാൻ ആരെങ്കിലും വേണം.

എന്തായാലും, ദുർമന്ത്രവാദിനിയെ തേടുന്നത് ഇപ്പോഴും ഉണ്ട്. ഒരുപാട് ആളുകൾ അവരുടെ സാമ്പത്തിക പ്രശ്നങ്ങൾക്ക് പഴി ചാരാൻ ആരെയെങ്കിലും അന്വേഷിക്കും. അവർ മിക്കപ്പോഴും അവരുടെ പ്രശ്നങ്ങൾക്ക് ധനികരെ കുറ്റം പറയും, പണത്തിനെക്കുറിച്ച് അവർക്ക് അറിവില്ലാത്തതാണ് അവരുടെ പ്രതിസന്ധികളുടെ അടിസ്ഥാന കാരണം എന്ന് സമ്മതിക്കുന്നതിനുപകരം.

നായകന്മാർ വില്ലന്മാരാകുന്നു

ഏതാനും വർഷങ്ങൾ കൂടുമ്പോൾ, ഒരു പുതിയ സാമ്പത്തിക ഗുരു പ്രത്യക്ഷപ്പെടുകയും സമ്പത്തിനായുള്ള പുതിയ മാന്ത്രിക സമവാക്യം കൈവശമുള്ളതായി തോന്നിക്കുകയും ചെയ്യും. 1970-കളുടെ അവസാനത്തിൽ, ഹണ്ട് ബ്രദേഴ്സ് ആയിരുന്നു വെള്ളി വിപണിയെ ഒരു മൂലയ്ക്കാക്കാൻ ശ്രമിച്ചത്. ലോകം തുടക്കത്തിൽ അവരുടെ ബുദ്ധിശക്തിയെ അഭിനന്ദിച്ചു, പക്ഷേ ഒരു രാത്രി കഴിഞ്ഞപ്പോൾ അവരെ ക്രിമിനലുകളായി വേട്ടയാടാൻ തുടങ്ങി, കാരണം ബ്രദേഴ്സിന്റെ ഉപദേശം പിന്തുടർന്ന ഒരുപാട് ആളുകൾക്ക് പണം നഷ്ടമായി. 1980-കളുടെ അവസാനത്തിൽ, അത് മൈക്കിൾ മിൽക്കെൻ ആയിരുന്നു, ജങ്ക് ഫുഡ് രാജാവ്. ഒരുനാൾ അയാൾ ഒരു സാമ്പത്തിക ബുദ്ധിരാക്ഷസൻ ആയിരുന്നു, പക്ഷേ തകർച്ച ഉണ്ടായ ഉടൻതന്നെ അയാളെ പിടികൂടി ജയിലിലേക്കയച്ചു. വ്യക്തികൾ മാറിക്കൊണ്ടിരിക്കും, പക്ഷേ ചരിത്രം ആവർത്തിക്കും.

ഇന്ന് നമുക്ക് പുതിയ നിക്ഷേപ ദിവ്യന്മാരുണ്ട്. അവർ ടിവി, ഇന്റർനെറ്റ്, സാമ്പത്തിക പ്രസിദ്ധീകരണങ്ങൾ എന്നിങ്ങനെ എല്ലായിടത്തും ഉണ്ട്. ചിലർക്ക് താരപദവി പോലുമുണ്ട്. വാറൻ ബഫറ്റിനെ ഏതാണ്ട് ദൈവത്തിനെപ്പോലെയാണ് കാണപ്പെടുന്നത്. അദ്ദേഹം എന്തെങ്കിലും വാങ്ങുമ്പോൾ, എല്ലാവരും അതുതന്നെ വാങ്ങിക്കാൻ തിരക്ക് കൂട്ടും. വാറൻ ബുഫറ്റ് വിൽക്കുമ്പോൾ, വില ഇടിയും. പണം സ്വതന്ത്രമായി അദ്ദേഹത്തിന്റെ പിന്നാലെ പോകും. സമീപഭാവിയിൽ ഒരു പ്രധാന വിപണി മെച്ചപ്പെടുത്തൽ ഉണ്ടാകുകയാണെങ്കിൽ ഇന്നത്തെ സാമ്പത്തിക നായകന്മാർ നാളത്തെ വെറുക്കപ്പെട്ട വില്ലന്മാരാകുമോ? അത് കാലം പറയും.

സമ്പദ്വ്യവസ്ഥയുടെ ഓരോ ഉയർച്ചയുടെ ചക്രത്തിലും നായകന്മാർ ഉണ്ടാകും. ഓരോ തകർച്ചയുടെ സമയത്തും വില്ലന്മാരും ഉണ്ടാകും. മിക്കപ്പോഴും അത് ഒരേ ആളുകൾ തന്നെയായിരിക്കും. ആളുകൾക്ക് സ്വന്തം സാമ്പത്തിക അന്ധതയ്ക്ക്, ഗൂഢാലോചന പഴിചാരാനും

കത്തിക്കാനും ദുർമന്ത്രവാദിനികളെ എപ്പോഴും ആവശ്യമാണ്. ചരിത്രം ആവർത്തിക്കുകയും വീണ്ടും സമ്പത്തിന്റെ വലിയ കൈമാറ്റം നടക്കുകയും ചെയ്യും. അത് സംഭവിക്കുമ്പോൾ, കൈമാറ്റത്തിന്റെ ഏതുവശത്തായിരിക്കും നിങ്ങളുണ്ടാകുക: ഇടതുവശത്തോ വലതുവശത്തോ?

എന്റെ അഭിപ്രായത്തിൽ, ആളുകൾ അവരും ഈ വലിയ ആഗോള കളിയിലുണ്ടെന്ന് തിരിച്ചറിയുന്നതിൽ പരാജയപ്പെടും, ആകാശത്തുള്ള ഒരു സാങ്കല്പിക കാസിനോ, പക്ഷേ അവർ ആ കളിയിലെ പ്രധാനപ്പെട്ട കളിക്കാരാണെന്ന് അവരോട് ആരും ഒരിക്കലും പറയുകയുമില്ല. ആ കളിയുടെ പേരാണ് 'ആര് ആർക്ക് കടപ്പെട്ടിരിക്കുന്നു?' എന്നത്.

ബാങ്ക് ആകുക, ബാങ്കർ അല്ല

ഞാൻ എന്റെ ഇരുപതുകളുടെ മദ്ധ്യത്തിൽ ആയിരുന്നപ്പോൾ, എനിക്ക് ബോധ്യപ്പെട്ടത് കളിയുടെ പേര് ബാങ്ക് ആകുക എന്നാണെന്നായിരുന്നു, പക്ഷേ അതിനർഥം ഒരു ബാങ്കർ ആയി ജോലി നേടുക എന്നല്ലായിരുന്നു. എന്റെ ഉന്നത വിദ്യാഭ്യാസം തുടങ്ങാൻ പോകുന്നതേ ഉണ്ടായിരുന്നുള്ളൂ. ആ സമയത്താണ് എന്റെ ധനികനായ പിതാവ് എന്നെ 'മോർട്ട്ഗേജ്', 'റിയൽ എസ്റ്റേറ്റ്', 'ഫിനാൻസ്' തുടങ്ങിയ വാക്കുകൾ നോക്കാൻ പ്രേരിപ്പിച്ചത്. ഞാൻ എന്റെ മനസ്സിനെ കണ്ണുകൾ കാണാത്തത് കാണാൻ പരിശീലിപ്പിക്കാൻ തുടങ്ങുകയായിരുന്നു.

അദ്ദേഹം എന്നെ ആ കളി മനസ്സിലാക്കാൻ പ്രോത്സാഹിപ്പിച്ചു, ഞാൻ ആ കളി പഠിച്ചപ്പോൾ, ഞാൻ കണ്ടെത്തിയതുവച്ച് എനിക്ക് ആവശ്യമുള്ളത് ചെയ്യാമായിരുന്നു. ഞാൻ എന്റെ അറിവ് താല്പര്യമുള്ള ആർക്കും പങ്കുവയ്ക്കാൻ തീരുമാനിച്ചു.

അദ്ദേഹം എന്നെ ക്യാപിറ്റലിസത്തിലെ വലിയ നേതാക്കളെക്കുറിച്ചുള്ള പുസ്തകങ്ങൾ വായിക്കാനും ആവശ്യപ്പെട്ടു - ജോൺ ഡി റോക്ക്ഫെല്ലർ, ജെ പി മോർഗൻ, ഹെൻറി ഫോർഡ് പോലെയുള്ളവർ. ഞാൻ വായിച്ച ഏറ്റവും പ്രധാനപ്പെട്ട പുസ്തകങ്ങളിൽ ഒന്ന് റോബർട്ട് ഹെയിൽബ്രോണർ എഴുതിയ ദ വേൾഡ്ലി ഫിലോസഫേഴ്സ് ആയിരുന്നു. B അല്ലെങ്കിൽ I വശത്ത് പ്രവർത്തിക്കാൻ ആഗ്രഹിക്കുന്നവർക്ക് അദ്ദേഹത്തിന്റെ പുസ്തകം നിശ്ചയമായും വായിച്ചിരിക്കേണ്ട ഒന്നാണ്, അത് എല്ലാക്കാലത്തേയും മഹാന്മാരായ സാമ്പത്തികവിദഗ്ധരെക്കുറിച്ച് പറയുന്നുണ്ട്, ദ വെൽത്ത് ഓഫ് നേഷൻസ് എഴുതിയ ആദം സ്മിത്തിൽ തുടങ്ങി. ചില വളരെ പ്രധാനപ്പെട്ട തത്വചിന്തകർ, സാമ്പത്തികവിദഗ്ധർ തുടങ്ങിയവരുടെ മനസ്സുകളിലേക്ക് നോക്കുന്നത് ആവേശകരമാണ്. ഈ ആളുകൾ ആധുനിക ക്യാപിറ്റലിസത്തിന്റെ പരിണാമത്തിനെ അതിന്റെ വിശദമായ ചരിത്രത്തിൽ നിന്നുകൊണ്ട് വ്യാഖ്യാനിച്ചു. എന്റെ അഭിപ്രായത്തിൽ, നിങ്ങൾക്ക് B അല്ലെങ്കിൽ I വശത്ത് നേതാവാകണമെങ്കിൽ, സാമ്പത്തികചരിത്രത്തിന്റെ ചരിത്രപരമായ കാഴ്ചപ്പാട് നമ്മുടെ ഭൂതവും ഭാവിയും മനസ്സിലാക്കുന്നതിൽ പ്രധാനമാണ്.

ദ വേൾഡ്‌ലി ഫിലോസഫേഴ്സിനുശേഷം, വായിക്കാൻ ഞാൻ നിർദ്ദേശിക്കുക ജി എഡ്വേർഡ് ഗ്രിഫിനിന്റെ ദ ക്രീച്ചർ ഫ്രം ജെക്കിൽ ഐലന്റ്, പോൾ സേൻ പിൽസറുടെ അൺലിമിറ്റഡ് വെൽത്ത്, ജെയിംസ് ഡേൽ ഡേവിഡ്സണിന്റെ ദ സൊവെറീൻ ഇൻഡിവിജ്വൽ, റോബർട്ട് പ്രീച്ചറുടെ ദ ക്രെസ്റ്റ് ഓഫ് ദ വേവ്, ഹാരി ഡെന്റിന്റെ ദ ഗ്രേറ്റ് ഡിപ്രഷൻ എഹെഡ് എന്നിവയാണ്. ഹേയിൽബ്രോണറുടെ പുസ്തകം നമ്മൾ സാമ്പത്തികമായി എവിടെനിന്നും വരുന്നു എന്നതിനെക്കുറിച്ച് ഉൾക്കാഴ്ച നൽകുമ്പോൾ, മറ്റു എഴുത്തുകാർ നമ്മൾ എവിടെയെത്തി എന്നതിനെക്കുറിച്ചുള്ള കാഴ്ചപ്പാടുകൾ നൽകുന്നു. അവരുടെ തുലനം ചെയ്യുന്ന കാഴ്ചപ്പാടുകൾ പ്രധാനപ്പെട്ടതായിരുന്നു. അവർ എന്നെ എന്റെ കണ്ണുകൾകൊണ്ട് കാണാൻ സാധിക്കാത്തത് കാണാൻ അനുവദിച്ചു. ഇങ്ങനെയുള്ള പുസ്തകങ്ങൾ വായിക്കുക വഴി, എനിക്ക് സമ്പദ്‌വ്യവസ്ഥയുടെ ഉയർച്ചതാഴ്ചകളും, ചക്രങ്ങളും പ്രവണതകളും സംബന്ധിച്ച ഉൾക്കാഴ്ചകൾ നേടാൻ കഴിഞ്ഞു. ഈ എല്ലാ പുസ്തകങ്ങളുടെയും പൊതുവായ ആശയം വലിയ ഒരു മാറ്റം അടുത്തുണ്ടെന്നായിരുന്നു.

എങ്ങനെ ബാങ്ക് നടത്താം

1986-ലെ നികുതി പരിഷ്കരണ ആക്ട് പ്രാബല്യ നിയമമായപ്പോൾ, എല്ലായിടത്തും അവസരങ്ങൾ ഉണ്ടായിരുന്നു. റിയൽ എസ്റ്റേറ്റ്, സ്റ്റോക്കുകൾ, ബിസിനസ്സുകൾ എല്ലാം കുറഞ്ഞ വിലയ്ക്ക് ലഭ്യമായിരുന്നു. ഇടതുവശത്തുള്ള ഒരുപാട് ആളുകൾക്ക് അത് നാശകാരി ആയിരുന്നെങ്കിലും, എനിക്കത് ഉഗ്രനായിരുന്നു, കാരണം എനിക്ക് B & I എന്ന നിലകളിലെ നൈപുണ്യങ്ങൾ ഉപയോഗിച്ച് ചുറ്റുമുള്ള അവസരങ്ങൾ പ്രയോജനപ്പെടുത്താൻ സാധിച്ചു. ആർത്തിക്കാരനാകുന്നതിനും നല്ല ഡീൽ ആയി തോന്നിയതെല്ലാം പിന്തുടരുന്നതിനും പകരം, ഞാൻ റിയൽ എസ്റ്റേറ്റിൽ ശ്രദ്ധ കേന്ദ്രീകരിക്കാൻ തീരുമാനിച്ചു. എന്തുകൊണ്ട് റിയൽ എസ്റ്റേറ്റ്? ഈ അഞ്ച് ലളിതമായ കാരണങ്ങൾ കൊണ്ടുതന്നെ:

1. **വിലയിടൽ**

   റിയൽ എസ്റ്റേറ്റ് വിലകൾ അത്രയും താഴ്ന്നതായിരുന്നതിനാൽ മോർട്ട്ഗേജ് നിരക്കുകൾ മിക്കവാറും വസ്തുക്കളുടെ വിപണി വിലയേക്കാൾ വളരെ കുറവായിരുന്നു. ഈ വസ്തുക്കൾ ഒന്നാന്തരം സാമ്പത്തിക യുക്തിയുണ്ടാക്കിയിരുന്നു, എന്നുവച്ചാൽ നഷ്ടസാധ്യത കുറവായിരുന്നു. റിട്ടേയിൽ സ്റ്റോറിൽ എല്ലാത്തിനും 50 ശതമാനം വിലക്കുറവുള്ളപ്പോൾ വാങ്ങിക്കാൻ പോകുന്നത് പോലെയായിരുന്നു അത്.

2. ഫിനാൻസിങ്

ബാങ്കുകൾ എനിക്ക് റിയൽ എസ്റ്റേറ്റിന് ലോൺ തരുമായിരുന്നു, സ്റ്റോക്കുകൾക്ക് ഇല്ല. വിപണി മാന്ദ്യത്തിലായിരിക്കുമ്പോൾ എന്നെക്കൊണ്ട് ആവുന്നത്ര മേടിക്കണമെന്ന് ആഗ്രഹമുണ്ട യിരുന്നതിനാൽ, എന്റെ കൈവശം ഉണ്ടായിരുന്ന പണവും ബാങ്കുകൾ വഴിയുള്ള ഫിനാൻസിങ്ങും കൂട്ടിച്ചേർത്ത് റിയൽ എസ്റ്റേറ്റ് വാങ്ങിച്ചു.

ഉദാഹരണത്തിന്, എന്റെ കൈവശം $10,000 നിക്ഷേപിക്കാനായി നീക്കിയിരിപ്പ് ഉണ്ടായിരുന്നെന്ന് കരുതുക. ഞാൻ സ്റ്റോക്കുകൾ വാങ്ങിയിരുന്നെങ്കിൽ, എനിക്ക് $10,000 വരെയുള്ള സ്റ്റോക്കുകളേ വാങ്ങാൻ കഴിയുമായിരുന്നുള്ളൂ. എനിക്ക് മാർജിനിൽ വാങ്ങി മൊത്തം വിലയുടെ ഒരു ഭാഗം മാത്രം വാങ്ങി ബാക്കിയുള്ളത് ബ്രോക്കർ കമ്പനി ലോൺ ആയി തരുമായിരുന്നു, പക്ഷേ വിപണിയുടെ തകർച്ച ഉണ്ടായാൽ നഷ്ടം സഹിക്കാൻ മാത്രം ഞാൻ സാമ്പത്തികമായി കരുത്തനായിരുന്നില്ല. റിയൽ എസ്റ്റേറ്റിൽ $10,000 വും പിന്നെ 90 ശതമാനം ലോണുമായി, എനിക്ക് $100,000 നുള്ള വസ്തു വാങ്ങാമായിരുന്നു.

രണ്ട് വിപണികളും 10 ശതമാനം ഉയർന്നാലും എനിക്ക് സ്റ്റോക്കുകളിൽ നിന്നും $1,000 കിട്ടുമായിരുന്നു, പക്ഷേ റിയൽ എസ്റ്റേറ്റിൽ നിന്നും $10,000 വും.

3. നികുതികൾ

ഞാൻ സ്റ്റോക്കുകളിൽനിന്നും ഒരു മില്യൺ ഡോളർ ലാഭമുണ്ടാക്കിയാൽ, മൂലധനനേട്ടങ്ങളുടെ ലാഭത്തിൽ നിന്നും ഏതാണ്ട് 30 ശതമാനം നികുതി കൊടുക്കേണ്ടിവരും. മറിച്ച് റിയൽ എസ്റ്റേറ്റിൽ ഒരു മില്യൻ ലാഭം അടുത്ത റിയൽ എസ്റ്റേറ്റ് ഇടപാടിലേക്ക് നികുതിയില്ലാതെ തന്നെ മാറ്റാൻ സാധിക്കും. അതിനും പുറമേ, എനിക്ക് വസ്തുവിന്റെ മതിപ്പ് കുറച്ച് ഉയർന്ന നികുതി ആനുകൂല്യങ്ങൾ നേടാനും കഴിയും.

പ്രധാനപ്പെട്ട കുറിപ്പ്: നികുതി ആനുകൂല്യങ്ങളേക്കാൾ ഒരു നിക്ഷേപം സാമ്പത്തികയുക്തി ഉണ്ടാക്കുന്നുണ്ടെങ്കിലേ ഞാൻ അതിൽ നിക്ഷേപിക്കുകയുള്ളൂ. ഏത് നികുതി ആനുകൂല്യവും നിക്ഷേപത്തിനെ കൂടുതൽ ആകർഷകമാക്കുക മാത്രമേ ചെയ്യുന്നുള്ളൂ.

4. പണമൊഴുക്ക്

റിയൽ എസ്റ്റേറ്റ് നിരക്കുകൾ താഴ്ന്നെങ്കിലും വാടകകൾ കുറഞ്ഞിട്ടില്ല. അത് എന്റെ കീശയിൽ ഒരുപാട് പണം നിറച്ചു, മോർട്ട്ഗേജുകൾ കൊടുത്തു, ഏറ്റവും പ്രധാനമായി, റിയൽ

എസ്റ്റേറ്റ് വിലകൾ വീണ്ടും ഉയരുന്നത് വരെ കാത്തിരിക്കാൻ എന്നെ അത് അനുവദിച്ചു. അവ ഉയർന്നപ്പോൾ, എനിക്കത് വിൽക്കാൻ കഴിഞ്ഞു. എനിക്ക് വലിയ കടം ഉണ്ടായിരുന്നെങ്കിലും, അതൊരിക്കലും എന്നെ പരുക്കേൽപ്പിച്ചില്ല, കാരണം വാടകകൾ ലോൺ കൊണ്ടുപോകുന്നതിനേക്കാൾ വളരെ ഉയർന്നതായിരുന്നു.

5. **ഒരു ബാങ്ക് ആകാനുള്ള അവസരം**

റിയൽ എസ്റ്റേറ്റ് എന്നെ ഒരു ബാങ്ക് ആകാൻ അനുവദിച്ചു, 1974 മുതൽ എനിക്ക് ആഗ്രഹമുണ്ടായിരുന്ന ഒന്ന്.

ധനികർ പണത്തിനെ സൃഷ്ടിക്കുന്നു

റിച് ഡാഡ് പുവർ ഡാഡിൽ, ഞാൻ ധനികർ എങ്ങനെ പണം സൃഷ്ടിക്കുന്നെന്നും മിക്കപ്പോഴും ബാങ്കറുടെ വേഷം കളിക്കുന്നെന്നും എഴുതിയിരുന്നു. മിക്കവാറും എല്ലാവർക്കും പിന്തുടരാവുന്ന ലളിതമായ ഉദാഹരണമാണ് താഴെ.

ഞാൻ $100,000 വിലയുള്ള ഒരു വീട് കണ്ടെത്തിയെന്നും നല്ലൊരു ഡീലിൽ എത്തി $80,000 മാത്രമേ അതിന് കൊടുത്തുള്ളൂയെന്നും കരുതാം. ഞാൻ $10,000 ഡൗൺ പേയ്മെന്റ് ആയി കൊടുത്ത് $70,000 മോർട്ട്ഗേജ് എടുത്തു.

എന്റെ ബാലൻസ് ഷീറ്റ്

മുതൽക്കൂട്ടുകൾ	ബാധ്യതകൾ
$100,000 IOU	$70,000 മോർട്ട്ഗേജ്

വാങ്ങുന്നയാളുടെ ബാലൻസ് ഷീറ്റ്

മുതൽക്കൂട്ടുകൾ	ബാധ്യതകൾ
	$100,000 IOU

ഞാൻ പിന്നെ ആ വീട് $100,000 ത്തിനു വില്പനയ്ക്ക് വച്ചിരിക്കുന്നതായി പരസ്യം ചെയ്യുന്നു. ഞാൻ പരസ്യത്തിൽ ഈ മാന്ത്രിക വാക്കുകൾ ഉപയോഗിക്കും: 'വീട് വില്പനയ്ക്ക്. കുറഞ്ഞ ഡൗൺ പേയ്മെന്റ്. എളുപ്പമുള്ള മാസത്തവണകൾ.'

ഫോൺ വട്ട് പിടിച്ചതുപോലെ മണിയടിക്കുന്നു. വീട് 'wrap' അല്ലെങ്കിൽ ലീസ് പർച്ചേസ് കോൺട്രാക്റ്റ് എന്ന് വിളിക്കുന്നതിൽ വിൽക്കപ്പെട്ടു. ലളിതമായി പറഞ്ഞാൽ, ഞാൻ വീട് $100,000 ICU വിന് വിറ്റു. ആ ഇടപാട് ഇങ്ങനെയുണ്ടാകും:

ഈ ഇടപാട് ഒരു ടൈറ്റിലും എസ്ക്രോ ഓഫീസുമായി രജിസ്റ്റർ ചെയ്യപ്പെട്ടു, അതാണ് മിക്കപ്പോഴും പണമിടപാടുകൾ കൈകാര്യം ചെയ്യുക. ഒരാൾ $100,000 നൽകാൻ പരാജയപ്പെടുകയാണെങ്കിൽ, ഞാൻ അത് നിർത്തലാക്കി വസ്തു 'കുറഞ്ഞ ഡൗൺ പേയ്മെന്റ്, എളുപ്പമുള്ള മാസത്തവണകൾ' വ്യവസ്ഥയിൽ വീട് ആഗ്രഹിക്കുന്ന അടുത്തയാൾക്ക് വിൽക്കും. ഈ നിബന്ധനകൾ അനുസരിച്ച് വീട് വാങ്ങാനുള്ള അവസരത്തിനായി ആളുകൾ വരി നിൽക്കും.

ആകെ ഫലം എന്താണെന്നാൽ ഞാൻ $30,000 എന്റെ ആസ്തിയുടെ കോളത്തിൽ സൃഷ്ടിച്ചു, എനിക്കതിന് പലിശയും കിട്ടും, ബാങ്കുകൾ ലോൺ കൊടുക്കുന്നതിന് പലിശ നേടുന്നതുപോലെ.

ഞാൻ ഒരു ബാങ്ക് ആകാൻ തുടങ്ങുകയായിരുന്നു, എനിക്കത് ഇഷ്ടവുമായി. ധനികനായ പിതാവ് പറഞ്ഞത് ഓർക്കുക, 'കടം വാങ്ങുമ്പോൾ സൂക്ഷിക്കുക. വ്യക്തിപരമായി കടം വാങ്ങുകയാണെങ്കിൽ അത് ചെറുതാണെന്ന് ഉറപ്പാക്കുക. വലിയ കടം വാങ്ങുകയാണെങ്കിൽ, മറ്റാരെങ്കിലും അത് തിരിച്ചടയ്ക്കും എന്ന് ഉറപ്പ് വരുത്തുക.'

B & I വശത്തിന്റെ ഭാഷയിൽ, ഞാൻ എന്റെ നഷ്ടസാധ്യത 'പിരിച്ചുവിട്ടു', അല്ലെങ്കിൽ മറ്റൊരാൾക്ക് 'കൈമാറി'. അതാണ് സാമ്പത്തിക ലോകത്തിലെ കളി.

ഇത്തരം ഇടപാടുകൾ ലോകമെങ്ങും നടക്കാറുണ്ട്. എങ്കിലും ഞാൻ പോകുമ്പോഴെല്ലാം, ആളുകൾ എന്റെയടുത്ത് വന്ന് ഈ മാന്ത്രികവാക്കുകൾ പറയും: 'ഇവിടെ നിങ്ങൾക്കത് ചെയ്യാൻ കഴിയില്ല.'

ഭൂരിഭാഗം ചെറിയ നിക്ഷേപകരും തിരിച്ചറിയാൻ പരാജയപ്പെടുന്നത് ഒരുപാട് വലിയ കൊമേഴ്സ്യൽ ബിൽഡിങ്ങുകളും മുകളിൽ പറഞ്ഞ രീതിയിലാണ് വാങ്ങപ്പെടുകയും വിൽക്കപ്പെടുകയും ചെയ്യുന്നത് എന്നതാണ്. ചിലപ്പോൾ അവർ ബാങ്ക് വഴി നീങ്ങും, പക്ഷേ മിക്കവാറും ഇല്ല.

നീക്കിവയ്ക്കാതെ തന്നെ $30,000 നീക്കിവയ്ക്കുന്നതുപോലെ

പണം നീക്കിവയ്ക്കുന്നതിന് ജനങ്ങൾക്ക് സർക്കാർ നികുതിയിളവ് നൽകാത്തത് എന്തുകൊണ്ടാണെന്ന് ഞാൻ മുമ്പ് എഴുതി

യിരുന്നു. അപ്പോൾ, ബാങ്കുകൾ എപ്പോഴെങ്കിലും സർക്കാരിനോട് അങ്ങനെ ചെയ്യാൻ ആവശ്യപ്പെടുമോയെന്ന് എനിക്ക് സംശയമാണ്, കാരണം നിങ്ങളുടെ നീക്കിയിരിപ്പുകൾ അവർക്ക് ബാധ്യതയാണ്.

യുണൈറ്റഡ് സ്റ്റേറ്റ്സിൽ കുറഞ്ഞ നീക്കിയിരിപ്പ് അനുപാതമേ യുള്ളൂ, കാരണം ബാങ്കുകൾക്ക് നിങ്ങളുടെ പണം വേണ്ട അല്ലെങ്കിൽ നിങ്ങളുടെ നീക്കിയിരിപ്പുകൾ നല്ല രീതിയിൽ പോകണമെന്നില്ല. അതു കൊണ്ട് ഈ ഉദാഹരണം ബാങ്ക് ആയി കളിക്കുന്നതിനും നിങ്ങളുടെ നീക്കിയിരിപ്പ് വലിയ അദ്ധ്വാനമില്ലാതെ വർദ്ധിപ്പിക്കുന്നതിനുമുള്ള നല്ല വഴിയാണ്.

ഈ $30,000ൽ നിന്നുമുള്ള പണമൊഴുക്ക് താഴെ കൊടുത്തിരിക്കു ന്നതുപോലെ പ്രതിഫലിക്കുന്നു:

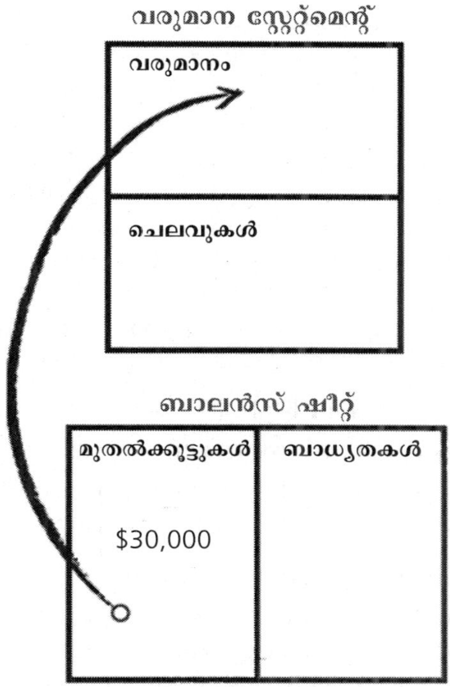

ഈ ഡയഗ്രാമിൽ വേറെ കുറേ രസകരമായ കാര്യങ്ങളുമുണ്ട്:

1. എന്റെ $30,000ത്തിന്റെ പലിശ തീരുമാനിക്കുന്നത് ഞാനാണ്. മിക്കപ്പോഴും അത് 10 ശതമാനം പലിശയായിരിക്കും. ഭൂരിഭാഗം ബാങ്കുകളും ഇന്ന് നിങ്ങളുടെ നീക്കിയിരിപ്പിന് 5 ശതമാന ത്തിൽ താഴെ മാത്രമേ പലിശ നൽകുകയുള്ളൂ. അതുകൊണ്ട് ഞാൻ എന്റെ സ്വന്തം $10,000 ഡൗൺ പേയ്മെന്റ് ആയി ഉപ

യോഗിച്ചാലും, അത് ചെയ്യാതിരിക്കാൻ ഞാൻ ശ്രമിക്കും, അതിനുള്ള പലിശ മിക്കപ്പോഴും ബാങ്ക് എനിക്ക് തരുന്നതിനേക്കാൾ കൂടുതലായിരിക്കും.

2. അത് മുമ്പ് ഇല്ലാതിരുന്ന $20,000 ($30,000ത്തിൽനിന്നും ഡൗൺ പേയ്മെന്റ് ആയ $10,000 കുറച്ച്) സൃഷ്ടിക്കുന്നത് പോലെയാണ്, ബാങ്ക് ആസ്തിയുണ്ടാക്കിയശേഷം അതിൽ പലിശ ചാർത്തുന്നതുപോലെ.
3. ഈ $20,000 നികുതിയില്ലാതെയാണ് സൃഷ്ടിച്ചത്. E ചതുരത്തിലുള്ള ഒരു ശരാശരി മനുഷ്യന്, $20,000 അതിനായി നീക്കി വയ്ക്കാൻ ഏതാണ്ട് $40,000 ശമ്പളമായി വേണ്ടിവരും. ഒരു തൊഴിലാളി എന്ന നിലയിൽ വരുമാനം ഉണ്ടാക്കുന്നത് 50-50 അനുപാതത്തിലാണ്, 50 ശതമാനം സർക്കാർ നിങ്ങൾ കാണുന്നതിനുമുമ്പ് നികുതിയായി പിടിച്ചെടുക്കുമ്പോൾ.
4. എല്ലാ വസ്തുനികുതി, പരിപാലന, മേൽനോട്ട ഫീസുകളും ഇപ്പോൾ വാങ്ങുന്നയാളുടെ ഉത്തരവാദിത്തമാണ്, കാരണം ഞാൻ ആ വസ്തു വിറ്റു കഴിഞ്ഞിരിക്കുന്നു.

ഇനിയും കുറേയുണ്ട്. ഒന്നുമില്ലായ്മയിൽനിന്നും പണം സൃഷ്ടിക്കാനുള്ള ഒരുപാട് സർഗാത്മകമായ കാര്യങ്ങൾ B & I ചതുരങ്ങളിൽ ഉണ്ട്. ബാങ്ക് എന്ന വേഷം കെട്ടി ഒന്ന് കളിച്ച് നോക്കിയാൽ മതിയാകും.

ഇത്തരം ഒരു ഇടപാട് പൂർത്തിയാക്കാൻ ഒരു ആഴ്ച മുതൽ ഒരു മാസംവരെ സമയമെടുക്കാം. ചോദ്യം ഇതാണ്: ആളുകൾക്ക് $40,000 അധികമായി ഉണ്ടാക്കി നികുതിയും മറ്റു ചെലവുകളും കഴിഞ്ഞ് $20,000 നീക്കിവയ്ക്കാൻ എത്ര സമയമെടുക്കും?

വരുമാനത്തിന്റെ ഒഴുക്ക് സുരക്ഷിതമാണ്

റിച് ഡാഡ് പുവർ ഡാഡിൽ ഞാൻ ധനികർ കോർപറേഷനുകളെ എന്തുകൊണ്ട് ഉപയോഗിക്കുന്നു എന്ന് പറഞ്ഞിട്ടുണ്ട്:

1. **ആസ്തിയെ സുരക്ഷിതമാക്കാൻ**

   നിങ്ങൾ ധനികനാണെങ്കിൽ, നിങ്ങളുടെ പക്കൽ ഉള്ളതിനെ വ്യവഹാരം വഴി മേടിച്ചെടുക്കാൻ ആളുകൾക്ക് പ്രേരണയുണ്ടാകും. പക്ഷേ ധനികർ മിക്കപ്പോഴും സ്വന്തം പേരിൽ ഒന്നും കൈവശം വയ്ക്കാറില്ല. അവരുടെ സ്വത്തുക്കൾ സുരക്ഷിതമാക്കാൻ വേണ്ടി ട്രസ്റ്റുകളിലും കോർപ്പറേഷനുകളിലും ആയിരിക്കും സൂക്ഷിക്കുക.

2. **വരുമാനം സുരക്ഷിതമാക്കൽ**

   സ്വന്തം കോർപറേഷൻ വഴി സ്വത്തുക്കളിൽ നിന്നുമുള്ള വരുമാനം ഒഴുക്കുമ്പോൾ, അതിൽ കൂടുതലും സാധാരണയായി

നികുതി വഴി സർക്കാർ എടുക്കുന്നതിൽനിന്നും സംരക്ഷി ക്കാൻ കഴിയും.

പരുക്കൻ യാഥാർഥ്യം എന്താണെന്നാൽ, തൊഴിലാളികൾക്ക്, അനുക്രമം ഇങ്ങനെയായിരിക്കും:

സമ്പാദിക്കുക

↓

നികുതി അടയ്ക്കുക

↓

ചെലവാക്കുക

ഒരു തൊഴിലാളി എന്ന നിലയിൽ, നിങ്ങളുടെ വരുമാനത്തിന് നികുതി ചുമത്തപ്പെടുകയും ശമ്പളം കിട്ടുന്നതിന് മുമ്പുതന്നെ നികുതി കൾ പിടിച്ചെടുക്കുകയും ചെയ്യും. അപ്പോൾ ഒരു തൊഴിലാളിക്ക് പ്രതിവർഷം $30,000 കിട്ടുന്നുണ്ടെങ്കിൽ, സർക്കാർ അതിൽ കൈവ യ്ക്കുമ്പോഴേയ്ക്കും, അത് $15,000 ആയി കുറയും. ഈ $15,000 കൊണ്ട് വേണം നിങ്ങളുടെ മോർട്ട്ഗേജ് അടയ്ക്കാനും ദിവസേന യുള്ള മറ്റു ചെലവുകൾ നോക്കാനും.

നിങ്ങളുടെ വരുമാനത്തിന്റെ ഒഴുക്ക് പ്രധാനമായും ഒരു കോർ പറേറ്റ് സ്ഥാപനത്തിൽ നിന്നുമാണെങ്കിൽ, അതിന്റെ ക്രമം ഇങ്ങനെ യായിരിക്കും:

സമ്പാദിക്കുക

↓

ചെലവാക്കുക

↓

നികുതി അടയ്ക്കുക

$30,000-ൽ നിന്നുമുള്ള വരുമാനത്തിനെ ഒരു കോർപറേഷൻ വഴി കടത്തിവിടുമ്പോൾ, നിങ്ങൾക്ക് സർക്കാർ അതിൽ കൈവയ്ക്കുന്ന തിന് മുമ്പുതന്നെ വരുമാനത്തിൽ അധികവും ചെലവഴിക്കാൻ സാധി ക്കും. നിങ്ങൾക്ക് സ്വന്തമായി ഒരു കോർപറേഷൻ ഉണ്ടെങ്കിൽ, നിങ്ങൾ ക്കുതന്നെ നിയമങ്ങൾ ഉണ്ടാക്കാൻ കഴിയും, അത് നികുതി നിയമ വുമായി ചേർന്ന് നിൽക്കുന്നതുവരെ.

ഉദാഹരണത്തിന്, നിങ്ങൾ നിയമങ്ങൾ ഉണ്ടാക്കുകയാണെങ്കിൽ, നിങ്ങളുടെ കമ്പനിയുടെ നിയമാവലികളിൽ തൊഴിൽ പായ്ക്കേജിന്റെ

ഭാഗമാണ് ചൈൽഡ് കെയർ എന്ന് എഴുതാം. കമ്പനി ചൈൽഡ് കെയറിനായി മാസം $400 നികുതിക്കു മുമ്പുള്ള ഡോളറുകളായി കൊടുക്കാം. നിങ്ങൾ അത് നികുതിക്ക് ശേഷമുള്ള ഡോളറുകളായി കൊടുക്കുകയാണെങ്കിൽ, ഫലത്തിൽ നിങ്ങൾ അതേ ചൈൽഡ് കെയറിനുവേണ്ടി ഏതാണ്ട് $800 സമ്പാദിക്കേണ്ടി വരും. ആ പട്ടിക നീണ്ടതും ആവശ്യങ്ങൾ നിർദ്ദിഷ്ടവുമായിരിക്കും, ഒരു തൊഴിലാളിക്ക് സാധിക്കാത്ത കാര്യങ്ങൾ ഒരു കോർപറേഷന്റെ ഉടമയ്ക്ക് എഴുതി ത്തള്ളാൻ കഴിയും. ചില യാത്രാച്ചെലവുകൾ നിങ്ങൾ ബിസിനസ്സ് നടത്തിയെന്ന്, ബോർഡ് മീറ്റിങ് പോലെ, രേഖപ്പെടുത്താൻ കഴിയു ന്നിടത്തോളം നികുതിക്ക് മുമ്പുള്ള ഡോളറുകൾ എഴുതിത്തള്ളാൻ കഴിയും. നിയമങ്ങൾ പാലിക്കുന്നുണ്ടെന്ന് മാത്രം ഉറപ്പിച്ചാൽ മതി. റിട്ടയർമെന്റ് പ്ലാനുകൾ പോലും തൊഴിലാളികൾക്കും ഉടമകൾക്കും വ്യത്യസ്തമാണ്, ഒരുപാട് സംഗതികളിൽ. ഇതെല്ലാം പറഞ്ഞുകൊണ്ട് ഞാൻ ഊന്നുന്നത് നിങ്ങൾ ഈ ചെലവുകൾ കുറയ്ക്കാൻ വേണ്ടി ആവശ്യമായ നിയമങ്ങളെ നിർബന്ധമായും പാലിച്ചിരിക്കണം എന്നതി ലാണ്. നികുതി നിയമം അനുസരിച്ച് നിയമപരമായ ഇളവുകളുടെ ആനുകൂല്യങ്ങൾ നേടുന്നതിലാണ് ഞാൻ വിശ്വസിക്കുന്നത്, പക്ഷേ നിയമം ലംഘിക്കാൻ ഞാൻ നിർദ്ദേശിക്കില്ല.

വീണ്ടും, ഇത്തരം ചില നിബന്ധനകളുടെ ആനുകൂല്യങ്ങൾ എടുക്കാനുള്ള താക്കോൽ നിങ്ങൾ ഏത് ചതുരത്തിൽ നിന്നുമാണ് വരുമാനം ഉണ്ടാക്കുന്നത് എന്നതിലാണ്. നിങ്ങളുടെ എല്ലാ വരുമാനവും നിങ്ങൾ സ്വന്തമാക്കുകയോ നിയന്ത്രിക്കുകയോ ചെയ്യാത്ത ഒരു കമ്പ നിയിലെ തൊഴിലാളി എന്ന നിലയിൽ ആണെങ്കിൽ, നിങ്ങൾക്ക് വളരെ കുറവ് വരുമാനമോ സ്വത്തോ മാത്രമേ സംരക്ഷിക്കാൻ കഴിയുകയുള്ളൂ.

അതുകൊണ്ടാണ് ഞാൻ നിർദ്ദേശിക്കുന്നത്, നിങ്ങൾ ഒരു തൊഴി ലാളി ആണെങ്കിൽ, ജോലിയിൽ തുടരുക, പക്ഷേ B അല്ലെങ്കിൽ I ചതുരങ്ങളിൽ സമയം ചെലവഴിക്കാൻ ആരംഭിക്കുക. നിങ്ങളുടെ വേഗത്തിലുള്ള സ്വാതന്ത്ര്യത്തിലേക്കുള്ള പാത ഈ രണ്ട് ചതുരങ്ങളി ലൂടെയാണ് ഉള്ളത്. കൂടുതൽ സാമ്പത്തിക സുരക്ഷ അനുഭവിക്കുന്ന തിന്റെ രഹസ്യം ഒന്നിൽ കൂടുതൽ ചതുരങ്ങളിൽ പ്രവർത്തിക്കുന്ന തിലാണ്.

സൗജന്യമായ സ്ഥലം

കുറച്ചുമുമ്പ്, കിമ്മിനും എനിക്കും തിരക്കേറിയ നഗരത്തിന്റെ ബഹളങ്ങളിൽനിന്നും അകന്ന് കുറച്ച് വസ്തു വേണമെന്നുണ്ടായി രുന്നു. ഞങ്ങൾക്ക് ഉയരമുള്ള ഓക്ക് മരങ്ങളും അതിലൂടെ ഒരു നീരു റവയും ഉള്ള കുറച്ച് സ്ഥലം വേണമെന്നായിരുന്നു ആഗ്രഹം. സ്വകാ ര്യതയും ഞങ്ങൾക്ക് ആവശ്യമായിരുന്നു.

ഞങ്ങൾ $75,000 വില വരുന്ന 20 ഏക്കർ സ്ഥലം കണ്ടെത്തി. വില്പനക്കാരൻ 10 ശതമാനം ഡൗൺ പേയ്മെന്റും ബാക്കി തുകയ്ക്ക്

10 ശതമാനം പലിശയും ആഗ്രഹിച്ചിരുന്നു. നല്ലൊരു ഇടപാടായിരുന്നു അത്. പ്രശ്നം എന്തായിരുന്നെന്നാൽ, അത് എന്റെ ധനികനായ പിതാവ് പഠിപ്പിച്ച കടത്തിന്റെ നിയമം ലംഘിച്ചിരുന്നു: 'കടം വാങ്ങുമ്പോൾ സൂക്ഷിക്കുക. വ്യക്തിപരമായി കടം വാങ്ങുകയാണെങ്കിൽ അത് ചെറുതാണെന്ന് ഉറപ്പാക്കുക. വലിയ കടം വാങ്ങുകയാണെങ്കിൽ, മറ്റാരെങ്കിലും അത് തിരിച്ചടയ്ക്കും എന്ന് ഉറപ്പ് വരുത്തുക.'

ഞങ്ങൾ $75,000 വിലയുള്ള സ്ഥലം ഒഴിവാക്കി കൂടുതൽ യുക്തിയ്ക്ക് നിരക്കുന്ന വസ്തു അന്വേഷിച്ചു. എനിക്കാണെങ്കിൽ, $75,000 വലിയ കടമായിരുന്നു, കാരണം ഞങ്ങളുടെ പണമൊഴുക്ക് അടുത്ത ഡയഗ്രാമിൽ കാണുന്നത് പോലെയായിരുന്നു:

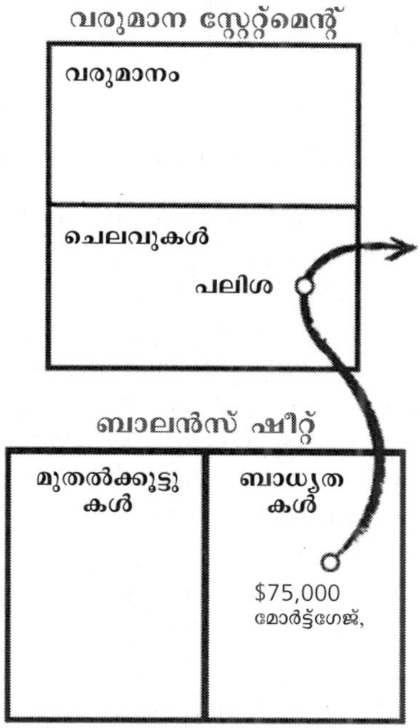

പിന്നെ ധനികനായ പിതാവിന്റെ നിയമം ഓർക്കുക: 'കടം വാങ്ങുമ്പോൾ സൂക്ഷിക്കുക. വ്യക്തിപരമായി കടം വാങ്ങുകയാണെങ്കിൽ അത് ചെറുതാണെന്ന് ഉറപ്പാക്കുക. വലിയ കടം വാങ്ങുകയാണെങ്കിൽ, മറ്റാരെങ്കിലും അത് തിരിച്ചടയ്ക്കും എന്ന് ഉറപ്പ് വരുത്തുക.'

ഏതാണ്ട് ഒരു മാസം കഴിഞ്ഞപ്പോൾ, ഞങ്ങൾ $115,000 വില വരുന്ന കൂടുതൽ ഭംഗിയുള്ള ഒരു സ്ഥലം കണ്ടെത്തി. ഉയരമുള്ള ഓക്ക് മരങ്ങളും നീരുറവയും ഒരു വീടും ഉള്ള 87 ഏക്കർ സ്ഥലം. ഞാൻ വില്പനക്കാരന് എന്റെ നിബന്ധനകൾ പാലിക്കുകയാണെങ്കിൽ

മുഴുവൻ വിലയും കൊടുക്കാമെന്ന് പറഞ്ഞു, അതയാൾ സമ്മതിച്ചു. കഥ ചുരുക്കിപ്പറഞ്ഞാൽ, ഞങ്ങൾ കുറച്ച് ഡോളറുകൾ ചെലവഴിച്ച് വീട് നന്നാക്കി, അതും 30 ഏക്കർ സ്ഥലവും, $215,000ന് വിറ്റു, 'കുറഞ്ഞ ഡൗൺ പേയ്മെന്റ്, എളുപ്പമുള്ള മാസത്തവണകൾ' എന്ന അതേ ആശയം ഉപയോഗിച്ച്. ബാക്കി 57 ഏക്കർ ഞങ്ങൾ കൈവശം വച്ചു.

എന്റെ ബാലൻസ് ഷീറ്റിൽ ആ ഇടപാട് ഇങ്ങനെയാണ് കാണുക:

ബാലൻസ് ഷീറ്റ്

മുതൽക്കൂട്ടുകൾ	ബാധ്യതകൾ
$215,000	$115,000

പുതിയ ഉടമ ആവേശഭരിതനായിരുന്നു, കാരണം അതൊരു ഭംഗിയുള്ള വീടായിരുന്നു, മാത്രമല്ല അയാൾക്ക് ഡൗൺ പേയ്മെന്റ് ഇല്ലാതെ തന്നെ അത് വാങ്ങിക്കാൻ കഴിഞ്ഞു. അയാൾ തന്റെ കമ്പനി വഴി തൊഴിലാളികൾക്കുള്ള കോർപറേറ്റ് റിട്രീറ്റ് ആയി ഉപയോഗിക്കാൻ വേണ്ടിയായിരുന്നു അത് വാങ്ങിയത്, അത് കമ്പനിയുടെ സ്വത്ത് എന്ന നിലയിൽ വാങ്ങിച്ച വിലയിൽ കുറവ് വരുത്താനും, പരിപാലനച്ചെലവുകൾ കുറയ്ക്കാനും, പലിശ തവണകൾ കുറയ്ക്കാനും അനുവദിച്ചു. അയാളുടെ പലിശ തവണകൾ എന്റെ പലിശ തവണകളേക്കാൾ കൂടുതൽ തന്നു. കുറച്ച് വർഷങ്ങൾ കഴിഞ്ഞ്, അയാൾ തന്റെ കമ്പനിയുടെ കുറച്ച് സ്റ്റോക്കുകൾ വിൽക്കുകയും എന്റെ ലോൺ അടച്ച് തീർക്കുകയും ചെയ്തു, ഞാനാകട്ടെ പകരം എന്റെ ലോൺ അടച്ചുതീർത്തു. കടം ഇല്ലാതായി.

ഞാൻ ഉണ്ടാക്കിയ $100,000 അധികലാഭം കൊണ്ട് സ്ഥലവും വീടും കൊണ്ടുള്ള വരുമാനത്തിന്റെ നികുതികൾ അടച്ചു.

അന്തിമഫലം എന്താണെന്നാൽ, കടം ഒന്നുമില്ല, $15,000 നികുതിക്കുശേഷം ലാഭം, പിന്നെ 57 ഏക്കർ മനോഹരമായ സ്ഥലം എന്നിവയായിരുന്നു. നിങ്ങൾക്ക് ആവശ്യമുള്ളത് നേടാനായി പണം ലഭിക്കുന്നത് പോലെയായിരുന്നു അത്.

ഇന്ന് ആ ഒരു ഇടപാട് എന്റെ ബാലൻസ് ഷീറ്റിൽ ഇങ്ങനെയായിരിക്കും കാണുക:

ബാലൻസ് ഷീറ്റ്

മുതൽക്കൂട്ടുകൾ	ബാധ്യതകൾ
57 ഏക്കർ ഭൂമിയും $15,000 പണവും	

ഐ പി ഓ

ഒരു ഇനീഷ്യൽ പബ്ലിക് ഓഫറിങ് (ഐപിഓ), അല്ലെങ്കിൽ സ്റ്റോക്കുകൾ നൽകുന്നതിലൂടെ സ്വകാര്യ കമ്പനിയെ പൊതു കമ്പനിയായി എടുക്കുന്നത്, കഴിഞ്ഞ ഭാഗത്ത് വിശദീകരിച്ച അതേ ഇടപാടിന്റെ തത്വങ്ങൾ അനുസരിച്ചാണ്. വാക്കുകളും, വിപണിയും, കളിക്കാരും വ്യത്യസ്തമായിരിക്കുമ്പോൾത്തന്നെ, അടിസ്ഥാനപരമായ തത്വങ്ങൾ ഒന്ന് തന്നെയായിരിക്കും. എന്റെ സ്ഥാപനം പബ്ലിക് ആക്കാൻ ഒരു കമ്പനിക്ക് രൂപം കൊടുക്കുമ്പോൾ, ഞങ്ങൾ മിക്കവാറും ശൂന്യതയിൽ നിന്നുമായിരിക്കും മൂല്യം സൃഷ്ടിക്കുക, ഫെയർ മാർക്കറ്റ് വാല്യുവിൽ നിന്നുമുള്ള കൃത്യമായ അഭിപ്രായം അടിസ്ഥാനമാക്കാൻ ശ്രമിക്കുമെങ്കിലും. ഞങ്ങൾ ഓഫറിങ് പബ്ലിക് മാർക്കറ്റിലേക്ക് കൊണ്ടുപോകുകയും, ഒരാൾക്ക് മാത്രം ഇക്വിറ്റി വിൽക്കുന്നതിനുപകരം, കമ്പനിയുടെ ഷെയറുകളുടെ രൂപത്തിൽ ആയിരക്കണക്കിന് ആളുകകൾക്ക് വിൽക്കുന്നു.

അനുഭവത്തിന്റെ മൂല്യം

ഞാൻ നിർദ്ദേശിക്കുക I ചതുരത്തിലേക്ക് മാറുന്നതിനുമുമ്പ് ആളുകൾ B ചതുരത്തിൽ നിന്നും തുടങ്ങണമെന്നാണ്. നിക്ഷേപം റിയൽ എസ്റ്റേറ്റിലോ, ഒരു ബിസിനസ്സിലോ, സ്റ്റോക്കുകളിലോ, ബോണ്ടുകളിലോ ആയിക്കോട്ടെ, അതിൽ ബുദ്ധിയുള്ള നിക്ഷേപകൻ ആകുന്നതിന് പ്രധാനപ്പെട്ട സമഗ്രമായ ബിസിനസ്സ് ധാരണയുണ്ട്. ചിലർക്ക് ഈ സമഗ്രമായ സാമാന്യബോധം ഉണ്ടായിരിക്കും, പക്ഷേ ഒരുപാട് പേർക്ക് ഇല്ല, പ്രധാനമായും സ്കൂൾ നമ്മളെ പരിശീലിപ്പിക്കുന്നത് ഉയർന്ന പ്രത്യേകാഭ്യാസത്തിനാണ്, സമഗ്രമായ പരിശീലനമല്ല.

B അല്ലെങ്കിൽ I ചതുരങ്ങളിലേക്ക് മാറാൻ ആലോചിക്കുന്നവർക്ക്, ഞാൻ നിർദ്ദേശിക്കുക ചെറുതായി സമയമെടുത്ത് തുടങ്ങുന്നതാണ്. നിങ്ങളുടെ ആത്മവിശ്വാസവും അനുഭവവും വളരുന്നതനുസരിച്ച് വലിയ ഡീലുകളിലേക്ക് പോകുക. ഓർക്കുക, ഒരു $80,000 ഡീലും ഒരു $800,000 ഡീലും തമ്മിലുള്ള ഒരേയൊരു വ്യത്യാസം പൂജ്യമാണ്.

ചെറിയ ഡീലിലൂടെ കടന്നുപോകുന്ന പ്രക്രിയ വലിയ, മൾട്ടിമില്യൺ ഡോളറിന്റെ പബ്ലിക് ഓഫറിങ്ങിലൂടെ പോകുന്നതുപോലെയൊക്കെ തന്നെയാണ്. കൂടുതൽ ആളുകൾ, കൂടുതൽ പൂജ്യങ്ങൾ, കൂടുതൽ രസം, എന്നിവ മാത്രമേ കാര്യമായുള്ളൂ.

അനുഭവവും നല്ല മതിപ്പും കിട്ടിക്കഴിഞ്ഞാൽ, വലിയ വലിയ നിക്ഷേപങ്ങൾ സൃഷ്ടിക്കാൻ വളരെ കുറവ് പണമേ ആവശ്യമാകുകയുള്ളൂ. മിക്കപ്പോഴും കൂടുതൽ പണമുണ്ടാക്കാൻ പണത്തിന്റെ ആവശ്യമേയില്ല. എന്തുകൊണ്ട്? അനുഭവം മൂല്യവത്താണ്. മുമ്പ് പറഞ്ഞതുപോലെ, പണം ഉപയോഗിച്ച് പണമുണ്ടാക്കാൻ നിങ്ങൾക്ക് അറിയാമെങ്കിൽ, ആളുകളും പണവും നിങ്ങളിലേയ്ക്കൊഴുകും.

ചെറുതായി തുടങ്ങുക, ആവശ്യത്തിന് സമയമെടുക്കുക. അനുഭവമാണ് പണത്തിനേക്കാൾ പ്രധാനം.

അത് ലളിതവും എളുപ്പമുള്ളതുമാണ്

സിദ്ധാന്തത്തിൽ, പണമൊഴുക്കിന്റെ ചതുരങ്ങളുടെ വലതുവശത്തെ അക്കങ്ങളും ഇടപാടുകൾ ലളിതമാണ്, നമ്മൾ സ്റ്റോക്കുകൾ, ബോണ്ടുകൾ, റിയൽ എറ്റേറ്റ്, ബിസിനസ്സ് എന്നിങ്ങനെ എന്തുതന്നെ സംസാരിച്ചാലും. സാമ്പത്തികമായി നന്നാകുക എന്നാൽ വ്യത്യസ്തമായി ചിന്തിക്കാൻ പ്രാപ്തിയുണ്ടാകുന്ന എന്നത് മാത്രമാണ്, വിവിധ ചതുരങ്ങളിൽ നിന്ന് ചിന്തിക്കാനും കാര്യങ്ങൾ വ്യത്യസ്തമായി ചെയ്യാനും. എനിക്ക്, ഈ വഴിക്ക് ചിന്തിക്കുന്നതിൽ പുതിയതായ ഒരാൾക്കുണ്ടാകാവുന്ന കഠിനമായ ഭാഗം, കുറേ ആളുകൾ 'നിനക്കത് ചെയ്യാൻ കഴിയില്ല' എന്ന് പറയുന്നതിലൂടെ കടന്നുപോകുന്നതാണ്.

ആ തരത്തിലുള്ള പരിമിതമായ ചിന്തയെ മറികടന്ന് 'അതെ, എനിക്കറിയാം അതെങ്ങനെ ചെയ്യണമെന്ന്. നിനക്കത് പഠിപ്പിച്ച് തരാൻ എനിക്ക് സന്തോഷമേയുള്ളൂ' എന്ന് പറയുന്നവരെ കണ്ടെത്തുന്നതാണ്, നിങ്ങളുടെ ജിവിതം വളരെ എളുപ്പമാകും.

നിയമങ്ങൾ

ഞാൻ ഈ അദ്ധ്യായം തുടങ്ങിയത് 1986-ലെ നികുതി പരിഷ്കരണ ആക്റ്റിനെക്കുറിച്ച് പറഞ്ഞുകൊണ്ടാണ്. അതൊരു പ്രധാനപ്പെട്ട നിയമ മാറ്റം ആയിരുന്നെങ്കിലും, അവസാനത്തേത് ആയിരുന്നില്ല. ഞാൻ നികുതി പരിഷ്കരണ ആക്റ്റിനെ ചില നിയമങ്ങളും ചട്ടങ്ങളും എത്ര ശക്തമായിരിക്കും എന്നതിന്റെ ഉദാഹരണം മാത്രമായിട്ടാണ്. ഒരാൾക്ക് B അല്ലെങ്കിൽ I ചതുരത്തിൽ വിജയിക്കണമെങ്കിൽ, അവൾക്ക്/അയാൾക്ക് വിപണിയുടെ ചാലകങ്ങളെയും ആ വിപണി ചാലകങ്ങളെ ബാധിക്കുന്ന നിയമം മാറ്റങ്ങളെക്കുറിച്ചും അറിവുണ്ടായിരിക്കണം.

ഇന്ന് അമേരിക്കയിൽ ആയിരക്കണക്കിന് പേജുകൾ നിറയെ നികുതി നിയമമുണ്ട്. അത് വെറും IRS നു മാത്രമുള്ളതാണ്. ഫെഡറൽ

ലാ 1.2 മില്യണിൽ കൂടുതൽ പേജുകളുള്ള നിയമങ്ങളാണ്. മുഴുവൻ U S IRS കോഡ് വായിക്കാൻ ഒരു ശരാശരി വായനക്കാരന് 23,000 വർഷങ്ങളെടുക്കും. ഓരോ വർഷവും കൂടുതൽ നിയമങ്ങൾ സൃഷ്ടിക്കപ്പെടുന്നു, റദ്ദാക്കപ്പെടുന്നു, മാറ്റപ്പെടുന്നു. ഈ മാറ്റങ്ങളെല്ലാം അറിഞ്ഞിരിക്കുന്നത് മുഴുവൻ സമയജോലിയേക്കാൾ കൂടുതലായിരിക്കും.

ഓരോ തവണയും ആരെങ്കിലും 'അത് നിയമവിരുദ്ധമാണ്' എന്ന് എന്നോട് പറയുമ്പോൾ, ഞാൻ മറുപടി പറയുക അവർ അമേരിക്കയിലെ നിയമത്തിന്റെ എല്ലാ വരികളും വായിച്ചിട്ടുണ്ടോ എന്ന് ചോദിച്ചുകൊണ്ടായിരിക്കും. അവർ ഉണ്ട് എന്ന് പറയുകയാണെങ്കിൽ, ഞാൻ പതുക്കെ പിൻവാങ്ങി, വാതിലിലേക്ക് പിന്നോട്ട് നീങ്ങും. ഒരിക്കലും എല്ലാ നിയമവും അറിയാമെന്ന് കരുതുന്ന ഒരാളോട് പുറം തിരിക്കരുത്.

വലതുവശത്ത് വിജയിക്കാൻ അഞ്ച് ശതമാനം നിങ്ങളുടെ കണ്ണുകൾ കൊണ്ടും 95 ശതമാനം മനസ്സ് കൊണ്ടും കാണാൻ സാധിക്കണം. നിയമങ്ങളും വിപണി ചാലകങ്ങളും മനസ്സിലാക്കുന്നത് സാമ്പത്തിക വിജയത്തിന് പ്രധാനമാണ്. സമ്പത്തിന്റെ വലിയ കൈമാറ്റം നിയമങ്ങളും വിപണികളും മാറുമ്പോഴാണ് മിക്കപ്പോഴും സംഭവിക്കാറുള്ളത്, അതുകൊണ്ട് ആ മാറ്റങ്ങൾ നിങ്ങൾക്ക് പ്രതികൂലമാകാതെ അനുകൂലമായി പ്രവർത്തിക്കണമെങ്കിൽ ശ്രദ്ധ കൊടുക്കേണ്ടത് പ്രധാനമാണ്.

സർക്കാരിന് നിങ്ങളുടെ പണം ആവശ്യമാണ്

ഞാൻ നികുതികൾ കൊടുക്കുന്നതിൽ വിശ്വസിക്കുന്നു. നല്ല രീതിയിലുള്ള നാഗരികതയ്ക്കായി സർക്കാർ ഒരുപാട് പ്രധാനപ്പെട്ടതും നിർണായകവുമായ സേവനങ്ങൾ നൽകുന്നുണ്ടെന്ന് എനിക്കറിയാം. ദൗർഭാഗ്യവശാൽ, എന്റെ അഭിപ്രായത്തിൽ, സർക്കാർ ഒരുപാട് വലുതും, ദുർഭരണമുള്ളതും, പ്രാവർത്തികമാക്കാൻ സാധിക്കാത്ത ഒരുപാട് വാഗ്ദാനങ്ങൾ നൽകുന്നതുമാണ്. പക്ഷേ, അത് ഇന്ന് ഓഫീസിലുള്ള രാഷ്ട്രീയക്കാരുടെയോ നിയമം സൃഷ്ടിക്കുന്നവരുടെയോ തെറ്റല്ല. നമ്മൾ ഇന്ന് അഭിമുഖീകരിക്കുന്ന ഭൂരിഭാഗം സാമ്പത്തികപ്രശ്നങ്ങളും സൃഷ്ടിച്ചത് അവരുടെ മുൻഗാമികളാണ്. ദൗർഭാഗ്യവശാൽ, നിയമം സൃഷ്ടിക്കുന്നവർക്ക് അവരുടെ ജോലി നിലനിർത്തണമെങ്കിൽ, അവർക്ക് പൊതുജനത്തിനോട് സത്യം പറയാൻ കഴിയില്ല. അവർ അങ്ങനെ ചെയ്താൽ, അവർ ഓഫീസിൽനിന്നും പുറത്തെറിയപ്പെടും, എന്തുകൊണ്ടെന്നാൽ ജനങ്ങൾ അപ്പോഴും അവരുടെ സാമ്പത്തികവും വൈദ്യശാസ്ത്രപരവുമായ പ്രശ്നങ്ങൾ പരിഹരിക്കാൻ സർക്കാരിനെ ആശ്രയിക്കുന്നുണ്ടാകും. സർക്കാരിന് കഴിയില്ല.

അതേസമയം, സർക്കാരിന് നികുതി വർദ്ധിപ്പിക്കുന്നത് തുടരേണ്ടിവരും, രാഷ്ട്രീയക്കാർ ഇല്ലെന്ന് വാക്കുതന്നാലും. അതുകൊണ്ടാണ് കോൺഗ്രസ്സിന് 1986-ലെ നികുതി പരിഷ്കരണ ആക്റ്റ് പാസ്സാക്കേണ്ടിവന്നത്. ഒരുപാട് പടിഞ്ഞാറൻ സർക്കാരുകൾക്ക് കുറേക്കാലം മുമ്പ്

നൽകിയ വാഗ്ദാനങ്ങൾ മുടങ്ങിപ്പോകുന്നത് തടയാനായി കൂടുതൽ നികുതികൾ ശേഖരിക്കേണ്ടി വരും, മെഡികെയർ, സോഷ്യൽ സെക്യൂരിറ്റി, മില്യൺ കണക്കിന് ഫെഡറൽ തൊഴിലാളികൾക്കുള്ള ഫെഡറൽ പെൻഷനുകൾ തുടങ്ങിയവ.

ധനക്കമ്മി വളരുമ്പോൾ, റിട്ടയർമെന്റ് ഫണ്ടുകൾ, (അമേരിക്കയിലെ (401 (k) അല്ലെങ്കിൽ മറ്റനേകം രാജ്യങ്ങളിലെ പെൻഷൻ കൊടുത്ത് പിരിക്കൽ ഫണ്ടുകൾ) ചുരുങ്ങാൻ തുടങ്ങും, കാരണം അവ വിപണിയുടെ ചാഞ്ചാട്ടങ്ങൾക്ക് വിധേയമാണ്. റിട്ടയർമെന്റിൽ ഉപയോഗിക്കാനുള്ള പണത്തിനായി ബേബി ബൂമർമാരിൽ നിന്നുമുള്ള ഓർഡറുകൾ വിൽക്കാനായി പണം കൊടുക്കേണ്ടിവരുമ്പോൾ മ്യൂചൽ ഫണ്ടുകൾ അവരുടെ സ്റ്റോക്കുകൾ ലികിഡേറ്റ് ചെയ്യാൻ തുടങ്ങും. ബേബി ബൂമർമാർ പെട്ടെന്ന് ആ മ്യൂചൽ ഫണ്ടുകളിൽ നിന്നും വരുന്ന മൂലധന നേട്ടങ്ങളുടെ ഉയർന്ന നികുതികളിൽ കുടുങ്ങും. ഈ മൂലധന നേട്ടങ്ങൾ അമിതമൂല്യമുള്ള ഈ സ്റ്റോക്കുകൾ ഉയർന്ന വിലയ്ക്ക് വിൽക്കുന്നത് കാരണമാണ്, അത് ഫണ്ടുകൾ അതിന്റെ അംഗങ്ങൾക്ക് കൈമാറുന്നു. പണത്തിന് പകരം, ഒരുപാട് ബേബി ബൂമർമാർ അവർക്കൊരിക്കലും ലഭിക്കാത്ത മൂലധനനേട്ടത്തിന്റെ നികുതിയിൽ കുടുങ്ങിപ്പോകും. ഓർക്കുക, നികുതി പിരിക്കുന്നയാൾക്കാണ് എപ്പോഴും ആദ്യം പണം കിട്ടുക.

അതേസമയം തന്നെ, മില്യൻ കണക്കിന് ദരിദ്രരായ ബേബി ബൂമർമാരുടെ ആരോഗ്യം തകരാൻ തുടങ്ങും, കാരണം ദരിദ്രർക്ക് ചരിത്രപരമായി ധനികരേക്കാൾ മോശം ആരോഗ്യമാണുണ്ടാകുക. മെഡികെയർ പാപ്പരാകും, കൂടുതൽ സർക്കാർ പിന്തുണയ്ക്കായുള്ള കരച്ചിൽ അമേരിക്കയിലെ എല്ലാ നഗരങ്ങളിലും ഉയരും.

ഇതിനോടൊപ്പം ഏറ്റവും ഉയർന്ന ജി ഡി പി ഉള്ള രാജ്യം എന്ന പദവിയിൽ നിന്നും അമേരിക്കയെ ചൈന നിറം കെടുത്തുകയും, സേവനങ്ങൾ (അക്കൗണ്ടിങ്, വിവരസാങ്കേതികവിദ്യ, ടെലി സെയിൽസ് തുടങ്ങിയവ) ഇന്ത്യ പോലെയുള്ള രാജ്യങ്ങളിലേക്ക് പോകുകയും ചെയ്യുമ്പോൾ, വേതനങ്ങൾ കുറയണമെന്നും അല്ലെങ്കിൽ വേഗത്തിലുള്ള മാറിക്കൊണ്ടിരിക്കുന്ന ആഗോളവിപണിയുടെ വെല്ലുവിളികളെ നേരിടാനായി ഉത്പാദനക്ഷമത ഉയർത്തണമെന്നതും വ്യക്തമാണ്.

അടുത്ത വലിയ സമ്പത്ത് കൈമാറ്റം നടക്കുന്നത് അശ്രദ്ധ കൊണ്ടാണ്. വ്യവസായ യുഗത്തിന്റെ വലിയ സർക്കാർ, വലിയ ബിസിനസ്സ് എന്നിവയ്ക്ക് അർഹതയുണ്ടെന്ന വിചാരം പുറത്തേയ്ക്ക് വന്നുകൊണ്ടിരിക്കുകയാണ്. പക്ഷേ, നമ്മളിതാ വിവരസാങ്കേതിക യുഗത്തിന്റെ നടുവിലാണുള്ളത്, നമ്മൾ പഴയ പരിഹാരങ്ങൾ പുതിയ ആഗോള പ്രശ്നങ്ങൾക്കായി മുറുകെപ്പിടിക്കുകയാണ്.

1989-ൽ, ബെർലിൻ മതിൽ വീണു. ആദ്യം പറഞ്ഞതുപോലെ, എന്റെ അഭിപ്രായത്തിൽ, ആ സംഭവം 1492-ൽ ഏഷ്യ തേടിപ്പോയ

കൊളംബസ് അമേരിക്കയിൽ എത്തിയതുപോലെയുള്ള പ്രധാനപ്പെട്ട താണ്. ചില വൃന്ദങ്ങളിൽ, 1492 ഏതാണ്ട് 500 വർഷം പഴക്കമുള്ള വ്യവ സായ യുഗത്തിന്റെ ഔദ്യോഗികമായ തുടക്കമായിരുന്നു. അന്ത്യം അടയാളപ്പെടുത്തിയത് 1989ഉം. നിയമങ്ങൾ മാറിക്കഴിഞ്ഞു.

ചരിത്രം ഒരു വഴികാട്ടിയാണ്

എന്റെ ധനികനായ പിതാവ് കളി നന്നായി പഠിക്കാൻ പ്രോത്സാ ഹിപ്പിച്ചു. ഞാനത് നന്നായി പഠിച്ച ശേഷം, എനിക്ക് അറിയാവുന്നത് ഉപയോഗിച്ച് എനിക്ക് ആവശ്യമുള്ളത് ചെയ്യാൻ കഴിഞ്ഞു. ഞാൻ എഴു തുന്നതും പഠിപ്പിക്കുന്നതും കൂടുതൽ ആളുകൾക്ക് സാമ്പത്തികമായി സ്വയം സംരക്ഷിക്കാൻ കഴിയണമെന്നും ജീവിതത്തിലെ പിന്തുണ യ്ക്കായി സർക്കാർ അല്ലെങ്കിൽ കമ്പനിയെ ആശ്രയിക്കരുതെന്നും ഉള്ളതുകൊണ്ടാണ്.

സാമ്പത്തികമായി വരാനിരിക്കുന്നതിനെപ്പറ്റി ഞാൻ കാണുന്നത് തെറ്റായിരിക്കുമെന്ന് പ്രതീക്ഷിക്കുന്നു. സർക്കാരുകൾക്ക് ചിലപ്പോൾ ജനങ്ങളെ സംരക്ഷിക്കാമെന്ന് വാഗ്ദാനം കൊടുത്തുകൊണ്ടിരി ക്കാനും നികുതികൾ വർദ്ധിപ്പിച്ചു കൊണ്ടിരിക്കാനും, വലിയ കടങ്ങ ളിലേക്ക് പോയിക്കൊണ്ടിരിക്കാനും സാധിച്ചേക്കും. ചിലപ്പോൾ സ്റ്റോക്ക് മാർക്കറ്റ് എപ്പോഴും ഉയരങ്ങളിലേക്ക് പോകുകയും ഒരിക്കലും താഴേ യ്ക്കിറങ്ങാതെയുമിരിക്കാം. ചിലപ്പോൾ റിയൽ എസ്റ്റേറ്റ് വിലകൾ വീണ്ടും ഉയരുകയും നിങ്ങളുടെ വീട് ഏറ്റവും മികച്ച നിക്ഷേപമാവു കയും ചെയ്യാം. ചിലപ്പോൾ മില്യൺ കണക്കിന് ആളുകൾ കുറഞ്ഞ വേതനം സമ്പാദിച്ച് സന്തോഷം കണ്ടെത്തുകയും അവരുടെ കുടുംബ ത്തിന് നല്ല ജീവിതം നൽകാൻ സാധിക്കുകയും ചെയ്തേക്കാം. ചില പ്പോൾ ഇതെല്ലാം സംഭവിച്ചേക്കാം. പക്ഷേ, എനിക്കങ്ങനെ തോന്നു ന്നില്ല. ചരിത്രം ഒരു വഴികാട്ടിയാണെങ്കിൽ ഒരിക്കലുമില്ല.

ചരിത്രപരമായി, ആളുകൾ 75 വർഷം വരെ ജീവിക്കുകയാണെങ്കിൽ, രണ്ട് സാമ്പത്തികത്തകർച്ചകളിലും ഒരു മാന്ദ്യത്തിലും അവരുടെ ജീവിതം കടന്നുപോകും. ബേബി ബൂമർമാർ എന്ന നിലയിൽ, ഞങ്ങൾ മൂന്ന് മാന്ദ്യങ്ങളിലൂടെ കടന്നുപോയി, മറ്റൊരു സാമ്പത്തികത്തകർച്ച യിലേക്ക് കടക്കുമോയെന്ന് ചിലർ ചോദിക്കുന്നുമുണ്ട്. ചിലപ്പോൾ ഒരി ക്കലും ഉണ്ടാവില്ലായിരിക്കാം, പക്ഷേ ചരിത്രം പറയുന്നു അത് സംഭവി ക്കുമെന്ന്. 'നിങ്ങളുടെ അയൽക്കാരന് ജോലി നഷ്ടപ്പെടുകയാണെങ്കിൽ അത് ഒരു സാമ്പത്തികത്തകർച്ചയാണ്. നിങ്ങൾക്ക് ജോലി നഷ്ടപ്പെടുക യാണെങ്കിൽ അത് ഒരു മാന്ദ്യമാണ്' എന്ന് പറയുന്നതുപോലെ.

എന്റെ ധനികനായ പിതാവ് ഞാൻ മഹാന്മാരായ ക്യാപിറ്റലിസ്റ്റു കളെയും ഇക്കണോമിസ്റ്റുകളെയും കുറിച്ചുള്ള പുസ്തകങ്ങൾ വായി ക്കണമെന്ന് പറഞ്ഞതിന്റെ കാരണം നമ്മൾ എവിടെ നിന്നുമാണ് വന്ന തെന്നും എവിടേക്കാണ് പോകുന്നതെന്നുമുള്ള മെച്ചപ്പെട്ട വീക്ഷണ കോൺ എനിക്ക് നേടാനാകും എന്നതുകൊണ്ടാണ്.

കടലിൽ തിരമാലകൾ ഉള്ളതുപോലെ, വിപണികളിലും വലിയ തിരമാലകൾ ഉണ്ട്. കടലിലെ തിരമാലകളെ സൂര്യനും കാറ്റും ചലിപ്പിക്കുന്നതുപോലെയല്ലാതെ, സാമ്പത്തിക വിപണികളിലെ തിരമാലകളെ ചലിപ്പിക്കുന്നത് രണ്ട് മനുഷ്യവികാരങ്ങളാണ്, ആർത്തിയും ഭയവും. മാന്ദ്യങ്ങൾ ഭൂതകാലത്തിലെ കാര്യങ്ങളാണെന്ന് ഞാൻ കരുതുന്നില്ല, കാരണം നമുക്ക് എപ്പോഴും ആർത്തി, ഭയം എന്നീ വികാരങ്ങൾ ഉണ്ടായിരിക്കും. ആർത്തിയും ഭയവും കൂട്ടിമുട്ടി ഒരാൾക്ക് ഭയങ്കര നഷ്ടമുണ്ടാകുമ്പോൾ, അടുത്ത മനുഷ്യവികാരം വിഷാദമായിരിക്കും. വിഷാദം ഉണ്ടാകുന്നത് ദേഷ്യവും സങ്കടവും കൊണ്ടാണ്: അവനവനോടുള്ള ദേഷ്യവും നഷ്ടം സംഭവിച്ചതിലുള്ള സങ്കടവും. സാമ്പത്തിക മാന്ദ്യങ്ങൾ വൈകാരികമായ മാന്ദ്യങ്ങളാണ്. ആളുകൾക്ക് നഷ്ടം സംഭവിക്കും, അവർ വിഷാദത്തിലാകുകയും ചെയ്യും.

സമ്പദ് വ്യവസ്ഥ മികച്ച രൂപത്തിൽ ആണെന്ന് തോന്നിപ്പിക്കുമ്പോഴും, വിഷാദത്തിന്റെ വിവിധ ഘട്ടങ്ങളിലുള്ള മില്യൺ കണക്കിന് ആളുകളുണ്ടാകും. അവർക്ക് ജോലി ഉണ്ടായിരിക്കാം. പക്ഷേ, ആഴത്തിൽ അവർക്കറിയാം സാമ്പത്തികമായി മുന്നോട്ട് പോകുന്നില്ലെന്ന്. അവർ സ്വയം ദേഷ്യത്തിലും സമയനഷ്ടത്തിൽ സങ്കടത്തിലുമായിരിക്കും. വ്യവസായ യുഗത്തിലെ ആശയമായ 'ഒരു സുരക്ഷിതമായ ജോലി കണ്ടെത്തുക, ഭാവിയെക്കുറിച്ച് ആശങ്കപ്പെടാതിരിക്കുക' എന്നതിൽ കുടുങ്ങിക്കിടക്കുകയാണെന്ന് അവർക്കറിയില്ല.

വലിയ മാറ്റം എന്നാൽ അവസരമാണ്

നമ്മൾ അതിശക്തമായ മാറ്റത്തിന്റെയും അവസരത്തിന്റെയും യുഗത്തിലേക്ക് കടക്കുകയാണ്. ചിലർക്ക്, അത് ഏറ്റവും നല്ല സമയമായിരിക്കും. മറ്റുള്ളവർക്ക്, അത് ഏറ്റവും മോശം സമയമായിരിക്കും.

പ്രസിഡന്റ് ജോൺ കെന്നഡി ഒരിക്കൽ പറഞ്ഞതുപോലെ: 'ഒരു വലിയ മാറ്റം കൈവശമുണ്ട്.' കെന്നഡി പണമൊഴുക്കിന്റെ ചതുരങ്ങളിലെ വലതുവശത്ത് നിന്നുമാണ് വരുന്നത്. 1960-കളിൽ അദ്ദേഹം സമയച്ചുരുക്കത്തിൽ കുടുങ്ങിക്കിടക്കുന്നവരുടെ ജീവിതങ്ങളെ ഉയർത്താനായി കിണഞ്ഞ് പരിശ്രമിച്ചു. ദൗർഭാഗ്യവശാൽ, ദശാബ്ദങ്ങൾ കഴിഞ്ഞപ്പോൾ, മില്യൺ കണക്കിന് ആളുകൾ അപ്പോഴും ആ സമയച്ചുരുക്കങ്ങളിൽ കുടുങ്ങിക്കിടക്കുകയാണ്, പഴയ തലമുറകൾ കൈമാറിക്കൊടുത്ത ആശയങ്ങളെ പിന്തുടർന്നുകൊണ്ട് - ഇതുപോലെയുള്ളവ, 'സ്കൂളിലേക്ക് പോയാൽ നിനക്ക് സുരക്ഷിതമായ ജോലി കണ്ടെത്താൻ കഴിയും.' വിദ്യാഭ്യാസം മുമ്പുള്ളതിനേക്കാൾ കൂടുതൽ പ്രധാനപ്പെട്ടത് ആകുമ്പോൾ, നമുക്ക് സുരക്ഷിതമായ ജോലി അന്വേഷിക്കുന്നതിനും തൊഴിൽ ജീവിതം അവസാനിക്കുമ്പോൾ കമ്പനി അല്ലെങ്കിൽ സർക്കാർ സംരക്ഷിക്കുമെന്ന് പ്രതീക്ഷിക്കുകയും ചെയ്യുന്ന ചിന്തകൾ ആളുകളെ പഠിപ്പിക്കുന്നതിനേക്കാൾ കുറച്ച് മുന്നോട്ട് പോകേണ്ടതുണ്ട്.

അതാണ് വ്യവസായ യുഗത്തിന്റെ ആശയം, നമ്മൾ ഇപ്പോൾ അവിടെയല്ല.

ഇത് ഒരു നല്ല രാജ്യമല്ലാത്തതുകൊണ്ട് അത് നല്ലതാണെന്ന് ആരും പറഞ്ഞില്ല. നമ്മൾ ഒരു സ്വതന്ത്ര രാജ്യമാണ്. കഠിനമായി ജോലി ചെയ്യുന്നവരും സമർഥരും വിജയത്തിലേക്ക് കൂടുതൽ ചലിക്കുന്നവരും പ്രതിഭാശാലികളും മറ്റുള്ളവരേക്കാൾ മികച്ച ജീവിതം ആഗ്രഹിക്കുന്നവരുമായ ആളുകളുണ്ട്. അമേരിക്കയിൽ, നന്ദിയോടെ പറയുന്നു, ഞങ്ങൾ നിശ്ചയദാർഢ്യം ഉണ്ടെങ്കിൽ ആഗ്രഹങ്ങളെ പിന്തുടരാൻ സ്വതന്ത്രരാണ്. എങ്കിലും, ഓരോ തവണയും ആരെങ്കിലും നമ്മളേക്കാൾ നന്നായി ചെയ്യുമ്പോൾ, ചിലർ പറയും അത് അനീതിയാണെന്ന് - ധനികർ ദരിദ്രർക്ക് പങ്കുവച്ചിരുന്നെങ്കിൽ കൂടുതൽ നീതിയാകുമായിരുന്നെന്ന് ചിന്തിക്കുന്ന അതേ ആളുകൾ തന്നെ. എന്തായാലും, ആരും പറഞ്ഞില്ല അത് നീതിയായിരുന്നെന്ന്. കാര്യങ്ങളെ നല്ലതാക്കാൻ നമ്മൾ ശ്രമിക്കുന്തോറും, നമ്മൾ കുറവ് സ്വതന്ത്രരാകുകയേയുള്ളൂ.

വിവേചനം നിലനിൽക്കുന്നുണ്ടെന്നും അല്ലെങ്കിൽ 'ഒരു കണ്ണാടി മേൽക്കൂര' ഉണ്ടെന്നും ആരെങ്കിലും പറഞ്ഞാൽ ഞാൻ അവരോട് യോജിക്കും. അങ്ങനെയുള്ള കാര്യങ്ങൾ നിലനിൽക്കുന്നുണ്ടെന്ന് എനിക്കറിയാം. ഞാൻ വ്യക്തിപരമായി ഏതുതരത്തിലുള്ള വിവേചനത്തിനെയും എതിർക്കും, ജപ്പാനീസ് പാരമ്പര്യം ഉള്ളതിനാൽ, ഞാനത് നേരിട്ട് അനുഭവിച്ചിട്ടുമുണ്ട്. E & S ചതുരങ്ങളിൽ, വിവേചനം നിലനിൽക്കുന്നുണ്ട്, പ്രത്യേകിച്ചും കമ്പനികളിൽ. നിങ്ങളുടെ രൂപം, വിദ്യാഭ്യാസം, തൊലിയുടെ നിറം, ലിംഗം എന്നിവയെല്ലാം ഇടതുവശത്ത് എണ്ണപ്പെടും. പക്ഷേ, വലതുവശത്ത് അതൊന്നും കണക്കിലെടുക്കാറില്ല, വെളുപ്പും സുരക്ഷയും അവിടെ വിഷയമല്ല. സ്വാതന്ത്ര്യവും കളിയോടുള്ള സ്നേഹവും മാത്രമേ കാര്യമാകുന്നുള്ളൂ. നിങ്ങൾക്ക് വലതുവശത്ത് കളിക്കണമെങ്കിൽ, കളിക്കാർ നിങ്ങളെ സ്വാഗതം ചെയ്യും. നിങ്ങൾ കളിച്ച് വിജയിക്കുകയാണെങ്കിൽ, നന്ന്. അവർ നിങ്ങളെ കൂടുതൽ ആലിംഗനം ചെയ്യുകയും നിങ്ങളുടെ രഹസ്യങ്ങൾ ചോദിക്കുകയും ചെയ്യും. നിങ്ങൾ കളിച്ച് തോൽക്കുകയാണെങ്കിൽ, അവർ സന്തോഷത്തോടെ നിങ്ങളുടെ പണം കൊണ്ടുപോകും. പക്ഷേ, നിങ്ങളുടെ പരാജയങ്ങൾക്ക് മറ്റാരോടെങ്കിലും പരാതിപ്പെടുകയോ കുറ്റപ്പെടുത്തുകയോ ചെയ്യരുത്. അങ്ങനെയല്ല വലതുവശത്ത് കളിക്കുന്നത്. അത് നീതിയുക്തമാകണമെന്നില്ല. നീതിമാനാകുന്നത് ആ കളിയുടെ പേരല്ല.

എന്തുകൊണ്ടാണ് സർക്കാർ B & I ചതുരങ്ങളെ മാത്രം വെറുതേ വിടുന്നത്?

വാസ്തവത്തിൽ, സർക്കാരുകൾ B & I ചതുരങ്ങളെ വെറുതേ വിടുന്നില്ല. B & I ചതുരങ്ങൾക്ക് രക്ഷപ്പെടാനും സമ്പത്ത് ഒളിപ്പിക്കാനുമുള്ള

കൂടുതൽ വഴികൾ ഉണ്ടെന്ന് മാത്രമേയുള്ളൂ. റിച് ഡാഡ് പുവർ ഡാഡിൽ, ഞാൻ കോർപറേഷനുകളുടെ ശക്തിയെപ്പറ്റി സംസാരിക്കുന്നുണ്ട്. ധനികർ അവരുടെ സമ്പത്തിൽ കൂടുതൽ കൈവശം വയ്ക്കുന്നതിന്റെ കാരണം അവർ കോർപറേറ്റ് ശരീരങ്ങൾ ആയി പ്രവർത്തിക്കുന്നതുകൊണ്ടാണ്, മനുഷ്യശരീരങ്ങളല്ല. ഒരു മനുഷ്യശരീരത്തിന് ഒരു രാജ്യത്തിൽ നിന്നും മറ്റൊരു രാജ്യത്തിലേക്ക് പോകാൻ പാസ്പോർട്ട് വേണം. ഒരു കോർപറേറ്റ് ശരീരത്തിന് ആവശ്യമില്ല. കോർപറേറ്റ് ശരീരം സ്വതന്ത്രമായി ലോകത്ത് സഞ്ചരിക്കുന്നു, സ്വതന്ത്രമായി പ്രവർത്തിക്കാനും കഴിയുന്നു. ഒരു മനുഷ്യശരീരത്തിന് സർക്കാരിൽ രജിസ്റ്റർ ചെയ്യണമെന്നുണ്ട്, അമേരിക്കയിൽ ജോലി ചെയ്യാൻ 'ഗ്രീൻ കാർഡ്' വേണം. കോർപറേറ്റ് ശരീരത്തിന് ആവശ്യമില്ല.

സർക്കാരുകൾക്ക് കോർപറേറ്റ് ശരീരങ്ങളിൽ നിന്നും കൂടുതൽ പണം എടുക്കണമെന്ന് ആഗ്രഹമുള്ളപ്പോഴും, മര്യാദയില്ലാത്ത നികുതി നിയമങ്ങൾ പാസ്സാക്കിയാൽ കോർപറേറ്റ് ശരീരങ്ങൾ അവരുടെ പണവും ജോലികളും മറ്റേതെങ്കിലും രാജ്യത്തിലേക്ക് കൊണ്ടുപോകുമെന്ന് അവർക്കറിയാം. വ്യവസായ യുഗത്തിൽ, ആളുകൾ ഓഫ്ഷോറിനെ ഒരു രാജ്യമായി കരുതി സംസാരിച്ചിരുന്നു. ധനികർ എപ്പോഴും അവരുടെ പണത്തിനെ സൗമ്യമായി കൈകാര്യം ചെയ്യപ്പെടുന്ന നികുതി ശരണാലയങ്ങൾ അന്വേഷിച്ചു.

ഇന്ന്, ഓഫ്ഷോർ എന്നാൽ ഒരു രാജ്യമല്ല. അത് സൈബർ ഇടമാണ്. പണം, അദൃശ്യമായ ഒരു ആശയമായിരിക്കേ, അദൃശ്യമായ ഇലക്ട്രോണിക് സാമ്രാജ്യത്തിൽ ഒളിപ്പിക്കാൻ കഴിയും. പെട്ടെന്ന് തന്നെ, അത് ഇപ്പോൾത്തന്നെ ചെയ്തിട്ടില്ലെങ്കിൽ, ആളുകൾ അവരുടെ ബാങ്കിങ് നിയമങ്ങളിൽ നിന്നും സ്വതന്ത്രമായ ആകാശത്ത് ഭ്രമണം ചെയ്യുന്ന സാറ്റ്ലൈറ്റിൽ ചെയ്യും, അല്ലെങ്കിൽ അവർ ധനികർക്ക് അനുകൂലമായ നിയമങ്ങളുള്ള രാജ്യത്തിൽ പ്രവർത്തിക്കാൻ തീരുമാനിക്കും.

റിച് ഡാഡ് പുവർ ഡാഡിൽ കൊളംബസ് ധനികരെക്കൊണ്ട് നിറഞ്ഞ പുതിയ ലോകം കണ്ടെത്തിയ ഉടൻ, വ്യവസായ യുഗത്തിന്റെ ആരംഭത്തിൽ കോർപറേഷനുകൾ പ്രശസ്തമായെന്ന് എഴുതിയിരുന്നു. ഓരോ തവണയും ധനികർ കടലിലേക്ക് കപ്പലിറക്കുമ്പോഴും, അവർ നഷ്ടസാധ്യതയിലായിരുന്നു, കാരണം കപ്പൽ തിരികെയെത്തിയില്ലെങ്കിൽ, മരിച്ചുപോയ കപ്പൽ ജോലിക്കാരുടെ കുടുംബങ്ങൾക്ക് കടപ്പെട്ടിരിക്കാൻ അവർക്ക് താല്പര്യമില്ലായിരുന്നു. അതുകൊണ്ട് കോർപറേഷനുകൾ രൂപപ്പെടുത്തിയത് നിയമപരിരക്ഷയ്ക്കും നിക്ഷേപിച്ച പണം നഷ്ടപ്പെടാനുള്ള സാധ്യത കുറയ്ക്കുന്നതിനും വേണ്ടിയായിരുന്നു.

എപ്പോഴൊക്കെ ഞാൻ ലോകത്ത് യാത്ര ചെയ്തിട്ടുള്ളപ്പോഴും, ഞാൻ പ്രാഥമികമായും ഇടപെടുന്ന ആളുകൾ അവരുടെ സ്വന്തം കോർപറേഷനുകളിലെ തൊഴിലാളികളായിരിക്കും. സൈദ്ധാന്തികമായി,

അവർ ഒന്നും സ്വന്തമാക്കുകയോ സ്വകാര്യ പൗരന്മാരായി നിലനിൽക്കുകയോ ചെയ്യുന്നില്ല. അവ തങ്ങളുടെ ധനികരായ കോർപറേഷനുകളിലെ ഓഫീസർമാരായാണ് നിലനിൽക്കുക, പക്ഷേ പൗരന്മാർ എന്ന നിലയിൽ അവർക്ക് സ്വന്തമായി ഒന്നുമില്ല. എപ്പോഴൊക്കെ ഞാൻ ലോകത്ത് യാത്ര ചെയ്തിട്ടുള്ളപ്പോഴും, എന്നോട് ഇങ്ങനെ പറയുന്ന ആളുകളെ കാണാറുണ്ട്, 'നിങ്ങൾക്കത് ഈ രാജ്യത്ത് ചെയ്യാൻ കഴിയില്ല. അത് നിയമവിരുദ്ധമാണ്.'

മിക്കവാറും ആളുകൾക്ക് അറിയാത്ത കാര്യം പടിഞ്ഞാറൻ ലോകത്തിലെ ഭൂരിഭാഗം രാജ്യങ്ങളിലെയും നിയമങ്ങൾ ഒരേപോലെയാണെന്നാണ്. അവർ വ്യത്യസ്തമായ വാക്കുകൾ ഉപയോഗിക്കുമായിരിക്കും, പക്ഷേ തത്വത്തിൽ അവരുടെ നിയമങ്ങൾ സമാനമാണ്.

സാധ്യമാണെങ്കിൽ, നിങ്ങൾ സ്വന്തം കോർപറേഷനിലെ തൊഴിലാളിയാകുന്നതെങ്കിലും ഒന്ന് പരിഗണിച്ചു നോക്കാൻ ഞാൻ നിർദ്ദേശിക്കുന്നു. ഉയർന്ന വരുമാനമുള്ള S, B കൾക്ക് അത് പ്രത്യേകിച്ചും പരിഗണിക്കാവുന്നതാണ്, അവർക്ക് സ്വന്തം ഫ്രാഞ്ചൈസികൾ ഉണ്ടെങ്കിലും നെറ്റ്‌വർക്ക് മാർക്കറ്റിങ്ങിലൂടെ വരുമാനം ഉണ്ടാക്കുന്നുണ്ടെങ്കിലും. നിങ്ങളുടെ പ്രത്യേക അവസ്ഥയിൽ മികച്ച ചട്ടക്കൂട് നടപ്പിലാക്കുന്നത് തെരഞ്ഞെടുക്കാൻ സഹായിക്കാൻ യോഗ്യരായ സാമ്പത്തിക ഉപദേഷ്ടാക്കളുടെ ഉപദേശം തേടുക.

രണ്ട് തരത്തിലുള്ള നിയമങ്ങളുണ്ട്

മുകൾപ്പരപ്പിൽ, ധനികർക്കുള്ള നിയമങ്ങളും മറ്റുള്ളവർക്കുള്ള നിയമങ്ങളും ഉണ്ടെന്ന് തോന്നും. വാസ്തവത്തിൽ, നിയമങ്ങൾ ഒന്നു തന്നെയാണ്. ഒരേയൊരു വ്യത്യാസം എന്താണെന്നാൽ ധനികർ നിയമങ്ങളെ അവരുടെ ഫലത്തിനായി ഉപയോഗിക്കും, അതേ സമയം ദരിദ്രരും മദ്ധ്യവർഗ്ഗത്തിലുള്ളവരും അങ്ങനെ ചെയ്യില്ല. അതാണ് അടിസ്ഥാനപരമായ വ്യത്യാസം.

സമർത്ഥരായ ഉപദേശകരെ നിയമിച്ച്, നിയമം അനുസരിച്ച്, നിയമപരമായി ഒരുപാട് പണം ഉണ്ടാക്കണമെന്ന് ഞാൻ ശക്തമായി നിർദ്ദേശിക്കുന്നു. നിങ്ങളുടെ നിയമോപദേഷ്ടാക്കൾ നിയമങ്ങളിൽ വരാനിരിക്കുന്ന മാറ്റങ്ങളെക്കുറിച്ച് നേരത്തേ താക്കീത് നൽകുന്ന സംവിധാനമായി പ്രവർത്തിക്കും. നിയമങ്ങൾ മാറുമ്പോൾ, സമ്പത്ത് കൈമാറപ്പെടുന്നു.

രണ്ട് തെരഞ്ഞെടുപ്പുകൾ

ഒരു സ്വതന്ത്ര സമൂഹത്തിൽ ജീവിക്കുന്നതിന്റെ ഒരു ഗുണം തെരഞ്ഞെടുക്കാനുള്ള സ്വാതന്ത്ര്യമാണ്. എന്റെ അഭിപ്രായത്തിൽ, രണ്ട് വലിയ തെരഞ്ഞെടുപ്പുകളാണുള്ളത്: സുരക്ഷയുടെ തെരഞ്ഞെടുപ്പും സ്വാതന്ത്ര്യത്തിന്റെ തെരഞ്ഞെടുപ്പും. നിങ്ങൾ സുരക്ഷ തെരഞ്ഞെടു

ക്കുകയാണെങ്കിൽ, അമിതമായ നികുതിയുടെയും പീഡനമാകുന്ന പലിശനിരക്കിന്റെയും രൂപത്തിൽ ആ സുരക്ഷയ്ക്ക് വലിയ വില കൊടുക്കേണ്ടിവരും. സ്വാതന്ത്ര്യമാണ് തെരഞ്ഞെടുക്കുന്നതെങ്കിൽ, നിങ്ങൾ കളി മുഴുവനും പഠിച്ച് അത് വിവേകപൂർവ്വം കളിക്കേണ്ടിവരും. ഏത് ചതുരത്തിൽ നിന്നാണ് കളിക്കേണ്ടതെന്നത് നിങ്ങളുടെ തെരഞ്ഞെടുപ്പാണ്.

ഈ പുസ്തകത്തിന്റെ ഒന്നാം ഭാഗം പണമൊഴുക്കിന്റെ ചതുരങ്ങളുടെ പ്രത്യേകതകൾ നിർവ്വചിച്ചു, രണ്ടാം ഭാഗം ശ്രദ്ധയൂന്നിയത് വലതുവശത്തെ B & I ചതുരങ്ങൾ തെരഞ്ഞെടുക്കുന്ന ഒരാൾ വികസിപ്പിക്കേണ്ട മാനസികാവസ്ഥയിലും നിലപാടിലുമാണ്. ഇപ്പോൾ നിങ്ങൾ ഏത് ചതുരത്തിലാണെന്ന് അറിയാമായിരിക്കും, എവിടെയാണ് എത്തിപ്പെടേണ്ടതെന്നും. പണമൊഴുക്കിന്റെ ചതുരങ്ങളുടെ വലതുവശത്ത് നിന്നും പ്രവർത്തിക്കാനുള്ള മാനസികപ്രക്രിയയെക്കുറിച്ചും മാനസികാവസ്ഥയെക്കുറിച്ചും മെച്ചപ്പെട്ട മനസ്സിലാക്കലും കിട്ടിക്കാണും.

ഞാൻ ഇടതുവശത്തുനിന്നും വലതുവശത്തേക്ക് കടക്കാനുള്ള വഴികൾ കാണിച്ചെങ്കിലും, ഇപ്പോൾ സൂക്ഷ്മമാകേണ്ട സമയമാണ്. അവസാനത്തെ ഭാഗത്ത്, ഞാൻ B & I ചതുരങ്ങളിലേക്ക് മാറുന്നതിന് അത്യന്താപേക്ഷിതമാണെന്ന് ഞാൻ കരുതുന്ന സാമ്പത്തിക ഫാസ്റ്റ് ട്രാക്ക് കണ്ടെത്താനുള്ള ഏഴ് പടികൾ തിരിച്ചറിയുന്നുണ്ട്.

ബിസിനസ്സുകൾ കെട്ടിപ്പടുക്കൂ, റിയൽ എസ്റ്റേറ്റ് വാങ്ങിക്കൂ

1943-ൽ, യുണൈറ്റഡ് സ്റ്റേറ്റ്സ് ജോലി ചെയ്യുന്ന എല്ലാ അമേരിക്കക്കാരിൽ നിന്നും ശമ്പളത്തിൽ നിന്നും കുറയ്ക്കുന്നത് വഴി നികുതി ചുമത്താൻ തുടങ്ങി. മറ്റുവാക്കുകളിൽ, E ചതുരത്തിൽ ഉള്ളവർക്ക് പണം കിട്ടുന്നതിന് മുമ്പുതന്നെ സർക്കാരിന് പണം കിട്ടി. തീർത്തും E ആയ ആർക്കും സർക്കാരിൽനിന്നും രക്ഷപ്പെടാനുള്ള വഴിയില്ലായിരുന്നു. മറ്റൊരു അർഥത്തിൽ, ധനികരിൽ മാത്രം നികുതി ചുമത്തുന്നതിനുപകരം, 16-ാമത് പരിഷ്കരണത്തിന്റെ പ്രതീക്ഷയായിരുന്നു അത്, എല്ലാ E & S കൾക്കും നികുതി കൊടുക്കേണ്ടി വന്നു, ധനികരാണെങ്കിലും ദരിദ്രരാണെങ്കിലും. ഇന്ന് അമേരിക്കയിലെ ഏറ്റവും കുറഞ്ഞ വരുമാനമുള്ളവർ കൂടുതൽ നികുതി കൊടുക്കുന്നു, മൊത്തം വരുമാനത്തിന്റെ ശതമാനക്കണക്കിൽ, ധനികരേക്കാളും മദ്ധ്യവർഗ്ഗത്തിലുള്ളവരേക്കാളും കൂടുതൽ.

1986-ൽ, നികുതി പരിഷ്കരണ ആക്റ്റ് S ചതുരത്തിലെ ഉയർന്ന ശമ്പളമുള്ള പ്രൊഫഷണലുകളുടെ പിന്നാലെ പോയി. ഈ ആക്റ്റ് പ്രത്യേകിച്ചും ഡോക്ടർമാർ, വക്കീലന്മാർ, ആർക്കിടെക്റ്റുകൾ, ഡെന്റിസ്റ്റുകൾ, എഞ്ചിനീയർമാർ, മറ്റു പ്രൊഫഷണലുകൾ എന്നിവരെ ലക്ഷ്യം വച്ചു, അത് അവർക്ക് B & I ചതുരങ്ങളിലുള്ള ധനികർക്ക് ചെയ്യാൻ കഴിയുന്നതുപോലെ പണം സംരക്ഷിക്കാൻ പ്രയാസമോ അസാധ്യമോ ആക്കിമാറ്റി.

ഈ പ്രൊഫഷണലുകൾ അവരുടെ ബിസിനസ്സുകൾ C കോർപ്പറേഷനുകൾക്ക് പകരം S കോർപറേഷനുകൾ വഴി പ്രവർത്തിപ്പിക്കാൻ നിർബന്ധിതരായി, അല്ലെങ്കിൽ നികുതി പിഴയടയ്ക്കേണ്ടി വരും. ധനികർ ആ പിഴ അടയ്ക്കില്ല. ഈ ഉയർന്ന വരുമാനമുള്ള പ്രൊഷണലുകളുടെ വരുമാനം S കോർപറേഷൻ വഴി കടത്തിവിടുകയും സാധ്യമാകുന്നത്ര ഉയർന്ന വ്യക്തിഗത നികുതി നിരക്ക് ചാർത്തപ്പെടുകയും ചെയ്യും. അവർക്ക് തങ്ങളുടെ വരുമാനത്തിനെ C കോർപറേഷനുകൾക്ക് അനുവദിച്ചിരിക്കുന്ന കിഴിവുകൾ വഴി സംരക്ഷിക്കാനുള്ള അവസരം ഇല്ല. അതേസമയം, നിയമം എല്ലാ S കോർപറേഷനുകൾക്കും ഒരു കലണ്ടർ വർഷാവസാനത്തിനായി നിർബന്ധിക്കുന്നവിധം മാറ്റപ്പെട്ടു. ഇത് വീണ്ടും എല്ലാ വരുമാനത്തിനും ഉയർന്ന നികുതി നിരക്ക് ചാർത്താൻ നിർബന്ധിതമാക്കി.

ഞാൻ ഈ മാറ്റങ്ങളെക്കുറിച്ച് എന്റെ CPAയുമായി സംസാരിച്ചപ്പോൾ, അയാൾ എന്നെ ഓർമ്മിപ്പിച്ചത് പുതിയ സ്വയം തൊഴിൽ ചെയ്യുന്നവർക്കുള്ള വലിയ ആഘാതം വരുന്നത് അവരുടെ ആദ്യത്തെ ബിസിനസ്സ് വർഷത്തിൽ അവർ കൊടുക്കുന്ന ഏറ്റവും വലിയ നികുതി സ്വയം തൊഴിൽ നികുതിയാണെന്ന് തിരിച്ചറിയുമ്പോഴാണ് എന്നാണ്. ഈ നികുതി Sകൾ അല്ലെങ്കിൽ സ്വയം തൊഴിൽ ചെയ്യുന്നവർക്ക് ഇരട്ടിയാണ്, E കൾ അല്ലെങ്കിൽ തൊഴിലാളികൾ എന്ന നിലയിൽ അവർ കൊടുത്തിരുന്നതിനേക്കാൾ. അത് കണക്കാക്കിയിരുന്നത് ഏതെങ്കിലും തരംതിരിച്ചുള്ള കിഴിവുകളും വ്യക്തിപരമായ ഒഴിവാക്കലുകളും കുറയ്ക്കുന്നതിന് മുമ്പുള്ള വരുമാനം അടിസ്ഥാനമാക്കിയാണ്. ഒരു സ്വയം തൊഴിൽ ചെയ്യുന്നയാൾക്ക് നികുതിയില്ലാത്ത വരുമാനം ഉണ്ടാക്കാൻ സാധ്യമാണ്, എങ്കിലും സ്വയം തൊഴിൽ നികുതി കൊടുക്കേണ്ടിവരും. കോർപറേഷനുകൾ, മറുവശത്ത്, സ്വയം തൊഴിൽ നികുതി കൊടുക്കാറില്ല.

1986-ലെ നികുതി പരിഷകരണ ആക്റ്റ് അമേരിക്കയിലെ E & S കളെ റിയൽ എസ്റ്റേറ്റ് ഒരു നിക്ഷേപമെന്ന നിലയിൽനിന്നും പുറത്താക്കി സ്റ്റോക്കുകളും ബോണ്ടുകളും പോലെയുള്ള കടലാസ് ആസ്തികളിലേക്ക് മാറ്റി. പറഞ്ഞുവിടൽ ആരംഭിച്ചപ്പോൾ, മില്യൺ കണക്കിന് ആളുകൾക്ക് അവരുടെ ജോലിയെക്കുറിച്ച് സുരക്ഷാബോധം കുറഞ്ഞെന്ന് മാത്രമല്ല, അവരുടെ റിട്ടയർമെന്റിനെക്കുറിച്ചും സുരക്ഷാബോധം കുറഞ്ഞു, കാരണം അവരുടെ ഭാവി സാമ്പത്തികക്ഷേമം അടിസ്ഥാനമാക്കിയിരുന്നത് വിപണിയുടെ ഉയർച്ചതാഴ്ചകളിൽ ആശ്രയിച്ചിരിക്കുന്ന കടലാസ് ആസ്തികളിലായിരുന്നു.

1986-ലെ നികുതി പരിഷകരണ ആക്റ്റിന് അമേരിക്കയിലെ ചെറിയ കമ്മ്യൂണിറ്റി ബാങ്കുകൾ അടച്ചുപൂട്ടി എല്ലാ ബാങ്കിങ്ങുകളും വലിയ നാഷണൽ ബാങ്കുകളിലേക്ക് മാറ്റാനുള്ള ഉദ്ദേശ്യവും ഉണ്ടായിരുന്നെന്ന് തോന്നുന്നു. അങ്ങനെ ചെയ്തത് ജർമനിയിലെയും ജപ്പാനിലെയും

വലിയ ബാങ്കുകളുമായി അമേരിക്കയ്ക്ക് മത്സരിക്കാൻ വേണ്ടിയായിരുന്നെന്ന് ഞാൻ സംശയിക്കുന്നു. ഇന്ന് അമേരിക്കയിൽ, ബാങ്കിങ് കുറച്ച് വ്യക്തിപരവും പൂർണമായും അക്കങ്ങളെ ആശ്രയിച്ചുമാണുള്ളത്. ആകെ ഫലം എന്താണെന്നാൽ ചില പ്രത്യേക വർഗ്ഗങ്ങളിലുള്ള ആളുകൾക്ക് ഹോം ലോണുകൾക്ക് യോഗ്യത നേടുന്നത് ബുദ്ധിമുട്ടായി മാറി. നിങ്ങളെ വ്യക്തിപരമായി അറിയാവുന്ന ചെറിയ ടൗൺ ബാങ്കറിനുപകരം, ഒരു സെൻട്രൽ കമ്പ്യൂട്ടർ അതിന്റെ വ്യക്തിപരമായ യോഗ്യത തെളിയിക്കാനുള്ള ഉപാധികൾ നിറവേറ്റിയില്ലെങ്കിൽ നിങ്ങളുടെ പേര് പുറത്തേക്ക് തുപ്പിക്കളയും.

1986-ലെ നികുതി പരിഷ്കരണ ആക്റ്റിനുശേഷം ധനികർ കൂടുതൽ സമ്പാദിക്കുന്നതും, കുറച്ച് ജോലി ചെയ്യുന്നതും, കുറവ് നികുതി കൊടുക്കുന്നതും, എന്റെ ധനികനായ പിതാവ് വർഷങ്ങൾക്കുമുമ്പ് നൽകിയ സമവാക്യം ഉപയോഗിച്ച് ഉയർന്ന ആസ്തി സംരക്ഷണം ആസ്വദിക്കുന്നതും തുടർന്നു, അതാണ് 'ഒരു ബിസിനസ്സ് കെട്ടിപ്പടുക്കൂ, റിയൽ എസ്റ്റേറ്റ് വാങ്ങിക്കൂ.' അതിന്റെ ആശയം ഇ കോർപറേഷനുകൾ വഴി ഒരുപാട് പണം ഉണ്ടാക്കി റിയൽ എസ്റ്റേറ്റ് വഴി വരുമാനത്തിനെ സംരക്ഷിക്കുക എന്നതാണ്. അമേരിക്കയിലെ മില്യൺ കണക്കിന് ആളുകൾ ജോലി ചെയ്യുമ്പോൾ, കൂടുതൽ കൂടുതൽ നികുതി കൊടുക്കുമ്പോൾ, മ്യൂചൽ ഫണ്ടുകളിലേക്ക് ബില്യനുകൾ ഒഴുക്കുമ്പോൾ, ധനികർ നിശ്ശബ്ദമായി അവരുടെ C കോർപറേഷനുകളുടെ ഓഹരികൾ വിൽക്കുന്നു, അതവരെ കൂടുതൽ ധനികരാക്കുന്നു, എന്നിട്ട് റിയൽ എസ്റ്റേറ്റിൽ ബില്യനുകൾ നിക്ഷേപിക്കുന്നു. C കോർപറേഷനുകളിലെ ഒരു ഓഹരി വാങ്ങിക്കുന്നയാൾക്ക് ഒരു കമ്പനി സ്വന്തമാക്കുന്നതിലെ നഷ്ടസാധ്യത പങ്കുവയ്ക്കാൻ അനുവദിക്കുന്നു. സ്റ്റോക്കിലെ ഒരു ഓഹരി അതിന്റെ ഉടമയ്ക്ക് C കോർപറേഷൻ ഉണ്ടാകുന്നതിന്റെയും റിയൽ എസ്റ്റേറ്റിൽ നിക്ഷേപിക്കുന്നതിന്റെയും ഗുണഫലങ്ങൾ നൽകുന്നുമില്ല.

എന്തുകൊണ്ടാണ് എന്റെ ധനികനായ പിതാവ് C കോർപറേഷനുകളിൽ ബിസിനസ്സ് ആരംഭിച്ച് റിയൽ എസ്റ്റേറ്റ് മേടിക്കാൻ നിർദ്ദേശിച്ചത്? കാരണം ആ വഴിക്ക് പ്രവർത്തിക്കുന്നവർക്ക് നികുതി നിയമങ്ങൾ പാരിതോഷികം നൽകുന്നു, പക്ഷേ ആ വിഷയം ഈ പുസ്തകത്തിന്റെ താല്പര്യത്തിൽനിന്നും അകലെയാണ്. മക്ഡൊണാൾഡ്സിന്റെ സ്ഥാപകനായ റേയ് ക്രോക്കിനെപ്പോലെയുള്ള അമിതധനികരുടെ വാക്കുകൾ ഓർക്കുക: 'എന്റെ ബിസിനസ്സ് ഹാംബർഗറുകൾ അല്ല. എന്റെ ബിസിനസ്സ് റിയൽ എസ്റ്റേറ്റ് ആണ്.' അല്ലെങ്കിൽ എന്റെ ധനികനായ പിതാവ് എന്റെ തലയിൽ നിക്ഷേപിച്ച വാക്കുകൾ ഓർക്കുക, 'ബിസിനസ്സുകൾ കെട്ടിപ്പടുക്കൂ, റിയൽ എസ്റ്റേറ്റ് വാങ്ങിക്കൂ'.

മറ്റു വാക്കുകളിൽ, നികുതി നിയമങ്ങളുടെ മുഴുവൻ ഗുണഫലങ്ങളും എടുക്കാൻ എനിക്ക് പണമൊഴുക്കിന്റെ ചതുരങ്ങളുടെ വലതുവശത്ത് ഭാഗ്യം തേടണമായിരുന്നു.

1990–ൽ, പ്രസിഡന്റ് ജോർജ്ജ് എച്ച്. ഡബ്ലിയു ബുഷ് 'എന്നെ ശ്രദ്ധിച്ചു കേൾക്കൂ. പുതിയ നികുതികൾ ഇല്ല' എന്ന് വാഗ്ദാനം ചെയ്തശേഷം നികുതികൾ ഉയർത്തി. 1992–ൽ, പ്രസിഡന്റ് ബിൽ ക്ലിന്റൺ സമീപകാല ചരിത്രത്തിലെ ഏറ്റവും വലിയ നികുതിവർദ്ധനവ് നിയമമാക്കുന്നതിൽ ഒപ്പുവച്ചു. ഇരുപത്തിയൊന്നാം നൂറ്റാണ്ടിലും നികുതിവർദ്ധനവ് തുടരുന്നു. വീണ്ടും, ഈ നികുതിവർദ്ധനവുകൾ E & S കളെയാണ് ബാധിക്കുക, മറിച്ച് B & I കൾ, മിക്കവാറും ബാധിക്കപ്പെടുന്നില്ല.

നമ്മൾ വിവരസാങ്കേതിക യുഗത്തിലേക്ക് കൂടുതൽ കൂടുതൽ മുന്നേറുമ്പോൾ, നമ്മൾ ആകെ ചെയ്യേണ്ടത് വിവിധ ചതുരങ്ങളിൽ നിന്നുമുള്ള വിവരങ്ങൾ ശേഖരിക്കുന്നത് തുടരുന്നതാണ്. വിവരസാങ്കേതിക യുഗത്തിൽ, നിലവാരമുള്ള വിവരമാണ് നമ്മുടെ ഏറ്റവും പ്രധാനപ്പെട്ട ആസ്തി. എറിക് ഹോഫർ ഒരിക്കൽ പറഞ്ഞതുപോലെ, 'മാറ്റങ്ങളുടെ സമയത്ത്, പഠിക്കുന്നവർ ഭൂമിയുടെ അവകാശികളാകും, അതേസമയം പഠിച്ച് കഴിഞ്ഞവർ നിലവിലില്ലാത്ത ലോകവുമായി ഇടപെടാൻ മനോഹരമായി തയ്യാറായിരിക്കുന്നതായി സ്വയം കണ്ടെത്തും.'

ഓർക്കുക

ഓരോരുത്തരുടെയും സാമ്പത്തികാവസ്ഥ വ്യത്യസ്തമായിരിക്കും. അതുകൊണ്ടാണ് ഞാൻ എപ്പോഴും താഴെ പറയുന്നവ നിർദ്ദേശിക്കുന്നത്:

1. നിങ്ങൾക്ക് കണ്ടെത്താൻ കഴിയുന്നതിൽവച്ച് ഏറ്റവും മികച്ച പ്രൊഫഷണൽ, സാമ്പത്തിക ഉപദേശങ്ങൾ തേടുക. ഉദാഹരണത്തിന്, ഒരു C കോർപറേഷൻ ഒരുപാട് സാഹചര്യങ്ങളിൽ നന്നായി പ്രവർത്തിക്കുമ്പോഴും, എല്ലാക്കാലത്തേക്കും അത് മികച്ച ചട്ടക്കൂട് ആയിരിക്കില്ല. പണമൊഴുക്കിന്റെ ചതുരങ്ങളിലെ വലതുവശത്ത് പോലും, ചിലപ്പോഴെല്ലാം S കോർപറേഷൻ ആയിരിക്കും യോജിക്കുക.
2. ധനികർക്കും ദരിദ്രർക്കും മദ്ധ്യവർഗ്ഗക്കാർക്കും വ്യത്യസ്തങ്ങളായ ഉപദേശകർ ആയിരിക്കും ഉണ്ടാകുക എന്നത് ഓർക്കുക, വലതുവശത്തും ഇടതുവശത്തും നിന്ന് പണം സമ്പാദിക്കുന്നവർക്ക് വ്യത്യസ്തങ്ങളായ ഉപദേശകർ ഉണ്ടായിരിക്കുന്നത് പോലെ. അതുപോലെ, നിങ്ങൾക്ക് എത്തേണ്ടയിടത്ത് എത്തിച്ചേർന്ന് കഴിഞ്ഞവരിൽ നിന്നും ഉപദേശം സ്വീകരിക്കുന്നത് പരിഗണിക്കുക.
3. നികുതി കാരണങ്ങൾകൊണ്ട് ഒരിക്കലും ബിസിനസ്സോ നിക്ഷേപമോ ചെയ്യാതിരിക്കുക. നികുതി ഇളവ് എന്നാൽ സർക്കാർ ആഗ്രഹിക്കുന്നതുപോലെ കാര്യങ്ങൾ ചെയ്യുന്നതിനുള്ള

അധിക ബോണസ് ആണ്. അതൊരു ബോണസ് ആകാം, പക്ഷേ കാരണം ആകരുത്.

നിങ്ങൾ യു.എസ്. പൗരൻ അല്ലെങ്കിലും ഈ ഉപദേശം അതുപോലെ തന്നെ നിലനിൽക്കും. നമ്മുടെ നിയമങ്ങൾ വ്യത്യസ്തങ്ങളായിരിക്കാം, എങ്കിലും സമർഥമായ ഉപദേശം തേടുന്നതിന്റെ തത്വങ്ങൾ ഒന്നുതന്നെ. വലതുവശത്തുള്ള ആളുകൾ ലോകമെങ്ങും വളരെ സമാനമായാണ് പ്രവർത്തിക്കുക.

ഭാഗം മൂന്ന്

എങ്ങനെയൊരു വിജയിയായ B & I ആകാം

അദ്ധ്യായം പത്ത്
കുഞ്ഞുകാലടികൾ വയ്ക്കുക

ഓടാനാകുന്നതിന് മുമ്പ് നിങ്ങൾ നടക്കേണ്ടതുണ്ട്.

നമ്മളിൽ മിക്കവാറും എല്ലാവരു കേട്ടുകാണും: 'ആയിരം മൈലുകളുടെ ഒരു യാത്ര ആരംഭിക്കുന്നത് ഒരു അടിവയ്പിൽ നിന്നുമാണ്.' പകരം, ഞാൻ പറയും, 'ആയിരം മൈലുകളുടെ ഒരു യാത്ര ആരംഭിക്കുന്നത് ഒരു കുഞ്ഞുകാലടിയിൽ നിന്നുമാണ്.'

ഞാൻ അത് ഊന്നിപ്പറയുന്നതിന്റെ കാരണം, കുഞ്ഞുകാലടികൾ വച്ച് തുടങ്ങുന്നതിനുപകരം ഒരു വലിയ ചാട്ടം ചാടാൻ ശ്രമിക്കുന്ന ഒരുപാട് ആളുകളെ ഞാൻ കണ്ടിട്ടുണ്ട്. മൊത്തത്തിൽ രൂപം കെട്ടിരിക്കുന്നതും പെട്ടെന്ന് 20 പൗണ്ട് കുറയ്ക്കാൻ തീരുമാനിക്കുന്നതുമായ ആളുകളെ നമ്മൾ കണ്ടിട്ടുണ്ട്. അവർ ഒരു തിടുക്കത്തിലുള്ള ഡയറ്റിൽ തുടങ്ങി, രണ്ട് മണിക്കൂർ ജിമ്മിൽ പോയി, 10 മൈലുകൾ ഓടുകയും ചെയ്യും. അത് ചിലപ്പോൾ ഒരാഴ്ച നീളും. അവർ ഏതാനും പൗണ്ടുകൾ കുറയ്ക്കും, പിന്നെ വേദന, മടുപ്പ്, വിശപ്പ് തുടങ്ങിയവ അവരുടെ മനക്കരുത്തിനെയും നിശ്ചയദാർഢ്യത്തെയും പരുക്കേല്പിക്കാൻ തുടങ്ങും. മൂന്നാമത്തെ ആഴ്ച ആകുമ്പോഴേയ്ക്കും, അവരുടെ അമിത ഭക്ഷണം, വ്യായാമം ഒഴിവാക്കൽ, ടെലിവിഷൻ കാണൽ തുടങ്ങിയ പഴയ ശീലങ്ങൾ തിരിച്ചെത്തും.

ഒരു വലിയ കുതിപ്പ് എടുക്കുന്നതിനുപകരം, ഞാൻ ശക്തമായി നിർദ്ദേശിക്കുക മുന്നോട്ടൊരു കുഞ്ഞുകാലടി വയ്ക്കുന്നതാണ്. ദീർഘകാലത്തേക്കുള്ള സാമ്പത്തികവിജയം അളക്കുന്നത് നിങ്ങളുടെ കാലുനീട്ടൽ എത്ര വലുതായിരുന്നു എന്നതനുസരിച്ചല്ല, മറിച്ച് ചുവടുകളുടെ എണ്ണം, വർഷങ്ങളുടെ എണ്ണം, നിങ്ങൾ നീങ്ങുന്ന ദിശ എന്നിവ അനുസരിച്ചാണ്. ഏത് സംരംഭത്തിന്റെയും വിജയത്തിന്റെയും പരാജയത്തിന്റെയും സമവാക്യം അതാണ്. പണത്തിന്റെ കാര്യം വരുമ്പോൾ, ഞാൻ ഒരുപാട് പേരെ, ഞാനുൾപ്പടെ, കുറച്ചുമാത്രം ഉപയോഗിച്ച് കൂടുതൽ ചെയ്യാൻ ശ്രമിക്കുകയും, തകർന്ന് പൊള്ളുകയും ചെയ്യുന്നത് കണ്ടിട്ടുണ്ട്. നിങ്ങൾ സ്വയം കുഴിച്ചിരിക്കുന്ന സാമ്പത്തിക ദ്വാരത്തിൽ നിന്നും പുറത്തുകടക്കാനുള്ള ഒരു ഏണി ആവശ്യമുള്ളപ്പോൾ കുഞ്ഞുകാലടിവയ്ക്കുന്നത് പ്രയാസമാണ്.

നിങ്ങൾ എങ്ങനെയൊരു ആനയെ തിന്നും?

പുസ്തകത്തിന്റെ ഈ ഭാഗത്തിൽ വിശദീകരിക്കുന്നത്, പണമൊഴുക്കിന്റെ ചതുരങ്ങളിലെ വലതുവശത്തേക്കുള്ള നിങ്ങളുടെ വഴിയിലേക്ക് നയിക്കാനുള്ള ഏഴ് പടികളാണ്. എന്റെ ധനികനായ പിതാവിന്റെ സഹായംകൊണ്ട്, എനിക്ക് ഒമ്പത് വയസ്സുള്ളപ്പോൾത്തൊട്ട് ഞാൻ ഈ പടികൾ പ്രാവർത്തികമാക്കി, ജിവിച്ചിരിക്കുന്നിടത്തോളം കാലം അവയെ പിന്തുടരുകയും ചെയ്യും.

ചിലർക്ക്, ഈ പടികൾ കടുപ്പമുള്ളതായി തോന്നാം നിങ്ങൾ അവയെല്ലാം ഒരാഴ്ചകൊണ്ട് ചെയ്യാൻ ശ്രമിച്ചാൽ അങ്ങനെ തന്നെയായിരിക്കും. അതുകൊണ്ട് കുഞ്ഞുകാലടികൾ വച്ച് തുടങ്ങുക.

നമ്മളെല്ലാവരും കേട്ടിട്ടുണ്ടാകും: 'റോം ഒരു ദിവസംകൊണ്ട് നിർമ്മിച്ചതല്ല.' എനിക്ക് എത്ര പഠിക്കാനുണ്ടെന്ന് ആലോചിച്ച് അന്ധാളിക്കുമ്പോൾ ഞാൻ ഉപയോഗിക്കുന്ന ചൊല്ല് ഇതാണ്, 'നിങ്ങൾ ഒരു ആനയെ എങ്ങനെ തിന്നും?' ഉത്തരം ഇതാണ്, 'ഒരു സമയം ഒരു കടി വീതം.' പണമൊഴുക്കിന്റെ ചതുരങ്ങളുടെ E & S ൽ നിന്നും B & I ലേക്കുള്ള യാത്രയ്ക്കായി എത്രത്തോളം പഠിക്കണമെന്ന് നിങ്ങൾ അമ്പരക്കുമ്പോൾ മുന്നോട്ടുപോകാനായി ഞാൻ നിർദ്ദേശിക്കുന്നത് അതാണ്. നിങ്ങൾ അവനവനോട് ദയവുള്ളയാളായിരുന്ന് ആ പരിണാമം വെറും മാനസികമായതിനേക്കാൾ വലുതാണെന്ന് തിരിച്ചറിയുക. അതിൽ വൈകാരികമായ പഠനം ഉൾപ്പെടുന്നുണ്ട്. നിങ്ങൾ ആറ് മാസങ്ങൾ അല്ലെങ്കിൽ ഒരു വർഷം കുഞ്ഞുകാലടികൾ വച്ച ശേഷം, നടക്കാൻ തയ്യാറായിരിക്കും, പിന്നെ ഓടാനും. ഓടുന്നതിനുമുമ്പ് നിങ്ങൾക്ക് നടക്കാൻ കഴിഞ്ഞിരിക്കണം. അതാണ് ഞാൻ നിർദ്ദേശിക്കുന്ന വഴി. നിങ്ങൾക്ക് ആ വഴി ഇഷ്ടമല്ലെങ്കിൽ, പെട്ടെന്ന് എളുപ്പത്തിൽ ധനികരാകണം എന്നാഗ്രഹിക്കുന്ന മില്യൺ കണക്കിന് ആളുകൾ ചെയ്യുന്നത് തന്നെ ചെയ്യാം, അതാണ് ലോട്ടറി ടിക്കറ്റ് വാങ്ങുക എന്നത്. ആർക്കറിയാം? അത് നിങ്ങളുടെ ഭാഗ്യദിവസമാകാം.

പ്രവർത്തനം നിഷ്ക്രിയത്വത്തിനെ തോൽപ്പിക്കുന്നു

എന്നെ സംബന്ധിച്ചിടത്തോളം, E & S കൾക്ക് B & I വശത്തേക്ക് മാറാനുള്ള പ്രയാസത്തിന്റെ പ്രധാന കാരണങ്ങൾ അവർക്ക് തെറ്റുകൾ വരുത്തുമോയെന്ന് ഭയം അധികമായതുകൊണ്ടാണ്. അവർ മിക്കപ്പോഴും പറയും, 'എനിക്ക് തോൽക്കുമെന്ന പേടിയുണ്ട്,' അല്ലെങ്കിൽ 'എനിക്ക് കൂടുതൽ വിവരങ്ങൾ വേണം,' അല്ലെങ്കിൽ 'നിങ്ങൾക്ക് മറ്റൊരു പുസ്തകം നിർദ്ദേശിക്കാമോ?' അവരുടെ ഭയം അല്ലെങ്കിൽ അവനവനെത്തന്നെയുള്ള സംശയം, അവരെ അവരുടെ ചതുരത്തിൽ കുടുക്കിയിടുകയാണ്. ഞാൻ പ്രതീക്ഷിക്കുന്നത്, ഓരോ പടിയും വായിച്ച്, ഓരോ പടിയുടെയും അവസാനമുള്ള 'പ്രവർത്തിക്കുക' എന്ന ഭാഗത്തിലെ പ്രവൃത്തികൾ പൂർത്തിയാക്കി, നിങ്ങൾ B & I വശത്തേക്ക്

നീങ്ങിക്കൊണ്ടിരിക്കും എന്നാണ്. ഈ ഏഴ് പടികൾ ചെയ്യുന്നതിലൂടെ സാധ്യതകളുടെയും മാറ്റത്തിന്റെയും പുതിയ ലോകങ്ങൾ തുറന്നു കിട്ടും. എന്നിട്ട് ചെറിയ കുഞ്ഞിക്കാലടികൾ വയ്ക്കുന്നത് തുടരുക.

നൈക്കിയുടെ പരസ്യവാചകമായ "Just do it" അത് നന്നായി പറയുന്നു. നിർഭാഗ്യവശാൽ, നമ്മുടെ സ്കൂളുകളും പറയുന്നത്, 'തെറ്റുകൾ വരുത്തരുത്' എന്നാണ്. ഉയർന്ന വിദ്യാഭ്യാസമുള്ള, പ്രവർത്തിക്കണമെന്ന് ആഗ്രഹമുള്ള, മില്യൺ കണക്കിന് ആളുകൾ തെറ്റ് വരുത്തുമോയെന്ന വൈകാരിക ഭയം കാരണം മരവിച്ചിരിക്കുകയാണ്. ഒരു അദ്ധ്യാപകൻ എന്ന നിലയിൽ ഞാൻ പഠിച്ച ഒരു പ്രധാനപ്പെട്ട പാഠം, ശരിയായ പഠനത്തിന് മാനസികവും, വൈകാരികവും, ശാരീരികവുമായ പഠനമാണ് ആവശ്യം എന്നത് സത്യമാണ് എന്നാണ്. അതുകൊണ്ടാണ് പ്രവൃത്തി നിഷ്ക്രിയത്വത്തിനെ തോൽപ്പിക്കുന്നത്. നിങ്ങൾ പ്രവർത്തിച്ച് തെറ്റുവരുത്തുകയാണെങ്കിൽ, കുറഞ്ഞ പക്ഷം നിങ്ങൾ എന്തെങ്കിലും പഠിക്കുകയെങ്കിലും ചെയ്തിട്ടുണ്ടാകും, അത് മാനസികമോ വൈകാരികമോ ശാരീരികമോ ആകാം. ശരിയായ ഉത്തരം തുടർച്ചയായി തേടുന്ന ഒരു വ്യക്തി മിക്കപ്പോഴും 'വിശകലന പക്ഷാഘാതം' എന്ന രോഗവുമായി ബന്ധപ്പെട്ടിരിക്കും, ഒരുപാട് ഉയർന്ന വിദ്യാഭ്യാസമുള്ള ആളുകളെയും അത് ബാധിക്കുമെന്ന് തോന്നുന്നു. ആത്യന്തികമായി, നമ്മൾ പഠിക്കുന്നത് തെറ്റുകൾ വരുത്തിക്കൊണ്ടാണ്. നമ്മൾ നടക്കാനും സൈക്കിൾ ഓടിക്കാനും പഠിക്കുന്നത് വീണും എഴുന്നേറ്റുമാണ്. പ്രവർത്തിക്കാൻ ഭയപ്പെടുന്ന ആളുകൾ, തെറ്റുകൾ വരുമെന്ന ഭയത്തിന് വെളിയിൽ, മാനസികമായി സമർഥരായിരിക്കും, പക്ഷേ അവരും വൈകാരികവും ശാരീരികവുമായി വൈകല്യമുള്ളവരാണ്.

ഏതാനും വർഷങ്ങൾക്കുമുമ്പ്, ലോകമെമ്പാടുമുള്ള ധനികരും ദരിദ്രരും അടങ്ങിയ പഠനം നടന്നിരുന്നു, ദാരിദ്ര്യത്തിൽ ജനിച്ച ആളുകൾ എങ്ങനെ ധനികരാകുന്നു എന്ന് കണ്ടുപിടിക്കാനായി. ആ പഠനം കണ്ടെത്തിയത് ഈ ആളുകൾക്ക്, അവർ എവിടെ ജീവിക്കുകയാണെങ്കിലും, ഈ മൂന്ന് ഗുണങ്ങളുണ്ട് എന്നായിരുന്നു:

1. അവർ ദീർഘകാലത്തേക്കുള്ള ദർശനവും പദ്ധതിയും കൊണ്ടു നടക്കുന്നു.
2. അവർ വൈകിവരുന്ന സംതൃപ്തിയിൽ വിശ്വസിക്കുന്നു.
3. അവർ കൂട്ടിക്കലർത്തുന്നതിന്റെ ശക്തി അവരുടെ ഗുണത്തിനായി ഉപയോഗിക്കുന്നു.

പഠനം കണ്ടെത്തിയത്, ഈ ആളുകൾ ദീർഘകാലത്തേക്കുവേണ്ടി ചിന്തിക്കുകയും പദ്ധതിയിടുകയും ഒരു സ്വപ്നം അല്ലെങ്കിൽ ദർശനം മുറുകെപ്പിടിക്കുന്നത് വഴി ഒടുക്കം സാമ്പത്തിക വിജയം നേടാൻ കഴിയുമെന്ന് അറിയുകയും ചെയ്തിരുന്നു എന്നാണ്. അവർ ദീർഘകാല

നേട്ടങ്ങൾക്കായി ഹ്രസ്വകാല ത്യാഗങ്ങൾ സഹിക്കാൻ തയ്യാറായിരുന്നു, അതാണ് വൈകിയുള്ള സംതൃപ്തിയുടെ അടിസ്ഥാനം.

ആൽബർട്ട് ഐൻസ്റ്റീൻ കൂട്ടിച്ചേർക്കലിന്റെ ശക്തി വഴി പണം എങ്ങനെ ഇരട്ടിക്കുന്നു എന്നതിൽ അത്ഭുതപ്പെട്ടിരുന്നു. അദ്ദേഹം പണം കൂട്ടിച്ചേർക്കുന്നതിനെ ഏറ്റവും അതിശയകരമായ കണ്ടുപിടുത്തങ്ങളിൽ ഒന്നായി കണക്കാക്കിയിരുന്നു.

ഈ പഠനം കൂട്ടിച്ചേർക്കലിനെ പണത്തിനുമപ്പുറം കൊണ്ടുപോയി കണ്ടെത്തിയത്, ഓരോ കുഞ്ഞുകാലടിയിൽ നിന്നും നേടിയ അറിവും പഠനവും വർഷങ്ങൾ കഴിയുമ്പോൾ കൂട്ടിച്ചേർക്കപ്പെട്ടുവെന്നാണ്. യാതൊരു നടപടിയും എടുക്കാത്ത ആളുകൾക്ക് കൂട്ടിച്ചേർക്കലിലൂടെ വരുന്ന അറിവിന്റെയും അനുഭവത്തിന്റെയും വലിയ ശേഖരം ഉണ്ടാവില്ല.

പഠനം കണ്ടെത്തിയ മറ്റൊരു കാര്യം, ആളുകൾ എങ്ങനെ സമ്പന്നതയിൽനിന്നും ദാരിദ്ര്യത്തിലേക്ക് മാറുന്നു എന്നതിന്റെ കാരണമാണ്. ഒരുപാട് ധനികരായ കുടുംബങ്ങൾ മൂന്ന് തലമുറകൾ കഴിയുമ്പോൾ അവരുടെ ഭൂരിഭാഗം സമ്പത്തുകളും നഷ്ടപ്പെടുത്തിയിട്ടുണ്ട്. അതിശയമൊന്നുമില്ല, പഠനം കണ്ടെത്തിയത് ഈ ആളുകൾക്ക് താഴെ കൊടുത്തിരിക്കുന്ന മൂന്ന് ഗുണങ്ങളുണ്ടെന്നാണ്:

1. അവർക്ക് ഹ്രസ്വകാലത്തേക്കുള്ള ദർശനമേയുള്ളൂ.
2. അവർക്ക് പെട്ടെന്നുള്ള സംതൃപ്തിയാണ് ആഗ്രഹം.
3. അവർ കൂട്ടിച്ചേർക്കലിന്റെ ശക്തിയെ പഴിക്കുന്നു.

ഇന്ന് ഞാൻ കാരണം മോഹഭംഗം സംഭവിച്ച ആളുകളെ ഞാൻ കാണാറുണ്ട്, കാരണം അവർക്ക് പെട്ടെന്ന് കൂടുതൽ പണമുണ്ടാക്കുന്നത് എങ്ങനെയെന്ന് ഞാൻ പറഞ്ഞുകൊടുക്കണം. അവർക്ക് ദീർഘകാലത്തേക്കുവേണ്ടി ചിന്തിക്കുന്ന ആശയം ഇഷ്ടമല്ല. ഒരുപാട് ആളുകൾ ഹ്രസ്വകാല ഉത്തരങ്ങളാണ് തേടുന്നത്, കാരണം അവർക്ക് ഇന്ന് ഉപഭോക്തൃകടവും നിക്ഷേപങ്ങൾ ഇല്ലാത്തതിനാലും ഉടനടിയുള്ള പ്രതിഫലത്തിനുള്ള അനിയന്ത്രിതമായ ആഗ്രഹവും കാരണമുള്ള സാമ്പത്തിക പ്രശ്നങ്ങളുണ്ട്. അവർക്ക് 'തിന്നുക, കുടിക്കുക, സന്തോഷമായിരിക്കുക' എന്ന ആശയമാണുള്ളത്. ഇത് കൂട്ടിച്ചേർക്കലിന്റെ ശക്തിയെ നിന്ദിക്കുകയും ദീർഘകാലത്തേക്കുള്ള സമ്പത്തിനുപകരം ദീർഘകാലത്തേക്കുള്ള കടത്തിലേക്ക് നയിക്കുകയും ചെയ്യുന്നു.

അവർക്ക് പെട്ടെന്നുള്ള ഉത്തരമാണ് വേണ്ടത്. ഉയർന്ന സമ്പത്ത് നേടാനുള്ള വഴി ഞാൻ പറഞ്ഞുകൊടുക്കണമെന്നാണ് ആവശ്യം. പക്ഷേ, ആദ്യം അവർ എന്തായിത്തീരണം എന്നതാണ് അവർ മനസ്സിലാക്കേണ്ടത്.

മറ്റുവാക്കുകളിൽ, ഒരുപാട് ആളുകൾ ജീവിതത്തിന്റെ പെട്ടെന്ന് ധനികരാകുക എന്ന തത്വചിന്തയിൽ ഉറച്ചുനിൽക്കുകയാണ്. അവർക്ക്

ഭാഗ്യമുണ്ടാകട്ടെ എന്ന് ഞാൻ ആശംസിക്കുന്നു. അവർക്കത് ആവശ്യമായി വരും.

ഒരു ചൂടൻ ടിപ്പ്

ലക്ഷ്യങ്ങൾ എഴുതിവയ്ക്കുന്നവർക്ക് അവ നേടാൻ സാധ്യതയുണ്ടെന്ന് നമ്മളിൽ മിക്കവാറും ആളുകൾ കേട്ടിട്ടുണ്ട്. ലക്ഷ്യം നിർണയിക്കുന്നതിനെപ്പറ്റിയുള്ള ഒരുപാട് സെമിനാറുകളിലും പരിശീലനകളരികളിലും ഞാൻ പങ്കെടുത്തിട്ടുണ്ട്, ഞാൻ വർഷങ്ങളായി പല പ്രാവശ്യം ആലോചിച്ചിട്ടുള്ള ഒരു ആശയത്തിനെക്കുറിച്ച് പഠിക്കുകയും ചെയ്തു. വലിയ ദീർഘകാലത്തേക്കുള്ള സ്വപ്നങ്ങളും ആഗ്രഹങ്ങളും ഉള്ളത് മഹത്തായിരിക്കുമ്പോൾത്തന്നെ, ആ സ്വപ്നങ്ങൾ നേടുന്നത് ഒരുപാട് ചെറിയ അടികൾ വച്ചുള്ള പ്രക്രിയയിലൂടെയാണ്. അമിതമായി നേടിയയാൾ ആകുന്നതിന് ശ്രമിക്കുന്നതിനേക്കാൾ നല്ലത്, കുറവ് നേടുന്നയാൾ ആകുന്നതാണ്. ചെറിയ അടികളിൽ തൃപ്തനാകുക, കാരണം ഓരോ അടിയും നിങ്ങളെ വലിയ ലക്ഷ്യങ്ങളിലേക്കും സ്വപ്നങ്ങളിലേക്കും നയിക്കും.

ഇന്നുപോലും, സ്വയം കൊന്ന് അമിതമായി നേടിയയാൾ ആകുന്നതിനേക്കാൾ, കുറവ് നേടുന്നയാൾ ആകുന്നതിന്റെ മാനസികാവസ്ഥ ഉൾക്കൊണ്ടതുകൊണ്ടാണ് ഞാൻ കൂടുതൽ നേടുന്നത് എന്ന് മനസ്സിലാക്കുന്നു. ഞാൻ കുറവ് നേടുന്നതിന്റെ ഒരു ഉദാഹരണമാണ് ആഴ്ചയിൽ രണ്ട് ഓഡിയോ ടേപ്പുകൾ കേൾക്കുമെന്ന ലക്ഷ്യം എഴുതിവച്ചിട്ടുള്ളത്. ഞാൻ ഒരേ ഓഡിയോ നല്ലതാണെങ്കിൽ രണ്ടോ കൂടുതലോ തവണ കേൾക്കുമായിരിക്കും, പക്ഷേ അപ്പോഴും അത് എന്റെ ആഴ്ചയിലെ ലക്ഷ്യത്തിൽ കണക്കാക്കപ്പെടും.

കിമ്മും ഞാനും വർഷത്തിൽ B & I ചതുരങ്ങൾ വിഷയമാകുന്ന രണ്ട് സെമിനാറുകളിലെങ്കിലും പങ്കെടുക്കുമെന്ന് എഴുതിവച്ചിട്ടുണ്ട്. ഞങ്ങൾ B & I ചതുരങ്ങളിലുള്ള വിഷയങ്ങളിൽ വിദഗ്ധരായ ആളുകൾക്കൊപ്പം അവധിക്കാലം ആഘോഷിക്കാൻ പോകാറുണ്ട്. ഞങ്ങൾ വിനോദങ്ങളിലും വിശ്രമങ്ങളിലും പുറത്ത് ഭക്ഷണം കഴിക്കാൻ പോകുമ്പോഴും ഒരുപാട് പഠിക്കുന്നുണ്ട്. ഞങ്ങൾ കുറഞ്ഞ സമ്മർദ്ദം കൊണ്ട് ഒരുപാട് നേടുന്നു. അതെല്ലാമാണ് കുറവ് നേടുന്നതിന്റെയും അപ്പോഴും വലിയ, ശക്തമായ സ്വപ്നങ്ങളിലേക്ക് നീങ്ങുന്നതിന്റെയും വഴികൾ.

ഏത് നിക്ഷേപവും നടത്തുന്നതിന്റെ താക്കോൽ, വലിയ ലക്ഷ്യം നിർണയിക്കുന്നതും അതിനെ ചിട്ടയോടുകൂടി സമീപിച്ച് ആദ്യം കുഞ്ഞുകാലടികൾ വച്ച്, അറിവും അനുഭവവും കൂടുന്നതിനനുസരിച്ച് പതുക്കെ നിങ്ങളുടെ നിക്ഷേപങ്ങളുടെ വലുപ്പം വർദ്ധിപ്പിക്കുന്നതാണ്. നിങ്ങളുടെ സ്വാസ്ഥ്യമായ അന്തരീക്ഷത്തിൽ നിന്നും പുറത്തുകടക്കാൻ സ്വയം പ്രേരിപ്പിക്കേണ്ടതുണ്ട് - പക്ഷേ പതുക്കെ. അങ്ങനെയാണ്

കിമ്മും ഞാനും ചെയ്തത്. പൂർണമായ സാമ്പത്തിക സ്വാതന്ത്ര്യത്തിലേക്ക് നയിക്കുന്ന ചെറിയ ലക്ഷ്യങ്ങൾ ഉണ്ടാകുന്നതിൽ തെറ്റൊന്നുമില്ല. അതുതന്നെയാണ് നല്ല ശരീരസൗന്ദര്യത്തിൽ എത്തുന്നതിനും പ്രായോഗികമായത്. ഞാൻ വ്യായാമം ചെയ്യുന്നത് ദിവസേനയോ ആഴ്ച തോറുമോ ഉള്ള ചെറിയ ലക്ഷ്യങ്ങൾ നേടാൻ എന്നെ പ്രേരിപ്പിക്കുന്ന ഒരു കടുത്ത ട്രെയിനർ വഴിയാണ്. എന്റെ കഴിവുകൾ മെച്ചപ്പെടുന്ന വഴിക്ക് അവർ അതിന്റെ തീവ്രത കൂട്ടുകയും ഒരുമിച്ച് അതെല്ലാം കൂടി എന്റെ വലിയ ലക്ഷ്യം നേടാൻ നയിക്കുകയും ചെയ്യും.

അതുകൊണ്ട് വലിയ ചങ്കൂറ്റമുള്ള സ്വപ്നങ്ങൾ കാണുക, എന്നിട്ട് ഓരോ ദിവസവും കുറച്ച് മാത്രം നേടുക. ഞാൻ നിർദ്ദേശിക്കുക ദിവസേനയുള്ള നേടാനാവുന്ന ചെറിയ ലക്ഷ്യങ്ങൾ നിർണയിച്ച് പണമൊഴുക്കിന്റെ ചതുരങ്ങളുടെ ഇടതുവശത്തുനിന്നും വലതുവശത്തേക്ക് മാറാനുള്ള വലിയ ലക്ഷ്യത്തിലേക്ക് എത്തിച്ചേരാൻ സഹായകമാക്കുക എന്നതാണ്.

നിങ്ങൾക്ക് ധനികനാകണമെങ്കിൽ, നിങ്ങളുടെ നിയമങ്ങൾ മാറ്റേണ്ടതുണ്ട്

ഞാൻ എപ്പോഴും ഉദ്ധരിക്കാറുള്ള ചൊല്ലാണ്, 'നിയമങ്ങൾ മാറിക്കഴിഞ്ഞു' എന്നത്. ഈ വാക്കുകൾ കേൾക്കുമ്പോൾ ആളുകൾ അംഗീകരിച്ചുകൊണ്ട് തലയാട്ടിക്കൊണ്ട് പറയും, 'അതെ, നിയമങ്ങൾ മാറിക്കഴിഞ്ഞു. ഒന്നും പഴയപോലെയല്ല.' പക്ഷേ, എന്നിട്ടവർ പഴയ കാര്യങ്ങൾ തന്നെ ചെയ്യും.

വ്യവസായ യുഗത്തിലെ ഫിനാൻഷ്യൽ സ്റ്റേറ്റ്മെന്റുകൾ

നിങ്ങളുടെ സാമ്പത്തിക ജീവിതം ക്രമപ്പെടുത്തുന്നതിനെക്കുറിച്ച് ഞാൻ പഠിപ്പിക്കുമ്പോൾ, ഞാൻ തുടങ്ങുക വിദ്യാർഥികളോട് ഒരു വ്യക്തിപരമായ ഫിനാൻഷ്യൽ സ്റ്റേറ്റ്മെന്റ് പൂരിപ്പിക്കാൻ ആവശ്യപ്പെട്ടുകൊണ്ടാണ്. അത് മിക്കപ്പോഴും ജീവിതം മാറ്റിമറിക്കുന്ന അനുഭവം ആകാറുണ്ട്. ഫിനാൻഷ്യൽ സ്റ്റേറ്റ്മെന്റുകൾ എക്സ് റേകൾ പോലെയാണ്. രണ്ടും നിങ്ങളെ കണ്ണുകൾകൊണ്ട് കാണാൻ കഴിയാത്തതിനെ കാണാൻ സഹായിക്കുന്നു. അവരുടെ സ്റ്റേറ്റ്മെന്റുകൾ പൂരിപ്പിച്ചശേഷം, ആർക്ക് സാമ്പത്തിക അർബുദം ഉണ്ടെന്നും ആർക്ക് സാമ്പത്തിക ആരോഗ്യം ഉണ്ടെന്നും കാണാൻ എളുപ്പമാണ്. മിക്കപ്പോഴും, സാമ്പത്തിക അർബുദം ഉള്ളവർ വ്യവസായയുഗത്തിലെ ആശയങ്ങൾ കൊണ്ടുനടക്കുന്നവരാണ്.

ഞാൻ എന്തുകൊണ്ട് അങ്ങനെ പറഞ്ഞു? കാരണം വ്യവസായ യുഗത്തിൽ, ആളുകൾക്ക് നാളെയെപ്പറ്റി ചിന്തിക്കേണ്ടതില്ല. നിങ്ങൾ കഠിനാദ്ധ്വാനം ചെയ്യുകയാണെങ്കിൽ, നിങ്ങളുടെ തൊഴിൽദാതാവോ സർക്കാരോ നിങ്ങളുടെ നാളെകളുടെ സംരക്ഷണം ഏറ്റെടുക്കും. അതു

കൊണ്ടാണ് എന്റെ സുഹൃത്തുക്കളിലും കുടുംബത്തിലുമുള്ള അധിക മാളുകളും എന്നോട് മികച്ച റിട്ടയർമെന്റ് പ്ലാൻ ഉള്ള ഒരു സർക്കാർ ജോലി നേടാൻ പറഞ്ഞത്. ആ ഉപദേശങ്ങൾ വ്യവസായ യുഗത്തിലെ നിയമങ്ങളെ അടിസ്ഥാനമാക്കിയുള്ളതും അർഹത എന്ന മാനസികാ വസ്ഥയും ഉള്ളതുമാണ്. ആ നിയമങ്ങൾ മാറിയെങ്കിലും, ഒരുപാട് ആളുകൾ അവരുടെ സാമ്പത്തിക നിയമങ്ങൾ മാറ്റിയിട്ടില്ല. അവർ ഇപ്പോഴും നാളെയെക്കുറിച്ച് പദ്ധതിയൊന്നും ആവശ്യമില്ല എന്ന മട്ടിൽ പണം ചെലവാക്കുകയാണ്. ഞാൻ ഒരാളുടെ വ്യക്തിപരമായ ഫിനാൻ ഷ്യൽ സ്റ്റേറ്റ്മെന്റ് വായിക്കുമ്പോൾ, അയാളുടെ നാളെ എങ്ങനെയു ണ്ടാകും എന്ന് കാണാൻ എളുപ്പമാണ്.

നാളെ എങ്ങനെയുണ്ടാകും?

ലളിതമായി പറയുകയാണെങ്കിൽ, ഇതാണ് ഞാൻ ഒരു ഫിനാൻ ഷ്യൽ സ്റ്റേറ്റ്മെന്റിൽ തിരയുക:

വരുമാന സ്റ്റേറ്റ്മെന്റ്

ബാലൻസ് ഷീറ്റ്

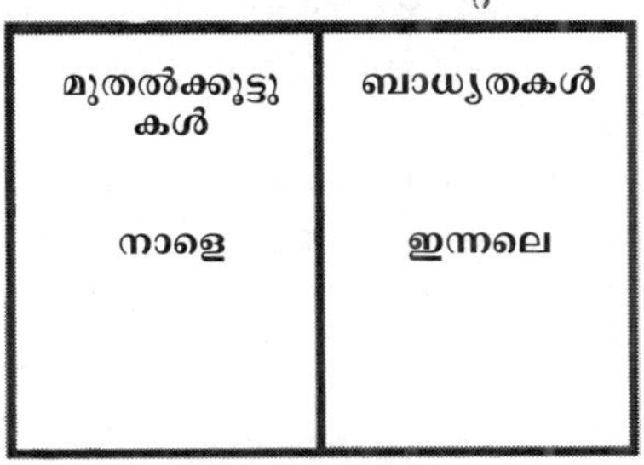

മുതൽക്കൂട്ടുകൾ ഇല്ലാതെ പണമൊഴുക്ക് ഉണ്ടാക്കുന്ന ആളു കൾക്ക് പ്രശ്നങ്ങളും പ്രതിസന്ധികളും കൊണ്ട് നിറഞ്ഞ നാളെ കളാണ് ഉണ്ടാകുക. മുതൽക്കൂട്ടുകൾ ഇല്ലാത്തവരെ ഞാൻ കാണു മ്പോൾ, അവർ ബില്ലുകൾ അടയ്ക്കാൻ വേണ്ടി ശമ്പളത്തിനായി കഠി

നാദ്ധ്വാനം ചെയ്യുന്നവർ ആയിരിക്കും. ഭൂരിഭാഗം ആളുകളുടെയും ചെലവിന്റെ കോളം നോക്കുകയാണെങ്കിൽ. രണ്ട് വലിയ മാസച്ചെലവുകൾ നികുതികളും ദീർഘകാലത്തേക്കുള്ള ബാധ്യതകളുടെ കടങ്ങളും ആയിരിക്കും.

അവരുടെ ചെലവുകളുടെ സ്റ്റേറ്റ്മെന്റുകൾ ഇങ്ങനെയുണ്ടാകും:

വരുമാന സ്റ്റേറ്റ്മെന്റ്

വരുമാനം
ചെലവുകൾ നികുതികൾ (ഏതാണ്ട് 50%) കടം (ഏതാണ്ട് 35%) ജീവിതച്ചെലവുകൾ

മറ്റു വാക്കുകളിൽ പറഞ്ഞാൽ, സർക്കാരിനും ബാങ്കിലും അവരേക്കാൾ മുമ്പേ പണം കിട്ടും. പണമൊഴുക്കിൽ നിയന്ത്രണം ഇല്ലാത്ത ആളുകൾക്ക് പൊതുവേ സാമ്പത്തിക ഭാവിയുണ്ടാവില്ലെന്ന് മാത്രമല്ല, അടുത്ത കുറച്ച് വർഷങ്ങളിൽ വലിയ പ്രശ്നങ്ങളിൽ അകപ്പെടുകയും ചെയ്യും.

എന്തുകൊണ്ട്? E ചതുരത്തിൽ പ്രവർത്തിക്കുന്ന ഒരു വ്യക്തിക്ക് നികുതികളിൽനിന്നും കടങ്ങളിൽനിന്നും സംരക്ഷണം ഉണ്ടാവില്ല. ഒരു S നുപോലും ഈ രണ്ട് സാമ്പത്തിക അർബുദങ്ങൾക്കായി എന്തെങ്കിലും ചെയ്യാൻ സാധിക്കും.

ഇത് നിങ്ങൾക്ക് യുക്തിപരമായി തോന്നിയില്ലെങ്കിൽ, ഞാൻ റിച്ച് ഡാഡ് പുവർ ഡാഡ് ഒന്നുകൂടി വായിക്കാൻ നിർദ്ദേശിക്കുന്നു, ഇതും അടുത്ത അദ്ധ്യായവും എളുപ്പത്തിൽ മനസ്സിലാക്കാൻ അത് സഹായിക്കും.

പണമൊഴുക്കിന്റെ മൂന്ന് ക്രമങ്ങൾ

റിച്ച് ഡാഡ് പുവർ ഡാഡിൽ പറഞ്ഞത് പോലെ, പണമൊഴുക്കിന്റെ മൂന്ന് ക്രമങ്ങളാണുള്ളത്: ഒന്ന് ധനികർക്ക്, ഒന്ന് ദരിദ്രർക്ക്, പിന്നെയൊന്ന് മദ്ധ്യവർഗ്ഗത്തിൽ ഉള്ളവർക്ക്.

ഇതാണ് ദരിദ്രർക്കുള്ള പണമൊഴുക്കിന്റെ ക്രമം:

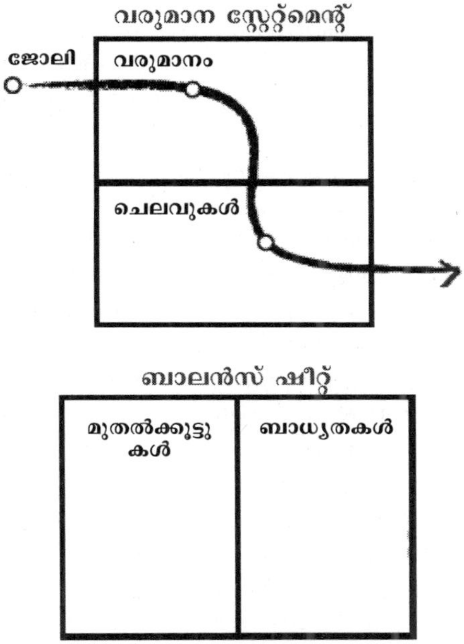

ഇത് മദ്ധ്യവർഗ്ഗത്തിൽ ഉള്ളവരുടെ പണമൊഴുക്ക്:

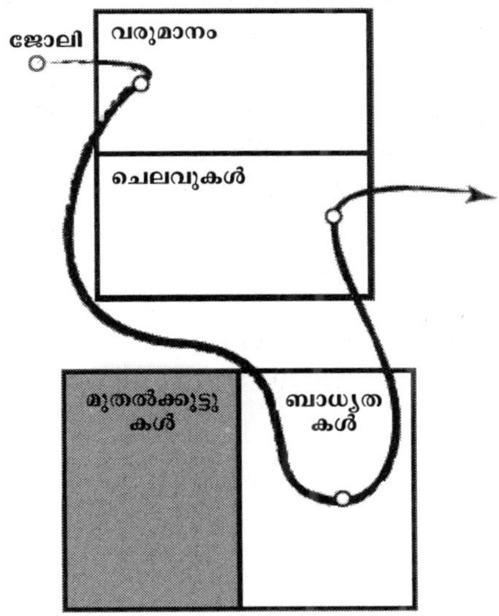

പണമൊഴുക്കിന്റെ ഈ ക്രമത്തിനെ നമ്മുടെ സമൂഹം സാധാരണവും സമർഥവുമായിട്ടാണ് പരിഗണിക്കുന്നത്. എന്തായാലും, ഈ ക്രമം ഉള്ള ആളുകൾക്ക് മിക്കവാറും ഉയർന്ന ശമ്പളമുള്ള ജോലി, നല്ല വീടുകൾ, ക്രെഡിറ്റ് കാർഡുകൾ എന്നിവ ഉണ്ടായിരിക്കും. അതാണ് എന്റെ ധനികനായ പിതാവ് 'തൊഴിലാളിവർഗ്ഗ സ്വപ്നം' എന്ന് വിളിക്കുന്നത്.

മുതിർന്നവർ എന്റെ CASHFLOW ബോർഡ് ഗെയിം കളിക്കുമ്പോൾ, അവർ സാധാരണ മാനസികമായി പ്രയാസത്തിലാകും. എന്തുകൊണ്ട്? കാരണം അവർ സാമ്പത്തിക വിദ്യാഭ്യാസത്തിനെ പരിചയപ്പെടുകയാണ്, എന്നുവച്ചാൽ, അക്കങ്ങളും പണത്തിന്റെ വാക്കുകളും മനസ്സിലാക്കുകയാണ്. ആ കളി കളിക്കാൻ കുറേ മണിക്കൂറുകൾ എടുക്കും, അത് ദീർഘമായത് കൊണ്ടല്ല, മറിച്ച് കളിക്കുന്നവർ പൂർണമായും പുതിയ ഒരു വിഷയം പഠിക്കുന്നതുകൊണ്ടാണ്. അത് ഏതാണ്ട് ഒരു വിദേശ ഭാഷ പഠിക്കുന്നതുപോലെയാണ്. പക്ഷേ, ശുഭവാർത്ത എന്താണെന്നാൽ, ഈ പുതിയ വിദ്യാഭ്യാസം പെട്ടെന്ന് പഠിച്ചെടുക്കാൻ കഴിയും, പിന്നെ കളി വേഗത്തിലാകുകയും ചെയ്യും. ആളുകൾ എത്ര കൂടുതൽ ആ കളി കളിക്കുന്നുവോ, അത്രയും സമർഥരാകും - അവർ ആ പ്രക്രിയയിൽ രസം കാണുകയും ചെയ്യും.

വേറൊന്നുകൂടി സംഭവിക്കും. കാരണം അവർ സാമ്പത്തികമായി വിദ്യാസമ്പന്നർ ആകുകയാണ്, ഒരുപാട് പേർ അവർ സാമ്പത്തിക പ്രശ്നത്തിലാണെന്ന് തിരിച്ചറിയാൻ തുടങ്ങും, സമൂഹത്തിലെ ബാക്കിയുള്ളവർ അവർ നല്ല നിലയിലാണെന്ന് കരുതുമെങ്കിലും. ഒരു മദ്ധ്യവർഗ്ഗ പണമൊഴുക്കിന്റെ ക്രമം വ്യവസായ യുഗത്തിൽ പ്രവർത്തിക്കാനാണ് ഉപയോഗിക്കുക, പക്ഷേ അത് വിവരസാങ്കേതിക യുഗത്തിൽ ദുരന്തകാരണമായിരിക്കും.

ഒരുപാട് ആളുകൾ, വിജയകരമായി CASHFLOW ഗെയിം പഠിച്ച് മനസ്സിലാക്കിക്കഴിയുമ്പോൾ, പുതിയ ഉത്തരങ്ങൾ തേടാൻ തുടങ്ങും. ആ കളി അവരുടെ വ്യക്തിപരമായ സാമ്പത്തിക ആരോഗ്യത്തിനെപ്പറ്റിയുള്ള ഒരു സാമ്പത്തിക ഉണർവ് ആകും, ഒരാളുടെ ശാരീരിക ആരോഗ്യത്തിനെക്കുറിച്ചുള്ള അറിയിപ്പായി ചെറിയ ഹൃദയാഘാതം വരുന്നത് പോലെ.

CASHFLOW പലതവണ കളിച്ച് കഴിയുമ്പോൾ, ചിലരുടെ ചിന്താശൈലി ധനികരുടേതായി മാറാൻ തുടങ്ങും.

ഇതാണ് ധനികരുടെ പണമൊഴുക്കിന്റെ ചിന്താശൈലി:

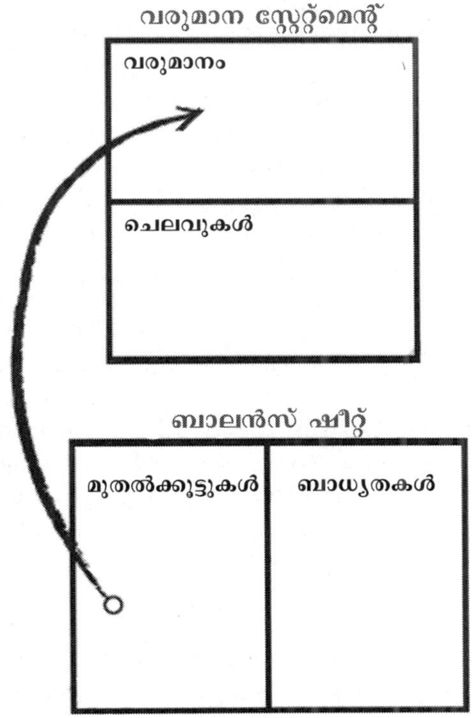

ഇതാണ് ധനികനായ പിതാവിന്, അദ്ദേഹത്തിന്റെ മകനും ഞാനും കുട്ടികളായിരുന്നപ്പോൾ പിന്തുടരണം എന്ന് ആഗ്രഹമുണ്ടായിരുന്ന ചിന്താരീതി, അതുകൊണ്ടാണ് അദ്ദേഹം ഞങ്ങളുടെ ശമ്പളം എടുത്തു മാറ്റിയതും ശമ്പളവർദ്ധനവ് നൽകാൻ വിസമ്മതിച്ചതും. അദ്ദേഹം ഒരിക്കലും ഞങ്ങൾ ഉയർന്ന ശമ്പളമുള്ള ജോലി എന്ന ആശയത്തിൽ ആസക്തരാകരുത് എന്ന് ആഗ്രഹിച്ചു. ഞങ്ങൾ മുതൽക്കൂട്ടുകളിലും വരുമാനം, മൂലധനനേട്ടം, ഡിവിഡന്റുകൾ, വാടകയിൽ നിന്നുമുള്ള വരുമാനം, ബിസിനസ്സുകൾ, റോയൽറ്റികൾ തുടങ്ങിയവയിൽ നിന്നുമുള്ള ബാക്കി വരുമാനം എന്നിവയിൽ കേന്ദ്രീകരിക്കുന്ന, ചിന്താരീതി വികസിപ്പിക്കണം എന്ന് ആവശ്യപ്പെട്ടു.

വിവരസാങ്കേതിക യുഗത്തിൽ വിജയിക്കണം എന്ന് ആഗ്രഹമുള്ളവർക്ക്, അവർ എത്ര വേഗത്തിൽ തങ്ങളുടെ സാമ്പത്തികവും വൈകാരികവുമായ വിവേകം വികസിപ്പിക്കുന്നുവോ, അത്രയും വേഗത്തിൽ സാമ്പത്തികമായി സുരക്ഷയും സ്വാതന്ത്ര്യവും കണ്ടെത്താനാകും. കുറഞ്ഞ് കുറഞ്ഞ് വരുന്ന തൊഴിൽ സുരക്ഷയുള്ള ഒരു ലോകത്ത്,

ഈ പണമൊഴുക്കിന്റെ ക്രമം എനിക്ക് കൂടുതൽ യുക്തിഭദ്രമായി തോന്നുന്നു. ഈ ക്രമം നേടാനായി, ഒരാൾ ലോകത്തിനെ B & I ചതുരങ്ങളിൽ നിന്നും കാണേണ്ടിയിരിക്കുന്നു, E & S ചതുരങ്ങളിൽ നിന്നുമല്ല.

ഞാൻ ഇതിനെ വിവരസാങ്കേതികയുഗത്തിലെ ഫിനാൻഷ്യൽ സ്റ്റേറ്റ്മെന്റ് എന്നും വിളിക്കും, കാരണം വരുമാനം കണിശമായും വരുന്നത് വിവരങ്ങളിൽ നിന്നുമാണ്, കഠിനാദ്ധ്വാനത്തിൽ നിന്നുമല്ല. വിവരസാങ്കേതികയുഗത്തിൽ, കഠിനാദ്ധ്വാനം എന്നാൽ കാർഷിക, വ്യാവസായിക യുഗങ്ങളിലെ അർഥമല്ല ഉണ്ടാകുന്നത്. വിവരസാങ്കേതിക യുഗത്തിൽ, കായികമായി കഠിനാദ്ധ്വാനം ചെയ്യുന്നവർക്ക് ഏറ്റവും കുറവ് ശമ്പളമേ ലഭിക്കുകയുള്ളൂ. അത് ഇപ്പോൾത്തന്നെ സത്യമായിക്കഴിഞ്ഞെന്ന് മാത്രമല്ല, ചരിത്രം മുഴുവനും അങ്ങനെയായിരുന്നു.

എന്തായാലും, ഇന്ന് ആളുകൾ 'കഠിനാദ്ധ്വാനം ചെയ്യരുത്, സാമർഥ്യത്തോടെ ജോലി ചെയ്യുക' എന്ന് പറയുമ്പോൾ അവർ E & S ചതുരങ്ങളിൽ സമർഥമായി ജോലി ചെയ്യണം എന്നല്ല ഉദ്ദേശിക്കുന്നത്. യഥാർഥത്തിൽ അവർ ഉദ്ദേശിക്കുന്നത് B അല്ലെങ്കിൽ I ചതുരങ്ങളിൽ സമർഥമായി ജോലി ചെയ്യണമെന്നാണ്. അതാണ് വിവരസാങ്കേതിക യുഗത്തിലെ ചിന്ത, അതുകൊണ്ടാണ് സാമ്പത്തികവും വൈകാരികവുമായ വിവേകം ഇന്ന് പ്രധാനമാകുന്നതും ഭാവിയിൽ അതിനേക്കാൾ കൂടുതൽ ആവശ്യമാകുന്നതും.

അപ്പോൾ എന്താണ് ഉത്തരം?

സ്വാഭാവികമായും, എന്റെ ഉത്തരം നിങ്ങളെത്തന്നെ ഒരു ധനികനെപ്പോലെ ചിന്തിക്കാൻ പുനർവിദ്യാഭ്യാസം ചെയ്യിക്കുക എന്നതാണ്. മറ്റുവാക്കുകളിൽ പറഞ്ഞാൽ, ലോകത്തിനെ B & I ചതുരങ്ങളിൽ നിന്നും മനസ്സിലാക്കുകയും നോക്കുകയും ചെയ്യുക. എന്തായാലും, പ്രതിവിധി സ്കൂളിലേക്ക് തിരിച്ചുപോയി കുറച്ച് കോഴ്സുകൾ ചെയ്യുന്നതുപോലെ അത്ര എളുപ്പമല്ല. B & I ചതുരങ്ങളിൽ വിജയിക്കണമെങ്കിൽ സാമ്പത്തിക വിവേകം, വ്യവസ്ഥയിലെ വിവേകം, വൈകാരിക വിവേകം എന്നിവ ആവശ്യമാണ്. ഇതെല്ലാം ഒരു സ്കൂളിൽനിന്നും പഠിക്കാൻ കഴിയില്ല.

ഈ വിവേകങ്ങൾ പഠിച്ചെടുക്കാൻ പ്രയാസമാകുന്നതിന്റെ കാരണം മിക്കവാറും മുതിർന്നവർ 'കഠിനാദ്ധ്വാനം ചെയ്ത് ചെലവഴിക്കുക' എന്ന ജീവിതശൈലിയിൽ ബന്ധിക്കപ്പെട്ടതുകൊണ്ടാണ്. അവർക്ക് സാമ്പത്തിക ഉൽകണ്ഠ ഉണ്ടാകുമ്പോൾ തിടുക്കത്തിൽ ജോലിക്ക് പോയി കഠിനാദ്ധ്വാനം ചെയ്യും. അവർ വീട്ടിലേക്കെത്തി സ്റ്റോക്ക് മാർക്കറ്റ് ഉയരത്തിലും താഴ്ചയിലും പോകുന്നത് കാണും. അവരുടെ ഉൽകണ്ഠ വളരും, അങ്ങനെ അവർ പുതിയ വീട്, കാർ വാങ്ങാൻ പോകുകയോ ഉൽകണ്ഠ അകറ്റാൻ ഗോൾഫ് കളിക്കുകയോ ചെയ്യും. പ്രശ്നം എന്താണെന്നാൽ, തിങ്കളാഴ്ച അവരുടെ ഉൽകണ്ഠ തിരികെയെത്തും.

എങ്ങനെ ഒരു ധനികനെപ്പോലെ ചിന്തിക്കാൻ തുടങ്ങാം?

ആളുകൾ എപ്പോഴും എന്നോട് ചോദിക്കുക എങ്ങനെ ഒരു ധനികനെപ്പോലെ ചിന്തിക്കാൻ തുടങ്ങാം എന്നാണ്. ഞാൻ എപ്പോഴും നിർദ്ദേശിക്കുക ചെറുതായി തുടങ്ങി വിദ്യാഭ്യാസം തേടുന്നതാണ്, ഓടിപ്പോയി നിക്ഷേപിക്കുന്നതല്ല. പഠിക്കാനും ധനികരെപ്പോലെ ചിന്തിക്കാൻ സ്വയം പുനർ പരിശീലനം നേടാനും അവർക്ക് ഗൗരവം ഉണ്ടെങ്കിൽ, ഞാൻ CASHFLOW ബോർഡ് ഗെയിം നിർദ്ദേശിക്കും.

ഞാൻ ആ ഗെയിം സൃഷ്ടിച്ചത് സാമ്പത്തിക വിവേകം പഠിക്കാൻ സഹായിക്കാൻ വേണ്ടിയാണ്. അത് ആളുകൾക്ക് ദരിദ്രർ അല്ലെങ്കിൽ മദ്ധ്യവർഗ്ഗക്കാരെപ്പോലെ ചിന്തിക്കുന്നതിൽനിന്നും പതുക്കെ ധനികരെപ്പോലെ ചിന്തിക്കാൻ മാനസികവും ശാരീരികവും വൈകാരികവുമായ പരിശീലനം നൽകുന്നു. അത് എന്റെ ധനികനായ പിതാവ് പ്രധാനമെന്ന് പറഞ്ഞതിനെക്കുറിച്ച് ചിന്തിക്കാൻ ആളുകളെ പഠിപ്പിക്കുന്നു, അതായത് വലിയ ശമ്പളം, വലിയ വീട് എന്നതല്ല, മറിച്ച് പണമുണ്ടാക്കുന്ന ആസ്തികൾ കൂട്ടിച്ചേർക്കുന്നതാണ്.

പണമൊഴുക്കാണ്, പണമല്ല, ഉൽകണ്ഠയെ അകറ്റുന്നത്

സാമ്പത്തിക പ്രതിസന്ധിയും ദാരിദ്ര്യവും ആണ് യഥാർഥ സാമ്പത്തിക ഉൽകണ്ഠയുടെ പ്രശ്നങ്ങൾ. ആളുകളെ റാറ്റ് റേസ്, അല്ലെങ്കിൽ എലിപ്പന്തയം എന്ന് ഞാൻ വിശേഷിപ്പിക്കുന്നതിൽ കുടുക്കിക്കിടത്തുന്ന മാനസികവും വൈകാരികവുമായ വളയങ്ങളുണ്ട്. മാനസികവും വൈകാരികവുമായ കണ്ണികൾ പൊട്ടിച്ചില്ലെങ്കിൽ, ആ ക്രമം അങ്ങനെ തന്നെ നിലനിൽക്കും.

ഞാൻ ഈ സാമ്പത്തിക പ്രതിസന്ധിയുടെ ക്രമം പൊട്ടിക്കാനായി ഒരു ബാങ്കറിനൊപ്പം പ്രവർത്തിച്ചു. ഞാൻ ഉറപ്പായും ഒരു തെറാപിസ്റ്റ് അല്ലെങ്കിലും, എനിക്ക് കുടുംബത്തിൽ നിന്നും ഉറപ്പിച്ച് തന്ന സ്വന്തം സാമ്പത്തിക സ്വഭാവങ്ങൾ പൊട്ടിച്ചെറിഞ്ഞ അനുഭവമുണ്ടായിട്ടുണ്ട്.

ബാങ്കർ നല്ല വരുമാനം ഉണ്ടാക്കുന്നുണ്ടായിരുന്നു, പക്ഷേ എപ്പോഴും എന്തെങ്കിലും തരത്തിലുള്ള സാമ്പത്തിക പ്രശ്നത്തിലായിരിക്കും. അയാൾക്ക് നല്ല കുടുംബം, മൂന്ന് കാറുകൾ, ഒരു വലിയ വീട്, പിന്നെയൊരു അവധിക്കാല വീട് എന്നിവയുണ്ടായിരുന്നു. ലോകത്തിനു മുമ്പിൽ അയാൾ ഒരു സമ്പന്നനായ ബാങ്കർ ആയി കാണപ്പെട്ടു. പക്ഷേ, ഞാൻ അയാളുടെ ഫിനാൻഷ്യൽ സ്റ്റേറ്റ്മെന്റ് നോക്കിയപ്പോൾ, അയാൾക്ക് തന്റെ വഴികൾ മാറ്റിയില്ലെങ്കിൽ ഏതാനും വർഷങ്ങൾക്കുള്ളിൽ മാരകമായേക്കാവുന്ന സാമ്പത്തിക അർബുദം ഉണ്ടെന്ന് ഞാൻ കണ്ടെത്തി.

അയാളും ഭാര്യയും ആദ്യമായി CASHFLOW കളിച്ചപ്പോൾ, അയാൾ അനിയന്ത്രിതമായി പ്രയാസപ്പെടുകയും കുഴങ്ങുകയും ചെയ്തു. അയാളുടെ മനസ്സ് അലഞ്ഞുതിരിഞ്ഞു, ഗെയിം ഗ്രഹിക്കാൻ കഴിയില്ലെന്ന്

തോന്നിച്ചു. മണിക്കൂറുകൾ കളിച്ചതിനുശേഷവും അയാൾ സ്തംഭിച്ചിരിക്കുകയായിരുന്നു. മറ്റുള്ളവരെല്ലാവരും ഗെയിം പൂർത്തിയാക്കിയിരുന്നു, പക്ഷേ അയാൾ അപ്പോഴും എലിപ്പന്തയത്തിൽ ആയിരുന്നു.

ഞങ്ങൾ ഗെയിം മാറ്റിവയ്ക്കുമ്പോൾ, ഞാൻ അയാളോട് എന്താണ് സംഭവിക്കുന്നതെന്ന് ചോദിച്ചു. അയാളുടെ ഒരേയൊരു ഉത്തരം ഗെയിം വലിയ പ്രയാസവും മന്ദഗതിയിലുള്ളതും വളരെ മടുപ്പുളവാക്കുന്നതും ആണെന്നായിരുന്നു. ഞാൻ ഗെയിം തുടങ്ങുന്നതിനുമുമ്പ് അയാളോട് പറഞ്ഞത് ഓർമ്മിപ്പിച്ചു: ഗെയിമുകൾ സ്വഭാവമാണ് പ്രതിഫലിപ്പിക്കുക. മറ്റു വാക്കുകളിൽ, ഒരു ഗെയിം എന്നത് സ്വയം നോക്കിക്കാണാൻ അനുവദിക്കുന്ന ഒരു കണ്ണാടിയാണ്.

ആ പ്രസ്താവന അയാളെ ദേഷ്യം പിടിപ്പിച്ചു, അതുകൊണ്ട് ഞാൻ പിന്തിരിഞ്ഞ് അയാൾ ഇപ്പോഴും തന്റെ സാമ്പത്തിക ജീവിതം ക്രമത്തിലാക്കാൻ സമർപ്പിതനാണോയെന്ന് ചോദിച്ചു. അയാൾ അതെയെന്ന് പറഞ്ഞു, അപ്പോൾ ഞാൻ അയാളെയും ഭാര്യയെയും, അവർക്ക് ഗെയിം ഇഷ്ടപ്പെട്ടിരുന്നു, ഒരിക്കൽക്കൂടി ഞാൻ പരിശീലിപ്പിക്കുന്ന ഒരു നിക്ഷേപ ഗ്രൂപ്പുമൊത്ത് വീണ്ടും കളിക്കാൻ ക്ഷണിച്ചു.

ഒരാഴ്ച കഴിഞ്ഞപ്പോൾ, അയാൾ മടിയോടെ വന്നു. ഇത്തവണ, അയാളുടെ തലയ്ക്കുള്ളിൽ ഏതാനും വെളിച്ചങ്ങൾ വീശാൻ തുടങ്ങി. അയാൾക്ക്, അക്കൗണ്ടിങ് ഭാഗം എളുപ്പമായിരുന്നു, അതുകൊണ്ട് അയാൾ സ്വാഭാവികമായും അയാളുടെ അക്കങ്ങളിൽ വൃത്തിയും വെടിപ്പും ഉള്ളയാളായിരുന്നു, അത് ഗെയിമിൽ വളരെ പ്രധാനവുമാണ്. പക്ഷേ, ഇപ്പോൾ അയാൾ ബിസിനസ്സിന്റെയും നിക്ഷേപത്തിന്റെയും ലോകത്തിനെ മനസ്സിലാക്കാൻ തുടങ്ങുകയായിരുന്നു. അയാൾക്ക് അവസാനം തന്റെ മനസ്സിൽ സ്വന്തം ജീവിതക്രമങ്ങളും തന്റെ സാമ്പത്തിക പ്രതിസന്ധിക്ക് കാരണമാകുന്ന എന്താണ് ചെയ്തിരുന്നതെന്നും കാണാൻ സാധിച്ചു. നാല് മണിക്കൂറുകൾ കഴിഞ്ഞപ്പോൾ, അയാൾക്ക് ഗെയിം പൂർത്തിയാക്കാൻ കഴിഞ്ഞില്ല, പക്ഷേ അയാൾ പഠിക്കാൻ തുടങ്ങിയിരുന്നു. ഇത്തവണ തിരിച്ച് പോയപ്പോൾ, അയാൾ സ്വയം തിരികെ ക്ഷണിച്ചു.

മൂന്നാമത്തെ മീറ്റിങ് ആയപ്പോഴേയ്ക്കും, അയാൾ ഒരു പുതിയ മനുഷ്യനായിരുന്നു. അയാൾക്കിപ്പോൾ ഗെയിമിലും അയാളുടെ അക്കൗണ്ടിങ്ങിലും നിക്ഷേപങ്ങളിലും നിയന്ത്രണമുണ്ട്. അയാളുടെ ആത്മവിശ്വാസം ഉയരുകയും ഇത്തവണ വിജയകരമായി എലിപ്പന്തയം കടക്കുകയും ഫാസ്റ്റ് ട്രാക്കിൽ എത്തുകയും ചെയ്തു. തിരികെ പോകുമ്പോൾ അയാൾ ആ ഗെയിം വാങ്ങിയിട്ട് പറഞ്ഞു, 'ഞാൻ എന്റെ കുട്ടികളെ പഠിപ്പിക്കാൻ പോകുകയാണ്.'

നാലാമത്തെ മീറ്റിങ് ആയപ്പോൾ, അയാൾ തന്റെ വ്യക്തിപരമായ ചെലവുകൾ കുറഞ്ഞെന്നും ചെലവഴിക്കുന്ന ശീലങ്ങൾ മാറ്റിയെന്നും ക്രെഡിറ്റ് കാർഡുകൾ കൂടുതൽ സൂക്ഷിച്ച് ഉപയോഗിക്കുന്നെന്നും,

നിക്ഷേപങ്ങൾ പഠിക്കാൻ താല്പര്യമെടുത്ത് അയാളുടെ മുതൽ ക്കൂട്ടിന്റെ കോളം ഉണ്ടാക്കാൻ പോകുന്നെന്നും പറഞ്ഞു. അയാളുടെ ചിന്തകൾ ഇപ്പോൾ ശരിയായ വഴിയിലായി, അയാൾ വിവരസാങ്കേതിക യുഗത്തിൽ ചിന്തിക്കുന്നയാളായി മാറി.

അഞ്ചാമത്തെ മീറ്റിങ് കഴിഞ്ഞപ്പോൾ, അയാൾ CASHFLOW 202 കളിച്ചു, CASHFLOW 101-ൽ വിദഗ്ധരായവർക്കുള്ള പുരോഗമിച്ച ഗെയിം. അയാളിപ്പോൾ യഥാർഥ B & I കൾ കളിക്കുന്ന വേഗത്തിലു ള്ളതും നഷ്ടസാധ്യതയുള്ളതുമായ കളിക്കായി തയ്യാറെടുത്ത് കാത്തി രിക്കുകയായിരുന്നു. നല്ല വാർത്ത എന്താണെന്നാൽ, അയാൾ തന്റെ സാമ്പത്തിക ഭാവിയുടെ നിയന്ത്രണം ഏറ്റെടുത്തു എന്നതാണ്. അയാൾ ആദ്യം കളിച്ചപ്പോൾ CASHFLOW എളുപ്പമാക്കണമെന്ന് എന്നോട് ആവശ്യപ്പെട്ട ആളിൽ നിന്നും വളരെ വ്യത്യസ്തനായിരുന്നു അയാൾ. ഏതാനും ആഴ്ചകൾ കഴിഞ്ഞപ്പോൾ, കാര്യങ്ങൾ എളുപ്പ മാക്കണം എന്നതിനുപകരം അയാൾ വലിയ വെല്ലുവിളികൾ അന്വേ ഷിക്കുകയായിരുന്നു, അയാളുടെ സാമ്പത്തിക ഭാവിയെക്കുറിച്ച് ശുഭ പ്രതീക്ഷയുള്ളയാളായിരുന്നു.

അയാൾ സ്വയം പുനർവിദ്യാഭ്യാസം ചെയ്തു, മാനസികമായി മാത്രമല്ല, വൈകാരികമായും, ഗെയിമിലെ ആവർത്തിച്ചുള്ള പഠന പ്രക്രിയയുടെ ശക്തി വഴി. എന്റെ അഭിപ്രായത്തിൽ, ഗെയിമുകൾ ഉയർന്ന അദ്ധ്യാപന ഉപകരണങ്ങളാണ്, കാരണം, അവയ്ക്ക് കളി ക്കാരൻ വിനോദത്തിനൊപ്പം പഠനപ്രക്രിയയിൽ പൂർണമായും ഉൾ പ്പെട്ടിരിക്കണം എന്ന ആവശ്യമുണ്ട്. ഒരു ഗെയിം കളിക്കുന്നത് ഒരു വ്യക്തിയെ മാനസികവും വൈകാരികവും ശാരീരികവുമായി ഉൾപ്പെടു ത്തുന്നു.

നിങ്ങളുടെ സാമ്പത്തിക ഫാസ്റ്റ് ട്രാക്ക് കണ്ടെത്താനുള്ള ഏഴ് പടികൾ

അദ്ധ്യായം പതിനൊന്ന്

പടി 1: സ്വന്തം കാര്യം നോക്കാനുള്ള സമയമാണിത്

നമ്മളെ മറ്റുള്ളവരുടെ കാര്യങ്ങൾ ശ്രദ്ധിക്കാൻ
തയ്യാറാക്കിയിരിക്കുന്നു, നമ്മുടെ സ്വന്തം അവഗണിക്കാനും.

നിങ്ങൾ കഠിനാദ്ധ്വാനം ചെയ്ത് മറ്റാരെയെങ്കിലും ധനികനാക്കുകയായിരുന്നോ? ജീവിതത്തിന്റെ വളരെ തുടക്കത്തിൽത്തന്നെ, മിക്കവാറും ആളുകൾ മറ്റുള്ളവരുടെ കാര്യങ്ങൾ നോക്കി മറ്റുള്ളവരെ ധനികരാക്കാനാണ് തയ്യാറാക്കപ്പെടുന്നത്. അത് താഴെ പറയുന്ന ഉപദേശങ്ങൾ വഴി നിഷ്കളങ്കമായി തുടങ്ങുന്നു:

- 'സ്കൂളിലേക്ക് പോയി നല്ല ഗ്രേഡുകൾ വാങ്ങിയാൽ നിനക്ക് സുരക്ഷിതമായ നല്ല ശമ്പളവും ആനുകൂല്യങ്ങളുമുള്ള ജോലി കണ്ടെത്താം.'
- 'കഠിനാദ്ധ്വാനം ചെയ്താൽ നിന്റെ സ്വപ്നങ്ങളിലുള്ള വീട് വാങ്ങിക്കാം. എന്തൊക്കെയായാലും, നിന്റെ വീട് ഒരു മുതൽക്കൂട്ടും ഏറ്റവും പ്രധാനപ്പെട്ട നിക്ഷേപവുമാണ്.'
- 'വലിയ മോർട്ട്ഗേജ് ഉള്ളത് നല്ലതാണ്, കാരണം സർക്കാർ നിന്റെ പലിശകൾക്ക് നികുതിയിളവ് നൽകും.'
- 'ഇപ്പോൾ വാങ്ങുക, പിന്നീട് പണമടയ്ക്കുക,' അല്ലെങ്കിൽ 'കുറഞ്ഞ ഡൗൺ പേയ്മെന്റ്, എളുപ്പമുള്ള മാസത്തവണകൾ,' അല്ലെങ്കിൽ 'വരൂ പണം ലാഭിക്കൂ.'

ഈ ഉപദേശങ്ങളെ അന്ധമായി പിന്തുടരുന്നവർ മിക്കപ്പോഴും ആകുന്നത്:

1. തൊഴിലാളികൾ, അവരുടെ മുതലാളിമാരേയും ഉടമകളേയും ധനികരാക്കുന്നു.
2. കടക്കാർ, ബാങ്കുകളേയും പണം കടം കൊടുക്കുന്നവരേയും ധനികരാക്കുന്നു.
3. നികുതിദായകർ, സർക്കാരിനെ ധനികനാക്കുന്നു.
4. ഉപയോക്താക്കൾ, മറ്റനേകം ബിസിനസ്സുകളെ ധനികരാക്കുന്നു.

സ്വന്തം സാമ്പത്തിക ഫാസ്റ്റ് ട്രാക്ക് കണ്ടെത്തുന്നതിനുപകരം, അവർ മറ്റെല്ലാവരെയും അവരുടേത് കണ്ടെത്താൻ സഹായിക്കുന്നു. സ്വന്തം കാര്യം നോക്കുന്നതിനുപകരം, അവർ ജീവിതകാലം മുഴുവൻ മറ്റുള്ളവരുടെ കാര്യങ്ങൾ നോക്കാനായി പണിയെടുക്കുന്നു.

വരുമാന സ്റ്റേറ്റ്മെന്റ്

വരുമാനം
നിങ്ങൾ ബോസിന്റെ ബിസിനസ്സ് നോക്കുന്നു.
ചെലവുകൾ
നിങ്ങൾ നികുതികൾ വഴി സർക്കാരിന്റെ ബിസിനസ്സ് നോക്കുന്നു. മറ്റെല്ലാ ചെലവുകളിലൂടെയും നിങ്ങൾ മറ്റുള്ള ഒരുപാട് പേരുടെ ബിസിനസ്സ് നോക്കുന്നു.

ബാലൻസ് ഷീറ്റ്

മുതൽക്കൂട്ടുകൾ	**ബാധ്യതകൾ**
ഇത് നിങ്ങളുടെ ബിസിനസ്സ് ആണ്.	നിങ്ങൾ ബാങ്കറുടെ ബിസിനസ്സ് നോക്കുന്നു.

പ്രവർത്തിക്കുക

ഒരുപാട് ആളുകൾക്ക് അവരുടെ ഫിനാൻഷ്യൽ സ്റ്റേറ്റ്മെന്റുകൾ നല്ല ചിത്രമല്ല, ലളിതമായ കാരണം, അവർ സ്വന്തം കാര്യം നോക്കുന്നതിനുപകരം മറ്റുള്ളവരുടെ കാര്യങ്ങൾ നോക്കുന്നതിലേക്ക് വഴിതെറ്റിച്ചുവിട്ടിരിക്കുന്നതുകൊണ്ടാണ്. അതെല്ലാം മാറ്റാനായി, ഞാൻ താഴെ പറയുന്ന നടപടികൾ നിർദ്ദേശിക്കുന്നു:

1. **നിങ്ങളുടെ വ്യക്തിപരമായ ഫിനാൻഷ്യൽ സ്റ്റേറ്റ്മെന്റ് പൂരിപ്പിക്കുക.**

   നിങ്ങൾക്ക് എത്തേണ്ടിടത്ത് എത്തിച്ചേരാനായി, നിങ്ങൾ ഇപ്പോൾ എവിടെയാണെന്ന് അറിയേണ്ടതുണ്ട്. ഇതാണ്

നിങ്ങളുടെ ജീവിതത്തിന്റെ നിയന്ത്രണം ഏറ്റെടുത്ത് സ്വന്തം കാര്യം നോക്കുന്നതിൽ കൂടുതൽ സമയം ചെലവഴിക്കാനുള്ള ആദ്യത്തെ പടി. ഫിനാൻഷ്യൽ സ്റ്റേറ്റ്മെന്റിന്റെ താഴെയുള്ള സാമ്പിൾ നോക്കുക, CASHFLOW ഗെയിമിൽ ഉപയോഗിച്ചിട്ടുള്ള താണത്.

2. **സാമ്പത്തിക ലക്ഷ്യങ്ങൾ നിർണയിക്കുക**

അഞ്ച് വർഷങ്ങളിൽ നിങ്ങൾ എവിടെയെത്തണം എന്നതിനുള്ള ദീർഘകാലത്തേക്കുള്ള സാമ്പത്തിക ലക്ഷ്യം നിർണയിക്കുക, ഒരു വർഷത്തിൽ നിങ്ങൾ എവിടെയെത്തണം എന്നതിനുള്ള ഹ്രസ്വകാലത്തേക്കുള്ള സാമ്പത്തിക ലക്ഷ്യവും നിർണയിക്കുക. യഥാർഥവും നേടാനാവുന്നതുമായ ലക്ഷ്യങ്ങൾ നിർണയിക്കുക.

A. എന്റെ അഞ്ച് വർഷത്തെ സാമ്പത്തിക ലക്ഷ്യങ്ങൾ ഇവയാണ്:

1) എനിക്ക് പണമൊഴുക്ക് വർദ്ധിപ്പിക്കണം (എന്നുവച്ചാൽ നിഷ്ക്രിയ വരുമാനം — നിങ്ങൾ പണിയെടുക്കാതെ സമ്പാദിക്കുന്ന വരുമാനം) എന്റെ മുതൽക്കൂട്ടുകളിൽ നിന്നും മാസം ———— വീതം.

2) എനിക്കെന്റെ മുതൽക്കൂട്ടിന്റെ കോളത്തിൽ താഴെ പറയുന്ന നിക്ഷേപചാലകങ്ങൾ വേണം (ഉദാ: റിയൽ എസ്റ്റേറ്റ്, സ്റ്റോക്കുകൾ, ബിസിനസ്സുകൾ, ക്രയവസ്തുക്കൾ)

B. എന്റെ ഒരു വർഷത്തേയ്ക്കുള്ള സാമ്പത്തിക ലക്ഷ്യങ്ങൾ ഇവയാണ്:

1) എനിക്ക് എന്റെ കടം $ ——— ആക്കി കുറയ്ക്കണം.

2) എന്റെ മുതൽക്കൂട്ടുകളിൽ നിന്നുമുള്ള പണമൊഴുക്ക് പ്രതിമാസം $ ——— ആയി ഉയർത്തണം.

C. എന്റെ അഞ്ച് വർഷത്തെ സാമ്പത്തിക ലക്ഷ്യങ്ങൾ ഉപയോഗിച്ച്, ഞാൻ എന്റെ ഫിനാൻഷ്യൽ സ്റ്റേറ്റ്മെന്റ് വീണ്ടും പൂർത്തിയാക്കും, ഇന്ന് തുടങ്ങി അഞ്ച് വർഷം കഴിയുമ്പോൾ അത് എങ്ങനെയുണ്ടാകുമെന്ന് കാണിക്കുന്നതിനായി.

ഇപ്പോൾ നിങ്ങൾ സാമ്പത്തികമായി എവിടെയാണെന്ന് അറിയാവുന്നതുകൊണ്ടും ലക്ഷ്യങ്ങൾ നിർണയിച്ചതുകൊണ്ടും, നിങ്ങൾക്ക് ലക്ഷ്യങ്ങൾ നേടാനായി പണമൊഴുക്കിന്റെ നിയന്ത്രണം ഏറ്റെടുക്കേണ്ടിവരും.

തൊഴിൽ ______________________ **കളിക്കാരൻ** ______________________

GOAL: Get out of the Rat Race and onto the Fast Track by building up your **Passive Income** to be **greater** than your **Total Expenses**

വരുമാന സ്റ്റേറ്റ്മെന്റ്

വരുമാനം

Description	Cash Flow
Salary:	
Interest/Dividends:	
Real Estate/Business:	

ഓഡിറ്റർ ______________________

(Person on your right)

Passive Income: $ ______________
(Cash Flow from Interest/Dividends + Real Estate/Business)

Total Income: $ ______________

ചിലവുകൾ

Taxes:	
Home Mortgage Payment:	
School Loan Payment:	
Car Loan Payment:	
Credit Card Payment:	
Retail Payment:	
Other Expenses:	
Child Expenses:	
Loan Payment:	

Number of Children: ______________
(Begin game with 0 Children)

Per Child Expense: $ ______________

Total Expenses: $ ______________

Monthly Cash Flow (PAYDAY): $ ______________
(Total Income - Total Expenses)

ബാലൻസ് ഷീറ്റ്

ആസ്തികൾ

Savings:		
Stocks/Funds/CDs:	**# of Shares:**	**Cost/Share:**
Real Estate/Business:	**Down Pay:**	**Cost:**

ബാധ്യതകൾ

Home Mortgage:	
School Loans:	
Car Loans:	
Credit Cards:	
Retail Debt:	
Real Estate/Business:	**Mortgage/Liability:**
Loan:	

G101CT18.v12

അദ്ധ്യായം പന്ത്രണ്ട്

പടി 2: നിങ്ങളുടെ പണമൊഴുക്കിന്റെ നിയന്ത്രണം ഏറ്റെടുക്കുക

സ്വന്തം പണമൊഴുക്ക് നിയന്ത്രിക്കാൻ കഴിയാത്തവർ
അതിന് സാധിക്കുന്നവർക്കുവേണ്ടി പണിയെടുക്കും.

ഒരുപാട് ആളുകൾ കരുതുന്നത് വെറുതേ കൂടുതൽ പണം സമ്പാദിക്കുന്നത് അവരുടെ സാമ്പത്തിക പ്രശ്നങ്ങൾ പരിഹരിക്കുമെന്നാണ്. പക്ഷേ, മിക്കവാറും കേസുകളിൽ, അത് വലിയ പ്രശ്നങ്ങൾക്ക് കാരണമാകുകയേയുള്ളൂ.

ഭൂരിഭാഗം ആളുകൾക്കും സാമ്പത്തിക പ്രശ്നങ്ങൾ ഉണ്ടായിരിക്കുന്നതിന്റെ പ്രാഥമിക കാരണം, അവർക്ക് ഒരിക്കലും പണമൊഴുക്കിന്റെ കൈകാര്യം ചെയ്യുന്ന ശാസ്ത്രത്തിൽ വിദ്യാഭ്യാസം ലഭിച്ചിട്ടില്ല എന്നതാണ്. അവരെ വായിക്കാനും എഴുതാനും കാർ ഓടിക്കാനും, നീന്താനും പഠിപ്പിക്കുന്നു, പക്ഷേ എങ്ങനെ അവരുടെ പണം കൈകാര്യം ചെയ്യണമെന്നതില്ല. ഈ പരിശീലനം ഇല്ലാതെ, അവർ സാമ്പത്തിക പ്രശ്നങ്ങളിൽ എത്തുകയും കൂടുതൽ പണം പ്രശ്നം പരിഹരിക്കും എന്ന വിശ്വാസത്തിൽ കഠിനാദ്ധ്വാനം ചെയ്യുകയും ചെയ്യും.

എന്റെ ധനികനായ പിതാവ് എപ്പോഴും പറയുമായിരുന്നു, 'പണമൊഴുക്കിനെ കൈകാര്യം ചെയ്യുന്നതാണ് പ്രശ്നമെങ്കിൽ കൂടുതൽ പണം പ്രശ്നം പരിഹരിക്കില്ല.'

ഏറ്റവും പ്രധാനപ്പെട്ട നൈപുണ്യം

നിങ്ങൾ സ്വന്തം കാര്യം നോക്കുമെന്ന പ്രതിജ്ഞ എടുത്തശേഷം, നിങ്ങളുടെ ജീവിതമെന്ന ബിസിനസ്സിന്റെ സി ഇ ഓ എന്ന നിലയിൽ അടുത്ത പടി പണമൊഴുക്കിന്റെ നിയന്ത്രണം ഏറ്റെടുക്കുന്നതാണ്. ഇല്ലെങ്കിൽ, കൂടുതൽ പണമുണ്ടാക്കുന്നത് നിങ്ങളെ ധനികനാക്കില്ല. വാസ്തവത്തിൽ, കൂടുതൽ പണം മിക്കവാറും ആളുകളെ ദരിദ്രരാക്കും, കാരണം അവർ ചെലവ് വർദ്ധിപ്പിച്ച് ഓരോ തവണ ശമ്പളവർദ്ധനവ് ലഭിക്കുന്തോറും കൂടുതൽ കടങ്ങളിലേക്ക് പോകും.

ആരാണ് സമർഥൻ നിങ്ങളോ നിങ്ങളുടെ ബാങ്കറോ?

ഭൂരിഭാഗം ആളുകളും വ്യക്തിപരമായ ഫിനാൻഷ്യൽ സ്റ്റേറ്റ്മെന്റുകൾ തയ്യാറാക്കാറില്ല. കൂടിവന്നാൽ, അവർ എല്ലാ മാസവും അവരുടെ

ചെക്ക് ബുക്കുകൾ ബാലൻസ് ചെയ്യാൻ ശ്രമിക്കും. അതുകൊണ്ട്, സ്വയം അഭിനന്ദിക്കുക, കാരണം നിങ്ങൾ ഇപ്പോൾത്തന്നെ നിങ്ങളുടെ സഹപ്രവർത്തകരിൽ നിന്നും ഒരുപാട് മുന്നിലാണ്, ലളിതമായി നിങ്ങളുടെ ഫിനാൻഷ്യൽ സ്റ്റേറ്റ്മെന്റ് പൂർത്തിയാക്കിയും ലക്ഷ്യങ്ങൾ നിർണയിച്ചുകൊണ്ടും. നിങ്ങളുടെ ജീവിതത്തിന്റെ സി ഇ ഓ എന്ന നിലയിൽ, നിങ്ങൾ മിക്കവാറും ആളുകളേക്കാൾ സമർഥനാകാൻ പഠിക്കാൻ സാധിക്കും, നിങ്ങളുടെ ബാങ്കറിനേക്കാൾ പോലും.

മിക്കവാറും ആളുകൾ വിശ്വസിക്കുന്നത് രണ്ട് ബുക്കുകൾ കൈവശം വയ്ക്കുന്നത് നിയമവിരുദ്ധം ആണെന്നാണ്, അത് ചില വേളകളിൽ ശരിയുമാണ്. പക്ഷേ, നിങ്ങൾ സമ്പത്തിന്റെ ലോകത്തിനെ ശരിക്കും മനസ്സിലാക്കിയാൽ, അവിടെ എപ്പോഴും രണ്ട് സെറ്റ് ബുക്കുകൾ ഉണ്ടാകും. അത് തിരിച്ചറിഞ്ഞാൽ, നിങ്ങളുടെ ബാങ്കറേക്കാൾ സമർഥനാകാൻ കഴിയും.

താഴെ കൊടുത്തിരിക്കുന്നത് രണ്ട് സെറ്റ് ബുക്കുകളുടെ ഉദാഹരണമാണ് – നിങ്ങളുടേയും നിങ്ങളുടെ ബാങ്കറുടേതും:

നിങ്ങളുടെ ജീവിതത്തിന്റെ സി ഇ ഓ എന്ന നിലയിൽ, എപ്പോഴും ഓർമ്മിക്കുക, നിങ്ങളുടെ ഓരോ ബാധ്യതയ്ക്കും അല്ലെങ്കിൽ കടത്തിനും, നിങ്ങൾ മറ്റാരുടെയോ മുതൽക്കൂട്ടായിരിക്കും. അതാണ് യഥാർഥ രണ്ട് സെറ്റ് ബുക്കുകളുടെ അക്കൗണ്ടിങ്. നിങ്ങളുടെ ഓരോ ബാധ്യതയ്ക്കും, മോർട്ട്ഗേജ്, കാർ ലോൺ, സ്കൂൾ ലോൺ, ക്രെഡിറ്റ് തുടങ്ങിയവ, നിങ്ങൾക്ക് ആ പണം കടം നൽകുന്ന ആളുകളുടെ തൊഴിലാളി ആയിരിക്കും. നിങ്ങൾ മറ്റാരെയെങ്കിലും ധനികനാക്കാൻ വേണ്ടി കഠിനാദ്ധ്വാനം ചെയ്യുകയായിരിക്കും.

നല്ല കടവും ചീത്ത കടവും

ധനികനായ പിതാവ് നല്ല കടത്തിനെക്കുറിച്ചും ചീത്ത കടത്തിനെക്കുറിച്ചും എനിക്ക് മുന്നറിയിപ്പ് നൽകി. അദ്ദേഹം ഇടയ്ക്ക് പറയുമായിരുന്നു, 'ഓരോ തവണയും നീ ആർക്കെങ്കിലും കടപ്പെട്ടിരിക്കുമ്പോൾ, നീ അവരുടെ പണത്തിന്റെ തൊഴിലാളി ആകുന്നു. നീ ഒരു 30 വർഷത്തേക്കുള്ള ലോൺ എടുക്കുകയാണെങ്കിൽ, നീ 30 വർഷത്തെ

തൊഴിലാളിയാകുന്നു, കടം വീട്ടിക്കഴിയുമ്പോൾ അവർ നിനക്ക് ഒരു സ്വർണ വാച്ച് തരുകയൊന്നുമില്ല.'

ധനികനായ പിതാവ് പണം കടമെടുത്തിട്ടുണ്ട്, പക്ഷേ തന്റെ ലോണുകൾ തിരിച്ചടയ്ക്കുന്ന ആളാകാതിരിക്കാൻ അദ്ദേഹം പരമാവധി ശ്രമിച്ചിട്ടുമുണ്ട്. നല്ല കടമെന്നാൽ നിങ്ങൾക്കുവേണ്ടി മറ്റാരെങ്കിലും തിരിച്ചടയ്ക്കുന്നതാണെന്ന് അദ്ദേഹം മൈക്കിനും എനിക്കും വിശദീകരിച്ചിട്ടുണ്ട്. ചീത്ത കടമാകുന്നത് നിങ്ങൾ സ്വന്തം വിയർപ്പും ചോരയും ഉപയോഗിച്ച് കടം വീട്ടുമ്പോഴാണ്. അതുകൊണ്ടാണ് അദ്ദേഹം വാടകക്കെട്ടിടങ്ങളെ ഇഷ്ടപ്പെട്ടിരുന്നത്. അദ്ദേഹം എന്നെ വാടകയ്ക്കുള്ള റിയൽ എസ്റ്റേറ്റ് മേടിക്കാൻ പ്രോത്സാഹിപ്പിച്ചു, കാരണം 'ബാങ്ക് നിനക്ക് ലോൺ തരുന്നു, പക്ഷേ നിന്റെ വാടകക്കാരൻ അത് തിരിച്ചടയ്ക്കുന്നു.'

വരുമാനവും ചെലവും

രണ്ട് സെറ്റ് ബുക്കുകൾ മുതൽക്കൂട്ടുകൾക്കും ബാധ്യതകൾക്കും മാത്രമുള്ളതല്ല, മറിച്ച് വരുമാനത്തിനും ചെലവിനും ബാധകമാണ്. എന്റെ ധനികനായ പിതാവിൽ നിന്നുമുള്ള ഏറ്റവും പൂർണതയുള്ള പാഠം ഇതായിരുന്നു: 'മിക്കവാറും എല്ലാ ബാധ്യതയ്ക്കും, ഒരു മുതൽക്കൂട്ട് ഉണ്ടായിരിക്കണം, പക്ഷേ അവ ഫിനാൻഷ്യൽ സ്റ്റേറ്റ്മെന്റിന്റെ ഒരേ സെറ്റിൽ വരില്ല. എല്ലാ ചെലവുകൾക്കും, ഒരു വരുമാനം ഉണ്ടായിരിക്കണം, വീണ്ടും, അവ ഫിനാൻഷ്യൽ സ്റ്റേറ്റ്മെന്റിന്റെ ഒരേ സെറ്റിൽ വരില്ല.'

ഈ ലളിതമായ ചിത്രം ആ പാഠം വ്യക്തമാക്കും:

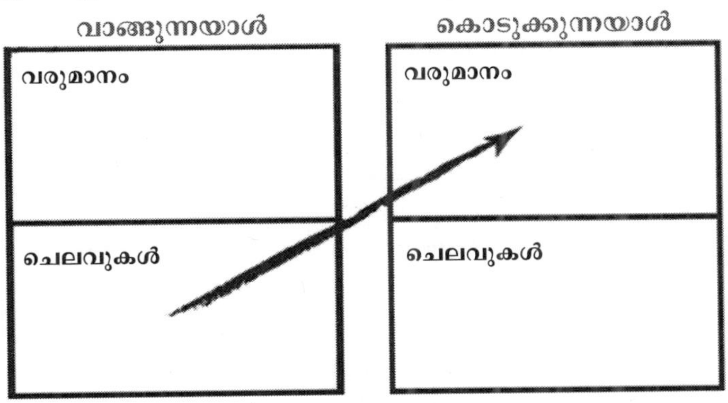

സാമ്പത്തിക ഫാസ്റ്റ് ട്രാക്കും എലിപ്പന്തയവും

രണ്ട് സെറ്റ് ബുക്കുകളുടെ ആശയം നിങ്ങൾക്ക് സാമ്പത്തിക ഫാസ്റ്റ് ട്രാക്കും എലിപ്പന്തയവും കാണിക്കാനും ഉപയോഗിക്കാവുന്ന

താണ്. വിവിധ തരങ്ങളിലുള്ള സാമ്പത്തിക ഫാസ്റ്റ് ട്രാക്കുകളുണ്ട്. താഴെയുള്ള ഡയഗ്രം അവയിൽ ഏറ്റവും സാധാരണമായുള്ളതാണ്. അത് കടം കൊടുക്കുന്നയാളും വാങ്ങുന്നയാളും തമ്മിലുള്ള ട്രാക്ക് ആണ്.

ഇത് ലളിതവത്കരിക്കപ്പെട്ടതാണ്, പക്ഷേ നിങ്ങൾ സമയമെടുത്ത് അത് പഠിക്കുകയാണെങ്കിൽ, നിങ്ങളുടെ മനസ്സ് കണ്ണുകൾക്ക് കാണാൻ കഴിയാത്തത് കാണാൻ തുടങ്ങും. നിങ്ങൾ ധനികരും ദരിദ്രരും, ഉള്ളവരും ഇല്ലാത്തവരും, കടം വാങ്ങുന്നവരും കൊടുക്കുന്നവരും, തൊഴിലുകൾ സൃഷ്ടിക്കുന്നവരും തേടുന്നവരും തമ്മിലുള്ള ബന്ധം കാണാൻ തുടങ്ങും.

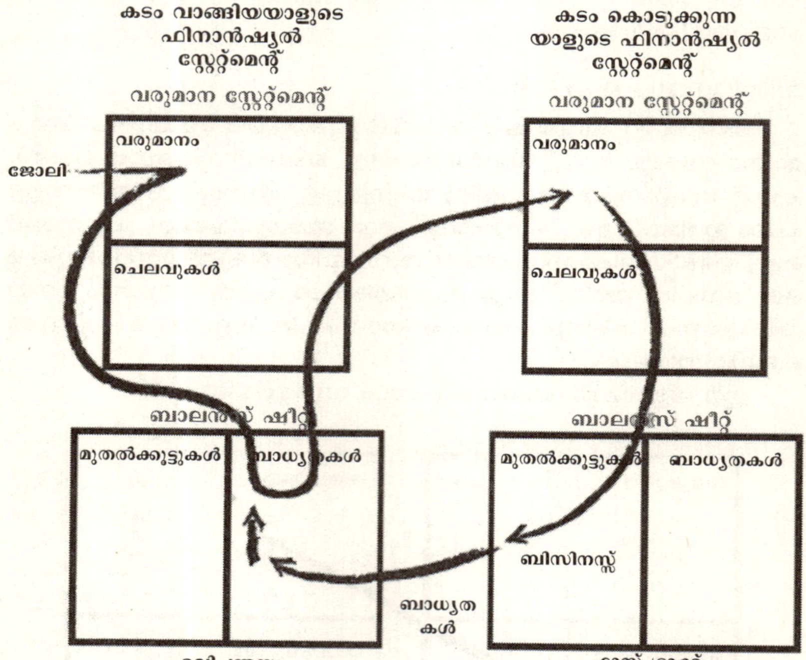

കടം കൊടുക്കുന്നയാൾ മിക്കപ്പോഴും പറയും, ‘നിങ്ങളുടെ നല്ല ക്രെഡിറ്റ് കാരണം, ഞങ്ങൾ ഒരു ബിൽകൺസോളിഡേഷൻ ലോൺ നൽകാൻ ആഗ്രഹിക്കുന്നു,’ അല്ലെങ്കിൽ ‘നിങ്ങൾക്ക് ഭാവിയിൽ കുറച്ച് കൂടുതൽ പണം ആവശ്യം വരുകയാണെങ്കിൽ ക്രമത്തിലുള്ള ക്രെഡിറ്റ് തുറക്കാൻ താല്പര്യമുണ്ടോ?’

നിങ്ങൾക്ക് വ്യത്യാസം അറിയാമോ?

രണ്ട് സെറ്റ് ബുക്കുകൾക്കിടയിലൂടെ പണം ഒഴുകുന്ന വഴിയെയാണ് ധനികനായ പിതാവ് സാമ്പത്തിക ഫാസ്റ്റ് ട്രാക്ക് എന്നും സാമ്പത്തിക എലിപ്പന്തയം എന്നും വിളിക്കുന്നത്. ഒന്ന് നിലനിൽക്കണമെങ്കിൽ, മറ്റേതും വേണം. അതുകൊണ്ട്, കുറഞ്ഞത് രണ്ട് ഫിനാൻഷ്യൽ സ്റ്റേറ്റ്മെന്റുകളെങ്കിലും ആവശ്യമാണ്. ചോദ്യങ്ങൾ ഇവയാണ്: ഏത് സ്റ്റേറ്റ്മെന്റാണ് നിങ്ങളുടേത്? ഏത് സ്റ്റേറ്റ്മെന്റ് വേണമെന്നാണ് നിങ്ങളുടെ ആഗ്രഹം?

അതുകൊണ്ടാണ് ധനികനായ പിതാവ് എപ്പോഴും എന്നോട് പറഞ്ഞിരുന്നത്, 'പണമൊഴുക്കിനെ കൈകാര്യം ചെയ്യുന്നതാണ് പ്രശ്നമെങ്കിൽ കൂടുതൽ പണം പ്രശ്നം പരിഹരിക്കില്ല. സാമ്പത്തിക അക്കങ്ങളുടെ ശക്തി മനസ്സിലാകുന്നവർക്ക് അതില്ലാത്തവരേക്കാൾ മേൽക്കൈ ഉണ്ടായിരിക്കും.'

അതുകൊണ്ടാണ് നിങ്ങളുടെ സ്വന്തം സാമ്പത്തിക ഫാസ്റ്റ് ട്രാക്ക് കണ്ടെത്തുന്നതിനുള്ള പടി 2 ഇതാകുന്നത്: 'നിങ്ങളുടെ പണമൊഴുക്കിന്റെ നിയന്ത്രണം ഏറ്റെടുക്കുക.'

നിങ്ങൾ ഇരുന്ന് ചെലവുകളെ നിയന്ത്രിക്കാനും കടങ്ങളും ബാധ്യതകളും കുറയ്ക്കാനുമുള്ള പദ്ധതിയുണ്ടാക്കണം. നിങ്ങളുടെ വരുമാനത്തിനുള്ളിൽ ജീവിക്കുക, വരുമാനങ്ങൾ വികസിപ്പിക്കാൻ തുടങ്ങുന്നതിന് മുമ്പ്.

പ്രവർത്തിക്കുക

1. **പടി 1-ൽ നിന്നും നിങ്ങളുടെ സാമ്പത്തിക സ്റ്റേറ്റ്മെന്റുകൾ വിശകലനം ചെയ്യുക.**
2. **ഇന്ന് നിങ്ങളുടെ വരുമാനം ഉണ്ടാകുന്നത് പണമൊഴുക്കിന്റെ ചതുരങ്ങളിലെ ഏത് ചതുരത്തിൽ നിന്നുമാണെന്ന് തീരുമാനിക്കുക.**

____

3. **അഞ്ച് വർഷങ്ങളിൽ നിങ്ങളുടെ വരുമാനത്തിൽ കൂടുതലും ഏത് ചതുരത്തിൽ നിന്നുമാണ് വേണ്ടതെന്ന് തീരുമാനിക്കുക.**

____

4 **നിങ്ങളുടെ പണമൊഴുക്കിന്റെ കൈകാര്യം ചെയ്യാനുള്ള പദ്ധതി ആരംഭിക്കുക:**

A. ആദ്യം നിങ്ങൾക്ക് പേ ചെയ്യുക.

ലഭിക്കുന്ന ഓരോ ശമ്പളം അല്ലെങ്കിൽ പേയ്മെന്റിൽനിന്നും ഒരു ശതമാനം മാറ്റിവയ്ക്കുക. ആ പണം ഒരു ഇൻവസ്റ്റ്

മെന്റ് സേവിങ്സ് അക്കൗണ്ടിൽ നിക്ഷേപിക്കുക. പണം അക്കൗണ്ടിലേക്ക് പോയിക്കഴിഞ്ഞാൽ, നിങ്ങൾ നിക്ഷേപിക്കാൻ തയ്യാറാകുന്നതുവരെ ഒരിക്കലും അത് എടുക്കാതിരിക്കുക.

അഭിനന്ദനങ്ങൾ! നിങ്ങൾ പണമൊഴുക്കിനെ കൈകാര്യം ചെയ്യാൻ തുടങ്ങിക്കഴിഞ്ഞു.

B. നിങ്ങളുടെ വ്യക്തിപരമായ ഉപയോക്തൃ കടം കുറയ്ക്കുന്നതിൽ ശ്രദ്ധിക്കുക.

വ്യക്തിപരമായ കടം കുറയ്ക്കാനോ ഇല്ലാതാക്കാനോ ഉള്ള ചില വഴികളാണ് താഴെ.

വഴി #1

നിങ്ങൾക്ക് കൊടുക്കാൻ ബാക്കിയുള്ള ക്രെഡിറ്റ് കാർഡുകൾ ഉണ്ടെങ്കിൽ, ഒന്നോ രണ്ടോ കാർഡുകൾ മാത്രം ഉപയോഗിക്കാൻ സ്വയം അച്ചടക്കം പാലിക്കുക. ഏതെങ്കിലും പുതിയ ചാർജ്ജുകൾ എല്ലാ മാസവും മുഴുവനായും അടയ്ക്കുക. കൂടുതൽ ദീർഘകാല കടങ്ങൾ വരുത്താതിരിക്കുക.

വഴി #2

പ്രതിമാസം $150 - $200 കൂടുതൽ ഉണ്ടാക്കുക. നിങ്ങൾ ഇപ്പോൾ കൂടുതൽ സാമ്പത്തിക വിദ്യാഭ്യാസം ഉള്ളയാളാകുമ്പോൾ, ഇത് താരതമ്യേന ചെയ്യാൻ എളുപ്പമായിരിക്കും. നിങ്ങൾ പ്രതിമാസം $150 - $200 കൂടുതൽ ഉണ്ടാക്കാൻ കഴിയില്ലെങ്കിൽ, നിങ്ങളുടെ സാമ്പത്തിക സ്വാതന്ത്ര്യത്തിലേയ്ക്കുള്ള സാധ്യതകൾ ഒരു സ്വപ്നം മാത്രമായേക്കും.

വഴി #3

ഏതെങ്കിലും ഒരു ക്രെഡിറ്റ് കാർഡിൽ $150 - $200 മാസത്തവണ കൂടുതലായി അടയ്ക്കുക. അപ്പോൾ ആ ക്രെഡിറ്റ് കാർഡിൽ നിങ്ങൾ മിനിമവും പിന്നെ $150 - $200 കൂടുതലും അടയ്ക്കുന്നു.

മറ്റെല്ലാ ക്രെഡിറ്റ് കാർഡുകളിലും മിനിമം തുക മാത്രം അടയ്ക്കുക. മിക്കപ്പോഴും ആളുകൾ എല്ലാ ക്രെഡിറ്റ് കാർഡുകളിലും മാസം അല്പം കൂടുതൽ അടയ്ക്കാൻ ശ്രമിക്കും, പക്ഷേ അതിശയകരമായി ആ കാർഡുകൾ ഒരിക്കലും അടച്ചുതീരില്ല.

വഴി #4

ആദ്യത്തെ കാർഡ് അടച്ചു കഴിഞ്ഞാൽ, ആ കാർഡിൽ എല്ലാ മാസവും കൊടുത്തിരുന്ന മൊത്തം തുക അടുത്ത ക്രെഡിറ്റ് കാർഡിലേക്ക് ചേർക്കുക. നിങ്ങളിപ്പോൾ രണ്ടാമത്തെ കാർഡിൽ മിനിമം തുകയും ഒപ്പം ആദ്യത്തെ കാർഡിലെ മൊത്തം മാസത്തവണകളും അടയ്ക്കുന്നുണ്ടാകും.

എല്ലാ ക്രെഡിറ്റ് കാർഡുകളിലും മറ്റു ഉപയോക്തൃ കടങ്ങളിലും ഈ പ്രക്രിയ തുടരുക. ഓരോ കടവും അടച്ച് കഴിയുമ്പോൾ, ആ കടത്തിലേക്ക് കൊടുത്തിരുന്ന മുഴുവൻ തുകയും അടുത്ത കടത്തിന്റെ മിനിമം തുകയിലേക്ക് ചേർക്കുക. ഓരോ കടവും വീട്ടുമ്പോൾ, അടുത്ത കടത്തിലേക്ക് കൊടുക്കുന്ന മാസത്തുക ഉയരും.

വഴി #5

എല്ലാ ക്രെഡിറ്റ് കാർഡുകളും ഉപയോക്തൃ കടങ്ങളും കൊടുത്ത് കഴിയുമ്പോൾ, ആ രീതി കാർ, വീട് തവണകളിൽ തുടരുക. ഈ രീതി പിന്തുടരുകയാണെങ്കിൽ എത്ര ചെറിയ സമയത്തിനുള്ളിലാണ് നിങ്ങൾ പൂർണമായും കടവിമുക്തൻ ആകുന്നതെന്ന് കണ്ട് നിങ്ങൾ അത്ഭുതപ്പെടും. മിക്കവാറും ആളുകൾക്ക് അഞ്ചോ ആറോ വർഷങ്ങൾ കൊണ്ട് കടവിമുക്തർ ആകാൻ കഴിയും.

വഴി #6

നിങ്ങൾ പൂർണമായും കടവിമുക്തൻ ആയതുകൊണ്ട്, അവസാനത്തെ കടം വീട്ടാനായി കൊടുത്തിരുന്ന മാസത്തുക എടുത്ത് നിക്ഷേപങ്ങളിൽ ഇടുക. നിങ്ങളുടെ മുതൽക്കൂട്ടിന്റെ കോളം സൃഷ്ടിക്കുക.

അത്ര എളുപ്പമാണത്.

കുറിപ്പ്: *കിമ്മും ഞാനും ഈ കടം കുറയ്ക്കാനും ഇല്ലാതാക്കാനുമുള്ള പ്രക്രിയ ഞങ്ങളുടെ റേഡിയോ പരിപാടിയിൽ വിശദീകരിക്കുന്നുണ്ട്: 'ഞങ്ങൾ എങ്ങനെ കടത്തിൽനിന്നും പുറത്തുകടന്നു.'*

അദ്ധ്യായം പതിമൂന്ന്

പടി 3: നഷ്ടസാധ്യതയും, നഷ്ടസാധ്യതയുള്ളതും തമ്മിലുള്ള വ്യത്യാസം അറിയുക

ബിസിനസ്സും നിക്ഷേപവും നഷ്ടസാധ്യതയുള്ളതല്ല,
പക്ഷേ അപര്യാപ്തമായ രീതിയിൽ പഠിപ്പിക്കപ്പെട്ടതാണ്.

എന്താണ് ശരിയായ പണമൊഴുക്കിനെ കൈകാര്യം ചെയ്യൽ?

ശരിയായ പണമൊഴുക്കിനെ കൈകാര്യം ചെയ്യുന്നത് ആരംഭിക്കുന്നത് ഒരു മുതൽക്കൂട്ടും ബാധ്യതയും തമ്മിലുള്ള വ്യത്യാസം യഥാർത്ഥത്തിൽ അറിഞ്ഞുകൊണ്ടാണ്. താഴെ കൊടുത്തിരിക്കുന്ന ഡയഗ്രം 45 വയസ്സുള്ള ഒരാളുടെ ശരിയായി കൈകാര്യം ചെയ്യപ്പെട്ട പണമൊഴുക്ക് കാണിക്കുന്നു:

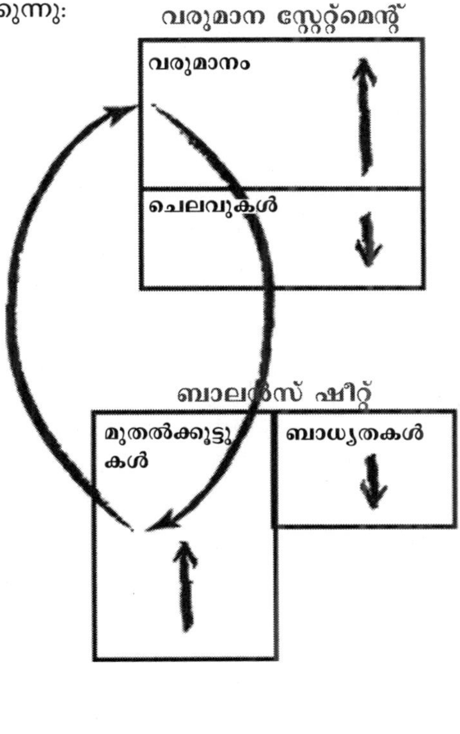

ഞാൻ 45 വയസ്സ് ഉപയോഗിക്കുന്നത് അത് മിക്കവാറും ആളുകൾ ജോലി ചെയ്യാൻ തുടങ്ങുന്ന 25 വയസ്സിനും, റിട്ടയർ ചെയ്യാൻ പ്ലാനിടുന്ന 65 വയസ്സിനും ഇടയിൽ ആയതുകൊണ്ടാണ്. 45 വയസ്സിൽ, ഒരാൾ അയാളുടെ പണമൊഴുക്ക് ശരിയായി കൈകാര്യം ചെയ്തിട്ടുണ്ടെങ്കിൽ, അവരുടെ മുതൽക്കൂട്ടിന്റെ കോളം ബാധ്യതയുടെ കോളത്തിനേക്കാൾ നീണ്ടതായിരിക്കും.

ഈ വ്യക്തി നഷ്ടസാധ്യതകൾ എടുക്കുന്നയാളാണ്, പക്ഷേ അമിതമായ നഷ്ടമല്ല, അയാൾ ജനസംഖ്യയുടെ മുകളിലെ 10 ശതമാനത്തിൽ പെടുന്നയാളായിരിക്കും. പക്ഷേ, അവർ ജനസംഖ്യയുടെ മറ്റേ 90 ശതമാനം ആളുകളും ചെയ്യുന്നതാണ് പ്രവർത്തിക്കുന്നതെങ്കിൽ, എന്നുവച്ചാൽ പണമൊഴുക്കിനെ തെറ്റായി കൈകാര്യം ചെയ്യുകയും മുതൽക്കൂട്ടും ബാധ്യതയും തമ്മിലുള്ള വ്യത്യാസം അറിയാതിരിക്കുകയും ചെയ്യുകയാണെങ്കിൽ, 45 വയസ്സിൽ അവരുടെ സാമ്പത്തിക ചിത്രം ഇങ്ങനെയായിരിക്കും ഉണ്ടാകുക:

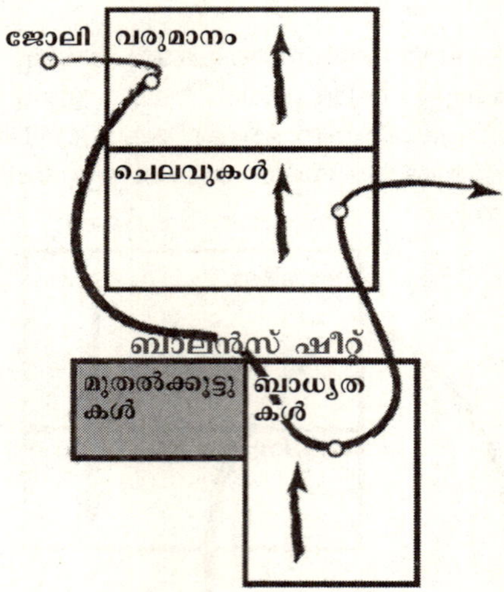

ഈ ആളുകളാണ് മിക്കപ്പോഴും പറയുക, 'നിക്ഷേപിക്കുന്നത് നഷ്ടസാധ്യതയുള്ളതാണ്' എന്ന്. അവർക്ക്, അത് നഷ്ടസാധ്യതയുള്ളതാണ്, പക്ഷേ നിക്ഷേപിക്കുന്നത് നഷ്ടസാധ്യത ഉള്ളതായതുകൊണ്ടല്ല. അവരുടെ ഔപചാരിക സാമ്പത്തിക പരിശീലനത്തിന്റെയും അറിവിന്റെയും അപര്യാപ്തതയാണ് നിക്ഷേപിക്കുന്നതിന്റെ നഷ്ടസാധ്യതയുള്ളതാക്കുന്നത്.

സാമ്പത്തിക സാക്ഷരത

റിച് ഡാഡ് പുവർ ഡാഡിൽ, എന്റെ ധനികനായ പിതാവ് ഞാൻ സാമ്പത്തികമായി സാക്ഷരനാകണം എന്ന് ആവശ്യപ്പെട്ടത് വിശദീകരിച്ചിട്ടുണ്ട്.

സാമ്പത്തിക സാക്ഷരത നിങ്ങളുടെ കണ്ണുകൾകൊണ്ട് വെറുതേ അക്കങ്ങളിലേക്ക് നോക്കുന്നതല്ല, മറിച്ച് പണം ഏത് വഴിക്കാണ് ഒഴുകുന്നതെന്ന് പറയാൻ മനസ്സിനെ പരിശീലിപ്പിക്കുന്നത് കൂടിയാണ്. ധനികനായ പിതാവ് എപ്പോഴും പറയുമായിരുന്നു, 'പണമൊഴുക്കിന്റെ ദിശയാണ് എല്ലാം.'

അതുകൊണ്ട് ഒരു വീട് മുതൽക്കൂട്ട് അല്ലെങ്കിൽ ബാധ്യത ആകുന്നത് പണമൊഴുക്കിന്റെ ദിശ അനുസരിച്ചാണ്. പണം നിങ്ങളുടെ കീശയിലേക്ക് ഒഴുകുന്നുണ്ടെങ്കിൽ, അതൊരു മുതൽക്കൂട്ടാണ്. കീശയിൽ നിന്നും പുറത്തേക്കാണ് ഒഴുക്കെങ്കിൽ, അതൊരു ബാധ്യതയാണ്.

സാമ്പത്തിക വിവേകം

ധനികനായ പിതാവിന് സാമ്പത്തിക വിവേകത്തിന് ഒരുപാട് നിർവചനങ്ങൾ ഉണ്ടായിരുന്നു, 'പണമൊഴുക്ക് നൽകുന്നതിലേക്ക് പണം അല്ലെങ്കിൽ അദ്ധ്വാനത്തിന്റെ മുതൽക്കൂട്ടുകളാക്കാനുള്ള കഴിവ്' പോലെ. പക്ഷേ, അദ്ദേഹത്തിന്റെ ഒരു പ്രിയപ്പെട്ട ചൊല്ല്, 'ആരാണ് സമർഥൻ? നീയോ, അതോ നിന്റെ പണമോ?' എന്നാണ്.

ധനികനായ പിതാവിന്, പണത്തിനായി കഠിനാദ്ധ്വാനം ചെയ്ത് ജീവിതം ചെലവഴിക്കുന്നത് അതിനെ വേഗത്തിൽ പുറത്തേയ്ക്ക് വിടാനാണെങ്കിൽ അത് ഉയർന്ന വിവേകത്തിന്റെ സൂചനയല്ല. നിങ്ങൾക്ക് വേണമെങ്കിൽ ഒരു ദരിദ്രൻ, മദ്ധ്യവർഗ്ഗക്കാരൻ, ധനികൻ എന്നിവരുടെ പണമൊഴുക്കിന്റെ ക്രമം അദ്ധ്യായം പത്തിൽ പരിശോധിക്കാവുന്നതാണ്. ഓർക്കുക, ധനികനായ ഒരാൾ അയാളുടെ/അവളുടെ ശ്രമങ്ങളെ മുതൽക്കൂട്ടുകൾ സ്വരുക്കൂട്ടാനാണ് ശ്രദ്ധിക്കുക, കഠിനാദ്ധ്വാനം ചെയ്യാനല്ല.

സാമ്പത്തിക വിവേകം ഇല്ലാത്തത് കാരണം, ഒരുപാട് വിദ്യാസമ്പന്നരായ ആളുകൾ സ്വയം ഉയർന്ന സാമ്പത്തിക അപകടത്തിൽ എത്തിക്കും. എന്റെ ധനികനായ പിതാവ് അതിനെ 'സാമ്പത്തിക ചുവപ്പ് വര' എന്നാണ് വിളിച്ചത്, എന്നുവച്ചാൽ വരുമാനവും ചെലവും എല്ലാ മാസവും ഏതാണ്ട് ഒന്നുതന്നെയായിരിക്കും. ഇത്തരം ആളുകളാണ് തൊഴിൽ സുരക്ഷയിൽ വെറി പിടിച്ചതുപോലെ അള്ളിയിരിക്കുന്നത്, അവർക്ക് സമ്പദ് വ്യവസ്ഥ മാറുമ്പോൾ മാറാൻ സാധിക്കില്ല, മിക്കപ്പോഴും സമ്മർദ്ദവും ആവലാതിയും കാരണം ആരോഗ്യം നശിപ്പിക്കുകയും ചെയ്യും. ഇതേ ആളുകളാണ് എപ്പോഴും 'ബിസിനസ്സും നിക്ഷേപവും നഷ്ടസാധ്യതയുള്ളതാണ്' എന്ന് പറയുന്നതും.

എന്റെ അഭിപ്രായത്തിൽ, ബിസിനസ്സും നിക്ഷേപവും നഷ്ട സാധ്യതയുള്ളതല്ല, മറിച്ച് നിരക്ഷരനാകുന്നത് ആണ്. അതുപോലെ, തെറ്റായ വിവരം ലഭിക്കുന്നതും അപകടമാണ്, സുരക്ഷിതമായ ജോലിയെ ആശ്രയിക്കുന്നത് ഒരാൾക്ക് ഏറ്റെടുക്കാവുന്ന ഏറ്റവും വലിയ അപകടമാണ്. ഒരു മുതൽക്കൂട്ട് വാങ്ങുന്നത് നഷ്ടമാവില്ല. മുതൽ ക്കൂട്ടാണെന്ന് പറഞ്ഞ് ബാധ്യതകൾ വാങ്ങുന്നത് നഷ്ടമാകും. സ്വന്തം കാര്യം നോക്കുന്നത് നഷ്ടമുള്ളതല്ല. മറ്റുള്ളവരുടെ കാര്യം നോക്കു ന്നതും അവർക്ക് ആദ്യം പണം കൊടുക്കുന്നതും നഷ്ടമായിരിക്കും.

അതുകൊണ്ട് പടി 3 നഷ്ടസാധ്യതയും നഷ്ടസാധ്യതയുള്ളതും തമ്മിലുള്ള വ്യത്യാസം അറിയുന്നതാണ്.

പ്രവർത്തിക്കുക

1. **നിങ്ങളുടെ സ്വന്തം വാക്കുകളിൽ നഷ്ടസാധ്യതയെ നിർവചി ക്കുക**

   A. ശമ്പളത്തിനെ ആശ്രയിച്ചിരിക്കുന്നത് നിങ്ങൾക്ക് നഷ്ട സാധ്യതയുള്ളതാണോ?

   B. എല്ലാ മാസവും തിരിച്ചടയ്ക്കാൻ കടമുള്ളത് നിങ്ങൾക്ക് നഷ്ടസാധ്യതയുള്ളതാണോ?

   C. എല്ലാ മാസവും പണമൊഴുക്ക് സൃഷ്ടിക്കുന്ന ഒരു മുതൽ ക്കൂട്ട് സ്വന്തമായുള്ളത് നിങ്ങൾക്ക് നഷ്ടസാധ്യതയുള്ള താണോ?

   D. സാമ്പത്തിക വിദ്യാഭ്യാസം നേടാനായി സമയം ചെലവഴി ക്കുന്നത് നിങ്ങൾക്ക് നഷ്ടസാധ്യതയുള്ളതാണോ?

   E. വിവിധ തരം നിക്ഷേപങ്ങളെക്കുറിച്ച് പഠിക്കാനായി സമയം ചെലവഴിക്കുന്നത് നിങ്ങൾക്ക് നഷ്ടസാധ്യതയുള്ളതാണോ?

2. **താഴെ കൊടുത്തിരിക്കുന്നതിൽ ഒന്നോ അതിലധികമോ ചെയ്യാനായി ആഴ്ചയിൽ അഞ്ച് മണിക്കൂറുകൾ നീക്കി വയ്ക്കുക:**

   A. വാൾ സ്ട്രീറ്റ് ജേണലിലെയും നിങ്ങളുടെ പത്രത്തിലെയും ബിസിനസ്സ് ഭാഗം വായിക്കുക.

   B. ടെലിവിഷനിലോ റേഡിയോയിലോ സാമ്പത്തിക വാർത്ത കൾ ശ്രദ്ധിക്കുക.

   C. സാമ്പത്തിക വെബ്സൈറ്റുകൾ, മാസികകൾ, ന്യൂസ് ലെറ്റ റുകൾ വായിക്കുക.

   D. CASHFLOW ഗെയിം കളിക്കുക, അടുത്തുള്ള CASHFLOW ക്ലബ്ബ് സന്ദർശിക്കുക.

E. നിക്ഷേപങ്ങൾ, സാമ്പത്തിക വിദ്യാഭ്യാസം എന്നിവയെക്കുറിച്ചുള്ള സെമിനാറുകളിൽ പങ്കെടുക്കുക.
F. സാമ്പത്തികമായി സ്വതന്ത്രനാകാനുള്ള പ്രക്രിയയിൽ നിങ്ങളെ സഹായിക്കാനായി ഒരു കോച്ചിനെ നിയമിക്കുന്നത് പരിഗണിക്കുക.

അദ്ധ്യായം പതിനാല്

പടി 4: നിങ്ങൾക്ക് ഏതുതരം നിക്ഷേപകനാകണം എന്ന് തീരുമാനിക്കുക

ചെറുതായി തുടങ്ങി, പ്രശ്നങ്ങൾ പരിഹരിക്കാൻ പഠിക്കുക

എന്തുകൊണ്ട് ചില നിക്ഷേപകർ മറ്റുള്ളവരേക്കാൾ വളരെ കുറഞ്ഞ നഷ്ടസാധ്യതയിൽ കൂടുതൽ പണമുണ്ടാക്കുന്നതെന്ന് നിങ്ങൾ അത്ഭുതപ്പെട്ടിട്ടുണ്ടോ?

മിക്കവാറും ആളുകൾ സാമ്പത്തികമായി പ്രയാസപ്പെടുന്നത് അവർ സാമ്പത്തിക പ്രശ്നങ്ങളെ അവഗണിക്കുന്നതുകൊണ്ടാണ്. എന്റെ ധനികനായ പിതാവ് പഠിപ്പിച്ചുതന്ന ഒരു വലിയ രഹസ്യമാണിത്: നിനക്ക് പെട്ടെന്ന് വലിയ ആസ്തി നേടണമെങ്കിൽ, വലിയ സാമ്പത്തിക പ്രശ്നങ്ങൾ എടുക്കുക.

ഈ പുസ്തകത്തിന്റെ ഭാഗം ഒന്നിൽ ഞാൻ അഞ്ച് തലങ്ങളിലുള്ള നിക്ഷേപകരെക്കുറിച്ച് ചർച്ച ചെയ്തിരുന്നു. മൂന്ന് വിവിധതരം നിക്ഷേപകരെ നിർവചിക്കുന്ന ഒരു വേർതിരിക്കൽ കൂടി ഞാൻ കൂട്ടിച്ചേർക്കുകയാണ്:

തരം A: പ്രശ്നങ്ങൾ അന്വേഷിക്കുന്ന നിക്ഷേപകർ.

തരം B: ഉത്തരങ്ങൾ അന്വേഷിക്കുന്ന നിക്ഷേപകർ.

തരം C: എന്ത് ചെയ്യണമെന്ന് പറയാൻ ഒരു 'വിദഗ്ധനെ' അന്വേഷിക്കുന്ന നിക്ഷേപകർ.

C തരത്തിലുള്ള നിക്ഷേപകർ

C തരത്തിലുള്ള നിക്ഷേപകർ സാമ്പത്തിക വിദ്യാഭ്യാസം കുറവുള്ളവരും എന്തിൽ നിക്ഷേപിക്കണം എന്ന് പറയാൻ ആളുകളെ തേടുന്നവരുമാണ്. E & S ചതുരങ്ങളിൽ ഉള്ളവരെ നിക്ഷേപക്കളിയിലേക്ക് തള്ളിവിടുന്നത് റിട്ടയർമെന്റ് പ്ലാനുകളിലെ മാറ്റങ്ങളാണ്. അവർക്ക് നല്ല നിക്ഷേപകരാകാൻവേണ്ടി അവരുടെ വിദ്യാഭ്യാസത്തിൽ നിക്ഷേപിക്കാൻ താല്പര്യമുണ്ടാവില്ല. അവർക്ക് ഒന്നുമറിയില്ല, എന്നുവച്ചാൽ

ഈ വിദഗ്ധർ എന്ന് വിളിക്കുന്നവരുടെ ഉപദേശങ്ങളെ ആശ്രയിച്ചിരിക്കും അവർ.

C തരത്തിലുള്ള നിക്ഷേപകർ ധനികനാകാനുള്ള സാധ്യത എത്രയാണ്? ലോട്ടറി അടിക്കുന്നത്ര സാധ്യത തന്നെ.

B തരത്തിലുള്ള നിക്ഷേപകർ

B തരത്തിലുള്ള നിക്ഷേപകർ ഉത്തരങ്ങൾ അന്വേഷിക്കും. അവർ എപ്പോഴും ഇങ്ങനെയുള്ള ചോദ്യങ്ങൾ ചോദിക്കും:

- 'എന്തിൽ നിക്ഷേപിക്കണമെന്നാണ് നിങ്ങൾ നിർദ്ദേശിക്കുക?'
- 'ഞാൻ റിയൽ എസ്റ്റേറ്റ് വാങ്ങണമെന്ന് നിങ്ങൾക്ക് തോന്നുന്നുണ്ടോ?'
- 'എനിക്ക് പറ്റിയ സ്റ്റോക്കുകൾ ഏതൊക്കെയാണ്?'
- 'ഞാൻ എന്റെ ബ്രോക്കറുമായി സംസാരിച്ചു, അയാൾ വൈവിധ്യപ്പെടുത്താൻ നിർദ്ദേശിച്ചു.'
- 'എന്റെ മാതാപിതാക്കൾ എനിക്ക് കുറച്ച് ഷെയറുകൾ തന്നു. ഞാനത് വിൽക്കണോ?'

B തരത്തിലുള്ള നിക്ഷേപകർ നിരവധി നികുതി ഉപദേഷ്ടാക്കൾ, അറ്റോർണിമാർ, സ്റ്റോക്ക് ബ്രോക്കർമാർ, റിയൽ എസ്റ്റേറ്റ് ഏജന്റുമാർ തുടങ്ങിയവരുമായി സംസാരിച്ച് അവരുടെ ഉപദേശങ്ങൾ നടപ്പിലാക്കാൻ ശ്രദ്ധാപൂർവ്വം തുടങ്ങേണ്ടതുണ്ട്. അവർക്ക് പ്രസംഗിക്കുന്നത് പ്രയോഗിക്കുന്ന ഉപദേശകരെ കണ്ടെത്തേണ്ടതുണ്ട്, കമ്മീഷനുകളും ഫീസുകളും മാത്രമായി ധനികരാകുന്ന നിക്ഷേപ ഉപദേശം വിൽക്കുന്ന ആരിൽനിന്നും ഓടിയൊളിക്കേണ്ടതുമുണ്ട്. ആ തരത്തിലുള്ള നിക്ഷേപകർ അന്വേഷിക്കേണ്ടത് അവർ വിൽക്കുന്ന അതേ നിക്ഷേപങ്ങളിൽ നിന്നും പണം ഉണ്ടാക്കുന്ന ഉപദേശകരെയാണ്.

ഒരുപാട് ഉയർന്ന വരുമാനമുള്ള E & S കൾ B തരത്തിലുള്ള നിക്ഷേപകരുടെ ഗണത്തിൽ വീഴുന്നത് ഞാൻ മിക്കപ്പോഴും കാണാറുണ്ട്, കാരണം അവർക്ക് തിരക്കാണ്, പണമൊഴുക്കിന്റെ ചതുരങ്ങളുടെ വലതുവശത്തിനെക്കുറിച്ചോ നിക്ഷേപ അവസരങ്ങളെക്കുറിച്ചോ നോക്കാൻ അവർക്ക് സമയമുണ്ടാവില്ല. അതുകൊണ്ട്, അവർക്ക് ആരെങ്കിലും ഉത്തരങ്ങൾ കൊടുക്കണം, സ്വയം അറിവ് നേടുന്നതിനുപകരം. ഈ ഗണം മിക്കപ്പോഴും A തരത്തിലുള്ള നിക്ഷേപകർ 'റീടെയിൽ നിക്ഷേപങ്ങൾ' എന്നു വിളിക്കുന്നത് വാങ്ങിക്കും, അത് ജനക്കൂട്ടത്തിന് വിൽക്കാനായി പൊതിഞ്ഞെടുക്കുന്ന നിക്ഷേപങ്ങളാണ്.

A തരത്തിലുള്ള നിക്ഷേപകർ

A തരത്തിലുള്ള നിക്ഷേപകർ പ്രശ്നങ്ങളാണ് തേടുക. പ്രത്യേകിച്ചും, അവർ സാമ്പത്തിക പ്രശ്നത്തിൽ എത്തിപ്പെട്ടവർ കാരണ

മുണ്ടായ പ്രശ്നങ്ങളായിരിക്കും അന്വേഷിക്കുക. പ്രശ്നങ്ങൾ പരിഹരിക്കാൻ മിടുക്കരായ നിക്ഷേപകർ അവരുടെ പണത്തിൽനിന്നും 25 ശതമാനം മുതൽ അനന്തമായതുവരെയുള്ള തിരിച്ചുവരവ് നേടുമെന്നാണ് പ്രതീക്ഷിക്കപ്പെടുന്നത്. അവർ ശക്തമായ സാമ്പത്തിക അടിത്തറകളുള്ള മാതൃകാപരമായ ലെവൽ 5 നിക്ഷേപകരാണ്. അവർക്ക് ബിസിനസ്സ് ഉടമ, നിക്ഷേപകർ എന്നീ നിലകളിൽ വിജയിക്കാൻ ആവശ്യമായ നൈപുണ്യങ്ങൾ ഉണ്ടായിരിക്കും, അത്തരം നൈപുണ്യങ്ങൾ ഇല്ലാത്ത ആളുകൾ കാരണം ഉണ്ടാകുന്ന പ്രശ്നങ്ങൾ പരിഹരിക്കാനായി ആ നൈപുണ്യങ്ങൾ അവർ ഉപയോഗിക്കും.

ഉദാഹരണത്തിന്, ഞാൻ ആദ്യം വെറും $18,000 ഉപയോഗിച്ച് നിക്ഷേപം തുടങ്ങിയപ്പോൾ, ശ്രദ്ധയൂന്നിയത് പണമൊഴുക്ക് നന്നായി കൈകാര്യം ചെയ്യാതെയും പണമില്ലാതെയും പ്രശ്നങ്ങൾ സൃഷ്ടിച്ചിരുന്ന നിക്ഷേപകർ കാരണം കണ്ടുകെട്ടാൻ വച്ചിരിക്കുന്ന ചെറിയ മുറികളിലും വീടുകളിലുമായിരുന്നു.

കുറച്ച് വർഷങ്ങൾ കഴിഞ്ഞപ്പോഴും ഞാൻ പ്രശ്നങ്ങൾ തേടിക്കൊണ്ടിരിക്കുകയായിരുന്നു, പക്ഷേ ഇത്തവണ അക്കങ്ങൾ വലുതായിരുന്നു. കുറേ വർഷങ്ങൾക്കുമുമ്പ്, ഞാൻ പെറുവിൽ $30 മില്യൻ മതിപ്പുള്ള മൈനിങ് കമ്പനി ഏറ്റെടുക്കാൻ ശ്രമിച്ചിരുന്നു. പ്രശ്നങ്ങളും അക്കങ്ങളും വലുതാകുമ്പോൾ, പ്രക്രിയയും അങ്ങനെയാകും.

ഫാസ്റ്റ് ട്രാക്കിലേക്ക് എങ്ങനെ വേഗത്തിൽ എത്തിപ്പെടാം

നിങ്ങൾ ചെറുതായി തുടങ്ങി പ്രശ്നങ്ങൾ പരിഹരിക്കാൻ പഠിക്കുകയാണെങ്കിൽ, നിങ്ങൾ പ്രശ്നങ്ങൾ പരിഹരിക്കുന്നതിൽ മികവ് കൂടുന്തോറും അമിതമായ സമ്പത്ത് നേടുകയും ചെയ്യും.

ആസ്തികൾ വേഗത്തിൽ നേടണമെന്ന് ആഗ്രഹമുള്ളവർക്ക്, ഞാൻ വീണ്ടും ഊന്നുന്നത് ആദ്യം B & I ചതുരങ്ങളിലെ നൈപുണ്യങ്ങൾ പഠിക്കുന്നതിന്റെ ആവശ്യകതയാണ്. ഞാൻ നിർദ്ദേശിക്കുന്നത് ആദ്യം ഒരു ബിസിനസ്സ് കെട്ടിപ്പടുക്കാൻ പഠിക്കണമെന്നാണ്, കാരണം അത് പ്രധാനപ്പെട്ട വിദ്യാഭ്യാസ അനുഭവം നൽകും, വ്യക്തിഗത നൈപുണ്യങ്ങൾ മെച്ചപ്പെടുത്തും, വിപണിയുടെ ഉയർച്ചതാഴ്ചകളിലെ പണമൊഴുക്കിനെ മയപ്പെടുത്തും, പിന്നെ ഒഴിവുസമയം നൽകും. എന്റെ ബിസിനസ്സിൽ നിന്നുമുള്ള പണമൊഴുക്കാണ് എനിക്ക് പരിഹരിക്കേണ്ടതായ സാമ്പത്തിക പ്രശ്നങ്ങളെ അഭിമുഖീകരിക്കാനുള്ള ഒഴിവുസമയം നൽകിയത്.

നിങ്ങൾക്ക് മൂന്ന് തരത്തിലുള്ള നിക്ഷേപകരും ആകാൻ കഴിയുമോ?

വാസ്തവത്തിൽ, ഞാൻ ഈ മൂന്ന് തരത്തിലുള്ള നിക്ഷേപകർ ആയിട്ടാണ് പ്രവർത്തിക്കുന്നത്. മ്യൂചൽ ഫണ്ടുകളുടെ കാര്യം വരു

മ്പോൾ ഞാൻ C തരത്തിലുള്ള നിക്ഷേപകനാണ്. 'ഏത് മ്യൂചൽ ഫണ്ടുകളാണ് നിങ്ങൾ നിർദ്ദേശിക്കുക?' എന്ന് എന്നോട് ചോദിക്കുമ്പോൾ ഞാൻ പറയും, 'എനിക്കറിയില്ല.'

ഒരു B തരത്തിലുള്ള നിക്ഷേപകൻ എന്ന നിലയിൽ, ഞാൻ എന്റെ സാമ്പത്തിക പ്രശ്നങ്ങൾക്ക് പ്രൊഫഷണൽ ഉത്തരങ്ങൾ അന്വേഷിക്കും. എന്റെ ഉപദേശകരിൽ നിന്നും ഉത്തരങ്ങൾ തേടും, നികുതി, സാമ്പത്തിക തന്ത്രജ്ഞർ, സ്റ്റോക്ക് ബ്രോക്കർമാർ, ബാങ്കർമാർ, റിയൽ എസ്റ്റേറ്റ് ബ്രോക്കർമാർ ഉൾപ്പടെ. നിങ്ങൾ നല്ലയാളുകളെ കണ്ടെത്തുമ്പോൾ, ഈ പ്രൊഫഷണൽമാർ ഒരുപാട് പേർക്ക് വ്യക്തിപരമായി നേടാൻ സമയമില്ലാത്ത സമ്പത്തിനെക്കുറിച്ചുള്ള വിവരങ്ങൾ നൽകും.

എന്റെ സാമ്പത്തിക ഉപദേഷ്ടാക്കളിൽ നിന്നുമുള്ള ഉപദേശങ്ങൾ അമൂല്യമാണ്, കാരണം അവർക്ക് ട്രസ്റ്റുകൾ, വിൽപ്പത്രങ്ങൾ, ഇൻഷുറൻസ് എന്നിവയെക്കുറിച്ച് എനിക്കറിയാവുന്നതിനേക്കാൾ വളരെ നന്നായി അറിയാം. മാത്രമല്ല അവർ വിപണിയുമായി ചേർന്നിരിക്കുന്നവരാണ്, നിയമങ്ങളിലെ മാറ്റങ്ങളെക്കുറിച്ച് കൂടുതൽ പുതുക്കിയവരും അതെങ്ങനെ വിപണിയെ ബാധിക്കുമെന്ന് അറിയാവുന്നവരുമാണ്. വെറുതെ വാങ്ങുകയും വിൽക്കുകയും ചെയ്യുന്നതിനപ്പുറം, നിക്ഷേപിക്കുന്നതിൽ ഒരുപാട് കാര്യങ്ങളുണ്ട്.

ഞാൻ എന്റെ പണം മറ്റു നിക്ഷേപകർക്ക് എനിക്കുവേണ്ടി നിക്ഷേപിക്കാൻ കൊടുക്കാറുണ്ട്. ഞാൻ ലെവൽ 4, ലെവൽ 5 നിക്ഷേപകരുമായി അവരുടെ നിക്ഷേപങ്ങളിൽ പങ്കെടുക്കാറുണ്ട്. ഇവർ എനിക്ക് വ്യക്തിപരമായി അറിയാവുന്നതും വിശ്വാസമുള്ളതുമായ വ്യക്തികളാണ്. എനിക്ക് ഒന്നും അറിയാത്തെ ഒന്നിൽ നിക്ഷേപിക്കാൻ അവർ തീരുമാനിച്ചാൽ, ചെലവ് കുറഞ്ഞ വീട്, അല്ലെങ്കിൽ വലിയ ഓഫീസ് കെട്ടിടങ്ങൾപോലെ, ഞാൻ എന്റെ പണം അവർക്ക് കൊടുക്കും, കാരണം അവർ തങ്ങൾ ചെയ്യുന്നതിൽ മികവുള്ളവരും എനിക്കവരുടെ അറിവിൽ വിശ്വാസമുള്ളതുമാണ്.

എന്തുകൊണ്ട് ഞാൻ പെട്ടെന്ന് തുടങ്ങണം?

ആളുകൾ തങ്ങളുടെ സാമ്പത്തിക ഫാസ്റ്റ് ട്രാക്ക് പെട്ടെന്ന് കണ്ടെത്തി ഗൗരവമായിത്തന്നെ ധനികരാകാൻ തുടങ്ങണമെന്ന് ഞാൻ ആളുകളോട് നിർദ്ദേശിക്കുന്നതിന്റെ കാരണമിതാണ്, അമേരിക്കയിലും ലോകത്ത് മിക്കവാറും തന്നെ, രണ്ട് സെറ്റ് നിയമങ്ങളുണ്ട്: ഒന്ന് ധനികരുടെയും, മറ്റൊന്ന് ബാക്കിയുള്ളവരുടെയും. ഒരുപാട് നിയമങ്ങൾ എഴുതിയിരിക്കുന്നത് സാമ്പത്തിക എലിപ്പന്തയത്തിൽ കുടുങ്ങിയവർക്ക് എതിരായിട്ടാണ്. ബിസിനസ്സിന്റെയും നിക്ഷേപത്തിന്റെയും ലോകത്ത്, മദ്ധ്യവർഗ്ഗത്തിൽ ഉള്ളവർക്ക് അവരുടെ നികുതിയായുള്ള ഡോളറുകൾ എങ്ങോട്ടാണ് പോകുന്നതെന്ന് അറിവില്ലെന്ന് കണ്ടെത്തിയത് എന്നെ ഞെട്ടിച്ചു. നികുതിപ്പണം ഒരുപാട് ആവശ്യമുള്ള കാര്യങ്ങൾക്ക്

പോകുന്നുണ്ടെങ്കിലും, ഒരുപാട് വലിയ നികുതിയിളവുകൾ, ഇൻസന്റീവുകൾ, പേയ്മെന്റുകൾ പോകുന്നത് ധനികരിലേക്കാണ്. അതിനുള്ള പണം കൊടുക്കുന്നത് മദ്ധ്യവർഗ്ഗമാണ്.

ഉദാഹരണത്തിന്, ചെലവ് കുറഞ്ഞ വീടുകളുടെ അപര്യാപ്തത അമേരിക്കയിൽ വലിയ പ്രശ്നവും രാഷ്ട്രീയപ്പൊള്ളലുമാണ്. ഈ പ്രശ്നം പരിഹരിക്കാനായി, നഗരങ്ങൾ, സംസ്ഥാനങ്ങൾ, ഫെഡറൽ ഗവൺമെന്റ് എന്നിവർ ഗണ്യമായ നികുതി ക്രെഡിറ്റുകൾ, നികുതിയിളവുകൾ, പണം മുടക്കി കുറഞ്ഞ ചെലവിലുള്ള വീട് പണിയുന്നവർക്കുള്ള സബ്സിഡി വാടകകൾ തുടങ്ങിയവ നൽകുന്നുണ്ട്. നിയമങ്ങൾ അറിയാവുന്നതുകൊണ്ട് മാത്രം, ധനകാര്യവിദഗ്ധരും നിർമ്മാതാക്കളും ധനികരായിത്തീരുന്നത് നികുതിദായകരെക്കൊണ്ട് അവരുടെ നിക്ഷേപങ്ങൾ ചെലവ് കുറഞ്ഞ വീടിനായി വെട്ടിക്കുറയ്ക്കുന്നത് വഴിയാണ്.

എന്താണ് അനീതി?

പണമൊഴുക്കിന്റെ ചതുരങ്ങളിലെ ഇടതുവശത്തുള്ളവർ ഉയർന്ന വ്യക്തിഗത വരുമാനനികുതി കൊടുക്കുന്നു എന്ന് മാത്രമല്ല, അവർക്ക് നികുതി ആനുകൂല്യമുള്ള നിക്ഷേപങ്ങളിൽ പങ്കെടുക്കാൻ കഴിയാതെയുമാകുന്നു. ധനികർ കൂടുതൽ ധനികരാകുന്നതിന്റെ മറ്റൊരു കാരണം ഇതായിരിക്കും.

അത് അനീതിയാണെന്ന് എനിക്കറിയാം, എനിക്ക് കഥയുടെ രണ്ട് വശങ്ങളും മനസ്സിലാകുന്നുണ്ട്. പ്രതിഷേധിക്കുകയും തങ്ങളുടെ പത്രങ്ങളുടെ എഡിറ്റർക്ക് കത്തെഴുതി വ്യവസ്ഥയെ മാറ്റാനുള്ള ശ്രമത്തിനായി രാഷ്ട്രീയ ഓഫീസുകളിലേക്ക് മത്സരിക്കാൻ ആവശ്യപ്പെടുന്നവരുമായ ആളുകളെ ഞാൻ കണ്ടിട്ടുണ്ട്. ഞാൻ പറയുന്നു നിങ്ങളുടെ സ്വന്തം കാര്യം നോക്കി, പണമൊഴുക്കിന്റെ നിയന്ത്രണം ഏറ്റെടുത്ത്, സ്വന്തം സാമ്പത്തിക ഫാസ്റ്റ് ട്രാക്ക് കണ്ടെത്തി ധനികരാകുന്നതാണ് കൂടുതൽ എളുപ്പമെന്ന്. രാഷ്ട്രീയ വ്യവസ്ഥയെ മാറ്റുന്നതിനേക്കാൾ എളുപ്പമാണ് അവനവനെത്തന്നെ മാറ്റുന്നത്.

പ്രശ്നങ്ങൾ അവസരങ്ങളിലേക്ക് നയിക്കുന്നു

വർഷങ്ങൾക്കുമുമ്പ്, ധനികനായ പിതാവ് എന്നെ ഒരു ബിസിനസ്സ് ഉടമയും നിക്ഷേപകനും ആകാനുള്ള നൈപുണ്യങ്ങൾ വികസിപ്പിച്ച് പ്രശ്നങ്ങൾ പരിഹരിക്കുന്നത് പരിശീലിക്കാൻ പ്രചോദിപ്പിച്ചു.

വർഷങ്ങളോളം, ഞാൻ അതുമാത്രമായിരുന്നു ചെയ്തിരുന്നത്. ഞാൻ ബിസിനസ്സ്, നിക്ഷേപ പ്രശ്നങ്ങൾ പരിഹരിക്കും. ചിലർ അതിനെ വെല്ലുവിളികൾ എന്ന് വിളിക്കാൻ താല്പര്യപ്പെടും, പക്ഷേ എനിക്കവയെ പ്രശ്നങ്ങൾ എന്ന് വിളിക്കാനായിരുന്നു ഇഷ്ടം, കാരണം കൂടുതൽ അവ അതായിരുന്നു.

ആളുകൾക്ക് 'പ്രശ്നങ്ങൾ' എന്ന വാക്കിനേക്കാൾ 'വെല്ലുവിളികൾ' ആണ് ഇഷ്ടമെന്ന് ഞാൻ കരുതുന്നു, കാരണം ഒരു വാക്ക് മറ്റേ

തിനേക്കാൾ പോസിറ്റീവ് ആയി തോന്നിക്കുന്നു. പക്ഷേ, എനിക്ക് തോന്നുന്നത് 'പ്രശ്നം' എന്ന വാക്കിന് പോസിറ്റീവ് അർഥമുണ്ടെന്നാണ്. എല്ലാ പ്രശ്നത്തിന്റെയുള്ളിലും ഒരു അവസരം അടങ്ങിയിട്ടുണ്ടെന്ന് എനിക്കറിയാം. യഥാർഥ നിക്ഷേപകർ പിന്തുടരുന്നത് അവസരങ്ങളെയാണ്. ഞാൻ നേരിടുന്ന ഓരോ സാമ്പത്തികം അല്ലെങ്കിൽ ബിസിനസ്സ് പ്രശ്നങ്ങളിലും, ഞാൻ ആ പ്രശ്നം പരിഹരിക്കുമോ ഇല്ലയോ, സാമ്പത്തികം, മാർക്കറ്റിങ്, ആളുകൾ, അല്ലെങ്കിൽ നിയമ ഇടപാടുകൾ എന്നിങ്ങനെ എന്തെങ്കിലും പുതിയത് പഠിക്കാറുണ്ട്. ഞാൻ എപ്പോഴും മറ്റു പ്രൊജക്റ്റുകളിൽ അമൂല്യമായ ആസ്തികളാകുന്ന പുതിയ ആളുകളെ കാണാറുണ്ട്. ഒരുപാടുപേർ ആജീവനാന്ത സുഹൃത്തുക്കളായി മാറും, അതൊരു അമൂല്യമായ ബോണസ് ആണ്.

നിങ്ങളുടെ ഫാസ്റ്റ് ട്രാക്ക് കണ്ടെത്തുക

അപ്പോൾ ഫാസ്റ്റ് ട്രാക്ക് കണ്ടെത്തണം എന്നുള്ളവർ, ഇവിടെ നിന്നും തുടങ്ങുക:

1. സ്വന്തം കാര്യം നോക്കിക്കൊണ്ട്.
2. നിങ്ങളുടെ പണമൊഴുക്കിന്റെ നിയന്ത്രണം ഏറ്റെടുത്തുകൊണ്ട്.
3. നഷ്ടസാധ്യതയും നഷ്ടസാധ്യതയുള്ളതും തമ്മിലുള്ള വ്യത്യാസം മനസ്സിലാക്കികൊണ്ട്.
4. A, B, C തരങ്ങളിലുള്ള നിക്ഷേപകരുടെ വ്യത്യാസം മനസ്സിലാക്കിക്കൊണ്ട്.

ഒരു സാമ്പത്തിക ഫാസ്റ്റ് ട്രാക്കിൽ എത്തിപ്പെടാൻ വേണ്ടി ചില പ്രത്യേക തരങ്ങളിലുള്ള പ്രശ്നങ്ങൾ പരിഹരിക്കുന്നതിൽ വിദഗ്ധരാകുക. ആ തരത്തിലുള്ള നിക്ഷേപകരെ ഉപദേശിക്കുന്നതുപോലെ വൈവിധ്യപ്പെടുത്താതിരിക്കുക. ഒരു തരത്തിലുള്ള പ്രശ്നം പരിഹരിച്ചുകൊണ്ട് വിദഗ്ധരാകുക, അപ്പോൾ ആളുകൾ നിക്ഷേപിക്കാനുള്ള പണവുമായി വരും. പിന്നീട്, നിങ്ങൾ നല്ലയാളും വിശ്വസിക്കാൻ കൊള്ളാവുന്നവനുമാണെങ്കിൽ, നിങ്ങൾ സാമ്പത്തിക ഫാസ്റ്റ് ട്രാക്കിൽ കൂടുതൽ വേഗത്തിൽ എത്തിച്ചേരും.

ഏതാനും ഉദാഹരണങ്ങൾ ഇതാ: ബിൽ ഗേറ്റ്സ് സോഫ്റ്റ്വേർ മാർക്കറ്റിങ് പ്രശ്നങ്ങൾ പരിഹരിക്കുന്നതിൽ വിദഗ്ധനാണ്, ഡൊണാൾഡ് ട്രംപ് റിയൽ എസ്റ്റേറ്റ് പ്രശ്നങ്ങൾ പരിഹരിക്കുന്നതിൽ വിദഗ്ധനാണ്, വാറൻ ബഫറ്റ് ബിസിനസ്സിലും സ്റ്റോക്ക് മാർക്കറ്റിലുമുള്ള പ്രശ്നങ്ങൾ പരിഹരിക്കുന്നതിൽ വിദഗ്ധനാണ്, അത് തിരിച്ച് അദ്ദേഹത്തിന്റെ മൂല്യവത്തായ സ്റ്റോക്കുകൾ വാങ്ങുന്നതിനും വിജയകരമായി പോർട്ട്ഫോളിയോ കൈകാര്യം ചെയ്യാനും അനുവദിക്കുന്നു. ജോർജ് സൊറോസ് വിപണിയിലെ ചാഞ്ചല്യങ്ങളിൽ നിന്നുമുള്ള പ്രശ്നങ്ങൾ പരിഹരിക്കുന്നതിൽ വിദഗ്ധനാണ്, അത് അദ്ദേഹത്തിനെ

മികച്ച ഹെഡ്ജ് ഫണ്ട് മാനേജർ ആകുന്നു. റൂപർട്ട് മർഡോക്ക് ആഗോള ടെലിവിഷൻ നെറ്റ്വർക്കിലെ പ്രശ്നങ്ങൾ പരിഹരിക്കുന്നതിൽ വിദഗ്ധനാണ്.

കിമ്മും ഞാനും A തരത്തിലുള്ള നിക്ഷേപകരാണ്, ഞങ്ങൾ അപാർട്ട്മെന്റ് ഹൗസിങ്ങിലെ പ്രശ്നങ്ങൾ പരിഹരിക്കുന്നു. അത് ഉദാരവും തുടർച്ചയുള്ളതുമായ നിഷ്ക്രിയ വരുമാനത്തിന്റെ ഒഴുക്ക് നൽകുന്നു. ഞങ്ങൾ മൾട്ടിഫാമിലി ഹൗസിങ് മാർക്കറ്റിന്റെ പുറത്തുള്ള പരിസരങ്ങളിൽ നിക്ഷേപിക്കാൻ തീരുമാനിച്ചാൽ, ഞങ്ങൾ ആ തരത്തിലുള്ള നിക്ഷേപകരാകും, എന്നുവച്ചാൽ ഞങ്ങൾ പണം തങ്ങളുടെ മേഖലകളിൽ മികച്ച വൈദഗ്ധ്യവും നിപുണതയുമുള്ളവരും, പ്രസംഗിക്കുന്നത് പ്രവർത്തിക്കുന്നതുമായ ആളുകൾക്ക് കൊടുക്കും.

എനിക്ക് ഒരു വ്യക്തമായ ലക്ഷ്യമുണ്ട്, അതാണ് സ്വന്തം കാര്യം നോക്കുകയെന്നത്. കിമ്മും ഞാനും ചാരിറ്റികൾക്കുവേണ്ടി ജോലി ചെയ്യുകയും മറ്റുള്ളവരെ സഹായിക്കുകയും ചെയ്യുന്നുണ്ടെങ്കിലും, ഞങ്ങൾ ഒരിക്കലും സ്വന്തം കാര്യം നോക്കുന്നതിലും ഞങ്ങളുടെ മുതൽക്കൂട്ടിന്റെ കോളത്തിൽ തുടർച്ചയായി കൂട്ടിച്ചേർക്കുന്നതിന്റെയും പ്രാധാന്യത്തിൽ നിന്നും കണ്ണെടുക്കാറില്ല.

അതുകൊണ്ട്, വേഗത്തിൽ ധനികനാകാൻ, ഒരു ബിസിനസ്സ് ഉടമയ്ക്കും നിക്ഷേപകനും ആവശ്യമുള്ള നൈപുണ്യങ്ങളുടെ വിദ്യാർഥിയാകുക. വലിയ പ്രശ്നങ്ങൾ പരിഹരിക്കാൻ നോക്കുക, കാരണം വലിയ പ്രശ്നങ്ങളുടെ ഉള്ളിൽ വലിയ സാമ്പത്തിക അവസരങ്ങളുണ്ടാകും. അതുകൊണ്ടാണ് ഞാൻ I ആകുന്നതിനുമുമ്പ് ആദ്യം B ആകാൻ നിർദ്ദേശിക്കുന്നത്. ബിസിനസ്സ് പ്രശ്നങ്ങൾ പരിഹരിക്കുന്നതിൽ വിദഗ്ധനായിക്കഴിഞ്ഞാൽ, നിങ്ങൾക്ക് കൂടുതൽ പണമൊഴുക്കുണ്ടാകും, നിങ്ങളുടെ ബിസിനസ്സിലെ അറിവ് കൂടുതൽ സമർഥനായ നിക്ഷേപകനാക്കും. ഞാനിതുമുമ്പ് ഒരുപാടുതവണ പറഞ്ഞിട്ടുണ്ട്, എന്നാലും വീണ്ടും പറയുന്നത് ഗുണം ചെയ്യും: ഒരുപാട് ആളുകൾ നിക്ഷേപം അവരുടെ സാമ്പത്തികപ്രശ്നങ്ങൾ പരിഹരിക്കും എന്ന് പ്രതീക്ഷിച്ച് I ചതുരത്തിൽ എത്തും. മിക്കവാറും കേസുകളിൽ അത് നടക്കില്ല. അവർക്ക് അവർ നല്ല ബിസിനസ്സ് ഉടമകൾ അല്ലെങ്കിൽ നിക്ഷേപം അവരുടെ സാമ്പത്തിക പ്രശ്നങ്ങളെ മോശമാക്കുകയേയുള്ളൂ.

സാമ്പത്തികപ്രശ്നങ്ങൾക്ക് ക്ഷാമമൊന്നുമില്ല. വാസ്തവത്തിൽ, നിങ്ങളുടെ തൊട്ടടുത്ത് ഒരെണ്ണം ഉണ്ട്, പരിഹാരവും കാത്ത്.

പ്രവർത്തിക്കുക

1. **നിക്ഷേപത്തിൽ വിദ്യാഭ്യാസം നേടുക**

   ഒരിക്കൽക്കൂടി, നിങ്ങൾ ലെവൽ 5 നിക്ഷേപകൻ ആകുന്നതിനുമുമ്പ് ലെവൽ 4 എന്ന നിലയിൽ നിപുണനാകണമെന്ന് ഞാൻ

നിർദ്ദേശിക്കുന്നു. ചെറുതായി തുടങ്ങുക, എന്നിട്ട് നിങ്ങളുടെ വിദ്യാഭ്യാസം തുടരുക.

ഓരോ ആഴ്ചയിലും താഴെ പറയുന്നവയിൽ രണ്ടെണ്ണമെങ്കിലും ചെയ്യുക:

A. സാമ്പത്തിക സെമിനാറുകളിലും ക്ലാസ്സുകളിലും പങ്കെടുക്കുക. എന്റെ വിജയത്തിന് കൂടുതലും കടപ്പെട്ടിരിക്കുന്നത് ഒരു ചെറുപ്പക്കാരൻ എന്ന നിലയിൽ $385 ന് പങ്കെടുത്ത ഒരു റിയൽ എസ്റ്റേറ്റ് കോഴ്സിനാണ്. അതെനിക്ക് വർഷങ്ങൾ കഴിഞ്ഞപ്പോൾ മില്യണുകൾ സമ്പാദിച്ച് തന്നു, കാരണം ഞാൻ പ്രവർത്തിച്ചു.

B. നിങ്ങളുടെ ചുറ്റുവട്ടത്തെ 'വില്പനയ്ക്ക്' എന്ന പരസ്യങ്ങൾ അന്വേഷിക്കുക. ആഴ്ചയിൽ മൂന്നോ നാലോ എണ്ണത്തിലേക്ക് വിളിച്ച് ഏജന്റിനോട് വസ്തുവിനെക്കുറിച്ച് പറയാൻ ആവശ്യപ്പെടുക. ചോദിക്കേണ്ട ചോദ്യങ്ങൾ: അതൊരു ഇൻവസ്റ്റ്മെന്റ് പ്രൊപ്പർട്ടി ആണോ? അത് വാടകയ്ക്ക് എടുത്തതാണോ? ഇപ്പോഴത്തെ വാടക എത്രയാണ്? വേക്കൻസി റേറ്റ് എത്രയാണ്? ആ പ്രദേശത്തെ ശരാശരി വാടകകൾ എത്രയാണ്? അറ്റകുറ്റപ്പണികൾക്കുള്ള ചെലവുകൾ എത്രയാണ്? അറ്റകുറ്റപ്പണികൾ വൈകിയാണോ ചെയ്യുന്നത്? ഉടമ ഫിനാൻസ് ചെയ്യുമോ? ഏതൊക്കെ തരത്തിലുള്ള ഫിനാൻസിങ് കരാറുകളാണ് ലഭ്യമാകുന്നത്?

ഓരോ വസ്തുവിന്റെയും മാസം തോറുമുള്ള പണമൊഴുക്കിന്റെ സ്റ്റേറ്റ്മെന്റ് കണക്കാക്കാൻ പരിശീലിക്കുക, എന്നിട്ട് നിങ്ങൾ എന്താണ് മറന്നതെന്ന് കാണാൻ അതുമായി റിയൽ എസ്റ്റേറ്റ് ഏജന്റിന്റെ അടുത്തേക്ക് പോകുക. ഓരോ വസ്തുവും തനതായ ബിസിനസ്സ് വ്യവസ്ഥയാണ്, അതിനെ ഒറ്റയ്ക്കുള്ള ബിസിനസ്സ് വ്യവസ്ഥയായിട്ടേ കാണാവൂ.

C. നിരവധി സ്റ്റോക്ക് ബ്രോക്കർമാരെ കണ്ട് സ്റ്റോക്ക് വാങ്ങിക്കാൻ അവർ നിർദ്ദേശിക്കുന്ന കമ്പനികളെ ശ്രദ്ധിക്കുക. ആ കമ്പനികളെക്കുറിച്ച് പഠിച്ച് ഒരു ട്രേഡിങ് അക്കൗണ്ട് തുറക്കുന്നത് പരിഗണിച്ച് ചെറിയ നിക്ഷേപങ്ങൾ നടത്തുക.

D. ഇൻവസ്റ്റ്മെന്റ് ന്യൂസ് ലെറ്ററുകൾ വരുത്തി പഠിക്കുക.

E. വായന തുടരുക, സെമിനാറുകളിൽ പങ്കെടുക്കുക, സാമ്പത്തിക ടിവി പ്രോഗ്രാമുകൾ കാണുക, CASHFLOW ബോർഡ് ഗെയിം കളിക്കുക.

2. ബിസിനസ്സിൽ വിദ്യാഭ്യാസം നേടുക

A. നിരവധി ബിസിനസ്സ് ബ്രോക്കർമാരെ കണ്ട് നിങ്ങളുടെ പ്രദേശത്ത് ഏതൊക്കെ ബിസിനസ്സുകൾ വിൽക്കാനായി നിലവിലുണ്ടെന്ന് നോക്കുക. ചോദ്യങ്ങൾ ചോദിച്ച് ശ്രദ്ധിക്കുന്നതിലൂടെ എത്ര സംജ്ഞകൾ പഠിക്കാൻ കഴിയുമെന്നത് അതിശയകരമാണ്.

B. ഒരു നെറ്റ്വർക്ക് മാർക്കറ്റിങ് സെമിനാറിൽ പങ്കെടുത്ത് അതിന്റെ ബിസിനസ്സ് വ്യവസ്ഥയെക്കുറിച്ച് അറിയുക. (കുറഞ്ഞത് മൂന്ന് വ്യത്യസ്തങ്ങളായ നെറ്റ്വർക്ക് മാർക്കറ്റിങ് കമ്പനികളെക്കുറിച്ചെങ്കിലും ഗവേഷണം നടത്താൻ ഞാൻ നിർദ്ദേശിക്കുന്നു.)

C. നിങ്ങളുടെ പ്രദേശത്തെ ബിസിനസ്സ് ഓപ്പർച്യൂണിറ്റി കൺവെൻഷനുകളിലും ട്രേഡ് എക്സ്പോകളിലും പങ്കെടുത്ത് ഏതൊക്കെ ഫ്രാഞ്ചൈസികളും ബിസിനസ്സ് വ്യവസ്ഥകളും ലഭ്യമാണെന്ന് കണ്ടെത്തുക.

D. ബിസിനസ്സ് ന്യൂസ് പേപ്പറുകൾ, മാസികകൾ, മറ്റു തരത്തിലുള്ള ആശയവിനിമയങ്ങൾ എന്നിവയ്ക്ക് സബ്സ്ക്രൈബ് ചെയ്യുക.

അദ്ധ്യായം പതിനഞ്ച്

പടി 5: മാർഗ്ഗദർശിമാരെ കണ്ടെത്തുക

ഒരു മാർഗ്ഗദർശി എന്നാൽ നിങ്ങളോട് ഏതാണ് പ്രധാനമെന്നും ഏതാണ് പ്രധാനമല്ലാത്തതെന്നും പറയുന്ന ഒരാളാണ്.

നിങ്ങൾ മുമ്പൊരിക്കലും പോയിട്ടില്ലാത്ത സ്ഥലങ്ങളിലേക്ക് ആരാണ് വഴികാണിക്കുക? ഒരു മാർഗ്ഗദർശി നിങ്ങളോട് ഏതാണ് പ്രധാനമെന്നും ഏതാണ് പ്രധാനമല്ലാത്തതെന്നും പറയുന്ന ഒരാളാണ്.

മാർഗ്ഗദർശിമാർ നമുക്ക് എന്താണ് പ്രധാനമെന്ന് പറഞ്ഞുതരുന്നു

CASHFLOW ബോർഡ് ഗെയിമിലെ താഴെ കൊടുത്തിരിക്കുന്ന ഫിനാൻഷ്യൽ സ്റ്റേറ്റ്മെന്റ് ഒരു മാർഗ്ഗദർശി സൃഷ്ടിച്ചതാണ്. അത് ആളുകളെ എന്റെ ധനികനായ പിതാവിനെപ്പോലെ ചിന്തിക്കാൻ പരിശീലിപ്പിക്കുകയും അദ്ദേഹം സാമ്പത്തികമായി പ്രധാനപ്പെട്ടതെന്ന് പരിഗണിക്കപ്പെടുന്നതിനെ ചൂണ്ടിക്കാണിക്കുകയും ചെയ്യുന്നു.

എന്റെ ഉയർന്ന വിദ്യാഭ്യാസമുള്ള, പക്ഷേ ദരിദ്രനായ പിതാവ് കരുതിയിരുന്നത് ഉയർന്ന ശമ്പളമുള്ള ഒരു ജോലിയും നിങ്ങളുടെ സ്വപ്നത്തിലുള്ള വീട് വാങ്ങുന്നതും പ്രധാനപ്പെട്ടതാണെന്നായിരുന്നു. ബില്ലുകൾ ആദ്യം അടച്ച് നിങ്ങളുടെ വരുമാനത്തിന് താഴെ ജീവിക്കണമെന്നും അദ്ദേഹം വിശ്വസിച്ചു.

എന്റെ ധനികനായ പിതാവ് എന്നെ പഠിപ്പിച്ചത് നിഷ്ക്രിയമായ വരുമാനത്തിൽ ശ്രദ്ധിക്കാനും എന്റെ സമയം നിഷ്ക്രിയമായത് അല്ലെങ്കിൽ ദീർഘകാലത്തേക്ക് നിലനിൽക്കുന്ന വരുമാനം നൽകുന്ന ആസ്തികൾ നേടിയെടുക്കാനുമാണ്. അദ്ദേഹം വരുമാനത്തിന്റെ താഴെ ജീവിക്കുന്നതിൽ വിശ്വസിച്ചില്ല. അദ്ദേഹത്തിന്റെ മകനോടും എന്നോടും അദ്ദേഹം എപ്പോഴും പറയുമായിരുന്നു, 'നിങ്ങളുടെ വരുമാനത്തിന്റെ താഴെ ജീവിക്കുന്നതിനുപകരം, വരുമാനം വികസിപ്പിക്കുന്നതിൽ ശ്രദ്ധിക്കൂ.'

അങ്ങനെ ചെയ്യാൻ, അദ്ദേഹം നിർദ്ദേശിച്ചത് ഞങ്ങൾ മുതൽക്കൂട്ടിന്റെ കോളം നിർമ്മിച്ച് മൂലധന നേട്ടങ്ങൾ, ഡിവിഡന്റുകൾ, ബിസിനസ്സുകളിൽ നിന്നുമുള്ള തുടർച്ചയായ വരുമാനം, റിയൽ എസ്റ്റേറ്റിൽ

നിന്നുമുള്ള വാടക വരുമാനം, റോയൽറ്റികൾ എന്നിവയിൽനിന്നും നിഷ്ക്രിയ വരുമാനം വർദ്ധിപ്പിക്കണം എന്നായിരുന്നു.

രണ്ട് പിതാക്കന്മാരും ഞാൻ വളരുമ്പോൾ ശക്തരായ മാർഗ്ഗദർശികളായിരുന്നു. എന്റെ ധനികനായ പിതാവിന്റെ സാമ്പത്തിക ഉപദേശം പിന്തുടരുന്ന വഴി ഞാൻ തിരഞ്ഞെടുത്തതെന്ന വസ്തുത എന്റെ ദരിദ്രനായ പിതാവിന്റെ സ്വാധീനം കുറച്ചിട്ടുണ്ടെന്നല്ല. ആ രണ്ട് മനുഷ്യരുടെയും ശക്തമായ സ്വാധീനം ഇല്ലായിരുന്നെങ്കിൽ ഞാൻ ഇന്ന് ആയിത്തീർന്ന ആളായിരുന്നിരിക്കില്ല.

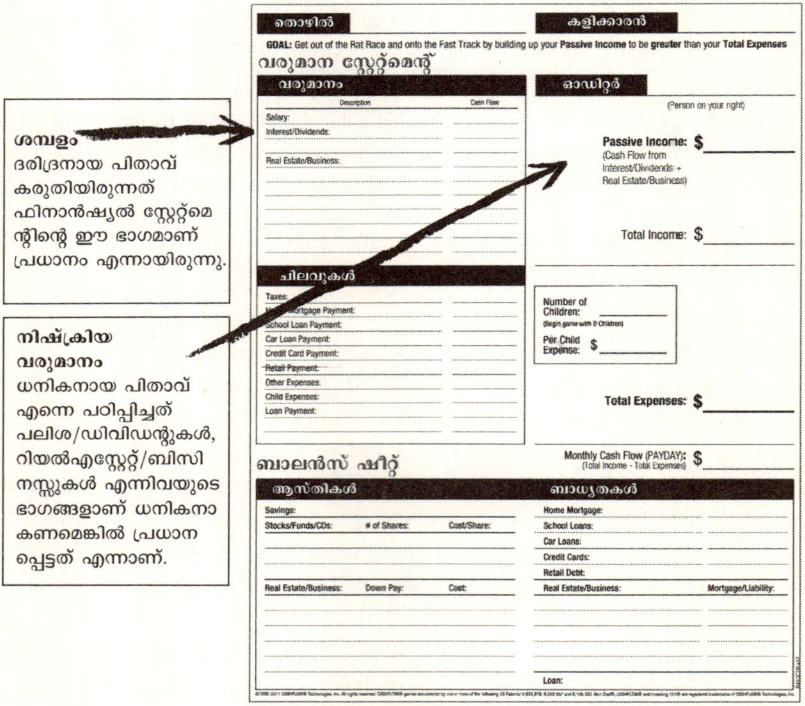

എതിർക്രമത്തിലുള്ള മാതൃകകൾ

ഒന്നാന്തരം മാതൃകകളാകുന്ന മാർഗ്ഗദർശികൾ ഉള്ളതുപോലെ, മോശം മാതൃകകളായ ആളുകളും ഉണ്ട്. മിക്കവാറും സന്ദർഭങ്ങളിൽ, നമുക്കെല്ലാവർക്കും ജീവിതത്തിൽ രണ്ടു തരക്കാരും ഉണ്ടായിരിക്കും.

ഉദാഹരണത്തിന്, എനിക്ക് ജീവിതകാലത്ത് $800 മില്യണേക്കാൾ കൂടുതൽ ഉണ്ടാക്കിയ ഒരു സുഹൃത്ത് ഉണ്ടായിരുന്നു, പക്ഷേ ഇന്ന് അയാൾ പാപ്പരാണ്. എന്റെ മറ്റു സുഹൃത്തുക്കൾ എന്നോട് ചോദിക്കും ഞാനിപ്പോഴും അയാളുമായി സമയം ചെലവഴിക്കുന്നത് എന്തിനാണെന്ന്. ആ ചോദ്യത്തിനുള്ള ഉത്തരം, അയാൾ മികച്ച മാതൃകയും

പിന്നെ മികച്ച എതിർക്രമത്തിലുള്ള മാതൃകയും ആണ് എന്നതാണ്. എനിക്ക് രണ്ട് മാതൃകകളിൽ നിന്നും പഠിക്കാൻ സാധിക്കും. ഒരാൾ എന്നെ എന്ത് ചെയ്യണമെന്ന് പഠിപ്പിക്കും, അതേസമയം മറ്റേയാൾ എന്ത് ചെയ്യരുതെന്നതിന്റെ ഉദാഹരണമാകും.

ആത്മീയ മാതൃകകൾ

എന്റെ രണ്ട് പിതാക്കന്മാരും ആത്മീയതയുള്ള ആളുകളായിരുന്നു, പക്ഷേ പണവും ആത്മീയതയും വരുമ്പോൾ, അവർക്ക് വ്യത്യസ്തങ്ങളായ കാഴ്ചപ്പാടുകളായിരുന്നു ഉണ്ടായിരുന്നത്. ഉദാഹരണത്തിന്, 'പണത്തിനോടുള്ള സ്നേഹമാണ് എല്ലാ തിന്മകളുടെയും മൂലകാരണം' എന്നതിന്റെ അർഥം അവർ വ്യത്യസ്തങ്ങളായിട്ടാണ് വ്യാഖ്യാനിച്ചത്.

എന്റെ ഉയർന്ന വിദ്യാഭ്യാസമുള്ള, പക്ഷേ ദരിദ്രനായ പിതാവിന് തോന്നിയത് കൂടുതൽ പണം നേടാനോ നിങ്ങളുടെ സാമ്പത്തിക അവസ്ഥ മെച്ചപ്പെടുത്താനോ ഉള്ള ഏത് ആഗ്രഹവും തെറ്റാണെന്നായിരുന്നു.

മറുവശത്ത്, ധനികനായ പിതാവ് വിശ്വസിച്ചത് പ്രലോഭനം, ആർത്തി, സാമ്പത്തിക അവഗണന എന്നിവ തെറ്റാണെന്നായിരുന്നു. മറ്റു വാക്കുകളിൽ, ധനികനായ പിതാവ് പണത്തിനെ തിന്മയായി കരുതിയിരുന്നില്ല. ജീവിതകാലം മുഴുവൻ പണത്തിന്റെ അടിമയായി ജീവിക്കുന്നത് തിന്മയാണെന്നും, വ്യക്തിഗത കടത്തിൽ സാമ്പത്തിക അടിമത്വത്തിൽ ആകുന്നത് തിന്മയാണെന്നും അദ്ദേഹം വിശ്വസിച്ചു.

എന്റെ ധനികനായ പിതാവിന് മിക്കപ്പോഴും മതപരമായ പഠനങ്ങളെ സാമ്പത്തിക പാഠങ്ങളാക്കി മാറ്റുന്ന വഴിയുണ്ടായിരുന്നു, എനിക്കതിൽ ചിലത് ഇപ്പോൾ നിങ്ങളുമായി പങ്കുവയ്ക്കണമെന്നുണ്ട്.

പ്രലോഭനത്തിന്റെ ശക്തി

ധനികനായ പിതാവ് വിശ്വസിച്ചിരുന്നത് കഠിനാദ്ധ്വാനം ചെയ്യുന്ന വ്യക്തികൾ, വിട്ടുമാറാത്ത കടത്തിലായിരിക്കുകയും, വരുമാനത്തിനപ്പുറം ജീവിക്കുകയും കുട്ടികൾക്ക് പ്രലോഭനവും ആർത്തിയും നൽകുന്നത് കാരണം മോശം മാതൃകകളും ആണെന്നായിരുന്നു.

അദ്ദേഹം എപ്പോഴും ഇതുപോലെയുള്ള ഒരു ഡയഗ്രം വരച്ച് പറയുമായിരുന്നു, 'ഞങ്ങളെ പ്രലോഭനത്തിലേക്ക് നയിക്കരുതേ,' ബാധ്യതകളുടെ കോളത്തിൽ ചൂണ്ടിക്കൊണ്ട്.

ധനികനായ പിതാവ് വിശ്വസിച്ചിരുന്നത് നിരവധി സാമ്പത്തിക പ്രശ്നങ്ങൾ വരുന്നത് കുറഞ്ഞ മൂല്യമുള്ള സാധനങ്ങൾ സ്വന്തമാക്കാനുള്ള ആഗ്രഹത്തിൽ നിന്നുമാണെന്നായിരുന്നു. ക്രെഡിറ്റ് കാർഡ് വന്നപ്പോൾ, മില്യൺ കണക്കിന് ആളുകൾ കടത്തിലാകുമെന്നും, പതിയെ അവരുടെ ജീവിതങ്ങളെ നിയന്ത്രിക്കുമെന്നും അദ്ദേഹം മുൻകൂട്ടി കണ്ടിരുന്നു. വീടുകൾ, വീട്ടുപകരണങ്ങൾ, വസ്ത്രങ്ങൾ, അവധിക്കാലങ്ങൾ, കാറുകൾ തുടങ്ങിയവയ്ക്കായി ആളുകൾ ഭയങ്കരമായ കടത്തിലാകുന്നത് നമ്മൾ കാണുന്നുണ്ട്, കാരണം പ്രലോഭനം എന്ന മനുഷ്യവികാരത്തിൽ നിയന്ത്രണമില്ലാത്തതാണ്. ഇന്ന്, ആളുകൾ അവർ മുതൽക്കൂട്ടുകൾ ആണെന്ന് കരുതുന്ന സാധനങ്ങൾ വാങ്ങാനായി കൂടുതൽ കൂടുതൽ കഠിനാദ്ധ്വാനം ചെയ്യുന്നു, പക്ഷേ അവരുടെ ചിലവഴിക്കാനുള്ള സ്വഭാവങ്ങൾ ഒരിക്കലും ശരിയായ മുതൽക്കൂട്ടുകൾ നേടാൻ അനുവദിക്കില്ല.

ധനികനായ പിതാവ് പിന്നീട് മുതൽക്കൂട്ടിന്റെ കോളം ചൂണ്ടിക്കാണിച്ച് പറയും, 'മറിച്ച് തിന്മയിൽനിന്നും ഞങ്ങളെ വിടുവിക്കേണമേ.'

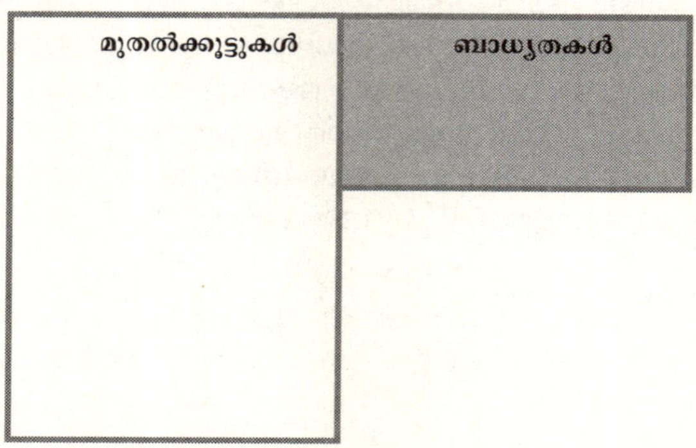

ഇതായിരുന്നു ധനികനായ പിതാവ് പറഞ്ഞത്, വൈകിയുള്ള സംതൃപ്തിയിൽ (വൈകാരിക വിവേകത്തിന്റെ ഒരു ലക്ഷണം), സ്വന്തം കാര്യം നോക്കി, ആദ്യം മുതൽക്കൂട്ടിന്റെ കോളം പണിയുന്നത് പ്രലോഭനം, സാമ്പത്തിക വിദ്യാഭ്യാസം ഇല്ലാതിരിക്കുന്നത്, സാമ്പത്തികമായി ദരിദ്രരായ മാതൃകകളുടെ സ്വാധീനം തുടങ്ങിയ മനുഷ്യാത്മാവിന്റെ അപചയങ്ങൾ ഒഴിവാക്കാൻ സഹായിക്കുമെന്ന്.

സ്വന്തം വ്യക്തിഗത ഫാസ്റ്റ്ട്രാക്ക് നേടാൻ ആഗ്രഹിക്കുന്നവർക്ക്, ഞാൻ താക്കീത് നൽകുക നിങ്ങൾക്ക് ചുറ്റുമുള്ള ആളുകളെക്കുറിച്ച് കരുതിയിരിക്കണം എന്നാണ്. സ്വയം ചോദിക്കുക: അവർ നല്ല മാതൃകകളാണോ? അല്ലെങ്കിൽ, നിങ്ങളുടെ വഴിക്കുതന്നെ മുന്നോട്ട് പോകുന്നവരുമായി കൂടുതൽ സമയം ചെലവഴിക്കുക.

നിങ്ങൾക്ക് ജോലിസ്ഥലത്ത് അവരെ കണ്ടെത്താൻ സാധിച്ചില്ലെങ്കിൽ, ഇൻവെസ്റ്റ്മെന്റ് ക്ലബ്ബുകൾ, നെറ്റ്വർക്ക് മാർക്കറ്റിങ് ഗ്രൂപ്പുകൾ, മറ്റു ബിസിനസ്സ് അസ്സോസ്സിയേഷനുകളിൽ അവരെ തിരയുക.

അവിടെയുണ്ടായിരുന്ന ഒരാളെ കണ്ടെത്തുക

നിങ്ങളുടെ മാർഗ്ഗദർശികളെ വിവേകപൂർവം തിരഞ്ഞെടുക്കുക. ആരിൽനിന്ന് ഉപദേശം സ്വീകരിക്കുന്നു എന്നത് സൂക്ഷിക്കുക. നിങ്ങൾക്ക് എവിടെയെങ്കിലും പോകണമെങ്കിൽ, ആ യാത്ര നടത്തിയിട്ടുള്ള ഒരാളെ കണ്ടെത്തുന്നതായിരിക്കും നല്ലത്.

ഉദാഹരണത്തിന്, നിങ്ങൾ അടുത്ത വർഷം എവറസ്റ്റ് കൊടുമുടി കയറാൻ തീരുമാനിച്ചെങ്കിൽ, സ്വാഭാവികമായും നിങ്ങൾ മുമ്പ് കൊടുമുടി കയറിയിട്ടുള്ള ആരോടെങ്കിലുമായിരിക്കും ഉപദേശം തേടുക. എന്തായാലും, സാമ്പത്തിക കൊടുമുടികൾ കയറുന്ന കാര്യം വരുമ്പോൾ, മിക്കവാറും ആളുകൾ സാമ്പത്തിക ചതുപ്പുകളിൽ കുടുങ്ങിക്കിടക്കുന്നവരോടായിരിക്കും ഉപദേശം ചോദിക്കുക.

B & I-ൽ മാർഗ്ഗദർശികളെ കണ്ടെത്തുന്നത് പ്രയാസമാണ്. ആ ചതുരങ്ങളെക്കുറിച്ചും പണത്തിനെക്കുറിച്ചും ഉപദേശം നൽകുന്ന ഭൂരിഭാഗം ആളുകളും വാസ്തവത്തിൽ E & S ചതുരങ്ങളിൽനിന്നും വരുന്നവരായിരിക്കും.

ധനികനായ പിതാവ് എപ്പോഴും എനിക്ക് ഒരു കോച്ച് അല്ലെങ്കിൽ മാർഗ്ഗദർശി ഉണ്ടായിരിക്കുന്നതിനെ പ്രോത്സാഹിപ്പിച്ചു. അദ്ദേഹം തുടർച്ചയായി പറഞ്ഞു, 'പ്രൊഫഷണലുകൾക്ക് കോച്ചുമാരുണ്ട്. അവിദഗ്ധന്മാർക്കില്ല.'

ഉദാഹരണത്തിന്, ഞാൻ ഗോൾഫ് കളിക്കുകയും പാഠങ്ങൾ എടുക്കുകയും ചെയ്യും, പക്ഷേ എനിക്ക് മുഴുവൻ സമയ കോച്ച് ഇല്ല. അതുകൊണ്ടാണ് ഞാൻ കളിക്കാനായി പണം നേടുന്നതിനുപകരം പണം കൊടുക്കുന്നത്. പക്ഷേ, ബിസിനസ്സിന്റെയും നിക്ഷേപത്തിന്റെയും കളിയിൽ വരുമ്പോൾ, എനിക്ക് കോച്ചുമാരുണ്ട്, ഒരുപാട് പേരുണ്ട്.

എന്തുകൊണ്ട്? കാരണം എനിക്ക് ആ കളികളിൽ കളിക്കാൻ പണം ലഭിക്കുന്നുണ്ട്.

അതുകൊണ്ട് നിങ്ങളുടെ അദ്ധ്യാപകരെയും മാർഗ്ഗദർശികളെയും വിവേകപൂർവം തിരഞ്ഞെടുക്കുക. അത് നിങ്ങൾക്ക് ചെയ്യാവുന്ന ഏറ്റവും പ്രധാനപ്പെട്ട കാര്യങ്ങളിലൊന്നാണ്.

പ്രവർത്തിക്കുക

1. **മാർഗ്ഗദർശിമാരെ തേടുക**

   ബിസിനസ്സിലും നിക്ഷേപത്തിലുമുള്ള നിങ്ങളുടെ മാർഗ്ഗദർശികളാകാൻ സാധ്യതയുള്ള വ്യക്തികളെ കണ്ടെത്തുക.

   A. മാതൃകകളെ കണ്ടെത്തുക. അവരിൽ നിന്നും പഠിക്കുക.

   B. എതിർ ക്രമത്തിലുള്ള മാതൃകകളെ കണ്ടെത്തുക. അവരിൽ നിന്നും പഠിക്കുക.

2. **ആരുടെ കൂടെ നിങ്ങൾ സമയം ചെലവഴിക്കുന്നു എന്നതാണ് നിങ്ങളുടെ ഭാവി. നിങ്ങൾ കൂടുതൽ സമയം ചെലവഴിക്കുന്ന ആറ് പേരുകൾ എഴുതുക.**

   ഓർക്കുക, യോഗ്യത ഏറ്റവും കൂടുതൽ സമയം ചെലവഴിക്കുന്നത് ആരുടെ കൂടെയെന്നതാണ്, നിങ്ങളുടെ ബന്ധത്തിന്റെ സ്വഭാവമല്ല (നിങ്ങളുടെ എല്ലാ കുട്ടികളെയും ചേർത്ത് ഒരാളായി കണക്കാക്കാം.) ആറ് പേരുകൾ എഴുതിക്കഴിയാതെ തുടർന്ന് വായിക്കരുത്.

   കുറേ വർഷങ്ങൾക്കുമുമ്പ് ഞാൻ ഒരു സെമിനാറിൽ ആയിരുന്നപ്പോൾ ഇൻസ്ട്രക്ടർ ഇത് ചെയ്യാൻ പറഞ്ഞു. എന്നിട്ട് അദ്ദേഹം ഞങ്ങൾ എഴുതിയ പേരുകൾ പരിശോധിക്കാൻ പറഞ്ഞിട്ട് വിളംബരം ചെയ്തു, 'നിങ്ങൾ നിങ്ങളുടെ ഭാവിയിലേക്കാണ് നോക്കുന്നത്. ആരുടെ കൂടെ നിങ്ങൾ കൂടുതൽ സമയം ചെലവഴിക്കുന്നു എന്നതാണ് നിങ്ങളുടെ ഭാവി.'

   നിങ്ങൾ കൂടുതൽ സമയം ചെലവഴിക്കുന്ന ആറ് പേർ എല്ലായ്പ്പോഴും സുഹൃത്തുക്കൾ ആകണമെന്നില്ല. അവർ നിങ്ങളുടെ സഹപ്രവർത്തകർ, ജീവിതപങ്കാളി, കുട്ടികൾ, അല്ലെങ്കിൽ പള്ളി, സോഷ്യൽ ഗ്രൂപ്പുകളിലെ അംഗങ്ങൾ ആകാം. എന്റെ പട്ടികയിൽ സഹപ്രവർത്തകർ, ബിസിനസ്സ് അസോസിയേറ്റുകൾ, പിന്നെ റഗ്ബി കളിക്കാർ ഒക്കെ ഉണ്ടായിരുന്നു. മുകൾപ്പരപ്പിൽനിന്നും താഴേയ്ക്ക് നോക്കാൻ തുടങ്ങിയപ്പോൾ എനിക്ക് നല്ല ആശ്വാസമായി. എനിക്ക് ഇഷ്ടമുള്ളതും അതിനേക്കാൾ ഇഷ്ടമില്ലാത്തതുമായ കാര്യങ്ങളെക്കുറിച്ചുള്ള ഉൾക്കാഴ്ചകൾ എനിക്ക് ലഭിച്ചു.

ഇൻസ്ട്രക്ടർ ഞങ്ങളോട് മുറിയിൽ ചുറ്റിനടന്ന് ഞങ്ങളുടെ പട്ടികകൾ മറ്റുള്ളവരുമായി ചർച്ച ചെയ്യാൻ പറഞ്ഞു. കുറച്ച് കഴിഞ്ഞ്, ആ എക്സർസൈസിന്റെ പ്രാധാന്യം കൂടുതൽ ആഴത്തിലേക്കിറങ്ങാൻ തുടങ്ങി. എത്രത്തോളം ഞാൻ എന്റെ പട്ടിക മറ്റുള്ളവരുമായി ചർച്ച ചെയ്തുവോ, അത്രത്തോളം ഞാൻ അവർ പറയുന്നത് ശ്രദ്ധിച്ചു, അത്രത്തോളം ഞാൻ കുറച്ച് മാറ്റങ്ങൾ വരുത്തേണ്ടതുണ്ടെന്ന് തിരിച്ചറിഞ്ഞു. ഈ എക്സർസൈസിന് ഞാൻ സമയം ചെലവഴിക്കുന്ന ആളുകളുമായി കാര്യമായൊന്നും ചെയ്യാനില്ലായിരുന്നു, ചെയ്യാനുണ്ടായിരുന്നത് ഞാൻ എവിടെ പോകുന്നെന്നും എന്റെ ജീവിതം കൊണ്ട് എന്താണ് ചെയ്യുന്നതെന്നുമായിരുന്നു.

ഇന്ന് ഞാൻ കൂടുതൽ സമയം ചെലവഴിക്കുന്ന ആളുകളിൽ ഒരാളൊഴിച്ച് മറ്റെല്ലാവരും വ്യത്യസ്തരാണ്. എന്റെ ആദ്യത്തെ പട്ടികയിലെ അഞ്ച് പേർ ഇപ്പോഴും പ്രിയപ്പെട്ട സുഹൃത്തുക്കളാണ്, പക്ഷേ ഞങ്ങൾ അപൂർവ്വമായേ കാണാറുള്ളൂ. അവർ മഹാന്മാരായ ആളുകളാണ്, അവർ തങ്ങളുടെ ജീവിതങ്ങളിൽ സന്തുഷ്ടരുമാണ്. എന്റെ പട്ടികയിൽ നിന്നും അവരെ നീക്കം ചെയ്തത് എന്നെക്കുറിച്ചുള്ളത് മാത്രമായിരുന്നു. എനിക്കെന്റെ ഭാവി മാറ്റണമെന്നായിരുന്നു ആഗ്രഹം. അത് ചെയ്യാൻ, എനിക്ക് എന്റെ ചിന്തകൾ മാറ്റണമായിരുന്നു, പിന്നെ ഞാൻ സമയം ചെലവഴിക്കുന്ന ആളുകളേയും.

3. **ആറു പേരുള്ള നിങ്ങളുടെ പട്ടികയിൽ, ഓരോ ആളുടെ പേരിന് ശേഷവും, അവർ പ്രവർത്തിക്കുന്ന ചതുരം പട്ടിക നിരത്തുക. അവർ E, S, B അതോ I ആണോ?**

   അവർ തൊഴിൽ രഹിതരോ വിരമിച്ചവരോ ആണെങ്കിൽ, അവർ ജോലി ചെയ്തിരുന്നപ്പോൾ വരുമാനം ഉണ്ടാക്കിയിരുന്ന ചതുരം പട്ടിക നിരത്തുക. ചെറുപ്പക്കാർക്കും വിദ്യാർഥികൾക്കും ഒഴിഞ്ഞ കോളം വിടുക. *ഒരു ഓർമ്മപ്പെടുത്തൽ: ചതുരം പ്രതിഫലിപ്പിക്കുന്നത് അവരുടെ ഏറ്റവും കൂടുതൽ വരുമാനം സൃഷ്ടിക്കുന്ന വഴിയാണ്.*

   ഒരാൾക്ക് ഒന്നിൽ കൂടുതൽ പദവികൾ ഉണ്ടാകാം. ഉദാഹരണത്തിന്, എന്റെ ഭാര്യ കിമ്മിന് അവരുടെ പേരിന്റെ പിന്നാലെ B & I ഉണ്ടാകാം, കാരണം അവർ രണ്ടിൽനിന്നും വരുമാനം ഉണ്ടാക്കുന്നു.

പേര്	**ചതുരങ്ങൾ**
1. *കിം കിയോസാകി*	B, I
2.	
3.	
4.	
5.	
6.	

4. അടുത്ത പടി ഓരോരുത്തരുടേയും നിക്ഷേപകൻ എന്ന നിലയിലുള്ള നില പട്ടികയിടുന്നതാണ്

അദ്ധ്യായം അഞ്ച് നോക്കുക. 'അഞ്ച് തലത്തിലുള്ള നിക്ഷേപകരെ'ക്കുറിച്ചും. കിം ലെവൽ 5 നിക്ഷേപക ആണ്. ഒരാളുടെ നിക്ഷേപകതലം നിങ്ങൾക്കറിയില്ലെങ്കിൽ, കഴിയാവുന്നത്ര നന്നായി ചെയ്യുക, വിവേകമുള്ള ഒരു ഊഹവും നടത്തുക.

പേര്	**ചതുര(ങ്ങൾ)**	**നിക്ഷേപകനില ലെവൽ**
1. *കിം കിയോസാകി*	*B, I*	*ലെവൽ 5*
2.		
3.		
4.		
5.		
6.		

ഈ എക്സർസൈസെനെക്കുറിച്ച് ആളുകളിൽ നിന്നും ഇടകലർന്ന വിശകലനങ്ങളാണ് എനിക്ക് കിട്ടിയത്. എന്നോട് പറഞ്ഞിട്ടുണ്ട്, 'എനിക്ക് ചുറ്റുമുള്ള ആളുകളെ തരംതിരിക്കാൻ പറയാൻ നിങ്ങൾക്കെങ്ങനെ ധൈര്യം വന്നു!', അതുകൊണ്ട് ഈ എക്സർസൈസ് വൈകാരികമായി ദുഃഖിപ്പിക്കുന്നുണ്ടെങ്കിൽ, എനിക്ക് മാപ്പ് നൽകുക. ഇത് ആരെയും വിഷമിപ്പിക്കാൻ ഉദ്ദേശിച്ചിട്ടുള്ളതല്ല, മറിച്ച് ഒരു വ്യക്തിയുടെ ജീവിതത്തിനെക്കുറിച്ച്

ചില വെളിച്ചങ്ങൾ പരത്താനായി ഡിസൈൻ ചെയ്തിട്ടുള്ള താണ്. ഇത് ചിലർക്ക് ശരിയാകും, എല്ലാവർക്കും ആകണ മെന്നില്ല.

വർഷങ്ങൾക്കുമുമ്പ് ഞാൻ ഈ എക്സർസൈസ് ചെയ്ത പ്പോൾ, ഞാൻ ഒളിഞ്ഞ് സുരക്ഷിതമായി കളിക്കുകയാണെന്ന് തിരിച്ചറിഞ്ഞു. ഞാനുണ്ടായിരുന്നിടത്ത് എനിക്ക് സന്തോഷ മായിരുന്നില്ല, എന്റെ കൂടെ ജോലി ചെയ്തിരുന്ന ആളുകളെ എന്റെ ജീവിതത്തിൽ പുരോഗതിയില്ലാത്തതിന്റെ കാരണമായി ഉപയോഗിക്കുമായിരുന്നു. ഞാൻ സ്ഥിരമായി തർക്കിച്ചു കൊണ്ടിരുന്ന രണ്ട് ആളുകൾ ഉണ്ടായിരുന്നു, ഞങ്ങളുടെ കമ്പനിയെ പിന്നോട്ടടിപ്പിച്ചതിന് അവരെ പഴിചാരുമായിരുന്നു. എന്റെ ജോലിസ്ഥലത്തെ ദിനചര്യ അവരുടെ കുറ്റം കണ്ടെത്തു ന്നതും, ആ തെറ്റുകൾ അവരെ ചൂണ്ടിക്കാണിക്കുന്നതും, പിന്നെ ഒരു സ്ഥാപനം എന്ന നിലയിലുള്ള ഞങ്ങളുടെ പ്രശ്ന ങ്ങൾക്ക് അവരെ കുറ്റം പറയുന്നതുമായിരുന്നു.

ഈ എക്സർസൈസ് പൂർത്തിയാക്കിയ ശേഷം, ഞാൻ എപ്പോഴും തലകൂട്ടിയിടിച്ചു കൊണ്ടിരുന്ന ആ രണ്ടുപേരും അവരുടെ സ്ഥാനത്ത് സന്തോഷത്തിലായിരുന്നെന്ന് മനസ്സി ലാക്കി. എനിക്കായിരുന്നു മാറ്റം ആവശ്യമായിരുന്നത്. എന്നെ മാറ്റുന്നതിനുപകരം, ഞാൻ അവരെ മാറ്റുന്നതിനായി സമ്മർദ്ദം ചെലുത്തിക്കൊണ്ടിരിക്കുകയായിരുന്നു. ഈ എക്സർസൈസ് ചെയ്തശേഷം, ഞാൻ എന്റെ വ്യക്തിപരമായ പ്രതീക്ഷകൾ മറ്റുള്ളവരിലേക്ക് പ്രയോഗിക്കുകയായിരുന്നെന്ന് തിരിച്ചറിഞ്ഞു. എനിക്ക് ചെയ്യാൻ ആഗ്രഹമില്ലാതിരുന്നത് അവർ ചെയ്യണ മെന്ന് ഞാൻ ആഗ്രഹിച്ചു. എനിക്ക് ആവശ്യമുള്ളതായിരിക്കും അവരും ആഗ്രഹിക്കുന്നതെന്ന് ഞാൻ കരുതി. വ്യക്തമായും, അത് ആരോഗ്യകരമായ ബന്ധങ്ങൾ ആയിരുന്നില്ല. ഒരിക്കൽ ഞാനത് തിരിച്ചറിഞ്ഞപ്പോൾ, എനിക്ക് സ്വയം മാറാനുള്ള നട പടികൾ എടുക്കാൻ സാധിച്ചു.

5. **പണമൊഴുക്കിന്റെ ചതുരങ്ങളിൽ നോക്കിയിട്ട് നിങ്ങൾ സമയം ചെലവഴിക്കുന്ന ആളുകളുടെ ഇനീഷ്യലുകൾ അതാത് ചതുരത്തിൽ എഴുതുക.**

   എന്നിട്ട് നിങ്ങൾ ഇപ്പോഴുള്ള ചതുരത്തിൽ നിങ്ങളുടെ ഇനീ ഷ്യലുകൾ എഴുതുക.

   അടുത്തതായി, ഭാവിയിൽ നിങ്ങൾക്ക് പ്രവർത്തിക്കാൻ ആഗ്രഹമുള്ള ചതുരത്തിൽ നിങ്ങളുടെ ഇനീഷ്യലുകൾ എഴു തുക.

ഇനീഷ്യലുകൾ എല്ലാം പ്രാഥമികമായി ഒരേ ചതുരത്തിലാണെങ്കിൽ നിങ്ങൾ ഒരു സന്തോഷവാനായ വ്യക്തിയാകാൻ സാധ്യതയുണ്ട്, കാരണം നിങ്ങൾക്ക് ചുറ്റും സമാനമനസ്കരായ ആളുകളാണുള്ളത്. എല്ലാം ഒരേ ചതുരത്തിൽ അല്ലെങ്കിൽ, നിങ്ങൾക്ക് ജീവിതത്തിൽ ചില മാറ്റങ്ങൾ വരുത്തുന്നതിനെക്കുറിച്ച് പരിഗണിക്കേണ്ടിവരും.

അദ്ധ്യായം പതിനാറ്

പടി 6: നൈരാശ്യത്തിനെ നിങ്ങളുടെ കരുത്താക്കി മാറ്റുക

എല്ലാ നൈരാശ്യങ്ങളുടെയുള്ളിലും അറിവിന്റെ അമൂല്യമായ മാണിക്യമുണ്ട്.

ഞാൻ മറൈൻ കോർപ്സ് വിട്ടപ്പോൾ, ധനികനായ പിതാവ് നിർദ്ദേശിച്ചത് എങ്ങനെ വിൽക്കണം എന്ന് പഠിപ്പിക്കുന്ന ഒരു ജോലി നേടാനായിരുന്നു. ഞാൻ ഒരു നാണക്കാരനാണെന്നും വില്പന എന്നത് എനിക്ക് ചെയ്യാൻ ആഗ്രഹമുള്ളതിൽ അവസാനത്തെ കാര്യമാണെന്നും അദ്ദേഹത്തിന് അറിയാമായിരുന്നു.

രണ്ട് വർഷക്കാലം, ഞാൻ കമ്പനിയിലെ ഏറ്റവും മോശം സെയിൽസ് മാൻ ആയിരുന്നു. എനിക്ക് മുങ്ങിത്താഴുന്ന ഒരാൾക്ക് ലൈഫ് ജാക്കറ്റ് വിൽക്കാൻ പോലും കഴിയില്ലായിരുന്നു. എന്റെ നാണം വേദനാജനകമായിരുന്നു, എനിക്ക് മാത്രമല്ല, ഞാൻ വിൽക്കാൻ ശ്രമിക്കുന്ന കസ്റ്റമർമാർക്കുപോലും. ആ രണ്ട് വർഷങ്ങളിൽ, ഞാൻ മിക്കപ്പോഴും പ്രൊബേഷനിൽ ആകുകയും എപ്പോഴും പിരിച്ചുവിടലിന്റെ വക്കിലെത്തുകയും ചെയ്തിരുന്നു.

എനിക്ക് വിജയമില്ലാത്തതിന് ഞാൻ മിക്കപ്പോഴും സമ്പദ് വ്യവസ്ഥ, ഞാൻ വിൽക്കാൻ ശ്രമിക്കുന്ന ഉത്പന്നം, അല്ലെങ്കിൽ കസ്റ്റമർമാരെപ്പോലും പഴിക്കുമായിരുന്നു. പക്ഷേ, ധനികനായ പിതാവ് പറഞ്ഞു, 'ആളുകൾ മുടന്തരാകുമ്പോൾ, അവർ പഴിചാരാൻ ഇഷ്ടപ്പെടും.'

അദ്ദേഹം ഉദ്ദേശിച്ചത് നൈരാശ്യത്തിൽ നിന്നുമുള്ള വൈകാരികമായ വേദന വളരെ ശക്തമായതുകൊണ്ട് ആളുകൾ ആ വേദനയെ മറ്റാരെയെങ്കിലും കുറ്റപ്പെടുത്തുകവഴി കൈമാറും എന്നാണ്. വിൽക്കാൻ പഠിക്കാൻ, എനിക്ക് നൈരാശ്യത്തിന്റെ വേദനയെ അഭിമുഖീകരിക്കണമായിരുന്നു. പക്ഷേ, വില്പന പഠിക്കുന്ന പ്രക്രിയയിൽ, ഞാനൊരു വിലമതിക്കാനാവാത്ത പാഠം കണ്ടെത്തി: നൈരാശ്യത്തിനെ ഒരു ബാധ്യതയ്ക്ക് പകരം മുതൽക്കൂട്ടാക്കി മാറ്റുന്നതെങ്ങനെയെന്ന്.

എന്തെങ്കിലും പുതിയത് ശ്രമിക്കാൻ ഭയമുള്ള ആളുകളെ കാണുമ്പോഴെല്ലാം, മിക്കവാറും കേസുകളിൽ അതിന്റെ കാരണം അവർക്ക്

നൈരാശ്യമുണ്ടാകുമോയെന്ന ഭയത്തിലാണ് അടങ്ങിയിട്ടുണ്ടാകുക. അവർ തെറ്റ് വരുത്തുമോ അല്ലെങ്കിൽ നിരസിക്കപ്പെടുകയോ ചെയ്യു മെന്ന് ഭയക്കുന്നു. സാമ്പത്തിക ഫാസ്റ്റ് ട്രാക്കിലേക്കുള്ള യാത്ര തുട ങ്ങാൻ നിങ്ങൾ തയ്യാറാണെങ്കിൽ, ഞാൻ പുതിയതായി ഒന്ന് പഠിക്കു മ്പോൾ എന്റെ ധനികനായ പിതാവിന്റെ അതേ വാക്കുകളും പ്രോത്സാ ഹനവും നിങ്ങൾക്ക് നൽകുന്നു: നിരാശനാകാൻ തയ്യാറെടുത്തി രിക്കുക.

അദ്ദേഹം അത് അർഥമാക്കിയത് പോസിറ്റീവ് സെൻസിലാണ്, നെഗറ്റീവ് ആയല്ല. അദ്ദേഹം വിശ്വസിച്ചിരുന്നത് നിങ്ങൾ നൈരാശ്യ ത്തിനായി തയ്യാറെടുത്തിട്ടുണ്ടെങ്കിൽ, ആ നൈരാശ്യത്തിനെ മുതൽ ക്കൂട്ടാക്കി മാറ്റാൻ കഴിയും എന്നാണ്. മിക്കവാറും ആളുകൾ നൈ രാശ്യത്തിനെ ബാധ്യതയാക്കി മാറ്റും, ദീർഘകാലത്തേക്കുള്ള ഒന്ന്. അവർ ഇങ്ങനെ പറയുമ്പോൾ നിങ്ങൾക്കത് നിരീക്ഷിക്കാൻ കഴിയും, 'ഞാനത് ഇനിയൊരിക്കലും ചെയ്യില്ല,' അല്ലെങ്കിൽ 'തോൽക്കുമെന്ന് ഞാൻ അറിഞ്ഞിരിക്കണമായിരുന്നു.'

എല്ലാ പ്രശ്നങ്ങളുടെയുള്ളിലും ഒരു അവസരം ഉള്ളതുപോലെ, എല്ലാ നൈരാശ്യത്തിലും അറിവിന്റെ ഒരു മാണിക്യം ഉണ്ട്.

ഞാൻ ആരെങ്കിലും ഇങ്ങനെ പറയുന്നത് കേൾക്കുമ്പോഴെല്ലാം, 'ഞാനത് ഇനിയൊരിക്കലും ചെയ്യില്ല,' പഠിക്കുന്നത് നിർത്തിക്കളഞ്ഞ ഒരാളെയാണ് ഞാൻ കേൾക്കുന്നത്. അവർ നൈരാശ്യത്തിനെ അവരെ തടയാൻ അനുവദിക്കുന്നു. നൈരാശ്യം ഒരു സംരക്ഷണഭിത്തി അവർക്ക് ചുറ്റും പണിയുന്നു, വളരാനുള്ള ഒരു അടിത്തറയ്ക്ക് പകരം.

ധനികനായ പിതാവ് എന്നെ ആഴത്തിലുള്ള വൈകാരിക നൈരാ ശ്യങ്ങളെ കൈകാര്യം ചെയ്യാൻ പഠിപ്പിച്ചു. അദ്ദേഹം പറയുമായിരുന്നു, 'വളരെ കുറച്ച് സ്വയം നിർമ്മിത ധനികർ ഉണ്ടാകുന്നതിന്റെ കാരണം കുറച്ച് ആളുകൾക്കേ നൈരാശ്യത്തിനെ താങ്ങാൻ കഴിയുകയുള്ളൂ എന്നതാണ്, അവർ അതിനെ അവഗണിച്ചുകൊണ്ട് ജീവിതം ചെല വഴിക്കും.'

ധനികനായ പിതാവ് വിശ്വസിച്ചിരുന്നത് നൈരാശ്യം എന്നത് അറിവിന്റെ ഒരു പ്രധാന ഭാഗം ആണെന്നായിരുന്നു. നമ്മൾ തെറ്റു കളിൽ നിന്നും പഠിക്കുന്നതുപോലെ, നമ്മുടെ നൈരാശ്യങ്ങളിൽ നിന്നും വ്യക്തിത്വം നേടുന്നു. വർഷങ്ങളോളം അദ്ദേഹം എനിക്ക് നൽകിയിരുന്ന ഉപദേശങ്ങളാണ് താഴെ കൊടുത്തിരിക്കുന്നത്:

- **നിരാശനാകുമെന്ന് പ്രതീക്ഷിച്ചിരിക്കുക.**

  ധനികനായ പിതാവ് എപ്പോഴും പറയുമായിരുന്നു, 'മണ്ടന്മാർ മാത്രമേ എല്ലാം അവരുടെ വഴിക്ക് പോകുമെന്ന് പ്രതീക്ഷി ക്കുകയുള്ളൂ. നിരാശപ്പെടുമെന്ന് പ്രതീക്ഷിക്കുന്നവർ എന്ന് വച്ചാൽ നിഷ്ക്രിയരോ അടിയറവയ്ക്കപ്പെട്ട പരാജിതരോ

ആണെന്ന് അർഥമില്ല. നിരാശപ്പെടുമെന്ന് പ്രതീക്ഷിക്കുന്നത് നിങ്ങൾ പ്രതീക്ഷിക്കാത്തതും ആവശ്യമില്ലാത്തതുമായ ഞെട്ടലുകളെ മാനസികവും വൈകാരികവുമായി നേരിടാൻ തയ്യാറെടുക്കുന്നതാണ്. വൈകാരികമായി തയ്യാറെടുക്കുന്നത് മൂലം നിങ്ങൾക്ക് കാര്യങ്ങൾ വേണ്ടവിധത്തിൽ നടക്കാതാകുമ്പോൾ ശാന്തരും സമ്മാനിതരുമായിരിക്കാൻ സാധിക്കും. ശാന്തരായിരിക്കുമ്പോൾ നിങ്ങൾ നന്നായി ചിന്തിക്കും.

വർഷങ്ങളായി ഞാൻ ഒന്നാന്തരം പുതിയ ബിസിനസ്സ് ആശയങ്ങളുള്ള ആളുകളെ കാണാറുണ്ട്. അവരുടെ ആവേശം ഒരു മാസം വരെയുണ്ടാകും, പിന്നെ നൈരാശ്യം അവരെ തളർത്താൻ തുടങ്ങും. പെട്ടെന്നുതന്നെ അവരുടെ ആവേശം കുറഞ്ഞ് പറയും, 'അത് നല്ല ആശയമായിരുന്നു, പക്ഷേ നടന്നില്ല.'

ആശയമല്ല നടക്കാതിരുന്നത്. നൈരാശ്യമായിരുന്നു കഠിനമായി പണിയെടുത്തത്. അവർ തങ്ങളുടെ അക്ഷമയെ നൈരാശ്യമാകാൻ അനുവദിച്ചു, എന്നിട്ട് നൈരാശ്യത്തിനെ അവരെ തോൽപ്പിക്കാൻ അനുവദിച്ചു. ഒരുപാടുതവണ ഈ അക്ഷമ ഉണ്ടാകുന്നത് അവർക്ക് പെട്ടെന്നുള്ള സാമ്പത്തിക പ്രതിഫലം ലഭിക്കാത്തതുകൊണ്ടാണ്. ബിസിനസ്സ് ഉടമകളും നിക്ഷേപകരും അതിൽനിന്നും പണമൊഴുക്ക് ഉണ്ടാകാൻ വർഷങ്ങളോളം കാത്തിരിക്കും, പക്ഷേ അവർ വിജയം ഏത് സമയത്തും ഉണ്ടാകാം എന്ന അറിവിലാണ് അത് ചെയ്യുന്നത്. വിജയം എത്തിക്കഴിഞ്ഞാൽ, സാമ്പത്തിക പ്രതിഫലം കാത്തിരിപ്പ് മതിപ്പുള്ളതായിരിക്കുമെന്നും അവർക്കറിയാം.

- **അടുത്ത് തന്നെയുള്ള ഒരു മാർഗ്ഗദർശി ഉണ്ടായിരിക്കുക**

തീപിടുത്തം, പോലീസ് തുടങ്ങിയവരുടെ എമർജൻസി നമ്പറുകൾ പോലെ, നിങ്ങളുടെ പട്ടികയിൽ വിശ്വസിക്കാവുന്നതും അറിവുള്ളവരുമായ ആരാണ് കോണ്ടാക്റ്റിലുള്ളത്? എനിക്കാണെങ്കിൽ, എന്റെ സാമ്പത്തിക മാർഗ്ഗദർശികൾ കേന്ദ്രസ്ഥാനത്താണുള്ളത്. എനിക്കൊരു സാമ്പത്തിക അടിയന്തിരാവസ്ഥ ഉണ്ടായാൽ അവർ ഒരു ഫോൺ വിളി ദൂരത്തുണ്ടാകും.

മിക്കപ്പോഴും, ഞാൻ ഒരു കരാർ അല്ലെങ്കിൽ സംരംഭത്തിലേക്ക് പോകുന്നതിനുമുമ്പ്, ഞാൻ ഏതെങ്കിലും സുഹൃത്തിനെ വിളിച്ച് എന്താണ് ചെയ്യുന്നതെന്നും എങ്ങനെ ചെയ്യാനാണ് ഉദ്ദേശിക്കുന്നതെന്നും വിശദീകരിക്കും. ഞാൻ മതിമറക്കുകയാണെങ്കിൽ എന്റെ തലയിൽ പിടിക്കാനും ആവശ്യപ്പെടും, അത് എപ്പോഴും സംഭവിക്കാറുള്ളതാണ്.

ഞാൻ ഒരിക്കൽ ഒരു വലിയ റിയൽ എസ്റ്റേറ്റിനുവേണ്ടി വില്പനക്കാരനുമായി ചർച്ച ചെയ്യുകയായിരുന്നു, അയാളാകട്ടെ, കടുപ്പക്കാരനും, എപ്പോഴും ക്ലോസിങ്ങിന്റെ സമയത്ത് നിബന്ധനകൾ മാറ്റുകയും ചെയ്യും. എനിക്ക് ആ വസ്തു വേണമെന്ന് അയാൾക്ക് അറിയാമായിരുന്നു, അവസാന നിമിഷത്തിൽ എന്നിൽ നിന്നും കൂടുതൽ പണം മേടിക്കാനുള്ളതെല്ലാം ചെയ്യുന്നുമുണ്ടായിരുന്നു. ദേഷ്യക്കാരൻ ആയതിനാൽ, എന്റെ വികാരങ്ങൾ നിയന്ത്രണം വിട്ടു. പക്ഷേ, ഒച്ചവച്ച് ആ കരാർ തകർക്കുന്നതിനുപകരം, അതാണ് എന്റെ സാധാരണ പ്രവണത, ഞാൻ എന്റെ പങ്കാളിയെ ഒന്ന് വിളിക്കാൻ ഫോൺ ഉപയോഗിച്ചോട്ടെ എന്ന് ചോദിച്ചു.

ഞാൻ മൂന്ന് കൂട്ടുകാരുമായി സംസാരിച്ചു. എങ്ങനെ ആ അവസ്ഥ കൈമാര്യം ചെയ്യണമെന്നതിന് അവരുടെ ഉപദേശം നേടിയശേഷം, ഞാൻ ശാന്തനായി എനിക്ക് മുമ്പ് അറിയാതിരുന്ന ചർച്ചയുടെ മൂന്ന് പുതിയ വഴികൾ പഠിച്ചു. ആ കരാർ ഒരിക്കലും നടന്നില്ല, പക്ഷേ ഞാനിപ്പോഴും ആ ചർച്ചയുടെ തന്ത്രങ്ങൾ ഉപയോഗിക്കുന്നുണ്ട് - ആ കരാർ നേടാൻ ശ്രമിച്ചില്ലായിരുന്നെങ്കിൽ ഞാൻ ഒരിക്കലും പഠിക്കില്ലായിരുന്ന തന്ത്രങ്ങൾ. ആ അറിവ് വിലമതിക്കാനാവാത്തതാണ്.

പറഞ്ഞുവരുന്നത്, നമുക്കൊരിക്കലും ഒന്നും മുൻകൂട്ടി അറിയാൻ കഴിയില്ല, കാര്യങ്ങൾ പഠിക്കേണ്ട ആവശ്യം വരുമ്പോൾ മാത്രമേ നമ്മൾ പഠിക്കുകയുള്ളൂ എന്നാണ്. അതുകൊണ്ടാണ് നിങ്ങൾ പുതിയ കാര്യങ്ങൾ ശ്രമിക്കാനും നൈരാശ്യം പ്രതീക്ഷിക്കാനും ഞാൻ പറയുന്നത്, പക്ഷേ എപ്പോഴും ആ അനുഭവത്തിലൂടെ കടന്നുപോകുന്നതിന് പരിശീലിപ്പിക്കാനായി ഒരു മാർഗ്ഗദർശിയെ അടുത്തുനിർത്തുക. ഒരുപാട് ആളുകൾ ഒരിക്കലും പുതിയ പ്രൊജക്റ്റുകൾ ആരംഭിക്കാത്തതിന്റെ കാരണം അവരുടെ പക്കൽ എല്ലാ ഉത്തരങ്ങളും ഇല്ലാത്തതിനാലാണ്. നിങ്ങൾക്ക് ഒരിക്കലും എല്ലാ ഉത്തരങ്ങളും ഉണ്ടാവില്ല, പക്ഷേ എങ്ങനെയെങ്കിലും ആരംഭിക്കുക. എന്റെ ഒരു സുഹൃത്ത് എപ്പോഴും പറയുമായിരുന്നു, 'ഒരുപാട് ആളുകൾ എല്ലാ വിളക്കുകളും പച്ചയാകാതെ തെരുവിലേക്കിറങ്ങില്ല. അതുകൊണ്ടാണ് അവർ എവിടെയുമെത്താത്തത്.'

- **അവനവനോട് ദയവുണ്ടായിരിക്കുക**

എന്തെങ്കിലും ഒന്നിൽ തെറ്റ് വരുത്തുകയോ പരാജയപ്പെടുകയോ ചെയ്യുന്നതിന്റെ ഏറ്റവും വേദനാജനകമായ വശങ്ങൾ മറ്റുള്ളവർ നമ്മളെപ്പറ്റി എന്തു പറയുമെന്നതല്ല, മറിച്ച് നമ്മൾ നമ്മളോട് എത്ര പരുക്കനായിരിക്കും എന്നതാണ്. തെറ്റ് വരു

ത്തുന്ന മിക്കവാറും ആളുകൾ മറ്റാരേക്കാളും അവരവരെ ത്തന്നെ മർദ്ദിക്കുന്നവരാണ്.

അവനവനോട് പരുക്കനായിരിക്കുന്നവർ മിക്കപ്പോഴും, നഷ്ട സാധ്യതകൾ എടുക്കേണ്ടി വരുമ്പോഴും, പുതിയ ആശയങ്ങൾ സ്വീകരിക്കുമ്പോഴും, അല്ലെങ്കിൽ എന്തെങ്കിലും പുതിയത് ശ്രമിക്കുമ്പോഴും മാനസികവും വൈകാരികവുമായി വളരെ ശ്രദ്ധാലുക്കളായിരിക്കും എന്ന് ഞാൻ കണ്ടിട്ടുണ്ട്. നിങ്ങൾ വ്യക്തിപരമായ നൈരാശ്യങ്ങൾക്ക് സ്വയം ശിക്ഷിക്കുമെങ്കിൽ എന്തെങ്കിലും പുതിയത് പഠിക്കാൻ പ്രയാസമായിരിക്കും.

- **സത്യം പറയുക**

ഒരു കുട്ടിയായിരിക്കുമ്പോൾ എനിക്ക് കിട്ടിയിട്ടുള്ള ഏറ്റവും കടുത്ത ശിക്ഷ ഞാൻ ഒരു ദിവസം അറിയാതെ എന്റെ പെങ്ങ ളുടെ പല്ല് പൊട്ടിച്ചപ്പോഴായിരുന്നു. അവൾ പിതാവിനോട് പറയാൻ വീട്ടിലേക്ക് ഓടി, ഞാൻ ഒളിക്കാൻ വേണ്ടി ഓടി.

എന്റെ പിതാവ് എന്നെ കണ്ടുപിടിച്ച ശേഷം, അദ്ദേഹം വളരെ കോപത്തിലായിരുന്നു, എന്നെ ശകാരിച്ചു, 'ഞാൻ നിന്നെ ശിക്ഷിക്കുന്നതിന്റെ കാരണം നിന്റെ പെങ്ങളുടെ പല്ല് പൊട്ടി ച്ചതിനല്ല, ഓടിപ്പോയതിനാണ്.'

സാമ്പത്തികമായി ഞാൻ എന്റെ തെറ്റുകളിൽ നിന്നും ഓടി യൊളിച്ച ഒരുപാട് അവസരങ്ങൾ ഉണ്ടായിട്ടുണ്ട്, പക്ഷേ ഓടി പ്പോകുന്നത് പുറത്തേക്ക് പോകാൻ എളുപ്പത്തിലുള്ള വഴി സ്വീകരിക്കുന്നതാണ്.

ചുരുക്കത്തിൽ, നമ്മളെല്ലാവരും തെറ്റുകൾ വരുത്തും. കാര്യ ങ്ങൾ നമ്മുടെ വഴിക്ക് വരാത്തപ്പോൾ നമുക്കെല്ലാവർക്കും സങ്ക ടവും നൈരാശ്യവുമുണ്ടാകും. വ്യത്യാസം അടങ്ങിയിരിക്കു ന്നത് ആ നൈരാശ്യത്തിനെ നമ്മൾ എങ്ങനെ സംസ്കരി ക്കുന്നു എന്നതിലാണ്. ധനികനായ പിതാവ് പറഞ്ഞു, 'നിന്റെ വിജയത്തിന്റെ വലുപ്പം അളക്കുന്നത് നിന്റെ ആഗ്രഹത്തിന്റെ ശക്തി, സ്വപ്നത്തിന്റെ വലുപ്പം, പിന്നെ പോകുന്ന വഴി നീ നൈരാശ്യത്തിനെ എങ്ങനെ കൈകാര്യം ചെയ്യുന്നു എന്ന തെല്ലാം അനുസരിച്ചാണ്.'

അടുത്ത കുറച്ച് വർഷങ്ങളിൽ, നമുക്കെല്ലാവർക്കും നമ്മുടെ ധൈര്യം പരീക്ഷിക്കുന്ന സാമ്പത്തിക മാറ്റങ്ങൾ ഉണ്ടാകും. ബോബ് ഡിലൻ പാടിയതുപോലെ, 'സമയം മാറുകയാണ്.' സ്വന്തം വികാരങ്ങളിൽ നിയന്ത്രണമുള്ള ആളുകൾ, വികാരങ്ങൾ തങ്ങളെ പിന്നോട്ടടിക്കാൻ അനുവദിക്കാത്തവർ, പുതിയ സാമ്പത്തിക നൈപുണ്യങ്ങൾ പഠിക്കാ നുള്ള വൈകാരികമായ പക്വതയുള്ളവർ, വരും വർഷങ്ങളിൽ അഭി വൃദ്ധിപ്പെടും.

ഭാവി സമയത്തിനനുസരിച്ച് മാറാൻ കഴിയുന്നവർക്കും വ്യക്തിഗത നൈരാശ്യങ്ങളെ ഭാവിയിലേക്കുള്ള ചുടുകട്ടകളായി ഉപയോഗിക്കുന്ന വർക്കും ഉള്ളതാണ്.

പ്രവർത്തിക്കുക

1. **തെറ്റുകൾ വരുത്തുക**

   അതുകൊണ്ടാണ് ഞാൻ കുഞ്ഞുകാലടികൾ വച്ച് തുടങ്ങാൻ നിർദ്ദേശിക്കുന്നത്. പരാജയപ്പെടുന്നത് വിജയത്തിന്റെ ഭാഗമാ ണെന്ന് ഓർക്കുക. E & S കൾ തെറ്റുകൾ വരുത്തുന്നത് അനു വദനീയമല്ലെന്ന് ചിന്തിക്കാൻ പരിശീലിപ്പിക്കപ്പെട്ടവരാണ്. B & I കൾക്ക് തെറ്റുകൾ വരുത്തിയാണ് പഠിക്കുന്നതെന്ന് അറിയാം.

2. **ചെറുതായി തുടങ്ങുക**

   നിങ്ങൾക്ക് നിക്ഷേപിക്കാൻ ആഗ്രഹമുള്ള ഒരു നിക്ഷേപം കണ്ടെത്തിയാൽ, ചെറിയ തുക മാത്രം ഇടുക. പണം വഴിക്കാ കുമ്പോൾ നിങ്ങളുടെ വിവേകം വളരുന്നത് കാണാൻ അതി ശയകരമായിരിക്കും. നിങ്ങളുടെ കൃഷിക്കളമോ മോർട്ട്ഗേജ് പേയ്മെന്റോ റിട്ടയർമെന്റോ പന്തയത്തിൽ വയ്ക്കരുത്. കുറച്ച് പണം മാത്രം ഇടുക, ശ്രദ്ധിക്കുക, എന്നിട്ട് പഠിക്കുക.

3. **പ്രവർത്തിക്കുക എന്നതാണ് താക്കോൽ!**

   വായിക്കുന്നത്, കാണുന്നത്, കേൾക്കുന്നത് എല്ലാം നിങ്ങളുടെ വിദ്യാഭ്യാസത്തിന് പ്രധാനമാണ്. പക്ഷേ, നിങ്ങൾ പ്രവർത്തി ക്കാനും തുടങ്ങണം. അനുകൂലമായ പണമൊഴുക്ക് സൃഷ്ടി ക്കുന്ന ചെറിയ റിയൽ എസ്റ്റേറ്റ് ഡീലുകളിൽ വിലപേശുക, ഒരു നെറ്റ്‌വർക്ക് മാർക്കറ്റിങ് കമ്പനിയിൽ ചേർന്ന് അതിനകത്ത് നിന്നും പഠിക്കുക, കമ്പനിയെപ്പറ്റി ഗവേഷണം നടത്തിയ ശേഷം സ്റ്റോക്കിൽ നിക്ഷേപിക്കുക. നിങ്ങളുടെ മാർഗ്ഗദർശി, സാമ്പത്തിക ഉപദേഷ്ടാവ്, അല്ലെങ്കിൽ നികുതി ഉപദേശക നിൽ നിന്നും ആവശ്യമുള്ളപ്പോൾ ഉപദേശം തേടുക. നൈക്കി പറയുന്നത് പോലെ, "Just Do It!"

അദ്ധ്യായം പതിനേഴ്

പടി 7: വിശ്വാസത്തിന്റെ ശക്തി

നിങ്ങളെപ്പറ്റി വിശ്വസിക്കാനുള്ള ചിന്തകൾ തീരുമാനിക്കുന്ന ഒരേയൊരാൾ നിങ്ങളാണ്.

ഞാൻ സീനിയർ വിദ്യാർത്ഥിയായി ഹൈസ്കൂളിൽ പഠിക്കുന്ന കാലത്ത്, ധനികനായ പിതാവിന്റെ മകൻ മൈക്കും ഞാനും ഞങ്ങളുടെ ക്ലാസ്സിന്റെ ലീഡർമാരുടെ മുന്നിൽ നിരന്ന് നിൽക്കുന്ന വിദ്യാർഥികളുടെ ഒരു ചെറിയ കൂട്ടത്തിലായിരുന്നു. ഞങ്ങളുടെ ഗൈഡൻസ് കൺട്രോളർ എന്നെയും മൈക്കിനെയും നോക്കി പ്രഖ്യാപിച്ചു, 'നിങ്ങൾ രണ്ടു പേരും ഒരിക്കലും ഒരു കാര്യത്തിനും കൊള്ളില്ല.' ഞങ്ങളുടെ ചില സഹപാഠികൾ ചിരിച്ചപ്പോൾ കൗൺസലർ തുടർന്നു, 'ഇപ്പോൾത്തൊട്ട്, ഞാൻ നിങ്ങൾ രണ്ടുപേർക്കുംവേണ്ടി സമയം പാഴാക്കാൻ പോകുന്നില്ല. ഞാൻ ക്ലാസ്സ് ലീഡർമാരായ ഈ വിദ്യാർഥികളോടൊപ്പം മാത്രമേ സമയം ചെലവഴിക്കുകയുള്ളൂ. നിങ്ങൾ രണ്ടുപേരും മോശം ഗ്രേഡുകളുള്ള ക്ലാസ്സിലെ കോമാളികളാണ്, നിങ്ങൾ ഒരിക്കലും ഒരു കാര്യത്തിനും കൊള്ളില്ല. ഇവിടന്ന് ഇറങ്ങിപ്പോ.'

എല്ലാത്തിനേക്കാളും വലിയ ഉപകാരം

ആ കൗൺസലർ മൈക്കിനും എനിക്കും വലിയ ഉപകാരമാണ് ചെയ്തത്. അവരുടെ വാക്കുകൾ ഞങ്ങളെ വേദനിപ്പിച്ചെങ്കിലും, അവർ ഞങ്ങൾ രണ്ടുപേരേയും കൂടുതൽ കഠിനമായി പരിശ്രമിക്കാൻ പ്രചോദിപ്പിപ്പിച്ചു. അവരുടെ വാക്കുകൾ കോളജിലും ഞങ്ങളുടെ സ്വന്തം ബിസിനസ്സുകളിലും കൂടെ വന്നു.

ഹൈസ്കൂൾ റീയൂണിയൻ

കുറച്ച് വർഷങ്ങൾക്കുമുമ്പ്, മൈക്കും ഞാനും ഞങ്ങളുടെ സ്കൂൾ റീയൂണിയന് പോയി, എപ്പോഴും രസകരമായ അനുഭവമാണത്. ഞങ്ങൾ യഥാർഥത്തിൽ ആരാണെന്ന് ആർക്കും അറിയാത്ത കാലത്ത് മൂന്ന് വർഷങ്ങൾ ഒരുമിച്ച് ചെലവഴിച്ച ആളുകളെ കാണുന്നത് നല്ല അനുഭവമായിരുന്നു. മിക്കവാറും സീനിയർ ലീഡർമാർ എന്ന് വിളിക്കപ്പെട്ടിരുന്നവർ ഹൈസ്കൂളിന് ശേഷമുള്ള വർഷങ്ങളിൽ വിജയിച്ചില്ലെന്ന് കണ്ടതും താല്പര്യം ജനിപ്പിക്കുന്നതായിരുന്നു.

മൈക്കും ഞാനും പഠനത്തിൽ മികച്ച കുട്ടികളായിരുന്നില്ല. ഞങ്ങൾ ക്ലാസ്സ് ലീഡർമാരോ, സാമ്പത്തിക ബുദ്ധിജീവികളോ, അല്ലെങ്കിൽ അത്‌ലറ്റിക് താരങ്ങളോ ആയിരുന്നില്ല. എന്റെ അഭിപ്രായത്തിൽ, കൂടുതലും ഞങ്ങൾ ഞങ്ങളുടെ പിതാക്കന്മാരെപ്പോലെ സ്വാഭാവികമായുള്ള പ്രതിഭാശാലികളും ആയിരുന്നില്ല. പക്ഷേ, ആ ഗൈഡൻസ് കൗൺസലറുടെ കഠിനവേദനയുണ്ടാക്കിയ വാക്കുകൾ, സഹപാഠികളിൽ നിന്നുമുള്ള അടക്കിച്ചിരികൾക്കൊപ്പം, ആയിരുന്നു പ്രയത്നിക്കാനുള്ള തീ കത്തിച്ച് തന്നത്, ഞങ്ങളുടെ തെറ്റുകളിൽനിന്നും പഠിക്കാനായും നല്ലതും ചീത്തയുമായ സമയങ്ങളിൽ മുന്നോട്ട് പോകാനും.

നിങ്ങൾ സ്കൂളിൽ നല്ല പ്രകടനം കാഴ്ചവയ്ക്കാത്തതുകൊണ്ടും, പൊതുസമ്മതിയില്ലാതിരുന്നതുകൊണ്ടും, കണക്കിൽ മിടുക്കരല്ലാത്തതുകൊണ്ടും, ധനികനോ ദരിദ്രനോ ആയതുകൊണ്ടും, അല്ലെങ്കിൽ നിങ്ങളെ ചെറുതാക്കുന്ന മറ്റേതെങ്കിലും കാരണമോ ആയിക്കൊള്ളട്ടെ, ദീർഘകാലത്തിൽ അതൊന്നും കാര്യമാവില്ല. ആ കുറവുകൾ അവർ കണക്കാക്കുന്നു എന്ന് നിങ്ങൾ കരുതിയാലേ കണക്കിൽപ്പെടുകയുള്ളൂ.

സ്വന്തം സാമ്പത്തിക ഫാസ്റ്റ് ട്രാക്കിലേക്ക് പുറപ്പെടാൻ ആലോചിക്കുന്നവരോട്, നിങ്ങൾക്ക് സ്വന്തം കഴിവുകളിൽ ചില സംശയങ്ങൾ ഉണ്ടാകാം, എനിക്ക് ആകെ പറയാനുള്ളത് ഇതാണ്: നിങ്ങൾക്ക് ഇപ്പോൾ സാമ്പത്തികമായി വിജയിക്കാൻ ആവശ്യമായ എല്ലാം നിങ്ങൾക്കുണ്ടെന്ന് വിശ്വസിക്കുക. ആകെ ആവശ്യമായത് നിങ്ങളുടെ സ്വാഭാവികമായ, ദൈവം തന്ന കഴിവുകളായ ആഗ്രഹം, നിശ്ചയദാർഢ്യം, പിന്നെ നിങ്ങൾക്ക് അനന്യമായ ബുദ്ധിശക്തിയും പ്രതിഭയും ഉണ്ടെന്ന ആഴത്തിലുള്ള വിശ്വാസവും മാത്രമാണ്.

കണ്ണാടിയിൽ നോക്കി വാക്കുകൾ കേൾക്കുക

ഒരു കണ്ണാടി വെറുമൊരു ചിത്രത്തിനേക്കാൾ കൂടുതൽ പ്രതിഫലിപ്പിക്കും. അത് മിക്കപ്പോഴും നമ്മുടെ ചിന്തകൾ പ്രതിഫലിപ്പിക്കും. എത്ര തവണ നമ്മൾ ആളുകൾ കണ്ണാടിയിൽ നോക്കി ഇങ്ങനെയൊക്ക പറയുന്നത് കണ്ടിട്ടുണ്ട്:

- 'ഓ, എന്നെ കണ്ടാൽ ഭീകരമായിരിക്കുന്നു.'
- 'ഞാൻ കുറച്ച് തടി വച്ചോ?'
- 'എനിക്ക് വയസ്സാകുകയാണോ?'

അല്ലെങ്കിൽ

- ഹമ്മോ! എന്നെ കാണാൻ എന്ത് ഭംഗി. ഞാൻ സ്ത്രീകൾക്കുള്ള ദൈവത്തിന്റെ സമ്മാനമാണ്.'

ചിന്തകൾ പ്രതിഫലനങ്ങളാണ്

കണ്ണാടികൾ കണ്ണുകൾ കാണുന്നതിനപ്പുറം ഒരുപാട് പ്രതിഫലിപ്പിക്കുന്നുണ്ട്. കണ്ണാടികൾ നമ്മുടെ ചിന്തകളും അഭിപ്രായങ്ങളും പ്രതിഫലിപ്പിക്കും. ഈ ചിന്തകൾ അല്ലെങ്കിൽ അഭിപ്രായങ്ങൾ നമ്മുടെ പുറമേയ്ക്കുള്ള കാഴ്ചയേക്കാൾ കൂടുതൽ പ്രധാനമാണ്.

നമ്മൾ പുറമേക്ക് സൗന്ദര്യമുള്ളതും എന്നാൽ മോശക്കാരാണെന്ന് കരുതുന്നതുമായ ആളുകളെ കണ്ടുമുട്ടിയിട്ടുണ്ട്, അല്ലെങ്കിൽ മറ്റുള്ളവരാൽ വളരെ സ്നേഹിക്കപ്പെടുകയും എന്നാൽ സ്വയം സ്നേഹിക്കാത്തവരുമായ ആളുകൾ. നമ്മുടെ ആഴത്തിലുള്ള ചിന്തകൾ മിക്കപ്പോഴും നമ്മുടെ ആത്മാക്കളുടെ പ്രതിഫലനങ്ങളാണ്. ചിന്തകൾ നമുക്ക് നമ്മളോടുള്ള സ്നേഹത്തിന്റെ, അഹന്തയുടെ, നമ്മളോട് തന്നെയുള്ള ഇഷ്ടക്കേടിന്റെ, നമ്മൾ സ്വയം എങ്ങനെ കൈകാര്യം ചെയ്യുമെന്നതിന്റെ, പിന്നെ മൊത്തത്തിലുള്ള സ്വയം വിലയിരുത്തലിന്റെ പ്രതിഫലനമാണ്.

അവനവനെ വിശ്വസിക്കാത്ത ആളുകളുടെ കൂടെ പണം ഇരിക്കില്ല

വ്യക്തിഗതമായ സത്യങ്ങൾ മിക്കപ്പോഴും പറയുന്നത് ഉയർന്ന വികാരങ്ങളുടെ നിമിഷങ്ങളിലാണ്.

പണമൊഴുക്കിന്റെ ചതുരങ്ങൾ ഒരു വ്യക്തി അല്ലെങ്കിൽ സംഘത്തിന് വിശദീകരിച്ച് കഴിയുമ്പോൾ, ഞാൻ അവർക്ക് അടുത്ത പടി തീരുമാനിക്കാൻ ഒരു നിമിഷം നൽകും. ആദ്യം, അവർ ഇപ്പോൾ ഏത് ചതുരത്തിലാണെന്ന് തീരുമാനിക്കും. അടുത്തതായി, ഞാൻ അവർക്ക് ഏത് ചതുരത്തിലേക്കാണ് നീങ്ങേണ്ടതെന്ന് ചോദിക്കും, അവർക്ക് നീങ്ങണമെന്നുണ്ടെങ്കിൽ.

ചിലർ എന്നെ നോക്കി പറയും, 'ഞാൻ ഇപ്പോൾ ഉള്ളിടത്ത് ശരിക്കും സന്തോഷവാനാണ്.' മറ്റുള്ളവർ പറയും, 'എനിക്ക് സന്തോഷമില്ല, പക്ഷേ ഇപ്പോൾ മാറാനോ നീങ്ങാനോ ആഗ്രഹിക്കുന്നില്ല.'

പിന്നെയുള്ളത് നിൽക്കുന്നയിടത്ത് അസന്തുഷ്ടരും പെട്ടെന്ന് തന്നെ എന്തെങ്കിലും ചെയ്യണമെന്ന് അറിയുന്നവരുമായ ആളുകളാണ്. ഈ വിഭാഗത്തിലുള്ളവർ അവരുടെ വ്യക്തിഗത യാഥാർഥ്യങ്ങൾ ഏറ്റവും വ്യക്തമായി പറയും. അവർ തങ്ങളെക്കുറിച്ചുള്ള അവരുടെ അഭിപ്രായങ്ങൾ പ്രതിഫലിക്കുന്ന വാക്കുകൾ ഉപയോഗിക്കും, അവരുടെ ആത്മാക്കളെ പ്രതിഫലിപ്പിക്കുന്ന വാക്കുകൾ. അതുകൊണ്ടാണ് ഞാൻ പറയുന്നത്, 'വ്യക്തിഗതമായ സത്യങ്ങൾ മിക്കപ്പോഴും പറയുന്നത് ഉയർന്ന വികാരങ്ങളുടെ നിമിഷങ്ങളിലാണ്.'

ഈ യാഥാർഥ്യത്തിന്റെ നിമിഷങ്ങളിൽ, ഞാൻ മിക്കപ്പോഴും കേൾക്കുന്നത്:

- 'എനിക്കത് ചെയ്യാൻ കഴിയില്ല. എനിക്ക് Sൽനിന്നും Bയിലേക്ക് മാറാൻ കഴിയില്ല. നിങ്ങൾക്ക് വട്ടാണോ? എനിക്ക് ഭാര്യയ്ക്കും മൂന്ന് കുഞ്ഞുങ്ങൾക്കും തിന്നാൻ കൊടുക്കണം.'
- 'എനിക്കത് ചെയ്യാൻ കഴിയില്ല. അടുത്ത ശമ്പളം കിട്ടാൻ എനിക്ക് അഞ്ച് വർഷം കാത്തിരിക്കാൻ പറ്റില്ല.'
- 'നിക്ഷേപം? നിങ്ങൾക്ക് എന്റെ പണമെല്ലാം നഷ്ടപ്പെടണമെന്നാണ്, അല്ലേ?'
- 'എന്റടുത്ത് നിക്ഷേപിക്കാൻ പണമില്ല.'
- 'എനിക്ക് എന്തെങ്കിലും ചെയ്യുന്നതിനുമുമ്പ് കൂടുതൽ വിവരങ്ങൾ വേണം.'
- 'ഞാനത് മുമ്പ് ശ്രമിച്ചിട്ടുണ്ട്. അത് ശരിയായില്ല.'
- 'എനിക്ക് ഫിനാൻഷ്യൽ സ്റ്റേറ്റ്മെന്റുകൾ വായിക്കണമെന്നില്ല. ഞാനിങ്ങനെയൊക്കെ പോയിക്കോളാം.'
- 'എനിക്ക് ഭയക്കേണ്ടതില്ല. ഞാനിപ്പോഴും ചെറുപ്പമാണ്.'
- 'ഞാനത്ര സമർഥനല്ല.'
- 'എനിക്കൊപ്പം അത് ചെയ്യാൻ പറ്റിയ ആളുകളെ കണ്ടെത്താനാകുമെങ്കിൽ ചെയ്യും.'
- 'എന്റെ ഭർത്താവ് ഒരിക്കലും അത് ചെയ്യില്ല.'
- 'എന്റെ ഭാര്യയ്ക്ക് ഒരിക്കലും മനസ്സിലാവില്ല.'
- 'എന്റെ കൂട്ടുകാർ എന്ത് പറയും?'
- 'എനിക്ക് വയസ്സായി.'
- 'ഞാൻ വളരെ ചെറുപ്പമാണ്.'
- 'അത് ഗുണമില്ലാത്തതാണ്.'
- 'എന്നെക്കൊണ്ട് കൊള്ളില്ല.'

എല്ലാ വാക്കുകളും കണ്ണാടികളാണ്

വ്യക്തിഗതമായ സത്യങ്ങൾ മിക്കപ്പോഴും പറയുന്നത് ഉയർന്ന വികാരങ്ങളുടെ നിമിഷങ്ങളിലാണ്. എല്ലാ വാക്കുകളും കണ്ണാടികളാണ്, ആളുകൾ തങ്ങളെക്കുറിച്ച് എന്ത് ചിന്തിക്കുന്നു എന്നതിനെ

ക്കുറിച്ച് അവ ഉൾക്കാഴ്ചകൾ പ്രതിഫലിപ്പിക്കുന്നതുകൊണ്ട്, അവർ മറ്റാരെയെങ്കിലും കുറിച്ച് സംസാരിക്കുകയാണെങ്കിൽ പോലും.

എന്റെ മികച്ച ഉപദേശം

ഒരു ചതുരത്തിൽനിന്നും മറ്റൊന്നിലേക്ക് മാറാൻ തയ്യാറായിരിക്കുന്ന ആളുകൾക്ക്, ഞാൻ നൽകുന്ന ഏറ്റവും പ്രധാനപ്പെട്ട ഉപദേശം നിങ്ങളുടെ വാക്കുകളെക്കുറിച്ച് വളരെ ബോധവാന്മാരായിരിക്കുക എന്നതാണ്. നിങ്ങളുടെ ഹൃദയം, ഉദരം, അല്ലെങ്കിൽ ആത്മാവിൽ നിന്നുമുള്ള വാക്കുകളാണെങ്കിൽ പ്രത്യേകിച്ചും. നിങ്ങൾ ഒരു മാറ്റം വരുത്താൻ പോകുകയാണെങ്കിൽ, നിങ്ങളുടെ വികാരങ്ങളാൽ സൃഷ്ടിക്കപ്പെടുന്ന ചിന്തകളെയും വാക്കുകളെയും കുറിച്ച് ബോധവാന്മാരായിരിക്കുക. നിങ്ങളുടെ ചിന്തകളിൽ വികാരങ്ങൾ എന്ത് ചെയ്യുകയാണെന്ന് അറിയില്ലെങ്കിൽ, നിങ്ങൾ ഒരിക്കലും ആ യാത്ര പൂർത്തിയാക്കില്ല. നിങ്ങൾ എപ്പോഴും സ്വയം പിന്നോട്ടടിക്കും. നിങ്ങൾ പറയുകയാണ്, 'എന്റെ ജീവിതപങ്കാളി ഒരിക്കലും മനസ്സിലാക്കില്ല,' എങ്കിൽ നിങ്ങൾ നിങ്ങളെക്കുറിച്ചാണ് കൂടുതൽ പറയുന്നത്. നിങ്ങൾ ജീവിതപങ്കാളിയെ സ്വന്തം നിഷ്ക്രിയത്വത്തിനുള്ള കാരണമാക്കുകയാണ്, അല്ലെങ്കിൽ നിങ്ങൾ ഇങ്ങനെ പറയുമായിരുന്നിരിക്കണം, 'ഈ പുതിയ ആശയങ്ങൾ പകരാനുള്ള ആശയവിനിമയ നൈപുണ്യങ്ങളും ചോദനയും എനിക്കില്ല.' എല്ലാ വാക്കുകളും നിങ്ങളുടെ ആത്മാവിലേക്ക് നോക്കാനുള്ള അവസരങ്ങൾ നൽകുന്ന കണ്ണാടികളാണ്.

അല്ലെങ്കിൽ നിങ്ങൾ പറയുകയാണ്, 'എനിക്ക് ജോലി ഉപേക്ഷിച്ച് സ്വന്തം ബിസിനസ്സ് തുടങ്ങാൻ പറ്റില്ല. എനിക്ക് ആലോചിക്കാൻ മോർട്ട്ഗേജും കുടുംബവും ഉണ്ട്.' എങ്കിൽ നിങ്ങൾ ശരിക്കും പറയുന്നത്, 'ഞാൻ ക്ഷീണിച്ചു. എനിക്കിനി കൂടുതലൊന്നും ചെയ്യണമെന്നില്ല,' അല്ലെങ്കിൽ 'എനിക്ക് ശരിക്കും കൂടുതലൊന്നും പഠിക്കണമെന്നില്ല.' ഇതെല്ലാം വ്യക്തിഗത യാഥാർത്ഥ്യങ്ങളാണ്.

വ്യക്തിഗത യാഥാർഥ്യങ്ങൾ വ്യക്തിഗത നുണകളുമാണ്

ഇതെല്ലാം സത്യങ്ങളാണ്, അതേസമയം നുണകളുമാണ്. നിങ്ങൾ നിങ്ങളോടുതന്നെ നുണ പറയുകയാണെങ്കിൽ, നിങ്ങളുടെ യാത്ര ഒരിക്കലും പൂർത്തിയാവില്ല. എന്റെ നല്ല ഉപദേശം, നിങ്ങളുടെ സംശയങ്ങൾ, ഭയങ്ങൾ, ചിന്തകളെ പരിമിതപ്പെടുത്തൽ, എന്നിവയെ ശ്രദ്ധിക്കുകയെന്നും, എന്നിട്ട് യഥാർഥ സത്യത്തിന്റെ ആഴമറിയാൻ കുഴിക്കുക എന്നുമാണ്.

ഉദാഹരണത്തിന്, നിങ്ങൾ പറയുകയാണ്, 'ഞാൻ തളർന്നു, എനിക്കിനി പുതിയതായൊന്നും പഠിക്കണമെന്നില്ല' എന്ന്, അത് സത്യമായിരിക്കും, പക്ഷേ നുണയുമാണ്. യഥാർഥ സത്യം ഇതായിരിക്കാം, 'ഞാൻ പുതിയതൊന്നും പഠിച്ചില്ലെങ്കിൽ, ഞാൻ കൂടുതൽ തളരും.'

കുറച്ചുകൂടി ആഴത്തിലാണെങ്കിൽ, 'സത്യം എന്താണെന്നാൽ, എനിക്ക് പുതിയ കാര്യങ്ങൾ പഠിക്കാൻ ഇഷ്ടമാണ്. എനിക്ക് പുതിയ എന്തെങ്കിലും പഠിച്ച് ജീവിതത്തിനെക്കുറിച്ച് വീണ്ടും ആവേശഭരിതനാകണം. ചിലപ്പോൾ ഒരു പുതിയ ലോകം എന്റെ മുന്നിൽ തുറക്കുമായിരിക്കും.' ആഴത്തിലുള്ള സത്യത്തിന്റെ ആ ഭാഗത്ത് ഒരിക്കൽ നിങ്ങൾ എത്തിച്ചേർന്നാൽ, മാറ്റത്തിന് സഹായിക്കുന്ന നിങ്ങളിലെ ആ ശക്തമായ ഭാഗം കണ്ടെത്താൻ കഴിയും.

ഞങ്ങളുടെ യാത്ര

കിമ്മും ഞാനും മുന്നോട്ട് പോകുന്നതിനുമുമ്പ്, ഞങ്ങളെക്കുറിച്ച് ഇരുവർക്കും ഉണ്ടായിരുന്ന അഭിപ്രായങ്ങളും വിമർശനങ്ങളുമായി ജീവിക്കാൻ ആഗ്രഹിച്ചിരുന്നു. ഞങ്ങൾ സംശയങ്ങളുമായി ജീവിക്കണമായിരുന്നു, പക്ഷേ അവ ഞങ്ങളെ തടയരുത്. ഇടയ്ക്കെല്ലാം, സമ്മർദ്ദം തിളനിലയിലെത്തുകയും ഞങ്ങളുടെ ആത്മവിമർശനങ്ങൾ കത്തിപ്പടരുകയും ചെയ്യുമായിരുന്നു. എന്റെ സംശയങ്ങൾക്ക് ഞാൻ അവളെ കുറ്റപ്പെടുത്തും, അവൾ തന്റെ സംശയങ്ങൾക്ക് എന്നേയും. പക്ഷേ, രണ്ടുപേർക്കും ഈ യാത്ര തുടങ്ങുന്നതിനുമുമ്പുതന്നെ ആകെ ഞങ്ങൾ അഭിമുഖീകരിക്കേണ്ടത്, ഞങ്ങളുടെ സ്വന്തം വ്യക്തിഗത സംശയങ്ങളും വിമർശനങ്ങളും പരിമിതികളുമാണെന്ന് അറിയാമായിരുന്നു. ഭർത്താവും ഭാര്യയും, ബിസിനസ്സ് പങ്കാളികൾ, ആത്മമിത്രങ്ങൾ എന്നീ നിലകളിലുള്ള ഞങ്ങളുടെ യഥാർഥ കർത്തവ്യങ്ങൾ, ഞങ്ങൾ രണ്ടുപേരുടെയും സ്വന്തം സംശയങ്ങൾ, അല്പത്വങ്ങൾ, പരിമിതികൾ എന്നിവയേക്കാളൊക്കെ, ഞങ്ങൾ കരുത്തരാണെന്ന് പരസ്പരം ഓർമ്മിപ്പിക്കുകയെന്നതായിരുന്നു. ആ പ്രക്രിയയിൽ, ഞങ്ങൾ കൂടുതൽ സ്വയം വിശ്വസിക്കാൻ പഠിച്ചു. ഞങ്ങളുടെ പരമമായ ലക്ഷ്യം വെറും ധനികരാകുക എന്നതിനേക്കാൾ വലുതായിരുന്നു. അത് ഞങ്ങളോടുതന്നെ വിശ്വസനീയരായിരിക്കാൻ പഠിക്കുക എന്നതായിരുന്നു, പണത്തിനോടും.

നിങ്ങളെപ്പറ്റി വിശ്വസിക്കാനുള്ള ചിന്തകൾ തീരുമാനിക്കുന്ന ഒരേയൊരാൾ നിങ്ങളാണ് എന്നത് ഓർക്കുക. അതുകൊണ്ട് ആ യാത്രയിൽ നിന്നുമുള്ള സമ്മാനം പണം വാങ്ങിത്തരുന്ന സ്വാതന്ത്ര്യം മാത്രമല്ല, അവനവനിലുള്ള വിശ്വാസം നേടുന്നത് കൂടിയാണ്. എന്റെ അഭിപ്രായത്തിൽ, ഭൂരിഭാഗം ആളുകളും അവസാനിപ്പിച്ച് സ്വപ്നങ്ങളിൽ നിന്നും തിരിച്ചുപോകുന്നതിന്റെ കാരണം, നമ്മളിലെല്ലാവരിലുമുള്ള ആ ചെറിയ മനുഷ്യൻ നമ്മളിലെ വലിയ മനുഷ്യനേക്കാൾ ശക്തി നേടുന്നതുകൊണ്ടാണ്.

നിങ്ങൾ എല്ലാ കാര്യങ്ങളിലും മികച്ചതല്ലെങ്കിലും, നിങ്ങൾക്ക് അറിയാൻ ആഗ്രഹിക്കുന്നതിനെ വികസിപ്പിക്കാൻ സമയമെടുക്കുക, അത് നിങ്ങളുടെ ലോകത്തിനെ വേഗത്തിൽ മാറ്റും. നിങ്ങൾക്ക്

പഠിക്കണമെന്ന് അറിയാവുന്നതിൽ നിന്നും ഒരിക്കലും ഓടിപ്പോകരുത്. നിങ്ങളുടെ ഭയങ്ങളെ, സംശയങ്ങളെ അഭിമുഖീകരിക്കുക, പുതിയ ലോകങ്ങൾ നിങ്ങൾക്ക് മുന്നിൽ തുറക്കും.

പ്രവർത്തിക്കുക

അവനവനിൽ വിശ്വസിക്കുക, അത് ഇന്നുതന്നെ തുടങ്ങുക!

അദ്ധ്യായം പതിനെട്ട്

സംഗ്രഹം

നിങ്ങളെയും കുടുംബത്തിനെയും പിന്തുണയ്ക്കാനായി
പണമൊഴുക്കിന്റെ പൈപ്പ് ലൈൻ പണിയാൻ തുടങ്ങുക

കിമ്മും ഞാനും ഈ ഏഴ് പടികൾ ഉപയോഗിച്ചാണ് കുറച്ചുവർഷങ്ങൾ കൊണ്ട് വീടില്ലായ്മയിൽനിന്നും സാമ്പത്തികമായി സ്വതന്ത്രരായത്. ഈ ഏഴ് പടികൾ ഞങ്ങളെ സ്വന്തം സാമ്പത്തിക ഫാസ്റ്റ് ട്രാക്ക് കണ്ടെത്താൻ സഹായിച്ചു, ഞങ്ങൾ അത് ഇപ്പോഴും ഉപയോഗിക്കുന്നുണ്ട്. അവ നിങ്ങളുടെ സാമ്പത്തിക സ്വാതന്ത്ര്യത്തിലേക്കുള്ള സ്വന്തം മാർഗ്ഗ പദ്ധതി നടപ്പാക്കാൻ നിങ്ങളെ സഹായിക്കുമെന്ന് ഞാൻ വിശ്വസിക്കുന്നു.

അത് ചെയ്യാനായി, നിങ്ങൾ അവനവനോട് സത്യസന്ധരായിരിക്കണം. നിങ്ങൾ ഇതുവരെ ഒരു ദീർഘകാല നിക്ഷേപകൻ അല്ലെങ്കിൽ, എത്രയും പെട്ടെന്ന് അവിടെയെത്തിച്ചേരുക. എന്നുവച്ചാൽ എന്താണ്? നിങ്ങളുടെ ചെലവഴിക്കുന്ന സ്വഭാവങ്ങൾ നിയന്ത്രിക്കാനുള്ള ഒരു രൂപരേഖ ഇരുന്നു തയ്യാറാക്കുക. കടങ്ങളും ബാധ്യതകളും പരിമിതപ്പെടുത്തുക. നിങ്ങളുടെ വരുമാനത്തിന്റെ പരിധിയിൽ ജീവിച്ച് വരുമാനങ്ങൾ വികസിപ്പിക്കുക. ഓരോ മാസവും എത്ര പണം നിക്ഷേപിക്കപ്പെട്ടെന്നും, എത്ര മാസത്തേക്കാണെന്നും കണ്ടെത്തുക, ഒരു യഥാർഥ തിരിച്ചുവരവിന്റെ നിരക്ക് നിങ്ങളെ റിട്ടയർമെന്റ്, പണമൊഴുക്ക് സൃഷ്ടിക്കൽ, സാമ്പത്തിക സ്വാതന്ത്ര്യം നേടൽ എന്നീ ലക്ഷ്യങ്ങളിലേക്ക് എത്തിക്കും.

പതിവായി ചെറിയ തുകകൾ മാറ്റിവച്ച് നിങ്ങളുടെ ഉപയോക്തൃ കടം കുറയ്ക്കുന്നതിനുള്ള ദീർഘകാല പദ്ധതികൊണ്ട് നിങ്ങൾക്ക് വേഗത്തിൽ തുടങ്ങാനും നിങ്ങൾ എന്താണ് ചെയ്യുന്നതെന്ന് നിരീക്ഷിക്കാനും കഴിയും.

ഈ തലത്തിൽ, അത് ലളിതമായിത്തന്നെയാകട്ടെ. ഭ്രമിക്കാതിരിക്കുക.

പണമൊഴുക്കിന്റെ ചതുരങ്ങൾ, അഞ്ച് തലങ്ങളിലുള്ള നിക്ഷേപകർ, മൂന്ന് തരങ്ങളിലുള്ള നിക്ഷേപകർ എന്നിവ ഞാൻ നിങ്ങൾക്ക് പരിചയപ്പെടുത്താനുള്ള കാരണം, നിങ്ങൾ ആരാണ്, നിങ്ങളുടെ താല്പര്യങ്ങൾ എന്തായിരിക്കും, അവസാനം നിങ്ങൾ ആരായിത്തീരാ

നാണ് ആഗ്രഹം എന്നിവയെക്കുറിച്ച് ചില സൂചനകൾ നൽകുന്നതിനാണ്. ഏത് ചതുരത്തിൽനിന്നും പ്രവർത്തിച്ചാലും ശരി, ആർക്കും സ്വന്തം സാമ്പത്തിക ഫാസ്റ്റ് ട്രാക്കിലേക്കുള്ള വഴി കണ്ടെത്താനാകുമെന്ന് വിശ്വസിക്കാനാണ് എനിക്കിഷ്ടം.

ഞാൻ മുമ്പ് പറഞ്ഞത് ഓർക്കുക: നിങ്ങളുടെ ബോസിന്റെ ജോലി നിങ്ങൾക്ക് ജോലി തരുക എന്നതാണ്. നിങ്ങളെ ധനികരാക്കുക എന്നത് നിങ്ങളുടെ ജോലിയാണ്.

നിങ്ങൾ വെള്ളം നിറച്ച ബക്കറ്റുകൾ വലിക്കുന്നത് നിർത്തി, നിങ്ങളെയും കുടുംബത്തിനെയും നിങ്ങളുടെ ജീവിതശൈലിയെയും പിന്തുണയ്ക്കുന്ന പൈപ്പ് ലൈനുകൾ പണിയാൻ തുടങ്ങാൻ തയ്യാറാണോ?

സ്വന്തം കാര്യം നോക്കുന്നത് ചിലപ്പോൾ പ്രയാസവും, ആശയക്കുഴപ്പമുണ്ടാക്കുന്നതും ആയിരിക്കും, പ്രത്യേകിച്ച് ആദ്യഘട്ടത്തിൽ. ഒരുപാട് പഠിക്കാനുണ്ട്, നിങ്ങൾക്ക് ഇപ്പോൾ എത്രയൊക്കെ അറിയാമെങ്കിലും. അതൊരു ജിവിതകാലത്തെ പ്രക്രിയയാണ്. പക്ഷേ, ശുഭവാർത്ത എന്താണെന്നാൽ, ഈ പ്രക്രിയയുടെ കഠിനമായ ഭാഗം തുടക്കത്തിലാണെന്നുള്ളതാണത്. നിങ്ങൾ പ്രതിബദ്ധമായ ഒരു പ്രതിജ്ഞ എടുത്ത് കഴിഞ്ഞാൽ, ജീവിതം കൂടുതൽ എളുപ്പമായിത്തീരും. സ്വന്തം കാര്യം നോക്കൽ പ്രയാസമുള്ളതല്ല. അത് ഒരു സാമാന്യബോധമാണ്.

രചയിതാവിനെക്കുറിച്ച്

റോബർട്ട് ടി കിയോസാകി

റിച് ഡാഡ് പുവർ ഡാഡ് എന്ന എക്കാലത്തേയും #1 വ്യക്തിഗത സാമ്പത്തിക പുസ്തകത്തിന്റെ രചയിതാവായ റോബർട്ട് കിയോസാകി ലോകമെങ്ങുമുള്ള ദശലക്ഷക്കണക്കിന് ആളുകളുടെ പണത്തിനെപ്പറ്റിയുള്ള ചിന്തകളെ വെല്ലുവിളിക്കുകയും മാറ്റിമറിക്കുകയും ചെയ്തു. സംരംഭകൻ, അദ്ധ്യാപകൻ, നിക്ഷേപകൻ എന്നീ നിലകളിലും അദ്ദേഹം പ്രവർത്തിക്കുന്നു. തൊഴിലുകൾ സൃഷ്ടിക്കുന്ന കൂടുതൽ സംരംഭകരെ ലോകത്തിന് ആവശ്യമുണ്ടെന്ന് അദ്ദേഹം വിശ്വസിക്കുന്നു. പണത്തിനെക്കുറിച്ചും നിക്ഷേപത്തെക്കുറിച്ചുമുള്ള പരമ്പരാഗത ജ്ഞാനത്തിനു വിരുദ്ധമായ തനതായ കാഴ്ചപ്പാടുകളോടെ, അദ്ദേഹം അന്താരാഷ്ട്ര തലത്തിൽ കാര്യങ്ങൾ ധീരതയോടെയും വളച്ചുകെട്ടില്ലാതെയും തുറന്നടിച്ച് പറഞ്ഞ് രാജ്യാന്തരപ്രശസ്തി നേടിക്കഴിഞ്ഞു. സാമ്പത്തിക വിദ്യാഭ്യാസരംഗത്തെ അതിവാചാലനും, ആവേശോജ്വലനുമായ വക്താവാണ് റോബർട്ട്.

റോബർട്ടും കിമ്മും ദ റിച് ഡാഡ് കമ്പനി എന്ന സാമ്പത്തിക വിദ്യാഭ്യാസ സ്ഥാപനത്തിന്റെ സ്ഥാപകരാണ്. CASHFLOW ഗെയിമുകളുടെ സ്രഷ്ടാക്കളുമാണ്. 2014–ൽ, റിച് ഡാഡിന്റെ ആഗോളവിജയത്തിന്റെ തുടർച്ചയായി മൊബൈൽ, ഓൺലൈൻ ഗെയിമിങ്ങിൽ ചരിത്രം സൃഷ്ടിക്കുന്ന നവീന ഉൽപ്പന്നങ്ങൾ പരിചയപ്പെടുത്തി.

പണം, നിക്ഷേപം, സമ്പദ്ശാസ്ത്രം, ഫിനാൻസ് തുടങ്ങിയവയുമായി ബന്ധപ്പെട്ട, സങ്കീർണമായ ആശയങ്ങളെ ലളിതമാക്കി അവതരിപ്പിക്കാനുള്ള വൈദഗ്ദ്ധ്യം കൊണ്ട് ദാർശനികൻ എന്ന പദവിതന്നെ റോബർട്ട് നേടിയിട്ടുണ്ട്. അദ്ദേഹം തന്റെ സാമ്പത്തിക സ്വാതന്ത്ര്യത്തിലേക്കുള്ള വ്യക്തിപരമായ യാത്ര എല്ലാ പ്രായത്തിലും പശ്ചാത്തലത്തിലുമുള്ള ആളുകളുമായി പങ്കുവയ്ക്കാറുണ്ട്. അദ്ദേഹത്തിന്റെ കാതലായ തത്വങ്ങളും സന്ദേശങ്ങളും – 'നിങ്ങളുടെ വീട് ഒരു മുതൽക്കൂട്ടല്ല', 'പണമൊഴുക്കിനായി നിക്ഷേപിക്കുക', 'കൂട്ടിവയ്ക്കുന്നവർ പരാജിതരാണ്' തുടങ്ങിയവ – വിമർശനങ്ങളുടേയും അധിക്ഷേപങ്ങളുടേയും ജ്വാലകൾക്ക് തീകൊടുത്തു. കഴിഞ്ഞ ഒരു പതിറ്റാണ്ടായി ലോകസാമ്പത്തിക വേദിയിൽ പ്രവചനാത്മകവും ചലനാത്മകവുമായ സ്വാധീനം ചെലുത്തിക്കൊണ്ട് ഈ അഭിപ്രായങ്ങൾ നിറഞ്ഞാടി.

അദ്ദേഹത്തിന്റെ കാഴ്ചപ്പാടിൽ, 'പഴയ' ഉപദേശം – കോളജിലേക്ക് പോകുക, നല്ല ജോലി നേടുക, പണം കരുതിവയ്ക്കുക, കടത്തിൽ നിന്നും പുറത്ത് വരുക, ദീർഘകാലത്തേക്ക് നിക്ഷേപിക്കുക, വൈവിദ്ധ്യവൽക്കരിക്കുക – ഇന്നത്തെ അതിവേഗത്തിലുള്ള വിവരസാങ്കേതിക

യുഗത്തിൽ കാലഹരണപ്പെട്ട ഉപദേശമാണ്. അദ്ദേഹത്തിന്റെ റിച് ഡാഡ് സിദ്ധാന്തങ്ങളും സന്ദേശങ്ങളും നിലവിലുള്ള സ്ഥിതിയെ വെല്ലുവിളിക്കുന്നു. അദ്ദേഹത്തിന്റെ അദ്ധ്യാപനം ജിജ്ഞാസുക്കളെ സാമ്പത്തികമായി വിദ്യാസമ്പന്നരാകാനും സ്വന്തം ഭാവിക്കായി നിക്ഷേപങ്ങളിൽ സജീവമായി പങ്കെടുക്കാനും പ്രചോദിപ്പിക്കുന്നു.

ആഗോളതലത്തിൽ ബെസ്റ്റ് സെല്ലർ ആയ റിച് ഡാഡ് പുവർ ഡാഡ് ഉൾപ്പടെ 19 പുസ്തകങ്ങളുടെ രചയിതാവായ റോബർട്ട്, ലോകത്തിലെ ഏതു കോണിലുള്ള മാധ്യമങ്ങളിലും വിശിഷ്ടാതിഥിയാണ്. – സി എൻ എൻ, ബിബിസി, ഫോക്സ് ന്യൂസ്, അൽ ജസീറ, ജിബിടിവി, പി ബി എസ്, ലാറി കിങ് ലൈവ്, ഓപ്ര, പീപ്പിൾസ് ഡെയ്‌ലി, സിഡ്നി മോർണിങ് ഹെറാൾഡ്, ദ ഡോക്ടേഴ്സ്, സ്ട്രെയ്റ്റ്സ് ടൈംസ്, ബ്ലൂംബർഗ്, എൻ പി ആർ, യു എസ് ഏ റ്റുഡേ, പിന്നെ മറ്റു നൂറ് കണക്കിന് മാധ്യമങ്ങൾ . അദ്ദേഹത്തിന്റെ പുസ്തകങ്ങൾ ഒരു ദശാബ്ദത്തിലധികമായി ബെസ്റ്റ് സെല്ലർ പട്ടികയിൽ മുൻനിരയിൽ നിൽക്കുന്നു.അദ്ദേഹം ഇപ്പോഴും ലോകമെമ്പാടുമുള്ള വ്യക്തികളെ പഠിപ്പിക്കുകയും പ്രചോദിപ്പിക്കുകയും ചെയ്യുന്നു.

റോബർട്ട് ടി കിയോസാകിയുടെ ഏറ്റവും പുതിയ പുസ്തകങ്ങൾ: അൺഫെയർ അഡ്വാന്റേജ്: ദ പവർ ഓഫ് ഫിനാൻഷ്യൽ എജ്യുക്കേഷൻ, മിഡാസ് ടച്ച്, ഡൊണാൾഡ് ട്രംപുമൊത്ത് എഴുതിയ രണ്ടാമത്തെ പുസ്തകമായ, വൈ 'എ' സ്റ്റുഡന്റ്സ് വർക്ക് ഫോർ 'സി' സ്റ്റുഡന്റ്സ്, 8 ലെസ്സൺസ് ഇൻ മിലിറ്ററി ലീഡർഷിപ്, സെക്കന്റ് ചാൻസ് എന്നിവയാണ്.

കൂടുതൽ അറിയാൻ സന്ദർശിക്കുക: RichDad.com

വിവർത്തകൻ

എസ്. ജയേഷ്

പാലക്കാട് ജില്ലയിലെ തേങ്കുറിശ്ശി സ്വദേശം. ആനുകാലികങ്ങളിൽ കഥകളും വിവർത്തനങ്ങളും പ്രസിദ്ധീകരിക്കപ്പെടാറുണ്ട്. സാങ്കേതിക ലേഖകൻ ആയി തൊഴിൽ ചെയ്യുന്നു. നല്ലപാതി: പാർവതി കുര്യാക്കോസ്, മകൾ: ഉർസുല. പ്രസിദ്ധീകരിച്ച രചനകൾ: കഥാസമാഹാരങ്ങൾ: പരാജിതരുടെ രാത്രി, ഒരിടത്തൊരു ലൈൻമാൻ; വിവർത്തനങ്ങൾ: കെയ്നും ആബേലും (ജഫ്രി ആർച്ചർ); എക്സൈൽ, എക്സിസ്റ്റൻഷ്യലിസവും ഫാൻസി ബനിയനും (ചാരു നിവേദിത); എരിവെയിൽ, ശക്തിവേൽ (പെരുമാൾ മുരുകൻ); ശിവൻ മുതൽ ശങ്കരൻവരെ (ദേവ്ദത്ത് പട്ടനായിക്); ചോദ്യങ്ങൾ തന്നെ ഉത്തരങ്ങൾ (അലൻ പീസ്); പണമൊഴുക്കിന്റെ ചതുരങ്ങൾ (റോബർട്ട് ടി കിയോസാകി): ഇമെയിൽ: jayeshsan@gmail.com